അറയ്ക്കൽ ബീബിയും മുപ്പത് കഥകളും

ഐതിഹ്യമാല

INSIGHT PUBLICA

Nadakkave, Kozhikode, Kerala
Tel:0495–4020666
www.insightpublica.com
e-mail: insightpublica@gmail.com

Arakkal Beebiyum
Muppathu Kadhakalum
Aithihyamala
(Malayalam)
Kottarathil Sankunni

I[st] Insight Edition : January 2017
This Edition: March 2024

ISBN 978-93-85899-74-4
Printed and Published by
InsightinPublica Printers & Publishers Pvt Ltd.

₹ 359

അറയ്ക്കൽ ബീബിയും മുപ്പത് കഥകളും

ഐതിഹ്യമാല

കൊട്ടാരത്തിൽ ശങ്കുണ്ണി

INSIGHT PUBLICA ®

കൊല്ല വർഷം 1030 മീനം 23ന (1855 മാർച്ച് 23) കോട്ടയത്ത് വാസുദേവനണ്ണിയുടെ രണ്ടാമത്തെ പുത്രനായി ജനിച്ചു. യഥാർത്ഥ പേര് വാസുദേവൻ. അച്ഛന്റെ പേരും ഇതുതന്നെയായിരുന്നതിനാൽ ആദ്യം തങ്ക എന്നും പിന്നീട് തങ്ക മാറി 'ശങ്ക' എന്നും വിളിപ്പേരു വന്നു. ജാതിപ്പേരായ ഉണ്ണി ചേർത്ത് പിൽക്കാലത്ത് ശങ്കുണ്ണി എന്നു പ്രസിദ്ധനായി. കുഞ്ഞിക്കുട്ടൻ തമ്പുരാന്റെ നിർബന്ധത്തിനു വഴങ്ങിയാണ് 36ാമത്തെ വയസ്സിൽ (1891) സുഭദ്രാഹരണം മണിപ്രവാളം എഴുതിയത്. പിന്നീട് കേശവദാസചരിതം രചിച്ചതും തമ്പുരാന്റെ നിർബന്ധത്താലായിരുന്നു. 1881 മുതൽ പന്ത്രണ്ടു വർഷത്തോളം ശങ്കുണ്ണി വിദേശീയരായ ബ്രിട്ടീഷ് ഉദ്യോഗസ്ഥരേയും മറ്റും മലയാളം പഠിപ്പിക്കുവാൻ തുടങ്ങി. 1893ൽ മാർ ദിവാന്നാസ്യോസ് സെമിനാരി ഹൈസ്കൂളിലെ ആദ്യ മലയാളം മുൻഷിയായി.

അതിനിടെ അദ്ദേഹം തന്റെ വിവിധങ്ങളായ സാഹിതീസപര്യയ്ക്കു തുടക്കം കുറിച്ചു. കൊടുങ്ങല്ലൂർ കുഞ്ഞിക്കുട്ടൻ തമ്പുരാൻ, കവി കേരളവർമ്മ വലിയകോയിത്തമ്പുരാൻ തുടങ്ങിയ പ്രമുഖരുമായി അക്കാലത്ത് ഏറെ ഇടപഴകി. ആയിടെ കണ്ടത്തിൽ വറുഗീസ് മാപ്പിള കോട്ടയത്തു തുടങ്ങിവെച്ച മലയാള മനോരമയിലും(1888) ഭാഷാപോഷിണിസഭയിലും(1892) സഹകരിച്ചു.

1898 മുതൽ ഐതിഹ്യമാലയുടെ രചന തുടങ്ങി. വറുഗീസ് മാപ്പിളയുടെ പ്രേരണ മൂലം മനോരമയിലും ഭാഷാപോഷിണിയിലും ഖണ്ഡശഃ പ്രസിദ്ധീകരിക്കാനായിട്ടായിരുന്നു ഐതിഹ്യമാല തുടങ്ങിവെച്ചതെങ്കിലും പിന്നീട് ഏതാണ്ട് ശങ്കുണ്ണിയുടെ മരണം വരെ രചന തുടർന്നു പോന്ന ഒരു പുസ്തകപരമ്പരയായി ഐതിഹ്യമാല മാറി. തിരുവിതാംകൂർ, കൊച്ചി, ബ്രിട്ടീഷ് മലബാർ എന്നീ രാജസദസ്സുകളിൽ നിന്നും എണ്ണമറ്റ സ്ഥാനങ്ങളും സമ്മാനങ്ങളും അദ്ദേഹത്തെ തേടി എത്തി. ഇക്കൂട്ടത്തിൽ 1904ൽ കൊച്ചി രാജാവ് സമ്മാനിച്ച 'കവിതിലകം' എന്ന സ്ഥാനവും സ്വർണ്ണമെഡലും എടുത്തുപറയേണ്ടതാണ്.

മണിപ്രവാള കൃതികൾ, നാടകങ്ങൾ, പരിഭാഷകൾ, കല്പിതകഥകൾ, ആട്ടക്കഥകൾ, കിളിപ്പാട്ട്, കൈകൊട്ടിപ്പാട്ട്, തുള്ളൽപ്പാട്ട്, വഞ്ചിപ്പാട്ട് ഗദ്യ പ്രബന്ധങ്ങൾ എന്നീ വിഭാഗങ്ങളിലായി അറുപത് കൃതികൾ രചിച്ചിട്ടുണ്ട്

കൊട്ടാരത്തിൽ ശങ്കുണ്ണി

ഉള്ളടക്കം

അറയ്ക്കൽ ബീബി

അറയ്ക്കൽ ബീബിയുടെ സ്വദേശം ബ്രിട്ടീഷ് മലബാറിലുൾപ്പെട്ട ചിറയ്ക്കൽ താലൂക്കിൽ ചേർന്ന കണ്ണൂരും കുടുംബം ചിറയ്ക്കൽത്തന്നെയുള്ള കോലത്തിരി രാജവംശത്തിൽ നിന്നു പിരിഞ്ഞുപോയ ഒരു ശാഖയുമാണ്. ആ രാജാവംശത്തിൽ നിന്നു ഈ ശാഖ പിരിഞ്ഞുപോയതിന്റെ കാരണത്തെക്കുറിച്ചുള്ള ഐതിഹ്യം താഴെപ്പറയുന്നു.

കൊല്ലവർഷം നാലാം ശതാബ്ദംവരെ കോലത്തിരിരാജകുടുംബം കോലത്തുനാട്ടിന്റെ അന്നത്തെ തലസ്ഥാനമായിരുന്ന ഏഴിമലക്കോട്ടയിലായിരുന്നു സ്ഥിരമായിത്താമസിച്ചിരുന്നത്. തദനന്തരം കുടുംബാംഗങ്ങൾ പല ശാഖകളായി വളരെ വർദ്ധിക്കുകയും കോലത്തിരി രാജാവും ശേഷം കൂറുവാഴ്ചക്കാരായ തമ്പുരാക്കന്മാരും തമ്മിൽ സ്പർദ്ധ മുഴക്കുകയും ചെയ്യുകയാൽ ഓരോ ശാഖകൾ ഓരോരിക്കലായി മൂലകുടുംബത്തിൽ നിന്നു പിരിഞ്ഞു കത്തിമംഗലം, മാരിപ്പുത്തു, പഴയങ്ങാടി, ചെറുകുന്നു, വളപട്ടണം, ചിറക്കൽ എന്നിങ്ങനെ പല സ്ഥലങ്ങളിൽ കോവിലകങ്ങളുണ്ടാക്കി താമസമുറപ്പിച്ചു. എന്നാൽ കോലത്തിരി രാജാവ് ഏഴാം ശതാംബ്ദം വരെ ഏഴിമലക്കോട്ടയിലെ കോവിലകത്തുതന്നെയാണു താമസിച്ചിരുന്നത്. ചിറയ്ക്കലുള്ള ആ സ്ഥലം കണ്ണൂരിൽനിന്ന് ഇരുപതു നാഴിക വടക്കാണ്. അവിടെയുള്ള ഏഴിമല എന്ന കുന്നിന്മേൽ ഇപ്പോഴും കോട്ടയുടെ നഷ്ടാവശിഷ്ടങ്ങൾ ചിലതെല്ലാം കാണ്മാനുണ്ട്. ആ ഏഴിമലയിൽനിന്നു പടിഞ്ഞാറെ സമുദ്രത്തിലേക്ക് അല്പം ദൂരമേയുള്ളൂ. മലയുടെ താഴ്വരയിൽ പതിനെട്ടു നാലുകെട്ടുകളോടുകൂടിയ ഒരു വലിയ കോവിലകമുണ്ടായിരുന്നു. ആ കോവിലകമിരുന്നിരുന്ന പറമ്പും വളരെ വലിയതായിരുന്നു. ആ പുരയിടത്തിന്റെ അടുക്കൽ കൂടി ഒരു നദി പ്രവഹിക്കുന്നുമുണ്ടായിരുന്നു. ആ കോവിലകത്തിന്റെ ചുറ്റുമായി അനേകം ബ്രാഹ്മണാലയങ്ങളും പടയാളികളായ നായന്മാരുടെ അഞ്ഞൂറ് ഗൃഹങ്ങളും സ്വല്പം അകലെ ധനവാന്മാരും യുദ്ധവിദഗ്ദ്ധന്മാരുമായ ചില മുഹമ്മദീയരുടെ വീടുകളുമുണ്ടായിരുന്നു.

അക്കാലത്ത് ഏഴിമലക്കോവിലകത്തു താമസിച്ചിരുന്ന അവിവാഹിതകളായ രണ്ടു കൊച്ചു തമ്പുരാട്ടിമാർ, കോവിലകത്തുനിന്നു പുഴയിലേക്കു മതിൽ കെട്ടിയിറക്കിയിരുന്ന കുളിക്കടവിലേക്കു കുളിക്കാനായിട്ടു പതിവു പോലെ ഒരു ദിവസം പോയിട്ടു പതിവലധികം നേരം വെള്ളത്തിൽക്കിടന്നു ചാടുകയും മറിയുകയും സോത്സാഹം പുഴയുടെ മദ്ധ്യത്തിലേക്കു നീന്തുകയും ചെയ്തു ക്രീഡിച്ചു. നവയൗവ്വന യുക്തകളായിരുന്ന അവരുടെ ചോരത്തിളപ്പു സ്വല്പസമയം കഴിഞ്ഞപ്പോൾ ഒട്ടുശമിക്കുകയും രണ്ടു പേരും

ക്ഷീണിക്കുകയും ചെയ്തു. അതിനാൽ അനുജത്തിയായിരുന്ന കൊച്ചുതമ്പുരാട്ടി നീന്തി കരയ്ക്കു കയറി. ജ്യേഷ്ഠത്തിയായിരുന്ന മറ്റേ കൊച്ചുതമ്പുരാട്ടി കരയിലേക്ക് നീന്തിയിട്ടു കൈയും കാലും കുഴഞ്ഞു പോവുകയാൽ കരയിലെത്താൻ സാധിക്കാതെ ഒഴുക്കിലകപ്പെട്ടു താഴ്ന്നു പോയിത്തുടങ്ങി. കരയിൽ നിന്നിരുന്ന കൊച്ചുതമ്പുരാട്ടി അതു കണ്ടു പരിഭ്രമിച്ച് ഉറക്കെ നിലവിളിച്ചു. അപ്പോൾ സ്വല്പം ദൂരെ പുഴക്കടവിൽത്തന്നെ കുളിച്ചുകൊണ്ടു നിന്നിരുന്ന യുവാവും സുമുഖനുമായിരുന്ന ഒരു മുഹമ്മദീയൻ നിലവിളി കേട്ട് ഈ കടവിൽ ഓടിയെത്തുകയും സംഗതി മനസ്സിലാവുകയാൽ തന്റെ രണ്ടാമുണ്ടും കൂടി അരയിൽ മുറുക്കിക്കെട്ടി ക്കൊണ്ടു വെള്ളത്തിൽച്ചാടി രാജകുമാരിയുടെ കൈ പിടിച്ചു കരയോടടുപ്പിച്ചിട്ടു കരയ്ക്കു കയറുകയും ചെയ്തു. രാജകന്യക നിലയുള്ള സ്ഥലത്തായിട്ടും കരയ്ക്ക കയറാതെ കഴുത്തോളം വെള്ളത്തിൽത്തന്നെ നിന്നതേയുള്ളൂ. ബുദ്ധിമാനായിരുന്ന ആ മുഹമ്മദീയൻ അതിന്റെ കാരണ മറിഞ്ഞു തന്റെ അരയിൽക്കെട്ടിയിരുന്ന രണ്ടാംമുണ്ടു നനഞ്ഞിരുന്നുവെങ്കിലും കോടിയായിരുന്നതിനാൽ അതഴിച്ചു രാജകുമാരിക്ക് എറിഞ്ഞു കൊടുത്തതിന്റെ ശേഷം അവിടെ നിൽക്കാതെ വീട്ടിലേക്കു പോയി. രാജകുമാരി ഉടുത്തിരുന്ന വസ്ത്രം ഒഴുക്കിന്റെ ശക്തിയാൽ വെള്ളത്തിൽ പൊയ്പ്പോയതുകൊണ്ടായിരുന്നു കരയ്ക്ക് കയറാതെ വെള്ളത്തിൽത്തന്നെ നിന്നിരുന്നത്. അപ്പോൾ ആ മുഹമ്മദീയന്റെ രണ്ടാം മുണ്ട് കിട്ടിയതിനാൽ അതുടുത്തുകൊണ്ടു കരയ്ക്കു കയറി കുളിപ്പുരയിൽ ചെന്നു കുളി കഴിച്ചു. അപ്പോഴേക്കും തുണയ്ക്കു വേണ്ടുന്ന ദാസിമാർ അവിടെയെത്തുകയാൽ അവരോടുകൂടി ആ കന്യകമാർ കോവിലകത്തേക്ക് പോവുകയും ചെയ്തു.

ഈ വർത്തമാനമെല്ലാം ക്ഷണനേരം കൊണ്ടു ദാവാഗ്നിയെന്ന പോലെ ആ ദിക്കിൽ സർവ്വത്ര പരക്കുകയും ആപത്തിൽനിന്നു രക്ഷ പ്രാപിച്ച ആ കന്യകയുടെ മാതുലനായിരുന്ന കോലത്തിരിരാജാവിന്റെ കർണ്ണങ്ങളിലുമെത്തുകയും ചെയ്തു. തന്റെ ഭാഗിനേയിയെ ആ അത്യാപത്തിൽനിന്നു രക്ഷിച്ച മുഹമ്മദീയനെക്കുറിച്ചു വളരെ സന്തോഷം തോന്നുകയാൽ തമ്പുരാൻ ഉടനെ ആളെ അയച്ച് ആ മുഹമ്മദീയനെ കോവിലകത്തു വരുത്തി. അപ്പോൾ ആ യുവാവ് തന്റെ സൈന്യത്തിൽച്ചേർന്നിട്ടുള്ള ഒരു ഭടനാണെന്നുകൂടി അറിയുകയാൽ തമ്പുരാന് അയാളെക്കുറിച്ചുള്ള സന്തോഷം പൂർവ്വാധികം വർദ്ധിക്കുകയും അയാൾക്ക് അനേകം സമ്മാനങ്ങളും വളരെ വസ്തുവകകളും പട്ടാളത്തിൽ ഉയർന്ന തരത്തിലുള്ള ഒരുദ്യോഗവും കല്പിച്ചു കൊടുക്കുകയും ചെയ്തു.

നീരാട്ടുകുളി കഴിഞ്ഞു കോവിലകത്തേക്കു ചെന്ന രാജകന്യകമാരിൽ മൂത്ത കന്യക അകത്തു കടക്കാതെ അവിടെ അടുത്തുതന്നെ ഉണ്ടായി രുന്ന ഉപഗൃഹത്തിൽ ചെന്നിരുന്നു. അമ്മത്തമ്പുരാട്ടി മുതലായ തമ്പുരാട്ടിമാരും മറ്റും വളരെപ്പറയുകയും നിർബന്ധിക്കുകയും ചെയ്തിട്ടും ആ കന്യക അവിടെനിന്ന് ഇളകിയില്ല. ഗുരുജനങ്ങൾ നിർബന്ധിച്ചപ്പോൾ ആ രാജകുമാരി 'വെള്ളത്തിൽ നിന്ന് എന്നെ പിടിച്ചുകയറ്റിയപ്പോൾ ആ മുഹമ്മദീയൻ എന്നെ പാണിഗ്രഹണം കഴിച്ചു. പിന്നെ നനഞ്ഞെങ്കിലും കോടിയായ ഒരു മുണ്ട് എനിക്കുടുക്കാൻ അയാൾ തരികയും ചെയ്തു. ഇതു രണ്ടുംകൊണ്ട് എന്റെ വിവാഹകർമ്മം മിക്കവാറും കഴിഞ്ഞിരിക്കുന്നു. രാജകന്യകമാരെ മുഹമ്മദീയർ വിവാഹം കഴിക്കുക വിഹിതമല്ലല്ലോ. അതിനാൽ ഞാനിപ്പോൾ

ഭ്രഷ്ടയായിരിക്കുന്നു. എനിക്കിനി അകത്തു കടക്കാൻ പാടില്ല' എന്നാണ് സമാധാനം പറഞ്ഞത്. ഈ വർത്തമാനമറിഞ്ഞപ്പോൾ കോലത്തിരിത്ത മ്പുരാൻ 'എന്തു ചെലവു വന്നാലും തക്കതായ വൈദികപ്രായശ്ചിത്തങ്ങൾ ചെയ്യിച്ച് രാജകുമാരിയെ ശുദ്ധീകരിച്ച് വീണ്ടെടുക്കണമെ'ന്നു തീർച്ചപ്പെടു ത്തി ആളുകളെ അയച്ച് വൈദികന്മാരെയെല്ലാം വരുത്തി വിവരം പറഞ്ഞു. അതുകേട്ടു വൈദികന്മാർ 'പണം തട്ടാൻ ഇതുതന്നെ തരം' എന്നു കരുതി പലവിധ പ്രായശ്ചിത്തങ്ങൾക്കും ചാർത്തുണ്ടാക്കിക്കൊടുക്കുകയും 'പ്രായച്ഛി ത്തം നടത്തിക്കാൻ വേണ്ടുന്നവരൊക്കെ വന്നുചേർന്നാൽ എല്ലാം കഴിഞ്ഞ് എല്ലാവരും പിരിഞ്ഞു പോകുന്നതുവരെ രണ്ടുനേരവും വലിയ സദ്യയും വേണം' എന്നറിയിക്കുകയും ചെയ്തു. അതൊന്നുകൊണ്ടും തമ്പുരാനു ഒരു ക്ലേശവുമുണ്ടായില്ല. 'ദിവസം നിശ്ചയിച്ച് വിവരമറിയിക്കാം' എന്നു പറഞ്ഞു വൈദികന്മാരെയെല്ലാം യഥോചിതം സൽക്കരിച്ച് മടക്കിയയച്ചു.

കോലത്തിരിത്തമ്പുരാൻ വൈദികപ്രായച്ഛിത്തംകൊണ്ടു തന്റെ ഭാഗിനേയിയെ ശുദ്ധീകരിച്ച് വീണ്ടെടുക്കുവാൻ നിശ്ചയിച്ചതിന്റെശേഷം ആ വിവരം ചില സ്ത്രീജനങ്ങൾ മുഖാന്തരം ആ രാജകുമാരിയെ അറിയിച്ചു. അതുകൊണ്ടും ആ രാജകുമാരിയുടെ നിശ്ചയത്തിനു ലേശവുമിളക്കമുണ്ടായി ല്ല. പിന്നെ തമ്പുരാൻ തന്നെ ആ ഭാഗിനേയിയുടെ അടുക്കൽച്ചെന്നു വളരെ നിർബന്ധിച്ചു നോക്കി. അതുകൊണ്ടും ഫലമൊന്നുമുണ്ടായില്ല. വിദുഷിയായ ആ രാജകന്യകയുടെ നിശ്ചയത്തിന് ഇളക്കം വരുത്തുകയെന്നുള്ളത് ആരാലും സാദ്ധ്യമല്ലെന്ന് ഉറപ്പുവരികയാൽ കോലത്തിരിത്തമ്പുരാൻ കോവിലകത്തുണ്ടായിരുന്ന ശേഷം തമ്പുരാക്കന്മാരോടും മറ്റും ആലോചിച്ച് എല്ലാവരുടെയും സമ്മതപ്രകാരം പ്രധാന കോവിലകത്തോടടുത്തുതന്നെ കെങ്കേമമായിട്ടു വേറെ ഒരു കോവിലകം പണിയിച്ച് രാജകന്യകയുടെ താമസം അവിടെ ആക്കുകയും ആ രാജകുടുംബത്തിൽ ശേഷമുണ്ടായിരു ന്ന തമ്പുരാട്ടിമാരെപ്പോലെ സുഖമായിക്കഴിഞ്ഞുകൂടുവാൻ തക്കവണ്ണമുള്ള വസ്തുവകകളും പണ്ടങ്ങളും പാത്രങ്ങളും മറ്റുമെല്ലാം കൊടുക്കുകയും പ്രാണ രക്ഷ ചെയ്ത ആ യുവാവിനെക്കൊണ്ടുതന്നെ മുഹമ്മദീയവിധിപ്രകാരം ആ രാജകന്യകയെ കല്യാണം കഴിപ്പിക്കുകയും ചെയ്തു. അക്കാലം മുതൽ ആ രാജകുമാരിയുടെ നാമധേയം 'അറയ്ക്കൽ ബീബി' എന്നായിത്തീർന്നു. തിരുവിതാംകൂർ മഹാരാജകുടുംബത്തിലേയും മറ്റും കൊച്ചുതമ്പുരാട്ടി മാരെ പള്ളിക്കെട്ടു കഴിക്കുന്ന കോയിത്തമ്പുരാക്കന്മാരെ എന്നപോലെ ഈ ബീബിയെ കല്യാണം കഴിച്ച മുഹമ്മദീയനെയും ചെലവിനെല്ലാം കൊടുത്തു ബീബിയുടെ കൂടെത്തന്നെ താമസിപ്പിച്ചു. അയാൾക്കു വേണ്ടുന്ന പരിചാരകന്മാരെയും നിയമിച്ചുകൊടുത്തു. വസ്തുവകകളുടെ ഉടമസ്ഥതയും കൈകാര്യകർത്തൃത്വവും ബീബിക്കുതന്നെയായിരുന്നു. കാര്യങ്ങളെല്ലാം ശരിയായി നോക്കി ഭരിച്ചിരുന്നതിനാൽ 'അറയ്ക്കൽ ബീബി' എന്നുള്ള നാമം ലോകപ്രസിദ്ധമായിത്തീരുകയും ചെയ്തു. അറയ്ക്കൽ ബീബിയുടെ സന്താന പരമ്പരയിലുൾപ്പെട്ട പുരുഷന്മാരെ 'അറയ്ക്കൽ രാജാക്കന്മാർ' എന്നാണ് പറഞ്ഞുവരുന്നത്.

മുഹമ്മദീയസ്ത്രീകൾ ഘോഷാസമ്പ്രദായം സ്വീകരിച്ചിട്ടുള്ളവരാകയാൽ അവരെ അന്യപുരുഷന്മാർക്കു കാണ്മാൻ പാടില്ലെന്നാണല്ലോ വെച്ചി രിക്കുന്നത്. എന്നാൽ കോലത്തിരി രാജാവിന്റെ വംശ്യരായ ചിറയ്ക്കൽ

കോവിലകത്തുള്ള തമ്പുരാക്കന്മാർക്ക് അറയ്ക്കൽ ബീബിമാരെ കാണുന്നതിനു യാതൊരു വിരോധവുമില്ല. ചിറയ്ക്കൽ കോവിലകത്തുള്ള തമ്പുരാക്കന്മാർ അവിടെ എഴുന്നള്ളിയാൽ അമൂല്യങ്ങളായ തിരുമുൽക്കാഴ്ചകൾ വെച്ചാണ് അറയ്ക്കൽ രാജാക്കന്മാർ മുഖം കാണിക്കുക പതിവ്. കോലത്തിരി രാജാ വംശ്യരായി തിരുവിതാംകൂറിലെ തമ്പുരാക്കന്മാർ ചെന്നാലും അറയ്ക്കൽ ബീബികളെ കാണുന്നതിനു വിരോധമില്ലെന്നാണ് വെച്ചിരിക്കുന്നത്. ഇവർക്കും അറയ്ക്കൽ രാജാക്കന്മാർ തിരുമുൽക്കാഴ്ച വെയ്ക്കുകയും മറ്റും പതിവുണ്ട്. അറയ്ക്കൽ രാജകുടുംബത്തിലും ഐശ്വര്യം ക്രമേണ വളരെ വർദ്ധിക്കുകയാൽ ജനങ്ങൾ 'ചിറയ്ക്കൽപ്പകുതി അറയ്ക്കൽ' എന്നു പറഞ്ഞ് ആ കുടുംബത്തെ പുകഴ്ത്തുകയാൽ അതൊരു പഴഞ്ചൊല്ലായിത്തീർന്നു.

ഇനി ഈ അറയ്ക്കൽ രാജകുടുംബം കണ്ണൂരിലായിത്തീർന്നതെങ്ങനെയെന്നുകൂടി ചുരുക്കത്തിൽ താഴെ പറഞ്ഞുകൊള്ളുന്നു.

കൊല്ലവർഷം ഏഴാം ശതാബ്ദത്തിന്റെ ആദ്യകാലത്തു കോലത്തിരി രാജാവിന്റെ പ്രധാനമന്ത്രിയായിരുന്ന 'അരയൻകുളങ്ങര നായർ' മുഹമ്മദുമതം സ്വീകരിച്ച് ഒരു 'മുഹമ്മദാലി'യായിത്തീർന്നു. പിന്നേയും അയാൾ കോലത്തിരിത്തമ്പുരാന്റെ മന്ത്രിസ്ഥാനം ഉപേക്ഷിച്ചില്ല. ആ മുഹമ്മദാലി തന്റെ സ്വാമിയായ തമ്പുരാന്റെ അനുവാദത്തോടുകൂടി അറയ്ക്കൽകൊട്ടാരത്തിൽനിന്ന് ഒരു ബീബിയെ കല്യാണം കഴിച്ചു. അയാളുടെ കാലാനന്തരം അയാളുടെ പുത്രന്മാരായ 'മമ്മാലിക്കിടാവു'കൾ കോലത്തിരിത്തമ്പുരാന്റെ പ്രധാനസേവകന്മാരായിത്തീർന്നു. അവരിൽ കോലത്തിരിരാജാവിന്റെ സേനാനായകനായിത്തീർന്ന 'ആലിമൂസ്സ' എന്ന യുദ്ധവിദഗ്ധൻ 'മാലിദ്വീപുകൾ' പിടിച്ചടക്കി തന്റെ സ്വാമിക്കു കൈവശപ്പെടുത്തിക്കൊടുത്തു. കോലത്തിരിത്തമ്പുരാൻ ഏറ്റവും സന്തോഷിച്ച് ആ ദ്വീപുകളിൽനിന്നു കൊല്ലംതോറും കിട്ടുന്ന പാട്ടത്തിൽനിന്ന് ആലിമൂസ്സാഖാനും അയാളുടെ കുടുംബത്തിലും എന്നും അനുഭവിക്കാനായി പതിനെണ്ണായിരം പണവും കണ്ണൂരിൽ അവിടേക്ക് (തമ്പുരാന്) ഉണ്ടായിരുന്ന ഒരു വലിയ കോട്ടയും കാനത്തൂര്, കാനോത്തുചാല് എന്നീ രണ്ടു ദേശങ്ങളും സമ്മാനമായി കൊടുത്തു. തദനന്തരം കൊല്ലവർഷം എഴുന്നൂറ്റിനാല്പതിൽ കോലത്തിരിത്തമ്പുരാൻ ഏഴിമലക്കോട്ട വിട്ടു വളപട്ടണം കോട്ടയിലും, ആലിമൂസ്സ അറയ്ക്കൽ കുടുംബവും തമ്പുരാൻ കല്പിച്ചുകൊടുത്ത കണ്ണൂർകോട്ട യിലുംതാമസമാക്കി.

അതിനുശേഷം എഴുന്നൂറ്റിനാല്പത്തഞ്ചിൽ ആലിമൂസ്സയുടെ സഹായത്താൽ കോലത്തിരിത്തമ്പുരാൻ ലക്ഷദ്വീപുകളെ ആക്രമിച്ചു പിടിച്ചടക്കുകയും ആ ദ്വീപുകളെ ആണ്ടുതോറും ആറായിരം പണം കപ്പം കൊടുക്കണമെന്ന നിശ്ചയത്തോടുകൂടി അറയ്ക്കൽ ബീബിക്കു വിട്ടു കൊടുക്കുകയും ചെയ്തു. അതുകൂടാതെ കോലത്തിരിത്തമ്പുരാൻ ആലിമൂസ്സയ്ക്ക് 'ആഴിരാജാവ്' എന്നൊരു സ്ഥാനവും കല്പിച്ചു കൊടുത്തു. അതുകാലക്രമേണ ഭേദപ്പെട്ട് 'ആലിരാജാവ്' എന്നായിത്തീർന്നു. ഇപ്പോൾ ആഴിരാജാവെന്ന് ആരും പറയാറില്ല. എല്ലാവരും ആലിരാജാവെന്നു തന്നെയാണ് പറഞ്ഞുവരുന്നത്.

അനന്തരം മലബാർ ബ്രിട്ടീഷു ഗവൺമെണ്ടിന്റെ അധീനത്തിലായതിന്റെ ശേഷം അന്നത്തെ ബീബി ലക്ഷദ്വീപുകൾകൂടി നോക്കി ഭരിക്കുവാനായി ബ്രിട്ടീഷു ഗവർമെണ്ടിനെ ഏല്പിച്ചു. ആ ദ്വീപുകളിൽനിന്നുണ്ടാകുന്ന

ആദായത്തിൽനിന്ന് ഒരു ഭാഗം ആണ്ടുതോറും ബീബിക്കുകൊടുക്കണമെന്നുള്ള നിശ്ചയത്തോടുകൂടിയാണ് അങ്ങനെ ചെയ്തത്. എങ്കിലും ബ്രിട്ടീഷ് ഗവർമെണ്ട് ബീബിക്കു യാതൊന്നും കൊടുക്കാതെ ആ ദ്വീപുകൾ സ്വന്തമെന്നപോലെ കൈവശംവെച്ച് ആദായങ്ങൾ മുഴുവൻ എടുത്തു കൊണ്ടിരുന്നു.

ഏകദേശം ഇരുപതുകൊല്ലങ്ങൾക്കുമുമ്പ് ആലിരാജാവവർകളും ബ്രിട്ടീഷ് ഗവർമെണ്ടും തമ്മിൽ ലക്ഷദ്വീപുകളെ സംബന്ധിച്ച കേമമായിട്ട് ഒരു വ്യവഹാരമുണ്ടായി. ഒടുക്കം ബ്രിട്ടീഷ് ഗവർമെണ്ട് ആണ്ടുതോറും തക്കതായ ഒരു നല്ല സംഖ്യ അറയ്ക്കൽ രാജകുടുംബത്തിലേക്കു കൊടുത്തു കൊള്ളാമെന്നു സമ്മതിക്കുകയാൽ ആ വ്യവഹാരം രാജിയായിട്ടു തീർന്നു. ബ്രിട്ടീഷ്ഗവർമെണ്ട് ആ സംഖ്യ ഇപ്പോഴും ആണ്ടുതോറും അറയ്ക്കൽ രാജകുടുംബത്തിലേക്ക് കൊടുത്തുവരുന്നുണ്ട്. ഇതുകൂടാതെ ചിറയ്ക്കൽ രാജകുടുംബത്തിലുള്ള സകലർക്കും ബ്രിട്ടീഷ് ഗവർമെണ്ട് പണ്ടുതന്നെ മാലിഖാൻ അനുവദിച്ചിട്ടുമുണ്ട്. ഇന്നും അറയ്ക്കൽ കോവിലകത്തുള്ളവരും ചിറയ്ക്കൽ രാജകുടുംബത്തിലുള്ളവരും ഏറ്റവും മൈത്രിയോടും വിശ്വസ്തതയോടുംകൂടിത്തന്നെയാണ് വർത്തിച്ചുപോരുന്നത് ആ രണ്ടു വിശിഷ്ടസ്ഥാനങ്ങളിലും ക്ഷേമവും ഐശ്വര്യവും എന്നും ഉപര്യുപരി വർദ്ധിച്ചുകൊണ്ടിരിക്കുന്നതിന് സർവ്വേശ്വരൻ സദയം സഹായിക്കുമാറാകട്ടെ.

●

ആറന്മുള ദേവനും മങ്ങാട്ടു ഭട്ടതിരിയും

ഇപ്പോൾ കുമാരനല്ലൂർ ഗ്രാമക്കാരനായിരിക്കുന്ന മങ്ങാട്ടുഭട്ടതിരിയുടെ ഇല്ലം പണ്ട് ചെങ്ങന്നൂർത്താലൂക്കിലുൾപ്പെട്ട 'കാട്ടൂർ' ദേശത്തായിരുന്നു. അക്കാലത്ത് ആ ഇല്ലക്കാർ ധനപുഷ്ടികൊണ്ടും ദാനധർമ്മാദി കൊണ്ടും ഈശ്വരഭക്തികൊണ്ടും പ്രബലന്മാരും പ്രസിദ്ധന്മാരുമായിരുന്നു. ആ ഇല്ലത്തു തിരുവോണംതോറും മഹാവിഷ്ണുവിനെ പൂജിച്ചു നിവൃത്തിയുള്ളിടത്തോളം ബ്രഹ്മചാരികളായിട്ടുള്ള ബ്രാഹ്മണബാലന്മാരെ കാൽ കഴുകിച്ചൂട്ടുക പതിവായിരുന്നു. അങ്ങനെയിരുന്നപ്പോൾ ഒരു ചിങ്ങമാസത്തിൽ തിരുവോണത്തിനു കാൽ കഴുകിച്ചൂട്ടാൻ ബ്രഹ്മചാരികളെ ആരെയും കിട്ടിയില്ല. അവിടെ അടുക്കലൊക്കെ ബ്രാഹ്മണഗൃഹങ്ങൾ ധാരാളമുണ്ടായിരുന്നതിനാൽ തിരുവോണംതോറും ഉണ്ണാൻ പത്തും പന്ത്രണ്ടും ചിലപ്പോൾ അതിലധികവും ബ്രഹ്മചാരികൾ ഇവിടെ വരിക പതിവായിരുന്നു. ബ്രഹ്മചാരികൾ പതിവായി വരാറുള്ള സമയം കഴിഞ്ഞിട്ടും ആരെയും കാണാഞ്ഞിട്ടു ഗൃഹസ്ഥനായ മൂത്ത ഭട്ടതിരി ഏറ്റവും വിഷണ്ണനായിത്തീർന്നു. ഉടനെ അദ്ദേഹം അടുക്കലുള്ള ഇല്ലങ്ങളിലെല്ലാം ചെന്നന്വേഷിച്ചിട്ടും ഒരു ബ്രഹ്മചാരിയെപോലും കിട്ടിയില്ല. എല്ലാവരും ദൂരസ്ഥലങ്ങളിലേക്കു പൊയ്പ്പോയിരുന്നു. തിരുവോണമൂട്ടു മുട്ടുമെന്നുതന്നെ ഏകദേശം തീർച്ചയാക്കിയതിനാൽ ഭട്ടതിരിക്കു മനസ്താപം ദുസ്സഹമായിത്തീർന്നു. വിഷ്ണുഭക്തശിരോമണിയും ശുദ്ധമാനസനും അത്യന്തം കൃത്യനിഷ്ഠയുള്ള ആളുമായ മൂത്ത ഭട്ടതിരി ദുഃഖം സഹിക്കവയ്യാതെയായി മഹാവിഷ്ണുവിനെത്തന്നെ മനസ്സിൽ സ്മരിച്ചുകൊണ്ട് ഇല്ലത്തിന്റെ പുറന്തിണ്ണയിൽ കമഴ്ന്നടിച്ചുകിടന്നു കരഞ്ഞുതുടങ്ങി.

അങ്ങനെ കുറച്ചു സമയം കഴിഞ്ഞപ്പോൾ മുറ്റത്തു നിന്നുകൊണ്ട് ഒരാൾ 'ഞാനൊരു വഴിപ്പോക്കനാണ്. ഇന്ന് ഊണു കഴിച്ചിട്ടില്ല. കുളിച്ചു വന്നാൽ ഇവിടെ ഊണു കഴിച്ചു പോകുവാൻ തരമാകുമോ?' എന്നു ചോദിക്കുന്നതു കേട്ടു ഭട്ടതിരി തലപൊക്കി നോക്കിയപ്പോൾ കണ്ടത്, ഒരു ബ്രഹ്മചാരിയെത്തന്നെയായിരുന്നു. ഉടനെ ഭട്ടതിരി സീമാതീതമായ സന്തോഷത്തോടുകൂടി എണീറ്റ് 'ഹേ! വളരെ വളരെ സന്തോഷമായി. ഇവിടെയിന്നു തിരുവോണത്തിനു കാൽ കഴുകിച്ചൂട്ടാൻ ഒരു ബ്രഹ്മചാരിയെ കിട്ടാഞ്ഞിട്ടു ഞാൻ വിഷാദിച്ചു കിടക്കുകയായിരുന്നു. ഉണ്ണിയെ ഇപ്പോൾ ഇവിടേക്കു പറഞ്ഞയച്ചതു സാക്ഷാൽ മഹാവിഷ്ണുതന്നെയാണ്. അഥവാ മഹാവിഷ്ണു ഭഗവാൻ തന്നെ എന്റെ സങ്കടമറിഞ്ഞു സദയം ഉണ്ണിയുടെ വേഷം ധരിച്ച് ഇവിടെ വന്നിരിക്കുകയല്ലയോ എന്നുകൂടി ഞാൻ സംശയിക്കുന്നു. ഏതെങ്കിലും

ഇതൊരു മഹാഭാഗ്യമായി. ഇവിടെ ഊണിനെല്ലാം കാലമായിട്ടുണ്ട്. ഉണ്ണി കുളിച്ചുവരാത്ത താമസമേ ഉള്ളൂ. എന്നാൽ വെറും കുളിയായാൽപ്പോരാ; തേച്ചുകുളിക്കണം; അങ്ങനെയാണ് ഇവിടെ പതിവ്' എന്നു പറഞ്ഞ് എണ്ണ, ഇഞ്ചി മുതലായവയെലാം ക്ഷണത്തിൽ എടുത്തുകൊണ്ടുചെന്നു കൊടുത്തു. ബ്രഹ്മചാരി സസന്തോഷം അവയെല്ലാം വാങ്ങിക്കൊണ്ടു പുഴക്കടവിൽപ്പോയി ക്ഷണത്തിൽ തേച്ചുകുളി കഴിച്ചു വരികയും ഭട്ടതിരി ആ ഉണ്ണിയെ മുറയ്ക്ക് കാലു കഴുകിച്ച് ഊട്ടുകയും പതിവിലിരട്ടി രണ്ടു പണം ദക്ഷിണചെയ്യുകയും ചെയ്തു. ഊണിന്റെ വട്ടം വളരെ കേമമായിരുന്നു. എല്ലാ തിരുവോണത്തിനും അവിടെ ഊണു ചതുർവ്വിധ വിഭവങ്ങളോടുകൂടിയാണ് പതിവ്. അന്നു വിശേഷിച്ച് ചിങ്ങമാസത്തിൽ തിരുവോണമായിരുന്നതിനാൽ ഭക്ഷണത്തിന്റെ വട്ടം കെങ്കേമമാക്കിയിരുന്നു.

ഊണു കഴിഞ്ഞപ്പോൾ ബ്രഹ്മചാരി 'ഹേ മൂസ്സ് ഭക്ഷണം വളരെക്കേമവും സുഖവുമായി. ഞാൻ ഭംഗി പറയുകയാണെന്നു വിചാരിക്കരുത്. വാസ്തവമാണു ഞാൻ പറയുന്നത്. ഇത്രയൊന്നും ഞാൻ വിചാരിച്ചിരുന്നില്ല. എന്നാൽ ഊണു സുഖമായത് വിഭവങ്ങളുടെ ധാരാളിത്വവും പാചകഗുണവും കൊണ്ടു മാത്രമല്ല, നിങ്ങളുടെ മനോഗുണംകൊണ്ടു കൂടിയാണ്. വെളുത്ത ചോറും കറുത്തമുഖവുമായിരുന്നാൽ ഊണു സുഖവുമാവുകയില്ല. വലിയ വട്ടമൊന്നുമില്ലെങ്കിലും ഉള്ളതു മനസ്സോടും സന്തോഷത്തോടുകൂടി കൊടുത്താൽ ഉണ്ണുന്നവർക്കു തൃപ്തിയാകും. ഇപ്രകാരം തിരുവോണമൂട്ടിക്കൊണ്ടിരിക്കുന്ന നിങ്ങളുടെ കുടുംബത്തിൽ ഒരു കാലത്തും സന്തതിയില്ലാതെ വരികയില്ല. എന്നാൽ ഇനി പിന്നെക്കാണാം. എനിക്കു പല ബദ്ധപ്പാടുകളുള്ളതുകൊണ്ട് താമസിക്കാൻ നിവൃത്തിയില്ല' എന്നു പറഞ്ഞു യാത്രയായപ്പോൾ മൂത്ത ഭട്ടതിരി 'വർത്തമാനമൊന്നും പറഞ്ഞില്ലല്ലോ. ഉണ്ണി എവിടെയുള്ള ഏതില്ലത്തേതാണെന്നു തന്നെ എനിക്കു മനസ്സിലായില്ല. നിവൃത്തിയുണ്ടെങ്കിൽ എല്ലാ തിരുവോണത്തിനും ഇവിടെ വന്നാൽ കൊള്ളാം' എന്നു പറഞ്ഞു. അതു കേട്ടു ബ്രഹ്മചാരി 'വർത്തമാനമൊക്കെ താമസിയാതെ അറിയിച്ചുകൊള്ളാം. ഇപ്പോൾ എനിക്കു താമസിക്കാൻ നിവൃത്തിയില്ല. എല്ലാ തിരുവോണത്തിനും ഇവിടെ വരുന്ന കാര്യം അസാധ്യമാണ്. എങ്കിലും ചിങ്ങമാസത്തിൽ തിരുവോണത്തിന് ഇനി ആണ്ടുതോറും ഭട്ടതിരിയുടെ അന്നം തന്നെ ഭക്ഷിക്കണമെന്നാണ് എന്റെ ആഗ്രഹം. എന്നാൽ പിന്നെക്കാണാം' എന്നു പറഞ്ഞു പുഴക്കടവിൽച്ചെന്നു തടിക്കച്ചവടക്കാർ പുഴയിൽകൂടി കൊണ്ടുപൊയ്ക്കൊണ്ടിരുന്ന ഒരു തടിച്ചങ്ങാടത്തിൽ കയറി അവിടെ നിന്നു പോയി.

അടുത്ത കൊല്ലം ചിങ്ങമാസത്തിൽ തിരുവോണത്തിന് ഏതാനും ദിവസങ്ങൾക്കും മുമ്പ് ഒരു ദിവസം രാത്രിയിൽ മങ്ങാട്ടു മൂത്ത ഭട്ടതിരി കിടന്നുറങ്ങിയപ്പോൾ ഒരു സ്വപ്നം കണ്ടു. മുൻകൊല്ലം ചിങ്ങമാസത്തിൽ തിരുവോണദിവസം ഇല്ലത്തു വന്ന് ഊണുകഴിച്ചുപോയ ബ്രഹ്മചാരി തന്റെ അടുക്കൽ വന്ന് 'അടുത്ത ചിങ്ങമാസത്തിൽ തിരുവോണത്തിന് ഉണ്ണാൻ ഇല്ലത്തു വരാൻ എനിക്കു നിവൃത്തിയില്ല. അതിനാൽ ഇന്ന് എനിക്ക് ഭക്ഷണത്തിനു വേണ്ടുന്നതെല്ലാം ഞാനിരിക്കുന്ന സ്ഥലത്തു കൊണ്ടു വരണം. ആ ഒരു ദിവസം ഞാൻ ഭട്ടതിരിയുടെ അന്നമല്ലാതെ ഭക്ഷിക്കുകയില്ലെന്നു പറഞ്ഞിട്ടുണ്ടല്ലോ. ഞാനിപ്പോൾ താമസിക്കുന്നത് ആറന്മുള

ക്ഷേത്രത്തിലാണ്. അതിനാൽ ആ ക്ഷേത്രത്തിൽ ഒരു ദിവസത്തെ പൂജ മുതലായവയ്ക്കു വേണ്ടുന്ന സകല സാധനങ്ങളും ഭട്ടതിരി അവിടെ കൊണ്ടുവന്നു സകലകാര്യങ്ങളും വീഴ്ച കൂടാതെ നടത്തിക്കൊള്ളണം' എന്നു പറഞ്ഞു എന്നായിരുന്നു സ്വപ്നം. ഉടനെ ഭട്ടതിരി ഉണർന്നു കണ്ണു തുറന്നുനോക്കിയപ്പോൾ അവിടെയെങ്ങും ആരെയും കണ്ടില്ല.

അടുത്ത ദിവസംതന്നെ ഭട്ടതിരി അതിസമർത്ഥനായ ഒരു പ്രശ്നക്കാരനെ വരുത്തി പ്രശ്നംവെയ്പ്പിച്ചുനോക്കിയപ്പോൾ കഴിഞ്ഞ കൊല്ലം ചിങ്ങമാസത്തിൽ തിരുവോണദിവസം ബ്രഹ്മചാരിയുടെ വേഷത്തിൽ ഇല്ലത്ത് വന്ന ഊണു കഴിച്ചു പോയതും സ്വപ്നത്തിൽ കാണപ്പെട്ടതും ആറന്മുളദേവൻതന്നെയാണെന്നും ഭഗവാൻ അരുളിച്ചെയ്തപ്രകാരമെല്ലാം ചെയ്തില്ലെങ്കിൽ ദേവന്റെ കോപവും ചെയ്താൽ മേൽക്കുമേൽ ശ്രേയസ്സുമുണ്ടാകുമെന്നും പ്രശ്നക്കാരൻ വിധിച്ചു. അതിനാൽ ഭട്ടതിരി ഭഗവാനരുളി ചെയ്തപ്രകാരം നടത്തുന്നതിനു വേണ്ടതെല്ലാമൊരുക്കിത്തുടങ്ങി.

ഇപ്രകാരമുള്ള കാര്യങ്ങൾ നടത്തുന്നതിനു മങ്ങാട്ടു ഭട്ടതിരിക്കു യാതൊരു പ്രയാസവുമുണ്ടായിരുന്നില്ല. ചെങ്ങന്നൂർ താലൂക്കിലുൾപ്പെട്ട കാട്ടൂർ, അയിരൂർ എന്നി രണ്ടു ദേശങ്ങളിലുള്ള സ്ഥാവരവസ്തുക്കളെല്ലാം അക്കാലത്തു ഭട്ടതിരിയുടെ വകയും ജനങ്ങളെല്ലാം ഭട്ടതിരിയുടെ കൊഴുവ(കുടിയാന്മാ)രുമായിരുന്നു. ആ രണ്ടു കരകളിലും ഭട്ടതിരിക്കു നെൽപ്പുരകളും മഠങ്ങളുമുണ്ടായിരുന്നു. ചിങ്ങമാസത്തിൽ ഉത്രാടത്തുന്നാൾ ഭട്ടതിരി കാട്ടൂർ മഠത്തിൽച്ചെന്നിരിക്കുകയും കുടിയാന്മാരെല്ലാവരും ഓണക്കാഴ്ചയായി നേന്ത്രക്കുല, ചേന, മത്തങ്ങ മുതലായ സാധനങ്ങൾ അവിടെ ക്കൊണ്ടുചെന്നു കൊടുക്കുകയും കുടിയാന്മാർക്കു ഓണച്ചെലവു വകയ്ക്കുള്ള നെല്ല് ഭട്ടതിരി നെൽപ്പുരയിൽനിന്നു യഥായോഗ്യം കൊടുപ്പിക്കുകയും പതിവായിരുന്നു.

ആറന്മുളദേവനു ചിങ്ങമാസത്തിൽ തിരുവോണത്തുന്നാൾ നിവേദ്യത്തിന് അമ്പതുപറ അരിയാണ് പതിവ്. ആ ദിവസം ഉണ്ണാനായി ക്ഷേത്രസന്നിധിയിൽ ചെല്ലുന്നവർക്കെല്ലാം ഭക്ഷണം കൊടുക്കണമെന്നാണ് ചട്ടം. അതിനു നിവേദ്യച്ചോറുതന്നെയാണ് പതിവ്. സാമാന്യംപോലെ ഒരു ഊണിന്റെ വട്ടങ്ങളുമുണ്ടായിരിക്കണം. ഈ വകയ്ക്ക് വേണ്ടുന്നവയെല്ലാം ഭട്ടതിരി കുടിയാന്മാർ മുഖാന്തരം ഉത്രാടത്തുന്നാൾ ഉച്ചയ്ക്ക് മുമ്പായി കാട്ടൂർ മഠത്തിൽ വരുത്തി ശേഖരിച്ചു. ഓണക്കാഴ്ച വക സാമാനങ്ങൾ ധാരാളമായി വന്നിട്ടുണ്ടായിരുന്നതിനാൽ കറിക്കോപ്പുകളൊന്നും വേറെ അന്വേഷിക്കേണ്ടതായിട്ടുണ്ടായിരുന്നില്ല.

ഉത്രാടത്തുന്നാൾ രാത്രിയിൽ ക്ഷേത്രത്തിലെ ഊരാളന്മാർ മുതലായവർക്കും ഒരു സ്വപ്നമുണ്ടായി. അത്, 'നാളെ ക്ഷേത്രത്തിൽ പൂജ മുതലായവയ്ക്കു വേണ്ടുന്നതെല്ലാം മങ്ങാട്ടു ഭട്ടതിരി ഇവിടെക്കൊണ്ടുവന്നു സകല കാര്യങ്ങളും അദ്ദേഹം നടത്തിക്കൊള്ളും നാളെ ക്ഷേത്രകാര്യങ്ങളെല്ലാം അദ്ദേഹത്തിന്റെ ആജ്ഞപ്രകാരം നടത്തികൊള്ളണം' എന്നായിരുന്നു.

ഉത്രാടത്തുന്നാൾ അത്താഴം കഴിഞ്ഞു മങ്ങാട്ടു ഭട്ടതിരി നിവേദ്യത്തിനുള്ള അമ്പതുപറ ഉണക്കലരിയും കറിക്കോപ്പുകളും വിറകു മുതലായവയുമെല്ലും വള്ളങ്ങളിലാക്കികൊണ്ടും ഭട്ടതിരിയും ഭൃത്യന്മാരുമെല്ലാം വള്ളങ്ങളിൽക്കയറി, വഞ്ചിപ്പാട്ടും ആർപ്പുവിളിയും വാദ്യഘോഷങ്ങളും

പൊടിപൊടിച്ചുകൊണ്ടും കാട്ടൂർമഠക്കടവിൽനിന്നു പുറപ്പെട്ട്, വെളുപ്പാൻ കാലത്ത് ഏഴര നാഴിക വെളുപ്പാനുള്ളപ്പോൾ ആറന്മുള അമ്പലക്കടവിലെത്തുകയും ഉടനെ ഭൃത്യന്മാർ മുതലായവർ കുളിച്ചു സാമാനങ്ങളെല്ലാമെടുത്ത് അമ്പലത്തിലേക്കു കൊണ്ടുപോകുകയും ഭട്ടതിരി കുളിച്ച് തറ്റുടുത്ത് അമ്പലത്തിലെത്തുകയും ചെയ്തു. പിന്നെ ക്ഷേത്രത്തിൽ പള്ളിയുണർത്തുക മുതലായ സകല കാര്യങ്ങളും ഭട്ടതിരിയുടെ അനുവാദ പ്രകാരം നടത്തപ്പെട്ടു. അന്ന് അത്താഴശ്ശീവേലി വരെയുള്ള സകല കാര്യങ്ങളും മുറയ്ക്ക് നടത്തിയതിന്റെ ശേഷം ഭട്ടതിരി സപരിവാരം കാട്ടൂരേയ്ക്കു മടങ്ങിപ്പോരികയും ഇപ്രകാരം അദ്ദേഹം ആണ്ടുതോറും ശരിയായി നടത്തിക്കൊണ്ടിരിക്കുകയും അതവിടെ ഒരു പതിവായിത്തീരുകയും ഭട്ടതിരിക്കു ശ്രേയസ്സു ക്രമേണ വർദ്ധിച്ചുകൊണ്ടിരിക്കുകയും ചെയ്തു.

അക്കാലത്ത് കാട്ടൂർ, അയിരൂർ മുതലായ പ്രദേശങ്ങളിൽ മങ്ങാട്ടു ഭട്ടതിരിയുടെ സ്വജനങ്ങളായ നമ്പൂരിമാരുടെ ഇല്ലങ്ങൾ ധാരാളമുണ്ടായിരുന്നു. ആ ഇല്ലക്കാരുടെ മനസ്സ് ഒട്ടും നല്ലതല്ലായിരുന്നു. ഭട്ടതിരിക്കു ഐശ്വര്യവും യശസ്സും പ്രതിദിനം വർദ്ധിച്ചു കൊണ്ടിരിക്കുന്നത് കണ്ടിട്ട് അവർക്കു സഹിക്കവയ്യാതെയുള്ള അസൂയയുണ്ടായി. അതിനാലവർ നിവൃത്തിയുള്ളിടത്തോളം ഓരോ വിധത്തിൽ ഭട്ടതിരിയെ ഉപദ്രവിച്ചു തുടങ്ങി. അതു ഭക്തവത്സലനായ ആറന്മുളയപ്പന് ഒട്ടും രസിച്ചില്ല. അതിനാൽ ഭഗവാന്റെ കോപം ആ ഇല്ലക്കാരുടെ മേൽ കലശലായിട്ടുണ്ടായി. അതുനിമിത്തം ആ ഇല്ലക്കാർ ക്രമേണ നശിച്ചു നശിച്ച് ഒടുക്കം നാമാവശേഷന്മാരായിത്തീർന്നു. അതും ഒരു വിധത്തിൽ ഭട്ടതിരിക്കു ഉപദ്രവമായിട്ടാണ് തീർന്നത്. ശ്രാദ്ധാദികൾക്കും മറ്റും സമീപത്തു സ്വജനങ്ങളില്ലാതെയിരുന്നാൽ ജാതിമര്യാദപ്രകാരം കഴിഞ്ഞുകൂടാൻ വളരെ പ്രയാസമായിത്തീരുമല്ലോ.

ദൂരസ്ഥലങ്ങളിൽനിന്ന് ആളുകളെ വരുത്തി ശ്രാദ്ധാദികളും മറ്റും നടത്തുന്നതിനുള്ള ബുദ്ധിമുട്ടും ചെലവും ക്രമത്തിലധികം വർദ്ധിക്കുകയും ചിലപ്പോൾ ചില അടിയന്തിരങ്ങൾ മുട്ടുകയും ചെയ്തുതുടങ്ങിയപ്പോൾ ഭട്ടതിരിക്കു വളരെ മനസ്താപമുണ്ടായി. ഭട്ടതിരിയും അദ്ദേഹത്തിന്റെ ഇല്ലത്തുള്ളവരെല്ലാവരും ആറന്മുള ദേവനെ തങ്ങളുടെ കുടുംബപരദേവതയായി വിചാരിക്കുകയും ആചരിക്കുകയും ചെയ്തുകൊണ്ടാണിരുന്നത്. ആ ഇല്ലത്തുള്ളവർ കൂടെക്കൂടെ ആറന്മുളപോയി സ്വാമിദർശനം നടത്തുകയും വഴിപാടുകൾ കഴിക്കുകയും ചെയ്തിരുന്നു. ഈ ദേശം വിട്ടു സ്വജനങ്ങളുള്ള ദൂരസ്ഥലങ്ങളിൽപ്പോയി താമസിച്ചാൽപ്പിന്നെ അതിനൊന്നിനും അത്ര എളുപ്പമില്ലല്ലോ എന്നു വിചാരിച്ചും അവർക്കു വളരെ മനസ്താപമുണ്ടായി.

അങ്ങനെയിരിക്കുന്ന കാലത്ത് അന്നത്തെ മൂത്ത ഭട്ടതിരിക്കു ഒരു സ്വപ്നമുണ്ടായി. അദ്ദേഹത്തിന്റെ അടുക്കൽച്ചെന്ന് ഒരാൾ 'സ്വജനങ്ങളില്ലാത്ത ഈ ദിക്കിൽ താമസിച്ച് അങ്ങു കഷ്ടപ്പെടണമെന്നില്ല. എന്നെക്കുറിച്ചു വിചാരിച്ചും അങ്ങു വിഷാദിക്കേണ്ടാ. എന്റെ സഹോദരിയായ കാർത്ത്യായനി അധിവസിക്കുന്ന സ്ഥലമായ കുമരനല്ലൂർ പോയി അങ്ങു കുടുംബസഹിതം താമസിച്ചുകൊള്ളണം. അവിടെ സ്വജനങ്ങൾ ധാരാളമുണ്ടല്ലോ. കുടുംബസഹിതം അങ്ങു താമസിക്കുന്ന സ്ഥലത്ത് എന്നെ കുടിയിരുത്തി ഭക്തിപൂർവം പൂജിച്ചുകൊണ്ടാൽ എന്റെ സാന്നിദ്ധ്യം അവിടെ ഉണ്ടായിരിക്കും. ഇവിടെ വരുന്നതിനുപകരം എന്നെ അവിടെ സേവിക്കുകയും

വന്ദിക്കുകയും ചെയ്താൽ മതി. അതുകൊണ്ട് ഞാൻ പ്രസാദിക്കുകയും സകലാഭീഷ്ടങ്ങളും സാധിപ്പിക്കുകയും ചെയ്തു കൊള്ളാം. എന്നാൽ ചിങ്ങ മാസത്തിൽ തിരുവോണത്തിന് എന്റെ അടുക്കൽ വന്ന് ഇപ്പോൾ നടത്തി പ്പോരുന്നതു പോലെയെല്ലാം എന്നും നടത്തണം. അതു വേണ്ടെന്നുവെയ്ക്കാൻ പാടില്ല. അതിന് ഈ ഇല്ലത്തു നിന്ന് ഒരാൾ വന്നാൽ മതിയല്ലോ' എന്നു പറഞ്ഞു എന്നായിരുന്നു സ്വപ്നം. ആ മൂത്ത ഭട്ടതിരിയും കണ്ണു തുറന്നു നോക്കി യപ്പോൾ അവിടെയെങ്ങും ആരെയും കണ്ടില്ല. അതിനാലദ്ദേഹം അടുത്ത ദിവസംതന്നെ ഒരു പ്രശ്നക്കാരനെ വരുത്തി പ്രശ്നം വെയ്പ്പിച്ചു നോക്കുകയും സ്വപ്നം കാണിച്ചത് ആറന്മുളയപ്പൻതന്നെയാണെന്നു പ്രശ്നക്കാരൻ വിധി ക്കുകയും ചെയ്തു.

അനന്തരം മങ്ങാട്ടു ഭട്ടതിരി കുമാരനല്ലൂർദേശത്തു വന്ന് തനിക്ക് ഇല്ലം പണിയിച്ച് പാർക്കുന്നതിന് ഒരു പുരയിടം വാങ്ങി കൈവശപ്പെടുത്തിയ തിന്റെ ശേഷം വീണ്ടും കാട്ടൂരേക്കു പോയി. അവിടെച്ചെന്ന് അദ്ദേഹത്തിന് കാട്ടൂർ, അയിരൂർ എന്നീ ദേശങ്ങളിലുണ്ടായിരുന്ന സകല സ്ഥാവരവസ്തുക്ക ളും ആറന്മുള ദേവസ്വത്തിലേക്ക് എഴുതിക്കൊടുക്കുകയും ഈ വസ്തുക്കളിൽ നിന്നുള്ള ആദായംകൊണ്ട് താൻ ചിങ്ങമാസത്തിൽ തിരുവോണദിവസം ക്ഷേത്രത്തിൽ നടത്തിവരുന്ന അടിയന്തിരങ്ങളും ദേവസ്വക്കാർ വട്ടംകൂട്ടി നടത്തിക്കൊള്ളണമെന്നും താൻ ഉത്രാടത്തുന്നാൾ കാട്ടൂർ മഠത്തിലെത്തു മെന്നും അപ്പോഴേക്കും പതിവു പോലെ സകലസാധനങ്ങളും അവിടെ ശേഖരിച്ചിരിക്കണമെന്നും അടിയന്തിരം കഴിച്ചു ബാക്കിവരുന്ന പണം കണക്കുതീർത്തു തനിക്കു തരണമെന്നും പറഞ്ഞു ചട്ടംകെട്ടീട്ട് ഇല്ലം പൊളി പ്പിച്ചു വള്ളങ്ങളിലാക്കി കൊണ്ട് അദ്ദേഹം കുടുംബസഹിതം കുമാരനല്ലൂർക്കു പോന്നു.

കുമാരനല്ലൂരെത്തി അദ്ദേഹം സ്വജനങ്ങളിലൊരാളുടെ ഇല്ലത്തു കുടുംബ സഹിതം താമസിച്ചുകൊണ്ടു താൻ വാങ്ങിയിരുന്ന പുരയിടത്തിൽ ഇല്ലം പണി കഴിപ്പിച്ച് പുണ്യാഹം, പാലുകാച്ചു മുതലായവ നടത്തി സുമുഹൂർ ത്തത്തിൽ കുടുംബസഹിതം അവിടെത്താമസവും തുടങ്ങി. ചെങ്ങന്നൂർ താലൂക്കിൽച്ചേർന്ന കാട്ടൂർ ദേശത്തു താമസിച്ചിരുന്ന മങ്ങാട്ടു ഭട്ടതിരി കുടും ബസഹിതം കുമാരനല്ലൂർദേശത്തു വന്നു താമസമായത് ഇങ്ങനെയാണ്.

മങ്ങാട്ടു ഭട്ടതിരി കുമാരനല്ലൂർദേശത്തു വന്നു താമസമായതിന്റെ ശേഷം, പാർത്ഥസാരഥിയായ ആറന്മുളദേവന്റെ ഒരു വിഗ്രഹമുണ്ടാക്കിച്ച് യഥാവിധി ഇല്ലത്തു കുടിയിരുത്തി ഭക്തിപൂർവ്വം പൂജിച്ച് സേവിച്ചു തുടങ്ങി. അങ്ങനെ ഇപ്പോഴും ചെയ്തുവരുന്നുമുണ്ട്. ആറന്മുളദ്ദേവന്റെ സാന്നിദ്ധ്യം വേണ്ടതുപോലെ ഇവിടെ ഉണ്ടായിട്ടുണ്ടെന്നതിലേക്ക് അനേകം ദൃഷ്ടാന്ത ങ്ങൾ കണ്ടിട്ടുണ്ടെന്നല്ല, ഇപ്പോഴും കണ്ടുകൊണ്ടുമാണിരിക്കുന്നത്. ചിലർ ചില കാര്യങ്ങൾക്കായി ആറന്മുളദ്ദേവനു പന്തിരുനാഴി, ചതുശ്ശതം മുതലായ ചില വഴിപാടുകൾ പ്രാർത്ഥിച്ചിട്ട് അവിടെച്ചെന്നു നടത്താൻ പ്രയാസമാ യിത്തീരുകയാൽ അവ മങ്ങാട്ടുഭട്ടതിരിയുടെ ഇല്ലത്തുവെച്ചു നടത്താറുണ്ട്. എന്നാൽ പിന്നീടു പ്രശ്നം വെയ്പിച്ചു നോക്കിയാൽ ഇതുകൊണ്ട് ആറന്മുളദ്ദേ വനു തൃപ്തിയായി എന്നല്ലാതെ ഒരിക്കലും കാണാറില്ല.

ഊരാളന്മാരുടെ വകയായിരുന്ന ആറന്മുളക്ഷേത്രം, തിരുവിതാംകൂർ

സർക്കാർ വകയായതിന്റെ ശേഷവും അവിടെ മങ്ങാട്ടുഭട്ടതിരിയുടെ പതിവുകൾക്കൊന്നിനും യാതൊരു ഭേദഗതിയും വന്നിട്ടില്ല. ഇപ്പോഴും അവയെല്ലാം ശരിയായിത്തന്നെ നടന്നു പോരുന്നുണ്ട്. ഇപ്പോഴും ഭട്ടതിരി ചിങ്ങമാസത്തിലുത്രാടത്തുന്നാൾ കാട്ടൂർ മഠത്തിലെത്തുമ്പോഴേക്കും ആറന്മുളയ്ക്കു കൊണ്ടുപോകാനുള്ള ഉണക്കലരി മുതലായ സകല സാധനങ്ങളും ദേവസ്വക്കാർ അവിടെ ശേഖരിച്ചുവെച്ചിരിക്കും. കുടിയന്മാരെല്ലാവരും ഭട്ടതിരിക്കു ഓണക്കാഴ്ച കൊണ്ടുവന്നു കൊടുക്കുകയും ചെയ്യും. ഓണക്കാഴ്ചയായി വരുന്ന നേന്ത്രക്കുല മുതലായ സാധനങ്ങളിൽ മൂന്നിൽ രണ്ടു ഭാഗം ആറന്മുളയ്ക്കു കൊണ്ടുപോവുകയും ഒരു ഭാഗം ഭട്ടതിരി ഇല്ലത്തേക്കുകൊണ്ടു പോരികയുമാണ് പതിവ്.

കാട്ടൂർ മഠത്തിൽനിന്ന് അത്താഴം കഴിഞ്ഞ് പൂജ മുതലായവയ്ക്കുള്ള സാധനങ്ങളും വള്ളത്തിലാക്കികൊണ്ടു ഭട്ടതിരിയും ദേവസ്വക്കാർ മുതലായവരും വള്ളങ്ങളിൽക്കയറി വാദ്യഘോഷങ്ങൾ, വഞ്ചിപ്പാട്ടുകൾ മുതലായവയോടുകൂടിപ്പോവുകയും വെളുപ്പാൻ കാലത്ത് ആറന്മുളക്ഷേത്രക്കടവിലെത്തുകയും ഉടനെ ഭട്ടതിരി കുളിച്ചു തറ്റുടുത്തു ക്ഷേത്രത്തിലെത്തുകയും ഭട്ടതിരിയുടെ അനുവാദത്തോടുകൂടി ക്ഷേത്രകാര്യങ്ങളെല്ലാം നടത്തുകയും മറ്റും ഇപ്പോഴും യഥാപൂർവ്വം നടന്നുവരുന്നുണ്ട്. ഭട്ടതിരി ദേവസ്വത്തിലേക്കു കൊടുത്തിട്ടുള്ള വസ്തുക്കളിലെ ആദായത്തിൽ ചെലവു കഴിച്ചു ബാക്കി വരുന്ന പണം കണക്കുതീർത്തു ദേവസ്വക്കാർ ഭട്ടതിരിക്കു കൊടുത്തുവന്നിരുന്നതുപോലെ ഇപ്പോഴും കൊടുക്കുന്നുണ്ട്. എന്നാൽ ആ വക പണം അവർ കൊണ്ടുപോകാറില്ല ദേവന്റെ ഭണ്ഡാരത്തിലിട്ടു തൊഴുതു പോരികയാണ് പതിവ്. അങ്ങനെ തന്നെ ഇപ്പോഴും ചെയ്തുപോരുന്നു.

മങ്ങാട്ടു ഭട്ടതിരിയുടെ ഇല്ലത്തുള്ളവർക്ക് ചിങ്ങമാസത്തിൽ തിരുവോണത്തിന് ആറന്മുളയ്ക്കു പോകാൻ നിവൃത്തിയില്ലാത്ത വിധത്തിൽ എന്തെങ്കിലും പ്രതിബന്ധം ഒരിക്കലെങ്കിലും നേരിട്ടിട്ടുള്ളതായ കേട്ടുകേൾവിപോലുമില്ല. ആ ഇല്ലത്തുള്ളവരിൽ ആർക്കെങ്കിലും പ്രസവമോ മരണമോ ആസന്നമായിരുന്നാൽ ആറന്മുളയ്ക്കു പോകാനുള്ള ദിവസമാകുമ്പോഴേക്കും അശുദ്ധി കഴിയാൻതക്കവണ്ണം പ്രസവിക്കുകയോ മരിക്കുകയോ ചെയ്യും. അല്ലെങ്കിൽ പോകാനുള്ള ആൾ പോയി വന്നതിനു ശേഷം പ്രസവിക്കുകയോ മരിക്കുകയോ ചെയ്യാറുള്ളൂ. ഇങ്ങനെയൊക്കെയാണ് ഇപ്പോഴും കണ്ടുവരുന്നത്. ആ ഇല്ലത്തു ബാലമരണമോ കുട്ടികൾക്കു പക്ഷിബാധ മുതലായ സുഖക്കേടുകളോ ഒരിക്കലും ഉണ്ടാകാറില്ല. അവിടെ ഇപ്പോഴും ഐശ്വര്യം വർദ്ധിച്ചുകൊണ്ടു തന്നെയാണിരിക്കുന്നത്. ഭഗവൽകൃപകൊണ്ടു മേലാലും അങ്ങനെ തന്നെയിരിക്കട്ടെ.

●

അധ്യാത്മരാമായണം

ശ്രീ വാല്മീകിമഹർഷിയാൽ ഉണ്ടാക്കപ്പെട്ട ഗായത്രീരാമായണം, അത്ഭുതരാമായണം, ആനന്ദരാമായണം മുതലായവപോലെ അധ്യാത്മരാമായണം ഒരു ഋഷിപ്രോക്തമായിട്ടുള്ളതല്ലെന്നാണ് വിചാരിക്കുന്നത്. അധ്യാത്മരാമായണത്തിന്റെ കവിതാരീതിയും മറ്റും കൊണ്ട് ഇത് മറ്റുള്ള രാമായണങ്ങളോടു വളരെ വ്യത്യാസപ്പെട്ടുമാണിരിക്കുന്നത്. ഋഷിപ്രോക്തങ്ങളായിട്ടുള്ള രാമായണങ്ങളിൽ ശ്രീരാമൻ വിഷ്ണുഭഗവാന്റെ ഒരവതാരമാണെന്നുതന്നെയാണ് പറയുന്നതെങ്കിലും അദ്ദേഹത്തെ ഒരു നീതിമാനും ധീരോദാത്തനുമായ ഒരു രാജാവായിട്ടേ വെച്ചിട്ടുള്ളൂ. അധ്യാത്മരാമായണകർത്താവ് ശ്രീരാമനെ ഒരു ഈശ്വരനായിട്ടുതന്നെയാണ് വർണിച്ചു കഥ വിസ്തരിക്കുന്നത്. ഈ വ്യത്യാസങ്ങളെക്കൊണ്ട് അധ്യാത്മരാമായണം ഋഷിപ്രോക്തമല്ലെന്നുള്ള വാദം വാസ്തവം തന്നെയാവാം. എന്നാൽ ഈ ഗ്രന്ഥമുണ്ടാക്കിയതിനെക്കുറിച്ച് പഴമക്കാർ പറഞ്ഞുപോരുന്നത് താഴെ പറയുന്നു.

വിഷ്ണുഭക്തനായ ഒരു ബ്രാഹ്മണനാണ് രാമായണം ഉണ്ടാക്കിയത്. തന്റെ രാമായണത്തിൽ മറ്റുള്ള രാമായണങ്ങളെക്കാൾ ഭക്തിരസം ഉള്ളതിനാൽ ഇതിനെ ജനങ്ങൾ അധികം ആദരിക്കുകയും തന്നിമിത്തം ഇതിന് അധികം പ്രചാരം വരികയും ചെയ്യുമെന്നാണ് അദ്ദേഹം ആദ്യം വിചാരിച്ചിരുന്നത്. പക്ഷേ, ഗ്രന്ഥം തീർന്നപ്പോൾ ഉണ്ടായ അനുഭവം വളരെ വ്യത്യാസപ്പെട്ടതായിരുന്നു. തന്റെ ഗ്രന്ഥം ഒന്നു നോക്കണമെന്നും പറഞ്ഞു പല യോഗ്യന്മാരേയും അദ്ദേഹം സമീപിച്ചെങ്കിലും ആരും അതിനെ ലേശം പോലും ആദരിച്ചില്ല എന്നു മാത്രമല്ല, 'ഋഷിപ്രോക്തങ്ങളായ പല രാമായണങ്ങളും ഉള്ളപ്പോൾ ഈ വിഡ്ഢ്യാൻ ഇതിനായി പുറപ്പെട്ടത് അത്ഭുതം തന്നെ. ഇതാരെങ്കിലും നോക്കുമോ' എന്നും മറ്റും പറഞ്ഞു ചിലർ പരിഹസിക്കാനും തുടങ്ങി. ഗ്രന്ഥത്തെ ആരും സ്വീകരിച്ചില്ലെന്നു മാത്രമല്ല, കുറച്ചുദിവസം കഴിഞ്ഞപ്പോഴേക്കും ജനങ്ങളുടെ പരിഹാസം അദ്ദേഹത്തിനു സഹിക്കവെഹിയാതെ ആയിത്തീരുകയും അദ്ദേഹം സ്വദേശം വിട്ടുപോവുകയും ചെയ്തു.

അങ്ങനെ അലഞ്ഞുനടന്ന് ഈ ബ്രാഹ്മണൻ ഒരു ദിവസം മനുഷ്യസഞ്ചാരം ഇല്ലാത്തതായ ഒരു കൊടുങ്കാട്ടിൽ ചെന്നുചേർന്നു. നേരവും വൈകി. മനുഷ്യാധിവാസമുള്ള സ്ഥലത്ത് എത്തുന്നതിന് അവിടെ നിന്നും വളരെ ദൂരമുള്ളതിനാൽ ആ രാത്രി അവിടെത്തന്നെ കഴിച്ചുകൂട്ടുകയെന്നു തീർച്ചപ്പെടുത്തി. ആ വനാന്തരങ്ങളിൽക്കൂടിയുള്ള ഊടുവഴിയുടെ അടുക്കലായിട്ട് ഒരു കുളവും ആൽത്തറയും കണ്ടു. കുളത്തിലിറങ്ങി കുളിച്ചു സന്ധ്യാവന്ദനാദികളും

കഴിച്ച് ആ ആൽത്തറയിൽ തന്റെ രാമായണഗ്രന്ഥവും തലയ്ക്കുവെച്ചു കിടന്നു. വിശപ്പും ദാഹവും വഴി നടന്നിട്ടുള്ള ക്ഷീണവും എല്ലാംകൂടി കിടന്ന ഉടനെ അദ്ദേഹം ഉറങ്ങിത്തുടങ്ങുകയും ചെയ്തു.

പാതിരാത്രി കഴിഞ്ഞപ്പോൾ അവിടെ തേജോമയനായ ഒരു ദിവ്യപുരുഷൻ പ്രത്യക്ഷപ്പെട്ട് 'ആരാണിവിടെ വന്നു കിടക്കുന്നത്?' എന്നു ചോദിച്ചു. ഉടനെ ബ്രാഹ്മണൻ എണീറ്റിരുന്നു. അതിന്റെ ശേഷം താഴെ വരുന്നപ്രകാരം അവർ സംഭാഷണം തുടങ്ങി.

ദിവ്യൻ: ഹേ! അങ്ങാരാണ്? ഇവിടെ വന്നു കിടക്കുന്നതെന്തിനായിട്ടാണ്?

ബ്രാഹ്മണൻ: ഞാൻ ഒരു ബ്രാഹ്മണനാണ്. ഓരോരോ ദേശങ്ങളിൽ സഞ്ചരിച്ച് ഇന്നു ദൈവഗത്യാ ഇവിടെ വന്നുചേർന്നു. മനുഷ്യരുള്ള ദിക്കിൽ എത്തുന്നതിനു നേരം മതിയാകാതെ വന്നതിനാൽ ഇവിടെത്തന്നെ കിടന്നു എന്നേ ഉള്ളൂ.

ദിവ്യൻ: അങ്ങയുടെ അടുക്കൽ ഇരിക്കുന്ന ഗ്രന്ഥം ഏതാണ്?

ബ്രാഹ്മണൻ: അതു ഞാൻ പറഞ്ഞാൽ അവിടുന്ന് എന്നെ പരിഹസിക്കും. അതുകൊണ്ട് ഞാൻ പറയുകയില്ല.

ദിവ്യൻ: അതൊന്നുമില്ല, കേൾക്കട്ടെ. പറയൂ.

ഇപ്രകാരം ആ ദിവ്യപുരുഷന്റെ വാക്കു കേട്ടിട്ടു ബ്രാഹ്മണൻ ആ ഗ്രന്ഥം ഇന്നതാണെന്നും അതുനിമിത്തം തനിക്കുണ്ടായ ആക്ഷേപങ്ങളും എല്ലാം പറഞ്ഞുകേൾപ്പിച്ചു. ഉടനെ ആ ദിവ്യപുരുഷൻ ബ്രാഹ്മണനോടു പറഞ്ഞു.

'ഇതിനെക്കുറിച്ച് അവിടുന്ന് ഒട്ടും വ്യസനിക്കേണ്ട. ഞാൻ ഒരു കൗശലം പറഞ്ഞുതരാം. അതുപോലെ ചെയ്താൽ അങ്ങയുടെ ഈ ഗ്രന്ഥത്തെ എല്ലാവരും ആദരിക്കുന്നതിനും തന്നിമിത്തം ഗ്രന്ഥത്തിനു പ്രചാരം സിദ്ധിക്കുന്നതിനും ഇടവരും. എന്തെന്നാൽ ഈ വരുന്ന ശിവരാത്രിനാൾ അങ്ങ് ഈ ഗ്രന്ഥവുംകൊണ്ട് ഗോകർണ്ണത്തു പോകണം. നേരം വൈകാറാകുമ്പോൾ കിഴക്കേ നടയിൽ പോയി നിന്നാൽ അസംഖ്യം ജനങ്ങൾ വരുന്ന കൂട്ടത്തിൽ തോജോമയനായ ഒരു ബ്രാഹ്മണൻ വരുന്നതുകാണാം. അദ്ദേഹത്തിന്റെ പിന്നാലെ നാലു പട്ടികൾ കൂടെ ഉണ്ടായിരിക്കും. അദ്ദേഹത്തിന്റെ കൈയിൽ ഈ ഗ്രന്ഥം കൊണ്ടുചെന്നു കൊടുത്തു വിവരം പറയണം. എന്നാൽ അദ്ദേഹം ഇതിലേക്കു നിവൃത്തിയുണ്ടാക്കിത്തരും. ഇതാരു പറഞ്ഞുതന്നു എന്നു ചോദിച്ചാൽ ഒന്നും പറയുകയുമരുത്.' ഇപ്രകാരം പറഞ്ഞ് ആ ദിവ്യപുരുഷൻ ഉടനെ അന്തർദ്ധാനം ചെയ്തു.

ഈ ഉപദേശം കേട്ട് ആ ബ്രാഹ്മണന് ഏറ്റവും സന്തോഷമായി എന്നുള്ളതു പറയേണ്ടതില്ലല്ലോ. അരുണോദയമായപ്പോൾ അവിടെനിന്നു പുറപ്പെട്ടു. പിന്നെ ഓരോരോ ദേശങ്ങളിൽ സഞ്ചരിച്ച് ക്രമേണ ശിവരാത്രി ആയപ്പോഴേക്കും ഗോകർണ്ണത്തു ചെന്നുചേർന്നു. നേരം വൈകാറായപ്പോൾ മുമ്പ് ആ ദിവ്യപുരുഷൻ പറഞ്ഞിരുന്നതുപോലെ ഒരു ബ്രാഹ്മണൻ വരുന്നത് കണ്ട്, ഗ്രന്ഥം അദ്ദേഹത്തിന്റെ കൈയിൽ കൊണ്ടുചെന്നു കൊടുത്തു വിവരമെല്ലാം പറഞ്ഞു. ആ ബ്രാഹ്മണൻ, 'ഇത് എന്റെ കൈയിൽ കൊണ്ടുതരുന്നതിന് അങ്ങോടാരാണ് പറഞ്ഞത്?' എന്നു ചോദിച്ചു. ഗ്രന്ഥകർത്താവായ

ബ്രാഹ്മണൻ ഒന്നും മിണ്ടാതെ നിന്നു. അപ്പോൾ ആ ബ്രാഹ്മണൻ 'ആട്ടെ ഇപ്പോൾ പറയണമെന്നില്ല, കാര്യമൊക്കെ എനിക്കു മനസ്സിലായി. അങ്ങയ്ക്ക് ഈ ഉപായം പറഞ്ഞുതന്ന ആൾ ഒരു ഗന്ധർവനാണ്. അവൻ ഇപ്രകാരം വ്യാജോപദേശം ചെയ്തതിനാൽ ഞാൻ അവനെ ശപിക്കുന്നു. അവൻ ഒരു ശൂദ്രനായി ഭൂമിയിങ്കൽ ജനിക്കാൻ സംഗതി വരട്ടെ.' ഇപ്രകാരം ശപിച്ച തിനു ശേഷം കൈയിലുണ്ടായിരുന്ന കമണ്ഡലുവിങ്കൽ നിന്നു കുറെ വെള്ള മെടുത്തു ഗ്രന്ഥത്തിന്മേൽ തളിച്ച് ഗ്രന്ഥകർത്താവായ ബ്രാഹ്മണന്റെ കയ്യിൽ കൊടുത്തിട്ട് 'ഇനി ഈ ഗ്രന്ഥം നിമിത്തം അങ്ങയ്ക്കു വളരെ ബഹുമാനം ഉണ്ടാകുന്നതിനും സംഗതിയാകും' എന്നു പറഞ്ഞു ക്ഷേത്രത്തിലേക്കു കടന്നുപോവുകയും ചെയ്തു.

അതിന്റെ ശേഷം അധ്യാത്മരാമായണത്തെ എല്ലാവരും ആദരിച്ച് പാരായണത്തിന് ഉപയോഗപ്പെടുത്തിത്തുടങ്ങുകയും ഋഷിപ്രോക്തങ്ങളായ രാമായണങ്ങളെക്കാൾ അതിനു പ്രചാരം സിദ്ധിക്കുകയും ചെയ്തു.

അധ്യാത്മരാമായണകർത്താവായ ബ്രാഹ്മണന് ആ ഉപായം പറഞ്ഞു കൊടുത്ത ഗന്ധർവനാണ് പിന്നെ ശൂദ്രനായി ഭൂമിയിങ്കൽ 'തുഞ്ചത്തെഴു ത്തച്ഛൻ' എന്നുള്ള നാമധേയത്തോടുകൂടി അവതരിച്ചത്. എഴുത്തച്ഛന് അധ്യാത്മരാമായണത്തോടു മറ്റുള്ള രാമായണങ്ങളേക്കാളധികം പ്രതിപ ത്തി ഉണ്ടാകുന്നതിനും തന്റെ കിളിപ്പാട്ടുതർജമയ്ക്ക് ഈ മൂലത്തെ സ്വീകരി ക്കുന്നതിനും ഉള്ള കാരണവും മേല്പറഞ്ഞപ്രകാരം അദ്ദേഹത്തിനോടുള്ള പൂർവസംബന്ധമാകുന്നു.

ഗോകർണ്ണത്തു ശിവരാത്രിനാൾ നാലു പട്ടികളോടുകൂടി വന്ന ആ ബ്രാഹ്മണൻ സാക്ഷാൽ വേദവ്യാസനായിരുന്നു. ആ നാലു പട്ടികൾ നാലു വേദങ്ങളും ആയിരുന്നു. അധ്യാത്മരാമായണം മൂലം ഉണ്ടാക്കിയത് സാക്ഷാൽ വരരുചിയാണെന്നു ചിലർ പറയുന്നുണ്ട്.

●

ഒരു സ്വാമിയാരുടെ ശാപം

തിരുവിതാംകൂറിലുള്ള ഭഗവതിക്ഷേത്രത്തിൽ പ്രഥമഗണനീയമായിരിക്കുന്ന കുമാരനല്ലൂർ കാർത്ത്യായനീക്ഷേത്രം കുമാരനെ (സുബ്രഹ്മണ്യസ്വാമിയെ) പ്രതിഷ്ഠിക്കണമെന്നു വിചാരിച്ച് ഒരു ചേരമാൻപെരുമാളാണ് ഇദംപ്രഥമായി പണിയിച്ചതെന്നും കുമാരനെ പ്രതിഷ്ഠിപ്പിക്കാനായി പണിയിച്ചത് കൊണ്ടാണ് ആ ക്ഷേത്രത്തിനു 'കുമാരനല്ലൂർ' എന്നു നാമം സിദ്ധിച്ചതെന്നും മറ്റുമുള്ള ഐതിഹ്യങ്ങൾ പ്രസിദ്ധങ്ങളാണല്ലോ. ആ ക്ഷേത്രം പണികഴിപ്പിച്ച ചേരമാൻപെരുമാൾക്കു മൃഗയാവിനോദത്തിൽ വളരെ ഭ്രമമുണ്ടായിരുന്നു. അതിനാലദ്ദേഹം കുമാരനല്ലൂർ ദേശത്തു താമസിച്ചിരുന്ന കാലത്ത് ഒരു ദിവസം തെള്ളകം കുന്നിൻപുറത്തു നായാട്ടിനായിപോയി. ഏറ്റുമാനൂർക്കും കുമാരനല്ലൂർക്കും മദ്ധ്യേയുള്ള 'തെള്ളകം' അക്കാലത്തു വലിയ വനപ്രദേശമായിരുന്നു. ആ വനത്തിൽ അന്ന് പുലി, കടുവ, പന്നി, മുതലായി ചില കാട്ടുമൃഗങ്ങൾ ഉണ്ടായിരുന്നതിനാലാണ് ചേരമാൻപെരുമാൾ വേട്ടയ്ക്ക് അങ്ങോട്ടുപോയത്. അവിടെ ചെന്നു ചേരമാൻപെരുമാൾ അനുചരന്മാരെക്കൊണ്ടു കാടിളക്കുകയും പേടിച്ചു പായുന്ന ദുഷ്ടമൃഗങ്ങളെ ലാക്കാക്കി വെടിവെച്ചു തുടങ്ങുകയും ചെയ്തു.

പെരുമാളുടെ അനുചരന്മാർ കാടിളക്കുന്ന കോലാഹലവും വെടികളുടെ ശബ്ദവുംകേട്ടു സമീപപ്രദേശത്ത് ഒരിടത്തു മേഞ്ഞുകൊണ്ടു നിന്നിരുന്ന ഒരു പശു വിരണ്ടു കാട്ടിലേക്കു പാഞ്ഞുകയറി. മൃഗയോൽസാഹം കൊണ്ട് മതിമറന്നു നിന്നിരുന്ന പെരുമാൾ ഓടുന്ന പശുവിനെ കാട്ടുമൃഗമാണെന്നു തെറ്റിദ്ധരിച്ചു വെടിവെയ്ക്കുകയും വെടിയേറ്റ പശു മരണ വേദനയോടുകൂടി കരഞ്ഞുകൊണ്ടു കുറച്ചുദൂരംകൂടെ ഓടിയതിന്റെ ശേഷം നിലത്തു വീണു കാലും കൈയുമടിച്ചു ക്ഷണത്തിൽ ചാകുകയും ചെയ്തു. പശുവിന്റെ ശബ്ദം കേട്ടിട്ടു സംശയം തോന്നുകയാൽ പിന്നാലെ ചെന്നു നോക്കിയപ്പോൾ തന്റെ വെടിയേറ്റു ചത്തതു പശുവാണെന്നറിഞ്ഞ് ചേരമാൻപെരുമാൾ വളരെ വ്യസനിച്ചു. ഉടനെ അദ്ദേഹം നായാട്ടു മതിയാക്കി കുമാരനല്ലൂർക്കു തന്നെ മടങ്ങിപ്പോകുകയും ചെയ്തു.

അനന്തരം ചേരമാൻപെരുമാൾ ഉഭയകുലപരിശുദ്ധന്മാരും രാഗദ്വേഷാദിരഹിതന്മാരും വേദശാസ്ത്രാദിനിപുണന്മാരുമായ അനേകം മഹാബ്രാഹ്മണരെ കുമാരനല്ലൂർ ക്ഷേത്രസന്നിധിയിൽ വരുത്തി ഒരു സഭ കൂട്ടിക്കൊണ്ട് തനിക്ക് പറ്റിയ അബദ്ധത്തെ പശ്ചാത്താപപൂർവം ആ ബ്രഹ്മസദസ്സിൽ അറിയിക്കുകയും തദ്ദോഷപരിഹാരാർത്ഥം എന്തെങ്കിലും പ്രതിവിധി കൽപിക്കണമെന്ന് അപേക്ഷിക്കുകയും ചെയ്തു. ആ

മഹാബ്രാഹ്മണരെല്ലാവരും കൂടിയാലോചിച്ച് ആ പശു കിടന്ന മരിച്ച സ്ഥലത്തു ഒരു ക്ഷേത്രം പണിയിച്ച വിഷ്ണുപ്രതിഷ്ഠ നടത്തിക്കകയും ആ ക്ഷേത്രത്തിൽ നിത്യനിദാനം, മാസവിശേഷം, ഉൽസവം, ആട്ടവിശേഷം മുതലായവകയ്ക്കു വേണ്ടുന്നിടത്തോളം വസ്തുവകകൾ പതിച്ചു കൊടുത്തിട്ട് ആ ദേവസ്വം സകല വസ്തുക്കളോടു കൂടി മഹാബ്രാഹ്മണർക്കു ദാനംചെയ്യു കയും യഥാവിധി ഗംഗാസ്നാനവും സേതുസ്നാനവും നടത്തുകയും ചെയ്താൽ ഈ ഗോഹത്യ ദോഷം തീരുമെന്നും വിധിച്ചു. പെരുമാൾ അതനുസരിച്ചു ക്ഷേത്രം പണിയും വിഷ്ണുപ്രതിഷ്ഠ നടത്തിക്കകയും ദേവസ്വത്തിലേക്കു നിത്യനിദാനാദികൾക്കു വേണ്ടുന്ന വസ്തുക്കൾ പതിച്ചുകൊടുക്കുകയും ചെയ്തതിന്റെ ശേഷം അവയെല്ലാംകൂടി ദാനം ചെയ്യാനായി ശ്രമിച്ചതിൽ ഓണന്തുരുത്ത്, കുമാരനല്ലൂർ, കിടങ്ങൂർ, കാടമുറി എന്നീ ഗ്രാമക്കാരാരും ആ ദാനം വാങ്ങുവാൻ വഴിപ്പെട്ടില്ല. പിന്നെ പെരുമാൾ മീനച്ചിൽത്താലൂക്കിൽ പുലിയന്നൂർ എന്ന ദേശത്തും കോട്ടയം താലൂക്കിൽ പാറമ്പുഴ ദേശത്തുമായി താമസിച്ചിരുന്ന നാൽപത്തി രണ്ടില്ലക്കാർക്കായി ആ ദേവസ്വം സർവ്വവ സ്തുക്കാളോടുകൂടി ദാനം ചെയ്തിട്ട് തീർത്ഥസ്നാനത്തിനായി പോയി. ഈ ദാനം വാങ്ങിയവർ മേൽപ്പറഞ്ഞ നാലു ഗ്രാമങ്ങളിലുമുൾപ്പെട്ടവരല്ലായിരു ന്നുവെങ്കിലും അവർ നാൽപത്തിരണ്ടില്ലക്കാരും പരസ്പരം ഇണങ്ങിയവരും വേദാർഹന്മാരുമായിരുന്നു. അവരിൽ പ്രാധാന്യം ചെമ്മുണ്ട, പിച്ചകശ്ശേരി എന്നീ രണ്ടില്ലക്കാർക്കായിരുന്നു. അതിനാൽ അവർക്കു ചേരമാൻപെരു മാൾ 'പണിക്കർ' എന്ന സ്ഥാനംകൂടി കൽപിച്ചുകൊടുത്തിട്ടാണ് തീർത്ഥാ ടനത്തിനു പോയത്. തന്നിമിത്തം അക്കാലം മുതൽ അവരെ എല്ലാവരും ചെമ്മുണ്ടപ്പണിക്കരെന്നും പിച്ചകശ്ശേരിപ്പണിക്കരെന്നും പറഞ്ഞു തുടങ്ങു കയും തെള്ളകം ദേവസ്വം ലഭിച്ചതിനോടുകൂടി ആ നാൽപത്തിരണ്ടില്ല ക്കാരും ആ ദേവസ്വത്തിലെ ഊരാളന്മാരായിത്തീരുകയാൽ അവരിൽ ചിലർ അവരുടെ ഇല്ലങ്ങൾ തെള്ളകം ദേശത്തേക്കു മാറ്റി സ്ഥാപിക്കുകയും സ്ഥിരവാസം അവിടെയാക്കുകയും ചെയ്തു. പണ്ടേതന്നെ ഡംഭും അഹങ്കാ രവും ധാരാളമായിട്ടുണ്ടായിരുന്ന അവർക്കു ഊരാൺമ സ്ഥാനംകൂടി കിട്ടി യപ്പോഴേക്കും അവരുടെ ഗർവ്വം ശതഗുണീഭവിച്ചു. കുമാരനല്ലൂർ ദേവസ്വം ഊരാൺമയോഗക്കാരും തങ്ങളും തുല്യന്മാരാണെന്നു അവർ ഭാവിക്കുകയും പരസ്യമായി പറയുകയും ചെയ്തിരുന്നു. എന്നാൽ അവരങ്ങനെ ഭാവിക്കുക യും പറയുകയും മാത്രമല്ല, ദേവസ്വം കാര്യങ്ങളെല്ലാം വളരെ ഭംഗിയായി നടത്തികൊണ്ടിരിക്കുകയും ചെയ്തിരുന്നു.

ഇനി ഇവിടെ മറ്റൊരു ക്ഷേത്രത്തിന്റെ ഉത്ഭവത്തെക്കുറിച്ചുകൂടി സ്വൽപം പറയേണ്ടിയിരിക്കുന്നു. ഒരിക്കൽ ഒരു വില്വമംഗലത്തു സ്വാമിയാർ (വില്വ മംഗലത്തു സ്വാമിയാന്മാർ പല കാലങ്ങളിലായി പലരുണ്ടായിരുന്നുവത്രെ) വടക്കുനിന്നു തെക്കോട്ടു ജലമാർഗ്ഗമായി പോയ്ക്കൊണ്ടിരുന്നപ്പോൾ വേമ്പനാ ട്ടു കായലിൽ കഴുക്കോൽ കുത്തിയ ഒരു സ്ഥലത്തു രക്തം പൊങ്ങിവരുന്ന തായി കണ്ടു. തോണിക്കാരൻ ആ വിവരം സ്വാമിയാരെ ഗ്രഹിപ്പിച്ചു. ഉടനെ സ്വാമിയാർ 'അവിടെ എന്തെങ്കിലും വിശേഷം കാണും, തോണി അവിടെ നിർത്തുക' എന്നു പറഞ്ഞു തോണി നിർത്തിക്കുകയും വെള്ളത്തിൽ ചാടി മുങ്ങി തപ്പിനോക്കുകയും ചെയ്തു. അപ്പോൾ സ്വാമിയാരുടെ കൈയിൽ ഒരു കൃഷ്ണവിഗ്രഹം കിട്ടി. സ്വാമിയാർ അതുകൊണ്ടു പിന്നെയും തോണിയിൽ

കയറി കുറച്ചുകൂടി തെക്കോട്ടു പോയി. അപ്പോൾ സ്വാമിയാർക്കു മൂത്രവിസർജനം ചെയ്യണമെന്നു തോന്നുകയാൽ തോണി കരയ്ക്കടുപ്പിക്കുവാൻ കൽപിച്ചു. തോണിക്കാരൻ അതനുസരിച്ച് തോണി കിഴക്കേ കരയ്ക്കടുപ്പിച്ചു. ഉടനെ സ്വാമിയാർ ശ്രീകൃഷ്ണവിഗ്രഹവും കയ്യിലെടുത്തുകൊണ്ട് കരയ്ക്കിറങ്ങി. ബിംബം കയ്യിൽവെച്ചുകൊണ്ടു മൂത്രവിസർജനം ചെയ്യുന്നതും, ദേവവിഗ്രഹം വെറും നിലത്തുവെയ്ക്കുന്നതും യുക്തമല്ല. അതിനാൽ എന്താണ് വേണ്ടതെന്നു വിചാരിച്ചു സ്വാമിയാർ കരയ്ക്കെല്ലാം നോക്കിയപ്പോൾ തോണിക്കടവിൽനിന്നു സ്വൽപ്പം അകലത്ത് ഒരു വാർപ്പ് ഇരിക്കുന്നതായിക്കണ്ട് അതിന്റെ അടുക്കൽ ചെന്ന് ബിംബം ആ വാർപ്പിനകത്തു വെച്ചിട്ടു മൂത്രവിസർജനവും ശൗചവും മറ്റും കഴിച്ചു വീണ്ടും ബിംബമെടുക്കാനായി ചെന്നു നോക്കിയപ്പോൾ വാർപ്പിനും ബിംബത്തിനും കേടുവരുത്താതെ ഇളക്കിയെടുക്കുവാൻ നിവൃത്തിയില്ലാത്ത വിധത്തിൽ ബിംബം വാർപ്പിനകത്തു വിളക്കിപ്പിടിപ്പിച്ചതുപോലെ കൂട്ടിച്ചേർത്തിരിക്കുന്നതായി കാണുകയാൽ സ്വാമിയാർക്കു വലിയ വിചാരമായി. യാതൊരു കേടുമില്ലാത്തതും ലക്ഷണമൊത്തതും ഒരു സുമുഹൂർത്തത്തിൽ ഒരു ഉത്തമസ്ഥലത്തു പ്രതിഷ്ഠിക്കാൻ യോഗ്യവുമായ ബിംബത്തിനു കേടുവരുത്തുന്നതു കഷ്ടവും അന്യന്റെ വാർപ്പു തല്ലിപ്പൊട്ടിക്കുന്നത് അന്യായവുമാകയാൽ ഇവിടെ എന്താണ് ചെയ്യേണ്ടതെന്നു വിചാരിച്ചു സ്വാമിയാർ ഇതി കർത്തവ്യതാമൂഢനായി അങ്ങനെ നിന്ന സമയം ഒരു മനുഷ്യൻ അവിടെ ചെന്നു സ്വാമിയാരെ കണ്ടു വന്ദിച്ചതിന്റെശേഷം സ്വാമിയാർ വിഷണ്ണനായി അവിടെ നിൽക്കുന്നതിന്റെ കാരണമെന്തെന്നു ചോദിക്കുകയും സ്വാമിയാർ വിവരമെല്ലാം ആ മനുഷ്യനെ ഗ്രഹിപ്പിക്കുകയും ചെയ്തു. ഉടനെ ആ മനുഷ്യൻ 'തിരുമനസ്സു കൊണ്ട് ഇതിനെക്കുറിച്ച് ഒട്ടും വിചാരപ്പെടേണ്ട. ഈ വാർപ്പും ഇതിരിക്കുന്ന സ്ഥലവും അടിയന്റെ വകയാണ്. ഇവിടുത്തെ ഇഷ്ട്ടംപോലെ എന്തു ചെയ്യുന്നതിനും അടിയനു വിരോധമില്ല. ഇനി എന്താണ് ഇവിടെ ചെയ്യേണ്ടതെന്ന് ആലോചിച്ചു തീർച്ചപ്പെടുത്താം. വാർപ്പും ബിംബവും ഇപ്പോൾ ഇവിടെത്തന്നെ ഇരിക്കട്ടെ. അടിയൻ ഇവിടെ കാവലിന് ആളുകളെയാക്കി സൂക്ഷിച്ചുകൊള്ളാം. തിരുമനസ്സുകൊണ്ട് തൽക്കാലം ഇവിടെ അടുത്തുള്ള സ്വാമിയാർ മഠത്തിലെഴുന്നള്ളി താമസിക്കുകയും ഇവിടെയുള്ള സ്വാമിയാന്മാരോടുകൂടി ഇതിനെക്കുറിച്ച് ആലോചിക്കുകയും ചെയ്താൽ കൊള്ളാമെന്നാണ് അടിയനു തോന്നുന്നത്. ഇവിടെയുള്ള സ്വാമിയാർമഠം തൃശ്ശിവപേരൂർമഠത്തിലെ കീഴൂടായിട്ടുള്ളതാണ്'' എന്നു പറഞ്ഞു. അതുകേട്ട് സ്വാമിയാർ'ബിംബം ഇവിടെ വെച്ചേക്കുന്നത് യുക്തമെന്നു തോന്നുന്നില്ല. ഇവിടെ അടുത്തുതന്നെ ഒരു സ്വാമിയാർ മഠമുള്ള സ്ഥിതിക്കു ബിംബം തൽക്കാലം വാർപ്പോടുകൂടി പിടിച്ച് അവിടെ കൊണ്ടുപോയി സൂക്ഷിച്ചു വെയ്ക്കുകയും പിന്നീടു വേണ്ടത് ഇവിടെയുള്ള സ്വാമിയാന്മാരോടുകൂടി ആലോചിച്ചു തീർച്ചയാക്കുകയും ചെയ്താൽ കൊള്ളാമെന്നാണ് എന്റെ ആഗ്രഹം. പക്ഷേ ഈ വാർപ്പു പിടിച്ചെടുത്തു കൊണ്ടുപോകാൻ ബ്രാഹ്മണർതന്നെ വേണം. ബിംബത്തിനു തൽക്കാലം ഒരു പുണ്യാഹം കഴിച്ച് ഇന്നുതന്നെ പൂജ തുടങ്ങിയാൽ കൊള്ളാമെന്നുണ്ട്. ഈ വാർപ്പ് പിടിച്ചെടുത്തു കൊണ്ടുപോകുവാൻ നാലാളിൽ കുറഞ്ഞാൽ മതിയാവുമെന്നു തോന്നുന്നില്ല. അത്രയും മലയാളബ്രാഹ്മണരെ ഈ ദിക്കിൽ കിട്ടുമോ, എന്തോ? ഒന്നന്വേഷിച്ചാൽ കൊള്ളാം' എന്നരുളിച്ചെയ്തു. ഉടനെ

വാർപ്പിന്റെ ഉടമസ്ഥനായ മനുഷ്യൻ, 'മലയാളബ്രാഹ്മണർ നാലോ എട്ടോ വേണമെങ്കിലും സ്വാമിയാർ മഠത്തിലുണ്ടായിരിക്കും. അടിയൻതന്നെ പോയി വിളിച്ചുകൊണ്ടുവരാം' എന്നു പറഞ്ഞ് അവിടെ നിന്നു പോയി.

ആ മനുഷ്യൻ പോയതിന്റെശേഷം സ്വാമിയാർ 'ഔദാര്യനിധിയായ ഈ മനുഷ്യൻ ആരാണ്? ഇയാളുടെ സ്ഥിതി ഏതു പ്രകാരമാണ്?' എന്നു ചിലരോടു ചോദിച്ചു. അപ്പോൾ അവിടെ നിന്നിരുന്നവർ, 'ഈ മനുഷ്യൻ ഈ ദേശത്തുള്ള പ്രധാനന്മാരായ നായന്മാരിൽ ഒരാളാണ്. ഇവർ സ്ഥാനമാനങ്ങളും മറ്റുമുള്ള പുരാതന തറവാട്ടുകാരും വലിയ ധനവാന്മാരും യോഗ്യന്മാരുമാണ്. കുന്നങ്കരി എന്നാണ് വീട്ടുപേർ. കുന്നങ്കരി മേനോൻമാരെന്നാണ് ഇവരെ സാധാരണയായി പറഞ്ഞുവരുന്നത്. ഈ പ്രദേശത്തുള്ള മിക്ക നിലം പുരയിടങ്ങളും അവരുടെ വകയാണ്. അവർ എന്തെങ്കിലും പറഞ്ഞാൽ സമ്മതിക്കാത്തവരായി ഈ ദേശത്താരുമില്ല.' എന്നും മറ്റും സ്വാമിയാരെ ഗ്രഹിപ്പിച്ചു. അപ്പോഴേക്കും കുന്നങ്കരി മേനോൻ വാർപ്പു കെട്ടിയെടുക്കാനുള്ള തണ്ടും കയറുമെടുപ്പിച്ചു നാലു നമ്പൂരിമാരെയുംകൊണ്ട് അവിടെ എത്തിക്കഴിഞ്ഞു. ആ നാലു നമ്പൂരിമാരിൽ ഒരാൾ പിച്ചകശ്ശേരിപ്പണിക്കരായിരുന്നു. അദ്ദേഹം തലേദിവസംതന്നെ ദൈവഗത്യാ സ്വാമിയാർ മഠത്തിൽ വന്നുചേർന്നിരുന്നു. അദ്ദേഹം നല്ല ദേഹബലമുള്ള ആളായിരുന്നു. വാർപ്പിന്റെ മുകളിൽ തെക്കുവടക്കായി തണ്ടുവെച്ചു കെട്ടി. മൂന്നു നമ്പൂരിമാർകൂടി തണ്ടിന്റെ വടക്കേത്തലയും തെക്കേത്തല പിച്ചകശ്ശേരിപ്പണിക്കർ തനിച്ചും പിടിച്ചെടുത്തു. അപ്പോൾ പണിക്കർ തനിച്ചു പിടിച്ചതുകൊണ്ടു സ്വാമിയാർ തെക്കേത്തല പണിക്കർക്കു തെക്കേത്തലപ്പണിക്കർ എന്നുകൂടി ഒരു പേർ ഇരിക്കട്ടെ എന്ന് അരുളിച്ചെയ്തു. അങ്ങനെ അന്നുമുതൽ അദ്ദേഹത്തിന് തെക്കേത്തലപ്പണിക്കർ എന്നുകൂടി ഒരു നാമം സിദ്ധിച്ചു. എങ്കിലും അധികം പ്രസിദ്ധി പിച്ചകശ്ശേരിപ്പണിക്കരെന്നുള്ള പഴയ പേരിനു തന്നെയാണ്.

വാർപ്പോടുകൂടി ബിംബം സ്വാമിയാർ മഠത്തിൽ കൊണ്ടുചെന്നതിന്റെ ശേഷം അഞ്ചുപേർകൂടി പുണ്യാഹം കഴിച്ച് അന്നുമുതൽ തന്നെ ബിംബത്തിങ്കൽ പൂജ തുടങ്ങി. ഉടനെ സ്വാമിയാർ ഈ വിവരങ്ങളെല്ലാം അന്നു നാടുവാണിരുന്ന തെക്കുംകൂർ രാജാവിന്റെ പേർക്കു എഴുതിയയയ്ക്കുകയും അടുത്ത ദിവസംതന്നെ രാജാവു പരിവാരസമേതം അവിടെ എത്തുകയും പെട്ടെന്നു അമ്പലംപണിയും പ്രതിഷ്ഠയും കലശവും നടത്തിക്കുകയും ചെയ്തു. സ്വാമിയാർ നോക്കിയപ്പോൾ വാർപ്പിരിക്കുന്നതായി ആദ്യം കണ്ട സ്ഥലത്തുതന്നെയാണ് അമ്പലം പണിയിച്ചത്. ആ പുരയിടം കുന്നങ്കരിമേനോന്റെ വകയായിരുന്നു. അമ്പലം പണിയിക്കുന്നതിനായി അദ്ദേഹം ആ സ്ഥലം വില വാങ്ങാതെ സസന്തോഷം വിട്ടുകൊടുത്തു. ശ്രീകൃഷ്ണസ്വാമിയെ അവിടെ പ്രതിഷ്ഠിച്ചത് ആ വാർപ്പോടുകൂടിത്തന്നെയാണ്. അതിനാൽ ക്ഷേത്രത്തിനു തിരുവാർപ്പ് എന്നു നാമം സിദ്ധിച്ചു. പിന്നീട് ആ ദേശത്തിനും ആ പേരുതന്നെയായിത്തീർന്നു. ബിംബം പ്രതിഷ്ഠിക്കാൻ വാർപ്പോടുകൂടി എടുത്തുകൊണ്ടു പോയപ്പോഴും തെക്കേത്തല പിടിച്ചത് തെക്കേത്തലപ്പണിക്കർ തന്നെയാണ്. പ്രതിഷ്ഠ നടത്തിയതു വാസ്തവത്തിൽ വില്വമംഗലത്തു സ്വാമിയാരായിരുന്നുവെങ്കിലും തന്ത്രിയുടെ സ്ഥാനം വഹിച്ചത് ഭദ്രകാളിമറ്റപ്പള്ളി നമ്പൂരിപ്പാടായിരുന്നു.

പ്രതിഷ്ഠയും കലശവും കഴിഞ്ഞു നാലാം കലശദിവസം തന്ത്രിയും തെക്കുംകൂർ രാജാവും വില്വമംഗലത്തു സ്വാമിയാരും തിരുവാർപ്പിൽ സ്വാമിയാരും കുന്നങ്കരി മേനോനുംകൂടി മേലാൽ നടക്കേണ്ടുന്ന ക്ഷേത്ര കാര്യങ്ങളെല്ലാം നിശ്ചയിച്ചു.'ഇതൊരു അടിയന്തിരക്ഷേത്രമായിരിക്കണം. ഉഷഃപൂജ പതിവായി ഏഴര നാഴിക വെളുപ്പിനു കഴിയണം. പന്തീരടിപൂജ, ഉച്ചപൂജ മുതലായതിനും നേരനീക്കം വരുത്താൻ പാടില്ല. എന്നു മാത്രമല്ല, ഗ്രഹണസമയത്തുതന്നെ ഒരു പൂജ വിശേഷാൽ നടത്തണം. അതിന് ഗ്രഹണപൂജ എന്നു നാമമായിരിക്കണം. ക്ഷേത്രകാര്യങ്ങൾ നടത്താനുള്ള പ്രധാന ചുമതല എന്നും കുന്നങ്കരി മേനോന്റെ വീട്ടിൽ അന്നന്നു മൂത്തയാൾ നടത്തണം. ആ ഉദ്യോഗസ്ഥന്റെ പേർ വലിയ മേനോൻ എന്നായിരിക്കണം.എന്നും താമരപ്പൂകൊണ്ടു ദേവനു പുഷ്പാഞ്ജലി വേണം. ക്ഷേത്രത്തിൽപൂജാകാര്യങ്ങൾക്കു നേരനീക്കം വരാതിരിക്കുന്നതിന് അന്നന്നു സ്വാമിയാർമഠത്തിലുണ്ടായിരിക്കുന്ന സ്വാമിയാന്മാരും പ്രത്യേകം മനസ്സുവെയ്ക്കണം. ക്ഷേത്രത്തിലേക്ക് നെയ്യ്, ശർക്കര, അരി, താമരപ്പൂവ് മുതലായി എന്തെങ്കിലും ആവശ്യപ്പെട്ടാൽ സ്വാമിയാർമഠത്തിൽ നിന്നു കൊടുക്കണം. ക്ഷേത്രത്തിൽ ഒരു ദിവസത്തെ പൂജാദികൾക്കു വേണ്ടുന്ന സകല സാധനങ്ങളും സദാ മഠത്തിൽ തയ്യാറാക്കിവച്ചിരിക്കണം. പൂജാദികൾക്കു വേണ്ടുന്ന സാധനങ്ങൾ വീഴ്ചകൂടാതെ വലിയ മേനോന്റെ ആജ്ഞ പ്രകാരം ശേഖരിച്ചു കൊടുക്കുന്നതിന് തെക്കേത്തല (തെക്കുംതല എന്നും ചിലർ പറയാറുണ്ട്) പണിക്കരെ ചന്തിരക്കാരനായി നിയമിക്കണം. ഇവിടെ ആണ്ടുതോറും മേടസ്സംക്രാന്തിക്കു കൊടിയേറി പത്തുദിവസത്തെ ഉത്സവം വേണം. ഉത്സവകാലത്തു ദേവനെ എഴുന്നെള്ളിക്കുന്നതിന്റെ മുന്നിൽ തെക്കേത്തലപ്പണിക്കർകളഭം പൂശി, കട്ടിയും കവണിയുമുടുത്ത്, ഒരു വടിയും പിടിച്ച് അകമ്പടി സേവിക്കണം. ഈ ദേശത്തുള്ള നായന്മാരുടെ പെൺകുട്ടികളുടെ താലികെട്ടുകല്യാണത്തിനു മുമ്പായി വരുന്ന ഉത്സവകാലത്ത് എഴുന്നള്ളത്തിന്റെ മുമ്പിൽ അവരെക്കൊണ്ടു വിളവെട്ടുപ്പിക്കണം. ഉത്സവം കൊടിയേറുന്നതിനു മുമ്പായി ഈ ദേശത്തുള്ള പുരകളെല്ലാം കെട്ടി മേച്ചിൽ കഴിപ്പിക്കണം. കൊടിയേറ്റുനാൾ ഒരാനയെ മതില്ക്കകത്തേക്ക് ഓടിച്ചുകയറ്റണം' എന്നും മറ്റുമാണ് അവർനിശ്ചയിച്ചത്. ഈ വകയ്ക്കെല്ലാം വേണ്ടുന്ന വസ്തുക്കൾ തെക്കുംകൂർരാജാവു ദേവസ്വത്തിലേക്കു പതിച്ചുകൊടുത്തു. ഇങ്ങനെ അവിടെ വേണ്ടുന്നതെല്ലാം ഏർപ്പാടു ചെയ്തതിന്റെ ശേഷം വില്വമംഗലത്തു സ്വാമിയാർ അവിടംവിട്ട് പോവുകയും ചെയ്തു. അന്നു നിശ്ചയിച്ച ചട്ടപ്രകാരമാണ് ഇപ്പോഴും തിരുവാർപ്പിൽ ക്ഷേത്രകാര്യങ്ങൾ നടത്തിയും നടന്നും പോരുന്നതെന്നാണു വെച്ചിരിക്കുന്നത്. കാലഭേദം കൊണ്ടു സ്വല്പം ചില ഭേദഗതികൾ വന്നിട്ടില്ലെന്നുമില്ല. ഇങ്ങനെ ഏതാനും കാലം കഴിഞ്ഞപ്പോൾ തെക്കേത്തലപ്പണിക്കർക്കു തിരുവാർപ്പിൽനിന്ന് ഒരു സ്വാമിയാരെ ക്ഷണിച്ചു തനിക്കു കൂടി ഊരാണ്മയുള്ള തെള്ളകം ക്ഷേത്രത്തിൽ കൊണ്ടുപോയി ഒരു ഭിക്ഷയമൃതേത്തു നടത്തണമെന്ന് ഒരു മോഹം തോന്നുകയും ആ വിവരം ഒരു ദിവസം സ്വാമിയാരുടെ അടുക്കൽ അറിയിക്കുകയും ചെയ്തു. പണിക്കർ ക്ഷേത്രത്തിലെ ഒരു ജോലിക്കാരനും സ്വാമിയാരുടെ ഇഷ്ടനുമായിരുന്നതിനാൽ സ്വാമിയാർ അത് സസന്തോഷം സമ്മതിച്ചു. പിന്നെ പണിക്കർ അതിനൊരു ദിവസം നിശ്ചയിക്കുകയും

വേണ്ടതെല്ലാം വട്ടം കൂട്ടുകയും ചെയ്തിട്ടു വിവരം സ്വാമിയാരെ അറിയിക്കുകയും നിശ്ചിതദിവസം രാവിലെ സ്വാമിയാർ തെള്ളകം ക്ഷേത്രസന്നിധിയിൽ എത്തുകയും ചെയ്തു. മാധ്യന്ദിനം കഴിച്ചു സ്വാമിയാർ ചെന്നപ്പോഴേക്കും ഭിക്ഷയ്ക്ക്(ഭക്ഷണത്തിന്) എല്ലാം കാലമായിരുന്നു. വെയ്ക്കാനും വിളമ്പാനും പ്രധാനമായി പിച്ചകശ്ശേരിപ്പണിക്കർ തന്നെയായിരുന്നു.

അദ്ദേഹത്തെ സഹായിക്കാൻ ചെമ്മുണ്ടപ്പണിക്കരുമുണ്ടായിരുന്നു. ശേഷം നാല്പതില്ലക്കാർക്കും ഈ സ്വാമിയെക്കുറിച്ചു വളരെ പുച്ഛമായിരുന്നതിനാൽ അവരാരും യാതൊന്നും ഉത്സാഹിക്കാനായി പോയില്ല. എന്നുമാത്രമല്ല, അവർസ്വാമിയാരെ കുറേശ്ശെ പരിഹസിക്കുകയും ചെയ്തു. അതു പരസ്യമായിട്ടല്ലായിരുന്നുവെങ്കിലും സ്വാമിയാരറിയാതെയിരുന്നില്ല. എങ്കിലും പിച്ചകശ്ശേരിപ്പണിക്കരാണല്ലോ തന്നെ ക്ഷണിച്ചതെന്നു വിചാരിച്ച് സ്വാമിയാർ ഭിക്ഷയ്ക്കു ചെന്നിരുന്നു. പിച്ചകശ്ശേരിപ്പണിക്കർ മുറയ്ക്ക് ഓരോന്നു വിളമ്പിക്കൊടുത്തു തുടങ്ങി. ഭിക്ഷയ്ക്കുള്ള വിഭവങ്ങളിൽ പ്രധാനമായിട്ടുണ്ടായിരുന്നത് വെളിന്താൾ(മടന്തത്താൾ) കൊണ്ടുള്ള എരിശ്ശേരിയായിരുന്നു. തെള്ളകം ദേശത്തു വെളിഞ്ചേമ്പു ധാരാളമായിട്ടുണ്ടായിരുന്നതിനാൽ അതിന്റെ താൾ കൊണ്ടുള്ള എരിശ്ശേരി ധാരാളമായിട്ടുണ്ടാക്കിയിരുന്നു. ഈ താൾ കൊണ്ടുള്ള കറി സ്വാമിയാർക്ക് ഒട്ടും ഇഷ്ടമല്ലായിരുന്നു. എന്നു മാത്രമല്ല, ഈ താൾകൊണ്ടു പുളികൂട്ടാതെ എന്ത് കറിയുണ്ടാക്കിയാലും ചൊറിയുകയും ചെയ്യും. സ്വാമിയാർക്കു ഭിക്ഷയ്ക്കു (ഭക്ഷണത്തിന്) എന്തൊരു പദാർത്ഥം കൊണ്ടുചെന്നു വിളമ്പിയാലും വേണ്ടെന്നും മതിയെന്നും പറയരുതെന്നും വിളമ്പുന്നവയിൽ യാതൊന്നും ശേഷിച്ചുവയ്ക്കരുതെന്നുമാണ് പ്രമാണം. അതിനാൽ ഈ താളെരിശ്ശേരി വിളമ്പാൻ കൊണ്ടുചെന്നിട്ടു സ്വാമിയാർ ഒന്നും മിണ്ടിയില്ല. ആ ഉപദ്രവം ആദ്യമേ തീരട്ടെ എന്ന് വിചാരിച്ചു സ്വാമിയാർ ആ എരിശ്ശേരി മുഴുവനും ക്ഷണത്തിൽ ഭക്ഷിച്ചു തീർത്തു. അതുകണ്ടിട്ടു സ്വാമിയാർക്ക് താളെരിശ്ശേരി ഏറ്റവും ഇഷ്ടമാണെന്നു നിശ്ചയിച്ചു പണിക്കർ പിന്നെയും വിളമ്പി. സ്വാമിയാർ അതും ഒരുവിധത്തിൽ തിന്നു തീർത്തു. ഇങ്ങനെ പിന്നെയും പിന്നെയും വിളമ്പി വിളമ്പി അവിടെയുണ്ടാക്കിയിരുന്ന എരിശ്ശേരി മുഴുവനും പണിക്കർ സ്വാമിയാരെ കുടിപ്പിച്ചു. അപ്പോഴേക്കും സ്വമിയാർക്കുണ്ടായ ബുദ്ധിമുട്ട് എത്രമാത്രമെന്നു പറവാൻ പ്രയാസം. ഭിക്ഷ കഴിഞ്ഞു കൈകഴുകി കുലുക്കുഴിഞ്ഞിട്ടും സ്വാമിയാർക്ക് വായിലെ ചൊറിച്ചിൽ മാറിയില്ല. ആകപ്പാടെ സ്വാമിയാർ സാമാന്യത്തിലധികം വിഷമിച്ചു.

ഭിക്ഷയമൃതേത്തു കഴിഞ്ഞതിന്റെശേഷം ദക്ഷിണയായി. സ്വാമിയാർക്കു ദക്ഷിണയ്ക്കു വസ്ത്രവും യഥാശക്തി പണവും ചുക്കും കട്ടക്കയും കൂടി അവരുടെ മുമ്പിൽവെച്ചു നമസ്കരിക്കുകയാണു പതിവ്. വസ്ത്രവും പണവും മറ്റും കാഴ്ചവെയ്ക്കുന്നതു ഭിക്ഷ നടത്തിയ ആൾമാത്രമേ പതിവുള്ളുവെങ്കിലും നമസ്കരിക്കാൻ ആ സ്ഥലത്തുള്ള ബ്രാഹ്മണരെല്ലാം ചെല്ലുകയാണ് പതിവ്. ഇവിടെ നമസ്കരിക്കുന്നതിന് പിച്ചകശ്ശേരിപ്പണിക്കരും ചെമ്മുണ്ടപ്പണിക്കരും മാത്രമേ ഉണ്ടായിരുന്നുള്ളൂ. അതിനാൽ ദക്ഷിണ കഴിഞ്ഞപ്പോൾ സ്വാമിയാർ അനുഗ്രഹിക്കുന്നതിനു പകരം ശപിക്കുകയാണ് ചെയ്തത്. തന്നെ മടന്തത്താൾ തീറ്റി വിഷമിപ്പിച്ച പിച്ചകശ്ശേരിപ്പണിക്കർക്കും അതിനു സഹായിച്ച ചെമ്മുണ്ടപ്പണിക്കർക്കും ബ്രാഹ്മണ്യമില്ലാതായിപ്പോകട്ടെ

എന്നും തെള്ളകം ദേശത്തു മടന്തചേമ്പ കിളുർക്കാതെയായിപ്പോകട്ടെ എന്നും ധിക്കാരികളായ മറ്റേ നാല്പതില്ലക്കാരും കാലക്രമേണ ക്ഷയിച്ച നാമാവശേഷന്മാരായിപ്പോകട്ടെ എന്നുമായിരുന്നു സ്വാമിയാരുടെ ശാപം. ഈ ശാപം ശരിയായി ഫലിച്ചു. സ്വാമിയാരുടെ ശാപം നിമിത്തം മറ്റുള്ള ബ്രാഹ്മണർ കൂട്ടത്തിൽക്കൂടാതെയാവുകനിമിത്തം പിച്ചകശ്ശേരിപ്പണിക്കരും ചെമ്മുണ്ടപ്പണിക്കരും കുടുംബസഹിതം ഒരുവക അമ്പലവാസികളെപ്പോലെ അന്തരാളജാതിക്കാരായിത്തീർന്നു. തെള്ളകം ദേശത്ത് ഇന്നും മടന്തചേമ്പ് കിളുർക്കുന്നില്ല. ധിക്കാരികളായ നാല്പതില്ലക്കാരും കാലക്രമേണ നശിച്ച നാമാവശേഷന്മാരായിത്തീരുകയും ചെയ്തു. അഞ്ചെട്ടു കൊല്ലം മുമ്പ ചെമ്മുണ്ടപ്പണിക്കരുടെ കുടുംബം അന്യംനിന്നു.

സ്വാമിയാർ ശപിച്ചയുടനെ പിച്ചകശ്ശേരിപ്പണിക്കർ ശാപമോക്ഷത്തിനപേക്ഷിക്കുകയാൽ സ്വാമിയാർ 'ആട്ടെ, പണിക്കരുടെ കടവിൽ ആറ്റിൽ ഓരു വരുന്ന കാലത്തു നിങ്ങളുടെ ശാപം തീർന്നു നിങ്ങൾക്കു ബ്രാഹ്മണ്യമുണ്ടാകും' എന്നരുളിചെയ്തു. പിച്ചകശ്ശേരിപ്പണിക്കരുടെ ഇല്ലം കോട്ടയം താലൂക്കിൽ വിജയപുരം പകുതിയിൽ പാറമ്പുഴദേശത്തു കൗണാറെന്നുകൂടി പേരുള്ള മീനച്ചിലാറ്റിന്റെ വക്കത്താണ്. അവിടെ ഇതുവരെ ഓരു വന്നു തുടങ്ങിയിട്ടില്ല. 5 പിച്ചകശ്ശേരിപ്പണിക്കരുടെ കുടുംബത്തിൽ ഇപ്പോൾ കേശവൻ എന്നു പേരായിട്ട് ഒരു പുരുഷൻ മാത്രമേയുള്ളൂ. അയാൾക്ക് ഇപ്പോൾ പ്രായം എൺപത്തൊന്നു വയസ്സായിട്ടുണ്ട്. അതിനാൽ അവരുടെ കടവിൽ ഓരു വരുന്നതിനു മുമ്പ് ആ കുടുംബവും അന്യം നിന്നുപോകുമെന്നുള്ളതിനു സംശയമില്ല. 1947ൽ ഓരു വന്നു. പണിക്കർബ്രാഹ്മണനും ആയി. തെള്ളകം ദേവസ്വത്തിലെ ഊരാളന്മാർ മിക്കവരും അന്യംനിന്നതിന്റെ ശേഷം ശേഷമുണ്ടായിരുന്നവർ ആ ദേവസ്വം കുമാരനല്ലൂർ ദേവസ്വത്തിലേക്കു വിട്ടുകൊടുത്തു. കുമാരനല്ലൂർദേവസ്വക്കാർ അത് ആ ക്ഷേത്രത്തിലെ ഒരു ജോലിക്കാരനായ വട്ടപ്പള്ളി മൂത്തതിന് കൊടുത്തു. ഇപ്പോൾ ആ വിഷ്ണുക്ഷേത്രം വട്ടപ്പള്ളി മൂത്തതിന്റെ വകയായിട്ടാണിരിക്കുന്നത്.

●

പുല്ലങ്കോട്ട് നമ്പൂരി

വണ്ട് ബ്രിട്ടീഷ് മലബാറിൽ തളിപ്പറമ്പിനു സമീപം (എന്നാണ് കേട്ടിട്ടുള്ളത്) പുല്ലങ്കോട്ടെന്നു പ്രസിദ്ധമായിട്ട് ഒരില്ലമുണ്ടായിരുന്നു. ആ ഇല്ലത്ത് ഒരുകാലത്ത് ഒരു നമ്പൂരിയും അദ്ദേഹത്തിന്റെ ധർമ്മപത്നിയും മാത്രമായിത്തീർന്നു. നമ്പൂരിക്കു ഷഷ്ടിപൂർത്തിയായിട്ടും പുരുഷസന്താനമുണ്ടാകാതെയിരുന്നതിനാൽ അദ്ദേഹം സന്താനാർത്ഥകമായി സേതുസ്നാനം, ഗംഗാസ്നാനം മുതലായി അനേകം സത്കർമ്മങ്ങൾ നടത്തി. അവയുടെയെല്ലാം ഫലമായിട്ടു നമ്പൂരിയുടെ അറുപത്തഞ്ചാമത്തെ വയസ്സിൽ അന്തർജനം ഗർഭം ധരിച്ചു. അപ്പോൾ ആ ദമ്പതിമാർക്കുണ്ടായ സന്തോഷം സീമാതീതമായിരുന്നു എന്നുള്ളതു പറയണമെന്നില്ലല്ലോ.

പിന്നെ നമ്പൂരി, അന്തർജനം പ്രസവിച്ചുണ്ടാകുന്നത് ഉത്കൃഷ്ട പുരുഷസന്താനം തന്നെയായിരിക്കുന്നതിന് വേണ്ടി മുതലായവ സ്വയമേവ സന്മന്ത്രങ്ങൾജപിച്ചും അനേകംപേരെക്കൊണ്ടു ജപിപ്പിച്ചും കൊടുത്തു കൊണ്ടിരിക്കുകയും അന്തർജനം യഥാകാലം പ്രസവിച്ച് പുരുഷപ്രജ തന്നെ ജനിക്കുകയും ചെയ്തു. നമ്പൂരി അന്നും അനേകം ദാനധർമ്മാദികൾ ചെയ്യുകയും കുളിച്ചുവന്നു പുത്രന്റെ ജാതകർമ്മം നടത്തുകയും ചെയ്തു.

പിന്നെ നമ്പൂരി പുത്രന്റെ നാമകരണം, അന്നപ്രാശനം,ചവുളം, ഉപനയനം, സമാവർത്തനം എന്നീ ക്രിയകൾ യഥാകാലം വേണ്ടപോലെ നടത്തുകയും അതിനിടയ്ക്കു വിദ്യാഭ്യാസത്തിനും വേദാദ്ധ്യായത്തിനും വേണ്ടുന്ന ഏർപ്പാടുകൾ ചെയ്തുകൊടുക്കുകയും ചെയ്തു. എന്നാൽ മകൻനമ്പൂരിയുടെ മനസ്സ് അച്ഛൻനമ്പൂരി വിചാരിച്ച വഴിക്കെങ്ങുമല്ല പോയത്. അദ്ദേഹത്തിന് ഏകദേശം പുരുഷപ്രായമായപ്പോൾ മുതൽ ചില കൂട്ടുകാരോട്ടുകൂടി ചീട്ട്, ചേക്കു, പാശി മുതലായ കളികൾ തുടങ്ങി. കളികളിൽ മകൻനമ്പൂരിക്കു മിക്കപ്പോഴും തോൽവി തന്നെയാണ് ഉണ്ടായിക്കൊണ്ടിരുന്നത്. എങ്കിലും അവയിലുള്ള ഭ്രമം അദ്ദേഹത്തിനു പ്രതിദിനം വർദ്ധിച്ചുകൊണ്ടുതന്നെയിരുന്നു. അതിനാൽ ഒട്ടുവളരെ കടം വന്നു കൂടി. കടം കൊടുത്തവർ പണത്തിനായി ഇല്ലത്തു ചെന്നു മുട്ടിക്കൂടി. പുത്ര വാത്സല്യത്തിന്റെ ആധിക്യം കൊണ്ട് അച്ഛൻനമ്പൂരി വിരോധമൊന്നും പറയാതെ മകന്റെ കടമെല്ലാം തീർത്തു. പിന്നെയും മകൻനമ്പൂരിക്ക് കളിയിലുള്ള ഭ്രമം നിലച്ചില്ല. അദ്ദേഹം പണം കടം വാങ്ങി കളി മുറയ്ക്കു നടത്തിക്കൊണ്ടിരുന്നു. കടംകൊടുക്കുന്നവർ വന്നു മകനെ ഞെരുക്കിത്തുടങ്ങുമ്പോൾ അച്ഛൻനമ്പൂരി പണം കൊടുത്തു കടം വീട്ടിക്കൊണ്ടുമിരുന്നു.

അങ്ങനെ കുറച്ചുകാലം കഴിഞ്ഞതിന്റേശേഷം ഒരുദിവസം അച്ഛൻ

നമ്പൂരി മകനെ അടുക്കൽ വിളിച്ച്, 'ഉണ്ണീ, നിന്റെ നടപടി ഒട്ടും നന്നായിരിക്കുന്നില്ല. നിന്നോടഹിതം പറയാതെ കഴിച്ചുകൂട്ടണമെന്നു വിചാരിച്ചു ഞാനിതുവരെ ക്ഷമിച്ചു. ഇപ്പോൾ നിവൃത്തിയില്ലാതായിട്ടാണ് പറയുന്നത്. ഇപ്പോൾ നീ ഇഹലോകത്തിലും പരലോകത്തിലും യാതൊരു ഗുണത്തിനും വകയില്ലാത്ത കളികൾക്കായി അസംഖ്യം പണം നശിപ്പിച്ചു. ഇങ്ങനെയായാൽ ഇതിന്റെ അവസാനമെവിടെയാണ്? ഞാനിതു നിനക്കു വേണ്ടിപ്പറയുന്നതാണ്. എന്റെ കാര്യത്തെക്കുറിച്ച് ഇനി അധികമൊന്നും വിചാരിക്കാനില്ല. എനിക്കു വയസ്സിപ്പോൾ എൺപത്തഞ്ചു കഴിഞ്ഞിരിക്കുന്നു. ഇനി ജീവിച്ചിരുന്നാൽ എത്രനാളിരിക്കും? നിനക്കു ചെറുപ്പമാണല്ലോ. കുടുംബഹാനി സംഭവിക്കാതെയിരിക്കാനായിട്ടെങ്കിലും നിനക്കിനിയൊന്നു വേളി കഴിക്കാതിരിക്കാൻ നിവൃത്തിയില്ല. ഈശ്വര കാരുണ്യത്താൽ അതിൽ ചില സന്താനങ്ങളും ഉണ്ടാകുമെന്നുതന്നെ വിചാരിക്കാം. അപ്പോൾ അവരെയൊക്കെ സംരക്ഷിക്കാനുള്ള ചുമതല നിനക്കായിത്തീരും. കുടുംബത്തിലുള്ള സ്വത്തെല്ലാം ഇപ്രകാരം നീ നശിപ്പിച്ചാൽ അക്കാലത്തു നീ കഷ്ടപ്പെടുമല്ലോ എന്നു വിചാരിച്ചാണ് ഞാൻ പറയുന്നത്. എന്റെ ഓമനക്കുട്ടൻ ഇനിയെങ്കിലും ഈ നാശകരമായ കളിയിൽച്ചേർന്നു കുടുംബസ്വത്തു നശിപ്പിക്കാതെയിരുന്നാൽക്കൊള്ളാമെന്ന് എനിക്കു വളരെ ആഗ്രഹമുണ്ട്" എന്നു പറഞ്ഞു. അതിനുത്തരമായി മകൻനമ്പൂരി 'അച്ഛൻ ഇതിനെക്കുറിച്ച് ഇനി വിചാരിച്ചു വ്യസനിക്കാനും പറയാനും ഞാൻ ഇടയാക്കില്ല . വന്നതൊക്കെ വന്നു. ഇനി ഞാൻ നിമിത്തം ഈ കുടുംബത്തേക്ക് കാൽ കാശിനുപോലും കടം വരികയില്ല , നിശ്ചയം തന്നെ' എന്നു പറഞ്ഞിട്ട് അവിടെ നിന്ന് ഇറങ്ങിപ്പോയി. മകന്റെ മറുപടി കേട്ട് അച്ഛൻനമ്പൂരി വളരെ സന്തോഷിക്കുകയും 'എന്റെ ഉണ്ണി നന്നായി വരട്ടെ' എന്നു മനസ്സുകൊണ്ട് അനുഗ്രഹിക്കുകയും ചെയ്തു.

അച്ഛൻനമ്പൂരിയുടെ സന്തോഷം അധികം നീണ്ടുനിന്നില്ല. നമ്പൂരി ഇല്ലത്തുനിന്ന് ഇറങ്ങിപ്പോയിട്ടു പിന്നെ മടങ്ങിവന്നില്ല. അപ്പോൾ അച്ഛൻനമ്പൂരിക്കു ദുസ്സഹമായ ദുഃഖമുണ്ടായിത്തീർന്നു. ഒരു ദിവസം കഴിഞ്ഞു, ഒരാഴ്ചവട്ടം കഴിഞ്ഞു, ഒരു മാസം കഴിഞ്ഞു; എന്നിട്ടും മകൻ നമ്പൂരി തിരിച്ചുവന്നില്ല. അപ്പോൾ അച്ഛൻനമ്പൂരിക്കു സർവ്വസ്വവും നശിച്ചാലും വേണ്ടില്ല, തന്റെ മകനെ ഒന്നു കണ്ടാൽമതി എന്നു തോന്നിത്തുടങ്ങി. ഒടുക്കം വ്യസനം ദുസ്സഹമായിത്തീരുകയാൽ അച്ഛൻനമ്പൂരി കുടയും വടിയുമെടുത്തുകൊണ്ട് മകനെ അന്വേഷിച്ചു പുറപ്പെട്ടു. അച്ഛൻ നമ്പൂരിക്കു പ്രായാധിക്യം നിമിത്തമുള്ള ക്ഷീണം കൊണ്ടു നടക്കാൻ വളരെ പ്രയാസമുണ്ടായിരുന്നു. എങ്കിലും പുത്രവാത്സല്യത്തിന്റെ ശക്തി കൊണ്ട് അദ്ദേഹത്തിന് ഒരു ദിക്കിൽ അടങ്ങിപ്പാർക്കാൻ ധൈര്യമുണ്ടായില്ല. അതിനാലദ്ദേഹം മകനെ അന്വേഷിച്ചു പലദേശങ്ങളിലും അലഞ്ഞുനടന്നു.

മകൻനമ്പൂരി ഇല്ലത്തുനിന്ന് ഇറങ്ങീട്ടു നേരെ തെക്കോട്ടാണ് നടന്നത്. ഏതാനും ദിവസംകൊണ്ട് അദ്ദേഹം തിരുവനന്തപുരത്തു ചെന്നു ചേർന്നു. തിരുവനന്തപുരം വേദമോ ശാസ്ത്രമോ സംഗീതമോ സാഹിത്യമോ ചൂതുകളിയോ മദ്യപാനമോ മോഷണമോ എന്ത് വേണമെങ്കിലും പഠിക്കാനും പഠിപ്പിക്കാനും ശീലിക്കാനും പ്രവർത്തിക്കാനും സൗകര്യമുള്ള ഒരു സ്ഥലമാണല്ലോ. മലയാളബ്രാഹ്മണർക്ക് ഇത്രയും സുഖപ്രദമായ

മറ്റൊരു സ്ഥലം കേരളത്തിലുണ്ടോ എന്നതന്നെ സംശയമാണ്. മണ്ഡപത്തിൽ ജപംചാർത്തിച്ചാൽ അതിനു പ്രതിദിനം ഒരു പണംവീതം ദക്ഷിണ നിശ്ചയമാക്കിക്കിട്ടും. പിന്നെ ഭാഗ്യമുണ്ടെങ്കിൽ ഇടയ്ക്കു തിരുവോണം, തിരുനാൾ, ദ്വാദശി, അമാവാസി മുതലായ വിശേഷദിവസങ്ങളിൽ വല്ല ഗോമൂല്യമോ പത്തുമഞ്ഞൂറും ആയിരവും അതിലധികവും പണമുള്ള വലിയ ദാനങ്ങളോ കിട്ടിയേക്കാം. അന്ന് നാടുനീങ്ങിയ സ്വാതിതിരുനാൾ രാമവർമ്മ ഇരുപത്തിരണ്ടാമാണ്ടു മഹാരാജാവുതിരുമനസ്സിലെ കാലമായിരുന്നതിനാൽ വലിയ കൊട്ടാരത്തിൽ വലിയ വലിയ ദാനങ്ങൾ കൂടെക്കൂടെ ഉണ്ടാകുമായിരുന്നു. രണ്ടു നേരവും അഗ്രശാലയിൽ ഭക്ഷണവും കിട്ടുമല്ലോ. ഇതെല്ലാം വിചാരിച്ചായിരിക്കണം പുല്ലങ്കോട്ടു മകൻനമ്പൂരി തിരുവനന്തപുരത്തു ചെന്നു ചേർന്നത്.

അദ്ദേഹം തിരുവനന്തപുരത്തു ചെന്നിട്ടും അദ്ദേഹത്തിന്റെ പതിവിനു യാതൊരു വ്യത്യാസവും വരുത്തിയില്ല. ചീട്ടുകളിയോ പാശി കളിയോ എന്തെങ്കിലും ഒരു കളി പതിവായി നടത്തിക്കൊണ്ടിരുന്നു. ചിലപ്പോൾ കൈവശം പണമിലാതെയും കടം കിട്ടാതെയും വന്നിട്ട് അദ്ദേഹം വളരെ വിഷമിക്കാറുണ്ടായിരുന്നു. അദ്ദേഹമൊരു സരസനും സുമുഖനും സമർത്ഥനുമായിരുന്നതിനാൽ സാമാന്യക്കാരൊക്കെ അദ്ദേഹം ചോദിച്ചാൽ കടം കൊടുക്കുമായിരുന്നു. അദ്ദേഹത്തിന്റെ കൈവശം പണം വരുന്ന സമയം ചെന്നു മുട്ടിക്കൂടിയാൽ കൊടുക്കാനുള്ളതു കുറേശ്ശെ അദ്ദേഹം കൊടുക്കാറുമുണ്ട്. പക്ഷെ അദ്ദേഹത്തിന്റെ കൈവശം പണമുണ്ടായിരിക്കുന്ന സമയം വളരെ ചുരുക്കമായിരിക്കും.

പുല്ലങ്കോട്ടു മകൻനമ്പൂരി തിരുവനന്തപുരത്തു ചെന്ന് ഏതാനും ദിവസം കഴിഞ്ഞപ്പോഴേക്കും അവിടെയുള്ള പുഷ്പാഞ്ജലി സ്വാമിയാരുടെ വലിയ സേവകനായിത്തീർന്നു. അപ്പോൾ മിക്ക ദിവസവും ഊണു സ്വാമിയാർ മഠത്തിൽ തന്നെയായി. മകൻനമ്പൂരി പിന്നെ അധികം അഗ്രശാലയിൽ പോകാറില്ല.

മകൻനമ്പൂരിയുടെ താമസം മിക്കവാറും സ്വാമിയാരു മഠത്തിലായെങ്കിലും അദ്ദേഹം പതിവുള്ള കളി വേണ്ടെന്നുവെച്ചില്ല. അതു മുടങ്ങാതെ നടത്തിക്കൊണ്ടുതന്നെയിരുന്നു. അങ്ങനെയിരുന്നപ്പോൾ സ്വാമിയാരുടെ പെട്ടിയിലിരുന്ന കുറെ പണം കാണാതെയായി. അത് ഈ മകൻ നമ്പൂരി എടുത്തുകൊണ്ടുപോയി പാശികളിച്ചു കളഞ്ഞതാണെന്നു സ്വാമിയാരും മഠത്തിലുണ്ടായിരുന്ന മറ്റെല്ലാവരും ഊഹിക്കാതെയിരുന്നില്ല. എങ്കിലും പ്രത്യക്ഷമായിക്കാണാതെ ഒരു ബ്രാഹ്മണൻ ഒരു കളവു ചെയ്തുവെന്നു പറയുന്നതു യുക്തമല്ലല്ലോ എന്നു വിചാരിച്ച് അതിനെക്കുറിച്ച് ആരുമൊന്നും പറഞ്ഞുമില്ല. സ്വാമിയാർമഠത്തിലുള്ളവർ ഇതിനെക്കുറിച്ചൊന്നും പറഞ്ഞില്ലെങ്കിലും ഈ സംഗതി മഹാരാജാവു തിരുമനസ്സുകൊണ്ടറിയുകയും ഈ നമ്പൂരി മേലാൽസ്വാമിയാരു മഠത്തിൽകയറുന്നതിനനുവദിക്കാതെയിരിക്കുന്നതിനും അദ്ദേഹത്തിന് അഗ്രശാലയിൽ ചോറ് കൊടുക്കാതെയിരിക്കുന്നതിനും കല്പിച്ചു ചട്ടംകെട്ടി. അതുനിമിത്തം നമ്പൂരിക്കു തിരുവനന്തപുരത്തു താമസിച്ചാൽ ഭക്ഷണം കിട്ടാൻ മാർഗ്ഗമില്ലാതെയായിത്തീർന്നു. അതിനാലദ്ദേഹം പിന്നെ അവിടെ താമസിക്കാതെ ശുചീന്ദ്രത്തേക്കു പോയി. അവിടെ നമ്പൂരിക്കു നല്ല തരം കിട്ടി. അദ്ദേഹം അവിടെ എത്തിയപ്പോൾ അവിടെ

കീഴ്ശാന്തിക്ക് ഒരാൾ പോരാതെയായിരിക്കുന്നു. അതിനാൽ കീഴ്ശാന്തിക്കാരനായി താമസിക്കാമോ എന്ന് അദ്ദേഹത്തോട് ചോദിക്കുകയും അദ്ദേഹം സമ്മതിക്കുകയും അദ്ദേഹത്തെ അവിടെ ഒരു കീഴ്ശാന്തിക്കാരനായി നിയമിക്കുകയും ചെയ്തു. അതിനാലദ്ദേഹത്തിനവിടെ ശാന്തിക്കാരുടെ കൂട്ടത്തിൽ സുഖമായി ഭക്ഷണം കഴിക്കുന്നതിനും കുറേശ്ശെ പണം കിട്ടുന്നതിനും തരമായി. എന്നു മാത്രമല്ല , അക്കാലത്ത് അവിടെയുണ്ടായിരുന്ന ശാന്തിക്കാർ മിക്കവാറും ചീട്ടുകളിക്കാരായിരുന്നതിനാൽ അതിനും അദ്ദേഹത്തിനവിടെ ഒട്ടും ബുദ്ധിമുട്ടുണ്ടായില്ല. ക്ഷേത്രത്തിലെ ജോലി കഴിഞ്ഞാൽ പിന്നെ മിക്ക സമയത്തും കളി തന്നെയായിരുന്നു. കളിക്കാൻ കൂട്ടുകാർ ശാന്തിക്കാരും കളിസ്ഥലം ശാന്തിക്കാരുടെ മഠവുമായിരുന്നതിനാൽ വളരെ സൗകര്യമുണ്ടായി. കളിക്കാരെയും കളിസ്ഥലവുമന്വേഷിച്ച് ദൂരെയെങ്ങും പോകേണ്ടല്ലോ.

ഇങ്ങനെയിരുന്ന കാലത്ത് ഒരു ദിവസം രാത്രിയിൽ ക്ഷേത്രത്തിലെ ജോലികളും അത്താഴവും കഴിഞ്ഞു കളിക്കാരെല്ലാവരും ശാന്തിക്കാരുടെ മഠത്തിൽകൂടി മുറയ്ക്കു ചീട്ടുകളി തുടങ്ങി. കുറച്ചു കഴിഞ്ഞപ്പോൾ അതികഠിനമായ കാറ്റും മഴയുമാരംഭിച്ചു. കാറ്റിന്റെ ശക്തികൊണ്ട് വിളക്കു കെട്ടുപോകുമെന്നു തോന്നുകയാൽ വാതിലടച്ചു മുറിക്കകത്തിരുന്നാണ് കളിച്ചത്. അക്കാലത്തു നിലവിളക്ക്, മാടമ്പിവിളക്ക് മുതലായവയല്ലാതെ ചിമ്മിനിയുള്ള വിളക്കുകളധികമുണ്ടായിരുന്നില്ലല്ലോ.

പുല്ലങ്കോട്ടു മകൻനമ്പൂരിക്ക് വെറ്റിലമുറുക്കു കലശലായിട്ടുണ്ടായിരുന്നതിനാൽ അദ്ദേഹം മുറുക്കിക്കൊണ്ടാണ് കളിച്ചിരുന്നത്. കുറച്ചു കഴിഞ്ഞപ്പോൾ അദ്ദേഹത്തിനു തുപ്പാൻ വൈകി. വാതിൽ തുറന്നാൽ വിളക്ക് കേട്ടുപോയെങ്കിലോ എന്നു വിചാരിച്ച് അദ്ദേഹം വളരെനേരം തുപ്പാതെ കഴിച്ചുകൂട്ടി. അങ്ങനെ കുറെ കഴിഞ്ഞപ്പോൾ തുപ്പൽ വായ്ക്കകത്തു നിറയുകയാൽ തുപ്പാതെയിരിക്കാൻ നിവൃത്തിയില്ലാതെയായി. അപ്പോഴേക്കും കാറ്റും മഴയും സ്വല്പം ശമിക്കുകയും ചെയ്തു. ഉടനെ നമ്പൂരി പെട്ടെന്ന് വാതിൽ തുറന്ന് അകത്തുനിന്നുകൊണ്ട് മുറ്റത്തേക്ക് നീട്ടിയൊരു തുപ്പു വെച്ചുകൊടുത്തു. അതു കഴിഞ്ഞപ്പോൾ ആ മുറ്റത്തുനിന്ന് 'ആരാണത് ? ഉണ്ണിയല്ലേ?' എന്നൊരു ചോദ്യം കേട്ടു. മുറ്റത്തു വലിയ ഇരുട്ടായിരുന്നതിനാൽ ഒന്നും കാണാൻ വയ്യായിരുന്നു. എങ്കിലും ശബ്ദം കേട്ടപ്പോൾ സംശയം തോന്നുകയാൽ മകൻനമ്പൂരി പെട്ടെന്നു വിളക്കെടുത്തു കൊണ്ടുചെന്നു നോക്കിയപ്പോൾ അദ്ദേഹം സംശയിച്ചതുപോലെതന്നെ മുറ്റത്തു നിന്നിരുന്നത് അച്ഛൻനമ്പൂരി തന്നെയായിരുന്നു. മകന്റെ തുപ്പലിൽ അച്ഛന്റെ ദേഹം മുഴുവനും മുഴുകിയിരുന്നു.

അച്ഛൻനമ്പൂരി മകനെ അന്വേഷിച്ചു പല സ്ഥലങ്ങളിൽ സഞ്ചരിച്ച് ഒടുവിൽ ഈ ദിക്കിൽ വന്നുചേർന്നപ്പോൾ ഈ മഠത്തിൽ കാണുമെന്ന് ആരോ പറഞ്ഞറിയുകയാൽ ഇങ്ങോട്ടു പുറപ്പെട്ടു. അപ്പോൾ കാറ്റും മഴയും ഇരുട്ടും വരികയാൽ നനഞ്ഞൊലിച്ചും കിടുകിടാ വിറച്ചും തപ്പിത്തടഞ്ഞും ഒരുവിധത്തിൽ ആ മുറ്റത്തു വന്നുചേർന്ന സമയത്തായിരുന്നു മകൻ നീട്ടിപ്പിടിച്ചു തുപ്പിയത്. തുപ്പൽ വായ്ക്കകത്തു നിറച്ചുണ്ടായിരുന്നതിനാൽ അച്ഛൻ നമ്പൂരിയുടെ ദേഹം മുഴുവനും തുപ്പലിൽ കുളിച്ചതുപോലെ ആയിത്തീർന്നു. അതു കണ്ട് മകൻ സാമാന്യത്തിലധികം വിഷണ്ണനായിത്തീർന്നു. അദ്ദേഹം

ക്ഷണത്തിൽപ്പോയി വെള്ളം കോരിക്കൊണ്ടുവന്ന് അച്ഛനെ കുളിപ്പിച്ചു തുവർത്തിച്ച് ഈറൻമാറ്റിച്ചതിന്റെ ശേഷം 'എന്റെ സമസ്താപരാധങ്ങളും അച്ഛൻസദയം ക്ഷമിച്ച് എന്നെ അനുഗ്രഹിക്കണം' എന്നു സഗദ്ഗദം പറഞ്ഞ് പാദത്തിൽവീണു നമസ്കരിച്ചു. വയോ വൃദ്ധനായ അച്ഛൻനമ്പൂരി കരഞ്ഞുകൊണ്ട് മകനെ പിടിച്ചെഴുന്നേല്പിച്ചു മാറിലണച്ചു ഗാഢാശ്ലേഷം ചെയ്തിട്ട്, 'എന്റെ ഉണ്ണി എന്തു ചെയ്താലും എന്റെ പോന്നോമനക്കുട്ടനോട് എനിക്ക് ഒരിക്കലും വിരോധം തോന്നുകയില്ല. എന്റെ തങ്കക്കുട്ടന് ഇനിയെങ്കിലും ഈശ്വരൻ നല്ലതു തോന്നിക്കട്ടെ' എന്നു പറഞ്ഞു തലയിൽ തൊട്ടനുഗ്രഹിച്ചു.

വാർദ്ധക്യംകൊണ്ടും വഴിനടപ്പുകൊണ്ടും വളരെ ക്ഷീണിച്ചിരുന്ന അച്ഛൻനമ്പൂരിക്കു മകൻനമ്പൂരി ശയനോപകരണങ്ങൾകൊട്ടുത്തു വേഗത്തിൽ കിടത്തുകയും അച്ഛൻനമ്പൂരി കിടന്നിട്ടു ക്ഷണത്തിൽ ഉറങ്ങിത്തുടങ്ങുകയും ചെയ്തു. പിന്നെ മകൻനമ്പൂരി യും പോയി കിടന്നു. എങ്കിലും അദ്ദേഹത്തിനു മനോവിചാരങ്ങൾകൊണ്ട് ഉറക്കം വന്നില്ല. അച്ഛൻ അനേകം സത്കർമ്മങ്ങൾ ചെയ്തതിന്റെ ഫലമായിട്ടാണ് താനുണ്ടായതെന്നും അച്ഛനു തന്നെക്കുറിച്ച് അളവറ്റ വാത്സല്യമുണ്ടെന്നും അദ്ദേഹത്തിനറിയാമായിരുന്നു. നടക്കാൻ വയ്യാതെയായിരിക്കുന്ന ഈ വാർദ്ധക്യകാലത്തു തന്നെ അന്വേഷിച്ച് അനേക ദിവസത്തെ വഴി നടന്നു വന്ന അച്ഛന്റെ സ്നേഹാധിക്യത്തെക്കുറിച്ചും അദ്ദേഹം വിചാരിച്ചു. ഇപ്രകാരം ശുദ്ധാത്മാവായിരിക്കുന്ന അച്ഛന്റെ മുഖത്തു മനപ്പൂർവ്വമായിട്ടല്ലെങ്കിലും തുപ്പാനിടയായതിനെക്കുറിച്ചുള്ള വിഷാദവും അദ്ദേഹത്തിനു സാമാന്യമായിട്ടുണ്ടായി. ഉത്തമ ബ്രാഹ്മണകുലത്തിൽ ജനിച്ച താൻ ബ്രാഹ്മണവൃത്തിയെ വിട്ട് കേവലം നീചനെപ്പോലെ ചൂതുകളിയിൽ ഭ്രമിച്ചു നടന്നുപോയതിനെക്കുറിച്ചുള്ള പശ്ചാത്താപവും അദ്ദേഹത്തിനു സാമാന്യ ത്തിലധികമുണ്ടായി. ഇവയെല്ലാം കൊണ്ടുമാണ് അദ്ദേഹത്തിന് ഉറക്കം വരാഞ്ഞത്. കഴിഞ്ഞുപോയ ജീവിതകാലം മുഴുവനും നിഷ്ഫലമായിപ്പോയതിനാൽ ആയുശ്ശേഷത്തെ ഈസ്വരസേവകൊണ്ടുതന്നെ നയിക്കണമെന്ന് അദ്ദേഹം തീർച്ചയാക്കുകയും ചെയ്തു. അപ്പോഴേക്കും നേരം ഏഴര നാഴിക വെളുപ്പായതിനാൽ അദ്ദേഹമെണീറ്റു കുളിക്കാൻപോയി. കുളിയും നിത്യകർമ്മാനുഷ്ഠാനവും കഴിച്ച് അദ്ദേഹം ക്ഷേത്രത്തിൽപ്പോയി ദിവ്യമന്ത്രങ്ങൾജപിച്ച് ഈശ്വരനെ സേവിച്ചുകൊണ്ടിരുന്നു. നേരം വെളുത്തതിന്റെ ശേഷം അച്ഛൻനമ്പൂരിയും കുളിച്ച് നിത്യകർമ്മാദികൾ കഴിച്ചു ക്ഷേത്രത്തിൽ ചെന്നപ്പോൾ മകൻ ഈശ്വരനെ സേവിച്ചുകൊണ്ടിരിക്കുന്നത് കണ്ടു വളരെ സന്തോഷിച്ചു.

ക്ഷേത്രത്തിൽ ഉച്ചപൂജ കഴിച്ചതിന്റെ ശേഷം ശാന്തിക്കാരുടെ കൂട്ടത്തിൽ അച്ഛനും മഹനും ഊണു കഴിച്ചു. പിന്നെ അച്ഛൻനമ്പൂരി മകനെ വിളിച്ച് 'ഉണ്ണീ! നമുക്കിനി വടക്കോട്ടു പോവുകയല്ലേ? നിന്റെ അമ്മ നിന്നെക്കാണാഞ്ഞിട്ടു വളരെ വ്യസനിക്കുന്നുണ്ട്' എന്നു പറഞ്ഞു. അപ്പോൾ മകൻ , 'ഞാനിവിടെ ഇന്നു മുതൽ ഒരു സംവത്സരഭജനം നടത്തണമെന്നു നിശ്ചയിച്ചിരിക്കുകയാണ്. അതു കഴിയാതെ ഇങ്ങോട്ടും പോകാൻ നിവൃത്തിയില്ല' എന്നു പറഞ്ഞു.

അച്ഛൻനമ്പൂരി: ഈശ്വരനെ സേവിക്കുന്നതു നല്ലതുതന്നെ. നിന്റെ അമ്മയുടെ കഥ വിചാരിച്ചിട്ടാണ് ഞാൻ പറഞ്ഞത്. നീ ഇങ്ങനെ

തീർച്ചപ്പെടുത്തിയിരിക്കുകയാണെങ്കിൽ ഒരു കൊല്ലം ഞാനുമിവിടെ താമസിക്കാം. നമുക്കൊരുമിച്ചുതന്നെ വേണം വടക്കോട്ടു പോകാൻ.

മകൻനമ്പൂരി: അച്ഛൻ ഇക്കാര്യത്തിൽ നിർബന്ധം പിടിക്കരുത്. എന്റെ നിശ്ചയത്തെ ഭേദപ്പെടുത്താൻനിവൃത്തിയില്ല. ഒരു കൊല്ലം മുഴുവനും അച്ഛനിവിടെ താമസിച്ച് ബുദ്ധിമുട്ടുന്നതിനെന്താണ്? അച്ഛനെയും കാണാതെയിരുന്നാൽ അമ്മയ്ക്കു വ്യസനമാധികമാവുമല്ലോ. അതിനേക്കാൾ നല്ലത്, അച്ഛൻ ചെന്ന് എന്നെക്കണ്ടുവെന്നും സംവത്സരഭജനം കഴിഞ്ഞാലങ്ങോട്ടു ചെല്ലുമെന്നും മറ്റും പറഞ്ഞ് അമ്മയെ സമാധാനപ്പെടുത്തുകയില്ലയോ? അച്ഛൻ ഉടനെ വടക്കോട്ടു പോവുകയാണ് നല്ലത്. ഇനിയും ഞാൻ യഥാപൂർവ്വം നീചവൃത്തി കൈക്കൊണ്ടേക്കുമെന്ന് അച്ഛൻസംശയിക്കേണ്ട. എന്റെ മനസ്സ് ഈശ്വരസേവയിങ്കൽ ഉറച്ചുപോയി. അത് ഒരിക്കലും ഇളകുന്നതല്ല.

ഇങ്ങനെയൊക്കെപ്പറഞ്ഞു സമ്മതിപ്പിച്ച് അച്ഛനെ ഇല്ലത്തേക്ക് മടക്കി അയച്ചിട്ടു മകൻനമ്പൂരി ഭഗവാനെ സേവിച്ചുകൊണ്ട് ശുചീന്ദ്രത്തുതന്നെ താമസിച്ചു. ഒരുനേരം മാത്രം ഉണ്ടുകൊണ്ടാണ് അദ്ദേഹം ഭജനമാരംഭിച്ചത്. ആറു മാസം കഴിഞ്ഞപ്പോൾ അതും വേണ്ടെന്നുവെച്ചു. നാഴി പാലും രണ്ടോ മൂന്നോ പഴവും മാത്രം ഒരുനേരം കഴിച്ചുകൊണ്ടാണ് പിന്നെ ഭജിച്ചത്.

ഇങ്ങനെ ശുചീന്ദ്രത്ത് ഒരു സംവത്സരത്തെ ഭജനം നിർവ്വഹിച്ചതിന്റെ ശേഷം മകൻനമ്പൂരി തിരുവനന്തപുരത്തേക്ക് പോയി. അവിടെച്ചെന്നു പത്മനാഭസ്വാമി ക്ഷേത്രത്തിൽ ഭജനം തുടങ്ങി. അതു മൗനവ്രതത്തോടുകൂടിയായിരുന്നു. അന്നും ഭക്ഷണം പ്രതിദിനം മദ്ധ്യാഹ്നമാകുമ്പോൾ മാധ്യന്ദിനകർമ്മം കഴിച്ചതിന്റെ ശേഷം നാഴി പാലും രണ്ടോ മൂന്നോ കദളിപ്പഴവും മാത്രമായിരുന്നു. അത് തന്നെ വല്ലവരും കൊണ്ടു ചെന്നു കൊടുത്താൽ കഴിക്കുമെന്നല്ലാതെ വേണമെന്നു നിർബന്ധമില്ലായിരുന്നു.

സ്വാമിയാരുടെ പെട്ടിയിലിരുന്ന പണം തട്ടിയെടുത്തു കൊണ്ടു പോയി പാശി കളിച്ചു കളഞ്ഞു എന്നു കേട്ടപ്പോൾ പെട്ടെന്നുണ്ടായ കോപം നിമിത്തം ആ നമ്പൂതിരിക്ക് അഗ്രശാലയിൽ ചോറ് കൊടുക്കരുതെന്നു കല്പിച്ചു ചട്ടം കെട്ടിയെങ്കിലും പിന്നീട് തിരുമനസ്സിലേക്ക് അതിനെക്കുറിച്ച് പശ്ചാത്താപമുണ്ടായി. ഒരു ബ്രാഹ്മണകുലത്തിൽ ജനിച്ചയാൾ എങ്ങനെയിരുന്നാലും അദ്ദേഹത്തിനു ചോറ് കൊടുക്കരു തെന്നു താൻ വിരോധിച്ചത് വലിയ സാഹസവും കഷ്ടവുമായിപ്പോയി എന്നാണ് പിന്നീട് തിരുമനസ്സിൽ തോന്നിയത്. അദ്ദേഹത്തെ വരുത്തി മനസ്താപം തീർത്തു സന്തോഷിപ്പിക്കണമെന്നും തിരുമനസ്സിൽവിചാരിച്ചു. കാര്യാന്തരങ്ങൾകൊണ്ട് അത് സാധിച്ചില്ലെന്നു മാത്രമേ ഉള്ളൂ. അങ്ങനെ ഇരുന്നപ്പോഴാണ് ആ നമ്പൂതിരി സന്ന്യാസവൃത്തി സ്വീകരിച്ചുക്കൊണ്ട് തിരുവനന്തപുരത്തുവന്നു പത്മനാഭസ്വാമിക്ഷേത്രത്തിൽ ഭജനം തുടങ്ങിയിരിക്കുന്നു എന്നു തിരുമനസ്സിലേക്ക് അറിവുകിട്ടിയത്.

അടുത്തദിവസം കോവിലെഴുന്നുള്ളത്തു സമയത്ത് അദ്ദേഹം ഒറ്റക്കല്ലു മണ്ഡപത്തിൽ കണ്ണുമടച്ചിരുന്നു ജപിക്കുന്നത് കല്പിച്ചു കാണുകയും ചെയ്തു. താപസവേഷത്തെ ധരിച്ചും ബ്രഹ്മതേജസ്സിൽ മുഴുകിയുമിരുന്ന അദ്ദേഹത്തെക്കണ്ടിട്ടു തിരുമനസ്സിലേക്ക് അസാമാന്യമായ ഭക്തിയും ബഹുമാനവും തോന്നി. തിരുമനസ്സുകൊണ്ട് അദ്ദേഹത്തെ സൂക്ഷിച്ചു നോക്കിക്കൊണ്ട്

കുറച്ചു നേരം അവിടെ എഴുന്നള്ളി നിന്നു. അതിനിടയ്ക്കു നമ്പൂതിരി കണ്ണുതുറക്കുകയും തിരുമേനിയെ കാണുകയും സ്വല്പമായി മന്ദസ്മിതം ചൊരിയുകയും ചെയ്തു. ഉടനെ തിരുമനസ്സുകൊണ്ട് മന്ദഹാസത്തോടുകൂടി 'അവിടേക്കു വല്ലതും ആവശ്യമുണ്ടെങ്കിൽ പറയണം. എന്നാൽ കഴിയുന്നതൊക്കെ ചെയ്വാൻ ഞാൻ സന്നദ്ധനാണ്'' എന്നു കല്പിച്ചു. അപ്പോൾ നമ്പൂതിരി, 'എനിക്ക് ആവശ്യമായിട്ടുള്ളത് ഈശ്വരനെ കാണുകയാണ്. വേറെ യാതൊന്നും എനിക്കാവശ്യമില്ല' എന്നു നിലത്തെഴുതിക്കാണിച്ചു. അതു കണ്ടിട്ട് തിരുമനസ്സുകൊണ്ട് 'അതിനു ഞാനൊന്നും ചെയ്യേണ്ടതായിട്ടില്ലല്ലോ' എന്നു കല്പിച്ചിട്ടു കൊട്ടാരത്തിലേയ്ക്കെഴുന്നള്ളി. നമ്പൂരിക്കു പതിവായി നാഴി പാലും മൂന്നു കദളിപ്പഴവും മാത്രമേ ആഹാരമുള്ളു എന്നറിയുകയാൽ പതിവായി മദ്ധ്യാഹ്നമാകുമ്പോൾ അത്രയും പാലും പഴവും ഒറ്റക്കല്ലുമണ്ഡപത്തിൽ കൊണ്ടുചെന്നു വെച്ചുകൊടുക്കുന്നതിന് കല്പിച്ചു ചട്ടംകെട്ടുകയും ഒരു ബ്രാഹ്മണൻ പതിവായി അതു കൊണ്ടുചെന്നു കൊടുക്കുകയും നമ്പൂരി അതെടുത്തു കഴിക്കുകയും ചെയ്തു കൊണ്ടിരുന്നു. നമ്പൂരി ഇപ്രകാരം പത്മനാഭസ്വാമിയെസ്സേവിച്ചുകൊണ്ടിരുന്ന കാലത്ത് ക്ഷേത്രത്തിൽ സ്വാമിദർശനത്തിനായി ചെല്ലുന്നവർ യഥാശക്തി ഒന്നും രണ്ടും നാലും അതിലധികവും പണം വീതം നമ്പൂരിയുടെ മുമ്പിലുംവെച്ചു വന്ദിച്ചിരുന്നു. നമ്പൂരി ആ പണമെല്ലാമെടുത്തു ശേഖരിച്ചു വെച്ചു സ്വാമിയാർ പതിവായി പത്മനാഭസ്വാമിക്കു പുഷ്പാഞ്ജലി കഴിക്കാനായി ക്ഷേത്രത്തിൽച്ചെല്ലുമ്പോൾ അതെടുത്തുകൊണ്ടു പൊയ്ക്കൊള്ളുവാൻ കൈകൊണ്ടു ആംഗ്യം കാണിക്കുകയും സ്വാമിയാർ എടുത്തുകൊണ്ടുപോകുകയും പതിവായി. അങ്ങനെ സ്വാമിയാർക്കു മുമ്പു കാണാതെപോയ സംഖ്യ കഴിഞ്ഞു പത്തിരട്ടി അധികമായിട്ടും നമ്പൂരി ആ പതിവിനെ ഭേദപ്പെടുത്തിയില്ല. നമ്പൂരിക്കു പതിവായി വളരെ പണം കിട്ടുകയും കിട്ടുന്നതെല്ലാം സ്വാമിയാർക്കു കൊടുക്കുകയും ചെയ്തു കൊണ്ടിരുന്നു. അങ്ങനെ ഒരു സംവത്സരം കഴിഞ്ഞപ്പോൾ നമ്പൂരി ഭജനവും മൗനവ്രതവും മതിയാക്കീട്ടു സ്വാമിയാരുമഠത്തിൽച്ചെന്നു സ്വാമിയാരെക്കണ്ടു നമസ്കരിച്ചിട്ട് സന്ന്യാസം കൊടുക്കണമെന്നപേക്ഷിച്ചു. അപ്പോൾ സ്വാമിയാർ 'അങ്ങേക്കു സന്ന്യാസം തരുവാൻ തക്കവണ്ണം യോഗ്യത എനിക്കില്ല. തപശ്ശക്തികൊണ്ടും ഈശ്വരഭക്തി കൊണ്ടും അങ്ങ് എന്നെ അതിശയിച്ചിരിക്കുന്നു. അതിനാൽ ഇക്കാര്യം എന്നെക്കാൾ യോഗ്യതയുള്ളവരുടെ അടുക്കൽ അപേക്ഷിക്കേണ്ടതാണ്'' എന്നു പറഞ്ഞു. ഉടനെ നമ്പൂരി 'അവിടുന്ന് ഇങ്ങനെ അരുളിച്ചെയ്യുന്നത് സങ്കടമാണ്. അവിടുത്തേ ഞാൻ എന്റെ ശ്രീഗുരുക്കളായി മനസ്സുകൊണ്ടു സ്വീകരിച്ചു കഴിഞ്ഞിരിക്കുന്നു. ഇനി ഞാൻ ഇക്കാര്യത്തിനായി മറ്റൊരാളുടെ അടുക്കൽ അപേക്ഷിക്കണമെന്നു വിചാരിക്കുന്നില്ല' എന്നു പറഞ്ഞു നിർബന്ധപൂർവ്വം മുട്ടിക്കുടുകയാൽ ഒടുക്കം സ്വാമിയാർ സമ്മതിച്ചു നമ്പൂരിക്കു യഥാവിധി സന്ന്യാസം കൊടുത്തു. അപ്പോൾ മുതൽ അദ്ദേഹത്തിനു 'പുല്ലങ്കോട്ടു മകൻനമ്പൂരി ' എന്നുണ്ടായിരുന്ന പേരു പോയി 'പുല്ലങ്കോട്ടു സ്വാമിയാർ' എന്നു നാമം സിദ്ധിച്ചു.

അനന്തരം പുല്ലങ്കോട്ടു സ്വാമിയാർ തന്റെ ശ്രീഗുരുക്കളായി പുഷ്പാഞ്ജലി സ്വാമിയാരെ വന്ദിച്ച് അനുവാദം വാങ്ങിക്കൊണ്ടു അവിടെ നിന്നു പോയി. പൂർവ്വാശ്രമമായ പുല്ലങ്കോട്ടില്ലത്തെത്തി മാതാപിതാക്കന്മാരെ കണ്ടു താൻ സന്ന്യസിച്ചിരിക്കുന്നുവെന്നും ഗംഗാസ്നാനത്തിനു പോവുകയാണെന്നുമുള്ള

വിവരം അറിയിച്ചു. അപ്പോൾ അച്ഛൻ നമ്പൂരി 'ഇനി ഞങ്ങളിവിടെ താമസിക്കുന്നതെന്തിനാണ്? കുടുംബം നാമാവശേഷമാകുക എന്നുള്ളത് ഇപ്പോൾത്തന്നെ കഴിഞ്ഞിരിക്കുന്നു. ഞങ്ങൾ ഇവിടെക്കിടന്നു മരിച്ചാൽ ശേഷക്രിയ ചെയ്യാനും ആരുമില്ലല്ലോ. അതിനാൽ ഞങ്ങളും ഗംഗാസ്നാനത്തിനു തന്നെ പോരികയാണ്'' എന്നു പറയുകയും സ്വാമിയാർ അതു പൂർണ്ണമായി സമ്മതിക്കുകയും ചെയ്തു.

അവർ മൂന്നുപേരും കൂടി സ്വദേശത്തുനിന്നു പുറപ്പെട്ടു യഥാക്രമം കാശിയിലെത്തി. മുറയ്ക്കു ഗംഗാസ്നാനവും വിശ്വനാഥദർശനവും നടത്തിക്കൊണ്ടു സസുഖം അവിടെ താമസിച്ചു. അങ്ങനെ കുറച്ചുകാലം കഴിഞ്ഞപ്പോൾ അച്ഛൻ നമ്പൂരിയും തദനന്തരം അദ്ദേഹത്തിന്റെ ധർമ്മപത്നിയും കാലധർമ്മത്തെ പ്രാപിക്കുകയും അവരുടെ മൃതശരീരം സ്വാമിയാർ ചില ബ്രാഹ്മണരെക്കൊണ്ടെടുപ്പിച്ചു ഗംഗയിലിടുവിക്കുകയും ചെയ്തു. പിന്നെ യഥാകാലം സ്വാമിയാരും സ്വർഗ്ഗാരോഹണം ചെയ്തു. പുല്ലങ്കോട്ട് അച്ഛൻ നമ്പൂരി തന്റെ സഹധർമ്മചാരിണി ഗർഭം ധരിച്ചിരുന്ന കാലത്തു വെണ്ണ മുതലായവ ജപിച്ചും പലരെക്കൊണ്ടു ജപിപ്പിച്ചും കൊടുത്തതുകൊണ്ടാണല്ലോ ഒടുക്കം അദ്ദേഹത്തിന്റെ പുത്രൻ സദ്വൃത്തനും സന്യാസിയുമായിത്തീർന്നത്. അതിനാൽ ദിവ്യമന്ത്രങ്ങളുടെ ശക്തി എപ്പോഴെങ്കിലും ഫലിക്കുമെന്നുതന്നെ വിശ്വസിക്കാം.

●

പനച്ചിക്കാട്ടു സരസ്വതി

പനച്ചിക്കാടെന്നു പറയപ്പെടുന്നത് ഉത്തരതിരുവിതാംകൂറിൽ കോട്ടയം താലൂക്കിൽ ചേർന്നതും കാടമുറി ഗ്രാമത്തിലുൾപ്പെട്ടതുമായ ഒരു പ്രദേശമാണ്. അവിടെയുള്ള കിഴപ്പുറത്തു നമ്പൂരിയുടെ ഇല്ലത്തു പണ്ടൊരു കാലത്ത് (കൊല്ലവർഷം ആറാം ശതാബ്ദത്തിലെന്നാണ് കേൾവി) ഒരു നമ്പൂരിയും അദ്ദേഹത്തിന്റെ ധർമ്മപത്നിയും മാത്രമായിത്തീർന്നു. നമ്പൂരിക്ക് ഷഷ്ടിപൂർത്തി കഴിഞ്ഞിട്ടും പുരുഷസന്താനമുണ്ടായില്ല. അതിനാൽ നമ്പൂരി 'അപുത്രസ്യോ കുതോ മുക്തിഃ' എന്നു വിചാരിച്ചു വിഷാദിച്ചു ഗംഗാസ്നാനത്തിനായിപ്പുറപ്പെട്ടു. അങ്ങനെ പോയ വഴിക്ക് അദ്ദേഹം മൂകാംബിയിൽ ചെന്നു ചേരുകയും അവിടെ ഏതാനും ദിവസം ഭഗവതിയെ ഭജിച്ചിട്ടു പോകാമെന്നു നിശ്ചയിച്ചു ഭജനമാരംഭിക്കുകയും ചെയ്തു.

നമ്പൂരി ദൃഢഭക്തിയോടുകൂടി ഒരു സംവത്സരം ഭജിച്ചു. അതിനിടയ്ക്ക് ഒരുദിവസം രാത്രിയിൽ അദ്ദേഹം കിടന്ന് ഉറങ്ങിയിരുന്നപ്പോൾ സർവ്വാംഗസുന്ദരിയായ ഒരു സ്ത്രീ അദ്ദേഹത്തിന്റെ അടുക്കൽച്ചെന്ന് 'അങ്ങ് ഇനി ഗംഗാസ്നാനം ചെയ്താലും, അങ്ങേക്ക് ഈ ജന്മത്തിൽ സന്തതികളുണ്ടാവുക അസാദ്ധ്യമാണ്. അതിനാൽ അതിനായി കഷ്ടപ്പെടണമെന്നില്ല. നാളെത്തന്നെ സ്വദേശത്തേക്കു മടങ്ങിപ്പൊയ്ക്കൊള്ളൂ. അങ്ങയുടെ ഇല്ലത്തിനടുത്തുള്ള കരുനാട്ടില്ലത്ത് ഇപ്പോൾ ഒരന്തർജ്ജനത്തിനു ഗർഭമുണ്ടായിട്ടുണ്ട്. അവിടെച്ചെന്ന് ആ ഇല്ലത്തെ ഗൃഹസ്ഥനോട് അദ്ദേഹത്തിന്റെ അന്തർജ്ജനം പ്രസവിച്ചു രണ്ടുണ്ണികളുണ്ടാകുമെന്നും അതിലൊരുണ്ണിയെ അങ്ങേക്കു തരണമെന്നും പറയുക. അദ്ദേഹം സമ്മതിച്ചു സസന്തോഷം ഒരുണ്ണിയെ അങ്ങേക്കു തരും. ആ ഉണ്ണിയെ മുലകുടി മാറിയാലുടനെ വാങ്ങി അങ്ങയുടെ ഔരസപുത്രനെപ്പോലെ വളർത്തുകയും ചൌളം, ഉപനയനം മുതലായവ യഥാകാലം നടത്തുകയും ആ പുത്രനെക്കൊണ്ട് കാലമാകുമ്പോൾ വിവാഹം ചെയ്യിക്കുകയും വേണം. അദ്ദേഹത്തിനു പത്തു പുത്രന്മാരുണ്ടാകും. പിന്നെ എന്നും അങ്ങയുടെ ഇല്ലത്തു പുരുഷന്മാർ പത്തുപേരിൽ കുറയാതെ ഉണ്ടായിരിക്കും. അങ്ങ് ഒട്ടും സംശയിക്കേണ്ട. സകല കാര്യങ്ങളും സാധിപ്പിച്ചു തരുന്നതിനായി ഞാനും അങ്ങയുടെ കൂടെപ്പോരാം' എന്നു പറഞ്ഞതായി തോന്നി. ഉടനെ അദ്ദേഹമുണർന്നു കണ്ണു തുറന്നുനോക്കീട്ട് അവിടെയെങ്ങും ആരെയും കണ്ടില്ല. എങ്കിലും ഇതു മൂകാംബികാദേവിയുടെ അരുളപ്പാടാണെന്നു വിശ്വസിച്ച് നമ്പൂരി പിറ്റേ ദിവസം തന്നെ രാവിലെ കുളിച്ച് ദേവിയെ വന്ദിച്ചിട്ട് ഊണും കഴിച്ച് മടങ്ങിപ്പോന്നു.

അദ്ദേഹം സ്വദേശത്തെത്തിയ ക്ഷണത്തിൽത്തന്നെ കരുനാട്ടില്ലത്തു

ചെന്ന് അവിടത്തെ ഗൃഹസ്ഥൻ നമ്പൂരിയെക്കണ്ട് അദ്ദേഹത്തിന്റെ അന്തർജ്ജനത്തിനു ഗർഭമുണ്ടെന്നും ആ അന്തർജ്ജനം ഇരട്ട പ്രസവിച്ചു രണ്ടുണ്ണികളുണ്ടാകുമെന്നും അതിലൊരുണ്ണിയെ തനിക്കു തരണമെന്നും പറഞ്ഞു. അവിടെ അപ്പോൾ അന്തർജ്ജനത്തിനു ഗർഭമുണ്ടോ ഇല്ലയോ എന്നു സംശയിച്ചിരിക്കുകയായിരുന്നു. കിഴപ്പുറത്തു നമ്പൂരിയുടെ വാക്കു കേട്ടപ്പോൾ കരുനാട്ടു നമ്പൂരി ഏറ്റവും സന്തോഷിക്കുകയും രണ്ടുണ്ണികൾ ഒരുമിച്ചുണ്ടാകുന്നപക്ഷം ഒരുണ്ണിയെ കൊടുത്തേക്കാമെന്നു സമ്മതിക്കുകയും ചെയ്തു.

അനന്തരം കിഴപ്പുറത്തു നമ്പൂരി കുളിച്ചു ക്ഷേത്രത്തിൽ ചെന്നു സ്വാമിദർശനം കഴിച്ചിട്ട് ഇല്ലത്തേക്കു പോകാമെന്നു വിചാരിച്ചു കുളിക്കാൻ പോയി. അവിടെ ആ ദേശത്തുള്ള ചില നമ്പൂരിമാരുടെ വകയായി പണ്ടേ തന്നെയുള്ള വിഷ്ണുക്ഷേത്രത്തിന്റെ തെക്കുവശത്തു സ്വല്പം കിഴക്കോട്ടുമാറിയുള്ള കുളത്തിലാണ് കിഴപ്പുറത്തു നമ്പൂരി കുളിക്കാൻ പോയത്. നമ്പൂരി തന്റെ കയ്യിലുണ്ടായിരുന്ന ഓലക്കുട കുളത്തിന്റെ പടിഞ്ഞാറേ കരയിൽ വെച്ചിട്ട് കുളത്തിലിറങ്ങി കുളിച്ചു. കുളി കഴിഞ്ഞ് വന്ന് അദ്ദേഹം കുടയെടുക്കുവാൻ നോക്കിയപ്പോൾ കുട നിലത്തുനിന്ന് ഇളകാത്തവിധത്തിൽ അവിടെ ഉറച്ചുപോയിരുന്നു. 'ഇതെന്തൊരത്ഭുതം!' എന്നു വിചാരിച്ച് അദ്ദേഹം ഇതികർത്തവ്യതാമൂഢനായി അങ്ങനെ അവിടെ നിന്ന സമയം എവിടെനിന്നോ ഒരു ദിവ്യപുരുഷൻ അവിടെ ചെന്ന് അദ്ദേഹത്തോട് 'മൂകാംബികാദേവി അങ്ങയുടെ കൂടെപ്പോന്ന് ഈ കുടയിൽ ഇളകൊണ്ടിരിക്കുകയാണ്. ദേവിയെ ഈ കുടയിൽ നിന്ന് ആവാഹിച്ച് ഒരു വിഗ്രഹത്തിന്മേലാക്കി കുടിയിരുത്തിയാലല്ലാതെ കുട ഇവിടെനിന്ന് ഇളകിപ്പോകയില്ല. ഈ കുളത്തിന്റെ പടിഞ്ഞാറുഭാഗത്തുള്ള മലയുടെ മുകളിൽ സ്വല്പം തെക്കുമാറി കാട്ടിനകത്ത് ഒരു ശിലാവിഗ്രഹം കിടക്കുന്നുണ്ട്. അതെടുത്തുകൊണ്ടുവന്ന് ദേവിയെ അതിന്മേലാവാഹിച്ചു കുടിയിരുത്തിയാൽ മതി. എന്നാൽ ആ വിഗ്രഹം പണ്ട് ഈ വനത്തിൽ തപസ്സുചെയ്തു താമസിച്ചിരുന്ന ചില ദിവ്യന്മാർ വെച്ചു പൂജിച്ചിരുന്നതാകയാൽ ആ ബിംബത്തിങ്കൽ പൂജ കഴിക്കുവാൻ തക്കവണ്ണം തപശ്ശക്തിയുള്ളവർ ഇപ്പോൾ ഭൂലോകത്തിലുണ്ടെന്നു തോന്നുന്നില്ല. അതിനാൽ ആ ബിംബത്തിന്മേൽ ദേവിയെ ആവാഹിച്ച് ഇവിടെ കിഴക്കോട്ട് ദർശനമായി കുടിയിരുത്തുക മാത്രം ചെയ്താൽ മതി. പതിവായി പൂജിക്കുന്നതിന് ആ ബിംബത്തിന്റെ നേരേ പടിഞ്ഞാട്ടു ദർശനമായി ഒരു അർച്ചനാബിംബംകൂടി സ്ഥാപിച്ചുകൊള്ളണം. പൂജാനിവേദ്യാദികളെല്ലാം ആ അർച്ചനാബിംബത്തിങ്കൽ മാത്രം മതി. മറ്റേ ബിംബത്തിങ്കൽ വന്ദിക്കുകയും ചെയ്താൽ മതി. ഇങ്ങനെയൊക്കെ ചെയ്താൽ ദേവി പ്രസാദിക്കും. എന്നാൽ കാട്ടിൽ കിടക്കുന്ന ആ ബിംബം എടുത്തുകൊണ്ടുപോരുന്നതിനു സ്വല്പമൊരു പ്രതിബന്ധമുണ്ട്. അതും പറഞ്ഞേക്കാം. ആ ബിംബത്തിനു കാവലായി അവിടെ ഒരു യക്ഷിയുടെ വാസമുണ്ട്. ആ യക്ഷിയെ സന്തോഷിപ്പിച്ചു സമ്മതിപ്പിക്കാതെ ബിംബമെടുത്തുകൊണ്ടുപോന്നാൽ ആ യക്ഷി എന്തെങ്കിലും ആപത്തുണ്ടാക്കിത്തീർക്കും. എന്നാൽ ആ യക്ഷിയെ പ്രസാദിപ്പിക്കാൻ വലിയ പ്രയാസമൊന്നുമില്ല. കുറച്ചു തരിപ്പണ(വറപൊടി)വും ശർക്കരയും ഒരു കരിക്കും കൂടി കൊണ്ടുപോയി ഒരു നിവേദ്യം കഴിച്ചാൽ മതി. പിന്നെ യാതൊരുപദ്രവുമുണ്ടാവുകയുമില്ല' എന്നു പറഞ്ഞിട്ട് ആ

ദിവ്യൻ അപ്പോൾത്തന്നെ മറയുകയും ചെയ്തു.

പിന്നെ കിഴപ്പുറത്തു നമ്പൂരി ആ ദിവ്യൻ പറഞ്ഞതുപോലെയെല്ലാം ചെയ്യുകയും അവിടെ സരസ്വതീദേവിയുടെ സാന്നിദ്ധ്യവും ചൈതന്യവും വേണ്ടതുപോലെ ഉണ്ടായിത്തീരുകയും അപ്പോൾ നമ്പൂരിയുടെ ഓലക്കട വെച്ച സ്ഥലത്തുനിന്ന് എടുക്കാറാവുകയും ചെയ്തു. ഇപ്രകാരമാണ് പനച്ചിക്കാട്ടു സരസ്വതിയുടെ ആഗമം. അവിടെ ദേവിയെ ആവാഹിച്ച് ആദ്യം കുടിയിരുത്തിയ ബിംബത്തിനു മാത്രമേ സ്വരൂപം കാണുന്നുള്ളൂ. അർച്ചനാബിംബമായി സ്ഥാപിച്ചിരുന്നത് മൈൽകുറ്റി (നാഴികക്കല്ല്) പോലെയുള്ള ഒരു ശില മാത്രമാണ്. ഈ ബിംബങ്ങൾ സ്ഥാപിച്ചിരിക്കുന്ന സ്ഥലത്തു ചുറ്റും മതിലുണ്ടെന്നല്ലാതെ മേൽപ്പുരയും മറ്റുമില്ല. ആ സ്ഥലത്തിന്റെ നാലുപുറവും ഉയർന്ന സ്ഥലങ്ങളാകയാൽ അവിടെ ചെന്നു നോക്കിയാൽ സരസ്വതീദേവിയിരിക്കുന്നത് ഒരു കുളത്തിലാണെന്നു തോന്നും. തെക്കും പടിഞ്ഞാറുമുള്ള മലകളിൽനിന്നു സദാ വെള്ളം ഊറിക്കൊണ്ടിരിക്കുന്നതിനാൽ ദേവിയെ കുടിയിരുത്തിയിരിക്കുന്ന സ്ഥലത്തു വെള്ളമില്ലാത്ത കാലം ചുരുക്കമാണ്. ബിംബത്തിന്റെ പീഠത്തിന്മേൽനിന്നു മുളച്ച കാടും വള്ളികളും പടർന്നുപിടിച്ചു വന്നിട്ടു മിക്കപ്പോഴും ബിംബം സ്പഷ്ടമായിക്കാണാൻ വയ്യാതെയുമിരിക്കും. അവിടെച്ചെന്നുനോക്കിയാൽ ആകപ്പാടെ അവിടം ഒരു പുണ്യസ്ഥലമാണെന്ന് ആർക്കും തോന്നുകയും കേവലം നാസ്തികന്മാർക്കു പോലും ഈശ്വരഭക്തി മനസ്സിൽ അങ്കുരിക്കുകയും ചെയ്യുമെന്നുള്ളത് നിശ്ചയമാണ്.

അവിടെ ദേവിക്കു രാവിലെ അഭിഷേകം കഴിഞ്ഞാലുടനേയുള്ള നിവേദ്യം ത്രിമധുരമാണ് പതിവ്. ആ വകയ്ക്കും പതിവായി മുന്നാഴി അരി പൂജാനിവേദ്യം വകയ്ക്കും ആദ്യം തന്നെ കിഴപ്പുറത്തു നമ്പൂരി വകവെച്ചിട്ടുണ്ട്. ആ വകയ്ക്കായി നിശ്ചയിച്ചിട്ടുള്ള വസ്തുവിൽനിന്നുള്ള ആദായംകൊണ്ട് അത് ഇപ്പോഴും പതിവായി നടന്നുവരുന്നുണ്ട്. ഇതുകൂടാതെ പതിവായി എന്നും ത്രിമധുരനിവേദ്യം നടത്തുന്നതിന് അനേകമാളുകൾ ദേവസ്വത്തിൽ ഏൽപ്പിച്ചിട്ടുള്ള മുതലിന്റെ പലിശ കൊണ്ടും അനേകം ത്രിമധുരനിവേദ്യം അവിടെ പതിവായി നടന്നുവരുന്നുണ്ട്. ഇവിടെ ദ്വാദശി തോറും ഒരു പന്തിരുനാഴി (പന്ത്രണ്ടേ കാലിടങ്ങഴി) അരി വെച്ചു ദേവിക്കു നിവേദ്യം കഴിച്ച് അതിനു വേണ്ടുന്ന വിഭവങ്ങളോടുകൂടി വിളമ്പിക്കൊടുത്തു ബ്രാഹ്മണഭോജനം നടത്തുക പതിവാണ്. ഇപ്രകാരം തന്നെ നവരാത്രികാലത്തു പ്രതിദിനം ഇരുപത്തഞ്ചേകാലിടങ്ങഴി അരിവീതം വെച്ചു ദേവിക്കു നിവേദിച്ചു ബ്രാഹ്മണർ മുതലായ ഭജനക്കാർക്കു വിളമ്പിക്കൊടുത്ത് ഊട്ടുകയും പതിവാണ്. ഈ രണ്ട് ഊട്ടുകളും കോട്ടയം താലൂക്കിൽച്ചേർന്ന ചാന്നാനിക്കാട്ടു ദേശത്തുള്ള 'കേളപ്പ' വീട്ടുകാരുടെ വകയായിട്ടാണ് നടന്നുവരുന്നത്. ഇതുകൾക്കു വേണ്ടുന്ന മുതൽ ആ വീട്ടുകാർ വസ്തുക്കളിന്മേൽ സ്ഥാപിച്ചു ദേവസ്വത്തിലേൽപ്പിച്ചിരിക്കുകയാണ്. ഇങ്ങനെ അനേകം പേർ ദേവസ്വത്തിൽ മുതലേൽപ്പിച്ചു പലയടിയന്തിരങ്ങൾ ഇവിടെ പതിവായി നടത്തിപ്പോരുന്നുണ്ട്.

973ാം ആണ്ടു നാടുനീങ്ങിയ കാർത്തികതിരുനാൾ രാമവർമ്മമഹാരാജാവു തിരുമനസ്സുകൊണ്ട് ഈ സ്ഥലത്തിന്റെയും ദേവിയുടെയും മാഹാത്മ്യത്തെക്കുറിച്ചു കേട്ടറിയുകയാൽ ഒരിക്കലവിടെ എഴുന്നള്ളുകയുണ്ടായി. ദർശനത്തിനായി നടയിൽ എഴുന്നള്ളിയ സമയം സരസ്വതീദേവിക്ക്

അഞ്ചിഴയിലുള്ള ഒരു ശരപ്പൊളിമാലയും വിഷ്ണുവിനു സ്വർണ്ണം കെട്ടിയ ഒരു പവിഴമാലയും കല്പിച്ചു നടയ്ക്കൽ വെയ്ക്കുകയും സരസ്വതിക്ക് പ്രതിദിനം ആറിടങ്ങഴി പാൽകൊണ്ട് പഞ്ചസാരപ്പായസം വെച്ചു നിവേദിച്ചു ബ്രാഹ്മണർക്കു വിളമ്പിയൂട്ടുന്നതിനും വിഷ്ണുവിനു പ്രതിദിനം ഇരുനാഴിയരികൊണ്ടു കൂട്ടുപായസവും ഇരുനാഴിയരികൊണ്ടു വെള്ളനിവേദ്യവും വെച്ചുനിവേദിക്കുന്നതിനും കൂട്ടുപായസം ബ്രാഹ്മണർക്കു വിളമ്പിയൂട്ടുന്നതിനും വെള്ളനിവേദ്യച്ചോറു ബ്രാഹ്മണരുണ്ണുന്ന ഇലയെടുത്തു തളിക്കുന്ന കഴകക്കാർക്കു കൊടുക്കുന്നതിനും കൽപ്പിച്ച് ഏർപ്പാട് ചെയ്തു. കൽപ്പിച്ചു നിശ്ചയിച്ച ഈ പതിവുകൾ ദേവസ്വക്കാർ കോട്ടയം താലൂക്കിൽനിന്നും പണം കെട്ടി വാങ്ങി ഇപ്പോഴും നടത്തിവരുന്നുണ്ടെന്നുമാത്രമല്ല, അന്നു കല്പിച്ചു നടയ്ക്കുവെച്ച മാലകൾ ഇപ്പോഴുമവിടെ കാണുന്നുമുണ്ട്.

കിഴപ്പുറത്തു നമ്പൂരിയോടു മൂകാംബികാദേവി അരുളിച്ചെയ്തതുപോലെ കരുനാട്ടില്ലത്തെ അന്തർജ്ജനം ഇരട്ട പ്രസവിച്ചു രണ്ടുണ്ണികളുണ്ടാവുകയും ആ ഉണ്ണികളുടെ അച്ഛനായ നമ്പൂരി മുമ്പു സമ്മതിച്ചിരുന്നതുപോലെ ഒരുണ്ണിയെ കിഴപ്പുറത്തു നമ്പൂരിക്കു കൊടുക്കുകയും കിഴപ്പുറത്തു നമ്പൂരി ആ ഉണ്ണിയെ ഉപനയനം, സമാവർത്തനം മുതലായവ കഴിച്ചു തന്റെ പുത്രനാക്കി വളർത്തിക്കൊണ്ടുവരികയും യഥാകാലം അദ്ദേഹത്തെക്കൊണ്ടു വിവാഹം കഴിപ്പിക്കുകയും അതിൽ അദ്ദേഹത്തിനു മുറയ്ക്കു പത്തു പുത്രന്മാരുണ്ടാവുകയും ചെയ്തു. അക്കാലം മുതൽ കിഴപ്പുറത്തില്ലത്തു പത്തുപേരിൽ കുറയാതെ പുരുഷന്മാരുണ്ടായിരിക്കുക പതിവാണ്. ഇപ്പോൾ ആ ഇല്ലത്തു കുട്ടികളുൾപ്പെടെ പതിനാലു പുരുഷന്മാരുണ്ടെന്നാണറിയുന്നത്. ആ ഇല്ലക്കാരിപ്പോഴും ദേവിയെ ഭക്തിയോടുകൂടി സേവിച്ചു പോരുന്നതുകൊണ്ട് അവിടെ ഇനിയും പുരുഷസന്താനങ്ങൾ വർദ്ധിച്ചുവരാനല്ലാതെ കുറഞ്ഞുപോകാൻ കാരണം കാണുന്നില്ല.

പനച്ചിക്കാട്ടു സരസ്വതീദേവിയെ ഭക്തിപൂർവ്വം ഭജിക്കുന്നവർക്കു സകലാഭീഷ്ടങ്ങളും സിദ്ധിക്കുമെന്നുള്ളതു തീർച്ചയാണ്. അതിനാലിവിടെ നവരാത്രിക്കാലത്തും മറ്റും ഭജനത്തിനായി പ്രതിവത്സരം അസംഖ്യമാളുകൾ വരുന്നുണ്ട്. അവിടെ എത്ര ഭജിച്ചാലും ഫലം സിദ്ധിക്കുമെന്നുള്ളതിനു സംശയമില്ല. എങ്കിലും നവരാത്രിയുൾപ്പെടെ പന്ത്രണ്ടു ദിവസം വീതം മൂന്നുകൊല്ലം അടുപ്പിച്ചു മുടങ്ങാതെ ഭജിക്കുകയാണ് വിശേഷം. അങ്ങനെ മൂന്നുകൊല്ലം പന്ത്രണ്ടു ദിവസം വീതം മുടങ്ങാതെ ഭജിക്കാൻ സാധിക്കുന്നവർക്കു സകലാഭീഷ്ടങ്ങളും സിദ്ധിക്കുമെന്നുള്ളതിനു യാതൊരു സംശയവുമില്ല. പക്ഷേ അതു സാധിക്കുന്നതു മിക്കവാറും അസാധ്യമാണ്. അവിടെ ഭജിക്കുന്നവരിൽ നൂറ്റിന് അഞ്ചുവീതമാളുകൾക്കുപോലും വിചാരിക്കുന്നിടത്തോളം ദിവസം ഭജനം നിർവിഘ്നമായി നടത്താൻ സാധിക്കാറില്ല. പന്ത്രണ്ടു ദിവസമെന്നു വിചാരിച്ചു ഭജനം തുടങ്ങിയാൽ അഞ്ചോ ആറോ ദിവസം കഴിയുമ്പോൾ മുടങ്ങും. അങ്ങനെയാണു പ്രായേണ പതിവ്. പുരുഷപ്രായമായവരാണു ഭജിക്കുന്നതെങ്കിൽ രാത്രിയിൽ കിടന്നുറങ്ങുമ്പോൾ സ്വപ്നം കണ്ടു ശരീരം ശുദ്ധം മാറും. കുട്ടികളാണെങ്കിൽ പനിയോ മറ്റോ ബാധിച്ച് കുളിക്കാൻ വയ്യാതെയാകും. ഇങ്ങനെയൊക്കെയാണ് കണ്ടുവരുന്നത്. സ്വപ്നം കാണിച്ച് ശരീരം ശുദ്ധം മാറ്റുന്നത് അവിടെയുള്ള യക്ഷിയാണ്. അവിടെ അടുത്തുള്ള മലയിൽ ഒരു യക്ഷിയുടെ വാസമുണ്ടെന്ന് മുമ്പു പറഞ്ഞിട്ടുണ്ടല്ലോ. ദേവിയുടെ

വിഗ്രഹം കാത്തുകൊണ്ട് മലയിൽ വസിച്ചിരുന്ന ആ യക്ഷി സർവ്വാംഗസു ന്ദരിയായ ഒരു സ്ത്രീയുടെ വേഷമായി വന്നാണ ഭജനത്തിന വിഘ്നമുണ്ടാക്കി ത്തീർക്കുന്നത്. അതിനാൽ അവിടെ ഭജനത്തിനായി ചെല്ലുന്നവർ ആദ്യം തന്നെ ആ യക്ഷിക്ക് ഒരു വറനിവേദ്യം കഴിപ്പിച്ചിട്ടാണ് ഭജനം തുടങ്ങുക പതിവ്. എന്നാലും മനസ്സിനു നല്ല ധൈര്യവും ദേവിയെക്കുറിച്ചു നല്ലപോലെ ഭയഭക്തിവിശ്വാസവുമുള്ളവർക്കു മാത്രമേ അവിടെ ഭജനം നിർവിഘ്നമായി നടത്താൻ സാധിക്കയുള്ളൂ. അങ്ങനെ സാധിച്ചിട്ടുള്ള ചില ഭക്തന്മാർ സംഗീതത്തിലും സാഹിത്യത്തിലും അതിവിദഗ്ദ്ധന്മാരും പ്രസിദ്ധന്മാരുമായിത്തീരുകയും മറ്റു ചില ഉദ്ദിഷ്ടകാര്യങ്ങൾ സാധിക്കുകയും ചെയ്തിട്ടുണ്ട്. ഇപ്പോഴും ചിലർ ആ ദേവിയെ ഭക്തിവിശ്വാസങ്ങളോടുകൂടി ഭജിച്ച് അഭീഷ്ടങ്ങൾ ലഭിച്ചുപോരുന്നുമുണ്ട്. അതിനാൽ ദേവിയുടെ ചൈതന്യവും സാന്നിദ്ധ്യവും ഇപ്പോഴും അവിടെ ഒട്ടും കുറഞ്ഞിട്ടില്ലെന്നുതന്നെ വിശ്വസിക്കാം.

ഇന്ദുകാന്താനനേ! ദേവി! തിന്ദുകാരണ്യവാസിനി!
എന്നുമെൻ നാവിൽ വന്നമ്മേ! നിന്നു നർത്തനമാടുക!

●

കോലത്തിരിയും സാമൂതിരിയും

പണ്ടൊരിക്കൽ കോലസ്വരൂപത്തിങ്കൽ രാജാവ് കോഴിക്കോട്ടു സാമൂതിരിരാജാവിനെ കാണാനായി വന്നിരുന്നു. അന്നു രണ്ടുപേർക്കും രാജ്യാധിപത്യമുള്ള കാലമാണ്. തമ്മിൽ കണ്ടാൽ രണ്ടുപേരും പുറമേ ഭംഗിക്കു വളരെ സ്നേഹം ഭാവിക്കുകയും പരസ്പരം അങ്ങോട്ടുമിങ്ങോട്ടും പോവുകയും വരികയുമൊക്കെ പതിവുണ്ടായിരുന്നു. എങ്കിലും ഉള്ളിൽ പരസ്പരം മത്സരവും ആക്ഷേപവും ധാരാളമായിരുന്നു. കോലസ്വരൂപത്തിങ്കൽ രാജാവ് ഇങ്ങോട്ടു വന്നിരിക്കുന്ന സ്ഥിതിക്ക് വേണ്ടതുപോലെ സത്ക്കരിക്കാഞ്ഞാൽ ലൗകികത്തിനു പോരല്ലോ എന്നു വിചാരിച്ച് അദ്ദേഹത്തെ സാമൂതിരിരാജാവ് യഥായോഗ്യം സത്കരിച്ചു. ഊണു കഴിഞ്ഞു രണ്ടുപേരുംകൂടി സൈ്വരസല്ലാപം ചെയ്തുകൊണ്ടിരിക്കുമ്പോൾ കോലസ്വരൂപത്തിങ്കൽ രാജാവ് അകത്ത് നിരൂപിച്ചുകൊണ്ടു നേരംപോക്കെന്ന ഭാവത്തിൽ 'സാമൂരി കുത്തുമോ?' എന്നു ചോദിച്ചു. (സാമൂതിരി എന്നുള്ളത് ലോപിച്ച 'സാമൂരി' എന്നും പറയാറുണ്ടല്ലോ). സാമൂരി എന്നാൽ ഒരു മാതിരി മൂരി (കാള) എന്നുള്ള അർഥത്തിലാണ് കോലസ്വരൂപത്തിങ്കൽ രാജാവ് ചോദിച്ചത്. ഇതുകേട്ട് സാമൂതിരിപ്പാട് ' കോലത്തിരി കത്തുമോ?' എന്ന് അങ്ങോട്ടും ചോദിച്ചു. കോലസ്വരൂപത്തിങ്കൽ രാജാവിനെ 'കോലത്തിരി' എന്നും പറയാറുണ്ടല്ലോ. ഇതു കേട്ട് കോലസ്വരൂപത്തിങ്കൽ രാജാവ് 'കോലത്തിരി ചിലപ്പോൾ കത്തിയേക്കും, സൂക്ഷിക്കണം' എന്നു പറഞ്ഞു. അപ്പോൾ സാമൂതിരിപ്പാട് 'കോലത്തിരി കത്തിയാൽ സാമൂരി കുത്തുകയും ചെയ്യും' എന്നു പറഞ്ഞു. ഇങ്ങനെ അനേകം നേരമ്പോക്കുകളും പറഞ്ഞുരസിച്ചിരുന്നതിന്റെ ശേഷം കോലസ്വരൂപത്തിങ്കൽ രാജാവ് സന്തോഷഭാവത്തിൽ പോവുകയും ചെയ്തു.

പിന്നെ വളരെക്കാലം കഴിഞ്ഞതിന്റെ ശേഷം കോലസ്വരൂപത്തിങ്കൽ രാജാവ് വിശേഷമാതിരിയിൽ പണികഴിപ്പിച്ചിട്ടുള്ള ഒരു പെട്ടി താക്കോലോടുകൂടി ഒരു ഭൃത്യൻ വശം സാമൂതിരിപ്പാട്ടിലേക്കു കൊടുത്തയച്ചു. ആ പെട്ടിക്കകത്തു വെടിമരുന്നു നിറച്ചിരുന്നതുകൂടാതെ പെട്ടി തുറന്നാലുടനെ വെടിമരുന്നിനു തീപിടിച്ചു പെട്ടി തുറക്കുന്ന ആളുടെ മുഖവും ദേഹവുമെല്ലാം കത്തിപ്പോകത്തക്കവണ്ണം ഒരു സൂത്രവും പറ്റിച്ചിരുന്നു. 'കോലത്തിരി കത്തുമോ?' എന്നു സാമൂതിരിപ്പാടു മുമ്പു ചോദിച്ചിരുന്നതിനു ഒന്നു കത്തിക്കണമെന്നുള്ള വിചാരത്തോടുകൂടിയാണ് ഈ ചതി പ്രയോഗിച്ചതെന്ന് പറയേണ്ടതില്ലല്ലോ. ഭൃത്യൻ പെട്ടി താക്കോലോടുകൂടി സാമൂതിരിപ്പാട്ടിലെ അടുക്കൽ കൊണ്ടുചെന്നു കൊടുത്ത്, കോലസ്വരൂപത്തിങ്കൽ രാജാവിന്റെ

സമ്മാനമാണെന്നുള്ള വിവരം അറിയിച്ചു. ഇതു കേട്ടപ്പോൾ സാമൂതിരിപ്പാട്, 'ഇപ്പോൾ കോലത്തിരിരാജാവ് നമുക്കൊരു സമ്മാനം അയച്ചുതരാനുള്ള സംഗതി എന്തായിരിക്കും? ഇതെന്തെങ്കിലും ചതിയായിരിക്കാനേയിടയുള്ളൂ. 'കോലത്തിരി കത്തുമോ' എന്നു നാം ചോദിച്ചതിനും 'ചിലപ്പോൾ കത്തിയേക്കും, സൂക്ഷിക്കണം' എന്നാണല്ലോ മറുപടി പറഞ്ഞിട്ടുള്ളത്. അതിനാൽ ഈ പെട്ടിക്കകത്ത് എന്തെങ്കിലും കത്തുന്ന സാധനമായിരിക്കണം. അതുകൊണ്ട് ഈ പെട്ടി വെള്ളത്തിൽ മുക്കീട്ടു വേണം തുറക്കാൻ. അല്ലെങ്കിൽ അബദ്ധം പറ്റിയേക്കും' എന്നു വിചാരിച്ച് പെട്ടി വെള്ളത്തിൽ മുക്കിയെടുത്തു കൊണ്ടുവരുവാൻ തന്റെ ഭൃത്യന്മാരോടു കല്പിച്ചു. ഭൃത്യന്മാർ പെട്ടിയെടുത്തു കൊണ്ടുപോയി മുക്കിക്കൊണ്ടുവന്നു. സാമൂതിരിപ്പാട് പെട്ടി തുറന്നു. പെട്ടിക്കകത്ത് വെള്ളംകേറി വെടിമരുന്നെല്ലാം നനഞ്ഞുപോയതിനാൽ തീ കത്തുകയും അബദ്ധം പറ്റുകയുമൊന്നുമുണ്ടായില്ല. ഈ സംഗതികളെല്ലാം കോലത്തിരി രാജാവിന്റെ ഭൃത്യന്മാർ തിരിച്ചുചെന്ന് അദ്ദേഹത്തിന്റെ അടുക്കൽ അറിയിക്കുകയും ചെയ്തു. തന്റെ പ്രയോഗം പറ്റിയില്ലല്ലോ എന്നു വിചാരിച്ചു കോലത്തിരിരാജാവിനു വളരെ കുണ്ഠിതമുണ്ടായി എന്നുള്ളതു പറയേണ്ടതില്ലല്ലോ.

പിന്നെ കുറച്ചുകാലം കഴിഞ്ഞതിന്റെശേഷം സാമൂതിരിപ്പാടും മേൽപ്രകാരം ഒരു പെട്ടി തന്റെ ഭൃത്യന്മാർ മുഖാന്തരം കോലത്തിരിരാജാവിനു സമ്മാനമായി കൊടുത്തയച്ചു. ആ പെട്ടി കോലത്തിരി രാജാവിന്റെ അടുക്കൽ എത്തിയപ്പോൾ അദ്ദേഹം, 'നാമങ്ങോട്ടു ചെയ്തതിനു പകരം ഇതും ഒരു ചതിപ്രയോഗമായിരിക്കണം. നാം കൊടുത്തയച്ച പെട്ടി സാമൂതിരി വെള്ളത്തിൽ മുക്കിയിട്ടാണല്ലോ തുറന്നത്. അതുപോലെ ഈ പെട്ടിയും വെള്ളത്തിൽ മുക്കിയിട്ടുവേണം തുറക്കാൻ. അല്ലെങ്കിൽ വല്ല അബദ്ധവും പറ്റിയേക്കും' എന്നിങ്ങനെ വിചാരിച്ചു പെട്ടി വെള്ളത്തിൽ മുക്കി തുറന്നു നോക്കിയപ്പോൾ അതിൽ നിറയെ കടന്നൽക്കൂടുകളായിരുന്നു നിറച്ചിരുന്നത്. പെട്ടിക്കകത്തു വെള്ളം കേറിയപ്പോഴേക്കും കടന്നലുകൾ അതികോപത്തോടുകൂടി ഇളകിവശായി. ആ സമയത്താണ് കോലത്തിരി രാജാവു പെട്ടി തുറന്നത്. പിന്നത്തെക്കഥ പറയണമെന്നില്ലല്ലോ. കടന്നലുകളുടെ കുത്തുകൊണ്ടു കോലത്തിരിരാജാവിനു നിവൃത്തിയില്ലാതെയായി. അദ്ദേഹം ഇതിലധികം വിഷമിക്കേണ്ടതില്ല. അനേകമാളുകൾകൂടി കടന്നലുകളെ അടിച്ചും തീവെച്ചും ചുട്ടും മറ്റും നശിപ്പിച്ച് രാജാവിന്റെ പ്രാണനെ രക്ഷിച്ചു എന്നു പറഞ്ഞാൽ മതിയല്ലോ.

വില്വമംഗലത്തു സ്വാമിയാർ 1

ഈശ്വരന്മാരെ മാംസചക്ഷുസ്സുകൊണ്ടു കാണാമായിരുന്ന ദിവ്യനായ വില്വമംഗലത്തു സ്വാമിയാരെക്കുറിച്ചു കേട്ടിട്ടില്ലാത്തവർ കേരളീയരിൽ അധികംപേരുണ്ടായിരിക്കുമെന്നു തോന്നുന്നില്ല. ഈ സ്വാമിയാർ നിമിത്തം കേരളത്തിൽ അനേകം ക്ഷേത്രങ്ങളും ഏർപ്പാടുകളും ഉണ്ടായിട്ടുണ്ട്. അവയെക്കുറിച്ച് കേട്ടിട്ടില്ലാത്തവരും ചിലർ ഉണ്ടായിരിക്കാം. അങ്ങനെയുള്ളവരുടെ അറിവിലേക്കായി ഇവിടെ അറിവു കിട്ടീട്ടുള്ള ചില സംഗതികൾ പറഞ്ഞുകൊള്ളുന്നു.

ഒരിക്കൽ ഒരു വൃശ്ചികമാസത്തിൽ കാർത്തികനാൾ വില്വമംഗലത്തു സ്വാമിയാർ തൃശ്ശിവപേരൂർ വടക്കുന്നാഥക്ഷേത്രത്തിൽ ദർശനത്തിനായിട്ടു ചെന്ന സമയം ഭഗവാനെ ശ്രീകോവിലിനകത്തു കാണാനില്ലായിരുന്നു. ഭഗവാനെ കാണാതെ വന്ദിക്കുന്നതെങ്ങനെയെന്നു വിചാരിച്ചു സ്വാമിയാർ ഉടനെ ക്ഷേത്രത്തിൽ നിന്നു പുറത്തിറങ്ങി പ്രദക്ഷിണത്തിനായി ചെന്നപ്പോൾ ഭഗവാൻ തെക്കേ മതിലിന്മേൽ കേറി തെക്കോട്ടു തിരിഞ്ഞിരിക്കുന്നതായി കണ്ടു. ഉടനെ സ്വാമിയാർ അവിടെച്ചെന്നു വന്ദിച്ചിട്ട് 'ഇതെന്താണ് ഇവിടെ എഴുന്നെള്ളിയിരിക്കുന്നത്?' എന്നു ചോദിച്ചു. അപ്പോൾ ഭഗവാൻ 'നമ്മുടെ പ്രിയതമയായ 'കുമാരനല്ലൂർ കാർത്ത്യായനി' കുളിയും കഴിഞ്ഞു വരുന്ന ആഡംബരവും ആഘോഷവും കാണുന്നതിനായിട്ടിവിടെ വന്നിരുന്നതാണ്' എന്നരുളിച്ചെയ്തു. (ഉത്സവത്തിന്റെ അവസാനദിവസം എല്ലാ സ്ഥലങ്ങളിലുമുള്ളതുപോലെ ആറാട്ടു രാത്രിയിലാണെങ്കിലും കുമാരനല്ലൂരുത്സവത്തിൽ എല്ലാ ദിവസവും രാവിലെ ഒരാറാട്ടും ആറാട്ടു കഴിഞ്ഞു കേമമായിട്ടുള്ള എഴുന്നള്ളത്തും പതിവുണ്ട്. അതിന്റെ പ്രാധ്യാന്യവും കേമത്തവും ഒമ്പതാമുത്സവദിവസമായ കാർത്തികനാൾ അധികമുണ്ട്). അന്നു മുതൽ ആണ്ടുതോറും വൃശ്ചികമാസത്തിൽ കാർത്തികനാൾ തൃശ്ശിവപേരൂർ വടക്കുന്നാഥന് രാവിലെ ഒരു പൂജ തെക്കേ മതിലിന്മേൽ വെച്ചു പതിവായി. ആണ്ടുതോറും ഭഗവാൻ കാർത്തികനാൾ കുമാരനല്ലൂർ ഭഗവതിയുടെ എഴുന്നള്ളത്തു കാണുന്നതിനായിട്ട് ആ മതിലിന്മേൽ എഴുന്നള്ളിയിരിക്കുമെന്നാണ് സങ്കല്പം. ഈ സംഗതി ജനങ്ങൾ അറിയുന്നതിനും മറ്റും കാരണഭൂതൻ ഈ സ്വാമിയാരാണെന്നു വിശേഷിച്ചു പറയണമെന്നില്ലല്ലോ.

ഒരഷ്ടമിനാൾ വില്വമംഗലത്തു സ്വാമിയാർ വൈക്കത്തുക്ഷേത്രത്തിൽ ദർശനത്തിനായി ചെന്ന സമയം അമ്പലത്തിനകത്തു നിറച്ചു ബ്രാഹ്മണർ ഊണു കഴിച്ചുകൊണ്ടിരിക്കുകയായിരുന്നു. എങ്കിലും സ്വാമിയാർ അകത്തുകടന്നു നടയിൽ ചെന്നപ്പോൾ ഭഗവാനെ ശ്രീകോവിലിനകത്തു

കാൺമാനില്ലായിരുന്നു. ഇതെന്താണിങ്ങനെ വരാൻ എന്നു വിചാരിച്ചുകൊണ്ടു സ്വാമിയാർ അമ്പലത്തിലെല്ലാം സൂക്ഷിച്ചു നോക്കിയപ്പോൾ ഭഗവാൻ ഒരു വൃദ്ധബ്രാഹ്മണന്റെ വേഷമായിട്ടു വടക്കേ ചുറ്റമ്പലത്തിൽ ഒരു തൂണിന്റെ ചുവട്ടിലിരുന്നു സദ്യയുണ്ണുന്നതായി കണ്ടു. ഭഗവാൻ വേഷപ്രച്ഛന്നനായിരുന്നുവെങ്കിലും സ്വാമിയാർ ദിവ്യനായിരുന്നതുകൊണ്ട് കണ്ടമാത്രയിൽത്തന്നെ അദ്ദേഹത്തിനു മനസ്സിലായി. ഉടനെ സ്വാമിയാർ അവിടെ ചെന്നു ഭഗവാനെ വന്ദിക്കുകയും വിവരം ജനങ്ങളെ ധരിപ്പിക്കുകയും ചെയ്തു. അന്നു മുതൽ വൈക്കത്തു ക്ഷേത്രത്തിൽ സദ്യയുള്ള ദിവസങ്ങളിലെല്ലാം ആ തൂണിന്റെ അടുക്കൽ ഭഗവാനെന്നു സങ്കല്പിച്ച് ഒരില വച്ചു സകല വിഭവങ്ങളും വിളമ്പുക പതിവാകുകയും വൈക്കത്തഷ്ടമിക്കു വടക്കേച്ചുറ്റിലിരുന്ന് ഊണു കഴിക്കുക വളരെ മുഖ്യമായിട്ടുള്ളതാണെന്ന് ബ്രാഹ്മണർക്ക് ഒരു വിശ്വാസം ജനിക്കുകയും ചെയ്തു.

ഇപ്രകാരം തന്നെ വില്വമംഗലത്തു സ്വാമിയാർ സ്വാമിദർശനത്തിനായി ഒരുത്സവകാലത്ത് അമ്പലപ്പുഴെച്ചെല്ലുകയുണ്ടായി. അവിടെയും സ്വാമിയാർ അമ്പലത്തിൽ ചെന്നപ്പോൾ ഭഗവാൻ ശ്രീകോവിലിന്നകത്തില്ലായിരുന്നു. സ്വാമിയാർ പ്രദക്ഷിണമായി ചെന്നപ്പോൾ ഭഗവാൻ ഒരു പട്ടരുടെ വേഷമായിട്ടു നാടകശാലയിൽ മാരാരുടെ സദ്യയ്ക്കു വിളമ്പിക്കൊണ്ടു നിൽക്കുന്നതായി കണ്ടു. ഉടനെ സ്വാമിയാർ അവിടെച്ചെന്നു വന്ദിച്ചിട്ട്, 'ഇവിടെ വയ്ക്കാനും വിളമ്പാനുമൊക്കെ ധാരാളമാളുകളുണ്ടല്ലോ. പിന്നെ അവിടുന്നുകൂടി ഇങ്ങനെ കഷ്ടപ്പെടുന്നതെന്തിനാണ്?' എന്നു ചോദിച്ചു. അപ്പോൾ ഭഗവാൻ 'ഇവർ (മാരാന്മാർ) നമ്മുടെ ഉത്സവം ഭംഗിയാക്കാനായിട്ടു വളരെ അദ്ധ്വാനം ചെയ്യുന്നവരാണ്. ഇവർക്കു തൃപ്തിയാകുംവണ്ണം ഭക്ഷണംകൊടുക്കുകയെന്നത് നമുക്കു വളരെ സന്തോഷകരമായിട്ടുള്ളതാണ്. ആണ്ടുതോറും ഇവരുടെ സദ്യയ്ക്കു വിളമ്പുവാൻ നാംകൂടെ വരിക പതിവുണ്ട്'' എന്നരുളിച്ചെയ്തു. അന്നു മുതൽക്കാണ് അമ്പലപ്പുഴയുത്സവത്തിൽ നാടകശാലയിൽ മാരാന്മാരുടെ സദ്യയ്ക്ക് ഇത്ര പ്രാധാന്യം സിദ്ധിച്ചത്. മാരാന്മാരുടെ സദ്യസമയത്ത് ഭഗവാൻ അവിടെ എഴുന്നള്ളുന്നുണ്ടെന്നുതന്നെയാണ് ഇപ്പോഴുമുള്ള വിശ്വാസം. ഇങ്ങനെ വില്വമംഗലത്ത് സ്വാമിയാരെ സംബന്ധിച്ച് അനേകം കഥകളുണ്ട്. തിരുവനന്തപുരം തിരുവാർപ്പ് മുതലായ ക്ഷേത്രങ്ങൾ ഉണ്ടാകുവാനുള്ള കാരണം തന്നെ വില്വമംഗലത്ത് സ്വാമിയാരാണെന്ന് അവിടങ്ങളിലെ സ്ഥലപുരാണങ്ങൾകൊണ്ട് പ്രസിദ്ധമാണല്ലോ. ചേർത്തല കാർത്ത്യായനിയും വില്വമംഗലത്തു സ്വാമിയാരുടെ പ്രതിഷ്ഠയാണെന്നാണ് കേട്ടിരിക്കുന്നത്. ഒരിക്കൽ സ്വാമിയാർ എവിടെയോ പോകുന്നതിനായി കരമാർഗം ചേർത്തലവഴി പുറപ്പെട്ടു. അങ്ങനെ പോകുമ്പോൾ അവിടെ ഒരു വനപ്രദേശത്ത് ഏഴു കന്യകമാർ കുളിച്ചുകൊണ്ടിരിക്കുന്നതായി കണ്ടു. ഈ കന്യകമാരെ കണ്ടപ്പോൾത്തന്നെ ഇവർ കേവലം മാനുഷികളല്ലെന്നും ദിവ്യസ്ത്രീകളാണെന്നും തോന്നുകയാൽ സ്വാമിയാർ അടുത്തുചെന്നു. ഉടനെ അവർ ഏഴുപേരും അവിടെ നിന്ന് ഓടിത്തുടങ്ങി. സ്വാമിയാരും പിന്നാലെ ഓടി. കന്യകമാർ ഏഴുപേരും ഓടിച്ചെന്ന് ഓരോകുളത്തിൽ ചാടി. സ്വാമിയാരും പിന്നാലെ ചാടി. ഓരോരുത്തരെ പിടിച്ച് ഓരോ സ്ഥലത്തിരുത്തി. ഒടുക്കം ഏഴാമത്തെ കന്യക ചാടിയത് ഒരു ചേറുള്ള കുളത്തിലായിരുന്നതിനാൽ ആ കന്യകയുടെ തലയിലൊക്കെ ചേറായി. ആ കന്യകയെ സ്വാമിയാർ

പിടിച്ചിട്ടു ചെല്ലാതെ കുറെ ബലംപിടിച്ചു നിന്നു. ഒടുക്കം സ്വാമിയാർ 'എടീ ചേറ്റിൽത്തലയായോളേ! പു.........ടീ ഇവിടെ ഇരിക്ക്'' എന്നു പറഞ്ഞുകൊണ്ട് ആ കന്യകയെയും പിടിച്ചുകേറ്റി അവിടെയിരുത്തി. ചേറ്റിൽ തലയായതുകൊണ്ട് 'ചേർത്തല ഭഗവതി' എന്ന് ആ ഭഗവതിക്കും 'ചേർത്തല' എന്ന് ആ ദേശത്തിനും നാമം സിദ്ധിച്ചു. ഇങ്ങനെ വില്വമംഗലത്തു സ്വാമിയാരാൽ പ്രതിഷ്ഠിക്കപ്പെട്ട ഏഴു ഭഗവതികൾ ഉണ്ടായിത്തീരുകയും ചെയ്തു. അതിൽ ഏഴാമതായി പ്രതിഷ്ഠിക്കപ്പെട്ട ദേവിയാണ് പ്രസിദ്ധപ്പെട്ട സാക്ഷാൽ ചേർത്തല കാർത്ത്യായനി. പ്രതിഷ്ഠാസമയത്ത് സ്വാമിയാർ പുംശ്ചലി (പു.......ടി) എന്ന അസഭ്യവാക്കു പറഞ്ഞുകൊണ്ട് പ്രതിഷ്ഠിച്ചതിനാലാണ് ഇന്നും ആ ദേവിക്ക് അസഭ്യങ്ങളായ പാട്ടുകളും ശകാരങ്ങളുമൊക്കെ സന്തോഷകരങ്ങളായിരിക്കുന്നത്. ചേർത്തല പൂരത്തിന്റെ പാട്ടുകൾ പ്രസിദ്ധങ്ങളാണല്ലോ.

ഇങ്ങനെ വില്വമംഗലത്തു സ്വാമിയാരുടെ അത്ഭുതകർമ്മങ്ങളും അദ്ദേഹത്തെ സംബന്ധിച്ച കഥകളും വളരെയുണ്ട്. ഇവയെല്ലാം വാസ്തവത്തിൽ നടന്നവയാണെങ്കിൽ ഈ കഥകൾക്കെല്ലാം വിഷയീഭൂതനായ സ്വാമിയാർ ഒരാൾ തന്നെയല്ലെന്നോ അനേകം വില്വമംഗലത്തു സ്വാമിയാരന്മാരുണ്ടായിരുന്നു എന്നോ അഥവാ ഒരാൾ തന്നെ ആയിരുന്നു എങ്കിൽ അദ്ദേഹത്തിന്റെ ജീവിതകാലം ഒരു മനുഷ്യായുഷ്കാലത്തിൽ വളരെ കൂടുതലായിരുന്നു എന്നോ വിചാരിക്കേണ്ടിയിരിക്കുന്നു. എന്തെന്നാൽ, തിരുവനന്തപുരം, തിരുവാർപ്പ്, ഏറ്റുമാനൂർ, ചേർത്തല മുതലായ സ്ഥലങ്ങളിലായി അനേകം ക്ഷേത്രങ്ങൾ ഉണ്ടാകുന്നതിനു കാരണഭൂതൻ ഈ ഒരു സ്വാമിയാർ ആയിരിക്കണമെങ്കിൽ ഈ ക്ഷേത്രങ്ങളെല്ലാം ഉണ്ടായ കാലങ്ങൾക്ക് ഏറിയാൽ ഒരു നൂറു കൊല്ലത്തിലധികം അന്തരം വരാൻ പാടില്ലല്ലോ . അപ്രകാരം തന്നെ തുഞ്ചത്തെഴുത്തച്ഛൻ, തലക്കുളത്തൂർ ഭട്ടതിരി മുതലായ അനേകം മഹാന്മാരുടെ കാലത്തെല്ലാം വില്വമംഗലത്തു സ്വാമിയാരും ഉണ്ടായിരുന്നതായി അനേകം കഥകളുണ്ട്. ഇവയും വാസ്തവമായിരിക്കണമെങ്കിൽ ഈ മഹാന്മാരുടെ ജീവിതകാലവും ഏകദേശം ഒന്നായിരിക്കണമല്ലോ. ചരിത്രപ്രകാരം കാലങ്ങൾക്കു വളരെ അന്തരമുള്ളതായിട്ടാണ് കാണുന്നത്. ഇതിന്റെ വാസ്തവം അറിവുള്ളവർ വല്ല പത്രം മുഖേനയും പ്രസ്താവിച്ചാൽ കൊള്ളാം.

●

സ്വാതിതിരുനാൾ മഹാരാജാവുതിരുമനസ്സുകൊണ്ട്

കൊല്ലം 1004ാംആണ്ടുമുതൽ 1022ാംആണ്ടുവരെ അനിതരസാധാരണമായ സാമർത്ഥ്യത്തോടും നീതിയോടും കൂടി തിരുവിതാംകൂർ രാജ്യം യഥായോഗ്യം ഭരിച്ചിരുന്ന മഹാനും സംഗീതസാഹിത്യസാഗരപാരഗനും ശൂരനും ധീരനും കുശാഗ്രബുദ്ധിയും ഗർഭശ്രീമാനുമായിരുന്ന സ്വാതി തിരുനാൾ മഹാരാജാവു തിരുമനസ്സിലെക്കുറിച്ചു കേട്ടിട്ടില്ലാത്തവർ കേരള രാജ്യങ്ങളിലെന്നല്ല, പരദേശങ്ങളിൽപ്പോലും അധികമുണ്ടായിരിക്കയില്ല. ഈ തിരുമനസ്സുകൊണ്ട് അവതാരം ചെയ്തരുളിയത് 988ാംആണ്ടു മേടമാസത്തിലാണ്.

988ാംആണ്ട് ബാലരാമവർമ്മ മഹാരാജാവു തിരുമനസ്സുകൊണ്ടു നാടുനീങ്ങിയതിനോടുകൂടി തിരുവിതാംകൂർ മഹാരാജവംശത്തിൽ ആൺവഴിത്തമ്പുരാക്കൻമാരാരുമില്ലാതെയായിത്തീരുകയും തന്നിമിത്തം അന്ന് പെൺവഴിത്തമ്പുരാക്കൻമാരിൽ മൂപ്പായിരുന്ന ലക്ഷ്മി മഹാരാജ്ഞി അക്കാലംമുതൽ രാജ്യം ഭരിച്ചുതുടങ്ങുകയും ആ മഹാരാജ്ഞി 990ാം ആണ്ടു നാടുനീങ്ങിപ്പോവുകയാൽ അക്കാലംമുതൽ തത്സഹോദരിയായ പാർവ്വതീമഹാരാജ്ഞി നാടുവാഴുകയും ചെയ്തിട്ടുള്ളതു ചരിത്രപ്രസിദ്ധമാണല്ലോ. അതിനാൽ സ്വാതിതിരുനാൾ മഹാരാജാവ് തിരുമനസ്സുകൊണ്ട് തിരുവവതാരം ചെയ്തതുതന്നെ രാജ്യാധിപതിയായിട്ടാണ്. അതിനാലാണ് ആ തിരുമേനിയെ എല്ലാവരും 'ഗർഭശ്രീമാൻ' എന്നു പറഞ്ഞുവന്നിരുന്നത്. ഈ തിരുമനസ്സുകൊണ്ട് തിരുവവതാരം ചെയ്തതിന്റേശേഷം മേല്പറഞ്ഞ മഹാരാജ്ഞികൾ രാജ്യം ഭരിച്ചിരുന്നത് ഈ തിരുമനസ്സിലെ പ്രാതിനിധ്യത്തോടുകൂടിയായിരുന്നുവെന്നുള്ളതു വിശേഷിച്ചു പറയണമെന്നില്ലല്ലോ. 1004ാംആണ്ട് തിരുമനസ്സിലേക്കു പതിനാറു തിരുവയസ്സാവുകയും തിരുമാടമ്പു കഴിയുകയും ചെയ്യുകയാൽ അക്കാലം മുതൽ തിരുമനസ്സുകൊണ്ടു രാജ്യഭരണം ആരംഭിച്ചു. പുരുഷപ്രായം തികയുന്നതിനു പതിനെട്ടു വയസ്സാകണമെന്നേ അക്കാലത്ത് നിർബന്ധമുണ്ടായിരുന്നുള്ളൂ. പതിനാറു വയസ്സായാൽ രാജ്യഭരണമാരംഭിക്കാമെന്നായിരുന്നു ഇവിടുത്തെ ചട്ടം. കീഴ്നടപ്പും അങ്ങനെയായിരുന്നു. ബാലരാമവർമ്മ മഹാരാജാവു തിരുമനസ്സുകൊണ്ട് 73ാംആണ്ട് രാജ്യഭരണമാരംഭിച്ചപ്പോൾ അവിടേക്കു പതിനാറു വയസ്സുമാത്രമേ ആയിരുന്നുള്ളുവല്ലോ. അതിനാൽ ബുദ്ധി സാമർത്ഥ്യവും തന്റേടവും ഭരണശക്തിയുമുള്ള ഈ തിരുമനസ്സുകൊണ്ടു പതിനാറാമത്തെ തിരുവയസ്സിൽ രാജ്യഭരണമാരംഭിച്ചത് അഭൂതപൂർവ്വവും അത്ഭുതവുമായ ഒരു

കാര്യമല്ല. ഈ തിരുമനസ്സുകൊണ്ടു ബുദ്ധിയും നീതിയും കാര്യഗ്രഹണശക്തിയും താൻ നിശ്ചയിക്കുന്ന കാര്യം അപ്രകാരം തന്നെ നടക്കണമെന്നു നിർസ്ഥവുമുള്ള ആളാണെന്നുള്ളതിലേക്ക് അവിടുത്തെ ബാല്യത്തിൽത്തന്നെ അനേകം ദൃഷ്ടാന്തങ്ങളുണ്ടായിട്ടുണ്ട്. യാഗം കഴിഞ്ഞ് സോമയാജി (ചോമാതിരി) ആകുന്നവർക്ക് തിരുവിതാംകൂർ മഹാരാജകുടുംബത്തിൽ തിരുബലി മുതലായ അടിയന്തിരങ്ങൾക്കു കൊല്ലംതോറും ഓരോ പണക്കിഴിവീതം കൊടുക്കുക പതിവുണ്ട്. ഈ ദാനത്തിനു 'കർമ്മിത്താനം' എന്നാണ് പേര് പറഞ്ഞു വരുന്നത്. കിഴിയിൽ ഒരുനൂറ്റൊന്നു പണം വീതമാണ് പതിവ്. അങ്ങനെയുള്ള കിഴി നാലും അഞ്ചും അതിലധികവും പതിവുള്ള ചോമാതിരിമാരും ചിലപ്പോൾ ഉണ്ടായേക്കും. ഒരു ചോമാതിരി മരിച്ചാൽ ആ വിവരം മഹാരാജാവുതിരുമനസ്സിലെ അടുക്കൽ ആദ്യം ചെന്നറിയിക്കുന്ന ചോമാതിരിക്കു മരിച്ച ചോമാതിരിക്കു പതിവുള്ള കിഴികൂടി പേരിൽപ്പതിച്ചു കൊടുക്കും. എന്നാൽ വിവരം തിരുമനസ്സറിയിക്കുന്നതു ചോമാതിരി തന്നെ വേണമെന്നു നിർബന്ധമില്ല. ചോമാതിരിയുടെ ഇല്ലത്തുള്ളവരിൽ ആരെങ്കിലുമായാൽ മതി. തിരുമുമ്പാകെച്ചെന്ന്, 'ഇന്ന ഇല്ലത്തെ ഇന്ന ചോമാതിരി മരിച്ചുപോയി. അദ്ദേഹത്തിന്റെ പേരിലുള്ള താനം എന്റെ ഇല്ലത്തെ ഇന്ന ചോമാതിരിയുടെ പേരിൽ പതിച്ചുതരുന്നതിന് കല്പനയുണ്ടാകണം' എന്നാണ് പറയേണ്ടത്. ഇങ്ങനെ പറയുന്നതിന് 'വീഴിലം പറയുക' എന്നാണ് പറഞ്ഞുവരുന്നത്. വീഴില്ലം പറയുന്നതിന് തിരുമനസ്സിലെ സന്നിധിയിൽ ചെല്ലുന്നതിനു സമയം നോക്കേണ്ടാ. ഏതു സമയത്തും ചെന്നു പറയാമെന്നാണ് വെയ്പ്. പള്ളിയറയിൽ പള്ളിക്കുറുപ്പായിക്കിടക്കുന്ന സമയത്തു വാതിൽ മുട്ടിവിളിച്ചുണർത്തിപ്പറയുന്നതിനും വിരോധമില്ല.

ഒരിക്കൽ ഒരു ചോമാതിരി മരിച്ചിട്ടു വീഴില്ലം പറയാനായി വേറെ രണ്ടില്ലത്തുള്ള ചോമാതിരിയുടെ ഇല്ലങ്ങളിൽനിന്നു രണ്ടു നമ്പൂതിരിമാർ പുറപ്പെട്ടു. രണ്ടുപേരും ഒരേ സമയത്തുതന്നെ കരുപ്പടന്നെ വന്നെത്തി. രണ്ടുപേരും ഉടനെ രണ്ടു വള്ളങ്ങളിലായിക്കയറി ഒരുമിച്ചു പുറപ്പെട്ടു. അക്കാലങ്ങളിൽ കരുപ്പടന്നക്കടവിൽ സദാ വള്ളവുമായി വള്ളക്കാരുണ്ടായിരിക്കുക പതിവാണ്. ഈ നമ്പൂതിരിമാർ കയറിയ വള്ളങ്ങളിലെ ഊന്നുകാർ സമർത്ഥന്മാരും പരിചയമുള്ളവരുമായ നായന്മാരായിരുന്നു. രണ്ടു നമ്പൂതിരിമാരും അവരവരുടെ വള്ളക്കാരോടു മുൻകൂട്ടി തിരുവനന്തപുരത്തെത്തിച്ചാൽ പതിവുള്ള കൂലി കൂടാതെ വിശേഷാൽ ചില സമ്മാനങ്ങളും മറ്റും കൊടുത്തേക്കാമെന്നു പറഞ്ഞ് അവരെ പ്രോത്സാഹിപ്പിച്ചു. അതിനാൽ വളരെ വാശിയോടുകൂടി രണ്ടു വള്ളക്കാരും ഊന്നിത്തുടങ്ങി. കടുകിടയ്ക്കു വ്യത്യാസംകൂടാതെ രണ്ടു വള്ളങ്ങളും ഒരു പോലെ നിന്നു. അങ്ങനെ പോയി രണ്ടു വള്ളങ്ങളും ഒരുമിച്ചു തിരുവനന്തപുരത്തു കൽപ്പാലക്കടവിൽച്ചെന്നടുത്തു. ഉടനെ ഒരു നമ്പൂതിരി കരയ്ക്കു ചാടി മറ്റേ വള്ളത്തിന്റെ തലയ്ക്കൽ പിടിച്ച് ഒരു തള്ളുകൊടുത്തുംവച്ച് ഓടി. അന്നു നാടുവാണിരുന്നത് ഉത്രട്ടാതി തിരുനാൾ പാർവ്വതീഭായി മഹാറാണി തിരുമനസ്സുകൊണ്ടായിരുന്നു. ഓടിപ്പോയ നമ്പൂതിരി കൊട്ടാരത്തിനകത്തു കടന്നു തിരുമുമ്പാകെച്ചെന്നു വിവരം തിരുമനസ്സറിയിച്ചിട്ടു കുളിക്കാൻ പോയി. പിടിച്ചു തള്ളപ്പെട്ട വള്ളത്തിലിരുന്നിരുന്ന നമ്പൂതിരി വീണ്ടും വള്ളമടുപ്പിച്ചു കരയ്ക്കിറങ്ങി ഓടി

കൊട്ടാരത്തിലെത്തിയപ്പോഴേക്കും മുമ്പേ ഓടിയ നമ്പൂതിരി വീഴില്ലം പറയുക കഴിഞ്ഞു എന്നറിയുകയാൽ അദ്ദേഹത്തിനു ഏറ്റവും വിഷാദവും ഇച്ഛാഭംഗവുമുണ്ടായി എന്നുള്ളതു വിശേഷിച്ചു പറയണമെന്നില്ലല്ലോ. അദ്ദേഹം പ്രാതഃസ്നാനവും ജപവും നമസ്കാരവും തേവാരവും മറ്റും പതിവുള്ള ഒരു വിശിഷ്ടനായിരുന്നു. അവയെല്ലാം മുടക്കി വളരെ കഷ്ടപ്പെട്ടു തിരുവനന്തപുരം വരെ ചെന്നിട്ടു കാര്യം ഫലിക്കാതെപോയതിൽ അദ്ദേഹത്തിനു വളരെ വ്യസനമുണ്ടായത് അത്ഭുതമല്ലല്ലോ. തിരുവനന്തപുരത്ത് എത്തിയപ്പോൾത്തന്നെ നേരം നാലഞ്ചുനാഴിക പുലർന്നിരുന്നു. കാര്യം തെറ്റിപ്പോയതിലുണ്ടായതിലധികം വിഷാദം അദ്ദേഹത്തിന് യഥാകാലം കുളിയും തേവാരവും കഴിക്കാൻ സാധിക്കാഞ്ഞതുകൊണ്ടായിരുന്നു. 'വിചാരിച്ചുവന്ന കാര്യം പൂജ്യമായി, കുളി മുതലായതിനു നേരവും തെറ്റി. ഇനിയെങ്കിലും വേഗത്തിൽ കുളിച്ചു നിത്യകർമ്മമെങ്കിലും കഴിക്കാം. തേവാരത്തിനും വൈശ്യത്തിനും മറ്റും വേണ്ടുന്ന പൂവും പുല്ലും മറ്റും ഇവിടെക്കിട്ടാൻ മാർഗ്ഗമില്ലല്ലോ. അതുകൊണ്ട് അതൊക്കെ ഊർദ്ധ്വം തന്നെ എന്നിങ്ങനെ വിചാരിച്ചു വിഷാദിച്ചുകൊണ്ട് ആ നമ്പൂതിരിയും കുളിക്കാനായി പുറപ്പെട്ടു. ആ സമയം സമപ്രായക്കാരായ അഞ്ചെട്ടു ബാലന്മാരോട്ടുകൂടി കളിച്ചുകൊണ്ട് നമ്മുടെ സ്വാതിതിരുനാൾ തിരുമനസ്സുകൊണ്ട് കൊട്ടാരത്തിന്റെ മുറ്റത്ത് എഴുന്നള്ളി നിന്നിരുന്നു. ഓടിയതിനാൽ ക്ഷീണിച്ചും തളർന്നും വിയർത്തൊലിച്ചും വിഷാദഭാവത്തോടുകൂടിയും പോകുന്ന ആ നമ്പൂതിരിയെക്കണ്ടിട്ട് തിരുമനസ്സുകൊണ്ട് നമ്പൂതിരിയെ വിളിച്ച് അടുക്കൽ വരുത്തീട്ട്, 'അങ്ങ് എന്താണ് ഇത്ര ക്ഷീണിച്ചിരിക്കുന്നത്? മുഖം കണ്ടിട്ട് എന്തോ വലുതായ ഒരു വിഷാദം മനസ്സിലുള്ളതുപോലെ തോന്നുന്നുവല്ലോ. അതിന്റെ കാരണം പറയൂ. എന്തായാലും സമാധാനമുണ്ടാക്കാം, ഒട്ടും വിഷാദിക്കേണ്ടാ' എന്നു കല്പിച്ചു. തിരുമനസ്സിലേക്ക് അന്ന് ഏകദേശം എട്ടു തിരുവയസ്സുമാത്രമേ പ്രായമുണ്ടായിരുന്നുള്ളൂ. തന്നോട് ഇപ്രകാരം സമാധാനം പറയുന്ന ഈ ബാലൻ ആരാണെന്നു നമ്പൂതിരിക്കു നല്ലപോലെ മനസ്സിലായില്ലെങ്കിലും ഏറ്റവും തേജസ്വിയും ആജാനുബാഹുവുമായ ഈ കുമാരൻ കേവലം നിസ്സാരനല്ലെന്നും ഒരുസമയം രാജകുമാരൻ തന്നെ ആയിരിക്കാമെന്നും അദ്ദേഹം ഊഹിക്കാതെയിരുന്നില്ല. 'കേവലം നിസ്സാരനായ ഒരു ചെറിയ കുട്ടിയിൽനിന്ന് ഇപ്രകാരമുള്ള സാന്ത്വനവാക്കുകളുണ്ടാവാനിടയില്ലല്ലോ' എന്നു വിചാരിച്ച് അദ്ദേഹം പരമാർത്ഥമെല്ലാം തിരുമനസ്സറിയിച്ചു. ഉടനെ തിരുമനസ്സുകൊണ്ട്, 'ആട്ടെ, കുളിയും തേവാരവും മറ്റും കഴിയട്ടെ. കാര്യത്തിന് എന്തെങ്കിലും സമാധാനമുണ്ടാകും' എന്നു കല്പിച്ചു നമ്പൂതിരിയെ അയച്ചു. അദ്ദേഹത്തിന്റെ കുളി കഴിഞ്ഞപ്പോഴേക്കും തേവാരത്തിനു വേണ്ടുന്നതെല്ലാം കല്പനപ്രകാരം ഒരു കുട്ടിപ്പട്ടർ കടവിൽ ഹാജരാക്കിക്കൊടുത്തു. തേവാരം കഴിഞ്ഞപ്പോൾ മറ്റൊരു പട്ടർ ചെന്ന് 'ഊണിനെല്ലാം കാലമായിരിക്കുന്നു. കൊട്ടാരത്തിലേക്കു വരാം' എന്നു പറഞ്ഞു. ഉടനെ നമ്പൂതിരി കൊട്ടാരത്തിൽ ചെല്ലുകയും വെടിപ്പായി ഭക്ഷണം കഴിക്കുകയും ചെയ്തു. ഇത്രയും കഴിഞ്ഞപ്പോൾ മുമ്പു തന്നെ സമാധാനപ്പെടുത്തി കുളിക്കാൻ പറഞ്ഞയച്ചത് സ്വാതിതിരുനാൾ മഹാരാജകുമാരൻ തന്നെയാണെന്ന് അദ്ദേഹം തീർച്ചപ്പെടുത്തി. തിരുമേനിയെ നമ്പൂതിരി മുമ്പു കണ്ടിട്ടില്ലായിരുന്നുവെങ്കിലും ധാരാളമായി കേട്ടിട്ടുണ്ടായിരുന്നു.

നമ്പൂതിരിയെ കുളിക്കാൻ കല്പിച്ചയച്ച ഉടനെ തിരുമനസ്സുകൊണ്ട് 'ഇന്ന് ഇല്ലത്തെച്ചോമാതിരി മരിച്ചുപോവുകയും ഇന്ന ഇല്ലത്തെ നമ്പൂതിരി വന്നു നമ്മോടു വീഴില്ലം പറയുകയും ചെയ്തിരിക്കകൊണ്ടു മരിച്ചുപോയ ചോമാതിരിയുടെ പേരിലുള്ള താനം വീഴില്ലം പറഞ്ഞ നമ്പൂതിരിയുടെ ഇല്ലത്തുള്ള ചോമാതിരിയുടെ പേരിൽ പതിച്ചുകൊടുത്തുകൊള്ളണം' എന്നു കല്പിച്ചു പകടശാലയിലേക്ക് എഴുതിയയപ്പിച്ചു. അതു പകടശാലയിൽ എത്തിയപ്പോഴേക്കും മഹാരാജ്ഞി തിരുമനസ്സിലെ കല്പന പ്രകാരം താനം പേരുമാറിപ്പതിക്കുക കഴിഞ്ഞിരുന്നു. അതിനാൽ പകടശാലയിലുള്ള ഉദ്യോഗസ്ഥന്മാർ വല്ലാതെ കുഴങ്ങിവശായി. മഹാരാജാവു തിരുമനസ്സിലെ കല്പനപ്രകാരം ചെയ്യാതെ ഇരിക്കാമോ? മഹാരാജ്ഞി തിരുമനസ്സിലെ കല്പനപ്രകാരം ചെയ്തതിനെ ഭേദപ്പെടുത്താമോ? രണ്ടും വയ്യാതെ അവർ വിഷമിച്ചു. ഒടുക്കം അവർ ഈ വിവരം മഹാരാജ്ഞി തിരുമനസ്സിലെ അടുക്കൽ അറിയിച്ചു. മഹാരാജ്ഞി തിരുമനസ്സുകൊണ്ട് മഹാരാജാവു തിരുമേനിയെ വിളിച്ചുവരുത്തി, 'അപ്പൻ (തിരുവിതാംകൂർ മഹാരാജകുടുംബത്തിൽ പ്രായം കൂടിയവർ കുറഞ്ഞവരെ 'അപ്പൻ' എന്നു പറയുന്നതു സാധാരണമാണ്. ഇവിടെ അപ്പൻ എന്നുള്ളതു കുട്ടൻ എന്നും കുഞ്ഞനും ഓമന എന്നും മറ്റും പറയുന്നതുപോലെ വാൽസല്യസൂചകമായ ഒരോമനപ്പേരായിട്ടാണ് വച്ചിരിക്കുന്നത്) ഇങ്ങനെയൊക്കെത്തുടങ്ങുന്നതെന്താണ്? ആദ്യം വീഴില്ലം പറഞ്ഞ നമ്പൂതിരിയുടെ ഇല്ലത്തുള്ള ചോമാതിരിയുടെ പേരിലാണ് താനം പതിച്ചു കൊടുക്കാൻ ഞാൻ ചട്ടം കെട്ടിയത്. അതു ഭേദപ്പെടുത്തുന്നതു ന്യായമല്ല' എന്നു കല്പിച്ചു. അതിനു മറുപടിയായി മഹാരാജാവു തിരുമനസ്സുകൊണ്ട് 'ഇപ്പോൾ നാടുവാഴുന്നത് അമ്മയാകയാൽ അമ്മയുടെ കല്പനപ്രകാരം കാര്യങ്ങളൊക്കെ നടക്കേണ്ടതാണ്. അതിനു സംശയമില്ല. എന്നാൽ 'കുലശേഖരപ്പെരുമാൾ' എന്നുള്ള സ്ഥാനം എനിക്കില്ലേ? എന്റെ അടുക്കൽ വന്നു വീഴില്ലം പറഞ്ഞ ആളെ ഇച്ഛാഭംഗത്തോടുകൂടി മടക്കിയയയ്ക്കുന്നത് ഈ സ്ഥാനത്തേക്കു യുക്തവും ന്യായവുമാണോ? അങ്ങനെയാണെന്ന് അമ്മ കല്പിക്കുന്ന പക്ഷം എനിക്കു നിർബന്ധമില്ല. അമ്മ കല്പിച്ചു ചട്ടം കെട്ടിയതുപോലെ നടക്കട്ടെ. എന്റെ ആജ്ഞയെ ഞാൻ പിൻവലിച്ചേക്കാം. പക്ഷേ അങ്ങനെ ചെയ്യുന്നതു ന്യായവും ഈ സ്ഥാനത്തേക്കു യോഗ്യവുമാണെന്ന് അമ്മ കല്പിക്കണം. അല്ലാതെ ഞാൻ സമ്മതിക്കയില്ല' എന്നു കല്പിച്ചു. ഇതു കേട്ടപ്പോൾ മഹാരാജ്ഞി ശരിയായ മറുപടി ഒന്നും തോന്നാതെ കുഴങ്ങി. ഒടുക്കം 'ഇനി എങ്ങനെയാണ് വേണ്ടതെന്ന് അപ്പൻ തന്നെ നിശ്ചയിക്കണം. അപ്പൻ നിശ്ചയിക്കുന്നതെല്ലാം എനിക്ക് സമ്മതമാണ്'' എന്നു കല്പിച്ചു. ഉടനെ മഹാരാജാവു തിരുമനസ്സുകൊണ്ട്, 'അമ്മയ്ക്കു സമ്മതമാണെങ്കിൽ ഇപ്പോൾ ഇവിടെ ന്യായവും രണ്ടുപേർക്കും മാനവുമായിട്ടുള്ളതു ഞാൻ നിശ്ചയിക്കാം. ഇപ്പോൾ ഒരു ചോമാതിരിയുടെ പേരിലുള്ള താനമാണ് ഒഴിഞ്ഞുവന്നിരിക്കുന്നത്. അതിനു രണ്ടുപേർ വന്നു വീഴില്ലം പറയുകയും ചെയ്തു. നമ്മൾ രണ്ടുപേരും പരസ്പരം അറിയാതെ രണ്ടുപേർക്കും പതിച്ചു കൊടുക്കാൻ ചട്ടംകെട്ടുകയും ചെയ്തു. അതിനാൽ ഈ താനം ഒന്നു പകുതിവീതം രണ്ടു ചോമാതിരിമാരുടെ പേരിലും തൽക്കാലം പതിച്ചുകൊടുക്കുകയും ഈ ചോമാതിരിമാർ ഒരാൾ മരിക്കുമ്പോൾ ജീവിച്ചിരിക്കുന്ന ചോമാതിരിയുടെ പേരിൽ മുഴുവനാക്കിക്കൊടുക്കുകയും ചെയ്യുന്നതാണ് യുക്തമെന്ന് എനിക്കു

തോന്നുന്നു. പിന്നെ അമ്മ കല്പിക്കുന്നതുപോലെ' എന്നു കല്പിച്ചു. അതു കേട്ടപ്പോൾ ഇതു നല്ല ന്യായമാണെന്നു മഹാരാജ്ഞിക്കും തോന്നുകയാൽ അങ്ങനെ ചട്ടം കെട്ടുകയും അക്കാര്യം അങ്ങനെ അവസാനിക്കുകയും ചെയ്തു.

സ്വാതിതിരുനാൾ തിരുമനസ്സിലെ ബാല്യകഥകൾ ഇങ്ങനെ വളരെയുണ്ട്. ഈ ഒരു സംഗതികൊണ്ടുതന്നെ അവിടുന്നു ചെറുപ്പത്തിൽത്തന്നെ ന്യായസ്ഥനും നീതിമാനും താനൊന്നു നിശ്ചയിച്ചാൽ അത് അപ്രകാരം നടക്കണമെന്നു നിർബന്ധമുള്ള ആളുമായിരുന്നു എന്നു സ്പഷ്ടമാകുന്നുണ്ടല്ലോ. അതിനാൽ ആ ഭാഗം അധികം വിസ്തരിക്കുന്നില്ല.

വീഴില്ലം പറയുന്നതിന്റെ ചട്ടമൊക്കെ ഇപ്പോൾ വളരെ ഭേദപ്പെട്ടിട്ടുണ്ട്. ഇപ്പോൾ യഥേഷ്ടം ഏതു സമയത്തും തിരുമുമ്പാകെച്ചെന്നു വീഴില്ലം പറയാനും മറ്റും പാടില്ല. അതൊക്കെ ഭേദപ്പെട്ടുതീട്ടു വളരെക്കാലമായി. ഇപ്പോൾ വീഴില്ലം പറയുന്നത് കൊട്ടാരത്തിൽച്ചെന്നു തവണക്കാരുടെ അടുക്കൽ മതിയെന്നാണ് ചട്ടം. അവർ സമയം പോലെ തിരുമനസ്സറിയിച്ചുകൊള്ളും.

ഈ തിരുമനസ്സുകൊണ്ട് നരസിംഹാംശസംഭൂതനാണെന്നാണ് അക്കാലത്ത് എല്ലാവരും പറയുകയും വിശ്വസിക്കുകയും ചെയ്തിരുന്നത്. അവിടുന്നു നേരെ നോക്കിയാൽ ഭയപ്പെടാത്തവരായി അക്കാലത്ത് ആരുംതന്നെ ഉണ്ടായിരുന്നില്ല. തിരുമനസ്സുകൊണ്ട് ആരുടെയും നേരെനോക്കി സംസാരിക്കാറില്ല. സംഭാഷണങ്ങളെല്ലാം നിലത്തുനോക്കിക്കൊണ്ടാണ് പതിവ്.

തിരുമനസ്സുകൊണ്ടു സിംഹാസനാരോഹണം ചെയ്തതിന്റെ ശേഷം കുറച്ചുകാലം കഴിഞ്ഞപ്പോൾ ബ്രിട്ടീഷുഗവർമെണ്ടിന്റെ പ്രതിനിധിയും ഈസ്റ്റിന്ധ്യാകമ്പനിക്കാരിൽ പ്രധാനനുമായ ഒരു യൂറോപ്യൻ തിരുമേനിയെക്കാണുന്നതിനായി തിരുവനന്തപുരത്തു വന്നിരുന്നു. ബ്രിട്ടീഷുഗവർമ്മേണ്ടും തിരുവതാംകൂർ മഹാരാജാവുമായിട്ടുള്ള ഉടമ്പടിയിൽ ചില ഭേദഗതികൾ വരുത്തുന്നതിനെക്കുറിച്ച് ആലോചിക്കാനായിട്ടാണ് സായ്പു വന്നിരുന്നത്. മഹാരാജാവിനുള്ള രാജാധികാരങ്ങളിൽ ചിലതു കുറയ്ക്കുകയും കപ്പത്തിൽ സ്വൽപ്പം കൂട്ടുകയും ചെയണമെന്നായിരുന്നു സായിപ്പിന്റെ ഉദ്ദേശ്യം. മഹാരാജാവിന്നു പ്രായം ചെറുപ്പമാകയാൽ ആ ഉദ്ദേശ്യം നിഷ്പ്രയാസം സാധിക്കാമെന്നും അയാൾ വിചാരിച്ചിരുന്നു. സായ്പു തിരുവനന്തപുരത്തു ചെന്നിട്ട് അയാൾക്കു സുഖമായി താമസിക്കുന്നതിനു വേണ്ടുന്നതെല്ലാം കൽപനപ്രകാരം ചട്ടംകെട്ടിക്കൊടുത്തു. എങ്കിലും തമ്മിൽക്കാണുന്നതിനു വളരെ ദിവസം കഴിഞ്ഞിട്ടേ ദിവസവും സമയവും കൽപിച്ചനുവദിച്ചുള്ളൂ. കൽപിച്ചനുവദിച്ച ദിവസം നിശ്ചിതസമയത്തു സായ്പു കൂടികാഴ്ചയ്ക്കു നിശ്ചയിച്ചിരുന്ന സ്ഥലത്തെത്തി. തിരുമനസ്സുകൊണ്ട് അതിനു മുമ്പുതന്നെ അവിടെ എഴുന്നള്ളീട്ടുണ്ടായിരുന്നു. സായ്പു ചെന്ന ഉടനെ തിരുമനസ്സുകൊണ്ടു സബഹുമാനം ആസനസത്കാരം ചെയ്ത് ഇരുത്തിയതിന്റെ ശേഷം അവിടുന്നും ഇരുന്നു കുശലപ്രശ്നം ചെയ്തു. സായ്പു മറുപടി പറയാനായി ഭാവിച്ച സമയം തിരുമനസ്സുകൊണ്ടു തൃക്കണ്ണു തുറന്നു സായ്പിന്റെ നേരെ ഒന്നു നോക്കി. തത്ക്ഷണം സായ്പു ബോധരഹിതനായി നിലത്തു വീണു. 'ഇയ്യാളെ എടുത്തു പുറത്തുകൊണ്ടു പോകട്ടെ' എന്നു കല്പിചിട്ടു തിരുമനസ്സുകൊണ്ടു കൊട്ടാരത്തിലേക്കെഴുന്നള്ളി. ഉടനെ നാലു ഭടന്മാർ വന്ന്

സായ്പിനെയെടുത്ത് അയാൾക്കു താമസത്തിനു നിശ്ചയിച്ചിരുന്ന സ്ഥലത്തേക്കു കൊണ്ടുപോയി. അവിടെ ചെന്നിട്ടും വളരെനേരം കഴിഞ്ഞതിന്റെ ശേഷമാണ് സായ്പിന് ബോധം വീണത്. 'ഈ മഹാരാജാവിന്റെ കാലത്തു താൻ വിചാരിച്ചുവന്ന കാര്യമൊന്നും സാധിക്കയില്ല' എന്നു നിശ്ചയിച്ച് സായ്പ് അന്നുതന്നെ തിരുവനന്തപുരത്തുനിന്നു മടങ്ങിപ്പോവുകയും ചെയ്തു.

ഒരാണ്ടിൽ മീനമാസത്തിൽ പത്മനാഭസ്വാമിക്ഷേത്രത്തിൽ ഉത്സവത്തിന് ആറാട്ടു കഴിഞ്ഞു കടൽക്കരയിൽനിന്നു തിരിയെ എഴുന്നള്ളിച്ച സമയം അമ്പാരികെട്ടി അകമ്പടിയാക്കി കൊണ്ടുപോയിരുന്ന മദോൻമത്തനായ ഒരു കൊമ്പനാന പിണങ്ങി ആൾക്കൂട്ടത്തിലേക്ക് ഓടി. വാദ്യക്കാരും അകമ്പടിക്കാരും ദീപയഷ്ടി(തീവെട്ടി)ക്കാരുംമറ്റും പ്രാണഭീതിയോടുകൂടി നാലുവഴിക്കും ഓടിപ്പോയി. പത്മനാഭസ്വാമിയെ എഴുന്നള്ളിച്ചിരുന്നതിന്റെ മുമ്പിൽ പള്ളിവാളും പരിചയും ധരിച്ച് അകമ്പടിയായി നിന്നിരുന്ന തിരുമനസ്സുകൊണ്ടുമാത്രം ഇളകാതെ ആ നിലയിൽത്തന്നെ സധൈര്യം നിന്നു. ജനങ്ങളെല്ലാം ഒഴിഞ്ഞോടിക്കഴിഞ്ഞപ്പോൾ ആന തിരുമനസ്സിലെ നേരെ പാഞ്ഞടുത്തു. ആനക്കാരൻ മുമ്പേതന്നെ ഓടിയൊളിച്ചിരുന്നതിനാൽ ആനയ്ക്കു സ്വാതന്ത്ര്യവും സിദ്ധിച്ചിരുന്നു. ആന നേരെ പാഞ്ഞുവരുന്നതു കണ്ടിട്ടും അവിടേക്കു യാതൊരു കൂസലുമുണ്ടായിരുന്നില്ല. തുമ്പിക്കൈകൊണ്ട് എത്തിപ്പിടിക്കുവാൻ തക്കവണ്ണം അടുത്തപ്പോൾ തിരുമനസ്സുകൊണ്ട് തൃക്കണ്ണുകൾ തുറന്ന് ആനയുടെ നേരെ ഒന്നു നോക്കി. ആന ഉടനെ അത്യുച്ചത്തിലുള്ള ദീനസ്വരത്തോടുകൂടി തിരുമുമ്പിൽ കൊമ്പുകുത്തി. ആനയുടെ കൊമ്പുകൾ മുഴുവനും നിലത്തു താഴ്ന്നു. ഉടനെ ആനക്കാരൻ അവിടെയെത്തി, ആനയെ എഴുന്നെൽപ്പിച്ചു കൂച്ചുവിലങ്ങിട്ടു കൊണ്ടുപോയി. ആന പേടിച്ചു വിറച്ചുകൊണ്ടാണ് ആനക്കാരൻമാരുടെ കൂടെപ്പോയത്. പിന്നെ ആന തിരുമനസ്സിലെ ശബ്ദം കേട്ടാൽപ്പോലും നടുങ്ങുമായിരുന്നു. ഇപ്രകാരമുള്ള തിരുമനസ്സുകൊണ്ട് നരസിംഹാംശസംഭൂതാണെന്ന് ജനങ്ങൾ വിശ്വസിച്ചിരുന്നതിൽ അത്ഭുതമില്ലല്ലോ.

തിരുമനസ്സിലെ നാമം കേട്ടാൽത്തന്നെ പേടിക്കാത്തവരായി അക്കാലത്ത് ആരുമുണ്ടായിരുന്നില്ല. എന്നാൽ അക്രമമായി അവിടുന്ന് ആരെയും ശിക്ഷിക്കുകയും ഉപദ്രവിക്കുകയും ചെയ്തിരുന്നില്ല. വാസ്തവത്തിൽ അവിടുന്ന് ഏറ്റവും ദയാലുവായിരുന്നു. അവിടുന്ന് ക്രൂരപ്രവൃത്തി ഒന്നുംതന്നെ ചെയ്തിരുന്നില്ല. എന്നാൽ എത്ര വലിയ ആളായാലും കുറ്റം ചെയ്താൽ അവിടുന്ന് മുറയ്ക്കു ശിക്ഷിക്കാതെയിരിക്കാറില്ല. കുറ്റക്കാരുടെ പേരിൽ അവിടേക്ക് ലേശവും ദാക്ഷിണ്യമുണ്ടായിരുന്നില്ല. രാജ്യത്തു നീതി നടക്കണമെന്നും താൻ ഒന്നു നിശ്ചയിച്ചാൽ അത് അപ്രകാരംതന്നെ നടക്കണമെന്നും അവിടേക്കു വളരെ നിർബന്ധമുണ്ടായിരുന്നു. ഒരു ദിവസം കോവിലെഴുന്നള്ളത്തു സമയത്തു കൂടെയുണ്ടായിരുന്ന സർവ്വാധികാര്യക്കാരോട് 'നാളെ ഒരു കുലവാഴച്ചിറപ്പു നടത്തണം' എന്നു കൽപിച്ചു. കുലവാഴച്ചിറപ്പിന് ആയിരത്തിൽക്കുറയാതെ കുലവാഴ വേണ്ടതാകയാൽ സർവാധികാര്യക്കാരൻ 'നാളെ നടത്തുന്ന കാര്യം അസാധ്യമാണ്. നാലു ദിവസത്തെ ഇട കൽപിച്ചനുവദിക്കണം' എന്നു തിരുമനസ്സറിയിച്ചു. ഉടനെ അവിടുന്ന് 'ചിറപ്പു നാളെത്തന്നെ വേണം. എലാം പഴക്കുല ആയിരിക്കുകയും വേണം' എന്നു കല്പിച്ചു. പിന്നെയും കൽപനയ്ക്കു വിരോധമായി തിരുമനസ്സറിയിച്ചാൽ ശിക്ഷയുണ്ടാകുമെന്ന്

അറിയാമായിരുന്നതുകൊണ്ട് സർവ്വാധികാര്യക്കാർ 'കൽപനപോലെ നടത്തിക്കൊള്ളാം' എന്നു തിരുമനസ്സറിയിച്ചു. പിറ്റേ ദിവസം വൈകുന്നേരം തിരുമനസ്സുകൊണ്ട് പത്മനാഭസ്വാമി ദർശനത്തിനായി മതിലകത്ത് എഴുന്നള്ളിയ സമയം അവിടെയെല്ലാം പഴക്കുല വാഴകൊണ്ട് അലങ്കരിച്ചിരുന്നു. ചിറപ്പു കേമമായും ഭംഗിയായും നടക്കുകയും അവിടുന്നു സന്തോഷിച്ചു സർവ്വാധികാര്യക്കാർക്കു ചില സമ്മാനങ്ങൾ കൽപിച്ചു കൊടുക്കുകയും ചെയ്തു. സർവ്വാധികാര്യക്കാർ പല ദിക്കുകളിലേക്ക് ആളുകളെ ഓടിച്ച് അസംഖ്യം പഴക്കടയ്ക്കയും കലച്ച വാഴകളും വരുത്തി, കായയെല്ലാമുരുത്തുകളഞ്ഞ് അവയുടെ സ്ഥാനത്തു പഴക്കടയ്ക്ക കുത്തിക്കോർത്താണ് പഴക്കുല വാഴകളുണ്ടാക്കിച്ചത്. അവിടത്തെ അഭിപ്രായവും അതുതന്നെയായിരുന്നു. ബുദ്ധിമാനായ സർവ്വാധികാര്യക്കാർ അതറിഞ്ഞു പ്രവർത്തിച്ചതിനാലാണ് തിരുമനസ്സിൽ സന്തോഷമുണ്ടാകുകയും കൽപ്പിച്ചു സമ്മാനം കൊടുക്കുകയും ചെയ്തത്. തിരുമനസ്സിലേക്ക് സന്തോഷം തോന്നിയാൽ ഉടനെ എന്തെങ്കിലും കൽപ്പിച്ചു സമ്മാനം കൊടുക്കുക പതിവാണ്. ഒരിക്കൽ തിരുവനന്തപുരത്തു പത്മനാഭസ്വാമി ക്ഷേത്രത്തിൽ ഉത്സവകാലത്ത് ഒരു ദിവസം ശീവേലിക്കെഴുന്നള്ളിച്ചിരുന്ന സമയം മഹാരാജാവു തിരുമനസ്സുകൊണ്ടു ശ്രീപത്മനാഭസ്വാമിയെ ഉദ്ദേശിച്ച് തന്റെ അടുക്കൽ നിന്നിരുന്ന സേവകനും വിദ്വാനും മഹാകവിയുമായിരുന്ന കിളിമാനൂർ ചെറുണ്ണിക്കോയിത്തമ്പുരാനവർകളോട്:

'ശിബികായാം വിഭാത്യേഷഃ
ശ്രീമാനംബുരുഹേക്ഷണഃ'

എന്നൊരു ശ്ലോകത്തിന്റെ പൂർവാർദ്ധം തത്ക്ഷണമുണ്ടാക്കി കൽപ്പിക്കുകയും ഉടനെ കോയിത്തമ്പുരാനവർകൾ ഉത്തരാർദ്ധമായി,

'കനകാദ്രിസമാരൂഢന്ന
ഘനകാന്തിം വിഡംബയൻ'

എന്നുണ്ടാക്കിച്ചൊല്ലുകയും ശീവേലി കഴിഞ്ഞു കൊട്ടാരത്തിലെഴുന്നള്ളിയ ഉടനെ തിരുമനസ്സുകൊണ്ടു കോയിത്തമ്പുരാന് ആയിരംരൂപാ വിലയുള്ള വൈരക്കല്ലുകൾ വച്ച ഒരു ജോടി കടുക്കനും ഇപ്രകാരംതന്നെ ഒരാറാട്ടുദിവസം പത്മനാഭസ്വാമിയെ ശംഖുമുഖത്തേക്ക് (പടിഞ്ഞാറെ സമുദ്രതീരത്തേക്ക്) എഴുന്നള്ളിച്ച സമയം അകമ്പടിയായി എഴുന്നെള്ളിയിരുന്ന തിരുമനസ്സുകൊണ്ടു വഴിയുടെ രണ്ടു ഭാഗത്തുമുള്ള മേടകളിൽ സുന്ദരിമാരായ സ്ത്രീകളുടെ മുഖങ്ങൾ കണ്ടിട്ട്

'രാകാശശാങ്കകലിതായതാമാലികേവ
മുഗ്ദ്ധാംഗനാവദനപംക്തിരിഹാവഭാതി'

എന്നൊരു ശ്ലോകത്തിന്റെ പൂർവ്വാർദ്ധം തത്ക്ഷണമുണ്ടാക്കി ക്കൽപ്പിക്കുകയും അതിന്റെ ഉത്തരാർദ്ധമായി കോയിത്തമ്പുരാനവർകൾ ഉടനെ

'കിന്ത്വത്ര പങ്കജധിയാ മധുപാവലീവ
ദൂരാത്സമാപതതി കാമിജനാക്ഷിപംക്തിഃ'

എന്നുണ്ടാക്കിച്ചൊല്ലുകയും തിരുമനസ്സുകൊണ്ട് സന്തോഷിച്ച് അതിലേക്ക് കോയിത്തമ്പുരാനവർകൾക്ക് ഒരട്ടത്തോടൻ വീരശൃംഖലയും കൽപ്പിച്ചു സമ്മാനിച്ചു എന്നുള്ളതു പ്രസിദ്ധമാണല്ലോ.

ഇങ്ങനെ അവിടുന്ന് ഓരോ സന്ദർഭങ്ങളിൽ ഓരോ കാരണങ്ങളാൽ പലർക്കും അനേകം സമ്മാനങ്ങൾ കൽപിച്ചുകൊടുത്തിട്ടുണ്ട്. തിരുമനസ്സു കൊണ്ടു വലിയ വിദ്വാനും മഹാകവിയുമായിരുന്നതിനാൽ സംസ്കൃതവിദ്വാൻമാരും സംഗീതവിദ്വാൻമാരും മറ്റുമായ യോഗ്യൻമാർ പ്രതിദിനമെന്നപോലെ അവിടുത്തെ മുഖം കാണിക്കുന്നതിനായി ദൂരദേശങ്ങളിൽനിന്നു തിരുവനന്തപുരത്തു വന്നുകൊണ്ടിരുന്നു. അവരെയെല്ലാം തിരുമനസ്സുകൊണ്ട് യഥായോഗ്യം സൽക്കരിക്കുകയും ചെയ്തിരുന്നു. തിരുമനസ്സുകൊണ്ടു സംഗീതത്തിലും സാഹിത്യത്തിലും ഒരുപോലെ പാണ്ഡിത്യമുള്ള ആളായിരുന്നതിനാൽ വരുന്നവരെല്ലാം ഒരുവിധം ലജ്ജാവനതമുഖൻമാരായിട്ടാണ് മടങ്ങിപ്പോവുക പതിവ്. താർക്കികൻമാരും വൈയാകരണൻമാരും ആലങ്കാരികൻമാരും മറ്റുമായി പരദേശങ്ങളിൽനിന്നു വരുന്ന വിദ്വാൻമാരോടു തിരുമനസ്സു കൊണ്ട് കൽപ്പിച്ചു രണ്ടോ മൂന്നോ ചോദ്യങ്ങൾ ചോദിക്കുമ്പോഴേക്കും അവർ തോൽക്കുക പതിവാണ്. അപ്രകാരംതന്നെ സംഗീതവിദ്വാൻമാർ വന്നാലും അവരിൽ പാട്ടുകാരെകൊണ്ടു പാടിക്കുകയും വീണവായനക്കാരെക്കൊണ്ടു വീണ വായിപ്പിക്കുകയും കൽപ്പിച്ചുകേട്ടിട്ടു സസന്തോഷം അവരെ വളരെ ശ്ലാഘിച്ചു ചിലതൊക്കെ കൽപ്പിക്കുകയും ഒടുക്കം തിരുമനസ്സുകൊണ്ടു സ്വൽപം പാടുകയോ വീണവായിക്കുകയോ ചെയ്യുകയും പതിവാണ്. തിരുമനസ്സിലെ പാട്ടോ വീണവായനയോ കേൾക്കുന്ന വിദ്വാൻമാരെല്ലാം അത്ഭുതപരവശൻമാരും ലജ്ജാവിഹ്വലൻമാരുമായിത്തീരും. ഈ ഗന്ധർവ്വന്റെ മുമ്പിൽ വന്നു തങ്ങളുടെ അല്പജ്ഞതയെ പ്രകടിപ്പിച്ചതു ഭോഷത്വമായിയെന്നും 'ഇവിടെനിന്നു സമ്മാനമൊന്നും കിട്ടണമെന്നില്ല, വല്ലവിധവും പോയിപ്പിഴച്ചാൽ മതി' എന്നും അവർ വിചാരിക്കുകയും ചെയ്യുമായിരുന്നു. എങ്കിലും തിരുമനസ്സുകൊണ്ട് എല്ലാവർക്കും യഥായോഗ്യം സമ്മാനങ്ങൾ കൽപ്പിച്ചുകൊടുക്കാറുണ്ട്.

തിരുമനസ്സിലേക്ക് മലയാളത്തിലെന്നപോലെ സംസ്കൃതം, തമിഴ്, ഹിന്ദുസ്ഥാനി, തെലുങ്ക് മുതലായി അനേകം ഭാഷകളിൽ അപാരമായ പാണ്ഡ്യത്യമുണ്ടായിരുന്നു. അവയിലെല്ലാം കല്പിച്ചു പാട്ടുകളും മറ്റുമായി കവിതകളുണ്ടാക്കീട്ടുണ്ട്. അവയിൽ പ്രധാനങ്ങൾ ഉത്സവവർണ്ണനം, മണിപ്രവാളബന്ധവും മണിപ്രവാളപദങ്ങളും, സംസ്കൃതത്തിൽ അജാമിളോപാഖ്യാനം, കുചേലോപാഖ്യാനം എന്നിവയുമാണ്. ഇവകൂടാതെ അനേകം പദങ്ങളും വർണ്ണങ്ങളും കീർത്തനങ്ങളും മറ്റും കൽപ്പിച്ചുണ്ടാക്കീട്ടുണ്ട്. കൽപ്പിച്ചുണ്ടാക്കീട്ടുള്ള കീർത്തനങ്ങളും പദങ്ങളും വർണ്ണങ്ങളും മറ്റും കേരളത്തിലും പരദേശങ്ങളിലുമുള്ള സംഗീതവിദ്വാൻമാർ ഇപ്പോഴും പഠിക്കുകയും പാടുകയും ചെയ്തുവരുന്നുണ്ട്.

തിരുമനസ്സുകൊണ്ട് സ്വായത്തസിദ്ധിയായ ഒരു മഹാരാജാവു തന്നെയായിരുന്നു. സകലകാര്യങ്ങളും സ്വയമേവ ആലോചിച്ചു തീർച്ചചെയ്യുന്നതല്ലാതെ അന്യോപദേശപ്രകാരം അവിടുന്നു യാതൊന്നും കല്പിച്ചു ചെയ്തിരുന്നില്ല. രാജ്യകാര്യങ്ങളെല്ലാം അവിടുന്നുതന്നെയാണ് അന്വേഷിക്കുകയും നടത്തുകയും ചെയ്തിരുന്നത്. കൽപ്പനപ്രകാരമല്ലാതെ ഒരു കാര്യവും അക്കാലത്തു രാജ്യത്തു നടന്നിരുന്നില്ല. ദിവാൻജി മുതലായ ഉദ്യോഗസ്ഥൻമാർ തിരുമനസ്സിലെ കൽപ്പന പ്രകാരം കാര്യങ്ങൾ ചട്ടംകെട്ടി നടത്തുക മാത്രമേ അക്കാലത്തു ചെയ്തിരുന്നുള്ളൂ. അന്നത്തെ ദിവാൻജി ഒരിക്കൽ ഒരുമാസത്തെ

അവധി കിട്ടിയാൽക്കൊള്ളാമെന്നു തിരുമനസ്സിലെ അടുക്കൽ അപേക്ഷിക്കു കയും അപേക്ഷപ്രകാരം കൽപ്പിച്ചനുവദിക്കുകയും ചെയ്തു. ദിവാൻജി ജോലി വിട്ടു പോകുന്നതിനു നിശ്ചയിച്ച ദിവസം തിരുമുമ്പാകെച്ചെന്നു മുഖം കാണി ക്കുകയും 'പകരം കൽപ്പിച്ചു നിയമിക്കുന്നതു പഴക്കവും പരിചയമുള്ളവരിൽ ആരെയെങ്കിലും വേണം. അല്ലെങ്കിൽ കാര്യങ്ങൾക്കു കുഴപ്പം നേരിട്ടേയ്ക്കും' എന്നു തിരുമനസ്സറിയിക്കുകയും അപ്രകാരം ഒരു ഭൃത്യനെ വിളിച്ച് 'ഹജൂർ കച്ചേരി അടിച്ചുവാരി പഴകിത്തേഞ്ഞിട്ടുള്ള ഒരു ചൂലെടുത്തു ദിവാൻജി കച്ചേരിയിൽ പതിവായിട്ടിരിക്കുന്ന കസേരയിൽ വച്ചേക്കണം. ദിവാൻജി തിരിച്ചുവന്നിട്ടല്ലാതെ അത് അവിടെ നിന്ന് എടുത്തുമാറ്റുകയുമരുത്' എന്നു കൽപ്പിച്ചു. ആ ഭൃത്യൻ അപ്രകാരം ചെയ്തു. ദിവാൻജിക്കു പകരം ജോലി നോക്കുന്നതിന് ആരെയും കല്പിച്ചു നിയമിച്ചുമില്ല. ഒരു മാസം കഴിഞ്ഞു ദിവാൻജി തിരിച്ചുവന്നു ജോലിയിൽ പ്രവേശിക്കുന്നതിനായി കച്ചേരി യിൽ ചെന്നപ്പോൾ താൻ പതിവായിട്ടിരിക്കുന്ന കസേരയിൽ ഒരു ചൂലി രിക്കുന്നത് കണ്ട് അതവിടെ കൊണ്ടു ചെന്നു വെച്ചതാരാണെന്നു ചോദിച്ചു ദേഷ്യപ്പെട്ടു. അപ്പോൾ ഒരു ശിപായി കൽപ്പനപ്രകാരമാണ് അങ്ങനെ ചെയ്തതെന്നു ബോധിപ്പിക്കുകയും ചൂല് അവിടെനിന്ന് എടുത്തു മാറ്റുകയും ചെയ്തു. ദിവാൻജി സ്ഥലത്തില്ലാതെയിരുന്ന ഒരു മാസത്തിനിടയ്ക്കു രാജകാ ര്യങ്ങളിൽ യാതൊരു കുഴപ്പവും കൂടാതെ എല്ലാം ശരിയായി നടന്നിരുന്നു എന്നറിഞ്ഞപ്പോൾ ദിവാൻജി എന്നൊരാളെ പേരിനു മാത്രമായിട്ടാണ് കൽപ്പിച്ചു നിയമിച്ചിട്ടുള്ളതെന്നും രാജ്യകാര്യങ്ങളെല്ലാം തിരുമനസ്സിലെ ശക്തികൊണ്ടാണ് നടന്നുപോകുന്നതെന്നും തന്നെ അറിയിക്കാനായിട്ടാണ് കല്പിച്ച് ഇപ്രകാരം ചെയ്യിച്ചതെന്നു ബുദ്ധിമാനായ ദിവാൻജി മനസ്സിലാക്കു കയാൽ പിന്നെ അതിനെക്കുറിച്ച് ഒന്നും പറഞ്ഞതുമില്ല.

ഈ തിരുമനസ്സുകൊണ്ടു പ്രധാനമായി കൽപ്പിച്ചു ചെയ്തിട്ടുള്ള സംഗതികൾ, തിരുവനന്തപുരത്ത് ഇദംപ്രഥമമായി ഒരിംഗ്ലീഷ് പള്ളി ക്കൂടവും നക്ഷത്രബംഗാവും സ്ഥാപിക്കുകയും ഇപ്പോഴും 'പുത്തൻമാളിക' എന്നുതന്നെ പറഞ്ഞുവരുന്ന കെട്ടിടം പണിയിക്കുകയും രഥമുണ്ടാക്കിച്ചു രഥത്തിലെഴുന്നള്ളത്തു തുടങ്ങുകയും ഹജൂർകച്ചേരിയും മറ്റും കൊല്ലത്തുനിന്നു മാറ്റി തിരുവനന്തപുരത്താക്കുകയും ജനങ്ങൾക്കു ദുസ്സഹങ്ങളും ദുർവ്വഹങ്ങ ളുമായിരുന്ന ചില നികുതികൾ നിർത്തുകയും സർവ്വേ തുടങ്ങിക്കുകയും മറ്റുമാണ്. ഈ തിരുമനസ്സുകൊണ്ട് ധാർമ്മികനും ദാനശീലനും അനേകം ദാനധർമ്മങ്ങൾ ചെയ്തിട്ടുള്ള ആളുമായിരുന്നു. അവിടുന്നു സിംഹാസനാരോ ഹണം ചെയ്തതായ 1004ാംആണ്ടു തന്നെ തുലാപുരുഷദാനവും 1009ാംആണ്ടു പത്മഗർഭദാനവും കല്പിച്ചു നടത്തി. ഇപ്രകാരമെല്ലാം ഗുണവാനും അമാനു ഷപ്രഭാവനുമായിരുന്ന ആ മഹാരാജാവു തിരുമനസ്സുകൊണ്ട് 34ആമത്തെ തിരുവയസ്സിൽ 1022ാംആണ്ടു ധനുമാസത്തിൽ നിത്യാനന്ദപ്രദമായ പത്മനാഭ സായൂജ്യത്തെ പ്രാപിക്കുകയും ചെയ്തു.

●

ഇടിവെട്ടിക്കാട്ടു നമ്പൂരി

കൊല്ലവർഷം പത്താം ശതകത്തിൽ ജീവിച്ചിരുന്ന മഹാകവികളുടെ കൂട്ടത്തിൽ 'ഇടവെട്ടിക്കാട്ട്' എന്നില്ലപ്പേരായിട്ട് ഒരു നമ്പൂരിയുണ്ടായിരുന്നു. ഇദ്ദേഹത്തിന്റെ കവിതകളുടെ രസികത്വം വിചാരിച്ചാൽ അക്കാലത്തുണ്ടായിരുന്ന കവികളിൽ പ്രഥമഗണനീയൻ ഇദ്ദേഹം തന്നെയായിരുന്നു എന്നു തോന്നിപ്പോകും. ഇദ്ദേഹത്തിന്റെ പ്രധാനകൃതികളിൽ പ്രസിദ്ധങ്ങളായിട്ടുള്ളവ ദക്ഷയാഗം, രുഗ്മിണീസ്വയംവരം എന്നീ ചമ്പുപ്രബന്ധങ്ങളും ചില ആട്ട കഥകളുമാണ്. ആ ചമ്പു പ്രബന്ധങ്ങൾ പട്ടേരി പ്രബന്ധങ്ങളിൽ ഒട്ടും താഴെയല്ലെന്നാണ് സഹൃദയന്മാരുടെ അഭിപ്രായം. ഈ നമ്പൂരിയുടെ ഒറ്റ ശ്ലോകങ്ങൾക്കുള്ള രസികത്വം വിചാരിച്ചാൽ അവയും സർവ്വശ്ലാഘ്യയങ്ങൾ തന്നെയാണ്.

973ാംആണ്ട് നാട്ടു നീങ്ങിയ കാർത്തികതിരുനാൾ രാമവർമ്മമഹാരാജാവ് തിരുമനസ്സുകൊണ്ട് കൽപ്പിച്ചു നടത്തിയ ഒരു മുറജപക്കാലത്തു ഇടവെട്ടിക്കാട്ടു നമ്പൂരിയും തിരുവനന്തപുരത്തു ചെന്നു ചേർന്നിരുന്നു. അദ്ദേഹം മുഖംകാണിച്ച സമയം തിരുമനസ്സിലേയ്ക്കു രണ്ടുശ്ലോകങ്ങൾ എഴുതിക്കൊടുക്കുകയുണ്ടായി. അവ താഴെ ചേർക്കുന്നു.

'കോപി ശ്രീപത്മനാഭപ്രചുരതരകൃപാ
സാരപീയൂഷസേക
സ്ഫീതപ്രോത്തുംഗവിദ്യാവിടപതതിലസ
ന്നീതിസാരപ്രവാളഃ
ധന്യോ ധർമ്മപ്രസൂനപ്രഭവനവയശ
സ്സൗരഭാകൃഷ്ടലോകോ
ഭാതീ ശ്രേയഃഫലൈലൈർദ്വിജകുലശരണം
രാമരാജാമരദ്രുഃ
കംസീകൃത്യ ദിവം ഭുവം തുലിതവാ
നാധായ വേധാസ്തയോ
രിന്ദ്രം ത്വാഞ്ച പരീക്ഷിതും ഗരിമണി
ദ്യൌസ്താണവദൂർദ്ധ്വം ഗതാ
ദേവാനപ്സരസസ്സുരദ്രുമഗണാൻ
നിക്ഷിപ്യ തത്രാനതാ
വദ്യ ക്ഷ്മാതലതോ ബാഹ്ലൻ സുകൃതിനോ
പ്യുന്നീയ വിന്യസ്യതി.'

സാരം:

1. ശ്രീ പത്മനാഭന്റെ അത്യധികമായ കൃപാസാരമാകുന്നനയ്ക്കുകയാൽ വർദ്ധിച്ച വളർന്നുയർന്നിരിക്കുന്ന അമൃതുകൊണ്ടു വിദ്യകളാകുന്ന ശിഖരക്കൂട്ടങ്ങളിൽ പരിശോഭിക്കുന്ന നീതിസാരങ്ങളാകുന്ന തളിരുകളോടുകൂടിയതും ഭാഗ്യമുള്ളതും ധർമ്മങ്ങളാകുന്ന പുഷ്പങ്ങളിൽ നിന്നു പുറപ്പെടുന്ന പുതിയ കീർത്തിയാകുന്ന സൗരഭ്യത്താൽ അകർഷിക്കപ്പെടുന്ന ജനങ്ങളോടു കൂടിയതും ശ്രേയസ്സുകളാകുന്ന ഫലഗണങ്ങൾ ഹേതുവായിട്ടു ദ്വിജകുലങ്ങൾക്കു ബ്രാഹ്മണർക്കു (പക്ഷികൾ എന്നും) ശരണമായിരിക്കുന്നതുമായ ഒരു രാമരാജകൽപവൃക്ഷം ശോഭിക്കുന്നു.

2. അല്ലയോ മഹാരാജാവേ! ബ്രഹ്മാവു ദേവേന്ദ്രന്റെയും ഭവാന്റെയും കനം തൂക്കി അറിയുന്നതിനായി സ്വർഗ്ഗത്തെയും ഭൂമിയേയും തുലാസിന്റെ രണ്ടു തട്ടുകളാക്കി കൽപിച്ചിട്ട് സ്വർഗ്ഗമാകുന്ന തട്ടിൽ ദേവേന്ദ്രനെയും ഭൂമിയാകുന്ന തട്ടിൽ ഭവാനെയും വെച്ചു. അപ്പോൾ ദേവേന്ദ്രന്റെ കനക്കുറവു കൊണ്ട് സ്വർഗ്ഗമാകുന്ന തട്ട് വളരെ മുകളിലും ഭവാന്റെ കനക്കൂടുതൽ കൊണ്ട് ഭൂമിയാകുന്ന തട്ട് വളരെത്താഴെയുമായിതീർന്നു. അതിനാൽ പിന്നെ സ്വർഗ്ഗമാകുന്ന തട്ടിൽ ദേവന്മാരേയും ദേവസ്ത്രീകളെയും കൽപകവൃക്ഷങ്ങളും കൂടി വെച്ചു. പിന്നെയും ആ തട്ടു താണു വരുകയാൽ ഇപ്പോഴും ഭൂമിയിൽ നിന്നു അനേകം അനേകം സുകൃതികളെ മേല്പോട്ടുയർത്തി ആ തട്ടിൽ കയറ്റിവച്ചുകൊണ്ടിരിക്കുന്നു.

ഈ ശ്ലോകങ്ങൾ കണ്ടു മഹാരാജാവ് തിരുമനസ്സുകൊണ്ട് അത്യന്തം സന്തോഷിച്ചു. നമ്പൂരിയുടെ രണ്ട് കൈയ്ക്കും വീരശൃംഖല കൽപ്പിച്ചുകൊടുത്തു.

ആ മുറജപക്കാലത്തുതന്നെ ധനുമാസത്തിൽ ഒരു ദിവസം രാത്രിയിൽ ശീവേലി സമയത്തു തിരുമനസ്സുകൊണ്ട് മതിൽക്കകത്ത് എഴുന്നള്ളിയത് ഒരു സാലു പുതച്ചുംകൊണ്ടായിരുന്നു. തിരുമനസ്സിലേക്കു അക്കാലത്തു വാർദ്ധക്യം ബാധിക്കുകകൊണ്ടും മഞ്ഞിന്റെ തണുപ്പ് അതികഠിനവുമായിരിക്കുകകൊണ്ടുമാണ് അവിടുന്നങ്ങിനെ ചെയ്തത്. പത്മനാഭസ്വാമിയെ എഴുന്നള്ളിച്ചതിന്റെ പിന്നാലെയാണ് തിരുമനസ്സുകൊണ്ട് എഴുന്നള്ളിയിരുന്നത്. തിരുമനസ്സിലെ പിന്നാലെ ചില സേവകന്മാരും അനേകം നമ്പൂരിമാരുമുണ്ടായിരുന്നു. അപ്പോൾ ഇടിവെട്ടിക്കാട്ടുനമ്പൂരി അദ്ദേഹത്തിന്റെ കൂടെയുണ്ടായിരുന്ന നമ്പൂരിമാരോട് 'ഞാനിപ്പോൾ വേണമെങ്കിൽ മഹാരാജാവ് പുതച്ചിരിക്കുന്ന ആ സാലു മേടിച്ചുകൊണ്ടുവരാം' എന്നു പറഞ്ഞു. അതു കേട്ടു ശേഷമുണ്ടായിരുന്ന നമ്പൂരിമാർ 'അതു കേവലം അസാധ്യമാണ്' എന്നു പറഞ്ഞു. 'ആട്ടെ, പരീക്ഷിച്ചു നോക്കട്ടെ എന്നു പറഞ്ഞ് ഇടവെട്ടിക്കാട്ട് നമ്പൂരി നമ്പൂരിമാരുടെ കൂട്ടത്തിൽനിന്നു പിരിഞ്ഞുപോയി തിരുമനസ്സിലെ അടുക്കലെത്തിയപ്പോൾ തിരുമനസ്സുകൊണ്ട് നമ്പൂരിയോട് 'എന്താ?' എന്നു കൽപ്പിച്ചു ചോദിച്ചു. ഉടനെ നമ്പൂരി

ശീതാർത്താ ഇവ സങ്കുചന്തി ദിവസാ,
നഹ്യംബരം ശർവ്വരീ
ശീഘ്രം മുഞ്ചതി, സോപി ഹന്ത! ഹുതഭു
ക്കോണം ഗതോ ഭാസ്കരഃ
ത്വഞ്ചാനംഗകൃശാനതപ്തഹൃദയേ
മുഗ്ദ്ധാംഗനാനാം ഗതോ
രാജൻ! കിം കരവാമ കേവലമമീ

ശീതാഭിഭൂതാ വയം?

എന്നൊരു ശ്ലോകം ചൊല്ലി.

സാരം:

തണുപ്പുകൊണ്ട പരവശങ്ങളായിട്ടോ എന്നു തോന്നുമാറു ദിവസങ്ങൾ (പകലുകൾ) ചുരുങ്ങുന്നു. രാത്രി അംബരത്തെആകാശത്തെ (വസ്ത്രത്തെ എന്നും) വേഗത്തിൽ ഉപേക്ഷിക്കുന്നില്ല. സൂര്യൻ അഗ്നികോണത്തിലെത്തിയിരിക്കുന്നു. അല്ലയോ രാജാവേ! അങ്ങു കാമാഗ്നികൊണ്ടു ചൂടുപിടിച്ചിരിക്കുന്ന സുന്ദരിമാരുടെ ഹൃദയത്തെയും ഗമിച്ചിരിക്കുന്നു. തണുപ്പുകൊണ്ട് പരവശന്മാരായിരിക്കുന്ന ഞങ്ങളെന്താണു ചെയ്യേണ്ടത്?

തുലാമാസം മുതൽ മേടമാസം വരെ പകൽ കുറഞ്ഞും രാത്രി കൂടുതലുമായിരിക്കുമല്ലോ. പകൽ ചുരുങ്ങുന്നതും രാത്രി അംബരത്തെ വേഗത്തിൽ ഉപേക്ഷിയ്ക്കാത്തതും തണുപ്പിന്റെ ദുസ്സഹത്വം കൊണ്ടാണോ എന്നു കവി ഉൽപ്രേക്ഷിക്കുന്നു. അപ്രകാരം തന്നെ ദക്ഷിണായനത്തിൽ സൂര്യൻ തെക്കോട്ടു മാറുന്നതു സാധാരണമാണെങ്കിലും അഗ്നികോണിലേക്കു പോകുന്നതു തണുപ്പു കൊണ്ടാണോ എന്നും ഉൽപ്രേക്ഷിക്കുന്നു. തണുപ്പുകാലത്തു ചിലർ തീയിന്റെ അടുക്കലേയ്ക്കു പോകുമല്ലോ. സുന്ദരിമാരുടെ ഹൃദയം കാമാഗ്നിതപ്തമായിരിക്കുമ്പോൾ അതിനകത്തിരിക്കുന്ന രാജാവിനു ശീതബാധയുണ്ടാവുകയില്ല. മഹാരാജാവിനെ കണ്ടിട്ടു സുന്ദരിമാരായിരിക്കുന്ന സ്ത്രീകൾ കാമപരവശകളായിരിക്കുന്നു എന്നു താൽപര്യം. ഇതുകൊണ്ടു മഹാരാജാവ് തിരുമനസ്സിലെ സൗന്ദര്യത്തെ സൂചിപ്പിച്ചിരിക്കുന്നു. ഇപ്രകാരമിരിക്കുന്ന ഇക്കാലത്തു തണുപ്പിനെ തടുക്കുന്നതിനു ഈയുള്ളവർക്ക് (എനിക്കു)ഒരു നിവൃത്തിയില്ലന്നു ഭാവം.

ഈ ശ്ലോകം കേട്ട ക്ഷണത്തിൽ തിരുമനസ്സുകൊണ്ടു പുതച്ചിരുന്ന സാലയെടുത്തു നമ്പൂരിക്കു കല്പ്പിച്ചു കൊടുത്തു. മേലെഴുതിയിരിക്കുന്ന ശ്ലോകങ്ങൾകൊണ്ടുതന്നെ ഈ നമ്പൂരി ഒരു രസികനും മഹാകവിയുമായിരുന്നു എന്നു സ്പഷ്ടമാകുമല്ലോ.

അന്നു തിരുവനന്തപുരത്തുണ്ടായിരുന്ന സകല സഹൃദയന്മാരും ഈ മൂന്നു ശ്ലോകങ്ങളും വളരെ നന്നായി എന്നു സശിരക്കമ്പം സമ്മതിച്ചു. എന്നാൽ രണ്ടാമത്തെ ശ്ലോകമാണു അധികം നന്നായെതെന്നുള്ള പക്ഷക്കാരും പലരുമുണ്ടായിരുന്നു. അക്കാലത്തു ടിപ്പുസുൽത്താന്റെ ഉപദ്രവം കൊണ്ടനേകം ബ്രാഹ്മണർ തിരുവനന്തപുരത്തു ചെന്നു മഹാരാജാവിനെ ശരണം പ്രാപിച്ചിരുന്നതുകൊണ്ട് ഒന്നാം ശ്ലോകത്തിലെ 'ദ്വിജകുലശരണം' എന്നുള്ള പ്രയോഗത്തെയും എല്ലാവരും വളരെ ശ്ളാഘിച്ചു. നമ്പൂരിയുടെ യോഗ്യതയ്ക്കു തക്കവണ്ണം സംഭാവനകൾ ചെയ്തും തിരുമനസ്സിലെ വിദ്വത്വം, ഔദാര്യം, ദയാലുത്വം മുതലായ ഗുണങ്ങളെകുറിച്ചും എല്ലാവരും പുകഴ്ത്തി. മേൽപറഞ്ഞപ്രകാരം മഹാരാജാവ് തിരുമനസ്സിലെ സംഭാവനകൾക്കു പാത്രീഭവിച്ച മഹാകവിയായിരുന്ന ആ നമ്പൂരിയുടെ ഇല്ലം തിരുവതാംകൂറിൽ കുന്നത്തുനാട് താലൂക്കിൽ ചേർന്ന പാങ്കോട്ടുദേശത്താണെന്നും ആ ഇല്ലം ഇപ്പോഴുമുണ്ടെന്നുമറിയുന്നത് ഈ നാട്ടുകാർക്കു സന്തോഷാവഹവും അഭിമാനകരവുമായിരിക്കുമല്ലോ.

●

പയ്യന്നൂർ ഗ്രാമം

ശ്രീ പരശുരാമൻ പരദേശങ്ങളിൽ നിന്നു ബ്രാഹ്മണർ മുതലായി പലജാതിക്കാരെ കേരളത്തിൽ കൊണ്ടുവന്നു പിങ്കുടുമ്മമാറ്റി മുങ്കുടുമ്മയാക്കുക, മക്കത്തായം മാറ്റി മരുമക്കത്തായമാക്കുക മുതലായി വേഷത്തിലും ആചാരങ്ങളിലും അനേകം മാറ്റങ്ങൾ വരുത്തുകയും കേരളരാജ്യത്തെ തെക്ക മുപ്പത്തിരണ്ടും, വടക്ക മുപ്പത്തിരണ്ടും ഇങ്ങനെ അറുപത്തിനാലു ഗ്രാമങ്ങളാക്കി വിഭജിച്ചു അവിടങ്ങളിൽ താമസിപ്പിക്കുകയും ചെയ്തു എന്നു കേരളോത്പത്തി മുതലായ പുസ്തകങ്ങൾ പറയുന്നുണ്ടല്ലോ. കേരളോത്പത്തി മുതലായ പുസ്തകങ്ങൾ വിശ്വാസയോഗ്യങ്ങൾ അല്ലെന്നുള്ള അഭിപ്രായക്കാരും ചിലരുണ്ടെന്നുള്ളതു ഇവിടെ ഓർക്കാതിരിക്കുന്നില്ല, എന്നാൽ ആ സംഗതിയെകുറിച്ചു ഒരു വാദം നടത്തി തീർച്ചയുണ്ടാക്കണമെന്നുള്ള ഉദ്ദേശത്തോടുകൂടിയല്ല ഈ ലേഖനം എഴുതുന്നത്. പയ്യന്നൂർ ഗ്രാമത്തെകുറിച്ചു കണ്ടും കേട്ടുമറിഞ്ഞിട്ടുള്ളവയെ അടിസ്ഥാനപ്പെടുത്തിചിലതു പറയണമെന്നു മാത്രമേ ഇവിടെ ഉദ്ദേശിക്കുന്നുള്ളൂ. അതിനാൽ ഇതരവാദങ്ങളെ ഉപേക്ഷിച്ചു പ്രകൃതത്തിൽ പ്രവേശിച്ചുകൊള്ളുന്നു.

മേൽപറഞ്ഞപ്രകാരം പരശുരാമൻ പരദേശങ്ങളിൽ നിന്നും കൊണ്ടുവന്നവരിൽ ബ്രാഹ്മണരെ ഒഴിച്ചു ശേഷമുള്ള സകല ജാതിക്കാരും മരുമക്കത്തായം ആചരിച്ചുകൊള്ളണമെന്നു ആജ്ഞാപിച്ചപ്പോൾ ഉത്തരകേരളത്തിൽ പയ്യന്നൂർ ഗ്രാമത്തിൽ ആക്കിയിരുന്ന ശൂദ്രർ മുതലായവർ തർക്കം പറഞ്ഞു. ബ്രാഹ്മണർ മരുമക്കത്തായം ആചരിക്കാത്തപക്ഷം തങ്ങളും അതാചരിക്കുന്നതല്ലെന്നും തങ്ങൾ മരുമക്കത്തായമാചരിക്കണമെങ്കിൽ ബ്രാഹ്മണരും അതാചരിക്കണമെന്നായിരുന്നു അവരുടെ വാദം. അതിനാൽ പരശുരാമൻ ആ ഗ്രാമത്തിലുള്ള ബ്രാഹ്മണരും മരുമക്കത്തായമാചരിക്കണമെന്നും അവരുടെ ആചാരത്തെ മാതൃകയാക്കി കേരളത്തിലുള്ള ശൂദ്രർ മുതലായവരും നടന്നു കൊള്ളണമെന്നും കൽപ്പിച്ചു. ആ ഗ്രാമത്തിലുള്ള ബ്രാഹ്മണരുടെ കന്യകമാരെ അന്യഗ്രാമത്തിലുള്ള ബ്രാഹ്മണരെകൊണ്ട് വിവാഹം ചെയ്യിച്ചു അതാതില്ലങ്ങളിൽ തന്നെ താമസിപ്പിച്ചു കൊള്ളണമെന്നും വിവാഹം കഴിക്കുന്ന ബ്രാഹ്മണരും (പള്ളികെട്ടു കഴിക്കുന്ന കോയിതമ്പുരാക്കന്മാരെപ്പോലെ) അവിടെതന്നെ താമസ്സിച്ചുകൊള്ളണമെന്നും കുടിവയ്പ്പ് എന്നൊരു ഏർപ്പാട് വേണ്ടെന്നും ആ ഗ്രാമത്തിലുള്ളവർ സജാതീയവിവാഹം കഴിക്കരുതെന്നും ഇതരജാതി സ്ത്രീകളെ സംബന്ധം ചെയ്തു ഭാര്യമാരാക്കികൊള്ളണമെന്നുമാണു പരശുരാമന്റെ കല്പന. ആ ബ്രാഹ്മണരെ എല്ലാവരും അമ്മാവന്മാർ എന്നു വിളിച്ചു കൊള്ളണമെന്നും

പരശുരാമൻ കൽപ്പിച്ചു. അതു കാലക്രമേണ ലോപിച്ചു 'അമ്മുവൻ' മാരെന്നായിതീർന്നു. ഗ്രാമത്തിലുള്ള ബ്രാഹ്മണർ ഇപ്പോഴും മരുമക്കത്തായം തന്നെയാണു ആചരിച്ചു വരുന്നത്. അവരെ എല്ലാവരും പറഞ്ഞു വരുന്നത് അമ്മുവന്മാരെന്നുമാണ്.

പയ്യന്നൂർ ഗ്രാമത്തിൽ പണ്ടു അനേകം ബ്രാഹ്മണഗൃഹങ്ങളുണ്ടായിരുന്നു. കാലക്രമേണ അവ ക്ഷയിച്ചു ഇപ്പോൾ അവിടെ അഞ്ചോ ആറോ ഇല്ലങ്ങളേ ഉള്ളൂഎന്നാണു അറിയുന്നത്. ഈ ക്ഷയത്തിന്റെ കാരണം അവർ പരശുരാമന്റെ കൽപനയ്ക്കു വിരോധമായി ബ്രാഹ്മണകന്യകമാരെ വിവാഹം കഴിച്ചു തുടങ്ങിയതാണ് എന്നു ചിലർ പറയുന്നു. ഈ ഗ്രാമക്കാരെ ഒഴിച്ചുമറ്റുള്ള സകല മലയാള ബ്രാഹ്മണരും മക്കത്തായക്കാരായിരിക്കുന്നതുകൊണ്ട് ഇവർക്കു അങ്ങിനെയായാൽകൊള്ളാമെന്നു ഇടക്കാലത്തു ഒരാഗ്രഹമുണ്ടായി. എന്നാൽ മറ്റുള്ള മലയാളബ്രാഹ്മണർ ആഭിജാത്യത്തിരക്കുനിമിത്തം ഇവർക്കു കന്യകമാരെ കൊടുക്കുകയോ ഇവരുമായി കൂടിക്കഴിയുകയോ പതിവില്ലാത്തതിനാൽ ആ ആഗ്രഹം എളുപ്പത്തിലും എല്ലാവർക്കും സാധിച്ചില്ല. സ്ത്രീധനം കൊടുക്കുവാൻ നിവൃത്തിയില്ലാതെയിരുന്ന ചില നമ്പൂരിമാർ ഇവർക്കു കന്യകമാരെ വിവാഹം കഴിച്ചു കൊടുക്കാമെന്നു സമ്മതിക്കുകയാൽ ഇവരിൽ ചിലർ വിവാഹം കഴിച്ചു.

പയ്യന്നൂർ ഗ്രാമക്കാർ വലിയ ധനവാന്മാർ ആയിരുന്നതിനാൽ അവർക്കു സ്ത്രീധനം കിട്ടണമെന്നു നിർബന്ധമില്ലായിരുന്നു. കന്യകമാരെ കിട്ടിയാൽ മതിയെന്നു മാത്രമേ ഉണ്ടായിരുന്നുള്ളൂ. എന്നു മാത്രമല്ല, കന്യകമാരെ കിട്ടിയാൽ അങ്ങോട്ടു പണം കൊടുക്കുവാനും അവർക്കു സമ്മതമായിരുന്നു. അതിനാൽ നാലായിരവും അയ്യായിരവും രൂപ വീതം കൊടുത്താണ് ഓരോരുത്തർ വിവാഹം കഴിച്ചത്. അങ്ങനെ വിവാഹം കഴിച്ചു ഇല്ലക്കാരാണു ഒടുക്കം മക്കളും മരുമക്കളും ഇല്ലാതെ നാമാവശേഷന്മാരായിത്തീർന്നത്.

ഇപ്പോൾ പയന്നൂർ ഗ്രാമത്തിൽ ജനപുഷ്ടികൊണ്ടും ധനപുഷ്ടികൊണ്ടും പ്രസിദ്ധന്മാരായിരിക്കുന്നതു താഴക്കാട്ടില്ലക്കാരാണ്. 'താഴക്കാട്ടമ്മുവൻ' എന്നു കേട്ടിട്ടില്ലാത്തവർ കേരളത്തിൽ അധികം ഉണ്ടായിരിക്കുമെന്നു തോന്നുന്നില്ല. ആ ഇല്ലത്തിപ്പോൾ ധാരാളം ആളുകളും കണക്കില്ലാത്ത ധനവുമുണ്ട്. അവിടെ ചെന്നു വിവാഹം കഴിക്കുന്നവരെ പിന്നെ അവരുടെ ഇല്ലത്തു ഒന്നിനും കൂട്ടുക പതിവില്ലാത്തതിനാൽ ആ നമ്പൂരിമാരുടെ സ്ഥിരവാസം അവിടെത്തന്നെയാണ്. ആ ഇല്ലക്കാർ ഇപ്പോഴും പ്രായേണ മരുമക്കത്തായം തന്നെയാണു ആചരിച്ചു പോരുന്നതെങ്കിലും അവർക്കാർക്കും താഴക്കാട്ടേപ്പോലെ ജനപുഷ്ടിയും ധനപുഷ്ടിയും പ്രസിദ്ധിയും പ്രാബല്യവുമില്ല. താഴക്കാട്ടില്ലത്തേയ്ക്ക് കുരുമുളക് ഒരിനത്തിൽതന്നെ കൊല്ലത്തിൽ ഒരു ലക്ഷത്തിൽപരം രൂപ മുതലെടുപ്പുണ്ട്. മറ്റുള്ള ഇനങ്ങളിൽ എല്ലാം കൂടി പത്തു ലക്ഷത്തിൽ ഒട്ടും കുറവില്ല. കുറച്ചെങ്കിലും കൂടുതലുണ്ടെങ്കിലേയുള്ളൂ.

ശ്രീ വീരമാർത്താണ്ഡവർമ്മചരിതം കഥകളി(ആട്ടക്കഥ)യിൽ ഈ ഗ്രാമത്തെക്കുറിച്ചു പ്രകൃതാനപ്രകൃതമായി സ്വൽപ്പം പറഞ്ഞിട്ടുണ്ട്. ആ ഭാഗം താഴെ ചേർക്കുന്നു.

ശ്ലോകം

'ചാലേ തത്ര പുലിക്കുറിച്യഭിധമാം
കോട്ടയ്ക്കകം തമ്പിമാർ
താലോലിച്ചഴകപ്പനാം മുതലിയാർ
പുക്കാവസിക്കുംവിധ
പാലാഴിപ്രിയനന്ദനീപതിഹിതൻ
ശ്രീ വീരമാർത്താണ്ഡഭൂ
പാലൻ പാലൊലിയും ഗിരൈവമരുളി
ച്ചെയ്തീടിനാൻ മന്ത്രിണ'

പദം

മന്ത്രിവര! രാമയ്യ! മതിമൻ നാരായണയ്യ!
മന്ത്രിതം ശൃണുതം മേ മന്ത്രനിപുണന്മാരേ!
പരശ്ശതനായിട്ടും പരശുരാമശാസനാൽ
പരദേശാചാരമല്ല പരമിന്നീക്കേരളത്തിൽ
വിരവോടോതിനാൽ വിപ്രവ്യതിരിക്തന്മാരായുള്ളോർ
സരസം ഭാഗിനേയാനന്തരക്രമം രചിക്കുന്നു.
പയ്യന്നൂർ സ്ഥിതിയാലുദാഹരണിയാം
രാമയ്യസാമോക്തിയാൽ
പയ്യെന്നൂർസ്ഥിതി, കേരളത്തിലെ,യറി
ഞ്ഞല്ലാം മുസല്യഗ്രിമൻ
കയ്യർക്കാദിമനായ തമ്പിയെയധി
ക്ഷേപിച്ചുടൻ കുപ്പി തൻ
കയ്യർക്കാതിമഹസ്സെഴുന്ന നൃപനെ
ക്കണ്ടാശു കൊണ്ടാടിനാൻ.

ഇങ്ങനെ പയ്യന്നൂർ ഗ്രാമത്തിന്റെ സ്ഥിതിയെക്കുറിച്ച് വേറെയും ചില പുസ്തകങ്ങളിൽ പറഞ്ഞു കാണുന്നുണ്ട്. വിസ്താരഭയത്താൽ അവയൊന്നും ഇവിടെ ഉദ്ധരിച്ചു കാണിക്കണമെന്നു വിചാരിക്കുന്നില്ല.

●

ഒളശ്ശയിൽ വേട്ടക്കൊരുമകൻ കാവ്

പണ്ടൊരു കാലത്തു പാണ്ഡ്യരാജകുടുംബക്കാർ രണ്ടായിപ്പിരിഞ്ഞ് ഒരു കൂട്ടക്കാർ വള്ളിയൂരും മറ്റവർ മധുരയിലും താമസിച്ചിരുന്നു എന്നുള്ളതു ചരിത്രപ്രസിദ്ധമാണല്ലോ. വള്ളിയൂർ തലസ്ഥാനമായിട്ടുള്ള ഭാഗത്തിനു ദക്ഷിണപാണ്ഡ്യമെന്നും മധുര തലസ്ഥാനമായിട്ടുള്ള ഭാഗത്തിനു ഉത്തര പാണ്ഡ്യമെന്നുമാണ് പറഞ്ഞു വരുന്നത്.

ദക്ഷിണപാണ്ഡ്യം ഭരിച്ചിരുന്ന രാജാവു വാണിജ്യവിഷയത്തിൽ വളരെ പ്രതിപത്തിയുള്ള ആളായിരുന്നു. അതിനാലദ്ദേഹം കരമാർഗ്ഗമായും ജലമാർഗ്ഗമായും സ്വദേശത്തു കച്ചവടം വർദ്ധിപ്പിക്കുന്നതിനായി പലദേശങ്ങളിൽനിന്നും അനേകം വണിഗ്വരന്മാരെ കുടുംബസഹിതം സ്വരാജ്യത്തു വരുത്തിത്താമസിപ്പിച്ചിരുന്നു. അവരിൽ ഒരു വണിക്ക് സത്ഗുണനിധിയും വലിയ ഈശ്വരഭക്തനുമായിരുന്നു. അയാൾ പ്രധാനമായി സേവിച്ചിരുന്നത് വേട്ടയ്ക്കൊരുമകനെയായിരുന്നു. ആ ചെട്ടിയാരുടെ ഭക്തിവിശ്വാസാദികൾ കൊണ്ടു വേട്ടയ്ക്കൊരുമകൻ പ്രസാദിച്ച് അയാൾ വിചാരിക്കുന്ന കാര്യങ്ങളെല്ലാം സാധിപ്പിച്ചുകൊടുത്തിരുന്നു. ആ ചെട്ടിയാരുടെ പ്രിയപത്നിയും ഈശ്വരഭക്തി ധാരാളമായിട്ടുള്ള കൂട്ടത്തിലായിരുന്നു എന്നു മാത്രമല്ല, അവർ നല്ല വിദുഷിയും സർവ്വാംഗസുന്ദരിയും പതിവ്രതാശിരോരത്നവുമായിരുന്നു. ഈ സർവ്വാംഗസുന്ദരിയെക്കുറിച്ചു പലരും പറഞ്ഞു കേട്ടുകേട്ടു രാജാവ് അവളിൽ അത്യന്തം ആസക്തചിത്തനെന്നല്ല, കാമകിങ്കരനായിത്തന്നെ തീർന്നു. 'ശ്രോത്രവൃത്ത്യാ ഹി ഗൂഢന്മം വിശതി യുവസുചേതോ വഞ്ചകഃ പഞ്ചബാണഃ' എന്നുണ്ടല്ലോ.

ഒരു ദിവസം കാലത്തു രാജാവ് ഉണർന്നെണീറ്റു തന്റെ മാളികയിലിരുന്നപ്പോൾ ആ വണിഗ്വരസ്ത്രീ

മഞ്ഞത്തേറ്റു കുളിച്ചു മഞ്ഞളമതാ
മീറൻ ധരിച്ചോമന
ക്കുഞ്ഞികൾ കാണുമാറൊരു നന
പ്പൂഞ്ചേല ചേർത്തങ്ങനെ
രഞ്ജിക്കും സഖിമാരൊടൊത്തു തരസാ

അടുത്തുള്ള രാജമാർഗ്ഗത്തിൽക്കൂടിപ്പോകുന്നതു കണ്ടു. മുമ്പേതന്നെ രാജാവിന്റെ മനസ്സിൽ കത്തിജ്വലിച്ചുകൊണ്ടിരുന്ന കാമാഗ്നി ആ ലോകൈകസുന്ദരിയെക്കണ്ടപ്പോൾ ശതഗുണീഭവിച്ചു. അന്നുതന്നെ രാജാവ് ഒരു ദൂതനെ ഗൂഢമായി അയച്ച് അവളെ തന്റെ മാളികയിൽ വരുത്തി തനിക്കുള്ള ആഗ്രഹം അവളെ ഗ്രഹിപ്പിച്ചു. രാജാവു തന്നെ വിളിപ്പിച്ചതു

തനിക്കു ചാരിത്രഭംഗം വരുത്താനായിട്ടാണെന്നു ആ സാധ്വി അപ്പോളാണറിഞ്ഞത്. ആ പതിവ്രത രാജാവിന്റെ ദുർമോഹത്തിനു വഴിപ്പെട്ടില്ല. അവൾ 'വാച്യാവാച്യവിചാരമാർഗ്ഗവിമുഖോ ലോകേഷു കാമീ ജനഃ' എന്നു മനസ്സിൽ വിചാരിച്ചുകൊണ്ട് 'ഉത്തരാസ്വയംവര'ത്തിലെ സൈരന്ധ്രിയുടെ 'സാദരം നീ ചൊന്നൊരു മൊഴിയിതു സാധുവല്ല കുമതേ' ഇത്യാദി പദമാണ് അദ്ദേഹത്തിന്റെ മുമ്പിൽ ചൊല്ലിയാടിയത്. അതു കേട്ടു രാജാവ് 'നീ ഞാൻ പറഞ്ഞതു സമ്മതിച്ചു പ്രവർത്തിക്കുന്ന പക്ഷം നിനക്കും നിന്റെ ഭർത്താവിനും വേണ്ടുന്ന സ്ഥാനമാനങ്ങളും പദവികളും വസ്തുവകകളും തന്ന് ഏറ്റവും ഉയർന്ന നിലയിൽ നിങ്ങളെ ഇവിടെ സുഖമായിത്താമസിപ്പിക്കും. അല്ലാത്തപക്ഷം കാരാഗൃഹത്തിലാക്കി കഴിവുള്ളിടത്തോളം കഷ്ടപ്പെടുത്തുകയും ചെയ്യും. നല്ലപോലെ ആലോചിച്ചു മറുപടി പറയുക' എന്നു വീണ്ടും പറഞ്ഞു. അതു കേട്ടു ധൈര്യസമേതം ആ യുവതി 'അവിടുന്ന് ഈ രാജ്യത്തെ രാജാവും അടിയങ്ങൾ ഇവിടുത്തെ അടിമകളുമായിരിക്കുന്ന സ്ഥിതിക്ക് അവിടേക്ക് എന്തും ചെയ്യാമല്ലോ. രാജാധികാരത്തെ തടുക്കുന്നതിന് അടിയങ്ങൾക്ക് ശക്തിയില്ല. അതിനാൽ ഇതിനെക്കുറിച്ചു വേണ്ടതുപോലെ ആലോചിച്ചു നാളെത്തന്നെ മറുപടി ഇവിടെ അറിയിച്ചുകൊള്ളാം' എന്നു പറഞ്ഞ് ആ സാധ്വി തൽക്കാലം ആ ധർമ്മസങ്കടത്തിൽ നിന്ന് ഒഴിഞ്ഞുപോയി.

ആ ഗുണവതി ഉടനെ സ്വഗൃഹത്തിലെത്തി വർത്തമാനങ്ങളെല്ലാം തന്റെ ഭർത്താവിനെ ഗ്രഹിപ്പിച്ചു. 'ഇനി ഈ രാജ്യത്തു താമസിച്ചാൽ ആപത്തുകളും അപമാനവും സിദ്ധിക്കും. അതിനാൽ ഇന്നുതന്നെ ഇവിടം വിട്ടുപോകണം' എന്നു നിശ്ചയിച്ചു പണമായിട്ടും പണ്ടങ്ങളായിട്ടുമുണ്ടായിരുന്ന കൈമുതലുകളെല്ലാം ഉടനെ പെറുക്കിയെടുത്തു ഭാണ്ഡം കെട്ടിത്തയ്യാറാക്കിവെയ്ക്കുകയും അന്നു രാത്രിയിൽത്തന്നെ എല്ലാമെടുത്തുകൊണ്ടു ഭാര്യയോടുകൂടി ആ വണിഗ്വരൻ സപരിവാരം അവിടെനിന്ന് ഒളിച്ചോടി തുറമുഖത്തെത്തി കപ്പൽകയറിപ്പോവുകയും ചെയ്തു.

ഏതാനും ദിവസങ്ങൾകൊണ്ട് അവർ കൊച്ചിയിലെത്തി കരയ്ക്കിറങ്ങി. പിന്നെ അവർ കൂലിക്ക് ഒരു വഞ്ചി പിടിച്ച് അതിൽ കയറി തെക്കോട്ടു പുറപ്പെട്ടു. വേമ്പനാട്ടു കായലിലെത്തിയപ്പോൾ അതിഭയങ്കരമായ കാറും കറുപ്പും കാറ്റും മഴയും വന്നുകൂടി. കായലിൽ ഓളം സമുദ്രത്തിൽ തിരമാലകളെന്നപോലെ ഇളകിമറിഞ്ഞുതുടങ്ങി. വഞ്ചി മുങ്ങുമെന്നുതന്നെ തീർച്ചയായി. വഞ്ചിയിലുണ്ടായിരുന്ന വണിക്ക് (ചെട്ടി) മുതലായവർ മാത്രമല്ല, വഞ്ചിക്കാർതന്നെയും മരണഭയത്തോടുകൂടി ഉറക്കെ നിലവിളിച്ചു തുടങ്ങി. ആ സമയത്ത് എവിടെനിന്നോ ഒരാൾ കറുത്ത വസ്ത്രം ഉടുത്തുകൊണ്ടും കൈയിൽ വാളും പരിചയും വില്ലമ്പും ചൊട്ടയും മറ്റും ധരിച്ചുകൊണ്ടും വെള്ളത്തിൽക്കൂടി നീന്തിവന്നു വഞ്ചിയുടെ അമരത്തു കയറി പങ്കായമെടുത്തുകൊണ്ടു 'നിങ്ങളാരും വ്യസനിക്കുകയും പരിഭ്രമിക്കുകയും വേണ്ട. ആപത്തൊന്നും കൂടാതെ ഞാൻ വഞ്ചി കരയ്ക്കടുപ്പിക്കാം. എല്ലാവരും വഞ്ചിയിൽ അടങ്ങിയിരിക്കുവിൻ' എന്നു പറഞ്ഞിട്ട് അമരം പിടിച്ചുതുടങ്ങി. ആ സമയത്തു ചെമ്പനും കറുമ്പനുമായി രണ്ടു മുതലകൾ വഞ്ചിയോടു ചേർന്നു രണ്ടുവശത്തുമായി വന്നു പൊങ്ങി. അതുകൊണ്ട് ഓളം വഞ്ചിയിന്മേൽ വന്നടിക്കാതെയും വഞ്ചി ഇളകാതെയുമായി. അപ്പോൾ വഞ്ചിയിലുണ്ടായിരുന്നവർക്കു വഞ്ചി മുങ്ങുമെന്നുള്ള ഭയം പോയി. എങ്കിലും മുതലകൾ പിടിച്ചു

തിന്നെങ്കിലോ എന്നുള്ള ഭയം മുമ്പുണ്ടായിരുന്ന ഭയത്തിലധികമായി. അതറിഞ്ഞിട്ടു പുതിയ അമരക്കാരൻ 'നിങ്ങളാരും ഭയപ്പെടേണ്ട, ഇവർ നമ്മുടെ അകമ്പടിക്കാരാണ്. നിങ്ങളെ ഉപദ്രവിക്കയില്ല' എന്നു പറഞ്ഞു. അതുകൊണ്ടു വഞ്ചിയിലുണ്ടായിരുന്നവർക്കു സ്വല്പം സമാധാനമുണ്ടായി.

വഞ്ചി അതിവേഗത്തിൽ പോയി. കൊച്ചിയിൽനിന്നു പുറപ്പെട്ടതിന്റെ പിറ്റേ പ്രഭാതസമയത്ത് ഇപ്പോൾ ഒളശ്ശയിൽ വേട്ടയ്ക്കൊരുമകൻകാവിരിക്കുന്ന സ്ഥലത്തോടടുത്തുള്ള കടവിലടുത്തു. ഉടനെ പുതിയ അമരക്കാരനും ചെട്ടിയാർ മുതലായവരും കരയ്ക്കിറങ്ങി. ഉടനെ ചെട്ടിയാർ വഞ്ചി ക്കാരുടെ കൂലികൊടുത്ത് അവരെ പറഞ്ഞയച്ചു. അപ്പോഴേക്കും മുതലകൾ വെള്ളത്തിൽ മുങ്ങിമറഞ്ഞു.

ആ സ്ഥലം അന്നു തെക്കുംകൂർ രാജ്യത്ത് ഉൾപ്പെട്ടതായിരുന്നു. എന്നു മാത്രമല്ല, തെക്കുംകൂർ രാജകുടുംബത്തിലെ ഒരു ശാഖക്കാർ അന്നവിടെ താമസിക്കുന്നുമുണ്ടായിരുന്നു. അവർ അവിടെ (ഇപ്പോൾ വേട്ടയ്ക്കൊരുമകൻ കാവിരിക്കുന്ന സ്ഥലത്ത്) ഒരു കൃഷ്ണസ്വാമിപ്രതിഷ്ഠ നടത്തിക്കുന്നതിനായി ഒരമ്പലം പണിയിച്ചു കുറ തീർത്തിരുന്നു. വഞ്ചിയിൽച്ചെന്നിറങ്ങിയവർ ആ പുതിയ ക്ഷേത്രത്തിന്റെ സമീപത്തു ചെന്നപ്പോൾ അമരക്കാരനായി ചെന്നുകൂടിയിരുന്ന ആ പുതിയ ആൾ ചെട്ടിയാരോട്, 'ഞാനാരാണെന്നു നീ അറിഞ്ഞില്ലല്ലോ. നീ വളരെ ക്കാലമായി ഭക്തിപൂർവ്വം സേവിച്ചുവരുന്ന ആ വേട്ടയ്ക്കൊരുമകനാണു ഞാൻ . ഞാനിതാ ഇവിടെ ഇരിക്കാനാണ് ഭാവിക്കുന്നത്. ഇനിയും നീയും നിന്റെ വംശക്കാരും എന്നെ പരദേവതയായി വിചാരിച്ചു സേവിച്ചു കൊണ്ടിരുന്നാൽ നിങ്ങളുടെ സകലാഭീഷ്ടങ്ങളും ഞാൻ സാധിപ്പിച്ചുതന്നു കൊള്ളാം' എന്നരുളിച്ചെയ്തിട്ട് ആ സ്വാമി അവിടെ ആ ശ്രീകോവിലിനകത്തു കയറി കുടി (ഇള) കൊണ്ടു.

ഈ വർത്തമാനമറിഞ്ഞു തെക്കുംകൂർ രാജാവു ചെട്ടിയാരെ തന്റെ അടുക്കൽ വരുത്തിച്ചോദിക്കുകയും അയാൾ വിവരമെല്ലാം രാജാവിനെ ഗ്രഹിപ്പിക്കുകയും ചെയ്തു. 'എന്നാൽ ആ സ്വാമിയെ എനിക്കൊന്നു കാണണം' എന്നു പറഞ്ഞു രാജാവു ചെന്നു ചെട്ടിയാരുടെ കൈക്കു പിടിച്ചുകൊണ്ടു നോക്കിയപ്പോൾ സ്വാമിയെ ശ്രീകോവിലിനകത്തു പ്രത്യക്ഷമായിക്കണ്ടു. പിന്നെ രാജാവവിടെ ബിംബപ്രതിഷ്ഠയും കലശവും മറ്റും മുറയ്ക്കു നടത്തിക്കുകയും പതിവായി പൂജ നടത്തുന്നതിനു വേണ്ടുന്ന ഏർപ്പാടുകളെല്ലാം ചെയ്യുകയും ചെയ്തു.

അനന്തരം രാജാവു താനാദ്യം നിശ്ചയിച്ച ശ്രീകൃഷ്ണസ്വാമി പ്രതിഷ്ഠ ഉടനെ നടത്തിക്കണമെന്നു നിശ്ചയിച്ചു അതിലേക്കു വേറെ ഒരു ശ്രീകോവിൽ പണികഴിപ്പിക്കുകയും പ്രതിഷ്ഠ നടത്തിക്കുകയും ചെയ്തു. അതു വേട്ടയ്ക്കൊരുമകന്റെ നടക്കു നേരെത്തന്നെയാണ്. അത് സ്വാമിക്ക് ഒട്ടും രസിച്ചില്ല. അതിനാൽ ശ്രീകൃഷ്ണസ്വാമിയെ പ്രതിഷ്ഠിച്ച സമയത്തു വേട്ടയ്ക്കൊരുമകന്റെ ശ്രീകോവിലിൽനിന്ന് 'എന്റെ നേരെ വന്നിരുന്നയാൾ എന്നും എന്റെ ഉച്ഛിഷ്ടം ഭക്ഷിക്കണം' എന്നൊരു അശരീരിവാക്കു കേൾക്കപ്പെട്ടു. അതു വേട്ടയ്ക്കൊരുമകൻ അരുളിച്ചെയ്തതാണെന്നു വിശേഷിച്ചു പറയണമെന്നില്ലല്ലോ. ഇന്നും എന്തെങ്കിലും ഒരു സാധനം വേട്ടയ്ക്കൊരുമകനു നിവേദിക്കാതെ ശ്രീകൃഷ്ണസ്വാമിക്കു നിവേദിക്കുവാൻ അവിടെ സാധിക്കുന്നില്ല. ഒരു പായസ നിവേദ്യമോ മറ്റോ ആദ്യമേ പകുതിയെടുത്തു വേട്ടയ്ക്കൊരുമകനു നിവേദിച്ചിട്ടു

ശേഷമല്ലാതെ ശ്രീകൃഷ്ണസ്വാമിക്കു നിവേദിക്കുവാൻ കൊണ്ടുപോയാൽ ആ നിവേദ്യം ശുദ്ധം മാറീട്ടോ എങ്ങനെയെങ്കിലും കൃഷ്ണസ്വാമിക്കു നിവേദിക്കുവാൻ സാധിക്കുകയില്ല. ഇത് ഇപ്പോഴും കണ്ടുവരുന്ന ഒരു പതിവാണ്.

വേട്ടയ്ക്കൊരുമകനു ചുരുക്കത്തിൽ പ്രധാനമായിട്ടുള്ള വഴിപാടു വറനിവേദ്യമാണ്. ഉരിയോ നാഴിയോ അരിയുടെ വറപ്പൊടിയും ഒരു കരിക്കും (ഇളന്നീരും) കൂടി അവിടെ നിവേദിപ്പിച്ചാൽ വലിയ വലിയ കാര്യങ്ങളും ആ സ്വാമി സാധിപ്പിക്കുന്നുണ്ട്. ചില ദിവസങ്ങളിൽ അവിടെ നൂറും നൂറ്റമ്പതും വീതം വറനിവേദ്യം ഉണ്ടാകാറുണ്ട്.

പാണ്ഡ്യരാജാവിനെപ്പേടിച്ചു വള്ളിയൂർനിന്നുപോന്ന ചെട്ടിയാരും ഭാര്യയും ഒളശ്ശയിൽ വന്നുചേർന്നതിന്റെശേഷം തെക്കുംകൂർ രാജാവിന്റെ സഹായത്തോടുകൂടി ഒളശ്ശയോടടുത്ത 'തട്ടുങ്കൽ' എന്ന ദേശത്ത് ഒരു ഗൃഹമുണ്ടാക്കി അവിടെ താമസമുറപ്പിച്ചു. അധികം താമസിയാതെ അവരുടെ ജാതിക്കാരായ മറ്റു ചില കുടുംബക്കാരും അവിടെ വന്നുചേരുകയും ഗൃഹങ്ങളുണ്ടാക്കി അവിടെത്തന്നെ സ്ഥിരതാമസമാക്കു കയും ചെയ്തു.

അപ്പോഴേക്കും ഈ വർത്തമാനം തന്റെ ചാരന്മാർ മുഖാന്തരം പാണ്ഡ്യരാജാവറിഞ്ഞു. താനാഗ്രഹിച്ച സ്ത്രീയും അവളുടെ ഭർത്താവും തെക്കുംകൂർ രാജ്യത്ത് ഒളശ്ശയ്ക്കുസമീപം തട്ടുങ്കലെന്ന ദേശത്തു താമസിക്കുന്നുണ്ടെന്നും അവരെ തെക്കുംകൂർ രാജാവാണ് അഭയം കൊടുത്ത് അവിടെ പാർപ്പിച്ചിരിക്കുന്നതെന്നുമറിഞ്ഞപ്പോൾ തെക്കുംകൂർ ജയിച്ചിട്ടോ ചെട്ടിയാരെ നിഗ്രഹിച്ചിട്ടോ ഏതുവിധമെങ്കിലും താനാഗ്രഹിച്ച സ്ത്രീയെ കൊണ്ടുപോരണമെന്നു നിശ്ചയിച്ചു. പാണ്ഡ്യരാജാവ് ടിപ്പുസുൽത്താന്റെ അധികാരത്തിലുൾപ്പെട്ടിരുന്ന ഏതാനും മുഹമ്മദീയസൈന്യങ്ങളെ സ്വാധീനപ്പെടുത്തി തന്റെ അഭിലാഷം അറിയിച്ച് ഒളശ്ശയിലേക്കു പറഞ്ഞയച്ചു. അവർ ഒളശ്ശയിലെത്തി ചില ലഹളകളും കൊള്ളകളും മറ്റും തുടങ്ങിയപ്പോഴേക്കും ആ ദേശനിവാസികളായ ജനങ്ങളാകപ്പാടെ ഭയവിഹ്വലരായി നാടും വീടുംവിട്ട് ഓട്ടം തുടങ്ങി. രാജാവും ഇതികർത്തവ്യതാ മൂഢനായിത്തീർന്നു. അദ്ദേഹത്തിന് ഈ തുലുക്കപ്പടയെ ജയിക്കുവാൻ തക്കവണ്ണമുള്ള സൈന്യബലമുണ്ടായിരുന്നില്ല. അതിനാൽ അദ്ദേഹം വേട്ടയ്ക്കൊരുമകൻകാവിൽ ചെന്നു നടയിൽ വീണു നമസ്കരിച്ച്,

'സ്വാമിൻ! ഭഗവാനേ! അവിടുന്നുതന്നെ എന്നെയും എന്റെ ജനങ്ങളെയും രക്ഷിക്കണേ. എനിക്കു വേറെ ഒരവലംബവുമില്ല' എന്നു പറഞ്ഞു കരഞ്ഞു. അപ്പോൾ ആരോ 'ഹേ രാജാവേ! ഭവാൻ എഴുന്നേറ്റു സ്വഗൃഹത്തിൽ പോയി സ്വസ്ഥനായി ഇരുന്നുകൊള്ളുക. ശത്രുക്കളെ ജയിച്ചു ഭവാനെ ഞാൻ രക്ഷിച്ചുകൊള്ളാം' എന്നു പറഞ്ഞതായിത്തോന്നി. അദ്ദേഹം തലപൊക്കി നോക്കിയപ്പോൾ അവിടെയെങ്ങും ആരെയും കണ്ടില്ല. എങ്കിലും ഇതു ഭഗവാൻ വേട്ടയ്ക്കൊരുമകൻ അരുളിച്ചെയ്തതാണെന്നു വിശ്വസിച്ച് അദ്ദേഹം സ്വഗൃഹത്തിലേക്കു പോയി.

ഉടനെ വേട്ടയ്ക്കൊരുമകൻ സ്വാമി കറുപ്പുകച്ചയുമുടുത്ത് അരയും തലയും മുറുക്കി പടച്ചട്ടയും വില്ലുമമ്പും ധരിച്ചു ശത്രുക്കളുടെ അടുക്കലേക്കു പുറപ്പെട്ടു. അപ്പോൾ വഴിക്കടുക്കലുള്ള ഒരു വീട്ടിലെ ഒരു സ്ത്രീ സ്വാമിയെക്കണ്ടിട്ട് 'ഈ പടയാളി ഏതുദിക്കുകാരനാണാവോ? ഇയാൾ വില്ലുമമ്പും ധരിച്ചു

യുദ്ധത്തിന പോവുകയായിരിക്കും. ഇയാൾ വിചാരിച്ചാൽ ആ തുലുക്കപ്പടയെ ജയിക്കാൻ കഴിയുമോ? അയാൾ ചാകാൻ പോവുകയായിരിക്കും' എന്നും മറ്റും പരിഹാസമായിപ്പറഞ്ഞു. സ്വാമി അതു കേട്ടു തിരിഞ്ഞുനിന്ന് ആ സ്ത്രീയുടെ വീടിനെ ലക്ഷ്യമാക്കി ഒരു ശരം പ്രയോഗിച്ചു. പുരയുടെ വാതിലുകളെല്ലാം പെട്ടെന്നടഞ്ഞു. അവ തുറക്കാൻ ആ സ്ത്രീയെന്നല്ല, അയൽക്കാരെല്ലാം വിചാരിച്ചിട്ടും സാധിച്ചില്ല. ആശാരി, കൊല്ലൻ മുതലായവർ പഠിച്ച പണി പതിനെട്ടും പ്രയോഗിച്ചുനോക്കീട്ടും ഫലമൊന്നുമുണ്ടായില്ല. പിന്നെച്ചില വൃദ്ധന്മാരുടെ ഉപദേശപ്രകാരം വേട്ടയ്ക്കൊരുമകൻകാവിൽ ഒരു വിളിച്ചുചൊല്ലി പ്രായശ്ചിത്തവും ചില വഴിപാടുകളും കഴിക്കാമെന്നു നിശ്ചയിച്ചു തൽക്കാലം അവയ്ക്കു വേണ്ടുന്ന മുതൽ ആ സ്ത്രീയെക്കൊണ്ട് ഉഴിഞ്ഞു കെട്ടിവെപ്പിച്ചു. ഉടനെ വാതിലുകളെല്ലാം ആരുമൊന്നും ചെയ്യാതെ സ്വയമേവ തുറന്നു. വഴിപാടുകളും പ്രായശ്ചിത്തവും ആ സ്ത്രീ പിറ്റേ ദിവസം തന്നെ നടത്തുകയും ചെയ്തു.

വേട്ടയ്ക്കൊരുമകൻ തുലുക്കപ്പടയോടു യുദ്ധംചെയ്തു ശരപ്രയോഗംകൊണ്ട് അവരെ പലരേയും നിഗ്രഹിച്ചു. അവരുടെ ആയുധ പ്രയോഗമൊന്നും സ്വാമിയിൽ ഫലിച്ചില്ല. അതിനാൽ ഹതശേഷന്മാരായ മുഹമ്മദീയർ 'ഇവനൊരു വലിയ സാത്താൻ തന്നെ. ഇവനെ ജയിക്കാൻ നമുക്കു ശക്തിപോരാ' എന്നു പറഞ്ഞു മടങ്ങിപ്പോയി. തെക്കുംകൂർ രാജാവും ജനങ്ങളും യഥാപൂർവ്വം സ്വസ്ഥരായി താമസിക്കുകയും ചെയ്തു.

പാണ്ഡ്യരാജ്യത്തുനിന്നു വന്ന് ചെട്ടിയാരും ഭാര്യയും ആജീവനാന്തം വേട്ടയ്ക്കൊരുമകനെ ഭക്തിപൂർവ്വം സേവിച്ചുകൊണ്ടുതന്നെ ഇരുന്നിരുന്നു. അവരുടെ സകലാഭീഷ്ടങ്ങളും സ്വാമി സാധിപ്പിച്ചുകൊടുക്കുകയും ചെയ്തിരുന്നു. ആ ചെട്ടിയാരുടെ വംശരും സ്വജാതീയരുമായ ചില കുടുംബക്കാർ ഇപ്പോഴും തട്ടുങ്കൽ എന്ന സ്ഥലത്തു താമസിച്ചുവരുന്നുണ്ട്. അവർക്കും ആ വേട്ടയ്ക്കൊരുമകനെക്കുറിച്ചു അനന്യസാധാരണമായ ഭക്തിവിശ്വാസങ്ങൾ ഇപ്പോഴുമുണ്ടെന്നാണ് അറിയുന്നത്.

ഒളശ്ശയിൽ കുടികൊണ്ടിരുന്ന വേട്ടയ്ക്കൊരുമകന്റെ അത്ഭുത കർമ്മങ്ങളും മാഹാത്മ്യങ്ങളും ഇനിയും വളരെപ്പറയാനുണ്ട്. എങ്കിലും ഒന്നുരണ്ടു സംഗതികൾകൂടിപ്പറഞ്ഞിട്ട് ഈ ഉപന്യാസം അവസാനിപ്പിക്കാമെന്നു വിചാരിക്കുന്നു.

വേട്ടയ്ക്കൊരുമകൻകാവിൽ മിക്കപ്പോഴും ഒരു വെളിച്ചപ്പാടുണ്ടായിരിക്കാറുണ്ട്. അവിടെ വെളിച്ചപ്പാടു തുള്ളിയാൽ അടുത്തുള്ള 'ചെറുവള്ളിക്കാവ്' എന്ന ഭഗവതിക്ഷേത്രത്തിൽച്ചെല്ലുകയും വെളിച്ചപ്പാട് 'എനിക്കു ദാഹിക്കുന്നു' എന്നു പറയുകയും അവിടെയുള്ള ദേവസ്വക്കാർ ഒരു പാത്രത്തിൽ കുറച്ചു പാനകം (ശർക്കര കലക്കിയ വെള്ളം) ഉണ്ടാക്കിക്കൊടുക്കുകയും പതിവായിരുന്നു. ഒരു തെക്കുംകൂർ രാജാവിനു വെളിച്ചപ്പാടന്മാരുടെ തുള്ളലിലും മറ്റും ലേശവും വിശ്വാസമുണ്ടായിരുന്നില്ല. അദ്ദേഹം ഈ വെളിച്ചപ്പാടിനെ ഒന്നു ഇളിഭ്യനാക്കണമെന്നു നിശ്ചയിച്ചു. ഒരിക്കൽ വേട്ടയ്ക്കൊരുമകൻകാവിൽ വെളിച്ചപ്പാടു തുള്ളിത്തുടങ്ങിയപ്പോൾ രാജാവു ചെറുവള്ളിക്കാവിലെത്തി. അവിടെ ഒരു നാലുകാതൻ ചരക്കു (നാലു കാതുള്ള വലിയ വാർപ്പ്) വരുത്തി അതിൽ നിറച്ചു പാനകം കലക്കി വയ്പിച്ചു. വെളിച്ചപ്പാടു തുള്ളി

ചെറുവള്ളിക്കാവിൽ ചെല്ലുകയും പതിവുപോലെ 'എനിക്കു ദാഹിക്കുന്നു' എന്നു പറയുകയും ചെയ്തു. അപ്പോൾ രാജാവു വാർപ്പിലിരുന്ന പാനകം ചൂണ്ടിക്കാണിച്ചുകൊണ്ട് 'ഇതാ ഇരിക്കുന്നു; ധാരാളം കുടിച്ചു ദാഹം തീർക്കാം' എന്നു പറഞ്ഞു. വെളിച്ചപ്പാട് ആ പാനകം മുഴുവൻ കുടിച്ചതിന്റെശേഷം ആ വാർപ്പെടുത്തു തലയിൽ വെച്ചുകൊണ്ടു വേട്ടയ്ക്കൊരുമകൻകാവിലേക്കു പോയി.

അവിടെച്ചെന്നു വാർപ്പു താഴെ വച്ചിട്ട് ഉടനെ കലിയടങ്ങുകയും ചെയ്തു. ആ വാർപ്പു നാലുപേരു പിടിച്ചാൽ മാറ്റിവെയ്ക്കാൻ കഴിയാത്തവണ്ണം കനമുള്ളതായിരുന്നു. അതിൽ കലക്കിവെച്ചിരുന്ന പാനകം മുപ്പത്താറു പറയിൽക്കുറയാതെയുണ്ടായിരുന്നു. വെളിച്ചപ്പാടു അതു മുഴുവനും ഒന്നായിക്കുടിക്കുകയും ആ വാർപ്പു തനിച്ചു തലയിൽക്കയറ്റിക്കൊണ്ടു പോവുകയും ചെയ്തതു കണ്ടപ്പോൾ രാജാവു വല്ലാതെ ഭയപ്പെടുകയും അത്ഭുതപ്പെടുകയും തന്റെ അവിശ്വാസത്തെക്കുറിച്ചു പശ്ചാത്തപിക്കുകയും അടുത്ത ദിവസം തന്നെ രാജാവു വേട്ടയ്ക്കൊരുമകൻകാവിൽ പോയി സ്വാമിദർശനവും പ്രായശ്ചിത്തവും അനേകം വഴിപാടുകളും നടത്തുകയും ചെയ്തു. വെളിച്ചപ്പാടു കൊണ്ടുപോയി വേട്ടയ്ക്കൊരുമകൻകാവിൽവെച്ച വാർപ്പ് അവിടെനിന്ന് എടുപ്പിച്ചുകൊണ്ടുപോകുവാൻ രാജാവിനു ധൈര്യമുണ്ടായില്ല. അത് അവിടെനിന്നു കൊണ്ടുപോയാൽ എന്തെങ്കിലും ആപത്തുണ്ടായേക്കുമെന്നായിരുന്നു രാജാവിന്റെ ഭയം. അതിനാൽ അതു വളരെക്കാലം അവിടെത്തന്നെ ഇരുന്നിരുന്നു. തെക്കുംകൂർ രാജ്യവും അതോടുകൂടി വേട്ടയ്ക്കൊരുമകൻകാവും തിരുവിതാംകൂറിൽച്ചേർന്നിട്ടും വളരെക്കാലം കഴിഞ്ഞതിന്റെശേഷം കൊല്ലം 1000മാണ്ടിടയ്ക്ക് ആ വാർപ്പുടച്ച് ആ ദേവസ്വത്തിലേക്കു തന്നെ അനേകം ഉരുളികളായിട്ടും മറ്റും വാർപ്പിച്ചു.

ഒളശ്ശയിലുള്ള ഒരു നായർ കുടുംബത്തിൽ ഒരിക്കൽ സ്ത്രീസന്താനം ചുരുക്കമായി വരികയാൽ അവിടെയുണ്ടായിരുന്ന ഒരു സ്ത്രീ തനിക്ക് ഒരു പെൺകുട്ടിയുണ്ടായാൽ മൂലനാലാമിടസ്ഥാനമായ 'മണർകാട്ടു'കൊണ്ടു പോയി ക്ഷേത്രനടയിൽ വെച്ചു ചോറുകൊടുക്കാമെന്നു പ്രാർത്ഥിച്ചു. അനന്തരം അധികം താമസിയാതെ ആ സ്ത്രീ ഗർഭം ധരിക്കുകയും യഥാകാലം പ്രസവിച്ച് ഒരു സ്ത്രീ സന്താനമുണ്ടാവുകയും ചെയ്തു. കുട്ടിയ്ക്കു ചോറു കൊടുക്കാനുള്ള കാലമായപ്പോൾ ആ സ്ത്രീ മണർകാട്ടു പോയി പ്രാർത്ഥന നിർവ്വിഘ്നമായി നിർവ്വഹിച്ചുവരുന്നതിനായിട്ടു അങ്ങോട്ടു പോകുന്നതിനു മുമ്പായി വേട്ടയ്ക്കൊരുമകൻകാവിൽ ഒരു വറനിവേദ്യം കഴിപ്പിച്ചേക്കാമെന്നു നിശ്ചയിച്ചു. എന്നാലത് അങ്ങനെ കഴിപ്പിക്കാൻ അവർക്കു സാധിച്ചില്ല. ഒരു ദിവസം വൈകുന്നേരമായപ്പോൾ ആ സ്ത്രീയുടെ ഭർത്താവ് അവരോട് കുട്ടിക്കു ചോറു കൊടുക്കാനുള്ള മുഹൂർത്തം നാളെ കാലത്താണ്. ഇന്ന് അത്താഴം കഴിഞ്ഞു നമുക്കു പുറപ്പെടണം. എന്നാലേ നാളെക്കാലത്തു മണർകാട്ടെത്തി കുട്ടിക്കു ചോറു കൊടുക്കാൻ സാധിക്കയുള്ളൂ' എന്നു പറഞ്ഞുകേട്ട് ആ സ്ത്രീ 'കുട്ടിക്കു ചോറു കൊടുപ്പാൻ ഇവിടെനിന്നു പോകുന്നതിനുമുമ്പു വേട്ടയ്ക്കൊരു മകൻകാവിൽ ഒരു നിവേദ്യം കഴിപ്പിച്ചേക്കാമെന്നു ഞാൻ നിശ്ചയിച്ചിട്ടുണ്ടായിരുന്നു. ഇന്നിനി അതു സാധിക്കയില്ലല്ലോ' എന്നു പറഞ്ഞു. അത് ആ സ്ത്രീയുടെ ഭർത്താവും സഹോദരനും മറ്റും ഒരു കാര്യമായി ഗണിച്ചില്ല. 'അങ്ങനെ വല്ലതും നിശ്ചയിച്ചിട്ടുണ്ടെങ്കിൽ അതൊക്കെ മടങ്ങിവന്നിട്ടു നടത്താം.

ഇപ്പോൾ അതിനൊന്നും സമയമില്ല' എന്നു പറഞ്ഞ് എല്ലാവരും അത്താഴം കഴിച്ചു ചോറ്റൂണിനു പുറപ്പെട്ടു. പകുതിവഴി ചെന്നപ്പോൾ തോണിയുറച്ചു. പുഴയിൽ വെള്ളമശേഷം വറ്റിപ്പോയിരിക്കുന്നതായിക്കണ്ടു. എന്നുമാത്രമല്ല, തോണിക്കാരനും ശേഷമുണ്ടായിരുന്നവരും വഴി നല്ല നിശ്ചയമുള്ളവരായിരുന്നിട്ടും ആർക്കും വഴി അറിഞ്ഞുകൂടാതെയുമായി. ആകപ്പാടെ എല്ലാവരും കുഴങ്ങിവശായി. അപ്പോൾ കുട്ടിയുടെ മാതാവായ ആ സ്ത്രീ 'ഇത് ആ വേട്ടയ്ക്കൊരുമകൻ സ്വാമിയുടെ മായാപ്രയോഗമാണ്. അല്ലാതെ മറ്റൊന്നുമല്ല. ഈ പുഴയിൽ ഇക്കാലത്ത് ഇങ്ങനെ വെള്ളം വറ്റി ഞാനൊരിക്കലും കണ്ടിട്ടില്ല. ആ വറനിവേദ്യം കഴിപ്പിക്കാതെ പോന്നതിന്റെ ഫലമാണിത്'' എന്നു പറഞ്ഞു. ഉടനെ അവരുടെ ഭർത്താവ് 'അങ്ങനെയാണെങ്കിൽ ചോറ്റൂണു കഴിച്ച് ഒളശ്ശയിൽ മടങ്ങിയെത്തിയാലുടനെ നൂറ്റൊന്നു വറനിവേദ്യം കഴിപ്പിച്ചേക്കാം. ഇതാ അതിനുള്ള പണം; പുഴയിൽ ധാരാളം വെള്ളം വരട്ടെ' എന്നു പറഞ്ഞു നൂറ്റൊന്നു വറ നിവേദ്യത്തിനു വേണ്ടുന്ന പണമെടുത്തു ഭാര്യയുടെ മുമ്പിൽവെച്ചു. സ്വല്പസമയം കഴിഞ്ഞപ്പോൾ തോണി ഇളകിയതായി അവർക്കു തോന്നി. നോക്കിയപ്പോൾ തോണി ഇളകിയതായും പുഴയിൽ ധാരാളം വെള്ളം വന്നിരിക്കുന്നതായും അവർ കണ്ടു. എല്ലാവർക്കും വഴി അറിയാറുമായി. 'സ്വാമിയുടെ മാഹാത്മ്യം അചിന്തനീയം തന്നെ' എന്നു പറഞ്ഞ് അവരെല്ലാവരും തോണിയിലിരുന്നുകൊണ്ടുതന്നെ സ്വാമിയെ വന്ദിച്ചുകൊണ്ട് അവിടെനിന്നു പോവുകയും ജലമാർഗ്ഗമായും കരമാർഗ്ഗമായും യഥാകാലം മണർകാട്ടെത്തി ചോറ്റൂണു നടത്തുകയും മടങ്ങി ഒളശ്ശയിലെത്തിയ ദിവസംതന്നെ വേട്ടയ്ക്കൊരുമകൻസ്വാമിക്കു നൂറ്റൊന്നു വറനിവേദ്യം കഴിപ്പിക്കുകയും ചെയ്തു. ഇങ്ങനെ ആ സ്വാമിയുടെ മാഹാത്മ്യത്തെ ക്കുറിച്ച് ഇനിയും വളരെ പറയാനുണ്ടെങ്കിലും ഇപ്പോൾ ഇങ്ങനെ നിൽക്കട്ടെ.

വേട്ടയ്ക്കൊരുമകൻകാവ് എന്നുള്ളത് ജനങ്ങൾ പറഞ്ഞു പറഞ്ഞു ലോപിച്ചു കാലക്രമേണ 'വേട്ടക്കരേൻകാവ്'' എന്നായി. കുറച്ചുകാലം കൂടി കഴിഞ്ഞപ്പോൾ 'കരുവൻകാവ്' എന്നായി. ഇപ്പോൾ ജനങ്ങൾ സാധാരണയായി പറഞ്ഞുവരുന്നത് 'കരുവൻകാവ്' എന്നുതന്നെയാണ്.

തെക്കുംകൂർ രാജാക്കന്മാർ പണ്ടൊരുകാലത്ത് ഒളശ്ശയിൽ താമസിച്ചിരുന്നു എന്നുള്ളതിനു ലക്ഷ്യമായി അവിടെ ഇപ്പോൾ കാണുന്നത്''എടപ്പറമ്പ്'' 'എടത്തിൽപ്പറമ്പ്'' എന്നു പേരായിട്ടുള്ള ചില പറമ്പുകൾ മാത്രമാണ്. ആ പറമ്പുകൾ രാജമന്ദിരങ്ങൾ ഇരുന്നിരുന്നതാണെന്നാണ് പറയുന്നത്. തെക്കുംകൂർ രാജാക്കന്മാരുടെ വാസസ്ഥലത്തിന് ഇപ്പോഴും 'എടം' എന്നാണല്ലോ പറഞ്ഞുവരുന്നത്.

വേട്ടയ്ക്കൊരുമകൻകാവിൽ ആണ്ടുതോറുമുള്ള ഉത്സവത്തിലെ പള്ളിവേട്ട ദിവസമായ മീനമാസത്തിൽപ്പൂരത്തിൻനാൾ കുറുപ്പന്മാർ കളം (രൂപം) എഴുതുന്നത് ഒരു വഞ്ചിയിൽ ചില ചെട്ടികളിരിക്കുന്നതായിട്ടും സ്വാമി അമരം പിടിക്കുന്നതായിട്ടും വഞ്ചിയുടെ രണ്ടു വശത്തും ഓരോ മുതലകൾ ചേർന്നുനിൽക്കുന്നതായിട്ടുമാണ്. പൂർവ്വചരിത്രത്തിന്റെ സ്മാരകമായി ഇപ്പോഴും നടത്തിവരുന്ന ഈ കളമെഴുത്ത് ഈ ഐതിഹ്യത്തെ വിശ്വസിക്കുന്നതിനു തക്കതായ ലക്ഷ്യമാകുന്നുണ്ടല്ലോ.

●

കുഞ്ചമൺപോറ്റിയും മറ്റപ്പള്ളി നമ്പൂതിരിപ്പാടും

ചാത്തനെസ്സേവിച്ച പ്രത്യക്ഷമാക്കിയ പ്രസിദ്ധനായ കുഞ്ചമൺപോറ്റിയും, ശ്രീപോർക്കലിയിൽപ്പോയി ഭദ്രകാളിയെ സേവിച്ച പ്രത്യക്ഷ പ്പെടുത്തിയ വിശ്വവിശ്രുതനായ മറ്റപ്പള്ളിനമ്പൂരിപ്പാട്ടം ഒരുകാലത്തു ജീവിച്ചിരുന്നവരാണ്. മറ്റപ്പള്ളിനമ്പൂരിപ്പാട്ടിലെ ഇല്ലപ്പേർ ആദ്യകാലത്ത് 'മറ്റപ്പള്ളി' എന്നു മാത്രമായിരുന്നു. ആ ഇല്ലത്തു നിന്ന് ഒരാൾ ശ്രീപോർക്കലിയിൽ പോയി ഭദ്രകാളിയെ സേവിച്ച പ്രത്യക്ഷമാക്കി വന്നതിനാൽ അക്കാലംമുതൽ ഇല്ലപ്പേർ 'ഭദ്രകാളിമറ്റപ്പള്ളി' എന്നു പ്രസിദ്ധമായിത്തീർന്നു. അതിനാൽ എല്ലാവരും പറയുന്നതും ആ ഇല്ലത്തുള്ളവർ എഴുത്തുകുത്തുകളിൽ പേരുവയ്ക്കുന്നതുമെല്ലാം ഇന്നും 'ഭദ്രകാളിമറ്റപ്പള്ളി നമ്പൂരി' (പ്പാട്) എന്നുതന്നെയാണ്.

സാക്ഷാൽ ഭദ്രകാളി മറ്റപ്പള്ളി നമ്പൂരിപ്പാട് ഒരിക്കൽ ഒരു തോണിയിൽക്കയറി വേമ്പനാട്ടുകായലിൽക്കൂടി തിരുവനന്തപുരത്തേക്കു പുറപ്പെട്ടു. വൈക്കത്തു പടിഞ്ഞാറുവശത്തായപ്പോൾ അവിടെ ക്ഷേത്ര ത്തിൽ ഒരു പാണി കൊട്ടുന്നതു കേട്ടു. ആ പാണി ഒരു അസാധാരണരീതിയിൽ ആയിരുന്നതിനാൽ, 'ശാസ്ത്രപ്രകാരം ഇത്ര ശരിയായി ഈ പാണി കൊട്ടുന്നത് ആരാണെന്നറിയണം. ഇതു മനുഷ്യരിലാരുമാണെന്നു തോന്നുന്നില്ല. ദേവന്മാരിൽ ആരെങ്കിലുമായിരിക്കണം. ഏതെങ്കിലും തോണി ഇവിടെ അടുക്കട്ടെ എന്നു പറഞ്ഞു തോണി അടുപ്പിച്ച നമ്പൂരിപ്പാട്ടു കരയ്ക്കിറങ്ങി, കുളിയും കഴിച്ച ക്ഷേത്രത്തിൽ എത്തി. അപ്പോൾ അവിടെ ഉൽസവകാലമായിരുന്നു. ഉൽസവബലിയുടെ പാണികൊട്ടാണ് നമ്പൂരിപ്പാട് കേട്ടത്. ആ പാണി കൊട്ടിയിരുന്നതു ഒരു സ്ത്രീയായിരുന്നു.

വൈക്കത്തുക്ഷേത്രത്തിൽ പ്രവൃത്തിക്കാരും അവകാശികളുമായവരിൽ ഒരു മാരാന്റെ വീട്ടിൽ ഒരുകാലത്തു പുരുഷന്മാരാരുമില്ലാതെയായിത്തീർന്നു. ഒരു സ്ത്രീയും രണ്ടുമൂന്നു പെൺകുട്ടികളും മാത്രമേ അവിടെ ഉണ്ടായിരുന്നുള്ളൂ. അവർക്കു പതിവായി ക്ഷേത്രത്തിൽനിന്നുള്ള ചോറല്ലാതെ ഉപജീവനത്തിനു യാതൊരു മാർഗവും ഉണ്ടായിരുന്നില്ല. ആ വീട്ടുകാർ ക്ഷേത്രത്തിൽ പ്രതിദിനം നടത്തേണ്ടുന്ന കൊട്ട്, പാട്ട് മുതലായ പ്രവൃത്തികൾ ആ സ്ത്രീ ശേഷമുള്ള മാരാന്മാരോടു നല്ലവാക്കു പറഞ്ഞു അവരെക്കൊണ്ടു നടത്തിച്ച ചോറു വാങ്ങി ഉപജീവനം കഴിച്ചുവന്നു.

അങ്ങനെയിരിക്കുമ്പോൾ ഒരുൽസവകാലത്ത് അവിടെ ശേഷമുള്ള മാരാന്മാരെല്ലാവരുംകൂടി, ആ സ്ത്രീയുടെ വീട്ടിൽനിന്നു നടത്തേണ്ടുന്ന

പ്രവൃത്തികൾ നടത്താതെ മുട്ടിച്ചാൽ അവർക്കുള്ള അവകാശം പോവുകയും ആ അവകാശവും അതിനുള്ള ആദായങ്ങളും കൂടി തങ്ങൾക്കു കിട്ടുകയും ചെയ്യുമല്ലോ എന്നു വിചാരിച്ച് അവരുടെ ആൾപ്പേരായി ആരും അടിയന്തിരം നടത്തിക്കൊടുക്കരുതെന്നു പറഞ്ഞു നിശ്ചയിച്ചു. പിന്നെ അവർ എല്ലാവരുംകൂടി ആ സ്ത്രീയെ വിളിച്ച്, 'നിങ്ങളുടെ ആൾപ്പേരായിട്ടു ക്ഷേത്രത്തിലെ പ്രവൃത്തികൾ നടത്താൻ ഞങ്ങൾക്കാർക്കും മനസ്സില്ല. നാളെ ഉൽസവബലിയാണ്. അതിന്റെ പാണി നടത്തുന്നതിനുള്ള പ്രധാന ചുമതല നിങ്ങളുടെ തറവാട്ടേക്കാണല്ലോ. അതിനാൽ ആരെയെങ്കിലും വരുത്തി അടിയന്തിരം നടത്തിച്ചുകൊള്ളണം. അല്ലെങ്കിൽ അടിയന്തിരം മുട്ടും. ഞങ്ങൾ മുൻകൂട്ടിപ്പറഞ്ഞിരിക്കുന്നു' എന്നു പറയുകയും ചെയ്തു. അന്നു വൈക്കത്തു പേരുംതൃക്കോവിൽ ക്ഷേത്രം ചില നമ്പൂരിമാരുടെ ഊരാൺമയോടും രാജ്യാധിപതിയായ വടക്കുംകൂർ രാജാവിന്റെ മേൽക്കോയിമ്മസ്ഥാനത്തോടും കൂടിയായിരുന്ന തിനാൽ ആ മാരാന്മാർ ആ സ്ത്രീയുടെ ആൾപ്പേരായി ക്ഷേത്രത്തിലെ അടിയന്തിരങ്ങൾ നടത്താൻ തങ്ങൾക്കു മനസ്സില്ലെന്നുള്ള വിവരം ഊരാൺമക്കാരുടെയും രാജാവിന്റെയും അടുക്കലും കൂടി പറയുകയും ചെയ്തു. ആ സാധുസ്ത്രീ വളരെ താഴ്മയോടുകൂടി പലവിധത്തിൽ പറഞ്ഞിട്ടും ദുഷ്ടന്മാരും ദുരാഗ്രഹികളുമായ മാരാന്മാർ സമ്മതിച്ചില്ല. ആൾപ്പേരായിട്ട് അടിയന്തിരം നടത്താൻ മനസ്സില്ലെന്നുതന്നെ അവർ വീണ്ടും തീർച്ചയായിട്ടു പറഞ്ഞു. അപ്പോഴേക്കും സൂര്യൻ അസ്തമിക്കാറായിരുന്നതിനാൽ പിറ്റേദിവസത്തേക്കു ദൂരസ്ഥലങ്ങളിൽ നിന്ന് ആളെ വരുത്തി അടിയന്തിരം നടത്തിക്കാൻ നിവൃത്തിയില്ലായിരുന്നു. പാണി പരിചയമുള്ള മാരാന്മാർ അടുക്കലെങ്ങും വേറെ ഉണ്ടായിരിന്നുമില്ല. ആകപ്പാടെ ആ സ്ത്രീ വിചാരവും വിഷാദവും കൊണ്ടു പരവശയായിത്തീർന്നു. അവർ വ്യസനം കൊണ്ട് അത്താഴമുണ്ണാതെ, 'എന്റെ പെരുതൃക്കോവിലപ്പാ! അന്നദാനപ്രഭോ! എന്റെ ചോറു മുട്ടിക്കല്ലേ. ഇതിന് അവിടുന്നുതന്നെ എന്തെങ്കിലും ഒരു മാർഗമുണ്ടാക്കിത്തരണേ. അല്ലാതെ ഞാൻ വിചാരിച്ചിട്ട് ഒരു നിവൃത്തിയും കാണുന്നില്ല' എന്നു പറഞ്ഞു കരഞ്ഞുംകൊണ്ട് പോയിക്കിടന്നു. കുറച്ചു കഴിഞ്ഞപ്പോൾ ആ സ്ത്രീ ഉറങ്ങുകയും ഉറക്കത്തിൽ അവർക്ക്, 'നീ ഒട്ടും വ്യസനിക്കേണ്ടാ. നീ ഇപ്പോൾ ഗർഭം ധരിച്ചിട്ടുണ്ട്. നിന്റെ ഉദരത്തിൽ കിടക്കുന്നത് ഒരു പുരുഷപ്രജയാണ്. അതിനാൽ നാളെ ഉൽസവബലിക്കു നീതന്നെ പാണി കൊട്ടിയാൽ മതി. നീ രാവിലെ കുളിച്ചു ക്ഷേത്രത്തിൽ ചെല്ലണം. അപ്പോൾ പാണി കൊട്ടാനുള്ള എണ്ണങ്ങളെല്ലാം നിനിക്കു ഞാൻ തോന്നിച്ചുതന്നു കൊള്ളാം.' എന്നു പെരുംതൃക്കോവിലപ്പന്റെ ദർശനമുണ്ടാവുകയും ചെയ്തു. അപ്രകാരംതന്നെ ഉൽസവബലിക്ക് ഈ സ്ത്രീയെക്കൊണ്ട് പാണികൊട്ടിച്ചു കൊള്ളണമെന്നു രാജാവിനും ഊരാൺമക്കാർക്കും തന്ത്രിക്കുംകൂടി അന്നു ദർശനമുണ്ടായി. അതിനാൽ പിറ്റേദിവസം രാവിലെ ആ സ്ത്രീ കുളിച്ച് അമ്പലത്തിൽ ചെല്ലുകയും പാണി കൊട്ടിക്കൊള്ളുന്നതിനു രാജാവു മുതലായവർ അനുവദിക്കുകയും അവർ പാണി കൊട്ടിത്തുടങ്ങുകയും ചെയ്തു. ഇപ്രകാരമാണ് അന്ന് അവിടെ ഉൽസവബലിക്ക് ഒരു സ്ത്രീ പാണി കൊട്ടാനിടയായത്.

ആ സ്ത്രീ കുളിച്ചു ക്ഷേത്രത്തിൽ ചെന്നതിന്റെ ശേഷം ഉൽസവബലി കഴിയുന്നതുവരെ അവർക്കു സുബോധമുണ്ടായിരുന്നില്ല. പെരുംതൃക്കോവിലപ്പൻ

തോന്നിച്ചതുപോലെയൊക്കെ അവർ പ്രവർത്തിച്ചു എന്നേയുള്ളൂ. ഭഗവാൻ തോന്നിച്ചിട്ടു കൊട്ടിയ പാണി ശാസ്ത്രപ്രകാരവും അസാധാരണവുമായിരുന്നത് ഒരത്ഭുതമല്ലല്ലോ. പാണി വിധിപ്രകാരമായിരുന്നതിനാൽ ഉൽസവബലി ഭുജിക്കുന്നതിനു ഭൂതങ്ങളും പ്രത്യക്ഷമായി വായും വിളർന്നുകൊണ്ട് തന്ത്രിയുടെ അടുക്കലേക്ക് അടുത്തു തുടങ്ങി. അന്നു വൈക്കത്തു ക്ഷേത്രത്തിൽ തന്ത്രി 'മേക്കാട്ടു നമ്പൂരി' ആയിരുന്നു. അദ്ദേഹം ഉൽസവബലിയും മറ്റും ഒരുവിധം കഴിച്ചുകൂട്ടുമായിരുന്നു എന്നല്ലാതെ ദിവ്യമായ ആ പാണിക്കു ചേർന്നവിധം തൂവാൻ തക്കവണ്ണമുള്ള പഠിത്തവും പരിചയവും തപശ്ശക്തിയും അദ്ദേഹത്തിനുണ്ടായിരുന്നില്ല. ഭൂതങ്ങളെ പ്രത്യക്ഷമായി കണ്ടപ്പോഴേക്കും തന്ത്രി പേടിച്ചു വിറച്ചുതുടങ്ങി. ഉൽസവബലി വേണ്ടപോലെ ആയില്ലെങ്കിൽ ഭൂതങ്ങൾ തന്ത്രിയെക്കൂടി ഭക്ഷിച്ചുകളയുമെന്നു അദ്ദേഹത്തിനു തോന്നി. ഉടനെ തന്ത്രിനമ്പൂരി, നമ്പൂരിപ്പാടിനോട് 'നമ്പൂരി എന്നെ രക്ഷിക്കണം. അല്ലെങ്കിൽ ഇവർ ഇപ്പോൾ എന്നെ പിടിച്ചു ഭക്ഷിക്കും, ഈ ക്ഷേത്രത്തിലെ തന്ത്രം പകുതി ഞാൻ നമ്പൂരിക്കു തന്നിരിക്കുന്നു' എന്നു പറഞ്ഞു. അപ്പോൾ നമ്പൂരിപ്പാട്ടു താറുടുത്തു മണ്ഡപത്തിൽ ജപിച്ചുകൊണ്ടിരിക്കുകയായിരുന്നു. തന്ത്രിനമ്പൂരി മേൽ പറഞ്ഞ പ്രകാരം അപേക്ഷിച്ചു പറഞ്ഞതുകേട്ട് നമ്പൂരിപ്പാട്ടു മണ്ഡപത്തിൽനിന്നിറങ്ങിച്ചെന്നു കൈവട്ടകയും പൂപ്പാലികയും വാങ്ങി വിധി പ്രകാരം തൂവാനും ഭൂതങ്ങളെലാം പ്രത്യക്ഷമായി ഉൽസവബലി ഭുജിക്കാനും തുടങ്ങി. ഉൽസവബലി കഴിഞ്ഞപ്പോൾ ഭൂതങ്ങളെല്ലാം വളരെ തൃപ്തിയോടും സന്തോഷത്തോടുംകൂടി അന്തർധാനം ചെയ്യുകയും ചെയ്തു. ഭദ്രകാളിയെ സേവിച്ചു പ്രത്യക്ഷമാക്കിയ ആളും സകലശാസ്ത്രപാരംഗതനും നല്ല മന്ത്രവാദിയും തന്ത്രിയുമായ നമ്പൂരിപ്പാട് ഭൂതങ്ങളെ ഭയപ്പെടാതെയിരുന്നതും അദ്ദേഹം ഉൽസവബലി കഴിച്ചിട്ടു ഭൂതങ്ങളെല്ലാം തൃപ്തിപ്പെടുകയും സന്തോഷിക്കുകയും ചെയ്തതും ഒരത്ഭുതമല്ലല്ലോ. ഇപ്രകാരമാണ് ഭദ്രകാളി മറ്റപ്പള്ളി നമ്പൂരിപ്പാട്ടിലെ തറവാട്ടേക്കു വൈക്കത്തെ തന്ത്രം പകുതി കിട്ടിയത്. ഇപ്പോഴും വൈക്കത്തെ തന്ത്രം മേക്കാട്ടു നമ്പൂരിയും മറ്റപ്പള്ളി നമ്പൂരിപ്പാട്ടും കൂടിയാണ് നടത്തിവരുന്നത്.

സാക്ഷാൽ ഭദ്രകാളിമറ്റപ്പള്ളിനമ്പൂരിപ്പാട്ടു വൈക്കത്തുക്ഷേത്രത്തിൽ തന്ത്രിയായി അവിടെ താമസിച്ചിരുന്ന കാലത്ത് ഒരു ദിവസം കുഞ്ചമൺപ്പോറ്റി എവിടെയോ പോയി വരുംവഴി വൈക്കത്തു ചെന്നുചേർന്നു. ഊണു കഴിഞ്ഞു നമ്പൂരിപ്പാട്ടും പോറ്റിയുംകൂടി ഓരോ വെടികൾ പറഞ്ഞുകൊണ്ടിരുന്ന മധ്യേ പ്രസംഗവശാൽ പോറ്റി, 'ഒരു മൂർത്തിയെ സേവിക്കുകയാണെങ്കിൽ ചാത്തനെത്തന്നെ സേവിക്കണം. ചാത്തൻ പ്രസാദിച്ചാൽ സാധിക്കാത്ത കാര്യം യാതൊന്നുമില്ല' എന്നു പറഞ്ഞു. ഇങ്ങനെ പറഞ്ഞു പറഞ്ഞ് ഒടുക്കം അവർ തമ്മിൽ വാദം വലിയ കലശലായി. വാദം മുറുക്കമായപ്പോൾ പോറ്റി, 'എന്നാൽ നമുക്ക് അത് ഇപ്പോൾത്തന്നെ ഒന്നു പരീക്ഷിച്ചു നോക്കാം, നമുക്കു അമ്പലത്തിലേക്കു പോകാം' എന്നും പറഞ്ഞു. 'അങ്ങനെതന്നെ' എന്നു നമ്പൂരിപ്പാട്ടും പറഞ്ഞു. രണ്ടുപേരുംകൂടി പോയി ക്ഷേത്രത്തിൽ മണ്ഡപത്തിൽ കേറിയിരുന്നു. ഉടനെ പോറ്റി, 'ആരവിടെ മുറുക്കാൻ കൊണ്ടുവരട്ടെ' എന്നു പറഞ്ഞു. അപ്പോൾ ഒരു കുട്ടിച്ചാത്തൻ ഒരു ഭൃത്യന്റെ വേഷത്തിൽ വെറ്റില തേച്ചു തെറുത്തു മുറുക്കാൻ തയ്യാറാക്കി പോറ്റിക്കു കൊണ്ടുചെന്നു കൊടുത്തു. ഉടനെ നമ്പൂരിപ്പാട്, 'കാളിയെവിടെ?

മുറുക്കാൻ കൊണ്ടു വരട്ടേ' എന്നു പറഞ്ഞു. അപ്പോൾ സാക്ഷാൽ ഭദ്രകാളി അതിസുന്ദരിയായ മനുഷ്യസ്ത്രീയുടെ വേഷത്തിൽ മുറുക്കാൻ തയ്യാറാക്കി നമ്പൂരിപ്പാട്ടിലേക്കും കൊണ്ടുചെന്നുകൊട്ടുത്തു. ഉടനെ പോറ്റി, 'ആരവിടെ, കോളാമ്പി കൊണ്ടുവരട്ടേ' എന്നു പറഞ്ഞു. അപ്പോൾ ഭ്രസ്പർശംകൂടാതെ ഒരാളൊരു കോളാമ്പിയും കൊണ്ടു പോറ്റിയുടെ അടുക്കൽ ആവിർഭവിച്ചു. പോറ്റി ആ കോളാമ്പിയിൽ തുപ്പുകയും ആ ആൾ കോളാമ്പിയുംകൊണ്ടു മേൽഭാഗ ത്തേക്കുപോയി അന്തർധാനം ചെയ്യുകയും ചെയ്തു. 'ഉടനെ കുഞ്ച മൺപോറ്റി നമ്പൂരിപ്പാടിനോട്, 'അവിടുന്നു തന്നെ ജയിച്ചു. ഞാൻ മടങ്ങി യിരിക്കുന്നു. ഞാൻ ഇത്രത്തോളം വിചാരിച്ചിരുന്നില്ല' എന്നു സമ്മതിച്ചു യാത്രയും പറഞ്ഞു പോയി. ഉടനെ ഭദ്രകാളി, നമ്പൂരിപ്പാട്ടിലെ അടുക്കൽ വീണ്ടും ആവിർഭവിക്കുകയും 'ഇപ്രകാരമുള്ള പ്രവൃത്തി എന്നെക്കൊണ്ടു ചെയ്യിച്ചു കളയാമെന്നു വിചാരിച്ചതു ശരിയായില്ല. ഈ വകയൊക്കെ എനിക്കു പ്രയാസമാണ്. അതിനാൽ ഇനി അവിടുന്ന് എന്നെക്കാണുക യില്ല. എങ്കിലും അങ്ങ് ന്യായമായി വിചാരിക്കുന്ന കാര്യങ്ങളെല്ലാം ഇനിയും ഞാൻ സാധിപ്പിച്ചുതന്നു കൊള്ളാം' എന്ന് അരുളിചെയ്തിട്ടു മറയുകയും അന്നു മുതൽ മറ്റപ്പള്ളിനമ്പൂരിപ്പാട്ടിലേക്കു ഭദ്രകാളി അപ്രത്യക്ഷമായി ഭവിക്കുകയും ചെയ്തു.

●

വൈക്കത്തെപ്പാട്ടുകൾ

വൈക്കത്തു വടക്കേനടയിൽപ്പാട്ടെന്നും തെക്കേനടയിൽപ്പാട്ടെന്നുമുള്ള അടിയന്തിരങ്ങൾ പ്രസിദ്ധങ്ങളാണല്ലോ. ഇവയിൽ തെക്കേനടയിൽപ്പാട്ടുണ്ടായിട്ടു വളരെക്കാലമായതിനാൽ അതിനെക്കുറിച്ചു കേട്ടുകേൾവിയല്ലാതെ അതു കണ്ടിട്ടുള്ളവർ ഇപ്പോൾ ആരും ഉണ്ടെന്നുതോന്നുന്നില്ല. വടക്കെനടയിൽപ്പാട്ടു പത്തുപന്ത്രണ്ടു കൊല്ലംമുമ്പും ഉണ്ടായതായി ഓർക്കുന്നുണ്ട്. അതിനാൽ അതു പലരും കണ്ടിട്ടുണ്ടായിരിക്കാം. എങ്കിലും ഈ പാട്ടുകൾ എന്നുതുടങ്ങിയെന്നും തുടങ്ങാനുള്ള കാരണമെന്തെന്നും അറിയാവുന്നവർ വളരെ ചുരുക്കമായിട്ടാണിരിക്കുന്നത്. അതിനാൽ ഇവയെക്കുറിച്ചു കേട്ടിട്ടുള്ള സംഗതികൾ ജനങ്ങളുടെ അറിവിനായി താഴെപ്പറഞ്ഞു കൊള്ളുന്നു. പണ്ടു വടക്കുംകൂർ രാജാവിനു രാജവാഴ്ച ഉണ്ടായിരുന്ന കാലത്ത് ഒരിക്കൽ വൈയ്ക്കംദേശത്തു വസൂരി എന്ന സാംക്രമികരോഗം ബാധിച്ചു കലശൽകൂട്ടി. അതുതുടങ്ങി രണ്ടുമൂന്നുമാസമായിട്ടും ക്രമേണ വർദ്ധിച്ചുകൊണ്ടിരുന്നതല്ലാതെ ശമിക്കാനുള്ള ലക്ഷണമൊന്നും കണ്ടുതുടങ്ങിയില്ല. അക്കാലത്തിനിടയ്ക്ക് ഈ രോഗം നിമിത്തം അവിടെ അനേകമാളുകൾ മരിക്കുകയും ചെയ്തു. ഇങ്ങനെയായാൽ ക്രമേണ ജനങ്ങളെല്ലാം നശിച്ചുപോകുമല്ലോ എന്നുള്ള വിചാരവും ഭയവും ജനങ്ങളുടേയും രാജാവിന്റേയും മനസ്സിലങ്കുരിച്ചു. രാജാവ് ഒരു പ്രശ്നക്കാരനെ വരുത്തി ഈ രോഗബാധയ്ക്കു കാരണമെന്താണെന്നും ഇതിന്റെ ശമനത്തിന് എന്താണ് ചെയ്യേണ്ടതെന്നും പ്രശ്നംവയ്പ്പിച്ചുനോക്കിച്ചു. അപ്പോൾ വസൂരി മുതലായ രോഗങ്ങളുണ്ടാകുന്നതു കുജന്റെ വിരോധംകൊണ്ടാണെന്നും കുജന്റെ ദേവത ഭദ്രകാളിയാണെന്നും 'ദേവതാകൃതവിരോധശാന്തയേ ദേവതാനമനമേവ യുജ്യതേ' എന്നുള്ളതുകൊണ്ട് ഈ രോഗബാധാശമനത്തിനു ഭദ്രകാളിയെ സേവിക്കുകതന്നെയാണു വേണ്ടതെന്നും കേരളത്തിലുള്ള ഭദ്രകാളി ക്ഷേത്രങ്ങളിൽ പ്രാധാന്യം കൊടുങ്ങല്ലൂർക്കാണെന്നും അതിനാൽ അവിടെച്ചെന്നു ഭജിച്ച് അവിടെനിന്നുണ്ടാകുന്ന കല്പനപോലെ ചെയ്താൽ ഈ ആപത്തൊഴിയുമെന്നു വിധിച്ചു. അതിനാൽ രാജാവ് അടുത്തദിവസം തന്നെ പുറപ്പെട്ടു കൊടുങ്ങല്ലൂരെത്തി, തന്റെ ദേശത്തിനു ബാധിച്ചിരിക്കുന്ന ആപത്തൊഴിച്ചുതരണമെന്നു പ്രാർത്ഥിച്ചുകൊണ്ട് ഭഗവതിയെ ഭജിച്ചുതുടങ്ങി. ആ ഭജനം ഒരു മണ്ഡലം (നാല്പത്തൊന്നുദിവസം) ആയപ്പോൾ രാജാവു രാത്രിയിൽ കിടന്നുറങ്ങിയിരുന്ന സമയം അദ്ദേഹത്തിനൊരു ദർശനം ഉണ്ടായി. അദ്ദേഹത്തിന്റെ തലയ്ക്കൽ ഒരു സ്ത്രീ ചെന്നുനിന്നുകൊണ്ട് 'എന്നെ ഉദ്ദേശിച്ചു വൈയ്ക്കത്തുമതിൽക്കകത്തു വടക്കേനടയിൽ വെച്ച് പന്ത്രണ്ടു ദിവസം കളമെഴുത്തും പാട്ടും, പാട്ടുകാലംകൂട്ടുന്നദിവസം ഒരു

കുരുതിയും നടത്തിയാൽ തൽക്കാലം ഉണ്ടായിരിക്കുന്ന ആപത്തൊഴിയുമെന്നും ഇങ്ങനെ പന്ത്രണ്ടുകൊല്ലംകൂടുമ്പോൾ പതിവായി നടത്തിക്കൊണ്ടാൽ മേലാലും ഈ വിധമുള്ള ആപത്തുണ്ടാവുകയില്ലെന്നും പാട്ടുനടത്തേണ്ടത് ഇന്നിന്നപ്രകാരംവേണമെന്നും തലയ്ക്കൽ ഇരിക്കുന്ന ഈ വാൾകൂടി കൊണ്ടുപോയി ഇതൊരു പീഠത്തിന്മേൽവെച്ച് എന്നെസ്സങ്കല്പിച്ചു പൂജിച്ചിട്ടുവേണം പാട്ടുനടത്താ'നെന്നും പറഞ്ഞതായിട്ടാണ് ദർശനം ഉണ്ടായത്. രാജാവുടനെ ഉണർന്നു കണ്ണുതുറന്നു നോക്കിയപ്പോൾ അവിടെയെങ്ങും ആരേയും കണ്ടില്ല. എങ്കിലും തലയ്ക്കൽ ഒരു വാളിരിക്കുന്നുണ്ടായിരുന്നു. അതിനാൽ ഭഗവതി തന്നെയാണ് തന്റെയടുക്കൽവന്ന് പാട്ടുനടത്തണമെന്നും മറ്റും അരുളിച്ചെയ്തതെന്ന് അദ്ദേഹം പൂർണ്ണമായും വിശ്വസിച്ചു.

പിറ്റേദിവസം കാലത്തു രാജാവു കുളിച്ചു ക്ഷേത്രസന്നിധിയിൽ ചെന്നപ്പോൾ വെളിച്ചപ്പാടു തുള്ളി രാജാവിനോട്, 'ഇന്നലെ അടുക്കൽ വന്നിരുന്നതു ഞാൻ തന്നെയാണ്; ഒട്ടും സംശയിക്കേണ്ട. ഞാൻ പറഞ്ഞതുപോലെയൊക്കെ ചെയ്താൽ ആപത്തും അനർത്ഥവുമെല്ലാം നീങ്ങി സുഖമുണ്ടാകും' എന്നു കല്പിക്കുകയും ഭസ്മം കൊടുക്കുകയും ചെയ്തു. രാജാവു ഭക്തിവിശ്വാസങ്ങളോടുകൂടി ആ പ്രസാദം വാങ്ങികൊണ്ട് അകത്തുചെന്ന് ശിവനെയും ദേവിമാരെയും വന്ദിക്കുകയും ചില വഴിപാടുകൾ നടത്തുകയും ചെയ്തിട്ടു വാളുകൊണ്ടുമടങ്ങി വൈയ്ക്കത്തെത്തുകയും ദേവി കല്പിച്ചിരുന്നതുപോലെ സാഘോഷം പാട്ടു നടത്തുകയും പാട്ടു കാലംകൂടിയപ്പോഴേക്കും വസൂരി ബാധ ആ ദേശത്തുനിന്ന് ഒഴിഞ്ഞുപോകുകയും ചെയ്തു. അന്നു വടക്കുംകൂർ രാജാവിന് ദേവി കൊടുത്ത വാൾ ഇപ്പോഴും വൈയ്ക്കത്തു ക്ഷേത്രത്തിലെ ഭണ്ഡാരത്തിലിരിക്കുന്നുണ്ട്. പാട്ടുണ്ടാകുന്ന കാലങ്ങളിൽ വാദ്യഘോഷങ്ങളോടുകൂടി ആ വാൾ എഴുന്നള്ളിച്ചുവച്ച് പൂജിച്ചിട്ടാണ് പാട്ടുനടത്തുക പതിവ്. വടക്കുപുറത്തു പാട്ട് പന്ത്രണ്ടുദിവസം നടത്തുന്നതും നടത്തേണ്ടതും വലിയ ഉത്സവംപോലെതന്നെയാണ്. എല്ലാദിവസവും കെങ്കേമമായ എഴുന്നള്ളത്തും വെടിക്കെട്ടും മറ്റും പതിവുണ്ട്. ഓരോദിവസവും ഓരോ ദേശക്കാരുടെ പേർക്കാകയാൽ അവരുടെ മത്സരംകൊണ്ട് എല്ലാദിവസവും കേമമാകുകയാണ് പതിവ്. ഇതിനും ഒരു കൊടിയേറ്റു പതിവുണ്ട്. അതിനു കരക്കാർ കൂടി ഒരു വലിയ അടയ്ക്കാമരം മുറിച്ചെടുത്തുകൊണ്ടുവന്നു മതിൽക്കകത്തു നാട്ടി അതിന്മേലൊരു കൊടിക്കൂറ കെട്ടിത്തൂക്കുകയാണ് പതിവ്. ഈ കൊടിയേറ്റത്തിന്റെ തന്ത്രിയും പരികർമ്മികളുമൊക്കെ കരക്കാർതന്നെ. ധ്വജപ്രതിഷ്ഠകഴിക്കുന്നതുതന്നെ അവരാണല്ലോ.

മതിൽക്കകത്തു വടക്കേനടയിൽ വലിയ നെടുമ്പുരകെട്ടി കുത്തിമറച്ചു കെട്ടിവിതാനിച്ച് അലങ്കരിച്ച് അതിൽവച്ചാണ് കളമെഴുത്തും പാട്ടും നടത്തുന്നത്. മുൻകാലങ്ങളിൽ അറുപത്തിനാല് കൈയായിട്ടായിരുന്നു കളമെഴുതിയിരുന്നതെന്നു കേൾവിയുണ്ട്. അതു കണ്ടിട്ടുള്ളവർ ഇപ്പോൾ ഉണ്ടെന്നു തോന്നുന്നില്ല. കഴിഞ്ഞകാലങ്ങളിൽ മുപ്പത്തിരണ്ട് കൈയായിട്ടേ കളമെഴുതാറുള്ളൂ. കളത്തിന്റെ കൈയെത്രയായിരുന്നാലും ഈ അടിയന്തിരം നടത്തിയാൽ പിന്നെ പന്ത്രണ്ടു കൊല്ലത്തേക്ക് വൈയ്ക്കം ദേശത്തു വസൂരി, വിഷൂചിക മുതലായ സാംക്രമികരോഗങ്ങൾ ഇക്കാലത്തുമുണ്ടാകാറില്ല. പന്ത്രണ്ടു കൊല്ലം കഴിഞ്ഞിട്ടും ഇതു നടക്കാതെയിരുന്നാൽ പകരുന്ന വ്യാധി എന്തെങ്കിലും ആ ദിക്കിൽ ഉണ്ടായിത്തീരുമെന്നുള്ളതും

തീർച്ചതന്നെയാണ്. ഈ കളമെഴുത്തും പാട്ടും നടത്താനുള്ള അവകാശം (കർമ്മിസ്ഥാനം) വൈയ്ക്കത്തു പുതുശ്ശേരി കുറുപ്പിനാണ്. ആ തറവാട്ടിലേക്ക് ഈ സ്ഥാനം കൊടുത്തിട്ടുള്ളത് വടക്കുംകൂർ രാജാവാണത്രെ.

ഇനി തെക്കുപുറത്തു പാട്ടിനെക്കുറിച്ചുകൂടി സ്വൽപം പറയാം. വൈയ്ക്കത്തുപെരുംതൃക്കോവിൽക്ഷേത്രം ഊരാൺമക്കാരായ ചില നമ്പൂരിമാരുടെ വകയായിരുന്നു. വടക്കുംകൂർ രാജാവിനു രാജാധിപത്യമുണ്ടായിരുന്നതുകൊണ്ടു ക്ഷേത്രകാര്യങ്ങളിലും ചില അധികാരങ്ങൾ നടത്തിയിരുന്നു. അതിൽ ഊരാൺമക്കാരും രാജാവും തമ്മിൽ ചില അഭിപ്രായവ്യത്യാസങ്ങളും സ്വരച്ചേർച്ചയില്ലായ്കയും ഉണ്ടായിത്തീർന്നു. അപ്പോൾ ഊരാൺമക്കാരും രണ്ടായി ഭിന്നിച്ച് ഒരു ഭാഗക്കാർ രാജാവിനോടു ചേർന്നും മറ്റേ ഭാഗക്കാർ തനിച്ചും നിലയായി. അക്കാലത്തെ ആ രണ്ടുഭാഗക്കാരും തമ്മിൽ കൂടെക്കൂടെ വലിയ വഴക്കുകളും തർക്കങ്ങളും ശണ്ഠകളും തന്നിമിത്തം അനേകം നാശങ്ങളുമുണ്ടായിക്കൊണ്ടിരുന്നു.

ഇപ്പോൾ വൃശ്ചികമാസത്തിലും കുംഭമാസത്തിലും അഷ്ടമിനാൾ ഉദയനാപുരത്തപ്പനെ എഴുന്നള്ളിച്ച് പെരുംതൃക്കോവിലിലേക്കു കൊണ്ടുവരാറുണ്ടല്ലോ. അതുപോലെ മുൻകാലങ്ങളിൽ ഉദയനാപുരത്തെ ഉത്സവകാലങ്ങളിൽ വൈക്കത്തപ്പനെ എഴുന്നള്ളിച്ച് അങ്ങോട്ടും കൊണ്ടുപോയിരുന്നു. ഒരു കൊല്ലം വൈക്കത്തപ്പനെ ഉദയനാപുരത്തേക്ക് എഴുന്നള്ളിക്കാൻ ഭാവിച്ചപ്പോൾ ഊരാൺമക്കാരിൽ ചിലർ എഴുന്നള്ളിക്കരുതെന്നു പറഞ്ഞു വിരോധിച്ചു. അതു വകവയ്ക്കാതെ മറുഭാഗക്കാർ എഴുന്നള്ളിപ്പിച്ചു. എഴുന്നള്ളത്തു വടക്കേഗോപുരത്തിനു പുറത്തായപ്പോൾ വിരോധിച്ച ഭാഗക്കാർ ചെന്ന് എഴുന്നള്ളിച്ചിരുന്ന ആനയുടെ തുമ്പിക്കൈ വെട്ടിമുറിച്ചിട്ടു. ആന പ്രാണവേദനയോടുകൂടി ഓടിത്തുടങ്ങി. ആനപ്പുറത്തിരുന്നവരെല്ലാം താഴെവീണു. അപ്പോഴേക്കും രണ്ടുഭാഗക്കാരും തമ്മിൽ അടിയും പിടിയും വെട്ടും കുത്തും തുടങ്ങി. വലിയ ലഹളയായി. അതിനാൽ വൈക്കത്തപ്പന്റെ എഴുന്നള്ളത്തുണ്ടായില്ല. അങ്ങനെയത് അക്കാലംമുതൽക്കു നിർത്തലാവുകയും ചെയ്തു.

ആ ലഹളയിൽ തോറ്റ ഭാഗക്കാർ വിരോധികൾ നശിക്കുന്നതിനായി കൊടുങ്ങല്ലൂർച്ചെന്നു ഭഗവതിയെസ്സേവിച്ചു. ശത്രുക്കൾ നശിക്കുന്നതിനു വടക്കേനടയിൽവെച്ചു നടത്തുന്നതുപോലെ തെക്കേനടയിൽവെച്ചു പാട്ടു നടത്തിയാൽ മതിയെന്ന് അവിടെ നിന്നു ഭഗവതിയുടെ കൽപന കിട്ടി. അതിനാൽ ഭഗവതിയെ സേവിച്ചിരുന്നവർ മടങ്ങി. വൈക്കത്തുവന്നു തെക്കേനടയിൽവെച്ചു പാട്ടുനടത്തി. അതിന്റെ നെടുംപുര പനച്ചിൽ ഭഗവതിയുടെ നടയ്ക്കു നേരെ തന്നെയായിരുന്നു. പാട്ടിന്റെ ചടങ്ങുകളെല്ലാം വടക്കേനടയിലേപ്പോലെ തന്നെ. തെക്കേനടയിൽ പാട്ടു തുടങ്ങീട്ടും ഭിന്നിച്ച ഭാഗക്കാർ തമ്മിൽ കൂടെക്കൂടെ ലഹളയുണ്ടാവുകയും ലഹളയിൽ തോൽക്കുന്നവർ മറുഭാഗക്കാർ നശിക്കുന്നതിനായി തെക്കേനടയിൽ പാട്ടുനടത്തുകയും ഏതാനുംകാലമുണ്ടായി. അപ്പോഴേക്കും വടക്കുംകൂർ രാജ്യം തിരുവിതാംകൂർ മഹാരാജാവു പിടിച്ചടക്കുകയും അതോടുകൂടി പെരുംതൃക്കോവിൽ ക്ഷേത്രവും തിരുവിതാംകൂർ സർക്കാർവകയായിത്തീരുകയും ആ ദേവസ്വത്തിൽ ഊരാൺമക്കാരായ നമ്പൂരിമാരുടെയും വടക്കുംകൂർ രാജാവിന്റെയും അധികാരം നാമാവശേഷമായി ഭവിക്കുകയും ചെയ്തു. പിന്നെ അവർക്കു പരസ്പരം വൈരത്തിനു കാരണമില്ലാതെയായിവരികയാൽ എല്ലാവർക്കും

ശത്രുക്കളില്ലാതെയായി. കാരണമില്ലാതെ കാര്യമുണ്ടാവുകയില്ലല്ലോ. അവരുടെ ശത്രുത്വത്തിനും വഴക്കിനും ലഹളയ്ക്കുമൊക്കെ പ്രധാനകാരണമായിരുന്നത് ദേവസ്വാധികാരമായിരുന്നുവല്ലോ. അത് അവർക്കാർക്കുമില്ലാതെയായപ്പോൾ പണ്ടൊരു സ്ത്രീ 'കഴുത്തിലെ മിന്നുംപോയി, മനസ്സിനു സൗഖ്യവും ആയി' എന്നു പറഞ്ഞതുപോലെ എല്ലാവർക്കും സുഖമായി. അപ്പോൾ തെക്കുപുറത്തു പാട്ടുമില്ലാതെയായി.

●

ചെമ്പകശ്ശേരിരാജാവും രാജ്ഞിയും

ഒട്ടുവിൽ ചെമ്പകശ്ശേരി (അമ്പലപ്പുഴ) രാജ്യം ഭരിച്ചിരുന്ന രാജാവ് ഒരു മുൻകോപിയും ശുദ്ധാത്മാവുമായിരുന്നു. അദ്ദേഹത്തിന്റെ കാലത്താണ് അമ്പലപ്പുഴനാട് മാർത്താണ്ഡവർമ്മ മഹാരാജാവ് പിടിച്ചടക്കി തിരുവിതാംകൂറിനോട് ചേർത്തത്. ഒരിക്കൽ മാർത്താണ്ഡവർമ്മ മഹാരാജാവ് അമ്പലപ്പുഴരാജാവിന്റെ പേർക്ക് ഒരു തിരുവെഴുത്തയച്ചു. അതിന്റെ ചുരുക്കം 'എനിക്ക് അമ്പലപ്പുഴനാട്ടിലെ മണ്ണിന്റെ ഗുണം അറിയേണ്ടിയിരിക്കുന്നു. അതിന് എപ്പോളാണ് ഞാനങ്ങോട്ട് വരേണ്ടത്?' എന്നായിരുന്നു. രാജാവ് ആ തിരുവെഴുത്തു തന്റെ മന്ത്രിയായ മാത്തൂർപ്പണിക്കരുടെ പക്കൽ കൊടുത്തിട്ട് അതിനു സമുചിതമായ ഒരു മറുപടി അയച്ചേക്കാൻ പറഞ്ഞു. പണിക്കർ അതിന് അയച്ച മറുപടി, 'ഒരു കുട്ടയും രൂപയും കൊടുത്ത് ഒരാളെ ഇങ്ങോട്ടയച്ചാൽ കുറച്ചു മണ്ണ് അങ്ങോട്ടു കൊടുത്തയയ്ക്കാം. അതിനായി ഇങ്ങോട്ടു വരണമെന്നില്ല' എന്നായിരുന്നു. മഹാരാജാവിന്റെ തിരുവെഴുത്തിന്റെ സാരം അമ്പലപ്പുഴ രാജ്യം തനിക്കു വിട്ടുതരണമെന്നും അതെന്നാണെന്നറിയിക്കണമെന്നുമായിരുന്നു. അതു മനസ്സിലാക്കിയാണ് മാത്തൂർപ്പണിക്കർ മറുപടി അയച്ചത്.

പണിക്കരുടെ മറുപടിയുടെ സാരം രാജ്യം വിട്ടുതരാൻ തയ്യാറില്ലെന്നും അതിനായിട്ട് ഇങ്ങോട്ടു പോരേണ്ട എന്നുമായിരുന്നു. അതു മഹാരാജാവിനും മനസ്സിലായി. ഈ മറുപടി കണ്ടപ്പോൾ മഹാരാജാവ് 'എടാ കേമാ, നിനക്ക് ഇത്രമാത്രം ബുദ്ധിയും ശൗര്യവും ധൈര്യവുമുണ്ടോ? നീ സമർത്ഥൻതന്നെ' എന്നും, ഈ മനുഷ്യനെ ഒന്നു കാണണമെന്നും തിരുമനസ്സിൽ വിചാരിച്ചിട്ട്: 'നമ്മുടെ പേർക്കു മറുപടി അയച്ച സമർത്ഥനും നിങ്ങളുടെ മന്ത്രിയുമായ മാത്തൂർപ്പണിക്കരെ നമുക്കൊന്നു കണ്ടാൽക്കൊള്ളാമെന്നുണ്ട്. അതിനാൽ ആ മനുഷ്യനെ ഇങ്ങോട്ടൊന്നു പറഞ്ഞയയ്ക്കണം' എന്നൊരു തിരുവെഴുത്തു വീണ്ടും ചെമ്പകശ്ശേരിരാജാവിന്റെ പേർക്കു കൽപിച്ചയച്ചു. ആ തിരുവെഴുത്തു ചെമ്പകശ്ശേരിരാജാവ് മാത്തൂർപ്പണിക്കരെ കാണിക്കുകയും 'പണിക്കരുടെ മറുപടി കണ്ടിട്ടു തിരുവിതാംകൂർ മഹാരാജാവിനു സാമാന്യത്തിലധികം കോപമുണ്ടായിട്ടുണ്ടെന്നാണു തോന്നുന്നത്. പണിക്കരവിടെ ചെന്നാൽ മടങ്ങിപ്പോരാൻ സാധിക്കുമെന്നു തോന്നുന്നില്ല. പണിക്കരെ അദ്ദേഹം അകപ്പെടുത്തും. അതിനാൽ പോകാതെയിരിക്കുകയാണ് നല്ലത്'' എന്നു പറയുകയും ചെയ്തു. അതു കേട്ടിട്ടു പണിക്കർ 'വിടകൊള്ളാതെയിരിക്കുന്നത് പുരുഷധർമ്മമല്ല; ഭീരുത്വലക്ഷണമാണ്, അതുകൊണ്ട് വിടകൊള്ളണമെന്നാണ് അടിയന്റെ അഭിപ്രായം' എന്നറിയിച്ചു. 'എന്നാൽ പണിക്കരുടെ

ഇഷ്ടംപോലെയാവട്ടെ' എന്നു സമ്മതിക്കുകയാൽ പണിക്കർ അന്നുതന്നെ യാത്രയായി. മാത്തൂർപ്പണിക്കർ തിരുവനന്തപുരത്തെത്തിയ ദിവസംതന്നെ മുഖം കാണിച്ചു. മഹാരാജാവ് താൻ വിചാരിച്ചിരിക്കുന്ന കാര്യം സാധിക്കു ന്നതിനു മാത്തൂർപ്പണിക്കരെ ധ്വംസിക്കുകയല്ല, പാട്ടിൽപ്പിടിക്കുകയാണു വേണ്ടതെന്നു വിചാരിച്ചിട്ടോ എന്തോ, പണിക്കരെ കണ്ടിട്ടു സന്തോഷഭാവ ത്തിൽ ചിലതൊക്കെ കൽപിക്കുകയും ഒടുക്കം പണിക്കർക്കു രണ്ടു കൈക്കും വീരശൃംഖല കൽപിച്ചുകൊടുത്തയയ്ക്കുകയുമാണു ചെയ്തത്.

പണിക്കർ വരുകയില്ലെന്നു വിചാരിച്ചുകൊണ്ടിരുന്ന അമ്പലപ്പുഴക്കാർ ക്ക് അദ്ദേഹം മഹാരാജാവിങ്കൽനിന്നു സമ്മാനവും ലഭിച്ചു തിരിച്ചുവന്നി രിക്കുന്നതായി കേട്ടപ്പോൾ വളരെ സന്തോഷവും അത്ഭുതവും തോന്നി. എങ്കിലും പണിക്കരുടെ ശത്രുക്കളും രാജസേവകന്മാരുമായിരുന്ന ചിലർ മാത്തൂർപ്പണിക്കർ അമ്പലപ്പുഴ രാജ്യം മാർത്താണ്ഡവർമ്മമഹാരാജാ വിന് ഉപായത്തിൽ കൈവശപ്പെടുത്തിക്കൊടുക്കാമെന്നു സമ്മതിച്ചാണ് സമ്മാനവും വാങ്ങി വന്നിരിക്കുന്നതെന്നു ചെമ്പകശ്ശേരിരാജാവിന്റെ അടുക്കൽ പറഞ്ഞുപിടിപ്പിച്ചു. രാജാവ് അതുകേട്ടു വിശ്വസിച്ചു പെട്ടെന്നു ണ്ടായ കോപത്തോടുകൂടി പണിക്കരെ പിടിച്ചു ബന്ധിച്ചു സമുദ്രത്തിൽ താഴ്ത്തിക്കൊല്ലുന്നതിനു കൽപിക്കുകയും രാജഭടന്മാർ അപ്രകാരം ചെയ്യുകയും ചെയ്തു.

സമർത്ഥനും സ്വാമിഭക്തനും സ്വരാജ്യസ്നേഹിയും നിഷ്കളങ്കനുമായ ആ മന്ത്രിസത്തമനെ യാതൊരു കാരണവും കൂടാതെ നിഷ്കരുണം വധിപ്പിച്ച ആ രാജാവു കേവലം അവിവേകിയായിരുന്നു എന്നുള്ളതിനു വേറെ ലക്ഷ്യ മൊന്നും വേണമെന്നില്ലല്ലോ.

നമ്പൂരിമാരായിരുന്ന ചെമ്പകശ്ശേരിരാജാക്കന്മാരുടെ അന്തർജ്ജന ങ്ങൾക്ക് അമ്പലപ്പുഴെത്താമസിക്കുന്നതിനു സൗകര്യമില്ലാതിരുന്നതിനാൽ അവർ കുടമാളൂരെന്ന ദേശത്തുള്ള സ്വന്തം മഠത്തിലാണ് താമസിച്ചിരുന്നത്. അതിനാൽ ചിലപ്പോൾ രാജാക്കന്മാരും അവിടെ വന്നു താമസിച്ചിരുന്നു. ആ പതിവുപോലെ അവിവേകിയായ ആ രാജാവ് ഒരിക്കൽ കുടമാളൂർ വന്നു താമസിച്ചിരുന്നപ്പോൾ ആ ദേശത്തുള്ള ഒരു നായരുടെ പശു ഒരു മാപ്പിളയുടെ വേലിക്കകത്തു കയറി വിളവു നശിപ്പിച്ചപ്പോൾ മാപ്പിള ഒരു കല്ലെടുത്ത് ഒരേറു കൊടുത്തു. ഏറുകൊണ്ട ക്ഷണത്തിൽ പശു നിലത്തു വീണു ചത്തതുപോലെ കിടന്നു.നായരോടിച്ചെന്നു തന്റെ പശുവിനെ ഒരു മാപ്പിള കല്ലുകൊണ്ടെറിഞ്ഞു കൊന്നു എന്നു രാജാവിനോട് പറഞ്ഞു. രാജാവ് അതുകേട്ട് ആ മാപ്പിളയെ പിടിച്ചു കഴുവിലിട്ടു ഞൂക്കിക്കൊല്ലാൻ കൽപിച്ചു. ഉടനേ രാജഭടന്മാരപ്രകാരം ചെയ്തു. രാജാവിന്റെ കോപം നായരുടെ നേരെയായി. 'വ്യാജം പറഞ്ഞു വെറുതെ മാപ്പിളയെ കൊല്ലിച്ച നായരുടെ കുടുംബം നശിച്ചുപോകട്ടെ' എന്ന് അദ്ദേഹം ശപിച്ചു. അത് ഉടനെ അല്ലെങ്കിലും കാലാന്തരത്തിൽ ഫലിച്ചു. അവിവേകിയെങ്കിലും അദ്ദേഹം ശുദ്ധാത്മാവും ബ്രാഹ്മണോത്തമനും ആയിരുന്നുവല്ലോ.

ചെമ്പകശ്ശേരി രാജകുടുംബത്തിൽ പണ്ടുണ്ടായിരുന്ന ഒരു തമ്പുരാട്ടി വലിയ മനസ്വിനിയും തപസ്വിനിയുമായിരുന്നു. തപശ്ശക്തി നിമിത്തം ഈശ്വരന്മാർ തന്നെയും ആ തമ്പുരാട്ടിയുടെ ഹിതത്തെ അനുവർത്തിച്ചിരുന്നു.

കുടമാളൂരുള്ള ചെമ്പകശ്ശേരിമഠത്തിന്റെ സമീപത്തു പടിഞ്ഞാറുകാവ് എന്നു പേരോടുകൂടിയ ഒരു ഭഗവതീക്ഷേത്രമുണ്ട്. ആ ക്ഷേത്രത്തിൽ പ്രതിഷ്ഠിക്കപ്പെട്ടിരിക്കുന്നത് അത്യുഗ്രമൂർത്തിയായ ഭദ്രകാളിയാണ്. ആ ദേവിയെ അവിടെ ആദ്യം പ്രതിഷ്ഠിച്ചിരുന്നത് വടക്കോട്ടു ദർശനമായിട്ടായിരുന്നു. അതിനാൽ അവിടെ പ്രതിദിനം അനേകമുപദ്രവങ്ങൾ ഉണ്ടായിക്കൊണ്ടിരുന്നു.

കൗണാർ എന്നുകൂടി പേരുള്ള മീനച്ചിലാറിന്റെ ഒരു കൈവഴി കുടമാളൂർ ഒഴുകുന്നുണ്ടല്ലോ. ആ നദിയുടെ തെക്കുകരയിലാണു മേൽപ്പറഞ്ഞ ക്ഷേത്രമിരിക്കുന്നത്. അതിനാൽ വടക്കോട്ടു ദർശനമായിരുന്ന ഭഗവതിയുടെ ദൃഷ്ടിപാതം നിമിത്തം രാത്രികാലങ്ങളിൽ ആ നദിയിൽക്കൂടി കൊണ്ടുപോകുന്ന തോണികൾ മുങ്ങിപ്പോവുക, തോണികളിൽ പോകുന്നവർ വല്ലാതെ ഭയപ്പെടുക മുതലായ ഉപദ്രവങ്ങളാണ് അക്കാലത്ത് ഉണ്ടായിക്കൊണ്ടിരുന്നത്. അതിനാൽ രാത്രികാലങ്ങളിൽ ആ വഴിക്കു ജനസഞ്ചാരം നിശ്ശേഷം നിന്നുപോയി.

തപസ്വിനിയായിരുന്ന രാജ്ഞി ഈ വിവരമറിഞ്ഞ് ഈ ജനോപദ്രവം നിറുത്തണമെന്നു നിശ്ചയിച്ച് ഒരു ദിവസം കുളിച്ചു പടിഞ്ഞാറ്റുകാവിൽ ചെന്നു ദേവിയെ വന്ദിച്ച് 'അല്ലയോ ദേവീ! അവിടുത്തെ ദൃഷ്ടിപാതം നിമിത്തം രാത്രികാലങ്ങളിൽ വടക്കുവശത്തുള്ള നദിയിൽക്കൂടി ജനങ്ങൾക്കു സഞ്ചരിക്കാൻ നിവൃത്തിയില്ലാതെയായിരിക്കുന്നു. ഇത് ഏറ്റവും സങ്കടകരമായ ഒരു കാര്യമാണ്. അതിനാൽ അവിടുന്നു സദയം കിഴക്കോട്ടു തിരിഞ്ഞിരിക്കുമാറാകണം എന്നു പ്രാർത്ഥിച്ചു.

വടക്കോട്ടു ദർശനമായി പ്രതിഷ്ഠിക്കപ്പെട്ടിരുന്ന ദേവീവിഗ്രഹത്തിന്റെ ദർശനം പിറ്റേദിവസം നേരം വെളുത്തപ്പോൾ കിഴക്കോട്ടായിരിക്കുന്നതായി കാണപ്പെട്ടു. അന്നുമുതൽ ആറ്റിൽക്കൂടി പോകുന്നവർക്കു യാതൊരു ഉപദ്രവവും ഭയവുമില്ലാതെ ആയിത്തീരുകയും അതിലേയുള്ള ജനസഞ്ചാരം യഥാപൂർവ്വം രാത്രിയിലും പകലും ധാരാളമാവുകയും ചെയ്തു. അവിടെ ദേവിയുടെ ദർശനം ഇപ്പോഴും കിഴക്കോട്ടായിട്ടാണിരിക്കുന്നത്.

ചെമ്പകശ്ശേരിമഠത്തിലെ വക ഗോശാല (പശുത്തൊഴുത്ത്) മഠത്തിന്റെ പടിഞ്ഞാറുവശത്ത് സ്വൽപ്പം വടക്കോട്ടുമാറിയായിരുന്നു. തപസ്വിനിയായ രാജ്ഞി ദിവസംതോറും വെളുപ്പാൻകാലത്ത് ആ ഗോശാലയിൽ ചെന്നു പശുക്കളെ കണികാണുക പതിവായിരുന്നു. ആ സമയം രാജ്ഞി തന്റെ കുലദൈവമായ അമ്പലപ്പുഴ ശ്രീകൃഷ്ണസ്വാമിയെ ഭക്തിപൂർവ്വം സ്മരിച്ചുകൊണ്ടും ആ ഭഗവാനെക്കുറിച്ചുള്ള

'നരകവൈരിയാമരവിന്ദാക്ഷന്റെ
ചെറിയനാളത്തെക്കളികളും
തിരുമെയ്ശോഭയുംകരുതിക്കൂപ്പുന്നേൻ
അടുത്തു വാ കൃഷ്ണ! കണികാൺമാൻ
കണികാണുന്നേരം കമലനേത്രന്റെ
നിറമേറും മഞ്ഞത്തുകിൽ ചാർത്തി
കനകകിങ്ങിണി വള കൈമോതിരം
അണിഞ്ഞു കാണേണം ഭഗവാനേ!'

ഇത്യാദി സങ്കീർത്തനം ചൊല്ലിക്കൊണ്ടുമാണ് പോവുക പതിവ്. അങ്ങിനെ രാജ്ഞി ഒരു ദിവസം വെളുപ്പാൻകാലത്തു ഗോശാലയിൽ ചെന്നപ്പോൾ സങ്കീർത്തനത്തിൽ വിവരിച്ചിട്ടുള്ളതുപോലുയുള്ള രൂപത്തിൽ ശ്രീ കൃഷ്ണസ്വാമി അവിടെ ഓടിനടന്നു കളിക്കുന്നതായി കണ്ടു. ഉടനെ രാജ്ഞി ഭഗവാന്റെ പാദങ്ങളിൽ സാഷ്ടാംഗം നമസ്കാരം ചെയ്തു. രാജ്ഞി എഴുന്നേറ്റു കണ്ണുതുറന്നു നോക്കിയപ്പോൾ ഭഗവാനെ അവിടെയെങ്ങും കണ്ടതുമില്ല. അതിനാൽ രാജ്ഞി താൻ ഭഗവാനെ പ്രത്യക്ഷമായി കണ്ടതായ സ്ഥലത്ത് ഒരു ക്ഷേത്രം പണികഴിപ്പിച്ച് അവിടെ ശ്രീകൃഷ്ണസ്വാമിയുടെ ഒരു വിഗ്രഹം യഥാവിധി പ്രതിഷ്ഠിപ്പിച്ചു. പിന്നെ പതിവായി ആ ക്ഷേത്രത്തിൽ ചെന്നു ദർശനം നടത്തിക്കൊണ്ടിരിക്കുകയും ചെയ്തു.

ഇപ്പോൾ കുടമാളൂർ ചെമ്പകശ്ശേരിമഠത്തിന്റെ സമീപത്തു കാണുന്ന ശ്രീകൃഷ്ണപുരം എന്ന ക്ഷേത്രത്തിന്റെ ഉത്ഭവം ഇങ്ങനെയാണ്. ഈ രാജ്ഞിയുടെ ദിവ്യത്വത്തേയും കുടമാളൂർദേശത്തേയും കുറിച്ച് ഇങ്ങനെ ഇനിയും പല ഐതിഹ്യങ്ങളുണ്ട്. അവയിൽ ചിലതു യഥാവസരം പിന്നാലെ വിവരിക്കാം.

●

വില്വമംഗലത്തു സ്വാമിയാർ 2

വില്വമംഗലത്തുനമ്പൂരി സന്ന്യസിച്ച സ്വാമിയാരായതിന്റെ കാരണവും അദ്ദേഹം ചേർത്തല കാർത്ത്യായനിയേയും തിരുവാർപ്പിൽ ശ്രീകൃഷ്ണസ്വാമിയേയും മറ്റും പ്രതിഷ്ഠിച്ചതും, ഏറ്റുമാനൂർ ക്ഷേത്രം പുനരുദ്ധാരണം ചെയ്ത് നവീകരിച്ചതും തൃശ്ശിവപേരൂർ വടക്കുന്നാഥക്ഷേത്രത്തിലും, വൈക്കത്തു പെരുംതൃക്കോവിൽ ക്ഷേത്രത്തിലും, അമ്പലപ്പുഴ ശ്രീകൃഷ്ണസ്വാമിക്ഷേത്രത്തിലും ദർശനത്തിനായി ചെന്നപ്പോഴുണ്ടായ അത്ഭുതങ്ങളും മറ്റും ഐതിഹ്യമാലയുടെ പൂർവ്വഭാഗങ്ങളിലായി പ്രസ്താവിച്ചിട്ടുള്ളതിനാൽ അതൊന്നും ഇവിടെ ആവർത്തിക്കുന്നില്ല. ആ സ്വാമിയാർ നിമിത്തം തിരുവനന്തപുരത്തു ശ്രീപത്മനാഭസ്വാമിക്ഷേത്രമുണ്ടായതിനെക്കുറിച്ച മാത്രമാണ് ഇവിടെ പ്രസ്താവിക്കാൻ ഭാവിക്കുന്നത്.

ശ്രീകൃഷ്ണസ്വാമി, സ്വാമിയാർക്കു പ്രത്യക്ഷീഭവിച്ചതിന്റെ ശേഷം അദ്ദേഹത്തിന്റെ തേവാര(വിഷ്ണുപൂജ)സമയത്തു പതിവായി അടുക്കൽ ചെന്നിരുന്നു. എന്നാലതു ലീലാലോലനായ ഒരു ബാലന്റെ ഭാവത്തിലും ധാരാളം തൊന്തരവുകൾ കാണിക്കുന്ന ഒരു കുസൃതിക്കാരന്റെ നിലയിലുമായിരുന്നു പതിവ്. ആ സമയങ്ങളിൽ സ്വാമിയാർ ഭഗവാനെ ഉണ്ണി എന്നാണ് പറഞ്ഞിരുന്നത്. സ്വാമിയാർ പൂജ കഴിച്ചുകൊണ്ടിരിക്കുന്ന സമയങ്ങളിൽ ഭഗവാൻ ബാലാകാരനായി അടുക്കൽ ചെന്നാൽ സ്വാമിയാരുടെ പുറത്ത് ഉരുണ്ടുകയറുക, പൂജയ്ക്കുള്ള പൂക്കളും മറ്റും വാരിക്കളയുക, പൂജാപാത്രങ്ങളിൽ മൂത്രവിസർജ്ജനം ചെയ്യുക മുതലായ ഉപദ്രവങ്ങളാണ് ചെയ്യുക പതിവ്. ഭക്തവത്സലനായ ഭഗവാനു ഭക്തന്മാരുടെ അടുക്കൽ ഇന്നപ്രകാരമേ പെരുമാറാവൂ എന്നില്ലല്ലോ. എന്നാൽ ഭഗവാൻ സ്വാമിയാരുടെ അടുക്കൽ ഇപ്രകാരമെല്ലാം പ്രവർത്തിച്ചതു സ്വാമിയാരുടെ സഹനശക്തിയും ഭക്തിദാർഢ്യവും എത്രമാത്രമുണ്ടെന്നു പരീക്ഷിക്കാൻകൂടി ആയിരിക്കണം.

ഒരു ദിവസം ഭഗവാന്റെ ഉപദ്രവം ഏറ്റവും ദുസ്സഹമായിത്തീരുകയാൽ സ്വാമിയാർ, 'ഉണ്ണീ! ഉപദ്രവിക്കാതെ ഇരിക്കൂ' എന്നു പറഞ്ഞു പുറംകൈകൊണ്ടു തള്ളി മാറ്റി. അതു സ്വാമിക്ക് ഒട്ടും രസിച്ചില്ല. പുറം കൈകൊണ്ടു തള്ളി മാറ്റുന്നതു നിഷിദ്ധവും നികൃഷ്ടവുമാണല്ലോ. അതിനാൽ സ്വാമി കോപഭാവത്തോടുകൂടെ 'ഇനിയെന്നെ കാണണമെങ്കിൽ അനന്തൻകാട്ടിൽ വരണം' എന്നു പറഞ്ഞിട്ട് അവിടെനിന്നു മറഞ്ഞു.

ഭഗവാൻ അന്തർദ്ധാനം ചെയ്തുകഴിഞ്ഞപ്പോൾ സ്വാമിയാർ ഏറ്റവും വിഷണ്ണനായിത്തീർന്നു. പിന്നെ അദ്ദേഹം അനന്തൻകാടന്വേഷിച്ചു പുറപ്പെട്ടു. അത്യന്തം വിഷാദത്തോടുകൂടി അദ്ദേഹം പല സ്ഥലങ്ങളിൽ

അന്വേഷിച്ച് അലഞ്ഞു നടക്കുകയും പലരോടും ചോദിക്കുകയും ചെയ്തിട്ടും ഒന്നും അറിയാൻ കഴിഞ്ഞില്ല. ഒടുക്കം വഴിനടന്നും വെയിൽകൊണ്ടും ക്ഷീണിച്ച് തളർന്ന് ഒരു സ്ഥലത്ത് ചെന്ന് താൻ ചെയ്തുപോയ അക്രമപ്രവൃത്തിയെക്കുറിച്ച് വിചാരിച്ച് പശ്ചാത്തപിച്ചുകൊണ്ട് ഒരു മരത്തണലിലിരുന്നു. ആ സമയം ആ സ്ഥലത്തിനു സമീപം ഒരു പറയന്റെ കുടിലിൽ പറയനും അവന്റെ ഭാര്യയും തമ്മിൽ ഒരു ശണ്ഠ നടന്നിരുന്നു. അതിനിടയ്ക്കു പറയൻ ദേഷ്യപ്പെട്ട് തന്റെ ഭാര്യയോട് 'ഇനിയും നീ എന്നോടു വഴക്കിനു വരികയാണെങ്കിൽ നിന്നെ ഞാൻ തല്ലിക്കൊന്ന് അനന്തൻകാട്ടിലേക്കു വലിച്ചെറിയും' എന്നു പറഞ്ഞു. അതുകേട്ട് സ്വാമിയാർ ആ പറയന്റെ അടുക്കൽ ചെന്നു ചില സാന്ത്വനവാക്കുകൾ കൊണ്ട് അവനെ സമാധാനിപ്പെടുത്തിയിട്ട് അനന്തൻകാട് എവിടെയാണെന്ന് അവനോടു ചോദിക്കുകയും അവൻ അതു കാണിച്ചുകൊടുക്കുകയും ചെയ്തു.

ആ കാടു കല്ലും മുള്ളും മരങ്ങളും നിറഞ്ഞ് ഏറ്റവും ദുഷ്പ്രാപ്യവും ദുസ്സഞ്ചാരവും ആയിരുന്നു എങ്കിലും സ്വാമിയാർ ഭഗവാനെ കാണാനുള്ള അത്യാഗ്രഹം നിമിത്തം ആ ദുർഘടമൊന്നും ലേശംപോലും വകവയ്ക്കാതെ ആ വനത്തിൽ പ്രവേശിച്ച് ഭഗവാനെ നോക്കി നടന്നുതുടങ്ങി. അങ്ങനെ കുറച്ചുദൂരം ചെന്നപ്പോൾ ഭഗവാനെ കണ്ടു. പക്ഷേ അതു യഥാപൂർവ്വം ഉണ്ണിക്കൃഷ്ണനായിട്ടല്ലായിരുന്നു. ഒരു ഇരിപ്പമരത്തിന്റെ ചുവട്ടിലും, കാല്ക്കലും തലയ്ക്കലുമിരിക്കുന്ന ഭൂലക്ഷ്മീമാരോടുകൂടെ അനന്തന്മേൽ കിടക്കുന്നതായിട്ടുമാണ് ഭഗവാനെ അപ്പോൾ സ്വാമിയാർ കണ്ടത്. ഉടനെ സ്വാമിയാർ ഭക്തിപാരവശ്യത്തോടുകൂടെ ഭഗവാനെ സാഷ്ടാംഗമായി വീണു നമസ്കരിച്ചു. സ്വാമിയാരെ കണ്ടു സന്തുഷ്ടനായ ഭഗവാൻ സ്വാമിയാരോടു സസ്മിതം 'ഞാൻ ഭക്ഷണം കഴിച്ചിട്ടു വളരെ ദിവസമായി. എനിക്കിപ്പോൾ വിശപ്പു കലശലായിരിക്കുന്നു. ഉടനെ എനിക്കെന്തെങ്കിലും തിന്നാൻ തരണം' എന്നരുളിച്ചെയ്തു. ഭഗവാനു ഭക്ഷിപ്പാൻ കൊടുക്കുന്നതിനു മറ്റു മാർഗ്ഗമൊന്നും കാണായ്കയാൽ സ്വാമിയാർ ആ കാട്ടിലുണ്ടായിരുന്ന ഒരു മാവിൽനിന്നു വീണുകിടന്നിരുന്ന കണ്ണിമാങ്ങ കുറെ പെറുക്കിയെടുത്ത് ഒരു കല്ലിന്മേൽ വെച്ചു ചതച്ച് അവിടെത്തന്നെ കിടന്നിരുന്ന ഒരു ചിരട്ടയിലാക്കിക്കൊടുത്തു. ഭഗവാൻ അതു വാങ്ങി ഭക്ഷിക്കുകയും 'മതി, എന്റെ വിശപ്പു നിശ്ശേഷം മാറുകയും എനിക്കു നല്ല തൃപ്തിയാവുകയും ചെയ്തിരിക്കുന്നു' എന്ന് അരുളിച്ചെയ്യുകയും ചെയ്തു.

അനന്തരം സ്വാമിയാർ അനന്തശായിയായ ഭഗവാൻ ശ്രീപത്മനാഭൻ അനന്തൻ കാട്ടിൽവെച്ചു തനിക്കു പ്രത്യക്ഷീഭവിച്ചിരിക്കുന്നു എന്നുള്ള വിവരം തിരുവിതാംകൂറ് മഹാരാജാവിനെ ഗ്രഹിപ്പിച്ചു. അക്കാലത്തു തിരുവിതാംകൂറിന്റെ തലസ്ഥാനം പത്മനാഭപുരമായിരുന്നതിനാൽ മഹാരാജാവ് കുടുംബസമേതം എഴുന്നള്ളി താമസിച്ചിരുന്നത് പത്മനാഭപുരം കൊട്ടാരത്തിലായിരുന്നു.

സ്വാമിയാർക്കുണ്ടായ ദിവ്യദർശനത്തെക്കുറിച്ച് അറിഞ്ഞിട്ടു മഹാരാജാവ് പത്മനാഭപുരത്തും അതിനടുത്ത പ്രദേശങ്ങളിലും താമസക്കാരും, ജനപുഷ്ടികൊണ്ടും ധനപുഷ്ടികൊണ്ടും പ്രബലന്മാരുമായിരുന്ന എട്ടു മഠങ്ങളിലെ പോറ്റിമാരോടുകൂടെ അനന്തൻകാട്ടിലെത്തി ആ സ്ഥലം സന്ദർശിച്ചു. പത്മനാഭസ്വാമിയെ സ്വാമിയാർക്കു പ്രത്യക്ഷമായി കാണാമായിരുന്നുവെങ്കിലും മഹാരാജാവ് മുതലായവർക്കാർക്കും കാണാമായിരുന്നില്ല.

എങ്കിലും വില്വമംഗലത്തു സ്വാമിയാരുടെ ദിവ്യത്വത്തെക്കുറിച്ചു മഹാരാജാവ് മുതലായവർക്കെല്ലാപേർക്കും നല്ലപോലെ അറിയാമായിരുന്നതുകൊണ്ട് അദ്ദേഹം പറഞ്ഞതിനെ വിശ്വസിച്ചു. മഹാരാജാവ് അനന്തൻകാട്ടിലെയും അടുത്ത പ്രദേശങ്ങളിലേയും കാടുകളും മരങ്ങളുമെല്ലാം വെട്ടിമാറ്റിച്ചു. സ്വാമിയാർ ഭഗവാനെ കണ്ടതായ ആ സ്ഥലത്ത് ഒരു ക്ഷേത്രം പണിയുന്നതിന് കല്പിച്ചു ചട്ടംകെട്ടുകയും മേൽപറഞ്ഞ എട്ടു മഠക്കാരായ പോറ്റിമാരുത്സാഹിച്ചു സകലവും മഹാരാജാവുതിരുമനസ്സിലെ ഹിതം പോലെ നടത്തുകയും ചെയ്തു.

ക്ഷേത്രം പണി കഴിഞ്ഞതിന്റെ ശേഷം മഹാരാജാവ് ആ ക്ഷേത്രത്തിൽ മേല്പറഞ്ഞ പോറ്റിമാരുടെ സഹായസഹകരണങ്ങളോടുകൂടിത്തന്നെ ഒരു ശുഭമുഹൂർത്തത്തിൽ യഥാവിധി പത്മനാഭസ്വാമിയെ പ്രതിഷ്ഠിപ്പിക്കുകയും ചെയ്തു. പ്രതിഷ്ഠിക്കപ്പെട്ട ശ്രീപത്മനാഭവിഗ്രഹം സ്വാമിയാർ കണ്ടവിധം അനന്തശായിയായിട്ടുള്ളതാണ്. അത് ഇപ്പോഴും അങ്ങനെതന്നെയാണിരിക്കുന്നത്.

ക്ഷേത്രം പണിയും പ്രതിഷ്ഠയും കഴിഞ്ഞിട്ടും സ്വാമിയാരെ അവിടെനിന്നു വിട്ടയയ്ക്കുന്നതിന് മഹാരാജാവിനും പത്മനാഭസ്വാമിയുടെ സന്നിധിയിൽനിന്നു വിട്ടുപിരിയുന്നതിനു സ്വാമിയാർക്കും സമ്മതമില്ലാതെയിരുന്നതിനാൽ ക്ഷേത്രത്തോടടുത്തുതന്നെ സ്വല്പം പടിഞ്ഞാറുമാറി മഹാരാജാവു കല്പിച്ച് ഒരു സ്വാമിയാർമഠം പണിയിച്ചുകൊടുക്കുകയും സ്വാമിയാർ തന്റെ സ്ഥിരവാസം അവിടെയാക്കുകയും ചെയ്തു. അനന്തരം മഹാരാജാവ് സ്വാമിയാർക്കു നിത്യവൃത്തി സുഖമായിക്കഴിഞ്ഞുകൂടത്തക്കവണ്ണം ചില അനുഭവങ്ങൾ പതിച്ചുകൊടുക്കുകയും പരിചരണത്തിനു വേണ്ടുന്ന ഭൃത്യന്മാർ, കുട്ടിപ്പട്ടർ മുതലായവരെ കല്പിച്ചു നിയമിച്ചുകൊടുക്കുകയും ചെയ്തു. സ്വാമിയാർ അന്യന്മാരാരും ആവശ്യപ്പെടാതെ സ്വമനസ്സാലെതന്നെ പതിവായി ക്ഷേത്രത്തിൽ പോയി പത്മനാഭസ്വാമിയെ ഭക്തിപൂർവ്വം സേവിക്കുകയും പുഷ്പാഞ്ജലി കഴിക്കുകയും ചെയ്തിരുന്നു. അങ്ങനെ കുറച്ചു കഴിഞ്ഞപ്പോൾ മഹാരാജാവ് പത്മനാഭസ്വാമിക്കു സ്വാമിയാരുടെ പുഷ്പാഞ്ജലി മുടക്കംകൂടാതെ എന്നും വേണമെന്നു കല്പിച്ചു നിശ്ചയിക്കുകയും ആ വകയ്ക്കു സ്വാമിയാർക്കു വിശേഷാൽ ചില പതിവുകൾകൂടി കല്പിച്ച് ഏർപ്പെടുത്തുകയും ചെയ്തു. പത്മനാഭസ്വാമിക്കു സ്വാമിയാരുടെ പുഷ്പാഞ്ജലി മുടങ്ങാതെ എന്നുമുണ്ടായിരിക്കണമെന്ന് മഹാരാജാവു കല്പിച്ചു നിശ്ചയിച്ചിരിക്കുന്ന സ്ഥിതിക്ക് വല്ല കാരണവശാലും തനിക്കു വയ്യാതെ വന്നാലും പുഷ്പാഞ്ജലി മുടങ്ങരുതെന്നു കരുതി വില്വ മംഗലത്തു സ്വാമിയാർ യോഗ്യനായ ഒരു നമ്പൂരിക്കുകൂടി സന്ന്യാസം കൊടുത്തു തന്റെ ശിക്ഷ്യനാക്കി. അത്യാവശ്യമായാൽ ആ ശിഷ്യനായ സ്വാമിയാരും ക്ഷേത്രത്തിൽ കടന്നു പുഷ്പാഞ്ജലി കഴിച്ചുകൊള്ളുന്നതിനു മഹാരാജാവ് കല്പിച്ചനുവദിക്കുകയും ആ സ്വാമിയാർക്കും ചില പതിവുകൾ കല്പിച്ച് ഏർപ്പെടുത്തുകയും പുഷ്പാഞ്ജലി കഴിക്കുന്ന സ്വാമിയാരുടെ പേര്, മേലാൽ പുഷ്പാഞ്ജലി സ്വാമിയാർ എന്നായിരിക്കണമെന്നു കല്പിച്ചു നിശ്ചയിക്കുകയും ചെയ്തു. ആ സ്വാമിയാരുടെ ശിഷ്യപരമ്പരയിലുൾപ്പെട്ട ഏതെങ്കിലും ഒരു സ്വാമിയാർ പത്മനാഭസ്വാമിക്കു പുഷ്പാഞ്ജലി കഴിക്കണമെന്നുള്ള ഏർപ്പാട് ഇപ്പോഴും വേണ്ടെന്നു വെച്ചിട്ടില്ല. പത്മനാഭസ്വാമിക്ക് ഇപ്പോഴും ഒരു സ്വാമിയാർ പതിവായി പുഷ്പാഞ്ജലി

നടത്തിവരുന്നുണ്ട്. അദ്ദേഹത്തെ എല്ലാവരും പുഷ്പാഞ്ജലി സ്വാമിയാർ എന്നു തന്നെയാണ് പറഞ്ഞുവരുന്നത്. പുഷ്പാഞ്ജലി സ്വാമിയാർക്കു കല്പിച്ചു നിശ്ചയിച്ചിട്ടുള്ള അനുഭവങ്ങളെല്ലാം ഇപ്പോഴും കൊടുത്തുപോരുന്നുമുണ്ട്. ഇത്രയും പറഞ്ഞുകൊണ്ട് ഇപ്പോൾ തിരുവനന്തപുരം പട്ടണമായി പ്രശോഭിക്കുന്ന സ്ഥലം പണ്ടു വലിയ വനപ്രദേശമായിരുന്നു എന്നും ആ വനത്തിന്റെ പേര് അനന്തൻകാട് എന്നായിരുന്നു എന്നും തിരുവനന്തപുരത്തു പത്മനാഭസ്വാമി ക്ഷേത്രമുണ്ടാകുന്നതിനു കാരണം വില്വമംഗലത്തു സ്വാമിയാരായിരുന്നു എന്നും സ്പഷ്ടമാകുന്നുണ്ടല്ലോ.

●

പാമ്പുമ്മേക്കാട്ടു നമ്പൂരി

പാമ്പുമേക്കാട്ടു നമ്പൂരിയുടെ ഇല്ലം കൊച്ചി രാജ്യത്തു മുകുന്ദപുരം താലൂക്കിൽ ഇരിങ്ങാലക്കുട തീവണ്ടി സ്റ്റേഷനിൽ നിന്ന് ഏകദേശം എട്ടു നാഴിക കിഴക്കുതെക്കു മാളറോഡിനു പടിഞ്ഞാറുവശത്താണ്. അവിടെ പണ്ടുണ്ടായിരുന്നവർ വലിയ ഈശ്വരഭക്തന്മാരും മന്ത്രതന്ത്രനിപുണരുമായിരുന്നു. എങ്കിലും ദുസ്സഹമായ ദാരിദ്ര്യദുഃഖംകൊണ്ട് അവർ വളരെ കഷ്ടപ്പെട്ടാണു നിത്യവൃത്തി കഴിച്ചിരുന്നത്.

അങ്ങനെയിരുന്ന കാലത്ത് ആ ഇല്ലത്തെ ഗൃഹസ്ഥനായ നമ്പൂരി ചരിത്രപ്രസിദ്ധമായ തിരുവഞ്ചിക്കുളത്തു ക്ഷേത്രത്തിൽ ചെന്നു തന്റെ ദാരിദ്ര്യദുഃഖത്തിനു ശമനമുണ്ടാക്കിത്തരണമെന്നുള്ള പ്രാർത്ഥനയോടുകൂടി ഭക്തിപൂർവ്വം ദേവനെ ഭജിച്ചുതുടങ്ങി.

ഭജനം ഏകദേശം പന്ത്രണ്ടുകൊല്ലം തികയാറായപ്പോൾ ഒരു ദിവസം ക്ഷേത്രത്തിൽ അത്താഴപൂജയും മറ്റും കഴിഞ്ഞ് എല്ലാവരുംപോയതിന്റെ ശേഷം നമ്പൂരി കുറച്ചു വെള്ളം മുക്കിയെടുക്കുന്നതിന് ഒരു ജലപാത്രവും കൊണ്ടു ക്ഷേത്രത്തിന്റെ മതിൽക്കകത്തുള്ള തീർത്ഥക്കുളത്തിൽ ചെന്നപ്പോൾ അവിടെ കടവിൽ തേജസ്വിയായ ഒരാൾ നിൽക്കുന്നതു കണ്ടിട്ട് 'ആരാണത്'' എന്നു ചോദിച്ചു. അപ്പോൾ ആ പുരുഷൻ 'ആളറിഞ്ഞു മേക്കാടിനെന്തു വേണം? വെള്ളം വേണമെങ്കിൽ മുക്കിയെടുത്തുകൊണ്ട് പൊയ്ക്കൊള്ളൂ' എന്നു പറഞ്ഞു. വാക്കുകൊണ്ടും തേജോമയമായ രൂപം കൊണ്ടും ആ ആൾ കേവലം മനുഷ്യനല്ല എന്നും ഒരു ദിവ്യനാണെന്നും തോന്നുകയാൽ നമ്പൂരി ഉടനെ ഒന്നും പറയാതെ വിചാരമഗ്നനായി അവിടെ നിന്നു. അപ്പോൾ ആ ദിവ്യപുരുഷന്റെ കൈയിൽ തീക്കട്ടപോലെ തിളങ്ങുന്നതായ എന്തോ ഒരു സാധനമിരിക്കുന്നത് കണ്ടിട്ടു നമ്പൂരി 'ആ കൈയിലിരിക്കുന്നത് എന്താണ്?' എന്നു ചോദിച്ചു, അതിനും ശരിയായ ഉത്തരം പറയാതെ ആ ദിവ്യൻ 'മേക്കാട്ടു മാണിക്യക്കല്ലു കണ്ടിട്ടുണ്ടോ?' എന്നു ചോദിച്ചു. നമ്പൂരി 'കണ്ടിട്ടില്ല' എന്നു പറഞ്ഞപ്പോൾ ദിവ്യൻ 'കാണാനാഗ്രഹമുണ്ടോ?' എന്നു വീണ്ടും ചോദിച്ചു, നമ്പൂരി 'കണ്ടാൽ കൊള്ളാമെന്നുണ്ട്'' എന്നു പറഞ്ഞു കൈനീട്ടി. അപ്പോൾ ആ ദിവ്യൻ 'ഇത് അങ്ങോട്ടു തന്നാൽ മടക്കിത്തരാമെന്നു നിശ്ചയമുണ്ടോ' എന്നു ചോദിച്ചു. 'നിശ്ചയമുണ്ട്'' എന്ന് നമ്പൂരി പറഞ്ഞപ്പോൾ ആ ദിവ്യൻ രത്നം നമ്പൂരിയുടെ കൈയിലേക്ക് ഇട്ടുകൊടുത്തു. മുമ്പു കണ്ടിട്ടിലാത്ത ആ ദിവ്യരത്നം കണ്ടപ്പോൾ നമ്പൂരിക്കു വളരെ കൗതുകം തോന്നി. ആ നമ്പൂരി അക്കാലത്തെ കൊടുങ്ങല്ലൂർ വലിയ തമ്പുരാന്റെ ഒരിഷ്ടനാകയാൽ ഈ

ദിവ്യരത്നം തമ്പുരാനെക്കൂടി ഒന്നു കാണിക്കണമെന്നു തോന്നുകയാൽ നമ്പൂരി ആ ദിവ്യനോട് 'എനിക്ക് ഈ രത്നം ഒരാളെക്കൂടി കാണിച്ചാൽ കൊള്ളാമെന്നുണ്ട്. അതിനാൽ ഇതൊന്നു കൊണ്ടുപോയിക്കൊണ്ടു വരുന്നതിന് അനുവാദം തരണം' എന്നു പറഞ്ഞു. ഉടനെ തന്നെ ആ ദിവ്യൻ 'വേഗത്തിൽ മടക്കിക്കൊണ്ടുവരാമെങ്കിൽ കൊണ്ടുപൊയ്ക്കൊള്ളൂ. എനിക്ക് ഇനി ഇവിടെ അധികംതാമസിക്കുന്നതിന് നിവൃത്തിയില്ല' എന്നു പറഞ്ഞു. 'ക്ഷണത്തിൽ വന്നേക്കാ'മെന്നും പറഞ്ഞു നമ്പൂരി ആ രത്നം കൊണ്ടുപോയി തമ്പുരാനെ കാണിച്ചു.

തമ്പുരാന് ആ ദിവ്യരത്നം കണ്ടിട്ടു മടക്കിക്കൊടുക്കാൻ ഒട്ടും മനസ്സില്ലായിരുന്നു. 'ഇതിനു വില എന്തുവേണമെങ്കിലും കൊടുത്തേക്കാം. ഇതു നമുക്കു വേണം' എന്നു തമ്പുരാൻ പറഞ്ഞു. അതു നമ്പൂരി സമ്മതിച്ചില്ല. 'ഇതു മടക്കി കൊടുക്കാഞ്ഞാൽ എനിക്കു സത്യഭംഗം സംഭവിക്കും; അതു സങ്കടമാണ്'' എന്നു നമ്പൂരി നിർബന്ധപൂർവ്വം പറയുകയാൽ തമ്പുരാനതു മടക്കി കൊടുത്തു. നമ്പൂരി അതുകൊണ്ടുപോയി ആ ദിവ്യനു കൊടുത്തു, രത്നം കൈയിൽ വാങ്ങിയ ക്ഷണത്തിൽ ആ ദിവ്യൻ അദൃശ്യനായി ഭവിച്ചു. ആ രത്നത്തിന്റെ ശോഭകൊണ്ട് അതുവരെ പകൽപോലെ പ്രകാശിച്ചിരുന്ന ആ സ്ഥലം അപ്പോൾ അന്ധകാരപൂർണ്ണമായിത്തീർന്നു, നമ്പൂരി വല്ലാതെ അന്ധനും ഭീതനുമായി ഭവിക്കുകയും ചെയ്തു. രണ്ടുമൂന്നു നാഴിക കഴിഞ്ഞപ്പോൾ നമ്പൂരിക്കു കുറേശ്ശെ കണ്ണുകാണാറായി. പിന്നെ അദ്ദേഹം തീർത്ഥത്തിലിറങ്ങി വെള്ളം മുക്കിയെടുത്തു കൊണ്ടുപോയി.

അന്നു രാത്രിയിൽ കിടന്നിട്ടു നമ്പൂരിക്കു ഉറക്കം വന്നില്ല. കഷ്ടം! ആ ദിവ്യൻ ആരാണെന്നുള്ള പരമാർത്ഥമറിയാൻ കഴിഞ്ഞില്ലല്ലോ. നിർബന്ധിച്ചു ചോദിച്ചിരുന്നുവെങ്കിൽ അദ്ദേഹം പരമാർത്ഥം പറയുമായിരുന്നു. ആ ദിവ്യരത്നം വിശ്വാസപൂർവ്വം എന്റെ കയ്യിൽ തന്നയച്ച ആ ദിവ്യൻ നിർബന്ധിച്ചാൽ താനാരാനെന്നുള്ള പരമാർത്ഥം പറയാതിരിക്കുമോ? ഒരിക്കലുമില്ല. അങ്ങനെ ചെയ്യാതെയിരുന്നതുകൊണ്ടു വലിയ വിഡ്ഢിത്തമായിപ്പോയി. ഇനി അതിനെക്കുറിച്ചു വിചാരിക്കുകയും വിഷാദിക്കുകയും ചെയ്താൽ ഫലമൊന്നുമില്ലല്ലോ. 'അതീതകാര്യാനുശയേന കിം സ്യാൽ' എന്നും മറ്റും വിചാരിച്ചുകൊണ്ട് അദ്ദേഹം അങ്ങനെ കിടന്നു.

അങ്ങനെ കുറച്ചുനേരം കഴിഞ്ഞപ്പോൾ അദ്ദേഹം ഉറങ്ങി. എങ്കിലും അധികം താമസിയാതെ ഉണരുകയും ചെയ്തു. അപ്പോൾ നിലാവിന്റെ വെളിച്ചം കുറേശ്ശെ ഉണ്ടായിരുന്നതിനാൽ നമ്പൂരിക്കു പ്രഭാതമായിയെന്നു തോന്നി. അദ്ദേഹം ആ ഭജനക്കാലത്തു ഏഴരനാഴിക വെളുപ്പാനുള്ളപ്പോഴാണ് പതിവായി കുളിച്ചിരുന്നത്. ആ സമയം കഴിഞ്ഞുപോയി എന്നു തോന്നുകയാൽ അദ്ദേഹം പരിഭ്രമിച്ചു കുളിക്കാനായി തീർത്ഥക്കുളത്തിലെത്തി. അപ്പോഴും അവിടെ ഒരാൾ നിൽക്കുന്നുണ്ടായിരുന്നു. നമ്പൂരി യഥാപൂർവ്വം 'ആരാണത്?' എന്നു ചോദിച്ചു. അപ്പോൾ ആ ആൾ 'ഇതാരാണെന്നും മറ്റും അറിഞ്ഞിട്ടെന്തുവേണം? മേക്കാടിനു കുളിക്കാൻ നേരമായിട്ടില്ല. പോയിക്കിടന്നുറങ്ങു; അഹസ്സു പകർന്നിട്ടു വേണ്ടേ കുളിക്കാൻ?' എന്നു ചോദിച്ചു. ആ ശബ്ദം കേട്ടും ശരീരതേജസ്സു കണ്ടും ഇതു താൻ മുമ്പേ കണ്ട ദിവ്യൻ തന്നെയാണെന്നു മനസ്സിലാവുകയാൽ നമ്പൂരി അടുത്തു ചെന്നു പാദത്തിങ്കൽ വീണു വന്ദിച്ചുകൊണ്ടു 'ശ്രീപരമേശ്വരനാണ്,

അവിട്ടന്ന് ആരാണെന്നുള്ള പരമാർത്ഥം എന്നോയു പറയണം' എന്നപേക്ഷിച്ചു. അപ്പോൾ പരമാർത്ഥം പറയാതെയിരിക്കാൻ നിവൃത്തിയില്ലാതെവൈരിയാൽ അദ്ദേഹം താൻ സാക്ഷാൽ വാസുകിയാണെന്നു പറഞ്ഞു. ഉടനെ നമ്പൂരി 'എന്നാൽ അവിടുത്തെ സാക്ഷാൽ സ്വരൂപം എനിക്കു കാണിച്ചുതരണ'മെന്നു വീണ്ടും അപേക്ഷിച്ചു.

അപ്പോൾ വാസുകി 'അതുവേണ്ട; അതു കണ്ടാൽ അങ്ങു ഭയപ്പെടും' എന്നു പറഞ്ഞിട്ടു സമ്മതിക്കാതെ വീണ്ടും നിബന്ധിക്കുകയാൽ വാസുകി തന്റെ ദേഹം ചുരുക്കി ശ്രീപരമേശ്വരന്റെ കൈവിരലിന്മേൽ കിടക്കുന്ന മോതിരത്തോളമാക്കി കാണിച്ചുകൊടുത്തു. എന്നിട്ടും നമ്പൂരി ഭയപ്പെട്ടു മൂർച്ഛിച്ചു നിലത്തുവീണു. പിന്നെ മൂന്നേമുക്കാൽ നാഴിക കഴിഞ്ഞപ്പോൾ നമ്പൂരിക്കു ബോധം വന്നു, അപ്പോൾ വാസുകി, 'എന്താണു വരം വേണ്ടത്?' എന്നു ചോദിച്ചു. അതിനു മറുപടിയായിട്ടു നമ്പൂരി 'അവിടത്തെ സാന്നിദ്ധ്യം സദാ എന്റെ ഇല്ലത്തുണ്ടായിരിക്കണം. എന്റെ ദാരിദ്ര്യദുഃഖം തീർത്തുതരികയും വേണം. ഇത്രയുമല്ലാതെ എനിക്കു വിശേഷിച്ചൊരു അപേക്ഷയുമില്ല' എന്നു പറഞ്ഞു. അതു കേട്ടു വാസുകി, 'ആട്ടെ അങ്ങനെ ചെയ്യാം; മേക്കാടിന്റെ ഭജനം പന്ത്രണ്ടു കൊല്ലം തികയുന്നതിന് ഇനി മൂന്നു ദിവസം മതിയല്ലോ. അതു കഴിഞ്ഞിട്ടു ഇല്ലത്തേക്കു പൊയ്ക്കൊള്ളൂ. അപ്പോഴേക്കും ഭഗവാന്റെ അനുവാദം വാങ്ങിക്കൊണ്ട് ഞാനും അവിടെ വരികയും മേക്കാടിന്റെ അഭീഷ്ടം സാധിപ്പിക്കുകയും ചെയ്യാം. ഇനി കുളിക്കാനമാന്തിക്കേണ്ട, സമയമായിരിക്കുന്നു' എന്നു പറഞ്ഞ് നമ്പൂരിയെ കുളിക്കാനയയ്ക്കുകയും ഉടനെ അന്തർദ്ധാനം ചെയ്യുകയും ചെയ്തു.

നമ്പൂരി ഭജനം കഴിഞ്ഞ് ഇല്ലത്തെത്തി തന്റെ ഓലക്കുട കിഴക്കിനിയിൽ വെച്ചിട്ടു പോയി കുളിയും നിത്യകർമ്മാനുഷ്ഠാനാദികളും മറ്റും കഴിച്ചുവന്നു കുട മാറ്റിവയ്ക്കാനായി എടുത്തപ്പോൾ അതിന്മേലൊരു പാമ്പിനെക്കണ്ടു ഭയപ്പെട്ടു. ഉടനെ ആ പാമ്പു താഴെയിറങ്ങി, യഥാപൂർവ്വം ദിവ്യപുരുഷന്റെ രൂപം ധരിച്ചുകൊണ്ടു നമ്പൂരിയോട്, 'മേക്കാട് ഭയപ്പെടേണ്ട, ഞാൻ വാസുകി തന്നെയാണ്. അങ്ങയുടെ സത്യസന്ധതയും ഭക്തിയും നിമിത്തം ഭഗവാൻ ശ്രീപരമേശ്വരൻ അങ്ങയെക്കുറിച്ച് ഏറ്റവും പ്രസാദിച്ചിരിക്കുന്നു. ഭവാന്റെ അഭീഷ്ടം സാധിപ്പിച്ചുതരുന്നതിനായി സ്വാമി അരുളിച്ചെയ്തിട്ടുതന്നെയാണ് ഇപ്പോൾ ഞാൻ ഇവിടെ വന്നിരിക്കുന്നത്. നമ്മൾ ആദ്യം കണ്ട ദിവസം ഞാൻ കാണിച്ചുതന്ന മാണിക്യക്കല്ല് ഇതാ. ഇത് ഇനി ഇവിടെത്തന്നെ ഇരിക്കട്ടെ. ഇതു സൂക്ഷിച്ചുവെച്ചുകൊള്ളണം. ഇതിരിക്കുന്നിടത്ത് ഒരിക്കലും ദാരിദ്ര്യദുഃഖം ബാധിക്കയില്ല.' എന്നു പറഞ്ഞ് ആ ദിവ്യരത്നം കൊടുത്തിട്ടു വാസുകി പിന്നെയും പറഞ്ഞു, 'ഇനി ഇവിടെ ഒരു നാഗയക്ഷിയും വന്നുചേരും. അപ്പോഴും മേക്കാട് ഭയപ്പെടേണ്ട.'

ഇത്രയും പറഞ്ഞപ്പോഴേക്കും ആ ഇല്ലത്തെ മൂത്ത അന്തർജ്ജനം അവിടെ വന്നു ചേർന്നു. ആ സാദ്ധ്വി ഒരു സ്വജനഗൃഹത്തിൽ ഒരു സദ്യയ്ക്കു പോയിരിക്കുകയായിരുന്നു. ആ അന്തർജ്ജനം വന്ന് അവരുടെ മറക്കുട(മനക്കുട) ഇറയത്തു വച്ചിട്ടു അകത്തേക്കു കയറി. അപ്പോൾ ആ കുടയിൽ നിന്ന് ഒരു പാമ്പു താഴെയിറങ്ങി ഇഴഞ്ഞു കിഴക്കിനിയിലെത്തി. ഉടനെ ആ പാമ്പും സർവാംഗസുന്ദരിയായ ഒരു ദിവ്യസ്ത്രീയുടെ രൂപം ധരിച്ചു

വാസുകിയുടെ അടുക്കൽ നിന്നു. വാസുകി പിന്നെയും പറഞ്ഞു തുടങ്ങി: 'ഞങ്ങളുടെ രണ്ടുപേരുടെയും പ്രതിമകളുണ്ടാക്കിച്ച് ഈ കിഴക്കിനിയിൽ പ്രതിഷ്ഠിച്ച് കുടുംബപരദേവതകളായി വിചാരിച്ച് എന്നും പതിവായി പൂജിച്ചു വന്ദിച്ചുകൊള്ളണം. അങ്ങനെ ചെയ്തുകൊണ്ടാൽ ഇവിടെ ശ്രേയസ്സുകൾക്ക് ഒരിക്കലും കുറവു വരികയില്ല. പാമ്പുകൾ മുറയ്ക്ക് ഇനിയും ഇവിടെ വന്നു ചേരും. അവയെല്ലാം യഥേഷ്ടം ഇവിടെ എവിടെയെങ്കിലും താമസിച്ചുകൊള്ളും. ഒന്നിനേയും പ്രത്യേകിച്ച് പ്രതിഷ്ഠിക്കണമെന്നില്ല. ഈ ഇല്ലവും ഇല്ലപ്പറമ്പും സർപ്പങ്ങളുടെ സങ്കേതമാക്കി സങ്കൽപ്പിച്ചു കൊണ്ടിരുന്നാൽ മതി. ഇവിടെ മലമൂത്രവിസർജ്ജനങ്ങൾക്കും തുപ്പാനും എച്ചിൽക്കൈ കഴുകാനും മറ്റും പ്രത്യേകം ഓരോ സ്ഥലങ്ങളുണ്ടാക്കിക്കൊള്ളണം. അതാതു കാര്യങ്ങൾ അതാതു സ്ഥലങ്ങളിലല്ലാതെ മുറ്റത്തും പറമ്പിലും തുപ്പുകപോലും ചെയ്യരുത്. ഇവിടെ അടുക്കളയിലുള്ള അടുപ്പുകളിലല്ലാതെ പുറത്തെങ്ങും തീ കത്തിക്കരുത്. മുറ്റത്തും പറമ്പിലുമെങ്ങും വെട്ടുകയും കിളയ്ക്കുകയും കുഴിക്കുകയും ചെയ്യരുത്. അടുത്തുള്ള പറമ്പിൽ ഒരുപഭവനംകൂടിയുണ്ടാക്കണം. വിശേഷിച്ചുണ്ടാകുന്ന അടിയന്തരാദികളെല്ലാം അവിടെവെച്ചു നടത്തിക്കൊള്ളണം. പേറും തീണ്ടാരിയും ഈ ഇല്ലത്തു നടത്താൻ പാടില്ല. അവയ്ക്കുള്ള കാലമെടുക്കുമ്പോൾ അന്തർജ്ജനങ്ങൾ ആ ഉപഭവനത്തിലേക്കു മാറിത്താമസിച്ചുകൊള്ളണം. ഈ ഇല്ലത്തിനകത്തും പുറത്തും മുറ്റത്തും പറമ്പിലും മറ്റും പാമ്പുകളെ ചിലപ്പോൾ കണ്ടേക്കും. എന്നാൽആരും ഭയപ്പെടേണ്ട. ഈ ഇല്ലത്തുള്ളവരെ പാമ്പുകൾ, അവയെ ചവിട്ടുകയോ മറ്റോ ചെയ്യാതെ കടിക്കുകയില്ല. അങ്ങനെ കടിച്ചാലും ഈ ഇല്ലത്തുള്ളവരെ വിഷം ബാധിക്കുകയില്ല. നേരെമറിച്ച് ആ വിഷം ആ പാമ്പുകളെത്തന്നെ ബാധിക്കും. അങ്ങനെ വന്നാൽ ആ പാമ്പുകളെ വിഷം ഇറക്കി വിട്ടേക്കണം. അങ്ങനെ ചെയ്തില്ലെങ്കിൽ ആ പാമ്പുകൾ മരിച്ചുപോയേക്കും. അന്യന്മാരെ പാമ്പുകൾ ദംശിച്ചാൽ ഈ ഇല്ലത്തുള്ളവർ വിഷമിറക്കരുത്. എന്നാൽ സർപ്പകോപം നിമിത്തം ജനങ്ങൾക്കുണ്ടാകുന്ന രോഗൾക്കും മറ്റും പ്രതിവിധി ചെയ്യുന്നതിന് വിരോധമില്ല. ഞങ്ങളെ പ്രതിഷ്ഠിക്കുന്ന ഈ കിഴക്കിനിയിൽ രണ്ടു വിളക്കുകൾ കെടാതെ എപ്പോഴും കത്തിക്കൊണ്ടിരിക്കണം. ഈ വിളക്കുകളിന്മേൽപ്പിടിച്ചുണ്ടാകുന്ന മഷിയും ആ വിളക്കുകളിലെ എണ്ണയും സർപ്പകോപം നിമിത്തമുണ്ടാകുന്ന ത്വഗ്രോഗങ്ങൾക്കും മറ്റും സിദ്ധൗഷധങ്ങളായിരിക്കുന്നതാണ്. ഞാനീപ്പറഞ്ഞിട്ടുള്ളവയെല്ലാം ഈ ഇല്ലത്തുള്ളവരും ഇനി ഉണ്ടാകുന്നവരും അറിഞ്ഞിരിക്കേണ്ടവയാകയാൽ തലമുറ തോറും എല്ലാവരും അവരവരുടെ സന്തതികൾക്ക് ഉപദേശിച്ചുകൊള്ളണം.' ഇങ്ങനെ വേണ്ടതെല്ലാം പറഞ്ഞതിന്റെ ശേഷം 'ഇനി ആവശ്യപ്പെട്ടുമ്പോൾ കാണാം' എന്നുകൂടി പറഞ്ഞിട്ടു വാസുകിയും നാഗയക്ഷിയും മറഞ്ഞു.

ആ നമ്പൂരി വാസുകി പറഞ്ഞതുപോലെ കിഴിക്കിനിയിൽ വാസുകിയേയും നാഗയക്ഷിയേയും പ്രതിഷ്ഠിക്കുകയും മറ്റും ചെയ്തു. അക്കാലംമുതൽക്ക് ആ ഇല്ലക്കാർക്കു 'മേക്കാട്ടുനമ്പൂരി' എന്നായിരുന്ന പേര് 'പാമ്പുമ്മേക്കാട്ടു നമ്പൂരി' എന്നായിത്തീരുകയും അതു പ്രസിദ്ധപ്പെട്ടുകയും സ്ഥിരപ്പെടുകയും ചെയ്തു. അവിടെ ഇപ്പോഴും വാസുകി

പറഞ്ഞിട്ടുള്ളതുപോലെയെല്ലാം ആചരിച്ചവരുന്നുണ്ടെന്നാണ് കേൾവി. ആ ഇല്ലത്തു വാസുകിയുടെ സാന്നിദ്ധ്യം സിദ്ധിച്ച കാലം മുതൽ ദാരിദ്ര്യമുണ്ടായിട്ടില്ല. സമ്പത്തു ക്രമേണ വർദ്ധിച്ചുതുടങ്ങുകയും ചെയ്തു. ഇപ്പോഴും അവിടെ സമ്പത്തു വർദ്ധിച്ചുകൊണ്ടുതന്നെയാണിരിക്കുന്നത്. അവിടെ ഇപ്പോൾ ഭജനത്തിനായിട്ടും സർപ്പകോപം നിമിത്തമുണ്ടാകുന്ന ദോഷങ്ങൾക്കു പ്രതിവിധികൾ ചെയ്യിക്കുന്നതിനായിട്ടും പ്രതിദിനമെന്നപോലെ അസംഖ്യമാളുകൾ വരികയും ഓരോന്നു ചെയ്യിക്കുകയും അവയ്ക്കെല്ലാം ദക്ഷിണയായും മറ്റും വളരെപ്പണം കൊടുക്കുകയും ചെയ്യുന്നുണ്ട്. അവിടെ ഇപ്പോൾ ആ ഇല്ലത്തെ വകയായിട്ടുതന്നെ ആണ്ടുതോറും വൃശ്ചികമാസം ഒന്നാംതീയതി മുതൽ നാൽപത്തൊന്നു ദിവസം സർപ്പബലി നടത്തിപ്പോരുന്നതു കൂടാതെ ഓരോരുത്തരുടെ വഴിപാടായിട്ടും മിക്ക ദിവസങ്ങളിലും അവിടെ സർപ്പബലി നടത്തപ്പെടുന്നുണ്ട്.

മേക്കാട്ടില്ലത്തു കിഴക്കിനിയിൽ വാസുകിയേയും നാഗയക്ഷിയേയും പ്രതിഷ്ഠിച്ചതിന്റെ ശേഷം കുറച്ചുകാലം കഴിഞ്ഞപ്പോഴേക്കും പാമ്പുമ്മേക്കാട്ടു നമ്പൂരിയെക്കുറിച്ചുള്ള കേൾവി ഭൂലോകത്തിൽ സർവ്വത്ര പരന്നു. സർപ്പകോപം നിമിത്തമുണ്ടാകുന്ന ത്വഗ്ദോഷാദിരോഗങ്ങൾക്കും മറ്റും ആ ഇല്ലത്തുള്ളവർ എന്തെങ്കിലും ചെയ്താൽ ഭേദപ്പെടുമെന്നുള്ള ഒരു വിശ്വാസം ജനങ്ങളുടെയിടയിൽ ദൃഢീഭവിക്കുകയും ചെയ്തു.

അക്കാലത്തുണ്ടായിരുന്ന ഒരു പാണ്ഡ്യരാജാവിന് കുഷ്ഠത്തിന്റെ ഛായയിൽ ഒരു മാതിരി ത്വഗ്രോഗം ബാധിച്ചിട്ടു പല ചികിത്സകളും മറ്റും ചെയ്തിട്ടും ഭേദമായില്ല. അങ്ങനെയിരുന്ന കാലത്തു പാമ്പുമ്മേക്കാട്ടു നമ്പൂരിയെക്കുറിച്ചു പാണ്ഡ്യരാജാവിന് അറിവുകിട്ടുകയാൽ അദ്ദേഹം ആളയച്ച് അന്നു ഗൃഹസ്ഥനായിരുന്ന നമ്പൂരിയെ പാണ്ടിയിൽ കൊണ്ടുപോവുകയും നമ്പൂരിയുടെ ചികിത്സകൊണ്ടു രാജാവ് ക്ഷണത്തിൽ പൂർണ്ണസുഖത്തെ പ്രാപിക്കുകയും ചെയ്തു. രാജാവ് നമ്പൂരിക്ക് ഒട്ടുവളരെ പണവും സമ്മാനങ്ങളും കൊടുത്താണു മടക്കിയയച്ചതെന്നുള്ളതു വിശേഷിച്ചു പറയണമെന്നില്ലല്ലോ.

നമ്പൂരി പരിവാരസമേതം പാണ്ഡ്യരാജ്യത്തുനിന്നു പുറപ്പെട്ടു ദക്ഷിണതിരുവിതാംകൂറിൽ ഇപ്പോൾ ഒരു പ്രധാന പട്ടണമായി പ്രശോഭിക്കുന്ന 'നാഗരുകോവിൽ' എന്ന സ്ഥലത്തു വന്നപ്പോൾ വഴിക്കടുത്തുള്ള വനാന്തരത്തിൽ ഒരാർത്തനാദം കേട്ടു ദയാലുവുമായ ആ നമ്പൂരി സപരിവാരം ആ കാട്ടിലേക്കു ചെന്നു. അപ്പോൾ അവിടെ ഒരു സ്ത്രീ ഇരുന്നു കരയുന്നുണ്ടായിരുന്നു. അവളുടെ ദുഃഖകാരണം ചോദിച്ചപ്പോൾ 'താനൊരു ചണ്ഡാലിയാണെന്നും ഈ സ്ഥലത്തു വന്നു പുല്ലറുത്തു കൊണ്ടുപോയി വല്ലവർക്കും കൊടുത്തു കിട്ടുന്നതു വാങ്ങിയാണ് താൻ നിത്യവൃത്തി കഴിച്ചുവരുന്നതെന്നും ആ പതിവുപോലെ അന്നും വന്നു പുല്ലറുത്തപ്പോൾ തന്റെ അരിവാൾ ഒരു ശിലാവിഗ്രഹത്തിന്മേൽ കൊണ്ടു സ്വൽപം മുറിയുകയാൽ അതിൽ നിന്നു രക്തപ്രവാഹമുണ്ടായിരിക്കുന്നുവെന്നും അതു കണ്ടു പേടിച്ചാണു താൻ കരയുന്നതെ'ന്നും പറഞ്ഞു. ആ ശാഡ്വലപ്രദേശത്ത് പുല്ല് മുട്ടോളം വളർന്നുനിൽക്കുന്നുണ്ടായിരുന്നു. നമ്പൂരി തന്റെ ഭൃത്യന്മാരെക്കൊണ്ടു പുല്ലു മാറ്റിച്ചുചെന്നു നോക്കിയപ്പോൾ ആ വിഗ്രഹം പഞ്ചശിരസ്സായ ഒരു സർപ്പത്തിന്റേതായിരുന്നു. അതിന്റെ ഒരു തല

സ്വൽപം മുറിഞ്ഞ് അപ്പോഴും രക്തം പ്രവഹിക്കുന്നുണ്ടായിരുന്നു. നമ്പൂരി തന്റെ മന്ത്രശക്തികൊണ്ടു രക്തപ്രവാഹം നിർത്തുകയും സാന്ത്വനവാക്കുകൾകൊണ്ടു ചണ്ഡാലിയെ സമാശ്വസിപ്പിച്ചു പറഞ്ഞയയ്ക്കുകയും ചെയ്തതിന്റെ ശേഷം സമീപസ്ഥന്മാരായ ചിലരെ ഈ വിവരം ഗ്രഹിപ്പിക്കുകയും അവർ മുഖാന്തിരം തൽക്കാലാവശ്യത്തിനു വേണ്ടുന്ന ഉപകരണങ്ങൾ വരുത്തി ആ നാഗപ്രതിമയ്ക്ക് അഞ്ചുപേർകൂടി പുണ്യാഹം കഴിക്കുകയും പാമ്പുമ്മേക്കാട്ടു നമ്പൂരിതന്നെ ഒരു പൂജ കഴിക്കുകയും ചെയ്തു.

പിന്നെ നമ്പൂരി അക്കാലത്ത് ആ ദേശത്തുണ്ടായിരുന്ന പ്രധാനന്മാരെയൊക്കെക്കണ്ട് ഈ നാഗപ്രതിമ കാണപ്പെട്ടിരിക്കുന്ന വിവരം അറിയിക്കുകയും ഈ നാഗപ്രതിമ ഇവിടെ പ്രതിഷ്ഠിച്ചത് ഏറ്റവും തപശ്ശക്തിയുള്ള ഒരു ദിവ്യനായിരിക്കണമെന്നും പ്രതിഷ്ഠിച്ച ആ മഹാന്റെ തപശ്ശക്തികൊണ്ടാണ് ഈ വിഗ്രഹത്തിന്റെ ചൈതന്യം ഇതുവരെ വിട്ടുപോകാത്തതെന്നും ചൈതന്യമില്ലാതിരുന്നുവെങ്കിൽ രക്തപ്രവാഹമുണ്ടാവുകയില്ലായിരുന്നുവല്ലോ എന്നും ഈ വിഗ്രഹത്തെ യഥായോഗ്യം പൂജിച്ചു വന്ദിച്ചുകൊണ്ടിരുന്നാൽ നാഗരാജാവ് സന്തോഷിക്കുകയും തന്നിമിത്തം ഈ ദേശക്കാർക്കു ശ്രേയസ്സു വർദ്ധിക്കുകയും ചെയ്യുമെന്നും മറ്റു പറയുകയും ജനങ്ങൾ അതെല്ലാം വിശ്വാസപൂർവ്വം സമ്മതിക്കുകയും ചെയ്തു.

അനന്തരം നമ്പൂരി ആ ദേശക്കാരുടെ സഹായസഹകരണങ്ങളോടുകൂടി ആ സ്ഥലത്തെ കാടും പുല്ലുമെല്ലാം വെട്ടിക്കളയിച്ച് അവിടം ജനസഞ്ചാരയോഗ്യമാക്കിത്തീർക്കുകയും ആ നാഗപ്രതിമയ്ക്കു മഞ്ഞും മഴയും വെയിലുമേൽക്കാതെയിരിക്കത്തക്കവണ്ണം അവിടെ ഒരു മേൽപ്പുര കെട്ടിക്കുകയും ചെയ്തു. ഇവയ്ക്കെല്ലാം വേണ്ടിവന്ന പണം ചെലവുചെയ്തതു പാമ്പുമ്മേക്കാട്ടു നമ്പൂരിതന്നെയാണ്. ജനങ്ങൾ വാക്കുകൊണ്ടും ദേഹംകൊണ്ടുമല്ലാതെ ധനംകൊണ്ടു സഹായിക്കണമെന്ന് അദ്ദേഹം ആവശ്യപ്പെട്ടില്ല. നമ്പൂരിയുടെ കൈവശം പാണ്ഡ്യരാജാവ് കൊടുത്തതായിട്ടുതന്നെ പണം ധാരാളമുണ്ടായിരുന്നു.

നാഗർക്കു (നാഗരാജാവിനു) കുടിലുപോലെ ഓലമേച്ചിലായിട്ടെങ്കിലും ഒരു കോവിൽ (അമ്പലം) അവിടെയുണ്ടായപ്പോൾ അതിനെ എല്ലാവരും 'നാഗരുകോവിൽ' എന്നു പറഞ്ഞുതുടങ്ങി. കാലക്രമേണ ആ ദേശത്തിന്റെയും പേർ അതുതന്നെയായിത്തീർന്നു. ആ കോവിൽ പാമ്പുമ്മേക്കാട്ടു നമ്പൂരിതന്നെ പതിവായി പൂജ നടത്തിത്തുടങ്ങുകയാൽ അവിടെ നാഗരാജാവിന്റെ സാന്നിദ്ധ്യവും ചൈതന്യവും സീമാതീതമായി വർദ്ധിച്ചു. അപ്പോൾ ആ ദേശക്കാരെല്ലാം നാഗരാജാവിനെ തങ്ങളുടെ ദേശപരദേവതയായി വിചാരിക്കുകയും ആചരിക്കുകയും വന്ദിക്കുകയും വഴിപാടുകൾ കഴിക്കുകയും മറ്റും തുടങ്ങി. അതിനാൽ ആ നാഗരുകോവിലിനെക്കുറിച്ചുള്ള പ്രസിദ്ധി ലോകത്തിൽ സർവ്വത്ര പരന്നു. അപ്പോൾ അവിടെ അന്യദേശക്കാരായ ജനങ്ങളും ഭജനത്തിനായും ദർശനത്തിനായും മറ്റും കണക്കില്ലാതെ വന്നു തുടങ്ങി. വഴിപാടുകളും സീമാതീതമായി വർദ്ധിച്ചു. എന്നിട്ടും കഴിച്ചുകൂട്ടാൻ വളരെ പ്രയാസമായിത്തീർന്നു. പാമ്പുമ്മേക്കാട്ടു നമ്പൂരി പൂജ കഴിക്കുകയല്ലാതെ മറ്റൊന്നും ചെയ്യുകയില്ലല്ലോ. വഴിപാടുകളും മറ്റും വർദ്ധിച്ചതിനോടുകൂടി

പാമ്പുമ്മേക്കാട്ടു നമ്പൂരിക്കും ശാന്തിക്കാർക്കും സമ്പാദ്യവും വർദ്ധിച്ചു.

പഞ്ചശിരസ്സായിട്ടുള്ള ആ നാഗപ്രതിമ പ്രതിഷ്ഠിച്ചിരിക്കുന്നത് അഞ്ചടി സമചതുരവും നിലനിരപ്പിൽനിന്നു സ്വല്പം താഴ്ചയുമുള്ള ഒരു സ്ഥലത്താണ്. അവിടെ മണ്ണിനു ധാരാളമായി ഈർപ്പം കാണുന്നുണ്ട്. ഇതിനോടടുത്തുള്ള സ്ഥലങ്ങളിൽ ഇതിനേക്കാൾ കുഴിച്ചാലും ലേശംപോലും ജലമയം കാണുന്നില്ല. ഈ പ്രതിമയിരിക്കുന്ന സ്ഥലത്തെ മണ്ണു രക്തവർണ്ണമായിട്ടാണ് ഇരിക്കുന്നത്. അതു നാഗരാജാവിന്റെ ഒരു ശിരസ്സിനു മുറിവുപറ്റി രക്തം വീണതിനാൽ അങ്ങനെയായതാണെന്നാണ് പറയുന്നത്. അവിടെ ദർശനത്തിനായി ചെല്ലുന്നവർക്കു പ്രസാദമായി കൊടുക്കുന്നത് ഈ മണ്ണാണ്. അതിനാൽ ദിവസംപ്രതി മണ്ണ് ആ സ്ഥലത്തുനിന്നെടുക്കുന്നുണ്ട്. ഈ മണ്ണു സകലവിധ ത്വഗ്രോഗങ്ങൾക്കും ഒരു സിദ്ധൗഷധമാണെന്നാണു ജനവിശ്വാസം. ഇക്കാലത്തും ആ പ്രസാദം തേച്ചിട്ടു പല ത്വഗ്രോഗികൾക്കും സുഖം സിദ്ധിക്കുന്നുമുണ്ട്. അതിനാൽ ദൂരസ്ഥലങ്ങളിൽനിന്നും പ്രതിദിനം അനേകമാളുകൾ വന്ന് ഈ പ്രസാദം വാങ്ങി കൊണ്ടുപോകുന്നുമുണ്ട്. ഇതൊന്നുകൊണ്ടും ആ സ്ഥലത്തിനു ലേശംപോലും താഴ്ച വരുന്നില്ല. അവിടെനിന്ന് എടുക്കുന്നേടത്തോളം മണ്ണ് അടുത്ത ദിവസത്തേക്ക് അവിടെ ഉണ്ടായിക്കൊള്ളും. ഇതൊരത്ഭുതമാണല്ലോ.

പിന്നെ ഇവിടെ ഒരു ചെടിയുണ്ട്. ആ ജാതി ചെടി ഭൂലോകത്തിൽ മറ്റെങ്ങുമില്ല. ഇതിന്റെ പേർ ആർക്കും അറിഞ്ഞുകൂടാ. ഇത് അനേകം പേർ വന്നു കാണുന്നുണ്ട്.

ഇപ്രകാരമെല്ലാം മാഹാത്മ്യത്തോടുകൂടിയിരിക്കുന്ന നാഗരാജൻ ഒരു കുടിൽപോലെയുള്ള ഓലപ്പുരയിൽ ഒരു കുഴിയിലിരിക്കുന്നതു ഭംഗിയില്ലെന്നും ഒരു നല്ല അമ്പലം പണിയിച്ച് ഈ വിഗ്രഹമെടുത്തു മാറ്റി പ്രതിഷ്ഠിക്കണമെന്നും തോന്നുകയാൽ പാമ്പുമ്മേക്കാട്ടു നമ്പൂരി അവിടെ ഒന്നാന്തരത്തിൽ ഒരമ്പലം പണിയിക്കുകയും ബിംബം മാറ്റി പ്രതിഷ്ഠിക്കുന്നതിന് വേണ്ടതെല്ലാം വട്ടംകൂട്ടുകയും മുഹൂർത്തം നിശ്ചയിക്കുകയും ചെയ്തു. മുഹൂർത്തദിവസത്തിന്റെ തലേദിവസം രാത്രിയിൽ നാഗരാജാവ് നമ്പൂരിയുടെ അടുക്കൽ ചെന്ന് 'എന്നെ മാറ്റി പ്രതിഷ്ഠിക്കരുത്, എനിക്ക് ഇവിടെത്തന്നെയിരുന്നാൽ മതി' എന്നു പറഞ്ഞതായി അദ്ദേഹത്തിന് ഒരു സ്വപ്നമുണ്ടായി. അതിനാൽ അദ്ദേഹം ആ മാറ്റിപ്രതിഷ്ഠ വേണ്ടെന്നു വയ്ക്കുകയും പുത്തനായി പണിയിച്ച അമ്പലത്തിൽ ഒരു വിഷ്ണുവിഗ്രഹവും ശിവലിംഗവും പ്രതിഷ്ഠിക്കുകയും ചെയ്തു. നാഗരാജാവ് ഇപ്പോഴും പൂർവ്വസ്ഥിതിയിൽ ആ സ്ഥലത്തുതന്നെ ഇരിക്കുന്നു.

ആ നമ്പൂരി അവിടെ നിത്യനിദാനം, മാസവിശേഷം, ആട്ട (ആണ്ടു) വിശേഷം മുതലായവയ്ക്കെല്ലാം വേണ്ടുന്ന വസ്തുവകകൾ ശേഖരിക്കുകയും ആണ്ടുതോറും മീനമാസത്തിലായില്യം മുതൽ പത്തു ദിവസത്തെ ഉൽസവം പതിവാക്കുകയും ചെയ്തു. അദ്ദേഹത്തിനു പ്രായാധിക്യം നിമിത്തം അവിടെത്താമസിക്കാനും പതിവായി പൂജനടത്താനും പ്രയാസമായപ്പോൾ ഇല്ലത്തേക്കു പോയി. പിന്നെ അദ്ദേഹത്തിന്റെ പുത്രന്മാരും പൗത്രന്മാരും ചിലപ്പോൾ നാഗരുകോവിൽ പോയിത്താമസിക്കുകയും

ക്ഷേത്രകാര്യങ്ങളന്വേഷിക്കുകയും ചെയ്തിരുന്നു. അപ്പോൾ പൂജയ്ക്കും മറ്റും വേറെ ആളുകളെ നിയമിച്ചു. ക്രമേണ ആ ഇല്ലത്തുള്ളവർ ആണ്ടിലൊരിക്കൽ മീനമാസത്തിൽ ഉൽസവത്തിനുമാത്രം അവിടെപ്പോവുകയും ഉൽസവത്തിന്റെ ക്രിയകൾ നടത്തുകയും ശേഷം കാര്യങ്ങളെല്ലാം അന്യന്മാരെക്കൊണ്ടു നടത്തിക്കുകയുമായി. അങ്ങനെ കുറച്ചു കാലം കഴിഞ്ഞപ്പോൾ ആ ദേവസ്വം തിരുവിതാംകൂർ സർക്കാരിൽ ചേർത്തു. അപ്പോൾ അവിടെ പാമ്പുമ്മേക്കാട്ടില്ലത്തേക്കു തന്ത്രം മാത്രമായിത്തീർന്നു. അതിനു സർക്കാരിൽനിന്നും അവർക്കു ചില അനുഭവങ്ങളും നിശ്ചയിച്ചു. അതിനൊന്നിനും ഇപ്പോഴും ഭേദം വന്നിട്ടില്ല. നാഗരുകോവിൽ ഉൽസവത്തിനു തന്ത്രം നടത്താൻ പാമ്പുമ്മേക്കാട്ടു നമ്പൂരിതന്നെ വേണമെന്നും ആൾപ്പേരായാൽപ്പോരെന്നുമാണ് വെച്ചിരിക്കുന്നത്. അവിടെ ഉൽസവത്തിന് ആ ഇല്ലത്തു നിന്നുതന്നെ ആരെങ്കിലും പോവുകയും തന്ത്രം നടത്തുകയും അതിനു നിശ്ചയിട്ടിട്ടുള്ള അനുഭവം വാങ്ങുകയും ഇപ്പോഴും നടന്നുവരുന്നുണ്ട്. വേറെ അധികാരമൊന്നും ഇപ്പോൾ ആ ഇല്ലക്കാർക്ക് അവിടെയില്ല.

പാമ്പുമ്മേക്കാട്ടില്ലത്ത് ഒരു കാലത്ത് പൂർവ്വാചാരങ്ങളിലും പൂർവ്വന്മാരുടെ ഉപദേശങ്ങളിലും പ്രതിപത്തിയും വിശ്വാസവും കുറവായിട്ട് ഒരു നമ്പൂരി ഉണ്ടായിത്തീർന്നു. അദ്ദേഹത്തിനു കുലപരദേവതകളായ നാഗത്താന്മാരിൽ ഭക്തിയും കുറവായിരുന്നു. അതിനാൽ ഒരടിയന്തിരം ഇല്ലത്തുവെച്ചുതന്നെ നടത്തണമെന്നു നിശ്ചയിച്ചു. നെടുമ്പുരയ്ക്കു തൂണിടാൻ കുഴികൾ കുഴിച്ചപ്പോൾത്തന്നെ മണ്ണിനടിയിലിരുന്നിരുന്ന ചില പാമ്പിൻമുട്ടകൾ പൊട്ടുകയും ചില സർപ്പങ്ങൾക്കു ജീവഹാനി സംഭവിക്കുകയും ചെയ്തു. അപ്പോഴേക്കും പാമ്പുകൾ കൂട്ടത്തോടെ ഇളകിപ്പുറപ്പെട്ടു. ഇല്ലത്തിനകത്തും പുറത്തും മുറ്റത്തും പറമ്പിലും സർവ്വത്ര പാമ്പുകൾ നിറഞ്ഞു. അടുക്കളയിലും അടുപ്പുകളിലുമെല്ലാം പാമ്പുകൾ നിറയുകയാൽ അവിടെ അരിവെയ്ക്കാനും ഉണ്ണാനുമൊന്നും നിവൃത്തിയില്ലാതെയായി. അവിടെ പുരകൾ കെട്ടാനും മറ്റും കൂലിവേലക്കാർ മുതലായവർ പേടിച്ചിട്ടു പടിക്കകത്തു കടക്കാതെയുമായി. അപ്പോൾ നമ്പൂരി വല്ലാതെ വിഷണ്ണനായിത്തീർന്നു. പിന്നെ ആ നമ്പൂരി ചെയ്തതും ചെയ്യിച്ചതുമായ ആ അക്രമപ്രവൃത്തികൾക്കെല്ലാം പ്രശ്നവിധിപ്രകാരം പ്രതിവിധികളും പ്രായശ്ചിത്തങ്ങളും ചെയ്തതിൽപിന്നെയാണ് പാമ്പുകളൊതുങ്ങി പൂർവ്വസ്ഥിതിയിലാവുകയും ഇല്ലത്തു യഥാപൂർവ്വം പാർക്കാറാവുകയും ചെയ്തത്. പിന്നെ അടിയന്തിരം പതിവുപോലെ ഉപഭവനസ്ഥലത്തുവെച്ചു നടത്തി. അതിൽപ്പിന്നെ അവിടെയാരും മുൻപതിവിനു വിരോധമായി ഒന്നും ചെയ്യാറില്ല. അങ്ങനെ പ്രവർത്തിച്ച ആ നമ്പൂരി ആധിയും വ്യാധിയും പിടിപെട്ട് അചിരേണ കാലധർമ്മത്തെ പ്രാപിക്കുകയും ചെയ്തു.

കേരളത്തിൽ സർപ്പബലി നടത്തുക, സർപ്പക്കാവു മാറ്റുക മുതലായവ ചെയ്യാനുള്ള അധികാരം പാമ്പുമ്മേക്കാട്ടു നമ്പൂരിക്കു മാത്രമേയുള്ളു എന്നാണ് വെച്ചിരിക്കുന്നത്. അതിനാൽ ആണ്ടുതോറും ആ ഇല്ലത്തുള്ളവർ ചെല്ലേണ്ടുന്ന സ്ഥലങ്ങൾ വളരെയുണ്ട്. അവിടെയൊക്കെ ചെന്നുചേരാൻ അവരെക്കൊണ്ടു സാധിക്കായ്കയാൽ അവർ അവരുടെ ആൾപ്പേരായി മറ്റു നമ്പൂരിമാരെ അയച്ചും പല സ്ഥലങ്ങളിലും ആവശ്യങ്ങൾ

നടത്തിക്കുന്നുണ്ട്.

പാമ്പുകൾ പാമ്പുമ്മേക്കാട്ടില്ലത്തെ പരദേവതമാരും കാവൽക്കാരുമായിട്ടാണ് അവിടെ വർത്തിക്കുന്നത്. അവർ ആ ഇല്ലത്തേക്കു ധാരാളമായി ധനം വരുത്തിക്കൊടുക്കുന്നുണ്ട്. അവിടെനിന്ന് ഒരു പുല്ലുപോലും അന്യന്മാർ കൊണ്ടുപോകാതെ അവർ കാത്തു സൂക്ഷിക്കുന്നുമുണ്ട്.

ഒരിക്കൽ 'ചേകണ്ണൻ' എന്നു പ്രസിദ്ധനായ തസ്കരത്തലവനും കൂട്ടുകാരും കൂടി പല സ്ഥലങ്ങളിൽക്കയറി കൊള്ളചെയ്ത് ഒട്ടുവളരെ പണവും പണ്ടങ്ങളും കെട്ടിയെടുത്തുകൊണ്ടു പോകുംവഴി പാമ്പുമ്മേക്കാട്ടില്ലത്തും കയറി. അവിടെ പണമായിട്ടും പണ്ടങ്ങളായിട്ടുമുണ്ടായിരുന്നതെല്ലാം കൈക്കലാക്കിക്കൊണ്ടു പുറത്തുവന്നു നോക്കിയപ്പോൾ, അകത്തേക്കു കടന്നപ്പോൾ പുറത്തുവെച്ച ചുമടുകളിന്മേലെല്ലാം ഓരോ നാഗവീരന്മാർ തലപൊക്കിപ്പിടിച്ചുകൊണ്ടിരിക്കുന്നതായി കണ്ടു. ആ ചുമടുകളെല്ലാമുപേക്ഷിച്ച് ആ ഇല്ലത്തുനിന്നെടുത്തതും കൊണ്ടു പൊയ്ക്കളയാമെന്നു വിചാരിച്ച് അവർ പോകാനായി ഭാവിച്ചപ്പോൾ പട്ടാളക്കാരെപ്പോലെ ഒട്ടുവളരെ പാമ്പുകൾ മുമ്പിൽ വന്ന് അണിനിരന്നു. തിരിഞ്ഞുനോക്കിയപ്പോൾ പിന്നിലും അതുപോലെതന്നെ സർപ്പങ്ങൾ നിരന്നിരിക്കുന്നതു കണ്ടു. തസ്കരന്മാരെല്ലാം മുമ്പോട്ടും പുറകോട്ടും പോകാൻ നിവൃത്തിയില്ലാതെ അവിടെ അകപ്പെട്ടു. വെളുപ്പാൻകാലമായപ്പോൾ ഗൃഹസ്ഥൻ നമ്പൂരി കുളിക്കാൻ പോകാനായിട്ട് ഒരു വിളക്കുമെടുത്തുകൊണ്ടു പുറത്തു വന്നു. അപ്പോൾ മുറ്റത്തു ചിലർ നിൽക്കുന്നതു കണ്ട് 'ആരാണത്?' എന്നു ചോദിച്ചുകൊണ്ട് അടുത്തു ചെന്നു. ഉടനെ ആ തസ്കരന്മാർ നമ്പൂരിയുടെ കാൽക്കൽ വീണു വന്ദിച്ചിട്ടു പരമാർത്ഥമൊക്കെ പറയുകയും അവിടെനിന്നു സദയം വിട്ടയയ്ക്കണമെന്ന് അപേക്ഷിക്കുകയും ചെയ്തു. അപ്പോൾ നമ്പൂരി 'നിങ്ങൾ കൊണ്ടു വന്നതും ഇവിടെനിന്നെടുത്തതുമെല്ലാം അവിടെ വെച്ചിട്ടു പൊയ്ക്കോൾവിൻ. നിങ്ങളെ ആരും ഉപദ്രവിക്കുകയില്ല' എന്നു പറഞ്ഞു. അപ്രകാരം അവർ ഒന്നുമെടുക്കാതെ യാത്രയായി. അപ്പോൾ അവിടെയെങ്ങും ഒരു പാമ്പിനെയും കണ്ടില്ല. അവർ പോയി നേരം വെളുക്കുന്നതിനുമുമ്പ് അവരവരുടെ ദിക്കിലെത്തി. ഇങ്ങനെ ഇവിടെ അനേകം സംഗതികളുണ്ടായിട്ടുണ്ട്.

ഇനി ഈ അടുത്ത കാലത്തുണ്ടായവയും സ്വയം കണ്ടു ബോധിച്ചിട്ടുള്ളവയുമായ ചില സംഗതികൾകൂടി പറയാം.

ഏതാനും കൊല്ലങ്ങൾക്കുമുമ്പ് ഒരു മീനമാസത്തിൽ ഒരു പാമ്പുമ്മേക്കാട്ടു നമ്പൂരി നാഗരുകോവിലിലേക്കുള്ള യാത്രയിൽ അമ്പലപ്പുഴ വന്നിരുന്നു. അന്ന് അവിടെ ഉത്സവവുമായിരുന്നു. നമ്പൂരി രാത്രിയിൽ എന്തോ ആവശ്യത്തിനായി മതിൽക്കകത്തുനിന്നു കുളപ്പുരയിൽക്കൂടി കിഴക്കേനടയിലുള്ള കുളത്തിലേക്ക് ഇറങ്ങിപ്പോയപ്പോൾ ഒരു പാമ്പിനെ കാണാതെ ഒന്നു ചവിട്ടി. ഉടനെ ആ സർപ്പവീരൻ ആളറിയാതെ നമ്പൂരിയുടെ കാലിന്മേൽ ഒരു കടിയും കൊടുത്തു. അപ്പോൾ നമ്പൂരി, 'ഓ! ഒരു വിദ്വാൻ നമ്മെ പിടികൂടിയല്ലോ. സാധു ആളറിയാതെയാണ്. ഇനി അയാളുടെ വിഷമിറക്കി വിടണമല്ലോ. അല്ലാഞ്ഞാൽ സാധു മരിച്ചുപോയേക്കും. താസിൽദാരെ ഇങ്ങോട്ടു വിളിക്കണം' എന്നു പറഞ്ഞു.

ഉടനെ ഒരാൾ ചെന്നു 'പാമ്പുമ്മേക്കാട്ടു നമ്പൂരി അന്വേഷിക്കുന്നു' എന്നു തഹസിൽദാരോടു പറഞ്ഞു. ഉത്സവകാലമായിരുന്നതിനാൽ അദ്ദേഹം മതിൽക്കകത്തുതന്നെയുണ്ടായിരുന്നു. അതിനാലദ്ദേഹം ഉടനെ നമ്പൂരിയുടെ അടുക്കലെത്തി. നമ്പൂരി അവിടെയുണ്ടായ സംഗതി അദ്ദേഹത്തെ ഗ്രഹിപ്പിക്കുകയും ഒരിടങ്ങഴി പാലും രണ്ടു കരിക്കും (ഇളനീരും) മൂന്നുരുളിയും വേണമെന്ന് ആവശ്യപ്പെടുകയും തഹസിൽദാരദ്ദേഹം ഇവയെല്ലാം ക്ഷണത്തിൽ വരുത്തിക്കൊടുക്കുകയും ചെയ്തു. നമ്പൂരിയെ കടിച്ച പാമ്പ് അപ്പോഴും ആ കുളക്കടവിൽതന്നെ കിടക്കുന്നുണ്ടായിരുന്നു. നമ്പൂരി അതിനെ കണ്ടിട്ട് 'വിഷം വല്ലാതെ ബാധിച്ചതിനാൽ സാധുവിനു നടക്കാൻ വയ്യാതെയായിപ്പോയി' എന്നുപറഞ്ഞുകൊണ്ട് ആ ഉരുളികൾ മൂന്നും മലർത്തിവെച്ച് ഒന്നിൽ പാലും മറ്റൊന്നിൽ ശുദ്ധജലവുമാക്കിവെച്ചിട്ട് ഒരു മന്ത്രം ജപിച്ചുകൊണ്ട് ആ പാമ്പിനോട് 'ഈ പാലിനകത്ത് ഇറങ്ങിക്കിടക്ക്' എന്നു പറഞ്ഞു. ഉടനെ ആ പാമ്പു പതുക്കെ തല പൊക്കിയിഴഞ്ഞ് ആ പാലിനകത്തിറങ്ങിക്കിടന്നു. ഒരു മാത്രനേരം കഴിഞ്ഞപ്പോൾ ആ പാലു കരി കലക്കിയതുപോലെ കറുത്തു. അപ്പോൾ നമ്പൂരി 'ഇനി ആ ഇളനീർ വെള്ളത്തിലിറങ്ങിക്കിടക്ക്'എന്നു പറഞ്ഞു. ഉടനെ പാമ്പ് അങ്ങനെ ചെയ്തു. ആ ഇളനീർവെള്ളവും വല്ലാതെ കറുത്തുവശായി. അപ്പോൾ നമ്പൂരി 'ഇപ്പോൾ വിഷമെല്ലാം പോയിരിക്കുന്നു. ഇനി ആ ശുദ്ധജലത്തിലിറങ്ങി കുളിച്ചിട്ട് എങ്ങോട്ടെങ്കിലും ഇഷ്ടംപോലെ പോകാം' എന്നു പറഞ്ഞു. ഉടനെ പാമ്പു ശുദ്ധജലത്തിലിറങ്ങിക്കുളിക്കുകയും ചെയ്തിട്ട് ആ കടവിനോടടുത്തു തെക്കു വശത്തായി നിൽക്കുന്ന ആലിന്മേലേക്കു കയറിപ്പോയി. നമ്പൂരി പാമ്പു കടിച്ച സ്ഥലത്തു പുറപ്പെട്ടിരുന്ന ചോര കുളത്തിലിറങ്ങി കഴുകിക്കളഞ്ഞിട്ട് അമ്പലത്തിലേക്കും പോയി. അദ്ദേഹത്തെ വിഷം ബാധിച്ചില്ല.

എന്നാൽ പാമ്പുമ്മേക്കാട്ടു നമ്പൂരിമാരെല്ലാവരും മേൽപറഞ്ഞതുപോലെ പാമ്പുകൾക്കു വിഷമിറക്കുകയും മറ്റും ചെയ്തിരുന്നില്ല. 'ഏകയോനിപ്രസൂതാനാം തേഷാം ഗന്ധം പൃഥക് പൃഥക്' എന്നുള്ളതുപോലെയാണ് അവരുടെ സ്വഭാവം.

ഒരിക്കൽ വൈക്കത്തു ക്ഷേത്രത്തിന്റെ മതിൽക്കകത്തുവെച്ച് ഒരു പാമ്പുമ്മേക്കാട്ടു നമ്പൂരിയെ ഒരു സർപ്പം ദംശിക്കുകയുണ്ടായി. ആ നമ്പൂരി ആ പാമ്പിന്റെ വിഷമിറക്കാനും മറ്റും ശ്രമിച്ചില്ല. അദ്ദേഹം കുളത്തിലിറങ്ങി കാലിന്മേലുണ്ടായിരുന്ന ചോര തേച്ചുകഴുകിക്കളഞ്ഞിട്ടു മുറയ്ക്കു പോയി സദ്യയുണ്ടു. അദ്ദേഹത്തെ വിഷം ബാധിച്ചില്ല. പാമ്പു വളരെ പ്രയാസപ്പെട്ടു മതിൽക്കു പുറത്തോളം പോയി അവിടെക്കിടന്നു ചത്തു.

പിന്നെ ഒരു പാമ്പുമ്മേക്കാട്ടുനമ്പൂരി ഒരിക്കൽ അടൂര് ഒരില്ലത്ത് ഒരു വേളിയടിയന്തിരത്തിനു പോയിരുന്നു. അടിയന്തിരത്തിന്റെ തലേദിവസം അത്താഴം കഴിഞ്ഞപ്പോൾ കിടക്കുന്നതിന് ആ ഇല്ലത്ത് സൗകര്യമില്ലാതെയിരുന്നതിനാൽ ചില കൂട്ടുകാരോടുകൂടി നമ്പൂരി മറ്റൊരു സ്ഥലത്തേക്കു പോയി. മധ്യേമാർഗ്ഗം ഒരു പാമ്പു നമ്പൂരിയെ കടിച്ചു. കൂടെയുള്ളവർ ഭയപ്പെട്ടെങ്കിലോ എന്നു വിചാരിച്ചു നമ്പൂരി അപ്പോൾ ഒന്നും പറഞ്ഞില്ല. കൂട്ടുകാരെല്ലാം ഇടയ്ക്കുവെച്ച് ഓരോ വഴിക്കു പിരിഞ്ഞുപോയതിന്റെ ശേഷം അദ്ദേഹം നിശ്ചിതസ്ഥലത്തെത്തി

വിവരം പറയുകയും വെള്ളം വാങ്ങി കാലിന്മേലുണ്ടായിരുന്ന ചോര കഴുകിക്കളഞ്ഞിട്ട് അകത്തു കയറിക്കിടന്നു സുഖമായിട്ടുറങ്ങുകയും ചെയ്തു. അദ്ദേഹത്തെയും വിഷം ബാധിച്ചില്ല. പാമ്പിന്റെ കാര്യം അദ്ദേഹം അന്വേഷിച്ചുമില്ല.

കോട്ടയത്തു വയസ്കരെ കഴിഞ്ഞുപോയ അച്ഛൻമൂസ്സ് അവർകളുടെ കാലത്ത് അന്നത്തെ പാമ്പുമ്മേക്കാട്ട് അച്ഛൻ നമ്പൂരി ഒരു വഴിയാത്രയിൽ വയസ്കരയില്ലത്തു വന്നിരുന്നു. കുളിയും തേവാരവും ഊണും മറ്റും കഴിഞ്ഞു സൈ്വരസല്ലാപം ചെയ്തുകൊണ്ടിരുന്നതിനിടയ്ക്കു മൂസ്സവർകൾ നമ്പൂരിയോട് 'ഇവിടെ ഈ തെക്കേക്കുളത്തിന്റെ കിഴക്കേക്കരയിൽ ഒരു സർപ്പമിരിക്കുന്നുണ്ട്. അതിന്റെ അടുക്കൽ ചില മരങ്ങളുണ്ട്. ആ മരങ്ങളുടെ ഇലകളും മറ്റും വീണു വേനൽക്കാലങ്ങളിൽ കുളത്തിലെ വെള്ളം ചീത്തയാകുന്നു. സർപ്പത്തിന്റെ അടുക്കൽ നിൽക്കുന്നവയായതുകൊണ്ട് ആ മരങ്ങൾ വെട്ടിക്കളയാമോ എന്നു സംശയവുമുണ്ട്. മേക്കാട് ആ സർപ്പത്തെ അവിടെനിന്ന് ഒന്നു മാറ്റിയിരുത്താമെങ്കിൽ ആ മരങ്ങളൊക്കെ വെട്ടിക്കളയിക്കാമായിരുന്നു. എന്താ അങ്ങനെ ചെയ്യാൻ വയ്യേ?' എന്നു ചോദിച്ചു. അതിനു മറുപടിയായിട്ട് അച്ഛൻ നമ്പൂരി 'ഓഹോ, സർപ്പത്തെ ഞാൻ മാറ്റിയിരുത്താം. അതു ഞാൻ ചെയ്യേണ്ടതാണല്ലോ. എന്നാൽ മൂസ്സും ചെയ്യേണ്ടതായിട്ട് ഒരു കാര്യമുണ്ട്. അതെന്തെന്നാൽ സർപ്പത്തെ മാറ്റിയിരുത്തുന്ന സ്ഥലത്തേക്ക് ഈ കുളവും മാറ്റണം. അതു ഞാൻ വിചാരിച്ചാൽ കഴിയുന്നതല്ല. അതിനാൽ അതു മൂസ്സ വേണം' എന്നു പറഞ്ഞു. അപ്പോൾ മൂസ്സവർകൾ 'കുളം മാറ്റുക അസാധ്യമാണല്ലോ' എന്നു പറഞ്ഞു. ഉടനെ നമ്പൂരി 'എന്നാൽ മറ്റേതും അങ്ങനെതന്നെ. ഈ സർപ്പം ആ കുളത്തിന്റെ കരയ്ക്കല്ലാതെ ഇരിക്കയില്ല. പിന്നെ, നമ്മെപ്പോലെതന്നെ സർപ്പങ്ങളേയും വിചാരിക്കണം. നമ്മൾ സ്ഥിരമായിത്താമസിക്കുന്ന സ്ഥലത്തുനിന്നു മാറിത്താമസിക്കണമെന്ന് ആരെങ്കിലും നിർബന്ധിച്ചാൽ അതു നമുക്കു സമ്മതവും സന്തോഷകരവുമാകുമോ? അതു പോലെ വിചാരിക്കൂ' എന്നു പറഞ്ഞു. അതുകേട്ടു മൂസ്സവർകൾ 'എന്നാൽ വേണ്ട' എന്നു പറഞ്ഞു. അത് അപ്പോൾ അങ്ങനെ അവസാനിച്ചു.

അനന്തരം രണ്ടുമൂന്നു കൊല്ലം കഴിഞ്ഞപ്പോൾ ഒരു നായരുടെ വക സർപ്പക്കാവു മാറ്റുന്നതിനായി പാമ്പുമ്മേക്കാട്ടു മഹൻനമ്പൂരി കോട്ടയത്തു വന്നിരുന്നു. അദ്ദേഹത്തിനും ഊണു വയസ്കരെയായിരുന്നു. ഊണു കഴിഞ്ഞ് ഓരോ വർത്തമാനങ്ങൾ പറഞ്ഞുകൊണ്ടിരുന്നപ്പോൾ അച്ഛൻ മൂസ്സവർകൾ വയസ്കരെ കുളത്തിൻ കരയിലിരിക്കുന്ന സർപ്പത്തെ മാറ്റിയിരുത്തുന്ന കാര്യം മഹൻ നമ്പൂരിയോടും പറഞ്ഞു. മഹൻനമ്പൂരി അതിനു യാതൊരു വിരോധവും പറഞ്ഞില്ല. 'സൗകര്യമുണ്ടെങ്കിൽ അതു നാളെത്തന്നെ നടത്തിക്കളയാം' എന്നായിരുന്നു മഹൻനമ്പൂരിയുടെ മറുപടി. അപ്പോൾ അച്ഛൻമൂസ്സവർകൾ 'നാളെ നടത്താൻ തരമില്ല. മേക്കാട് ഇനി ഈ ദിക്കിലെങ്ങാനും വരുമ്പോൾ മതി' എന്നു പറഞ്ഞു. അച്ഛൻ നമ്പൂരിയുടെ അഭിപ്രായമറിഞ്ഞപ്പോൾത്തന്നെ അച്ഛൻമൂസ്സവർകൾ സർപ്പത്തെ മാറ്റിയിരുത്തുന്ന കാര്യം വേണ്ടെന്നു തീർച്ചപ്പെടുത്തിക്കഴിഞ്ഞിരുന്നു. പിന്നെ അച്ഛൻ നമ്പൂരിയുടെ അഭിപ്രായം തന്നെയാണോ മഹൻനമ്പൂരിക്കുമെന്നറിയാനായിട്ടു മാത്രമായിരുന്നു അദ്ദേഹത്തോടും

ഇതു പറഞ്ഞത്. വയസ്കര കുളത്തിൻകരയിലിരിക്കുന്ന സർപ്പം ഇപ്പോഴും അവിടെത്തന്നെ ഇരിക്കുന്നു.

പാമ്പുമ്മേക്കാട്ടു നമ്പൂരിമാരുടെ സ്വഭാവം മാറുന്നുണ്ടെങ്കിലും സർപ്പങ്ങളുടെ സ്വഭാവത്തിന്നും മാഹാത്മ്യത്തിന്നും ഇതുവരെ ഒരു മാറ്റവും വന്നിട്ടില്ല. അടുത്ത കാലത്തുതന്നെ ഒരു മാപ്പിള (ക്രിസ്ത്യനി) പാമ്പുമ്മേക്കാട്ടില്ലത്തെ പറമ്പിൽനിന്ന് ഒരു നാളികേരമോ മറ്റോ മോഷ്ടിച്ചെടുത്തുകൊണ്ടു പുറത്തിറങ്ങി. ഉടനെ പാമ്പു ചെന്നു മാപ്പിളയെ തടുത്തു. മാപ്പിള പാമ്പിനെ തല്ലിക്കൊന്നു. ഉടനെ മാപ്പിളയ്ക്കു കണ്ണു കാണാൻ വയ്യാതെയായി. പിന്നെ അയാൾ അയാളുടെ വീട്ടിലേക്കു പോയതുതന്നെ പരാശ്രയത്തോടുകൂടിയാണ്. പല ചികിത്സകളും മറ്റും ചെയ്തിട്ടും മാപ്പിളയ്ക്കു കണ്ണു കാണാറായില്ല. ഒടുക്കം ഒരു പ്രശ്നക്കാരന്റെ വിധിപ്രകാരം സ്വർണ്ണംകൊണ്ട് ഒരു നാഗപ്രതിമയുണ്ടാക്കിച്ചു പാമ്പുമ്മേക്കാട്ടില്ലത്തുകൊണ്ടു ചെന്നു കൊടുത്തു പ്രായശ്ചിത്തം ചെയ്തു. അപ്പോൾ മാപ്പിളയ്ക്കു കണ്ണു കാണാറായി.

ഒരിക്കൽ നാഗരുകോവിലിൽ ഉത്സവത്തിനു തന്ത്രം നടത്താൻ പോയിരുന്നത് ഒരു മഹൻ നമ്പൂരിയായിരുന്നു. അദ്ദേഹത്തിനു കാലത്തു പത്തുമണിക്കുമുമ്പ് ഊണു കഴിക്കണം. അങ്ങനെയാണു പതിവ്. അതിനാലദ്ദേഹം ആ ഉത്സവകാലത്തു തന്ത്രി നടത്താനുള്ളവയെല്ലാം പത്തുമണിക്കുമുമ്പും ഊണ് പത്തുമണിക്കും കഴിച്ചിരുന്നു. അതു നാട്ടുകാർക്ക് അത്ര സമ്മതമായില്ല. ഉച്ചയ്ക്കുമുമ്പ് ഉച്ചപ്പൂജ കഴിക്കുന്നതു ശരിയല്ലെന്നായിരുന്നു ജനങ്ങളുടെ അഭിപ്രായം. ആ വിവരം ചിലർ നമ്പൂരിയെ ഗ്രഹിപ്പിക്കുകയും ചെയ്തു. അതൊന്നും അദ്ദേഹം വകവെച്ചില്ല. അദ്ദേഹം അദ്ദേഹത്തിന്റെ പതിവുപോലെ പിറ്റേദിവസവും പത്തുമണിക്കുമുമ്പ് ഉച്ചപ്പൂജ കഴിച്ചു. അന്നു ക്ഷേത്രത്തിലെ ശ്രീകാര്യക്കാരൻ പട്ടർ തന്ത്രിനമ്പൂരിയെ ക്രമത്തിലധികം ശാസിക്കുകയും ശകാരിക്കുകയും ചെയ്തു. അതു കേട്ടപ്പോൾ നമ്പൂരിക്കു സാമാന്യത്തിലധികം മനസ്താപമുണ്ടായി. ഉടനെ അദ്ദേഹം അവിടെയുള്ള സ്വന്തം മഠത്തിലേക്ക് പോയി ഊണു കഴിക്കാതെ അവിടെ കിടന്നു. സ്വൽപനേരം കഴിഞ്ഞപ്പോൾ ശ്രീകാര്യക്കാരന്റെ ഗൃഹത്തിൽ സർവ്വത്ര പാമ്പുകൾ ചെന്നു നിറഞ്ഞു. പട്ടരുടെ ഭാര്യയും കുട്ടികളും മറ്റും പേടിച്ചു പുറത്തിറങ്ങിയോടി അമ്പലത്തിൽ ചെന്നു ശ്രീകാര്യക്കാരോട് ഈ വിവരം പറഞ്ഞു. അതു കേട്ടവരിൽ ചിലർ 'ഇതിന്റെ കാരണം തന്ത്രിനമ്പൂരിയെ ശകാരിച്ചതു തന്നെയാണ്. ക്ഷണത്തിൽ അദ്ദേഹത്തിന്റെ അടുക്കൽ ചെന്നു ക്ഷമായാചനം ചെയ്യണം. അല്ലാതെ ഇതിനു പ്രതിവിധിയൊന്നും ഉണ്ടെന്നു തോന്നുന്നില്ല.' എന്നു പറഞ്ഞു. അതുകേട്ടു ശ്രീകാര്യക്കാർ ഇരുന്നൂറ്റമ്പതു ഉറുപ്പികയും നാലഞ്ചുകെട്ടു വെറ്റിലയും പത്തമ്പതു പാക്കും എടുത്തുകൊണ്ട് നമ്പൂരിയുടെ അടുക്കൽ ചെന്ന് ഉറുപ്പികയും വെറ്റിലയും പാക്കും അദ്ദേഹത്തിന്റെ പാദത്തിങ്കൽവെച്ചു നമസ്കരിച്ചിട്ട്, 'എന്റെ അവിവേകംകൊണ്ടു ഞാൻ പറഞ്ഞതെല്ലാം അവിടുന്നു സമയം ക്ഷമിച്ച് എന്നേയും എന്റെ കുടുംബത്തെയും രക്ഷിക്കണം. ഞങ്ങൾക്കു ഗൃഹത്തിൽ കയറിത്താമസിക്കാൻ നിവൃത്തിയില്ലാതെയായിരിക്കുന്നു' എന്നു പറഞ്ഞു. അതു കേട്ടു ശുദ്ധാത്മാവായ നമ്പൂരി ആർദ്രമാനസനായി ഭവിച്ചിട്ട് 'ശ്രീകാര്യക്കാരൻ

ശകാരിച്ചപ്പോൾ എനിക്കു സ്വൽപം മനസ്താപമുണ്ടായി. അതുകൊണ്ട് അവിടെ വല്ലവരും വന്നിരിക്കാം. എന്നോടും എന്റെ ഇല്ലത്തുള്ളവരോടും ആരെങ്കിലും എന്തെങ്കിലും ക്രമവിരോധമായി പറയുകയോ പ്രവർത്തിക്കുകയോ ചെയ്താൽ പകരം ചോദിക്കുക ഞങ്ങളുടെ പരദേവതകളാണ്. ഇപ്പോൾ എന്റെ മനസ്താപം തീർന്നു. ഇനി അവരെ അവിടെ കാണുകയില്ല; പൊയ്ക്കോളൂ' എന്നു പറഞ്ഞു ശ്രീകാര്യക്കാരെ അയച്ചതിന്റെശേഷം നമ്പൂരി ഊണുകഴിച്ചു. ശ്രീകാര്യക്കാർ ഭാര്യയോടും കുട്ടികളോടും കൂടി ഗൃഹത്തിൽച്ചെന്നു നോക്കിയപ്പോൾ അവിടെയെങ്ങും ഒരു പാമ്പിനേയും കണ്ടില്ല. അവർ യഥാപൂർവ്വം അവിടെ കയറിത്താമസിക്കുകയും ചെയ്തു.

ഇപ്രകാരംതന്നെ കാർത്തികപ്പള്ളിത്താലൂക്കിൽ ഒരു സ്ഥലത്ത് ഒരു സംഗതിയുണ്ടായി. ആ താലൂക്കിൽ ഏവൂർ ദേശത്തു പനവേലിൽ ഉണ്ണിയുടെ ഭവനപ്പുരയിടത്തിൽ തെക്കുപടിഞ്ഞാറെക്കോണിൽ ഒരു സർപ്പക്കാവുണ്ട്. അതോടു ചേർന്നു കാടു വളർന്ന് ഒരു കാലത്ത് ആ പറമ്പിന്റെ തെക്കും പടിഞ്ഞാറും ഭാഗങ്ങൾ മുഴുവനും കാടായിത്തീർന്നു. സർപ്പക്കാവോടു ചേർന്നു കിടക്കുന്നതുകൊണ്ട് ആ കാടുവെട്ടിച്ചുകളവാൻ അവിടെയുള്ളവർക്ക് ധൈര്യമുണ്ടായില്ല. ആ പ്രദേശങ്ങളിൽ പറമ്പുകളിൽ പ്രധാനമായി ചെയ്യുന്നതു തെങ്ങുകൃഷിയാണ്. തെങ്ങിൽനിന്നു നല്ല ആദായമുണ്ടാവുകയും ചെയ്യും. എങ്കിലും അവിടെ ഈ കാടുനിമിത്തം തെങ്ങുവെയ്ക്കാൻ നിവൃത്തിയില്ലായിരുന്നു.

അങ്ങനെയിരുന്ന കാലത്ത് അവിടെ അടുക്കൽ ഒരു തിരുവല്ലാദേശി എമ്പ്രാന്തിരിയുടെ മഠത്തിൽ സർപ്പകോപശാന്തിക്കായിട്ടു സർപ്പബലി മുതലായ ക്രിയകൾ നടത്തുവാൻ ഒരു പാമ്പുമ്മേക്കാട്ടു നമ്പൂരി വന്നിരുന്നു. അപ്പോൾ മേൽപ്പറഞ്ഞ പനവേലിത്തറവാട്ടിലെ അന്നത്തെ കാരണവരും വയോവൃദ്ധനുമായ ഉണ്ണി ചെന്നു നമ്പൂരിയെക്കണ്ടു തന്റെ പറമ്പിലെ കാടിന്റെ കാര്യം പറയുകയും അതു കളയുന്നതിനു നിവൃത്തിയുണ്ടാക്കിക്കൊടുക്കണമെന്ന് അപേക്ഷിക്കുകയും അങ്ങനെ ചെയ്യാമെന്നു നമ്പൂരി സമ്മതിക്കുകയും ചെയ്തു. എന്നാൽ അത് എപ്പോളാണെന്നും അതിന് എന്തെല്ലാമാണ് വേണ്ടതെന്നും ഉണ്ണി ചോദിച്ചതിന് മറുപടിയായി നമ്പൂരി 'അതിന് അധികമൊന്നും വേണ്ടതായിട്ടില്ല. ഒരു പൂജയ്ക്കു വേണ്ടതെല്ലാം വേണം. നിവേദ്യം പാൽപ്പായസമായാൽ കൊള്ളാം. നൂറും പാലും വേണം. തറ്റുടുക്കാൻ ഒരു വസ്ത്രവും വേണം. അല്ലാതെയൊന്നും വേണ്ടതായിട്ടില്ല. നാളെ ഉച്ചതിരിരിഞ്ഞുതന്നെ അതു നടത്തിയേക്കാം' എന്നു പറഞ്ഞു.

അപ്രകാരമെല്ലാം വട്ടംകൂട്ടിക്കൊണ്ട് ഉണ്ണി പിറ്റേദിവസം ഉച്ചതിരിഞ്ഞപ്പോൾ എമ്പ്രാന്തിരിയുടെ മഠത്തിൽച്ചെന്നു. അപ്പോൾ പാമ്പുമ്മേക്കാട്ടു നമ്പൂരി ഊണു കഴിച്ചു കിടാന്നുറങ്ങുകയായിരുന്നു. കുറച്ചുനേരം കഴിഞ്ഞപ്പോൾ ഉണർന്നെഴുന്നേറ്റു. പിന്നെ ഒന്നു മുറുക്കിയതിന്റെ ശേഷം പാമ്പുമ്മേക്കാട്ടു നമ്പൂരി പരികർമ്മിക്കാരനായ നമ്പൂരിയെയും വിളിച്ചുകൊണ്ട് ഉണ്ണിയോടുകൂടിത്തന്നെ പോയി. ഉണ്ണിയുടെ ഗൃഹത്തിലെത്തിയതിന്റെ ശേഷവും പാമ്പുമ്മേക്കാട്ടു നമ്പൂരി മുറുക്കിക്കൊണ്ട് അവിടെയിരുന്നു. പരികർമ്മിയായ നമ്പൂരി നിവേദ്യം വെയ്ക്കുകയും പൂജയ്ക്കു വേണ്ടതെല്ലാമൊരുക്കുകയും മറ്റും ചെയ്തുകഴിഞ്ഞ പ്പോൾ പാമ്പുമ്മേക്കാട്ടു

നമ്പൂരി കുളക്കടവിലേക്കു പോയി. വസ്ത്രമെടുത്തു തറ്റുടുത്തു കാൽ കഴുകി ആചമിച്ചു കൗപീനം നനച്ചു പിഴിഞ്ഞുകൊണ്ടു സർപ്പക്കാവിങ്കലെത്തി. കൗപീനം ഉണങ്ങാനായിട്ടു സർപ്പക്കാവിന്റെ മുകളിൽത്തന്നെ ഇട്ടിട്ടു സർപ്പത്തെ പ്രതിഷ്ഠിച്ചിരിക്കുന്നതിന്റെ മുമ്പിലിരുന്നു. പൂജയും നൂറും പാലും കൊടുക്കുകയും മറ്റും ക്ഷണത്തിൽ കഴിച്ചു. പിന്നെ അവിടെ തറവാട്ടിൽ മൂപ്പായിരിക്കുന്ന വൃദ്ധനായ ഉണ്ണിയെ വിളിച്ചു 'ഈ നാഗ പ്രതിമ പ്രതിഷ്ഠിച്ചിരിക്കുന്ന സ്ഥലത്തു പന്ത്രണ്ടടി സമചതുരത്തിലുള്ള തൊഴിച്ചു ശേഷമുള്ള കാടെല്ലാം വെട്ടിച്ചു കളയുന്നതിനു വിരോധമില്ല' എന്നു പറയുകയും പന്ത്രണ്ടി സമചതുരം സ്ഥലത്തിനു പുറത്തായി നാലു വശത്തും നിന്നിരുന്ന ഓരോ കാട്ടുചെടി നമ്പൂരിതന്നെ വെട്ടിമുറിക്കുകയും ചെയ്തു.

പാമ്പുമ്മേക്കാട്ടു നമ്പൂരി ചെന്ന് ആ കാടൊക്കെ വെട്ടിച്ചുകളയുന്നകാര്യം വേണ്ടതുപോലെ ആക്കിക്കൊടുത്താൽ ഒരു പതിന്നാലു ദ്രുപയിൽ കുറയാതെ ദക്ഷിണ ചെയ്യണമെന്നായിരുന്നു ആ വൃദ്ധനുണ്ണി ആദ്യം വിചാരിച്ചത്. നമ്പൂരി ഊണുകഴിച്ചു കിടന്നുറങ്ങുകയും മുറുക്കുകയും ചെയ്തിട്ടു കുളിക്കാതെ പൂജയും മറ്റും കഴിച്ചത് ആ മൂപ്പിലേക്ക് ഒട്ടും സമ്മതമായില്ല. എങ്കിലും വൃദ്ധൻ അതിനെക്കുറിച്ചൊന്നും പറഞ്ഞില്ല. എന്നാൽ ദക്ഷിണ പാമ്പുമ്മേക്കാട്ടുനമ്പൂരിക്കു പതിനാറു പണവും പരികർമ്മിക്കു നാലു പണവും മാത്രമേ ചെയ്തുള്ളു. അവർ അതു വാങ്ങിക്കൊണ്ട് പോവുകയും ചെയ്തു.

നേരം ഏകദേശം സന്ധ്യയായപ്പോൾ സർപ്പക്കാവിൽനിന്നു സംഖ്യയില്ലാതെ പല തരത്തിലുള്ള സർപ്പങ്ങളിറങ്ങിപ്പുറപ്പെട്ട് ഉണ്ണിയുടേ ഗൃഹത്തിനകത്തും പുറത്തും ചെന്നു നിറഞ്ഞു. അവിടെയുണ്ടായിരുന്നവരെല്ലാം പേടിച്ചു പുറത്തിറങ്ങി. അവിടെ വിളക്കു കൊളുത്തുന്നതിനും അത്താഴം വെയ്ക്കുന്നതിനും മറ്റും നിവൃത്തിയില്ലാതെയായി. അപ്പോൾ വൃദ്ധനുണ്ണി വ്യസനക്രാന്തനും ഭയപരവശനുമായിത്തീർന്നു. ഉടനെ ഓടി എമ്പ്രാന്തിരിയുടെ മഠത്തിലെത്തി. അപ്പോൾ പാമ്പുമ്മേക്കാട്ടുനമ്പൂരി സന്ധ്യാവന്ദനം കഴിച്ചു ജപിച്ചുകൊണ്ടിരിക്കുകയായിരുന്നു. അതിനാൽ ഉണ്ണി വിവരമെല്ലാം പരികർമ്മിയായ നമ്പൂരിയോടു പറഞ്ഞു. അപ്പോൾ നമ്പൂരി ഉണ്ണിയോട് 'പാമ്പുമ്മേക്കാട്ടു നമ്പൂരിമാർ ഒരു സ്ഥലത്തു ചെന്നു സർപ്പത്തിന് ഒരു പൂജമാത്രം കഴിച്ചാലും പതിനാറു പണം മാത്രമയിട്ട് ആരും ദക്ഷിണ ചെയ്യാറില്ല. നിങ്ങൾ അങ്ങനെ ചെയ്തത് സ്വല്പം പോരാതെയായിപ്പോയി. അതുകൊണ്ട് അദ്ദേഹത്തിനു തൃപ്തികേടൊന്നുമില്ല. പാമ്പുമ്മേക്കാട്ടു നമ്പൂരിമാർ പണത്തിന് ആരോടും കണക്കും വഴക്കും പറയാറില്ല. കുറച്ചു കൊടുത്താലും അധികം കൊടുത്താലും അവർക്കു സന്തോഷം തന്നെ. പക്ഷേ, വേണ്ടതുപോലെ ചെയ്തില്ലെങ്കിൽ അവരുടെ പരദേവതമാർക്കു തൃപ്തിയാവുകയില്ല. അതുകൊണ്ടായിരിക്കും അവർ ഇളകിപ്പുറപ്പെട്ടത്'' എന്നു പറഞ്ഞു. അതുകേട്ടു വൃദ്ധനുണ്ണി ഓടിപ്പോയി അമ്പത് ദ്രുപയും രണ്ടുമൂന്നു കെട്ടു വെറ്റിലയും പത്തുപന്ത്രണ്ട് പാക്കും എടുത്തുകൊണ്ടുവന്നു. വീണ്ടും അമ്പ്രാന്തിരിയുടെ മഠത്തിലെത്തി. അപ്പോഴേക്കും പാമ്പുമ്മേക്കാട്ടു നമ്പൂരിയുടെ ജപം കഴിഞ്ഞിരുന്നു. ഉണ്ണി ആ ദ്രുപയും വെറ്റിലയും പാക്കും നമ്പൂരിയുടേ പാദത്തിങ്കൽ

കൊണ്ടുചെന്നു വെച്ചു നമസ്കരിച്ചിട്ട് 'പൊന്നുതിരുമേനി! രക്ഷിക്കണം. അവിടെയെല്ലാം പാമ്പുകൾ നിറഞ്ഞിരിക്കുന്നു. ഇതുവരെ അവിടെ വിളക്കുകൊളുത്തുകപോലും ഉണ്ടായിട്ടില്ല' എന്നു കരഞ്ഞുകൊണ്ടു പറഞ്ഞു. അതുകേട്ടു പാമ്പുമ്മേക്കാട്ടുനമ്പൂരി 'ആ പറമ്പിലെല്ലാം യഥേഷ്ടം സഞ്ചരിച്ചിരുന്നവരെല്ലാവരുംകൂടി ആ നാലു കോൽ സമചതുരത്തിലുള്ള സ്ഥലത്ത് ഒതുങ്ങി താമസിക്കാനാണല്ലോ ഏർപ്പാടു ചെയ്തിരിക്കുന്നത്. അതിനാൽ ഒരു സൈ്വരസഞ്ചാരം കഴിഞ്ഞിട്ട് ആ സ്ഥലത്തു പോയി താമസിച്ചുകൊള്ളാമെന്നു വിചാരിച്ചു അവർ ഇറങ്ങിപ്പുറപ്പെട്ടതായിരിക്കാം. അതുസാരമില്ല, ഉണ്ണി പൊയ്ക്കോളൂ. ഇനി അവർക്കു നിശ്ചയിച്ചിരിക്കുന്ന സ്ഥലത്തിനു പുറത്ത് അവരെ ആരെയും കാണുകയില്ല' എന്നു പറഞ്ഞു. അതുകേട്ടു വൃദ്ധനും ശുദ്ധാത്മാവുമായ ആ ഉണ്ണി സന്തോഷിച്ചു മടങ്ങി സ്വഗൃഹത്തിലെത്തി. അപ്പോൾ അവിടെയെങ്ങും ഒരുപാമ്പും ഉണ്ടായിരുന്നില്ല. എന്നു മാത്രമല്ല, അതിൽപിന്നെ അവിടെയെങ്ങും ഒരു പാമ്പിനെയും കാണാറുമില്ല.

ഇപ്പോൾ പന്ത്രണ്ടടി സമചതുരത്തിലുള്ള ഒരുചെറിയ സർപ്പക്കാവു മാത്രമേ അവിടെയുള്ളൂ. ശേഷമുണ്ടായിരുന്ന കാടെല്ലാം വെട്ടിക്കളഞ്ഞ് അവിടെയെല്ലാം തെങ്ങു വെയ്ക്കുകയും നാലഞ്ചു കൊല്ലം കഴിഞ്ഞപ്പോൾ അനുഭവമെടുത്തു തുടങ്ങുകയും ചെയ്തു. അതിന് ഇപ്പോഴും വ്യത്യാസമൊന്നും വന്നിട്ടില്ല.

ഇങ്ങനെ പാമ്പുമ്മേക്കാട്ട് നമ്പൂരിയെയും അവരുടെ പരദേവതകളായ സർപ്പങ്ങളെയും കുറിച്ചു ഇനിയും പല സംഗതികൾ പറയാനുണ്ട്. അവയെല്ലാംകൂടി ഈ ഉപന്യാസം കൊണ്ടു പറഞ്ഞു തീർക്കുന്ന കാര്യം അസാദ്ധ്യമാകയാൽ ഇപ്പോൾ വിരമിക്കുന്നു.

●

കാളിദാസൻ

കാളിദാസ മഹാകവിയെക്കുറിച്ച് അദ്ദേഹത്തിന്റെ കാലത്തോ അതിനടുത്ത കാലത്തോ ജീവിച്ചിരുന്നവരിൽ ആരുംതന്നെ ഒന്നും എഴുതിയിട്ടില്ലാത്തതുകൊണ്ട് അദ്ദേഹത്തിന്റെ കാലത്തേയും മാതാപിതാക്കന്മാരേയും വിദ്യാഭ്യാസത്തേയും ഗുരുഭൂതന്മാരേയും കുറിച്ച് അറിയുന്നതിന് ഇപ്പോൾ ശരിയായ ഒരു മാർഗ്ഗവുമില്ല. ജീവിതകഥയെക്കുറിച്ചറിയുന്നതിനു തന്നെയും ചില ഐതിഹ്യങ്ങളല്ലാതെ വേറെ ഒരാധാരവുമില്ലാതെയാണിരിക്കുന്നത്. ഐതിഹ്യങ്ങളിൽ തന്നെ ചിലത് അസാരം പരസ്പരവിരുദ്ധങ്ങളായുമിരിക്കുന്നു. അദ്ദേഹത്തിന്റെ ജീവചരിത്രത്തിൽ അനേകം പക്ഷാന്തരങ്ങളും കാണുന്നുണ്ട്.

'ധന്വന്തരിക്ഷപണകാമരസിംഹശങ്കു
വേതാളഭട്ടഘടകർപ്പരകാളിദാസഃ
ഖ്യാതോ വരാഹമിഹിരോ നൃപതേസ്സഭായാം
രത്നാനി വൈ വരരുചിർന്നവവിക്രമസ്യ'

ഈ പ്രസിദ്ധശ്ലോകംകൊണ്ടു കാളിദാസനും വിക്രമാദിത്യ രാജാവിന്റെ സഭയിലെ ഉണ്ടായിരുന്ന ഒമ്പതു കവിരത്നങ്ങളിൽ ഒരാളായിരുന്നു എന്നു വിചാരിക്കേണ്ടിയിരിക്കുന്നു. കാളിദാസൻ ഭോജരാജാവിന്റെ സദസ്സിലുണ്ടായിരുന്നതായി ഭോജചരിത്രത്തിലും കാണുന്നുണ്ട്. ഇതു രണ്ടും ശരിയെന്നു സ്ഥാപിക്കുന്നതിനും സാക്ഷാൽ വിക്രമാദിത്യരാജാവിന്റെ വംശന്മാർക്കും ആ സംജ്ഞ പറയാറുണ്ടെന്നും ഭോജരാജാവും വിക്രമാദിത്യന്റെ ഒരു വംശജനായിരുന്നു എന്നും വിചാരിക്കുകയല്ലാതെ വേറെ മാർഗ്ഗം കാണുന്നില്ല. ഒരു ഭോജചരിത്രപുസ്തകത്തിന്റെ പീഠികയിൽ 'വിക്രമാർക്കനൃപതേരനന്തരം ഭോജഭൂപാലോ ധാരാനഗരീം രാജധാനീം വിധായ മാളവരാജ്യമപാലയൻ' എന്നു കാണുന്നുമുണ്ട്. അതുകൊണ്ട് അതങ്ങനെയിരിക്കട്ടെ. ഇനി കാളിദാസകവിയുടെ ആദ്യകാലത്തെക്കുറിച്ചുള്ള ഐതിഹ്യത്തിലേക്ക് പ്രവേശിക്കാം.

കാളിദാസൻ ജന്മനാ ഒരു ബ്രാഹ്മണൻതന്നെയായിരുന്നു. അദ്ദേഹം ബാല്യം മുതൽക്കുതന്നെ യഥാക്രമം വിദ്യാഭ്യാസം ചെയ്യുകയും യൗവനാരംഭമായപ്പോഴേക്കും വലിയ വിദ്വാനായിത്തീരുകയും ചെയ്തു. അദ്ദേഹം ബാല്യത്തിൽത്തന്നെ വലിയ ശിവഭക്തനായിത്തീർന്നു. ശിവദർശനം കഴിക്കാതെ ഭക്ഷണം കഴിക്കുകയില്ലെന്നു ഒരു നിഷ്ഠയും അദ്ദേഹത്തിനുണ്ടായിരുന്നു.

ഒരു ദിവസം കാളിദാസൻ ദേവദർശനത്തിനായി ഒരു ശിവക്ഷേത്രത്തിൽ ചെന്നപ്പോൾ അവിടെ ദിവ്യനായ ഒരു യോഗീശ്വരൻ

ഇരിക്കുന്നുണ്ടായിരുന്നു. അദ്ദേഹത്തിന്റെ സംഭാഷണത്തിൽ ഏന്തോ അപശബ്ദമുണ്ടെന്നു തോന്നുകയാൽ കാളിദാസൻ ആ യോഗിയെ പരിഹസിച്ചു. അതിനാൽ ആ ദിവ്യൻ കോപിച്ചു, 'നീ പഠിച്ചതെല്ലാം മറന്നു മൂഢനും മന്ദബുദ്ധിയുമായി ത്തീരട്ടെ' എന്നു ശപിച്ചു. ആ ശാപവചനം കേട്ടു കാളിദാസൻ ഏറ്റവും വിഷണ്ണനായിത്തീരുകയും ആ യോഗീശ്വരന്റെ പാദത്തിങ്കൽ വീണു നമസ്കരിച്ചു ക്ഷമായാചനം ചെയ്യുകയും ചെയ്തു. ഉടനെ ആർദ്രമാനസനായി ഭവിച്ച ആ ദിവ്യൻ 'ഒരു കാലത്തു നിനക്കു ഭദ്രകാളീപ്രസാദം സിദ്ധിക്കുന്നതിന് സംഗതിയാകും. അപ്പോൾ നിന്റെ ബുദ്ധിമാന്ദ്യം നീങ്ങി പൂർവ്വാധികം ബുദ്ധിമാനും വിദ്വാനുമായിത്തീരും' എന്നു പറഞ്ഞ് അനുഗ്രഹിച്ചു. എങ്കിലും അക്കാലം മുതൽ കാളിദാസൻ കേവലം മൂഢനും മന്ദബുദ്ധിയുമായിത്തീരുകയും സ്വകുലാചാരങ്ങളെല്ലാം വിട്ടു ഒരു കൂട്ടം അജപാലന്മാരുടെ കൂട്ടത്തിൽ കൂടി നടന്നു തുടങ്ങുകയും ചെയ്തു.

അക്കാലത്ത് അവിടെ ഒരു പ്രഭുവിന്റെ പുത്രിയും സർവ്വാംഗസുന്ദരിയും വലിയ വിദുഷിയുമായ ഒരു കന്യകയുണ്ടായിരുന്നു. അവളുടെ യോഗ്യതകൾ കേട്ട് അനേകം യോഗ്യന്മർ അവളെ വിവാഹം ചെയ്യാനായിചെന്നു. എന്നാൽ ആ കന്യക ശസ്ത്രവാദത്തിൽ തന്നെ ജയിക്കുന്നവനെ മാത്രമേ താൻ ഭർത്താവായി വരിക്കുകയുള്ളൂ എന്നു നിശ്ചയം ചെയ്തിരുന്നതിനാൽ വിവാഹത്തിനായിച്ചെന്നവരെയെല്ലാം അവൾ വാദത്തിൽ തോല്പ്പിച്ചയച്ചു. അവളെ ജയിക്കാൻ കഴിയായ്കയാൽ ഏറ്റവും ഇച്ഛാഭംഗത്തോടുകൂടിയാണ് എല്ലാവരും മടങ്ങിപ്പോയത്. അതിനാൽ പിന്നെ ആരും വരാതെയായി. കന്യകയ്ക്കു യൗവ്വനദശ അതിക്രമിച്ചു തുടങ്ങിയപ്പോൾ അവളുടെ അച്ഛൻ 'ഇനി ശാസ്ത്രവാദവും മറ്റും വേണ്ട. യോഗ്യനായ ഒരാളെ ക്ഷണിച്ചുവരുത്തി കന്യകയെ വിവാഹം ചെയ്തുകൊടുക്കണം' എന്നു നിശ്ചയിച്ചു എഴുത്തും കൊടുത്ത് ഓരോരുത്തരുടെ അടുക്കൽ തന്റെ ഭൃത്യന്മാരെ അയച്ചു. ആരും വന്നില്ല. ഒടുക്കം പ്രഭു ആരെയെങ്കിലും വിളിച്ചുകൊണ്ടുവന്നു കന്യകയുടെ വിവാഹം ഉടനെ നടത്തിക്കണമെന്നു നിർബ്ബന്ധിച്ചു തുടങ്ങിയതിനാൽ ഭൃത്യന്മാർക്കു വലിയ ബുദ്ധിമുട്ടായിത്തീർന്നു. 'യോഗ്യന്മാരും വിദ്വാന്മാരുമായ അനേകമാളുകൾ വന്നിട്ട് അവരെയൊക്കെ മടക്കിയയച്ച ഈ കന്യകയെ ഒരൊന്നാന്തരം മൂഢനെക്കൊണ്ട് തന്നെ വിവാഹം ചെയ്യിക്കണം' എന്ന് ആ ഭൃത്യന്മാരെലാവരുംകൂടി ആലോചിച്ച് നിശ്ചയിച്ചു. പിന്നെ അവർ ഒരു മൂഢനെക്കിട്ടാനായിട്ട് അന്വേഷിച്ചു പുറപ്പെട്ടു. അങ്ങനെ ചെന്നപ്പോൾ കാഴ്ചയിൽ നല്ല സുന്ദരനായ ഒരാൾ ഒരു വൃക്ഷശാഖയിന്മേൽക്കയറിയിരുന്നുകൊണ്ട് അയാൾ ഇരിക്കുന്ന ശാഖ യുടെ കട തന്നെ മുറിക്കാൻ വെട്ടിത്തുടങ്ങിയിരിക്കുന്നതായിക്കണ്ട് അവർ ഈ മനുഷ്യൻ മൂഢൻ തന്നെയെന്നു തീർച്ചപ്പെടുത്തി അയാളെ കുളിപ്പിച്ചു നല്ല വസ്ത്രങ്ങളും മറ്റും ധരിപ്പിച്ചു പ്രഭുഗൃഹത്തിലേക്കു കൊണ്ടുപോയി. ആ മനുഷ്യൻ നമ്മുടെ കഥാനായകൻ തന്നെയായിരുന്നു. ആടുകൾക്കു തിന്നാൻ കൊടുക്കാനായിട്ടായിരുന്നു അയൾ വൃക്ഷശാഖ മുറിക്കാൻ ശ്രമിച്ചത്.

ആ മനുഷ്യനേയും കൊണ്ടു ഭൃത്യന്മാർ പ്രഭുഗൃഹത്തിൽ ചെന്നു ചേർന്നു. അവിടെ വിവാഹമണ്ഡപത്തിലിരുന്ന അനേകം ചിത്രങ്ങളുടെ കൂട്ടത്തിൽ രാവണന്റെ ചിത്രപടം കണ്ടിട്ടു കാളിദാസൻ 'അംഭംഭടാ രാഭണാ' എന്നു പറഞ്ഞു. അതുകേട്ട കന്യക 'ഈ മനുഷ്യൻ അക്ഷരജ്ഞാനമില്ലാത്ത

മൂഢനാണെന്നു തോന്നുന്നുവല്ലോ' എന്നു പറഞ്ഞപ്പോൾ ആ ഭൃത്യന്മാരിൽ വിദ്വാനായ ഒരാൾ,

'കുംഭകർണ്ണേ ഭകാരോസ്തി ഭകാരോസ്തി വിഭീഷണേ

രാക്ഷസാനാം കുലശ്രേഷ്ഠോ രാഭണോ നൈവ രാവണഃ'എന്നൊരു ശ്ലോകം കൊണ്ടു കാളിദാസൻ പറഞ്ഞതിനെ സാധൂകരിച്ചു. അതിൽ കന്യക തോറ്റു. ഉടനെ വിവാഹവും നടത്തി. വധൂവരന്മാർ

അത്താഴം കഴിച്ചു ശയനഗൃഹത്തെ പ്രാപിച്ചതിന്റെ ശേഷം കാളിദാസന്റെ ഓരോ ചേഷ്ടിതങ്ങൾ കൊണ്ട് അദ്ദേഹം കേവലം മൂഢൻ തന്നെ എന്നു തീർച്ചപ്പെടുത്തി, 'ഈ പുരുഷനോടുകൂടി ജീവിക്കുന്ന കാര്യം പ്രയാസം തന്നെ' എന്നു നിശ്ചയിച്ചു കന്യക അദ്ദേഹത്തെ നിരാകരിക്കുകയും ബഹിഷ്കരിക്കുകയും ചെയ്തു. കാളിദാസന് അപ്പോൾ ബുദ്ധിക്ക് മാന്ദ്യം സംഭവിച്ചിരുന്നുവെങ്കിലും പ്രഭുകന്യകയുടെ ഈ ധിക്കാരം അദ്ദേഹത്തിന് ഒട്ടുംതന്നെ സഹ്യമായില്ല. അദ്ദേഹം അപ്പോൾതന്നെ അവിടെനിന്നിറങ്ങി വനാന്തരത്തിലുണ്ടായിരുന്ന ഭദ്രകാളീക്ഷേത്രത്തിലേക്കു പോയി. രാത്രികാലങ്ങളിൽ മനുഷ്യരാരെങ്കിലും അവിടെ ചെന്നാൽ ദേവിയുടേ ഭൂതഗണങ്ങൾ പിടിച്ചു ചീന്തി ചോരകുടിച്ചു കൊല്ലുകയോ ദേവി പ്രസാദിച്ച് അനുഗ്രഹിക്കുകയോ രണ്ടിലൊന്നു സംഭവിക്കണമെന്നുള്ള കാര്യം തീർച്ചയായിരുന്നു. എന്തെങ്കിലും വരട്ടെയെന്നു തീർച്ചപ്പെടുത്തിക്കൊണ്ടാണ് കാളിദാസൻ അങ്ങോട്ടു പോയത്. അദ്ദേഹം അവിടെച്ചെന്നപ്പോൾ ദേവി പുറത്തിറങ്ങി എവിടെയോ പോയിരിക്കുകയായിരുന്നു. ക്ഷേത്രം തുറന്നു കിടന്നിരുന്നു. കാളിദാസൻ അകത്തു കടന്നു വാതിലടച്ചു സാക്ഷയിട്ടുകൊണ്ട് അവിടെയിരുന്നു. കുറച്ചു സമയം കഴിഞ്ഞപ്പോൾ ദേവി മടങ്ങി വന്നു. അപ്പോൾ ക്ഷേത്രം അടച്ചു സാക്ഷയിട്ടിരിക്കുന്നതായിക്കണ്ടിട്ടു ദേവി 'അകത്താര്?' എന്നു ചോദിച്ചു. അപ്പോൾ കാളിദാസൻ വാതിൽ തുറക്കാതെ ധൈര്യസമേതം 'പുറത്താര്?' എന്നു ചോദിച്ചു. മനുഷ്യസഞ്ചാരം തുടങ്ങുന്നതിനുമുമ്പ് അകത്തു കടക്കേണ്ടത് അത്യാവശ്യമായിരുന്നതിനാൽ ദേവി ബദ്ധപ്പെട്ട് 'പുറത്ത് കാളി' എന്നു പറഞ്ഞു. അപ്പോൾ കാളിദാസൻ 'എന്നാൽ അകത്തു ദാസൻ' എന്നു പറഞ്ഞു. അതു കേട്ടു ദേവി പ്രസാദിച്ചു. 'കാളിദാസ! നിനക്കെന്തു വേണം? വാതിൽ തുറക്കുക' എന്നു വീണ്ടും പറഞ്ഞു. അതുകേട്ട് കാളിദാസൻ 'എനിക്കു വിദ്യയാണു വേണ്ടത്. അതു തന്നല്ലാതെ ഞാൻ വാതിൽ തുറക്കുകയില്ല' എന്നു പറാഞ്ഞു. ഉടനെ ദേവി 'എന്നാൽ നിന്റെ നാവു ഈ വാതിലിന്റെ ഇടയിൽ കൂടി പുറത്തേക്കു കാട്ടുക' എന്നു പറയുകയും കാളിദാസൻ നാവു പുറത്തേക്ക് കാട്ടിക്കൊടുക്കുകയും ദേവി ഉടനെ തന്റെ ശൂലാഗ്രംകൊണ്ട് ആ നാവിൽ വിദ്യാപ്രദമായ ചിന്താമണിമന്ത്രം എഴുതുകയും തത്ക്ഷണം കാളിദാസന്റെ ബുദ്ധി കാർമേഘം നീങ്ങി ചന്ദ്രികയെന്നപോലെ മാലിന്യം നീങ്ങിത്തെളിയുകയും അദ്ദേഹം വലിയ വിദ്വാനും മഹാകവിയുമായിത്തീരുകയും ചെയ്തു. ഉടനെ കാളിദാസൻ വാതിൽതുറന്നു ദേവിയുടെ മുമ്പിൽച്ചെന്നു. അപ്പോൾ പെട്ടെന്നുണ്ടാക്കിയ ഏതാനും സ്തോത്രപദ്യങ്ങൾ ചൊല്ലി ദേവിയുടെ പാദത്തിങ്കൽ വീണു നമസ്കരിച്ചു. ഉടനെ ദേവി ക്ഷേത്രത്തിനകത്തു കടന്നു യഥാപൂർവ്വം ഇളകൊണ്ടു. കാളിദാസൻ ദേവിയെ വീണ്ടും വന്ദിച്ചു പുറത്തേക്കും പോയി. ദേവി പ്രസാദിച്ചു 'കാളിദാസാ!' എന്നു വിളിച്ചപ്പോഴാണ് അദ്ദേഹത്തിന് ആ നാമധേയം സിദ്ധിച്ചത്. അതിനുമുമ്പ്

അദ്ദേഹത്തിന്റെ പേരു വേറെ എന്തോ ആയിരുന്നു.

നേരം വെളുത്തപ്പോൾ കാളിദാസമഹാകവി ആ പ്രഭുപുത്രിയുടെ അടുക്കൽത്തന്നെ ചെന്നുചേർന്നു. അപ്പോൾ അദ്ദേഹത്തിന്റെ സംഭാഷണം കേട്ട് ആ വിദുഷി 'അസ്തി, കശ്ചിദ്വാഗ്വിലാസഃ' എന്ന് അത്യത്ഭുതത്തോടു കൂടിപ്പറഞ്ഞു. മുമ്പേതന്നെ ഏറ്റവും സുന്ദരനായിരുന്ന അദ്ദേഹം ഒരു വിദ്വാനും കവിയുമായിത്തീർന്നിരിക്കുന്നു എന്നുകൂടി അറിഞ്ഞപ്പോൾ ആ സ്ത്രീ അദ്ദേഹത്തിൽ ഏറ്റവും ആസക്തചിത്തയായിത്തീർന്നു. എങ്കിലും തന്നെ ധിക്കരിച്ചു ബഹിഷ്കരിച്ചവളെ താൻ ഭാര്യയാക്കി സ്വീകരിക്കുന്നതു വിഹിതമല്ലെന്നു തോന്നുകയാൽ കാളിദാസൻ അവിടേ നിന്നു പൊയ്ക്കളഞ്ഞു. എന്നാൽ ആ സ്ത്രീരത്നത്തെ അദ്ദേഹം ബഹുമാനിക്കാതെയിരുന്നില്ല. അദ്ദേഹം രണ്ടാമത് ചെന്നപ്പോൾ ആ വിദുഷി ആദ്യം പറഞ്ഞ വാക്യത്തിലെ മൂന്നു പദങ്ങളും എടുത്ത് ആദ്യം ചേർത്ത് അദ്ദേഹം മൂന്നു കാവ്യങ്ങളുണ്ടാക്കി. അവ, 'അസ്ത്യുത്തരസ്യാം ദിശി, ദേവതാത്മാ' എന്നു തുടങ്ങിയിരിക്കുന്ന 'കുമാരസംഭവ'വും, 'കശ്ചിൽ കാന്താ വിരഹഗുരുണാ' എന്നു തുടങ്ങിയിരിക്കുന്ന 'മേഘസന്ദേശ'വും, 'വാഗർത്ഥാവിവ സംപൃക്തൗ' എന്നു തുടങ്ങിയിരിക്കുന്ന 'രഘുവംശ'വുമാണെന്നു വിശേഷിച്ച് പറയണമെന്നില്ലല്ലോ. ഈ കാവ്യത്രയം കാളിദാസരുണ്ടാക്കിയത് ആ വിദുഷിയുടെ സ്മാരകമായിട്ടാണെന്നാണു വിദ്വജ്ജനങ്ങൾ പറയുന്നത്.

അനന്തരം കാളിദാസ കവിശ്രേഷ്ഠൻ 'വിക്രമോർവശീയം', 'മാളവികാഗ്നിമിത്രം', 'ശാകുന്തളം' ഇങ്ങനെ മൂന്നു നാടകങ്ങളുണ്ടാക്കി. ഈ കാവ്യത്രയവും നാടകത്രയവും കൊണ്ട് അദ്ദേഹം വിശ്വവിശ്രുതനായിത്തീർന്നു. ഈ കാവ്യത്രയത്തിൽ മേഘസന്ദേശവും നാടകത്രയത്തിൽ മാളവികാഗ്നിമിത്രവും കല്പിതകഥകളും ശേഷമുള്ളവ പുരാണകഥകളുമാണല്ലോ. എന്നാൽ, കാളിദാസൻ എന്തെങ്കിലും പറഞ്ഞാൽ അതു സത്യമായിപ്പരിണമിക്കുമെന്ന് അദ്ദേഹത്തിന് ഒരനുഗ്രഹമുണ്ടായിരുന്നു. അതിനാൽ അദ്ദേഹം കല്പിതകഥ പറഞ്ഞാലും വാസ്തവമായിത്തീരുമെന്നുള്ളതിനു ദൃഷ്ടാന്തമായി ഒരൈതിഹ്യമുള്ളതു താഴെപ്പറയുന്നു.

മേഘസന്ദേശം കല്പിതകഥയാണെന്നു മുമ്പു പറഞ്ഞിട്ടുണ്ടല്ലോ. ഒരു യക്ഷൻ വൈശ്രവണന്റെ ശാപം നിമിത്തം ഒരു വർഷം ഭാര്യയെ വിട്ടുപിരിഞ്ഞു വിരഹദുഃഖം അനുഭവിച്ചുകൊണ്ട് താമസിക്കേണ്ടതായി വന്നുവെന്നും അക്കാലത്തു തന്റെ വർത്തമാനമറിയിക്കുന്നതിനായി ഭാര്യയുടെ അടുക്കലേക്കു ഒരു മേഘത്തെപ്പറഞ്ഞയച്ചുവെന്നുമാണല്ലോ അതിലെ കഥയുടെ ചുരുക്കം. കാളിദാസൻ, ഈ കാവ്യമുണ്ടാക്കിക്കഴിഞ്ഞപ്പോൾ ഒരു യക്ഷൻ അദ്ദേഹത്തിന്റെ അടുക്കൽച്ചെന്നു 'ഈ കാവ്യത്തിൽ പറയുന്ന സംഗതികളെല്ലാം പരമാർത്ഥമായിട്ട് ഉണ്ടായതു തന്നെയാണ്. ഈ സംഗതികളെല്ലാം അവിടുന്ന് എങ്ങനെയറിഞ്ഞു? ആ യക്ഷൻ ഞാൻ തന്നെയാണ്'' എന്നു പറഞ്ഞു. ഇതാണു ആ ഐതിഹ്യത്തിന്റെ ചുരുക്കം.

കാളിദാസമഹകവി മേൽപ്പറഞ്ഞ കാവ്യത്രയവും നാടകത്രയവും കൂടാതെ 'സ്മൃതിചന്ദ്രിക', 'ജോതിർവിദാഭരണം', 'നളോദയം' മുതലായ പല ഗ്രന്ഥങ്ങൾ ചമച്ചിട്ടുള്ളതായി ചില പുസ്തകങ്ങളിൽക്കാണുന്നുണ്ട്. എന്നാൽ, അതു സഹൃദയന്മാർ പരക്കെ സമ്മതിക്കുന്നില്ല. മേല്പറഞ്ഞ കാവ്യത്രയവും

നാടകത്രയവും കാളിദാസകൃതികളാണെന്നുള്ളതു പക്ഷാന്തരം കൂടാതെ ഏവരും സമ്മതിക്കുന്നതുകൊണ്ട് അതു മാത്രമേ നിശ്ശംശയമായി വിശ്വസിക്കാൻ തരംകാണുന്നുള്ളൂ. കാളിദാസനെക്കുറിച്ചു ഇനി പ്രധാനമായി പറയാനുള്ളത് അദ്ദേഹം ഭോജരാജസദസ്സിൽ ചെന്നു ചേർന്നതിന്റെ ശേഷമുള്ള സംഗതികളാണ്. അവയെക്കുറിച്ചും സഹൃദയന്മാരുടെയിടയിൽ ചില പക്ഷാന്തരങ്ങളും സംശയങ്ങളും ഇല്ലായ്കയില്ല. എങ്കിലും ഭോജചരിത്രം എന്ന ഗ്രന്ഥത്തെ അടിസ്ഥാനപ്പെടുത്തി ചില സംഗതികൾ താഴെപ്പറഞ്ഞുകൊള്ളുന്നു.

ഭോജരാജാവ് വിദ്വാന്മാരെയും കവികളെയും യഥായോഗ്യം ബഹുമാനിക്കുകയും സംഭാവനാദികൾ കൊണ്ടു സന്തോഷിപ്പിക്കുകയും ചെയ്യുന്ന ഉദാരശീലനാണെന്നുള്ള പ്രസിദ്ധി ലോകത്തിൽ സർവ്വത്ര വ്യാപിച്ചതിനാൽ വിദ്വാന്മാരെന്നും കവികളെന്നും മറ്റും പറഞ്ഞ് അസംഖ്യമാളുകൾ പ്രതിദിനം അദ്ദേഹത്തിന്റെ അടുക്കൽ വന്നുതുടങ്ങി. അവരിൽ ചിലർ ഒരു യോഗ്യതയുമില്ലാത്ത മൂഢന്മാരുമായിരികും അങ്ങനെയുള്ളവരുടെ ഉപദ്രവം കുറയ്ക്കുന്നതിനായി ഭോജരാജാവ് 'സായണൻ' എന്നും 'മായണൻ' എന്നും പേരായ രണ്ടു വിദ്വാന്മാരെ ദ്വാരപാലകന്മാരായി നിയമിച്ചു. അവർ സദാ ഗോപുരദ്വാരത്തിൽ നിൽക്കണമെന്നും രാജാവിനെക്കാണാനായിട്ട് ആരെങ്കിലും വന്നാൽ ചില ചോദ്യങ്ങൾ ചോദിച്ചു പരീക്ഷിച്ചു യോഗ്യന്മാരാണെന്നു തോന്നുന്നവരെ മാത്രമേ രാജസന്നിധിയിലേക്കു കടത്തി വിടാവൂ എന്നും ചട്ടംകെട്ടുകയും ചെയ്തു.

ഈ ഏർപ്പാടിനു ശേഷമാണ് കാളിദാസകവി ഭോജരാജാവിന്റെ യോഗ്യതകളെക്കുറിച്ച് കേട്ട് അവിടെച്ചെന്നുചേർന്നത്. അദ്ദേഹം ഗോപുരദ്വാരത്തിങ്കൽ ചെന്നു ദ്വാരപാലകന്മാരായ സായണമായണന്മാരോട് തനിക്ക് രാജാവിനെക്കാണണമെന്ന് ആവശ്യപ്പെട്ടു. ഉടനെ സായണമായണന്മാർ കാളിദാസനോട് 'സൃഷ്ടിസ്ഥിതി സംഹാരകർത്താക്കന്മാരായിരിക്കുന്ന ബ്രഹ്മാവിഷ്ണുമഹേശ്വരന്മാരിൽ വിഷ്ണുവിനെയും ശിവനെയും എല്ലാവരും പൂജിക്കുന്നു. സൃഷ്ടികർത്താവായ ബ്രഹ്മാവിനെ ഭൂലോകത്തിൽ ആരും പൂജിക്കാത്തതെന്താണ്?' എന്നു ചോദിച്ചു. അതിനുത്തരമായിട്ട് കാളി ദാസൻ:

'അജാഗളസ്ഥസ്തനമുഷ്ട്രകണ്ഠം
നാസാന്തരേ ലോമ തഥാണ്ഡയുഗ്മം
വൃഥാ സൃജൻ സായണമായണൌ ച
പൂജാം ന ലേഭേ ഭുവി പത്മജന്മാ'

(പെണ്ണാടിന്റെ കഴുത്തിലെ മുലയും ഒട്ടകത്തിന്റെ കഴുത്തും മൂക്കിനകത്തു രോമവും അണ്ഡയുഗ്മവും അപ്രകാരംതന്നെ വെറുതെ സായണമായണന്മാരെയും സൃഷ്ടിച്ചതുകൊണ്ടാണ് ഭൂമിയിൽ ബ്രഹ്മാവിനെ ആരും പൂജിക്കാതെ ആയത്) എന്നൊരു ശ്ലോകം ചൊല്ലി. അതുകേട്ട് അവർ ലജ്ജാവനതമുഖന്മരായി മാറിനിന്നു. ആ തരത്തിന് കാളിദാസൻ അകത്തു കടന്നു രാജസദസ്സിലേക്കു പോയി. അദ്ദേഹം ചെന്നപോൾ രാജാവു സഭാമണ്ഡപത്തിൽനിന്നു മറ്റൊരു മാളികയിലേക്കു പോയിരിക്കുകയായിരുന്നു. സഭയിൽച്ചെന്നിരുന്ന കവികളിൽ ശങ്കരകവി അന്നൊരാൾക്കുമാത്രം

പന്ത്രണ്ടുലക്ഷവും ശേഷമെല്ലാവർക്കും ഒരു ലക്ഷവും വീതം നാണയം സമ്മാനം കൊടുത്തിട്ടാണ് രാജാവു പോയത്. രാജാവ് അങ്ങനെ ചെയ്തത് ന്യായമായില്ലെന്നും ശങ്കരകവിക്കു തങ്ങളേക്കാൾ കൂടുതലായി എന്തു യോഗ്യതയാണുള്ളതെന്നും മറ്റും പറഞ്ഞു ശേഷമുണ്ടായിരുന്ന കവികൾ ലഹള കൂട്ടിക്കൊണ്ടിരുന്നപ്പോഴാണ് കാളിദാസൻ സഭാസ്ഥലത്തു ചെന്നു ചേർന്നത്. കാളിദാസൻ കവികളുടെ വഴക്കുകേട്ടിട്ട് 'രാജാവിന്റെ അഭിപ്രായമെന്താണെന്നറിയാതെ നിങ്ങൾ ലഹളയുണ്ടാക്കുന്നതു ശരിയല്ല. ശങ്കരൻ രുദ്രനാണല്ലോ. ഏകാദശരുദ്രന്മാർക്ക് ഒരു ലക്ഷം വീതം കണക്കാക്കിയൽ പിന്നെ ശങ്കരകവിക്കു നിങ്ങളോടൊപ്പം ഒരു ലക്ഷമല്ലേയുള്ളൂ. ഇതായിരിക്കും രാജാവിന്റെ അഭിപ്രായം' എന്നു പറഞ്ഞു. കാളിദാസന്റെ യുക്തി കേട്ട് എല്ലാവരും സന്തോഷിച്ചു. അപ്പോൾ രാജാവു താഴെയിറങ്ങിവന്ന് കാളിദാസനെ പിടിച്ചു ഗാഢാശ്ലേഷം ചെയ്തിട്ടു കൈയ്ക്കു പിടിച്ചു മാളികയിലേക്ക് കൊണ്ടുപോയി. ആസനസൽക്കാരംചെയ്തിരുത്തി കുശല പ്രശ്നം ചെയ്തു. കാളിദാസൻ സന്തോഷിച്ചു രാജാവിനെ സ്തുതിച്ചു;

'മഹാരാജ! ശ്രീമൻ! ജഗതി യശസാ തേ ധവളിതേ
പയഃപാരാവാരം പരമപുരുഷോയം മൃഗയതേ
കപർദ്ദീ കൈലാസം കുലിശഭൃതഭൈമം കരിവരം
കലാനാഥം രാഹുഃ കമലഭവനോ ഹംസമധുനാ'

(അല്ലയോ ശ്രീമാനായ മഹാരാജാവേ! ഭവാന്റെ യശസ്സിനാൽ ജഗത്ത് ധവളീകൃതമായിരിക്കുനതിനാൽ ഇപ്പോൾ മഹാവിഷ്ണു പാൽക്കടലും ശിവൻ കൈലാസപർവ്വതവും ദേവേന്ദ്രൻ ഐരാവതവും രാഹു ചന്ദ്രനും ബ്രഹ്മാവു തന്റെ വാഹനവുമായ അരയന്നവും ഏതെന്നു തിരിച്ചറിയാൻ വയ്യാതെ അന്വേഷിച്ച് നടക്കുന്നു) എന്നൊരു ശ്ലോകം ചൊല്ലി. അതു കേട്ടപ്പോൾ കിഴക്കോട്ടു തിരിഞ്ഞിരുന്ന രാജാവ് എഴുന്നേറ്റ് തെക്കോട്ട് തിരിഞ്ഞിരുന്നു. ഉടനെ കാളിദാസൻ,

'നിരക്ഷീരേ ഗൃഹീത്വാ നിഖിലഖഗതതീ
ര്യാതി നാളീകജന്മാ
തക്രം ധൃത്വാ തു സർവ്വാനടതി ജലനിധിംശ്ചക്ര
പാണിർമ്മുകുന്ദഃ
സർവ്വാനത്തുംഗശൈലാൻ ദഹതി പശുപതിഃ
ഫാലനേത്രണ പശ്യൻ
വ്യാപ്താ ത്വൽകീർത്തികാന്താ ത്രിജഗതി നൃപതേ!
ഭോജരാജ! ക്ഷിതീന്ദ്ര!'

(അല്ലയോ ഭൂമീന്ദ്രനായിരിക്കുന്ന ഭോജരാജാവേ! ഭവാന്റെ കീർത്തികാന്താ തൈലോക്യത്തെ വ്യാപിച്ചിരിക്കുന്നതിനാൽ ബ്രഹ്മാവു വെള്ളവും പാലും കൂട്ടിച്ചേർത്തെടുത്തുകൊണ്ടു സകല പക്ഷിഗണങ്ങളുടെയും അടുക്കൽ പോകുന്നു. മഹാവിഷ്ണു മോരെടുത്തുകൊണ്ടും സകല സമുദ്രങ്ങളെയും പ്രാപിക്കുന്നു. ശിവൻ വലിയ പർവ്വതങ്ങളെയെല്ലാം നെറ്റിക്കണ്ണുകൊണ്ടു ദഹിപ്പികുന്നു) എന്നു രണ്ടാമതും ഒരു ശ്ലോകം ചൊല്ലി. (വെള്ളവും പാലും കൂട്ടിച്ചേർത്തുകൊടുത്താൽ അതിൽ നിന്നു പാൽമാത്രം കുടിക്കാനുള്ള ദിവ്യശക്തി ഹംസത്തിനുണ്ടല്ലോ. അപ്രകാരം തന്നെ മോരൊഴിച്ചാൽ പാൽ തൈരാകുമല്ലോ. കൈലാസപർവ്വതം വെള്ളിയാകയാൽ അഗ്നിജ്വാല

തട്ടിയാൽ അത് ഉരുകുമല്ലോ. അതിനാൽ അപ്രകാരമെല്ലാം പരീക്ഷിച്ച് ഹംസം, പാൽക്കടൽ, കൈലാസപർവ്വതം ഇവയെ കണ്ടുപിടിക്കാമെന്നു വിചാരിച്ച ബ്രഹ്മാദികൾ മേൽപ്പറഞ്ഞ പ്രകാരം ചെയ്യുന്നു എന്നു സാരം) ഇതു കേട്ടപ്പോൾ രാജാവു പടിഞ്ഞാട്ട് തിരിഞ്ഞിരുന്നു. ഉടനെ കാളിദാസൻ.

'വിദ്വദ്രാജശിഖാമണേ! തുലയിതും
ധാതാ ത്വദീയം യശഃ
കൈലാസഞ്ച നിരീക്ഷ്യ തത്ര ലഘുതാം
നിക്ഷിപ്തവാൻ പൂർത്തയേ
ഉക്ഷാണം തദുപര്യുമാസഹചരം
തന്മൂർദ്ധ്നി ഗംഗാജലം
തസ്യാഗ്ര ഫണിപുംഗവം തദുപരി
സ്ഫാരം സുധാദീധിതിം'

(അല്ലയോ വിദ്വാനായ രാജശേഖരാ! ബ്രഹ്മാവു ഭവാന്റെ കീർത്തിയെ തൂക്കിനോക്കാനായിട്ട് ഇടവെയ്ക്കുവാൻ കൈലാസത്തെ നോക്കിയപ്പോൾ അതിനു കനം പോരെന്നു കാണുകയാൽ കനം ശരിയാക്കാനായിട്ട് അതിന്റെ മുകളിൽ ഒരു കാളയേയും അതിന്റെ മുകളിൽ ശ്രീപാർവ്വതിയോടുകൂടിയ ശിവനേയും ആ ശിവന്റെ ശിരസ്സിൽ ഗംഗാജലത്തേയും അതിന്റെ മേൽ സർപ്പരാജാവിനെയും അതിനുമുകളിൽ ചന്ദ്രനേയും വെച്ചു) എന്നു മൂന്നാമതും ഒരു ശ്ലോകം ചൊല്ലി. അതു കേട്ടപ്പോൾ രാജാവു വടക്കോട്ട് തിരിഞ്ഞിരുന്നു. കാളിദാസൻ പിന്നെയും

'സ്വർഗ്ഗാൽ ഗോപാല! കുത്ര വ്രജസി? സുരമുനേ!
ഭൂതലേ കാമധേനോ
വത്സസ്യാനേതുകാമസ്തൃണചയമധുനാ
മുഗ്ദ്ധദുഗ്ദ്ധം ന തസ്യാഃ?
ശ്രുത്വാ ശ്രീഭോജരാജപ്രചുരവിതരണം
വ്രീഡശുഷ്കസ്തനീ സാ
വ്യർത്ഥോ ഹി സ്യാൽ പ്രയാസസ്തദപി തദരിഭി
ശ്ചർവ്വിതം സർവ്വമുർവ്വ്യാം'

(എടോ ഗോപാലാ! താൻ സ്വർഗ്ഗത്തിൽനിന്ന് എവിടെപ്പോകുന്നു? അല്ലയോ ദേവമുനേ! കാമധേനുവിന്റെ കിടാവിനു പുല്ലു കൊണ്ടുവരുവാനായിട്ടു ഞാനിപ്പോൾ ഭൂമിയിലേക്കു പോവുകയാണ്. ആ പശുവിനു നല്ല പാലില്ലയോ? ശ്രീമാനായ ഭോജരാജാവിന്റെ അത്യധികമായ ദാനത്തെക്കുറിച്ചു കേട്ടു ലജ്ജിച്ചിട്ട് ആ പശുവിന്റെ അകിടു വറ്റിപ്പോയി. എന്നാൽ, നിന്റെ ഈ ശ്രമം നിഷ്ഫലം തന്നെയാകും. ഭൂമിയിലുണ്ടായിരുന്ന പുല്ലെല്ലാം ഭോജരാജാവിന്റെ ശത്രുകൾ തിന്നു തീർത്തിരിക്കുന്നു). ഇങ്ങനെ നാലമത് ഒരു ശ്ലോകംകൂടിച്ചൊല്ലി. ഉടനെ രാജാവെഴുന്നേറ്റ് അവിടേനിന്നു പോകാൻ ഭാവിച്ചു. അപ്പോൾ കാളിദാസൻ രാജാവിന്റെ കൈയ്ക്കു പിടിച്ച് അവിടെയിരുത്തീട്ട്, 'അല്ലയോ അത്യൈദൗാര്യനിധിയായ മഹാരാജാവേ, ഭവാന്റെ വിചാരം എനിക്കു മനസ്സിലായി. ഇതൊരു സാഹസമാണ്. ഈ നാലു ശ്ലോകങ്ങൾക്കായിട്ടു രാജ്യത്തിന്റെ നാലു ഭാഗങ്ങളും എനിക്കു തന്നിരിക്കുന്നതായി സങ്കൽപ്പിച്ചുകൊണ്ടാണല്ലോ ഭവാൻ എഴുന്നേറ്റു പോകാൻ ഭാവിച്ചത്. രാജ്യം രാജാവിന് ഇരിക്കേണ്ടതാണ്. അതിനാൽ ഈ രാജ്യം

അവിടേയ്ക്കുതന്നെ ഇതാ ഞാൻ തിരിച്ചു തന്നിരിക്കുന്നു. അവിടുന്ന് അവിടെ ഇരുന്നാലും' എന്നു പറഞ്ഞു.

പിന്നെ അവർ രണ്ടുപേരുംകൂടി സൈ്വര്യസല്ലാപം ചെയ്തുകൊണ്ടു കുറച്ചു നേരമിരുന്നപ്പോഴേക്കും നേരം സന്ധ്യയായി. അപ്പോൾ രാജാവ് 'സുകവേ! ഈ സന്ധ്യയെ വർണ്ണിച്ചാലും ' എന്നു പറഞ്ഞു. ഉടനെ കാളിദാസൻ,

'വ്യസനിന ഇവ വിദ്യാ ക്ഷീയതേ പങ്കജശ്രീ
ഗുണിന ഇവ വിദേശേ ദൈന്യമായാന്തി ഭൃംഗാഃ
കുനൃപതിരിവ ലോകം പീഡയത്യന്ധകാരോ
ധനമിവ കൃപണസ്യ വ്യർത്ഥതാമേതി ചക്ഷുഃ'

(താമരപ്പൂവിന്റെ ശോഭ വ്യസനാക്രാന്തന്റെ വിദ്യ എന്നപോലെ ക്ഷയിക്കുന്നു. ഗുണികൾ വിദേശത്തെന്നപോലെ വണ്ടുകൾ ദീനതയെ പ്രാപിക്കുന്നു. ദുഷ്ടനായ രാജാവെന്നപോലെ അന്ധകാരം ലോകത്തെ ദുഃഖിപ്പിക്കുന്നു. കണ്ണു ലുബ്ധന്റെ ധനമെന്നപോലെ നിഷ്ഫലമായിത്തീരുന്നു) എന്നൊരു ശ്ലോകം ചൊല്ലി. രാജാവു സന്തോഷിച്ച് അതിനു കാളിദാസന് പ്രത്യക്ഷരലക്ഷം ധനം (അവിടെ നടപ്പായിരുന്ന നാണയം) കൊടുത്തു. കാളിദാസൻ സന്തോഷിച്ച് വീണ്ടും.

'സുകവേശ്ശബ്ദസൌഭാഗ്യം സത്കവിർവേത്തി നാപരഃ
വന്ധ്യാ നഹി വിജാനാതി പരാം ദൌഹൃദസമ്പദം'

(സത്കവിയുടെ വാക്കുകളുടെ ഭംഗി സത്കവിയല്ലാതെ അന്യൻ അറിയുന്നില്ല. ഗർഭസമ്പത്തിനെക്കുറിച്ചു വന്ധ്യ (മച്ചി) അറിയുന്നില്ലല്ലോ) ഇങ്ങനെ രാജാവിനെ സ്തുതിച്ചു. പിന്നെ ക്രമേണ ഭോജരാജാവും കാളിദാസനും തമ്മിൽ സന്തോഷം വർദ്ധിച്ചു പ്രാണസ്നേഹിതന്മാരായിത്തീർന്നു.

ഒരു ദിവസം കാളിദാസൻ ദർശനത്തിനായി ഒരു ക്ഷേത്രത്തിൽച്ചെന്നപ്പോൾ അവിടെ ഒരു ശ്രുതിസ്മൃതിപാരംഗതന്മാരായ രണ്ടു ബ്രാഹ്മണശ്രേഷ്ഠന്മാർ ഇരുന്നിരുന്നു. അവർ കാളിദാസനെ കണ്ടപ്പോൾ 'അല്ലയോ മഹാകവേ! ഞങ്ങൾ വേദജ്ഞന്മാരായിരുന്നിട്ടും ഞങ്ങൾക്കു ഭോജരാജാവ് യാതൊന്നും തരുന്നില്ല. നിങ്ങൾക്കൊക്കെ വേണ്ടതൊക്കെ തരുന്നുണ്ട്. അതുകൊണ്ട് ഞങ്ങളും കവികളാകാൻ ശ്രമിക്കുകയാണ്. വളരെ ദിവസം ശ്രമിച്ചിട്ടും ഞങ്ങൾ ഒരു ശ്ലോകത്തിന്റെ പൂർവാർധമുണ്ടാക്കി. വളരെ ശ്രമിച്ചിട്ടും ഉത്തരാർധമുണ്ടാകുന്നില്ല. അതു ഭവാനുണ്ടാക്കിത്തരണം' എന്നു പറഞ്ഞു. ഉടനെ കാളിദാസൻ 'പൂർവാർധം കേൾക്കട്ടെ' എന്നു പറഞ്ഞു. ബ്രാഹ്മണർ 'ഭോജനം ദേഹി രാജേന്ദ്ര! ഘൃതസൂപസമന്വിതം' എന്നു ചൊല്ലി. ഉടനെ കാളിദാസൻ. 'മാഹിഷിഞ്ച ശരച്ചന്ദ്ര ചന്ദ്രികാധവളം ദധി' എന്ന് ഉത്തരാർധം ചൊല്ലിക്കൊടുത്തു. ബ്രാഹ്മണർ അതു കൂട്ടിച്ചേർത്തെഴുതി ഭോജനരാജാവിനു കൊണ്ടുചെന്നു കൊടുത്തു. അതു കണ്ടപ്പോൾത്തന്നെ ഉത്തരാർധം കാളിദാസനുണ്ടാക്കിയതാണെന്നു മനസ്സിലായിട്ടു രാജാവ്.'ഈ പൂർവാർധമുണ്ടാക്കിയവർക്ക് ഒരിക്കലും കവിതയുണ്ടാകയില്ല. അവരിനി കവിതയ്ക്കു ശ്രമിക്കാതിരുന്നാൽ കൊള്ളാം. ഉത്തരാർധത്തിന് ഇതിരിക്കട്ടെ' എന്നു പറഞ്ഞു പ്രത്യക്ഷരലക്ഷം കൊടുത്തയച്ചു.

കാളിദാസൻ വലിയ ശിവഭക്തനായിരുന്നുവെന്നും ശിവദർശനം കഴിക്കാതെ ഭക്ഷണം കഴിക്കയില്ലെന്ന് അദ്ദേഹത്തിനു നിഷ്ഠയുണ്ടായിരുന്നു.

അദ്ദേഹം ഭോജരാജസന്നിധിയിൽച്ചെന്ന ചേർന്നതിന്റെ ശേഷം അവിടെ രാജധാനിക്കു സമീപം താമസിച്ചിരുന്ന ഒരു വേശ്യയ്ക്കു വശംവദനായിത്തീർന്നു. രാജസന്നിധിയിലല്ലാത്ത സമയങ്ങളിലെല്ലാം അദ്ദേഹം അവളുടെ അടുക്കൽത്തന്നെ ഇരിക്കുക പതിവായിരുന്നു. കാളിദാസൻ വേശ്യാസ്ത്രീയിൽ അതിസക്തനായിരിക്കുന്ന എന്നറിഞ്ഞപ്പോൾ ഭോജരാജാവ് അദ്ദേഹത്തെ ഒരുപറ്റു പറ്റിക്കണമെന്നു നിശ്ചയിച്ച് ഒരു ദിവസം ഗൂഢമായി ഒരാളെ ആ വേശ്യയുടെ അടുക്കലയച്ചു. 'നാളെ കാലത്തു കാളിദാസൻ ഒരു സ്ത്രീയെ കാണാൻ പോകുന്നതിനു നിശ്ചയിച്ചിട്ടുണ്ട്, അദ്ദേഹത്തിന് അവളെക്കുറിച്ചു വലിയ ഭ്രമമാണ്. പത്തു നാഴിക പുലർന്നാൽപ്പിന്നെ അവളെക്കാണാൻ അടുത്ത കാലത്തെങ്ങും സാധിക്കുകയില്ല' എന്നു പറയിച്ചു. അതുകേട്ട് ആ വേശ്യ ' എന്നാൽ നാളെ പത്തു നാഴിക പുലരുന്നതുവരെ വിട്ടയയ്ക്കരുത്'' എന്നു നിശ്ചയിച്ചു. പിറ്റേ ദിവസം നേരം വെളുത്തപ്പോൾ മുതൽ ആ വേശ്യ ഓരോ വെടികൾ പറയുകയും കൂടെക്കൂടെ മുറുക്കു മുറുക്കാനുണ്ടാക്കിക്കൊടുക്കുകയും ചെയ്തുകൊണ്ട് വിട്ടുമാറാതെ അടുത്തുകൂടി. കാളിദാസൻ വെറ്റിലമുറുക്കിൽ സാമാന്യത്തിലധികം പ്രതിപത്തിയുള്ള ആളായിരുന്നു. സ്ത്രീകളുടെ നർമാലാപങ്ങൾ കേൾക്കുന്നതിലും അങ്ങനെതന്നെ. അതിനാൽ അദ്ദേഹം മുറുക്കിരസിച്ച് ആ വേശ്യാസ്ത്രീയുടെ വെടികളും കേട്ട് അങ്ങനെയിരുന്നു. നേരം പോയതറിഞ്ഞില്ല. പത്തുനാഴിക പുലർന്നപ്പോൾ ഭോജരാജാവിന്റെ ഒരു ഭൃത്യൻ ഓടിച്ചെന്ന് 'ഊണിനുള്ള സമയമായിരിക്കുന്നു.. മഹാരാജാവു ഭവാനെ പ്രതീക്ഷിക്കുന്നു' എന്നു പറഞ്ഞു ഭോജരാജാവ് കാളിദാസനെ ഒരു സദസ്യൻ മാത്രമായിട്ടല്ല, ഒരു പ്രിയവയസ്യനായിട്ടും കൂടിയാണു വെച്ചിരിക്കുന്നത്. അതിനാൽ അവർക്ക് ഊണു ഒരുമിച്ചായിരുന്നു പതിവ്.

ഭൃത്യന്റെ വാക്കു കേട്ടപ്പോൾ കാളിദാസനു പരിഭ്രമമായി. അദ്ദേഹത്തിന്റെ കുളി, ശിവദർശനം മുതലായ കൃത്യങ്ങളൊന്നും കഴിഞ്ഞിരുന്നില്ല. സമയത്തിനു ചെല്ലാതെ രാജാവിന്റെ ഭക്ഷണത്തിനു നേര നീക്കം വരുത്തുന്നതു വിവാഹവുമെല്ലല്ലോ. ശിവദർശനം കഴിക്കാതെ ഭക്ഷണം കഴിക്കാനനും നിവൃത്തിയില്ല. ആകപ്പാടെ കാളിദാസൻ വലിയ വിഷമസ്ഥിതിയിലായി.

അപ്പോൾ പെട്ടെന്ന് അദ്ദേഹത്തിന് ഒരു കൗശലം തോന്നി. അവിടെ കിടന്നിരുന്ന വെറ്റിലഞെട്ട് എല്ലാം ത്തൂത്തുവാരി കൈയിലെടുത്തുകൊണ്ട് ആ വേശ്യാസ്ത്രീയെപ്പിടിച്ച് നേരെ നിർത്തീട്ട് അവളുടെ സ്തനത്തെ ശിവനെന്നും വെറ്റില ഞെട്ട് കൂവളത്തിലയെന്നും സങ്കലിപിച്ചു പുഷ്പാഞ്ജലി ചെയ്തു.

സ്വയം ഭ്രവേ ചന്ദനരൂക്ഷിതായ
നഖവ്രണേന്ദു സ്ഫുടലാഞ്ഛനായ
സമസ്തതാപവിനാശനായ
തസ്മൈ സമസ്തേ സ്തനശങ്കരായ

എന്നു ചൊല്ലി നമസ്കരിക്കുകയും ക്ഷണത്തിൽ പോയി രാജസന്നിധിയിലെത്തുകയും ചെയ്തു. അവിടെച്ചെന്നപ്പോൾ ഊണിനെല്ലാം കാലമായിട്ടും കാളിദാസൻ ചെല്ലായ്കയാൽ ഭോജരാജാവ് അദ്ദേഹത്തെ പ്രതീക്ഷിച്ചുകൊണ്ടിരിക്കുകയായിരുന്നു. കാളിദാസനെക്കണ്ടയുടനെ രാജാവ് 'ഇരിക്കാം' എന്നു പറയുകയും രണ്ടു പേരും ഇരിക്കുകയും പതിവുപോലെ ഊണുകഴിക്കുകയും ചെയ്തു.

കാളിദാസനു ശിവദർശനം കഴിക്കാതെ ഊണു കഴിക്കയില്ലെന്നു നിർബന്ധമുണ്ടായിരുന്നതിനാൽ അതൊന്നും ഊർദ്ധ്വമാക്കണമെന്നു വിചാരിച്ചാണ് രാജാവു കൗശലം പ്രയോഗിച്ച് കാളിദാസനെ താമസിപ്പിച്ചത്. അന്ന് കാളിദാസനു ശിവദർശനം നടത്താൻ സാധിച്ചില്ലെന്നു നിശ്ചയമാവുകയാൽ ഊണു കഴിഞ്ഞതിന്റെ ശേഷം രാജാവ് കാളിദാസനോട് 'ഇന്ന് ശിവദർശനമുണ്ടായോ?' എന്നു ചോദിച്ചു. അതിനു മറുപടിയായിട്ട് 'ഉവ്വ്', ശിവദർശനവും പുഷ്പാഞ്ജലിയുമുണ്ടായി' എന്നു പറഞ്ഞു. അതുകേട്ടു രാജാവ് 'എവിടെയായിരുന്നു ദർശനം നടത്തിയത്?' എന്നും വീണ്ടും ചോദിച്ചു. അതിനുത്തരമായിട്ട് കാളിദാസൻ 'ഇവിടെയുള്ള ക്ഷേത്രത്തിൽതന്നെ, സംശയമുണ്ടെങ്കിൽ ബോധ്യപ്പെടുത്തിത്തരാം. നമുക്കു പോകാം' എന്നു പറഞ്ഞു രാജാവിനെയും കൊണ്ടു പോയി ക്ഷേത്രത്തിൽച്ചെന്നു നടതുറന്നു കാണിച്ചു. അപ്പോൾ കാളിദാസൻ പുഷ്പാഞ്ജലി ചെയ്തു വെറ്റില ഞെട്ടെല്ലാം അവിടെ ശിവലിംഗത്തിങ്കൽ കണ്ടു രാജാവു വിസ്മയിച്ചു. കാളിദാസൻ പുഷ്പാഞ്ജലി ചെയ്തു വന്ദിച്ചതു സ്ഥാനശങ്കരനെയാണെന്ന് അറിഞ്ഞിരുന്നതിനാൽ രാജാവ് പിന്നെയൊന്നും പറഞ്ഞില്ല.

ഭോജരാജാവിനു കാളിദാസനെക്കുറിച്ച്, അവിടെ പിന്നെയുണ്ടായിരുന്ന കവികളെയും പണ്ഡിതന്മാരെയും കുറിച്ചുണ്ടായിരുന്നതിലധികം സ്നേഹവും ബഹുമാനവുമുണ്ടെന്നറിയുകയാൽ ശേഷമുണ്ടായിരുന്ന കവികൾക്കും വിദ്വാന്മാർക്കും കാളിദാസനെക്കുറിച്ച് അസൂയയും വൈരവുമുണ്ടായിത്തീർന്നു കാളിദാസൻ വേശ്യാസക്തനാണെന്ന് അറിയുകകൂടി ചെയ്തപ്പോൾ എല്ലാവരും വെറുക്കുകയും അദ്ദേഹത്തിന്റെ സ്പർശത്തെ വർജിക്കുകയും ചെയ്തു. 'ഇത്രമാത്രം യോഗ്യതയുള്ള ഇദ്ദേഹം ഇങ്ങനെ കാമഭ്രാന്തനായിപ്പോയല്ലോ' എന്നുള്ള വിചാരം ഭോജരാജാവിന്റെ മനസ്സിലുണ്ടായി. ഇതെല്ലാമറിഞ്ഞിട്ട് കാളിദാസൻ ഒരു ദിവസം സഭയിൽ വെച്ച്.

ചേതോഭവചാപലതാപ്രസംഗേ
കാ വാ കഥാ മാനുഷലോകഭാജാം?
യദ്ദാഹശീലസ്യ പുരാം വിദ്വേഷ-
സ്തഥാവിധം പൗരുഷമർധമാസീൽ.

(മനുഷ്യരുടെ കാമചാപല്യത്തെക്കുറിച്ച് എന്താണ് പറയാനുള്ളത്? ദഹിപ്പിക്കുക ശീലമായിട്ടുള്ള പുരാന്തകൻപോലും കാമചാപല്യം കൊണ്ട് അർധനാരീശ്വരനായിത്തീർന്നുവല്ലോ) എന്നൊരു ശ്ലോകം ചൊല്ലി. അതുകേട്ടു സന്തോഷിപ്പിച്ച ഭോജരാജാവു കാളിദാസനു പ്രത്യക്ഷരലക്ഷം ധനം കൊടുത്തു. രാജാവിന്റെ ഈ സംഭാവന സഭയിൽ ശേഷമുണ്ടായിരുന്ന കവികൾക്കും പണ്ഡിതന്മാർക്കും ഒട്ടും രസിച്ചില്ലെന്നുള്ളതു പറയണമെന്നില്ലല്ലോ.

അനന്തരം എല്ലാവരും കൂടി ആലോചിച്ച് ഒരു കൗശലം ചെയ്തു. രാജാവിന്റെ താംബൂലവാഹിനി മുറുക്കാനുണ്ടാക്കിക്കൊടുക്കുന്നവളായ തരംഗവതി എന്ന ദാസിക്കു ചില സമ്മാനങ്ങളും മറ്റും കൊടുത്ത് അവളെ സ്വാധീനപ്പെടുത്തീട്ട്, 'അല്ലയോ സുഭഗേ! ഈ കാളിദാസൻ നിമിത്തം ഞങ്ങളുടെ യോഗ്യതകൾ ഇവിടെ പ്രകാശിക്കാതെയായിരിക്കുന്നു. അതിനാൽ രാജാവു കാളിദാസനെ ഈ ദിക്കിൽനിന്നു പറഞ്ഞയക്കുവാൻ തക്കവിധത്തിൽ നീയെന്തെങ്കിലും ഒരു കൌശലമുണ്ടാക്കണം' എന്നു

പറയുകയും അവർ അതു സമ്മതിക്കുകയും ചെയ്തു.

അതിനുശേഷം ഏതാനും ദിവസങ്ങൾ കഴിഞ്ഞപ്പോൾ ഒരു ദിവസം രാജാവ് അത്താഴം കഴിഞ്ഞു തനിച്ചു കിടന്നിരുന്ന സമയത്ത് ആ ദാസി അദ്ദേഹത്തിന്റെ അടുക്കൽച്ചെന്ന് മുറുക്കാനുണ്ടാക്കിക്കൊടുത്തിട്ടു കാൽ തലോടിക്കൊണ്ടിരുന്നു. അങ്ങനെയിരുന്നപ്പോൾ അവൾ നിദ്ര ബാധിച്ചതായി നടിച്ചു അവിടെത്തന്നെ കിടന്നു. കുറച്ചു കഴിഞ്ഞപ്പോൾ ഉറക്കത്തിൽ പറയുന്ന വിധത്തിൽ 'സഖീ കനകമാലിനീ! ആ കാളിദാസൻ മഹാദുർബുദ്ധിതന്നെയാണ്. അയാൾ ദാസീവേഷം ധരിച്ച് അന്തഃപുരത്തിൽ കടന്നു രാജാവിന്റെ പത്നിയായ ലീലാദേവിയോടുകൂടി രമിക്കുന്നു. ഇതു കഷ്ടമല്ലേ?' എന്നു പറഞ്ഞു. രാജാവ് ഇതു കേട്ട് എഴുന്നേറ്റു ദാസിയോട്. 'എടീ തരംഗവതീ! നീ ഉറങ്ങിക്കിടക്കുന്നുവോ അതോ ഉണർന്നു കിടക്കുന്നുവോ?' എന്നു ചോദിച്ചു. അവൾ ഒന്നും മിണ്ടാതെ ഉറക്കം നടിച്ചു തന്നെ കിടന്നു. അപ്പോൾ രാജാവ്, 'ഇത് ഇവളുടെ മനസ്സിലിരുന്നത് ഉറക്കത്തിൽപ്പറഞ്ഞതാണ്. സംഗതി വാസ്തവം തന്നെയായിരിക്കണം. സ്ത്രീലമ്പടനായ കാളിദാസന്റെ സ്ഥിതിക്ക് ഇങ്ങനെ വരാവുന്നതാണ്. പിന്നെ ലീലാദേവി ഇങ്ങിനെ ചെയ്യുമോ? എന്നാണെങ്കിൽ

'സ്ത്രീണാഞ്ച ചിത്തം പുരുഷസ്യ ഭാഗ്യം
ദേവോ ന ജാനാതി കുതോ മനുഷ്യഃ'

എന്നുണ്ടല്ലോ. എല്ലാംകൊണ്ടും ഇതു വിശ്വസിക്കാതെയിരിക്കാൻ തരമില്ല എന്നു വിചാരിച്ച് അങ്ങനെ ഉറച്ചു.

പിറ്റേ ദിവസം കാളിദാസൻ രാജസന്നിധിയിൽ ചെന്നപ്പോൾ രാജാവ്, 'അല്ലയോ കവേ! പലതുകൊണ്ടും നിങ്ങൾ ഈ ദേശത്തു താമസിക്കാൻ യോഗ്യനല്ലെന്നു നമുക്കു തോന്നിയിരിക്കുന്നു. അതിനാൽ ക്ഷണത്തിൽ ഈ ദേശം വിട്ടു പൊയ്ക്കൊള്ളണം. കാരണമൊന്നും നാം വിസ്തരിക്കുന്നില്ല. അതു ചോദിക്കാൻ നിങ്ങൾക്ക് അവകാശവുമില്ല' എന്നു പറഞ്ഞു. ഉടനെ കാളിദാസൻ അവിടെനിന്ന് ഇറങ്ങിപ്പോയി വേശ്യാഗൃഹത്തിൽച്ചെന്ന് ആ സ്ത്രീയോട്, 'അല്ലയോ പ്രിയതമേ! ഞാൻ ഈ ദേശത്തു താമസിക്കരുതെന്നു രാജാവു കൽപ്പിച്ചിരിക്കുന്നു. അതിനാൽ ഞാനിതാ പോകുന്നു' എന്നു പറഞ്ഞു. അപ്പോൾ വേശ്യ, 'അല്ലയോ പ്രിയതമ! നമുക്കു നിത്യവൃത്തിക്കു രാജാവു വല്ലതും തന്നിട്ടു വേണമെന്നില്ല. നമുക്കു വേണ്ടതെല്ലാം ഇവിടെയുണ്ട്. അതിനാൽ ഭവാൻ ആരുമറിയാതെ ഗൂഢമായി സസുഖം ഇവിടെത്തന്നെ താമസിച്ചുകൊള്ളണം. ഭവാനെ ഞാൻ രക്ഷിച്ചുകൊള്ളാം' എന്നു പറഞ്ഞു. കാളിദാസൻ അതു കേട്ടു ഗൂഢമായി അവിടെത്തന്നെ താമസമുറപ്പിച്ചു.

കാളിദാസൻ പിരിഞ്ഞുപോയതിന്റെശേഷം രാജാവ് തന്റെ പ്രാണസ്നേഹിതനായിരുന്ന ആ മഹാകവിയെ പറഞ്ഞയയ്ക്കേണ്ടതായി വന്നതിനേയും തന്റെ പ്രാണപ്രിയയായ ലീലാദേവിയുടെ ദുശ്ചേഷ്ടിതത്തെയും കുറിച്ചു വിചാരിച്ചു ഏറ്റവും ഖിന്നനായിത്തീർന്നു. അദ്ദേഹം കുളിക്കാതെയും ഉണ്ണാതെയും ആരോടുമൊന്നും മിണ്ടാതെയുമിരിപ്പായി. രാജാവിന്റെ ആ ഇരിപ്പു കണ്ടിട്ട് ലീലാദേവി വിഷാദത്തോടുകൂടി അടുത്തു ചെന്നു, 'അല്ലയോ പ്രാണനാഥ! സർവ്വജ്ഞനായ ഭവാൻ ഈ അവസ്ഥാന്തരത്തെ

പ്രാപിക്കുന്നതിനുണ്ടായ കാരണമെന്ത്? ഇതിന്റെ വാസ്തവ കാരണം അനന്യശരണയായ എന്നോടു പറയണം. ഭവാനെ ഈ സ്ഥിതിയിൽ കണ്ടുകൊണ്ട് ക്ഷണനേരം പോലും ജീവിക്കാൻ ഞാൻ ശക്തയല്ല. ഭവാൻ പരമാർത്ഥം പറയാതെയിരുന്നാൽ ഇപ്പോൾത്തന്നെ ഏതു വിധവും ഞാൻ പ്രാണത്യാഗം ചെയ്യും. ഭവാൻ എന്റെ പ്രാണനാഥനാണെങ്കിൽ എന്റെ പ്രാണനെ രക്ഷിക്കണം' എന്നു പറഞ്ഞുകൊണ്ടു കാല്പിടിച്ചു കരഞ്ഞു.

ലീലാദേവിയുടെ പാരവശ്യം കണ്ട് ആർദ്രമാനസനായി ഭവിക്കുകയാൽ രാജാവ് ദാസി ഉറക്കത്തിൽപ്പറഞ്ഞതും താൻ കാളിദാസനെപ്പറഞ്ഞയച്ചതും മറ്റും വിവരിച്ചു പറഞ്ഞു. അതൊക്കെ കേട്ടപ്പോൾ ലീലാദേവി 'ഇത്രയും കാലം പരിചയിച്ചിട്ടും അവിടേക്ക് എന്റെ സത്യസ്ഥിതി അറിയാൻ വയ്യാതെപോയതു കഷ്ടം തന്നെ. ആട്ടെ, ആദ്യം എന്റെ പരമാർത്ഥതയെത്തന്നെ ഞാൻ ബോധ്യപ്പെടുത്താം. മറ്റുള്ള സംഗതികളെക്കുറിച്ചു പിന്നെപ്പറയാം' എന്നു പറഞ്ഞു വിറകുതടികൾ വരുത്തി കൂട്ടിച്ച് അതിനു തീകൊളുത്തി കത്തിക്കാളി ജ്വലിച്ചു തുടങ്ങിയപ്പോൾ പോയി കുളിച്ചുവന്ന് ആദിത്യദേവനെ നോക്കിത്തൊഴുതുകൊണ്ട് 'അല്ലയോ ലോകസാക്ഷിയായ ഭഗവാനേ! ഞാൻ എന്റെ ഭർത്താവായ ഈ രാജാവിനെയല്ലാതെ മറ്റൊരു പുരുഷനെ സ്വപ്നേപി സ്മരിക്കുകപോലും ചെയ്തിട്ടുണ്ടെങ്കിൽ എന്റെ ദേഹം ഈ അഗ്നിയിൽ വെന്തു വെണ്ണീറാകട്ടെ. അലെങ്കിൽ എന്റെ ചാരിത്രശുദ്ധിയെ പ്രത്യക്ഷപ്പെടുത്തുക' എന്നു പറഞ്ഞിട്ട് അഗ്നിയിലേക്കു ചാടി. ലീലാദേവി ഒരു രോമം പോലും കരിയാതെ അഗ്നിശുദ്ധിയായി അവിടെനിന്നിറങ്ങി അന്തഃപുരത്തിലേക്കു പോയി. അതു കണ്ടു രാജാവു വിസ്മയം കൊണ്ടും പശ്ചാത്താപം കൊണ്ടും വിഹ്വലമനസനായിട്ടു ലജ്ജാവനതമുഖനായി ദേവിയുടെ അടുക്കൽച്ചെന്ന് 'പ്രാണപ്രിയേ! എന്റെ സമസ്താപരാധങ്ങളും ദേവി ക്ഷമിക്കണം. ഞാനിതാ ക്ഷമായാചനം ചെയ്തുകൊള്ളുന്നു' എന്നു പറഞ്ഞു. അതു കണ്ട് ലീലാദേവി 'അല്ലയോ പ്രാണനാഥാ! അവിടേക്ക് ഈ ദുശ്ശങ്കയുണ്ടായതിൽ പ്രധാന കാരണം എന്നെക്കുറിച്ചുള്ള സ്നേഹത്തിന്റെ ആധിക്യം തന്നെയാണെന്ന് എനിക്കറിയാം. അതിനാൽ ഇതിനെക്കുറിച്ച് ഇത്രയൊന്നും പറയണമെന്നില്ല. എന്നാൽ അവിടുന്ന് പ്രാണാധികസ്നേഹത്തോടും ബഹുമാനത്തോടുംകൂടി പൂജിച്ചിരുന്ന കവികുലശിരോമണിയായ കാളിദാസനെ ഇവിടെനിന്നു നിഷ്കരുണം നിഷ്കാസനം ചെയ്തതു വലിയ കഷ്ടമായിപ്പോയി. ഇതെല്ലാം ഉണ്ടാക്കിത്തീർത്തത് ഇവിടെ സഭയിലുള്ള ശേഷം കവികളാണ്. കാളിദാസൻ ഇവിടെയുള്ളപ്പോൾ അവരുടെ യോഗ്യത ഇവിടെ പ്രകാശിക്കുകയില്ല. ഖദ്യോതനനുള്ളപ്പോൾ ഖദ്യോതങ്ങൾ പ്രദ്യോതിക്കുകയില്ലല്ലോ. അതിനാൽ അദ്ദേഹത്തെ ഇവിടെ നിന്ന് ഓടിക്കാനായി അവർ ആ ദുഷ്ടദാസിക്കു ചില സമ്മാനങ്ങളും മറ്റും കൊടുത്തു വശീകരിച്ചതിനാൽ അവൾ ഉറക്കം നടിച്ചു കിടന്നുകൊണ്ട് അങ്ങനെ പറഞ്ഞതാണെന്നുള്ളതിനു സംശയമില്ല. സർവ്വജ്ഞനായ അവിടുന്ന് ഈ പരമാർത്ഥം അറിയാത്തത് അത്ഭുതം തന്നെ' എന്നു പറഞ്ഞു. ഉടനെ രാജാവ്, 'പ്രിയേ! ഇതെല്ലാം സത്യം തന്നെ എന്നു ഞാൻ സമ്മതിക്കുന്നു. ഞാൻ അധികം താമസിക്കാതെ ഈ ദുഷ്ടകവികളെയെല്ലാം ഇവിടെനിന്നു ഓടിക്കുകയും കാളിദാസമഹാകവിയെ യഥാപൂർവ്വം ഇവിടെ വരുത്തി സൽക്കരിച്ചു താമസിപ്പിക്കുകയും ചെയ്യാം' എന്നു പറഞ്ഞു.

അനന്തരം ഏതാനും ദിവസങ്ങൾക്കുശേഷം രാജാവ് ഒരു സമസ്യ ഉണ്ടാക്കിക്കൊണ്ട് ഒരു ദിവസം സഭാമണ്ഡപത്തിൽ ചെന്നു. അപ്പോൾ കാളിദാസനൊഴിച്ചുള്ള സകല കവികളും അവിടെച്ചെന്നുകൂടി. ഉടനെ രാജാവ് താനുണ്ടാക്കിയ സമസ്യ ചൊല്ലിക്കേൾപ്പിച്ചിട്ട് എല്ലാവരോടുംകൂടി 'ഈ സമസ്യ വേണ്ടതുപോലെ നിങ്ങൾ പൂരിപ്പിക്കണം. അതു നിങ്ങളാൽ സാധ്യമല്ലെങ്കിൽ നിങ്ങളെല്ലാവരും ഈ ദേശം വിട്ടു പോയ്ക്കൊള്ളണം. ഈ ദിക്കിൽ ആരെയും കണ്ടുകൂടാ' എന്നു പറഞ്ഞു. അതു പ്രാകൃതത്തിലുള്ള ശ്ലോകാർദ്ധസമസ്യയായിരുന്നു. അതു കേട്ടപ്പോൾത്തന്നെ പൂരിപ്പിക്കുന്ന കാര്യം അസാദ്ധ്യമെന്ന് അവർക്കൊക്കെത്തോന്നി. എങ്കിലും ഇതു പൂരിപ്പിക്കുന്നതിന് എട്ടു ദിവസത്തെ അവധി കിട്ടണമെന്ന് അവർ അപേക്ഷിക്കുകയും രാജാവ് അതു സമ്മതിക്കുകയും ചെയ്തു.

എട്ടാം ദിവസം രാത്രിയായിട്ടും ആ കവികൾക്ക് ആ സമസ്യ പൂരിപ്പിക്കാൻ കഴിഞ്ഞില്ല. രാത്രിയിൽ അവരെല്ലാവരുംകൂടി, 'നമുക്ക് ഇപ്പോൾത്തന്നെ ഈ ദേശം വിട്ടു പോകാം. വെളുത്താൽ രാജഭടന്മാർ നമ്മെപ്പിടിച്ചു നാട്ടുകടത്തും. അതിനുമുമ്പു പോവുകയാണല്ലോ നല്ലത്. നല്ല നിലാവുണ്ട്' എന്നു പറഞ്ഞു നിശ്ചയിച്ചു അവർ അവരുടെ സാമാനങ്ങളെല്ലാം കെട്ടിയെടുത്തുകൊണ്ടുപോയി.

അവർ പോയത് കാളിദാസന്റെ പ്രിയതമയായ വിലാസവതി എന്ന വേശ്യയുടെ ക്രീഡോദ്യാനത്തിനടുത്തുള്ള വഴിയിൽക്കൂടിയായിരുന്നു. ആ സമയത്ത് കാളിദാസനും വിലാസവതിയും ഉദ്യാനത്തിലുണ്ടായിരുന്നു. ഈ കവികളുടെ പരസ്പര സംഭാഷണസംഗതി ഒരുവിധം മനസ്സിലാക്കീട്ടു വേശ്യയോട്, 'പ്രിയേ! ഈ പോകുന്നത് ഭോജസദസ്സിലെ കവികളാണ്. ഇവരും എന്നെപ്പോലെ രാജാവു പറഞ്ഞയച്ചു പോവുകയാണ്. ഇവർ എന്നെ ദ്രോഹിച്ചവരാണെങ്കിലും ഇവരെ രക്ഷിക്കണം. 'ഉപകാരപ്രധാനഃ സ്യാദപകാരപരേപ്യരൌ' എന്നുണ്ടല്ലോ. നമുക്കു ഗൃഹത്തിലേക്കു പോകാം. എനിക്കു വേഷമൊന്നു മാറണം' എന്നു പറഞ്ഞ് അവർ ഗൃഹത്തിലേക്ക് പോയി. കാളിദാസൻ ഉടനെ ഒരു ചാരന്റെ വേഷം ധരിച്ചുകൊണ്ടു ക്ഷണത്തിൽ മറ്റൊരു വഴിയേ കുറച്ചു ദൂരം പോയിട്ടു മറ്റൊരു സ്ഥലത്തുനിന്നു വരുന്ന ഭാവത്തിൽ ആ കവികളുടെ നേരെ വന്നു. അടുത്ത് എത്തിയപ്പോൾ കാളിദാസൻ (ചാരഭാഷയിൽ) 'മഹാബ്രാഹ്മണർക്കു നമസ്കാരം' എന്നു പറഞ്ഞിട്ട് 'ഭവാന്മാർ എവിടേ നിന്നു വരുന്നു? എവിടെ പോകുന്നു? എന്നു ചോദിച്ചു. കവികൾ പരമാർത്ഥമെല്ലാം പറഞ്ഞതിന്റെ ശേഷം 'ഭവാൻ എവിടെനിന്നു വരുന്നു? എവിടെപ്പോകുന്നു?' എന്ന് അങ്ങോട്ടും ചോദിച്ചു. അതിനുത്തരമായിട്ട് ചാരൻ 'ഞാൻ കാശീദേശവാസിയാണ്. ധനാഗ്രഹം നിമിത്തം ഭോജരാജാവിനെ കാണാൻ പോവുകയാണ്. രാജാവുണ്ടാക്കിയെന്നു പറഞ്ഞ ആ സമസ്യ കേട്ടാൽക്കൊള്ളാമെന്നുണ്ട്' എന്നു പറഞ്ഞു. കവികൾ സമസ്യ ചൊല്ലിക്കേൾപ്പിച്ച ക്ഷണത്തിൽ ചാരൻ 'ഇതിന്റെ പൂരണം ഇങ്ങനെയായിരിക്കേണ്ടതാണ്' എന്നു പറഞ്ഞിട്ട് ആ അർദ്ധശ്ലോകത്തിന്റെ ഉത്തരാർദ്ധം പ്രാകൃതത്തിൽത്തന്നെ ചൊല്ലിപ്പൂരിപ്പിച്ചു. കവികൾ അതു കേട്ടു സമ്മതിക്കുകയും സന്തോഷിക്കുകയും വിസ്മയിക്കുകയും ചെയ്തു. ഉടനെ ചാരൻ വന്ദനം പറഞ്ഞ് അവിടെനിന്നു പോയി.

ചാരൻ പൊയ്ക്കഴിഞ്ഞപ്പോൾ കവികൾ 'ഇനി നമുക്ക് ഈ ദേശം വിട്ടു

പോകണമെന്നില്ല. കാലത്തേതന്നെ രാജസന്നിധിയിലെത്തി സമസ്യാപൂരണം കേൾപ്പിക്കണം. ഈ ചാരൻ അവിടെയെത്തുന്നതിനുമുമ്പു നമുക്കെത്തണം. നമുക്കിപ്പോൾ നമ്മുടെ വാസസ്ഥലങ്ങളിലേക്കു തന്നെ പോകാം' എന്നു പറഞ്ഞ് അവർ മടങ്ങിപ്പോയി അവരുടെ വാസസ്ഥലങ്ങളിലെത്തി കിടന്നുറങ്ങി.

പ്രഭാതസമയത്തുതന്നെ അവരെല്ലാവരും എഴുന്നേറ്റു രാജസന്നിധിയിലേക്കു പുറപ്പെട്ടു. ബാണകവി മുമ്പിൽക്കടന്നു രാജസന്നിധിയിലെത്തി സമസ്യാപൂരണം ചൊല്ലിക്കേൾപ്പിച്ചു. പൂരണം കേട്ടപ്പോൾതന്നെ അത് കാളിദാസൻ 'ഉണ്ടാക്കിയതാണെന്നു രാജാവിനു മനസ്സിലായി. എങ്കിലും അതൊന്നും ഭാവിക്കാതെ സന്തോഷഭാവത്തോടുകൂടി ബാണകവിക്കു പതിനഞ്ച് ലക്ഷം സ്വർണ്ണനാണയം കൊടുത്തു. അപ്പോഴേക്കും ശേഷം കവികളും അവിടെ വന്നുകൂടി. രാജാവ് കൊടുത്തതു വാങ്ങിക്കൊണ്ട് ബാണകവി സന്തോഷസമേതം ശേഷമുള്ള കവികളോടുകൂടി പോയി. ബാണകവിയെ ഒഴിച്ചുള്ളവർ ഉടനെ മടങ്ങിവരുമെന്നും അപ്പോൾ സത്യം വെളിപ്പെടുമെന്നും വിചാരിച്ചുകൊണ്ട് രാജാവ് സഭാമണ്ഡപത്തിൽത്തന്നെ ഇരുന്നു.

അപ്രകാരം തന്നെ കുറച്ചു കഴിഞ്ഞപ്പോൾ ശേഷം കവികളെല്ലാവരും രാജസന്നിധിയിലെത്തി, 'അല്ലയോ മഹാരാജാവേ! ഇവിടെനിന്ന് കൊടുത്ത ദാനത്തിനു ഞങ്ങളെല്ലാവരും ഒരുപോലെ അവകാശികളാണ്. ബാണകവി ആ ധനം വിഭജിച്ചു ഞങ്ങൾക്കുകൂടി തരുമെന്നാണ് ഞങ്ങൾ വിചാരിച്ചത്. എന്നാൽ അദ്ദേഹം ഞങ്ങൾക്കൊന്നും തന്നില്ല. സമസ്യ പൂരിപ്പിച്ചത് ഞങ്ങളാരുമല്ല. ഞങ്ങളാൽ അത് അസാദ്ധ്യ വുമാവുകയാൽ ഞങ്ങളെല്ലാവരുംകൂടി ഈ ദേശം വിട്ടു പോയപ്പോൾ കാളിദാസന്റെ പ്രിയതമയായ വേശ്യയുടെ ക്രീഡോദ്യാനത്തിന്റെ സമീപത്തുകൂടിയുള്ള വഴിയിൽ വെച്ച് കാശിദേശവാസിയായ ഒരു ചാരനെ കണ്ടു. ആ ചാരനാണു സമസ്യ പൂരിപ്പിച്ചു തന്നത്. അതിനു കിട്ടിയ സമ്മാനം ബാണകവി തനിച്ചെടുത്തതു ന്യായമായില്ലല്ലോ. അതിനാൽ ബാണകവിയെ ഇവിടെ വരുത്തി ഞങ്ങളുടെ വീതം തരുവിക്കണം' എന്നു പറഞ്ഞു. ഉടനെ രാജാവ് 'ബാണകവി കൊണ്ടുപോയത് പോകട്ടെ. നിങ്ങൾ സത്യം പറഞ്ഞല്ലോ. അതിനാൽ നിങ്ങൾക്കു ധനം ഞാൻ വേറെ തരാം' എന്നു പറഞ്ഞ് അവർക്കു ലക്ഷം വീതം കൊടുത്തു സന്തോഷിപ്പിച്ചയച്ചു.

പിന്നെ രാജാവ്, 'കാളിദാസൻ ഈ ദേശം വിട്ടു പോയിട്ടില്ല. അദ്ദേഹം വേശ്യാഗൃഹത്തിൽത്തന്നെയുണ്ട്. എന്നെ ഭയപ്പെട്ടു ചാരവേഷം ധരിച്ചു സഞ്ചരിക്കുകയാണ്. ആ വേശ്യാഗൃഹത്തിൽച്ചെന്നാൽ അദ്ദേഹത്തെ കണ്ടുപിടിക്കാം' എന്നു വിചാരിച്ചു നിശ്ചയിച്ചിട്ട് പട്ടാളക്കാരെ അയച്ച് ആദ്യംതന്നെ വേശ്യാഗൃഹത്തെ രോധിപ്പിച്ചു. അനന്തരം രാജാവ് പൗരപ്രധാനന്മാർ, അമാത്യന്മാർ മുതലായവരോടുകൂടി വേശ്യാഗൃഹത്തിലെത്തി കാളിദാസനെ കണ്ടു. അപ്പോൾ കാളിദാസൻ രാജാവ് തന്നെ കഠിനമായി ശിക്ഷിക്കുമെന്നു വിചാരിച്ചു വിഹ്വലനായിത്തീർന്നു. രാജാവ് അശ്രുക്കൾ പൊഴിച്ചുകൊണ്ട് കാളിദാസനെപ്പിടിച്ചു ഗാഢാശ്ലേഷം ചെയ്തിട്ട് 'സഖേ! ഭവാനെന്റെ അവിവേകത്തെ ക്ഷമിച്ച് എന്നോടു കൂടിപ്പോന്ന് യഥാപൂർവ്വം താമസിക്കണമെന്നു ഞാൻ അപേക്ഷിക്കുന്നു' എന്നു പറഞ്ഞു. അതുകേട്ടപ്പോൾ കാളിദാസന്റെ

വിഹ്വലത തീർന്നു. പിന്നെ രാജാവ് കാളിദാസനെ ഒരു കുതിരപ്പുറത്തുകയറ്റി വാദ്യഘോഷങ്ങളോടുകൂടി എതിരേറ്റ് രാജമന്ദിരത്തിൽ കൊണ്ടുപോവുകയും യഥാപൂർവ്വം സ്നേഹത്തോടും ബഹുമാനത്തോടും കൂടി താമസിപ്പിക്കുകയും ചെയ്തു. ഇങ്ങനെ ഭോജരാജാവു ചില ദുശ്ശങ്കകൾ നിമിത്തം കാളിദാസനെ ബഹിഷ്കരിക്കുകയും വീണ്ടും സമീപത്ത് വരുത്തി താമസിപ്പിക്കുകയും ചെയ്യുക സാധാരണമായിരുന്നു.

ഒരിക്കൽ ഭോജരാജാവ് ഒരു ചിത്രകാരനെ വരുത്തി അദ്ദേഹത്തിന്റെ പ്രിയതമയായ ലീലാദേവിയുടെ ഒരു ചിത്രപടമെഴുതിച്ചു. ചിത്രം എഴുതി ത്തീർന്നപ്പോൾ തൂലികയുടെ അറ്റത്തുനിന്ന് അല്പം മഷി അബദ്ധത്തിൽ ആ ചിത്രപടത്തിന്റെ ഊരുമൂലത്തിൽ വീണു. ചിത്രകാരൻ അതു തുടച്ചു കളയാനായി ഭാവിച്ചപ്പോൾ അതു കണ്ടുകൊണ്ടു നിന്ന കാളിദാസൻ, 'അതു കളയണമെന്നില്ല. ദേവിക്ക് ആ സ്ഥലത്ത് ഒരു മറുകു വാസ്തവത്തി ലുള്ളതാണ്'' എന്നു പറഞ്ഞു. അതിനാൽ ചിത്രകാരൻ അതു കളഞ്ഞില്ല. രാജാവു ചിത്രപടം കണ്ടപ്പോൾ 'ചിത്രം വളരെ നന്നായി; എങ്കിലും തുടയ്ക്ക് ആ മഷി വീണതു വൃത്തികേടായി' എന്നു പറഞ്ഞു. ഉടനെ ചിത്രകാരൻ 'ദേവിയുടെ തുടയിൽ ആ സ്ഥാനത്ത് ഒരു മറുകുണ്ടല്ലോ, അതുകൊണ്ടാണ് അത് കളയാത്തത്'' എന്നു പറഞ്ഞു. അപ്പോൾ രാജാവ്, 'ഞാൻ തന്നെ കണ്ടിട്ടില്ലാത്തതും സാധാരണജനങ്ങൾക്കു കാണ്മാൻ സാധിക്കാത്തതുമായ ആ മറുകിനെക്കുറിച്ചു നിങ്ങൾ അറിഞ്ഞതെങ്ങിനെയാണ്? നിങ്ങൾക്കു ദിവ്യദൃഷ്ടിയുണ്ടോ?' എന്നു ചോദിച്ചു. അതിനുത്തരമായിട്ട് ചിത്രകാരൻ, 'എനിക്കു ദിവ്യദൃഷ്ടിയും മറ്റുമില്ല. ആ മറുകു ഞാൻ കണ്ടിട്ടുമില്ല. ദേവിയുടെ തുടയിൽ ആ സ്ഥാനത്ത് ഒരു മറുകുണ്ടെന്ന് കാളിദാസകവി പറഞ്ഞതാണ്''. എന്നു പറഞ്ഞു. രാജാവു പിന്നെ അതിനെക്കുറിച്ച് ഒന്നും പറഞ്ഞില്ല. ചിത്രകാരനു സമ്മാനങ്ങളും മറ്റും കൊടുത്തയച്ചതിന്റെ ശേഷം അദ്ദേഹം, 'ഇത് ദാസി വ്യാജനിദ്രയിൽപ്പറഞ്ഞതു പോലെയും മറ്റുമല്ല. ഇതിലധികം സൂക്ഷ്മമായ തെളിവ് ഇനി എന്താണു വേണ്ടത്? ഈ ദ്രോഹി ഒരു ബ്രാഹ്മ ണനാണല്ലോ. അതിനാലിവനെ നിഗ്രഹിക്കുന്നത് കഷ്ടമാണ്. ഏതായാലും ഇനി മാത്രനേരം പോലും ഈ ദുഷ്ടനെ നമ്മുടെ ദേശത്തു താമസിപ്പിക്കാൻ പാടില്ല. അതു നിശ്ചയം തന്നെ' എന്നു വിചാരിച്ചു രാജഭടന്മാരെ അയച്ച് കാളിദാസനെപ്പിടിച്ച് അപ്പോൾ തന്നെ നാടുകടത്തിവിട്ടു.

അനന്തരം ഏതാനും ദിവസങ്ങൾ കഴിഞ്ഞതിന്റെ ശേഷം ഭോജ രാജാവിന്റെ സീമന്തപുത്രൻ പരിവാരങ്ങളോടുകൂടി നായാട്ടിനു പോയി. ഓരോ മൃഗങ്ങളുടെ പിന്നാലെ പാഞ്ഞുപോയിപ്പോയി ഒടുവിൽ രാജകുമാരൻ തനിച്ച് ഒരു കൊടുങ്കാട്ടിലകപ്പെട്ടു. നേരവും സന്ധ്യയായി. അപ്പോൾ ഏറ്റവും ഭയങ്കരമൂർത്തിയായ ഒരു വ്യാഘ്രം രാജകുമാരന്റെ നേരെ പാഞ്ഞു ചെന്നു. കുമാരൻ വ്യാഘ്രത്തെ കണ്ടു ഭയപ്പെട്ട് ഒരു മരത്തിന്മേൽ കയറി. വ്യാഘ്രം മരത്തിന്റെ ചുവട്ടിലും ചെന്നിരിപ്പായി.

രാജകുമാരൻ ആ മരത്തിന്റെ മുകളിൽ ചെന്നപ്പോൾ അവിടെ ഒരു കരടി ഇരിക്കുന്നുണ്ടായിരുന്നു. കുശലപ്രശ്നാനന്തരം അവർ തമ്മിൽ കുറച്ചുനേരം സംഭാഷണം ചെയ്തുകഴിഞ്ഞപ്പോഴേക്കും അവർ പരസ്പരം വിശ്വസ്തമിത്ര ങ്ങളായിത്തീർന്നു. അങ്ങനെ കുറച്ചുനേരം കഴിഞ്ഞപ്പോൾ രാജകുമാരൻ നിദ്രാബാധിതനായി ഉറക്കംതൂങ്ങിത്തുടങ്ങി. അതു കണ്ട് കരടി 'അല്ലയോ

കുമാര! ഉറക്കം വരുന്നെങ്കിൽ എന്റെ മടിയിൽ തലവെച്ചുകിടന്ന് ഉറങ്ങി ക്കൊള്ളൂ. ഞാൻ സൂക്ഷിച്ചുകൊള്ളാം.' എന്നു പറഞ്ഞു. അതുകേട്ട് രാജകു മാരൻ അങ്ങനെ കിടന്നുറങ്ങി. കുമാരൻ നല്ല ഉറക്കമായപ്പോൾ വ്യാഘ്രം കരടിയോട്, 'ആ കുമാരനെ താഴത്തേക്കു തള്ളിയിട്ടേക്കു; ഞാൻ തിന്ന് എന്റെ വിശപ്പു തീർക്കട്ടെ. നിനക്ക് അദ്ദേഹത്തെക്കൊണ്ട് എന്തു കാര്യ മാണുള്ളത്? ഞാൻ പറഞ്ഞതുപോലെ ചെയ്തില്ലെങ്കിൽ എന്നെങ്കിലും നീ താഴെയിറങ്ങുമ്പോൾ നിന്റെ കഥ ഞാൻ കഴിക്കും' എന്നു പറഞ്ഞു. അതു കേട്ടു കരടി, 'എന്നെ കൊന്നാലും വിശ്വാസപാതകം ഞാൻ ചെയ്യുകയില്ല. ' എന്നു മറുപടി പറഞ്ഞു. കുറച്ചുനേരം കഴിഞ്ഞപ്പോൾ രാജകുമാരൻ ഉറക്കം കഴിഞ്ഞുണർന്നു. പിന്നെ അദ്ദേഹം കരടിയോട്, 'അല്ലയോ സ്നേഹിത! ഇനി എന്റെ മടിയിൽ തലവെച്ചു കിടന്ന് നിനക്കും കുറച്ചുറങ്ങാം. ഞാൻ സൂക്ഷിച്ചു കൊള്ളാം എന്നു പറഞ്ഞു. അതു സമ്മതിച്ചു കരടിയും അപ്രകാരം കിടന്നു. എന്നാൽ രാജകുമാരൻ ഒരു സമയം തന്നെ ചതിച്ചേക്കുമെന്നുള്ള സംശയമു ണ്ടായിരുന്നതുകൊണ്ട് കരടി ഉറങ്ങിയില്ല. എങ്കിലും കുറച്ചുകഴിഞ്ഞപ്പോൾ കരടി ഉറങ്ങിയിരിക്കുമെന്നു വിചാരിച്ചു വ്യാഘ്രം രാജകുമാരനോട്, 'അല്ലയോ രാജകുമാര! അവിടേക്ക് ഈ കരടിയെക്കൊണ്ട് യാതൊരുപയോഗവുമി ല്ലല്ലോ. അവനെ താഴത്തേക്കു തട്ടിയിട്ടേച്ചാൽ ഞാനവനെത്തിന്ന് എന്റെ ക്ഷുത്തു ശമിപ്പിച്ചുകൊള്ളാമായിരുന്നു. പിന്നെ ഞാൻ ഭവാനെ ഉപദ്രവിക്കു കയുമില്ല. ഭവാനു നിർഭയം താഴെയിറങ്ങിപ്പോകാം' എന്നു പറഞ്ഞു. ഇതു കേട്ട് രാജകുമാരൻ 'ഇതു കൊള്ളാം നല്ല കൗശലമാണ്'' എന്നു വിചാരിച്ചു കരടിയുടേ കഴുത്തിൽപ്പിടിച്ചു താഴത്തേക്കു ഒരു തള്ളു കൊടുത്തു. കരടി കരുതലോട്ടുകൂടിയായിരുന്നുവല്ലോ കിടന്നിരുന്നത്. അതിനാൽ താഴത്തു വീണില്ല മരത്തിന്റെ ഒരു കൊമ്പിന്മേൽ പിടിച്ച് എഴുന്നേറ്റിരുന്നുകൊണ്ട് ' എടാ! മിത്രദ്വേഷി! ഞാൻ നിന്നെ സൂക്ഷിച്ചു രക്ഷിച്ചതിന്റെ പ്രതിഫലം ഇതാണോ? ഇതിന്റെ ഫലം നീയും അനുഭവിക്കണം' എന്നു പറഞ്ഞിട്ട് കരടി രാജകുമാരന്റെ നാക്കുപിടിച്ച് അതിന്മേൽ 'സ,സേ,മി,ര' എന്നു നാലക്ഷരമെഴുതി. അപ്പോഴേക്കും നേരം വെളുത്തു. ഉടനെ വ്യാഘ്രം അവി ടെനിന്നു പോയി. കരടിയും താഴെച്ചാടിയിറങ്ങിപ്പോയി. അപ്പോഴേക്കും രാജകുമാരന്റെ കൂട്ടുകാർ അദ്ദേഹത്തെ അന്വേഷിച്ചു മരച്ചുവട്ടിലെത്തി. കുമാരൻ മരത്തിന്റെ മുകളിലിരിക്കുന്നതു കണ്ടിട്ട് 'ഇതെന്താ മരത്തിന്മേ ലെഴുന്നള്ളിയിരിക്കുന്നത്?' എന്നവർ ചോദിച്ചതിനു രാജകുമാരന്റെ ഉത്തരം 'സസേമിര' എന്നായിരുന്നു. പിന്നെയും അവർ ചോദിച്ചതിനെല്ലാം രാജകുമാ രന്റെ ഉത്തരം ഇതുതന്നെയായി. ഇതിന്റെ കാരണവും അർത്ഥവുമറിയാതെ അവർ വല്ലാതെ അന്ധന്മാരായിത്തീർന്നു. അവർ പിന്നെ ഒരുവിധത്തിൽ രാജകുമാരനെ താഴെയിറക്കി രാജസന്നിധിയിൽ കൊണ്ടുപോയി. രാജാവു പുത്രനെക്കണ്ടപ്പോൾ നായാട്ടിനു പോയിട്ടുണ്ടായ വർത്തമാനങ്ങലെല്ലാം ചോദിച്ചു. എല്ലാത്തിനും കുമാരന്റെ ഉത്തരം 'സസേമിര' എന്നുതന്നെയായി രുന്നു. ആരെങ്കിലും എന്തെങ്കിലും ചോദിക്കുകയോ പറയുകയോ ചെയ്താൽ ഇങ്ങനെ മാത്രം മറുപടി പറഞ്ഞുകൊണ്ടിരിപ്പായി. അതിനാൽ രാജാവിനും രാജ്ഞിക്കും അമാത്യന്മാർ മുതലായവർക്കും മാത്രമല്ല രാജ്യവാസികൾക്ക് ആകപ്പാടെ ദുസ്സഹമായ ദുഃഖം ഉണ്ടായിത്തീർന്നു.

പിന്നെ രാജാവ് അനേക മാന്ത്രികന്മാരെയും വൈദ്യന്മാരെയും വരുത്തി

കുമാരനെ പൂർവ്വസ്ഥിതിയിലാക്കുന്നതിനായി പലവിധത്തിലുള്ള മന്ത്രവാദങ്ങളും ചികിത്സകളും ചെയ്യിച്ചു. ഒന്നിനും ഒരു ഫലവുമുണ്ടായില്ല.

അങ്ങനെയിരുന്നപ്പോൾ ജനങ്ങൾക്കുണ്ടാകുന്ന സകലവിധ പീഢകളും നിഷ്പ്രയാസം ക്ഷണത്തിൽ ഭേദപ്പെടുത്തിക്കൊണ്ട് ഒരു യോഗിനി പട്ടണത്തിൽ സഞ്ചരിക്കുന്നതായി ചിലർ പറഞ്ഞുകേൾക്കുകയാൽ രാജാവ് ആളയച്ച് ആ യോഗിനിയെ വരുത്തി കുമാരന്റെ സ്ഥിതി പറഞ്ഞു മനസ്സിലാക്കി. ഉടനെ യോഗിനി കുമാരനെ സഭയിൽ കൊണ്ടു വന്നു. അവിടെ രാജാവും അമാത്യന്മാരും പൗരന്മാരും മറ്റും കൂടിയിരുന്നു. അവിടേവച്ച് യോഗിനി കുമാരന്റെ മുഖത്ത് നോക്കിക്കൊണ്ട്,

'സൽഭാവപ്രതിപന്നാനാം
വഞ്ചനേ കാ വിചാരണാ?
അങ്കമാരുഹ്യ സുപ്തം തം
ഹന്തു കിം നാമ പൌരുഷം?'

എന്നൊരു ശ്ലോകം ചൊല്ലി. അപ്പോൾ രാജകുമാരൻ 'സേമിര' എന്നു പറഞ്ഞുതുടങ്ങി. യോഗിനി പിന്നെ

'സേതും ദൃഷ്ട്വാ സമുദ്രസ്യ
ഗംഗാസാഗരസംഗമം
ബ്രഹ്മഹത്യാദിപാപഘ്നം
മിത്രദ്രോഹീ ന മുച്യതേ'

എന്ന് ഒരു ശ്ലോകം കൂടി ചൊല്ലി. അപ്പോൾ കുമാരൻ 'മിര' എന്നു പറഞ്ഞുതുടങ്ങി. ഉടനെ യോഗിനി

'മിത്രദ്രോഹി ഗുരുദ്രോഹി യശ്ച വിശ്വാസപാതകീ
ത്രയസ്തേ നരകം യാന്തി യാവച്ചന്ദ്രദിവാകരെ'

എന്ന് ഒരു ശ്ലോകം കൂടിചൊല്ലി. അപ്പോൾ കുമാരൻ 'ര' എന്നുമാത്രം പറഞ്ഞുതുടങ്ങി. യോഗിനി പിന്നെയും,

'രാജംസ്തവ കുമാരസ്യ യദി കല്യാണമിച്ഛസി
ബ്രഹ്മണേഭ്യോ ധനം ദദ്യാഃ വർണ്ണാനാം ബ്രാഹ്മണോ ഗുരുഃ'

എന്ന് ഒരു ശ്ലോകം കൂടിചൊല്ലി. രാജകുമാരൻ ഉടനെ എഴുന്നേറ്റ് ആ സഭയിൽ നിന്നുകൊണ്ട് കാട്ടിൽവെച്ചുണ്ടായ സകല സംഗതികളും വിസ്തരിച്ചു പറഞ്ഞു. ഇതെല്ലാം കേട്ടു സഭാവാസികൾ ഏറ്റവും വിസ്മയിക്കുകയും സന്തോഷിക്കുകയും യോഗിനിയെ സ്തുതിക്കുകയും ചെയ്തു. ഉടനെ രാജാവ് യോഗിനിയോട്, 'ആ കൊട്ടംകാട്ടിൽവെച്ചു രാത്രിയിലുണ്ടായ ഈ സംഗതികളെല്ലാം ഭവതി എങ്ങനെ അറിഞ്ഞു?' എന്നു ചോദിച്ചു. അതിനുത്തരമായിട്ടു യോഗിനി, 'ദിവ്യജ്ഞാനമുള്ളവർക്കു ലോകകാര്യങ്ങളെല്ലാമറിയാം. അതു കണ്ടിട്ടും കേട്ടിട്ടും വേണമെന്നില്ല. ഭോജരാജാവിന്റെ ഭാര്യയുടെ തുടയിൽ ഒരു മറുകുണ്ടെന്നു കാളിദാസനറിഞ്ഞത് അതു കണ്ടിട്ടല്ലെന്നുള്ളതു നിശ്ചയമാണല്ലോ. അതു പോലെ ഇതും എന്നു വിചാരിച്ചാൽ മതി' എന്നു പറഞ്ഞു. ഇതു കേട്ടു രാജാവും സഭാവാസികളും വിസ്മയവിഹ്വലരും വിചാരമഗ്നരുമായി ഒന്നും മിണ്ടാതെ സ്വല്പനേരം നിന്നുപോയി.

പിന്നെ രാജാവ്'കഷ്ടം! ദോഷരഹിതനും ദിവ്യജ്ഞാനിയും കവികുലശിരോമണിയും സരസ്വതീദേവിയുടെ ഒരവതാരപുരുഷനുമായ കാളിദാസനെ

യാതൊരു കാരണവും കൂടാതെ ഞാൻ നിഷ്കാസനം ചെയ്തുവല്ലോ. ഉടനെ അദ്ദേഹത്തെ വരുത്തി യഥാപൂർവ്വം ഇവിടെത്താമസിപ്പിക്കണം. അദ്ദേഹമിപ്പോൾ എവിടെയുണ്ടെന്ന് ഈ യോഗിനിയോടുതന്നെ ചോദിച്ചാലറിയാമായിരിക്കാം' എന്നു വിചാരിച്ച് യോഗിനിയെ നോക്കിയിട്ട് അവിടെയെങ്ങും കണ്ടില്ല. ഉടനെ ആളുകളെ അയച്ച് അന്വേഷിപ്പിച്ചിട്ടും ആ ദിവ്യയെ ആ ദേശത്തെങ്ങും കണ്ടുകിട്ടിയില്ല.

പിന്നെ രാജാവു സ്വല്പം ആലോചിച്ചതിന്റെ ശേഷം 'ഭ്രഷ്ടസ്യ കന്യാഗതിഃ' എന്നൊരു സമസ്യയുണ്ടാക്കി അതും 'ഈ സമസ്യ വേണ്ടതുപോലെ പൂരിപ്പിക്കുന്ന ആൾക്കു ഞാനെന്നും അടിമയായി ഇരുന്നുകൊള്ളാം' എന്നും എഴുതി പേരുവെച്ചു പ്രസിദ്ധപ്പെടുത്തി. ഈ സമസ്യ വേണ്ടതുപോലെ പൂരിപ്പിക്കാൻ കാളിദാസൻ വിചാരിച്ചല്ലാതെ സാധിക്കുകയില്ലെന്നും ഇതിന്റെ പൂരണം വന്നാൽ അദ്ദേഹത്തെ കണ്ടുപിടിച്ചുകൊള്ളാമെന്നും വിചാരിച്ചാണ് രാജാവ് ഇപ്രകാരം ചെയ്തതെന്നു വിശേഷിച്ചു പറയണമെന്നില്ലല്ലോ.

അനന്തരം നാലഞ്ചു ദിവസം കഴിഞ്ഞതിന്റെശേഷം ഒരു ദിവസം രാജാവ് ഒരു കുതിരവണ്ടിയിൽ കയറി ഒരു തെരുവിൽക്കൂടി സവാരി പോയപ്പോൾ മാംസം വിൽക്കുന്ന ഒരു പീടികയുടെ വാതിൽക്കൽ ഒരു സന്യാസി മാംസം വാങ്ങിക്കൊണ്ടു നിൽക്കുന്നതായിക്കണ്ടു. ഉടനെ രാജാവ് വണ്ടിനിറുത്തി താഴെയിറങ്ങി. പിന്നെ രാജാവും സന്യാസിയും തമ്മിൽ താഴെ കുറിക്കുന്ന പ്രകാരം ഒരു സംഭാഷണം നടന്നു.

രാജാ: ഭിക്ഷോ! മാംസനിഷേവണം കിമുചിതം?

സന്യാസി: കിം തേന മദ്യം വിനാ?

രാജാ: മദ്യഞ്ചാപി തവ പ്രിയം?

സന്യാസി: പ്രിയമഹോ; വാരാംഗനാഭിസ്സമം

രാജാ: വാരസ്ത്രീരതയേ കുതസ്തവ ധനം?

സന്യാസി: ദ്യൂതേന ചൌര്യേണ വാ

രാജാ: ചൌര്യദ്യൂതപരിശ്രമോസ്തി ഭവതഃ?

സന്യാസി: ഭ്രഷ്ടസ്യ കാന്യാ ഗതിഃ

ഇതു കേട്ടയുടനെ രാജാവ് ഈ സന്യാസി സാക്ഷാൽ കാളിദാസൻ തന്നെയാണെന്നു തീർച്ചപ്പെടുത്തി അദ്ദേഹത്തിന്റെ പാദത്തിങ്കൽ വീണു നമസ്കരിച്ചിട്ട് 'അല്ലയോ മഹാകവേ! ഭവാന്റെ മാഹാത്മ്യമറിയാതെ ഞാൻ ചെയ്തുപോയ സമസ്താപരാധവും ഭവാൻ സദയം ക്ഷമിക്കണം. ഇതാ ഇപ്പോൾ ഞാൻ ഭവാന്റെ അടിമയായിരിക്കുന്നു. ഇനി ഞാനെന്താണ് വേണ്ടതെന്ന് അജ്ഞാപിച്ചാലും' എന്നു പറഞ്ഞു. ഉടനെ കാളിദാസൻ സന്യാസിവേഷത്തെ മാറ്റി സ്വന്തവേഷം ധരിച്ചുകൊണ്ട്, 'അല്ലയോ മഹാരാജാവേ! ഇപ്പോൾ അവിടുന്ന് എന്റെ നിർദ്ദോഷതയെക്കുറിച്ച് അറിഞ്ഞുവെങ്കിൽ മേലാൽ ആ വിശ്വാസത്തോടുകൂടിയിരിക്കുക മാത്രം ചെയ്താൽ മതി. അല്ലാതെയൊന്നും വേണമെന്നില്ല. എന്റെ നിരപരാധതയെ വെളിപ്പെടുത്താനായി ഇതെല്ലാം ചെയ്തത് ഭക്തവത്സലയായ ഭദ്രകാളിയാണ്. വ്യാഘ്രവേഷം ധരിച്ചു കുമാരനെ ഭയപ്പെടുത്തി മരത്തിന്മേൽ കയറ്റിയതും ആ ഭുവനേശ്വരിയുടെ രണ്ടു ഭൃതങ്ങളാണ്. യോഗിനിയുടെ വേഷം ധരിച്ച

വന്നിരുന്നത് ആ ദേവിതന്നെയായിരുന്നു. ഇപ്പോഴെങ്കിലും അവിടുന്ന് എന്റെ പരമാർത്ഥമറിഞ്ഞുവെങ്കിൽ ഞാൻ കൃതാർത്ഥനായി. അവിടുന്നു അടിമയായിരിക്കണമെന്നില്ല. പൂർവ്വസ്ഥിതിയിൽ രാജാവായിത്തന്നെ ഇരുന്നാൽ മതി' എന്നു പറഞ്ഞു. ഉടനെ രാജാവ് സബഹുമാനം കാളിദാസനെയും വണ്ടിയിൽക്കയറ്റിക്കൊണ്ടു പോയി പൂർവ്വസ്ഥിതിയിൽ താമസിപ്പിച്ചു. കാളിദാസൻ രാജസന്നിധിയിൽ താമസിച്ചിരുന്ന കാലത്തും ചിലപ്പോൾ രാത്രികാലങ്ങളിൽ വേഷം മാറി തെരുവുകളിലും മറ്റും സഞ്ചരിച്ചു ഗൂഢവർത്തമാനങ്ങളറിഞ്ഞു രാജാവിനെ ഗ്രഹിപ്പിക്കുക പതിവായിരുന്നു. ഒരു ദിവസം വെളുപ്പാൻ കാലത്ത് രാജാവിനു എവിടെയോ പോകേണ്ടിയിരുന്നു. പല്ലക്കിലാണ് യാത്ര നിശ്ചയിച്ചത്. അപ്പോൾ പല്ലക്കു ചുമക്കുന്നതിന് ആളുകൾ മതിയാകാത്തതിനാൽ രാജഭടന്മാർ, വേഷം മാറി വഴിയിൽക്കൂടി വന്ന കാളിദാസനെക്കൂടി ആളറിയാതെ പിടിച്ചു പല്ലക്കു ചുമപ്പിച്ചുകൊണ്ടു പോയി. കാളിദാസനു പല്ലക്കും മറ്റും ചുമന്നു പരിചയമില്ലാതിരുന്നതിനാൽ കുറച്ചു നടന്നപ്പോഴേക്കും വല്ലാതെ വിഷമിച്ചു തുടങ്ങി. അപ്പോൾ ദയാലുവായ ഭോജരാജാവ് 'അയമാന്ദോളികാദണ്ഡസ്തവ ബാധതി വാ ന വാ?' എന്നു ചോദിച്ചു. അതിനുത്തരമായിട്ട് കാളിദാസൻ 'നായമാന്ദോളികാദണ്ഡസ്തവ ബാധതി ബാധതേ' (ഈ ആന്ദോളികാദണ്ഡം പലക്കുതണ്ട് അല്ല, ഭവാന്റെ ബാധതി എന്നുള്ള അബദ്ധപ്രയോഗം എന്നെ ബാധിക്കുന്നു) എന്നു പറഞ്ഞു. അത് രാജാവിന്റെ മനസ്സിൽ ഒരു ശരം പോലെ കൊള്ളുകയും ഇതു പറഞ്ഞത് കാളിദാസനാണെന്നു മനസ്സിലാവുകയും ചെയ്തു. ഉടനെ രാജാവ് പല്ലക്കവിടെ വയ്പിച്ചു കാളിദാസനെയും പല്ലക്കിൽ കയറ്റി വേറെ ആളുകളെക്കൊണ്ടുപല്ലക്കെടുപ്പിച്ചു കൊണ്ടു പോയി.

ഇങ്ങനെ കാളിദാസനെക്കുറിച്ചു ഇനിയും വളരെപ്പറയാനുണ്ട്. വിസ്താരഭയത്താൽ ഇനി അധികം പറയുന്നില്ല. ഒരു സംഗതികൂടി പറഞ്ഞിട്ട് ഇത് അവസാനിപ്പിച്ചേക്കാം.

ഒരിക്കൽ ഭോജരാജാവ് കാളിദാസനോട് 'ഹേ സുകവേ! നമ്മുടെ ചരമശ്ലോകമുണ്ടാക്കിയാലും' എന്നു പറഞ്ഞു. കാളിദസൻ അതു കേട്ടു കോപത്തോടും താപത്തോടും കൂടി വിലാസവതി എന്ന വേശ്യയേയും കൂട്ടിക്കൊണ്ട് ആ ദേശം വിട്ടു ക്ഷണത്തിൽ 'ഏകശില' എന്ന നഗരത്തിലേക്ക് പോയി. കാളിദാസവിയോഗത്താൽ രാജാവു ഏറ്റവും ശോകാകുലനായി ഒരു യോഗിയുടെ വേഷം ധരിച്ചുകൊണ്ട് അദ്ദേഹത്തെ അന്വേഷിച്ചു പുറപ്പെട്ടു. രാജാവ് പലസ്ഥലങ്ങളിൽ സഞ്ചരിച്ചു ക്രമേണ ഏകശിലാനഗരത്തിൽ ചെന്നു ചേർന്നു. കാളിദാസൻ ആ യോഗിയെക്കണ്ടിട്ടു ബഹുമാനപൂർവ്വം 'അല്ലയോ യോഗീശ്വര! ഭവാന്റെ വാസം എവിടെയാണ്'' എന്നു ചോദിച്ചു. ഉടനെ യോഗി 'എന്റെ സ്ഥിരവാസം ധാരാനഗരത്തിലാണ്'' എന്നു പറഞ്ഞു. അതു കേട്ടു കാളിദാസൻ 'അവിടെ ഭോജ രാജാവിനു സുഖം തന്നെയോ?' എന്നു വീണ്ടും ചോദിച്ചു. അതിനുത്തരമായിട്ട് യോഗി 'എന്താ പറയേണ്ടതെന്ന് എനിക്കറിഞ്ഞുകൂടാ' എന്നു പറഞ്ഞു. അതു കേട്ട് കാളിദാസൻ 'അവിടെ വിശേഷം വല്ലതുമുണ്ടെങ്കിൽ എന്നോടു പറയണം' എന്നു പറഞ്ഞു. അപ്പോൾ യോഗി 'എന്നാൽ പറയാം. ഭോജരാജാവു സ്വർഗ്ഗാരോഹണം ചെയ്തു' എന്നു പറഞ്ഞു. ഇതു കേട്ടാ ക്ഷണത്തിൽ കാളിദാസൻ നിലത്തു വീണു വിലപിച്ചു തുടങ്ങി. 'അല്ലയോ മഹാരാജാവേ! ഭവാൻ എന്നെ

ഉപേക്ഷിച്ച പൊയ്ക്കളഞ്ഞുവല്ലോ. ഭവാനോടുകൂടാതെ ക്ഷണനേരം പോലും ഭൂമിയിലിരിക്കുവാൻ ഞാൻ ശക്തനല്ല. ഞാനുമിപ്പോൾ ഭവാനെ അനുഗമിക്കും' ഇങ്ങനെ വളരെനേരം പ്രലപിച്ചതിന്റെ ശേഷം,

'അദ്യ ധാരാ നിരാധാരാ നിരാലംബാ സരസ്വതീ
പണ്ഡിതാ ഖണ്ഡിതാസ്സർവ്വേ ഭോജരാജേ ദിവംഗതേ'

എന്നു ചരമശ്ലോകം ചൊല്ലി. ആ ക്ഷണത്തിൽ യോഗി മൂർച്ഛിച്ചു നിലത്തു വീണു. അപ്രകാരം വീണുകിടക്കുന്ന യോഗിയെ സൂക്ഷിച്ചു നോക്കി കാളിദാസൻ അതൊരു യോഗിയല്ലെന്നും ഭോജരാജാവാണെന്നും തീർച്ചപ്പെടുത്തിയതിന്റെ ശേഷം 'ഹാ! ഹാ! മഹാരാജാവേ! ഭവാൻ എന്നെ വഞ്ചിച്ചുവല്ലോ' എന്നു പറഞ്ഞിട്ട് ആ ചരമശ്ലോകം

'അദ്യ ധാരാ സദാധാരാ സദാലംബാ സരസ്വതീ
പണ്ഡിതാ മണ്ഡിതാസ്സർവ്വേ ഭോജരാജേ ഭുവംഗതേ'

എന്നു ഭേദപ്പെടുത്തിച്ചൊല്ലി. ഉടനെ ഭോജരാജാവെഴുന്നേറ്റ് കാളിദാസനെ ആലിംഗനം ചെയ്തു. പിന്നെ അവർ രണ്ടുപേരും സസന്തോഷം ധാരാനഗരത്തെ പ്രാപിച്ച് യഥാപൂർവ്വം സുഖമാകുംവണ്ണം വസിച്ചു.

●

പന്തളം നീലകണ്ഠൻ

കൊല്ലവർഷം ആയിരത്തിനാൽപതാമാണ്ടിടയ്ക്ക് ഒരു കൂട്ടം അറബിക്കച്ചവടക്കാർ നാലാനകളെയുംകൊണ്ട് മധ്യതിരുവിതാംകൂറിൽ പന്തളം എന്ന പ്രസിദ്ധമായ ദേശത്തുള്ള മഹാദേവക്ഷേത്രത്തിൽ വന്നു ചേർന്നു. അപ്പോൾ നേരം സായാഹ്നമായിരുന്നതിനാൽ അന്നത്തെ ദിവസം അവിടെ ത്തന്നെ കഴിച്ചുകൂട്ടണമെന്ന് നിശ്ചയിച്ച് അവർ അവിടെയുണ്ടായിരുന്ന ചില ക്ഷേത്രാധികാരികളുടെ അനുവാദത്തോടുകൂടി ആനകളെ കിഴക്കേനടയിൽത്തന്നെ ഓരോ മരത്തിന്മേൽ കെട്ടിനിർത്തിയിട്ടു സ്വയം പാകം ചെയ്തു ഭക്ഷണം കഴിച്ച് അവിടെത്തന്നെ താമസിച്ചു.

ഇവർ കൊണ്ടുവന്നിരുന്ന ആനകളിൽ രണ്ടെണ്ണം ഒരുവിധം മുതിർന്നവയും ശേഷം രണ്ടെണ്ണം കേവലം കുട്ടികളുമായിരുന്നു. അവർ വഴിക്കു യാത്ര ചെയ്തിരുന്നത് ഓരോരുത്തർ ആ മുതിർന്ന ആനകളുടെ പുറത്തു കയറിയിരുന്നാണ്. അവർ ആനപ്പുറത്ത് ഇരിക്കുന്നതുതന്നെ സാധാരണവിധത്തിലല്ല, ആനയുടെ പിൻഭാഗത്ത് തിരിഞ്ഞാണ്. ആനകളെ കാൽ കാണിച്ചു കൊണ്ടുനടക്കാൻ അവർക്കും, കാൽ കാണിച്ചാൽ ആനകൾക്കും അറിഞ്ഞുകൂടായിരുന്നു. ആ ആനകൾ ഇടവും വലവും തന്നെ തിരിഞ്ഞവയല്ലായിരുന്നു. ആ അറബികൾ ആനകളെ കൊണ്ടു നടക്കുന്നതു നമ്മുടെ ഈ ദിക്കിൽ കന്നുകാലികളെ മേയ്ക്കുന്നവർ കാളകളെയും മറ്റും കൊണ്ടുനടക്കുന്നതുപോലെ കഴുത്തിൽ കയറിട്ടുകെട്ടി ആ കയറിന്റെ അറ്റത്തു പിടിച്ചുകൊണ്ടാണ്. കയറിന്റെ അറ്റത്തുപിടിച്ചുകൊണ്ട് ഒരാൾ മുമ്പേ നടന്നാൽ ആ ആനകൾ പിന്നാലെ ചെല്ലും. കറുത്തു തടിച്ച ദീർഘകായന്മാരും സിൽക്കുകുപ്പായവും ടർക്കി ത്തൊപ്പിയും ധരിച്ചിരുന്നവരുമായ ആ കൂറ്റന്മാരുടെ ആജ്ഞയെ ആ ആനകൾ ഒരിക്കലും ലംഘിച്ചിരുന്നില്ല.

ഈ അറബികൾ പന്തളത്തു വന്നുചേർന്നത് ഒരു ധനുമാസത്തിലായിരുന്നു. അന്നവിടെ മഹാദേവക്ഷേത്രത്തിൽ ഉത്സവമായിരുന്നതിനാൽ പന്ത്രണ്ടു കരകളിലുള്ള പ്രധാനന്മാരും അവിടെ കൂടിയിരുന്നു. അക്കാലം ഉത്സവത്തിനെഴുന്നള്ളിക്കുവാൻ ആനയെ കൂലിക്കു കിട്ടുവാൻ വളരെ പ്രയാസം നേരിട്ടതിനാൽ മേലാൽ അങ്ങനെ വരാതെയിരിക്കുവാൻ ഒരാനയെ വിലയ്ക്കു വാങ്ങണമെന്നു കരക്കാരെല്ലാവരുംകൂടി ആലോചിച്ചു.

നിശ്ചയിച്ച ദിവസമാണ് ഈ അറബികൾ ആനകളെയും കൊണ്ട് അവിടെ വന്നുചേർന്നത്. പണത്തിന്റെ ചുരുക്കം കൊണ്ട് തത്ക്കാലം വലിയ ആനയെ വാങ്ങാൻ ആ കരക്കാർക്കു നിവൃത്തിയില്ലായിരുന്നു. അതിനാൽ ആ കൂട്ടത്തിലുണ്ടായിരുന്നതിൽ ചെറിയതും ഏറ്റവും

മെലിഞ്ഞതും പാദരോഗം ബാധിച്ചിരുന്നതും എന്നാൽ ചില ശുഭലക്ഷണ ങ്ങളുണ്ടായിരുന്നതുമായ കുട്ടിയാനയേയാണ് കരക്കാർ അറബികളോടാവ ശ്യപ്പെട്ടത്. എങ്കിലും വില ചേരായ്കയാൽ അവർ അതിനെക്കൊടുത്തില്ല.

പിറ്റേ ദിവസം രാവിലെ അറബികൾ ആനകളെയുംകൊണ്ട് തെക്കോട്ടു യാത്രയായി. കരക്കാർ ആവശ്യപ്പെട്ട കുട്ടിയാന അവിടെനിന്നു പുറപ്പെട്ട പ്പോൾത്തന്നെ ഏറ്റവും ക്ഷീണഭാവത്തോടുകൂടി വളരെ പ്രയാസപ്പെട്ടാണു നടന്നുപോയത്. ഏകദേശം ഒരു നാഴിക ദൂരം പോയപ്പോൾ ആനക്കുട്ടി ഒട്ടും നടാക്കാതെ വഴിയിൽത്തന്നെ നില്പായി. ഗജനിയമനപടുമതികളായ ആ അറബിവീരന്മാർ പഠിച്ച വിദ്യകൾ പതിനെട്ടും പ്രയോഗിച്ചിട്ടും ആ ആനക്കു ട്ടിയെ അവിടേനിന്ന് ഒരടിപോലും മുന്നോട്ട് നടത്താൻ സാധിച്ചില്ല. ഒടുക്ക മവർ കിട്ടുന്ന വില വാങ്ങിക്കൊണ്ട് ആനയെ കരക്കാർക്കുതന്നെ കൊടുക്കാ മെന്നു തീർച്ചപ്പെടുത്തി. അവിടെനിന്നും പൂർവ്വസ്ഥലത്തേക്കുതന്നെ മടങ്ങി. അപ്പോൾ ആ ആനക്കുട്ടി നിഷ്പ്രയാസം നടന്നു ക്ഷേത്രസന്നിധിയിൽ ചെന്നു നിന്നു. വിവരമറിഞ്ഞപ്പോൾ കരക്കാർ ആദ്യം പറഞ്ഞ വിലയിൽ സ്വല്പം കൂടി കുറച്ചാണ് പിന്നെപ്പറഞ്ഞത്.

അറബികൾ അതും സമ്മതിച്ചു. കുട്ടിയാനയെക്കൊടുത്ത് കിട്ടിയതു വാങ്ങിക്കൊണ്ടു ശേഷമുണ്ടായിരുന്ന ആനകളെയും കൊണ്ട് അവിടെനി ന്നുപോയി.

ഇടവും വലവും തിരിയാത്ത ആ കുട്ടിയാനയുടെ നേതൃത്വം വഹിക്കുവാൻ ഉടനെ ആരുമുണ്ടാകായ്കയാൽ സ്ഥാനമാനങ്ങൾകൊണ്ടും കുടുംബമാഹാ ത്മ്യത്താലും മറ്റും സർവ്വമാന്യനായിരുന്ന തോട്ടത്തിൽ ഉണ്ണിത്താൻതന്നെ തൽക്കാലം ആ സ്ഥാനം കയ്യേറ്റു. ഗജശിക്ഷാനിപുണനായിരുന്ന അദ്ദേഹം ഉടനെ ആ ആനക്കുട്ടിയെ കൊണ്ടുപോയി കുളിപ്പിച്ചു നടയിൽ കൊണ്ടുവന്നു തൊഴീച്ച് ക്ഷേത്രത്തിൽ നിന്നുതീർത്ഥവും പ്രസാദവും വാങ്ങി തൊടുവിച്ച് കരക്കാരുടെ സാന്നിദ്ധ്യത്തോടും സമ്മതത്തോടുംകൂടി നടയ്ക്കിരുത്തുകയും ആ മഹാദേവന്റെ തിരുനാമധേയമായ 'നീലകണ്ഠൻ' എന്ന പേരുതന്നെ ആ ആനക്കുട്ടിക്കു വിളിക്കുകയും ചെയ്തു. ഭംഗിയുള്ളതും ചെറിയതുമായ ഒരു ചങ്ങലയും വാങ്ങി അണിയിച്ചു. ഈ കുട്ടിയാനയാണു പിന്നീടു പന്തളം നീല കണ്ഠൻ എന്നു പ്രസിദ്ധനായിത്തീർന്നത്. ആ മഹാദേവന്റെ സന്നിധിയിൽ ചെന്നുചേർന്നപ്പോൾത്തന്നെ നീലകണ്ഠനു ശുക്രദശ ആരംഭിച്ചു. നടയ്ക്കിരു ത്തു കഴിഞ്ഞിട്ട് ഉടനെതന്നെ ഉണ്ണിത്താൻ ക്ഷേത്രത്തിൽ നിന്നു ദേവനു നിവേദിച്ച ത്രിമധുരവും പായസവും മേടിച്ചു നീലകണ്ഠനു കൊടുത്തു. അന്നു മുതൽ നീലകണ്ഠന്റെ ഭക്ഷണസാധനങ്ങൾ ക്ഷേത്രത്തിലെ ഉണക്കച്ചോറും പായസവും പഴക്കുലകളും തന്നെയായിരുന്നു. കരക്കാർ ഓരോരുത്തരും നീലകണ്ഠനെ സ്വന്തമെന്നുതന്നെ വിചാരിച്ച് അവനു പഴവും ശർക്കരയും നാളികേരവും മറ്റും യഥാശക്തി കൊണ്ടുചെന്നു കൊടുത്തിരുന്നു. ഈ വക സാധനങ്ങളും അമ്പലത്തിലെ ചോറും പായസവും അക്കാലങ്ങളിൽ നീല കണ്ഠൻ തിന്നു ശേഷിക്കുകയല്ലാതെ ഒരു ദിവസവും അവനു മതിയാകാതെ വന്നിരുന്നില്ല. നീലകണ്ഠനു വെയിലും മഴയും ഏൽക്കാതെയിരിക്കുന്ന തിനായിട്ടു ക്ഷേത്രസമീപത്തു തന്നെ നെൽപ്പുരയോടു ചേർത്ത് ഒരു കൂടു പണിയിച്ച് അവന്റെ വാസം അതിലാക്കി. നീലകണ്ഠനെ അതിൽ നിറുത്തി ഉണ്ണിത്താൻ ഇടവും വലവും മറ്റും പഠിപ്പിച്ചു മെരുക്കവും പരിചയവും വരുത്തി

കാലും ഭാഷയും ശീലിപ്പിച്ചു നല്ല നാട്ടാനയാക്കിത്തീർന്നു. അതിനിടയ്ക്ക് തോന്നല്ലൂർ കിളർന്നേടത്തു മാധവശ്ശാരും അയാളുടെ അനുജൻ ഗോവിന്ദശ്ശാരും നീലകണ്ഠന്റെ പാപ്പാന്മാർ (ആനക്കാരന്മാർ) ആയി വന്നു ചേർന്നു.

മാധവശ്ശാർ വന്നുചേർന്നപ്പോൾ മുതൽ നീലകണ്ഠസ്വാമിയുടെ എഴുന്നള്ളത്തും ദേവസ്വംവക പണികളുമെല്ലാം നീലകണ്ഠൻ തന്നെ നിർവ്വഹിച്ചുതുടങ്ങി. ആ ആനയുടെ ദേഹപുഷ്ടിയും തലക്കട്ടിയും ഉടൽനീളവും ബലവും കണ്ടാലുള്ള ഭംഗിയും യോഗ്യതയും പ്രായത്തിനടുത്തതല്ലായിരുന്നു. അവന് ഏകദേശം പന്ത്രണ്ടുവയസ്സായപ്പോൾത്തന്നെ അവനെക്കണ്ടാൽ ഒരിരുപതു വയസ്സായിരിക്കുമെന്നു ആർക്കും തോന്നുമായിരുന്നു. അവന്റെ യോഗ്യത കണ്ടിട്ടു ജനങ്ങൾ പരക്കെ 'കഷ്ടം! ഇവനൊരു മോഴയായിപ്പോയല്ലോ. ഇവനു രണ്ടു കൊമ്പുകൾകൂടിയുണ്ടായിരുന്നുവെങ്കിൽ ഇവനെക്കണ്ടാൽ ഭംഗിയും യോഗ്യതയും ഇതിലധികം തോന്നുമായിരുന്നു' എന്നു പറഞ്ഞുതുടങ്ങി. അതിനാൽ കരക്കാർ വെള്ളിക്കൊണ്ടു രണ്ടു കൊമ്പുകളുണ്ടാക്കിച്ചു നീലകണ്ഠനു വെച്ചിണക്കി. അവയുടെ നിറം മറ്റുള്ള ആനകളുടെ കൊമ്പുകളുടേതുപോലെ അല്ലാതിരുന്നതിനാൽ അത് നീലകണ്ഠനു ഒട്ടും ബോധിച്ചില്ല. അതിനാലവൻ അവ കുത്തിയൊടിച്ചുകളഞ്ഞു. പിന്നെ കരക്കാർ പാലമരം കൊണ്ടു രണ്ടു കൊമ്പുണ്ടാക്കീച്ച് ഒരുവക ചായം തേച്ച് ആനക്കൊമ്പിന്റെ തുല്യ നിറമാക്കി നീലകണ്ഠന്റെ തേറ്റയോടു ചേർത്തിണക്കിവെച്ചു. അത് നീലകണ്ഠന് വളരെ ബോധിച്ചു. ആ കൊമ്പുകൾ അവൻ വളരെ സൂക്ഷിച്ച് ആജീവനാന്തം കൊണ്ടുനടക്കുകയും ചെയ്തു. ആ കൊമ്പുകൾ കണ്ടാൽ അവ സാക്ഷാൽ കൊമ്പുകളെന്നല്ലാതെ ഉണ്ടാക്കിവെച്ചവയാണെന്ന് ആർക്കും തോന്നുമായിരുന്നില്ല. നീലകണ്ഠനെക്കണ്ടു നല്ല പരിചയമുണ്ടായിരുന്നവർ തന്നെയും അവനു കൊമ്പുവച്ചതിനുശേഷം അവനെക്കണ്ടിട്ട് അറിയാതെ 'ഈ കൊമ്പനാന ഏതാണ്?' എന്നു ചോദിക്കുകയുണ്ടായിട്ടുണ്ട്.

മാധവശ്ശാർ നീലകണ്ഠനെ സ്വന്തം പുത്രനെപ്പോലെ സ്നേഹിച്ചിരുന്നു. അവനെ അയാൾ വിളിച്ചിരുന്നതുതന്നെ 'മകനേ!' എന്നായിരുന്നു. മാധവശ്ശാർ എന്തെങ്കിലും ഭക്ഷിക്കുന്നെങ്കിൽ അതിലൊരു ഭാഗം നീലകണ്ഠനും കൊടുക്കുക പതിവായിരുന്നു. മദ്യമായാലും അങ്ങനെതന്നെ. ഒരു കോപ്പ കള്ളോ ചാരായമോ മാധവശ്ശാർ കുടിച്ചാൽ അത്രയും നീലകണ്ഠനും കൊടുക്കുമായിരുന്നു. മാധവശ്ശാർ കുടിക്കുന്നിടത്തോളം കുടിച്ചാൽ അതുകൊണ്ട് നീലകണ്ഠനു ഉന്മേഷവും ഉത്സാഹവും സ്വല്പം വർദ്ധിക്കുമെന്നതല്ലാതെ ലേശവും തന്റേടക്കുറവു വരാറില്ല. മാധവശ്ശാർ അധികം കുടിച്ചാൽ ചിലപ്പോൾ തല പൊക്കാൻ വയ്യാതെ കിടക്കുന്ന സ്ഥലത്തുതന്നെ കിടന്നു പോകുമായിരുന്നു. അങ്ങനെ വന്നാൽ അയാൾക്കു ബോധം വീഴുന്നതുവരെ നീലകണ്ഠൻ അയാളുടെ അടുക്കൽ കാത്തുനിൽക്കുകയോ അയാളെ തുമ്പിക്കൈകൊണ്ടു പതുക്കെ താങ്ങിയെടുത്ത് അയാളുടെ വാസസ്ഥലത്തേക്ക് കൊണ്ടുചെന്ന് കിടത്തുകയോ ചെയ്യുക പതിവായിരുന്നു. നീലകണ്ഠൻ മാധവശ്ശാരെ തന്റെ പിതാവിനെപ്പോലെ വിചാരിക്കുകയും സ്നേഹിക്കുകയും ബഹുമാനിക്കുകയും ചെയ്തിരുന്നു. അവനു മനുഷ്യരെ അതിശയിപ്പിക്കുന്ന വിശേഷബുദ്ധിയും സ്വഭാവഗുണവുമുണ്ടായിരുന്നു. ഈ പരമാരത്ഥമെല്ലാം മാധവശ്ശാർ കുറച്ചുദിവസത്തെ പരിചയം കൊണ്ടു മനസ്സിലാക്കിയതിനാൽ അയാളവനെ അടിക്കുകയോ ശകാരിക്കുകയോ അവനു മനസ്സില്ലാത്തതും

പ്രയാസവുമായ പണിചെയ്യിക്കുകയോ പതിവില്ല. നല്ല ആദായമുണ്ടാകുന്നതും അത്യാവശ്യവുമായ പണി വല്ലതും ചെയ്യിക്കേണ്ടതായി വന്നാൽ, കള്ളും ചാരായവും പഴക്കുലയും മറ്റും മേടിച്ചുകൊടുത്തും നല്ല വാക്കുകൾ പറഞ്ഞും സന്തോഷിപ്പിച്ചാണ് മാധവശ്ശാർ നീലകണ്ഠനെക്കൊണ്ടു ചെയ്യിക്കുക പതിവ്. അങ്ങനെയല്ലാതെ അടിച്ചും ഇടിച്ചും അയാൾ അവനെക്കൊണ്ട് ഒന്നും ചെയ്യിക്കാറില്ല. 'എന്റെ മകനേ, നീയതു ചെയ്യണം' എന്ന് മാധവശ്ശാർ പറഞ്ഞാൽ സ്വല്പം പ്രയാസമായിട്ടുള്ളതായാലും നീലകണ്ഠൻ ചെയ്യാതിരിക്കാറുമില്ല. എന്നാൽ, ഗോവിന്ദശ്ശാരും നീലകണ്ഠനും തമ്മിലുള്ള സ്ഥിതി ഇങ്ങനെയൊന്നുമല്ലായിരുന്നു. ഗോവിന്ദശ്ശാർക്കു നീലകണ്ഠനെക്കുറിച്ചു ലേശം പോലും സ്നേഹമുണ്ടായിരുന്നില്ല. അവന് അയാളെക്കുറിച്ചും അങ്ങനെതന്നെ. നീലകണ്ഠനെ അടിച്ചും ഇടിച്ചും ദേഹോപദ്രവമേല്പിച്ചും കഠിനങ്ങളായ കള്ളപ്പണികൾ ചെയ്യിച്ച് ഗോവിന്ദശ്ശാർ മാധവശ്ശാരറിയാതെ ധാരാളം പണം സമ്പാദിച്ചിരുന്നു. തരം വരുമ്പോൾ ഇതിന്റെയൊക്കെ പകരം തീർക്കണമെന്ന് നീലകണ്ഠനും മനസ്സിൽ കരുതിയിരുന്നു.

മാധവശ്ശാരും ഗോവിന്ദശ്ശാരും വന്നുചേർന്നിട്ടും ഉണ്ണിത്താൻ നീലകണ്ഠന്റെ അടുക്കൽനിന്നു നിശ്ശേഷം വിട്ടുമാറിയില്ല. അതു അദ്ദേഹം ആദായത്തെ ആഗ്രഹിച്ചും മറ്റുമല്ലായിരുന്നു. ആനക്കാർ നീലകണ്ഠനെ ഉപദ്രവിക്കാതെയിരിക്കുന്നതിനും അവർ അവനെ വേണ്ടതുപോലെ രക്ഷിക്കുന്നതിനുമായിട്ടായിരുന്നു. ഉണ്ണിത്താന്റെ സാന്നിധ്യമില്ലാതെയിരുന്നെങ്കിൽ നീലകണ്ഠനെക്കൊണ്ടു കുറച്ചുകൂടി കള്ളപ്പണികൾച്ചെയിച്ചു തന്റെ ആദായം വർദ്ധിപ്പിക്കാമായിരുന്നുവെന്നും അതിനാൽ വല്ലവിധവും അദ്ദേഹത്തിന്റെ കഥ കഴിക്കണമെന്നുള്ള വിചാരം ഗോവിന്ദശ്ശാർക്ക് ഇല്ലാതെയിരുന്നുമില്ല.

ഇങ്ങനെയിരിക്കേ ഒരു ദിവസം ഗോവിന്ദശ്ശാർ നീലകണ്ഠനെ ക്ഷേത്രത്തിനു സമീപം വടക്കുവശത്തുള്ള ആറ്റിൽക്കൊണ്ടുപോയി തേച്ചുരച്ചു കുളിപ്പിച്ചു പ്രസിദ്ധമായിട്ടുള്ള വയറിപ്പുഴക്കയത്തിനടുത്തുള്ള മണൽത്തിട്ടയിലേക്ക് മാറ്റി. അപ്പോൾ ഉണ്ണിത്താനും അവിടെ ഉണ്ടായിരുന്നു. ഉണ്ണിത്താനടുക്കലുള്ളപ്പോൾ ഗോവിന്ദശ്ശാർ തന്നെ ഉപദ്രവിക്കയില്ലെന്നുള്ള വിശ്വാസം കൊണ്ടോ എന്തോ, അപ്പോൾ ഗോവിന്ദശ്ശാർ എന്തോ പറഞ്ഞിട്ട് നീലകണ്ഠൻ അതനുസരിച്ചു പ്രവർത്തിച്ചില്ല. അതിനാൽ ഗോവിന്ദശ്ശാർ ദേഷ്യപ്പെട്ടു കൈയിലുണ്ടായിരുന്ന വടികൊണ്ടു നീലകണ്ഠനെ ഒന്നടിച്ചു. അതു കൊണ്ടപ്പോൾ നീലകണ്ഠനും സാമാന്യത്തിലധിക വേദനയും ദേഷ്യവുമുണ്ടായി. അവൻ തുമ്പിക്കൈ നിവർത്തി ഊക്കോടുകൂടി ഗോവിന്ദശ്ശാർക്കിട്ട് ഒരു തട്ടു കൊടുത്തു. ഗോവിന്ദശ്ശാർ പെട്ടെന്നു മാറിക്കളഞ്ഞതിനാൽ തട്ടുകൊണ്ടതു ഉണ്ണിത്താനാണ്. അതുകൊണ്ട് ഉണ്ണിത്താനു നല്ലപോലെ ഉൾക്കേടു പറ്റുകയും അദ്ദേഹം നിലത്തു വീഴുകയും അവിടെനിന്നെഴുന്നേറ്റു മരണവേദനയോടെകയത്തിൽ ചാടി നീന്തി തെക്കേക്കരയിൽ കേറി ഓടി ഒരു വിധം വീട്ടിൽ ചെന്നു കട്ടിലിൽ കയറി കിടക്കുകയും ചെയ്തു. ഉണ്ണിത്താൻ വീണതു കണ്ടു പേടിച്ച് ഗോവിന്ദശ്ശാരും മറുവഴിയേ ഓടി അയാളുടെ വാസസ്ഥലത്തെത്തി. നീലകണ്ഠന്, താൻ മനഃപൂർവമായിട്ടല്ലെങ്കിലും, ഉണ്ണിത്താനെ ദ്രോഹിച്ചുപോയല്ലോ എന്നു വിചാരിച്ചു വളരെ പശ്ചാത്താപമുണ്ടായി. അതു ഗോവിന്ദശ്ശാർ നിമിത്തമാണല്ലോ എന്നു വിചാരിച്ച് അയാളെക്കുറിച്ചു മുമ്പേ തന്നെ ഉണ്ടായിരുന്ന വൈരം ശതഗുണീഭവിക്കുകയും ചെയ്തു.

അതിനാലവൻ ഭ്രാന്തുപിടിച്ചതുപോലെ അങ്ങുമിങ്ങും ഓടിനടന്നു. പിന്നെ ഈ വിവരമറിഞ്ഞു മാധവശ്ശാർ ചെന്നു ചില വാക്കുകൾ പറഞ്ഞ് നീലകണ്ഠനെ ഒരുവിധം സമാധാനപ്പെടുത്തി പിടിച്ചുകൊണ്ടുവന്നു ബന്ധിച്ചു. അക്കാലം മുതൽ നീലകണ്ഠനെ തളച്ചിരുന്നതു നല്ല ഉറപ്പുള്ള വലിയ ചങ്ങലയിട്ടായിരുന്നു. ഉണ്ണിത്താന്റെ അസ്വാസ്ഥ്യത്തിനു പല ചികിത്സകളും മറ്റും ചെയ്യുകയുണ്ടായി. ഒന്നും ഫലിച്ചില്ല. തട്ടേറ്റതിന്റെ ഏഴാം ദിവസം അദ്ദേഹം പരലോകത്തെ പ്രാപിച്ചു.

'ജീവനാശമടുത്തൊരു രോഗിക്കു ദിവ്യമെന്നാലുമൗഷധം പറ്റുമോ?'

ഉണ്ണിത്താൻ മരിച്ചതു ഗോവിന്ദശ്ശാരുടെ ചില ആഭിചാരപ്രവൃത്തികൾ കൊണ്ടാണെന്നും ഉണ്ണിത്താൻ മരിക്കുന്നതിനായിട്ട് അയാൾ കുരുതിപുഴുങ്ങുകയും മറ്റുമുണ്ടായിയെന്നും ഗോവിന്ദശ്ശാർ ആഭിചാരംചെയ്തു ഭ്രാന്തുപിടിപ്പിച്ചാണു നീലകണ്ഠനെക്കൊണ്ട് ഉണ്ണിത്താനെ തട്ടി വീഴിച്ചതെന്നും ഇതിനായിട്ട് ഗോവിന്ദശ്ശാർ നീലകണ്ഠന്റെ തലയിൽവെച്ച് ഒരു കുരുതി കഴിക്കുകയും കോഴിയെ അറുക്കുകയും മറ്റുമുണ്ടായെന്നും മറ്റും അക്കാലത്തു പലരും പറയുകയുണ്ടായി. എന്നാൽ, മറ്റു ചിലർ, ഉണ്ണിത്താൻ നീലകണ്ഠന്റെ തട്ട് അബദ്ധത്തിൽ പറ്റാനിടയായതാണെന്നും അദ്ദേഹം മരിച്ചത് ആയുസ്സവസാനിച്ചുപോയതു കൊണ്ടാണെന്നും പറയാതിരുന്നില്ല. ഏതിലും ഉണ്ണിത്താൻ മരിച്ചു എന്നു കേട്ടപ്പോൾ നീലകണ്ഠനു ദുസ്സഹമായ ദുഃഖമുണ്ടായിയെന്നുള്ളതിനു സംശയമില്ല. ആ ദുഃഖവർത്തമാനം കേട്ടിട്ടു നീലകണ്ഠൻ വെള്ളം കുടിക്കുകപോലും ചെയ്യാതെ മൂന്നു ദിവസം കരഞ്ഞുകൊണ്ടുതന്നെ നിന്നു. താൻ പന്തളത്തു വന്നതിന്റെ ശേഷം തന്നെ ഇടവും വലവും മറ്റും പഠിപ്പിക്കുകയും ശരിയായി ഭക്ഷണംകൊടുത്തും കുളിപ്പിച്ചും രക്ഷിക്കുകയും ചെയ്തത് ആ ഉണ്ണിത്താനാണെന്നുള്ള വിചാരവും നന്ദിയും കൂറും അവന്റെ മനസ്സിൽ നല്ലപോലെ ഉണ്ടായിരുന്നു. അവന്റെ സങ്കടത്തോടുകൂടിയുള്ള ആ നിലകണ്ടപ്പോൾ അവൻ ഉണ്ണിത്താനെ തട്ടിയിട്ടതു മനഃപൂർവ്വമായിട്ടല്ലെന്ന് എല്ലാവർക്കും സമ്മതമായി. മാധവശ്ശാരുടേ സ്വാന്തനങ്ങൾകൊണ്ടും മറ്റും ക്രമേണ നീലകണ്ഠൻ പൂർവസ്ഥിതിയെ പ്രാപിച്ചു. 'വല്ല ദുഃഖവും കാലം ചെല്ലുമ്പോൾ കുറഞ്ഞുപോം' എന്നുണ്ടല്ലോ.

ഉണ്ണിത്താൻ കഴിഞ്ഞതിന്റെ ശേഷം മാധവശ്ശാർ നീലകണ്ഠന്റെ പ്രധാന പാപ്പാനും ഗോവിന്ദശ്ശാർ അയാളുടെ സഹായിയുമായിത്തീർന്നു. അപ്പോൾ ഗോവിന്ദശ്ശാർക്കു സന്തോഷം വർദ്ധിച്ചു. ഉണ്ണിത്താന്റെ സാന്നിദ്ധ്യമില്ലാത്തതുകൊണ്ട് ഇനി തനിക്ക് ഇഷ്ടം പോലെ നീലകണ്ഠനെക്കൊണ്ട് എന്തു പണിയും ചെയ്യിച്ചു സമ്പാദ്യം ധാരാളമുണ്ടാക്കാമെന്നായിരുന്നു അയാളുടെ വിചാരം. ഇപ്രകാരം തന്നെ ഉണ്ണിത്തന്റെ സാന്നിദ്ധ്യമില്ലാതെയായതുകൊണ്ട് ഈ ദ്രോഹി തന്നെ പൂർവ്വാധികം ഉപദ്രവിക്കുമെന്നും അതിനാൽ കഴിയുന്നവേഗത്തിൽ ഇവന്റെ കഥ കഴിക്കണമെന്നും നീലകണ്ഠനും മനസ്സിൽ ഉറച്ചു.

അക്കാലത്ത് ഒരാൾ ചെന്നു ഗോവിന്ദശ്ശാരോട് ആറ്റിൽ കിടക്കുന്ന ഒരു പൂവത്തടി നീലകണ്ഠനെക്കൊണ്ടു പിടിപ്പിച്ചു തന്റെ വാസസ്ഥലത്ത് ആക്കിക്കൊടുത്താൽ ശരിയായ പ്രതിഫലം കൊടുക്കാമെന്നു പറയുകയും ഗോവിന്ദശ്ശാർ അതു സമ്മതിച്ച് അച്ചാരം വാങ്ങുകയും ചെയ്തു. വിവരം

മാധവശ്ശാരെ അറിയിക്കാതെ ഗോവിന്ദശ്ശാർ തടി പിടിപ്പിക്കുന്നതിനു നീല കണ്ഠനേയുംകൊണ്ടു തടി കിടന്നിരുന്ന സ്ഥലത്തെത്തി. തടി സാമാന്യത്തി ലധികം വലിയതായിരുന്നു. അതു കണ്ടപ്പോൾത്തന്നെ നീലകണ്ഠനു ദേഷ്യം വന്നുതുടങ്ങി. എങ്കിലും തല്ലു പേടിച്ചു അവനതു പിടിച്ചു വെള്ളത്തിൽനിന്നു മണൽപ്പുറത്തു കയറ്റി വലിച്ചുകൊണ്ടുപോയി കുറച്ചു ദൂരം പോയപ്പോൾ തടി മണലിൽ പുതഞ്ഞുതുടങ്ങി. അപ്പോൾ വലിച്ചുകൊണ്ടു പോകുവാൻ പ്രയാസമായിത്തീരുകയാൽ നീലകണ്ഠൻ വക്ക വിട്ടു മാറി നിന്നു. ഉടനെ ഗോവിന്ദശ്ശാർ കഴുത്തിലിരുന്നുകൊണ്ടു മർമ്മം നോക്കി ഒരടികൊടുത്തു. തത്ക്ഷണം നീലകണ്ഠൻ തല ഉയർത്തിപ്പിടിച്ചുകൊണ്ട് ഒന്നു കുടഞ്ഞു. പെട്ടന്നു ഗോവിന്ദശ്ശാർ നിലത്തു മലർന്നുവീണു. ഇതുതന്നെ തരമെന്നു നിശ്ചയിച്ചു നീലകണ്ഠൻ കാൽ പൊക്കി ഗോവിന്ദശ്ശാരുടെ മാറത്ത് ഒരു ചവിട്ടു കൊടുത്തു. അതുകൊണ്ട് ഗോവിന്ദശ്ശാരുടെ മാറത്തെ അസ്ഥികൾ മുഴുവൻ തകരുകയും അതോടുകൂടി അയാൾ പരലോകത്തെ പ്രാപിക്കുകയും ചെയ്തു. നീലകണ്ഠൻ ഉടനെ കൊലവിളിയും വിളിച്ചു ഭ്രാന്തുപിടിച്ചതുപോലെ പടിഞ്ഞാറോട്ട് പാഞ്ഞോടിത്തുടങ്ങി. നീലകണ്ഠന്റെ കൊലവിളി കേട്ടും വരവുകണ്ടും ആ ദിഗ്വാസികളെല്ലാം ഭവിഹ്വലരായി കഥയറിയാതെ ഓരോ അഭയസ്ഥാനങ്ങളിലേക്ക് ഓടിത്തുടങ്ങി. അപ്പോഴേക്കും നീലകണ്ഠൻ ഗോവിന്ദശ്ശാരെക്കൊന്നു എന്നുള്ള വർത്തമാനം ആ ദിക്കിലെല്ലാം പരന്നു. അപ്പോൾ മാധവശ്ശാരും വിവരമറിഞ്ഞു ദുഃഖാക്രാന്തനായി ആ സ്ഥലത്ത് ഓടിയെത്തി. അയാൾക്ക് അനുജൻ മരിച്ചതുകൊണ്ടുള്ള വ്യസനത്തേക്കാൾ അധികം നീലകണ്ഠൻ പിന്നെയും വല്ലവരെയും ഉപദ്രവിച്ചേക്കുമോ എന്നുള്ള വിചാരമാണുണ്ടായത്. അതിനാൽ ഉടനെ നീലകണ്ഠന്റെ അടുക്കലേക്കു യാത്രയായി. അതു കണ്ട് അയാളുടെ അമ്മയും ഭാര്യയും ദേശക്കാരുമെല്ലാം 'അയ്യോ! ഇപ്പോൾ അവന്റെ അടുക്കലേക്കു പോകരുതേ; അവന്റെ കോപം ശമിച്ചിട്ടില്ല. ഇപ്പോൾ അടുത്തു ചെന്നാൽ ആപത്തു ണ്ടാകും' എന്നു മറ്റും പറഞ്ഞ് അയാളെ നിർബന്ധപൂർവ്വം വിലക്കി. മാധവശ്ശാർ അതൊന്നും ലേശവും വകവെയ്ക്കാതെ നീലകണ്ഠന്റെ അടുക്കൽ ചെന്നു ചെവിക്കു പിടിച്ചു. നീലകണ്ഠൻ ഏറ്റവും വണക്കഭാവത്തോടുകൂടീ അവിടെ നിന്നു. മാധവശ്ശാർ അവന്റെ മസ്തകത്തിൽ തലോടിക്കൊണ്ട്''എന്റെ മകനേ! നീ ഇങ്ങനെ ചെയ്തല്ലോ. അവൻ നിന്നെ ഉപദ്രവിച്ചിട്ടായിരിക്കാം. എങ്കിലും ഇതു വലിയ സാഹസമായിപ്പോയി. ഇത്രയും വേണ്ടായിരുന്നു; ആട്ടെ, കാര്യം കഴിഞ്ഞല്ലോ. ഇനി ഇതിനെക്കുറിച്ചു പറഞ്ഞതുകൊണ്ടും വ്യസനിച്ചതുകൊണ്ടും പ്രയോജനമൊന്നുമില്ല. ഇനിയെങ്കിലും നീ ഇങ്ങനെയുള്ള കടുംകൈ പ്രയോഗിക്കാതെയിരുന്നാൽ മതി' എന്ന് പറഞ്ഞു. ഇതു കേട്ടപ്പോൾ നീലകണ്ഠനും സ്വൽപ്പം പശ്ചാത്താപമുണ്ടായി. ഉടനെ മാധവശ്ശാർ നീലകണ്ഠനെ വിളിച്ചുകൊണ്ടുമുമ്പേ നടക്കുകയും നീലകണ്ഠൻ നന്ദിയുള്ള നായെപ്പോലെ അയാളുടെ പിന്നാലെ ചെല്ലുകയും അയാൾ അവനെ പതിവുസ്ഥലത്തേക്ക് കൊണ്ടുചെന്നു തളക്കുകയും ചെയ്തു. അവർ തമ്മിലുള്ള സ്നേഹവിശ്വാസഭാവങ്ങൾ കണ്ട് എല്ലാവരും ഏറ്റവും വിസ്മയിച്ചു. എങ്കിലും അക്കാലം മുതൽ മദയാനയെന്നും കൊലയാനയെന്നുമുള്ള പേരുകൾക്കുകൂടി നീലകണ്ഠൻ പാത്രീഭവിച്ചു.

മാധവശ്ശാരെക്കുറിച്ച് നീലകണ്ഠനു അപാരമായ സ്നേഹമുണ്ടായിരുന്നു

എന്നുള്ളത് ഓരോ പ്രവൃത്തികൾകൊണ്ട് അവൻ പലപ്പോഴും സ്പഷ്ടീകരിക്കാറുണ്ട്. മാധവശ്ശാർ നീലകണ്ഠനെ പകൽ സമയങ്ങളിൽ സാധാരണയായി തളയ്ക്കാറില്ല. അയാൾ കൊണ്ടുപോയി അവനെ അയാളുടെ വീട്ടുമുറ്റത്ത് നിർത്തിയേക്കുകയാണു പതിവ്. അവനു കൊടുക്കുന്ന തീറ്റി തിന്നുകൊണ്ട് അവൻ അവിടെ നിന്നുകൊള്ളും. സ്ത്രീകളും കുട്ടികളും മറ്റും അവന്റെ അടുക്കൽക്കൂടി കടന്നുപോയാലും അവൻ യാതൊരുപദ്രവവും ചെയ്യാറില്ല. അവിടെ പറമ്പിൽ തെങ്ങിൻതൈയും വാഴയും മറ്റും ധാരാളമുണ്ടായിരുന്നു. അതൊന്നും അവൻ നശിപ്പിക്കാറുമില്ല. ആ വീട്ടുകാർക്ക് അവനാൽ കഴിയുന്ന സഹായം അവൻ ചെയ്തുകൊടുക്കാറുമുണ്ടായിരുന്നു.

ഒരു ദിവസം നീലകണ്ഠൻ മുറ്റത്തു നിന്നിരുന്നപ്പോൾ മാധവശ്ശാരും ഭാര്യയും തമ്മിൽ ഒരു ചെറിയ ശണ്ഠയുണ്ടായി. അന്നവിടെ അരിവെയ്ക്കാൻ വിറകില്ലായിരുന്നു. 'വിറകു തീർന്നുപോയി; അതിനു വല്ലതും മാർഗ്ഗം നോക്കണം' എന്നു ഭാര്യ രണ്ടുമൂന്നു ദിവസമായിട്ടു പറയാറുണ്ടായിരുന്നു. അതു കേട്ടിട്ട് മാധവശ്ശാർ ഒന്നും ചെയ്തില്ല. അതായിരുന്നു ശണ്ഠയ്ക്കു കാരണം. അതു സംബന്ധിച്ച ഭര്യയും ഭർത്താവും തമ്മിൽ ഏതാണ്ടൊക്കെ കശപിശ പറഞ്ഞു. അതു കേട്ടു നീലകണ്ഠൻ അവിടെനിന്നിറങ്ങിപ്പോയി ആറ്റിൽ ഒഴുക്കത്തു വന്നു കിടന്നിരുന്ന ഒരു വലിയ വിറകുതടി പിടിച്ചെടുത്തു വലിച്ചുകൊണ്ടുവന്നു മുറ്റത്ത് ഇട്ടുകൊടുത്തു. അതുനല്ലതുപോലെ ഉണങ്ങിയതും അപ്പോൾത്തന്നെ ഉപയോഗിക്കുവാൻ കൊള്ളാവുന്നതുമായിരുന്നു. അതിനാൽ മാധവശ്ശാർ അതു കുറച്ചു കീറിക്കൊടുക്കുകയും ഭാര്യ എടുത്തു കൊണ്ടുപോയി കത്തിക്കുകയും അങ്ങനെ ആ ശണ്ഠ അവസാനിക്കുകയും ചെയ്തു. നീലകണ്ഠൻ ആ തടി പിടിച്ചുകൊണ്ടുവന്നു കൊടുത്തത് ആരും പറഞ്ഞിട്ടല്ലായിരുന്നു. ഇങ്ങനെ നീലകണ്ഠൻ പലതും ചെയ്തിരുന്നു. ഒരിക്കൽ കോന്നിയിൽനിന്നു കിഴക്കു കല്ലേലിത്തോട്ടത്തിനു സമീപം ഒരു വലിയ തേക്കുതടി ആറ്റുമണലിൽ പുതഞ്ഞു കിടന്നിരുന്നു. ആ തടി അവിടെനിന്നു ഇളക്കിയെടുപ്പിക്കുന്നതിനു തോട്ടക്കാരൻസായ്പ് ആനക്കാരോടുകൂടി നാലഞ്ചാനകളെയും കൊണ്ടുപോയിരുന്നു. ആ ആനക്കാർ ആ ആനകളെക്കൊണ്ടെല്ലാം പിടിപ്പിച്ചു വളരെ ശ്രമം ചെയ്തിട്ടും ആ തടി കിടന്ന കിടപ്പിൽനിന്ന് ഒന്നിളക്കാൻപോലും സാധിച്ചില്ല. ആനക്കാരും ആനകളും ക്ഷീണിച്ചു മാറിനിന്നു. ആ സമയം മാധവശ്ശാർ നീലകണ്ഠനോടുകൂടി യദൃച്ഛയാ അതിലേ വരാനിടയായി. മാധവശ്ശാർ അവിടെ ഉണ്ടായതെല്ലാം അറിഞ്ഞിട്ടു 'വില കൊടുത്തു വാങ്ങിയ ഒരാനയും ആനയെ സ്നേഹിക്കുന്ന ഒരാനക്കാരനും, വേലയറിഞ്ഞ് കൂലി കൊടുക്കുന്ന ഒരു മുതലാളിയും ഉണ്ടായിരുന്നുവെങ്കിൽ ഇതിനിത്ര പ്രയാസം വരികയില്ലായിരുന്നു' എന്നു ഹാസ്യഭാവത്തിൽ പറഞ്ഞു. അതു കേട്ടു സായ്പ് മാധവശ്ശാരെ വിളിച്ച് 'എന്തു കിട്ടിയാൽ ഈ തടി പിടിപ്പിച്ചു നിശ്ചിതസ്ഥലത്താക്കാം?' എന്നു ചോദിച്ചു. മാധവശ്ശാർ 'മുപ്പത്തഞ്ച് രൂപാ കിട്ടണം' എന്നു പറഞ്ഞു. സായ്പ് സസന്തോഷം അതു സമ്മതിച്ചു. ഉടനെ മാധവശ്ശാർ 'മകനേ, അപമാനം വരുത്തരുതേ' എന്നു ചെവിയിൽ സ്വകാര്യമായി പറഞ്ഞിട്ടു നീലകണ്ഠനെയും കൊണ്ടുപോയി തടി കാണിച്ചുകൊടുക്കുകയും വക്കുകെട്ടിക്കൊടുക്കുകയും ചെയ്തു. നീലകണ്ഠൻ തടിപിടിച്ചിളക്കി വലിച്ചുകൊണ്ടുപോയി സായ്പ് പറഞ്ഞ സ്ഥലത്താക്കി. സായ്പ് വളരെ സന്തോഷിച്ചു മാധവശ്ശാർക്ക് മുപ്പത്തഞ്ചു രൂപയും

ഒരു കൂട്ടം മുണ്ടും നേരിയതും കൊടുത്തതു കൂടാതെ അഞ്ചു റുപ്പിക്ക് ശർക്കര, പഴം, നാളീകേരം മുതലായവ വരുത്തി നീലകണ്ഠനും കൊടുത്തു. പിന്നെ സായ്പ് ഈ ആന ആരുടെ വകയാണെന്നും ഇതിനെ വിലയ്ക്ക് കൊടുക്കാമോ എന്നും മറ്റും മാധവപ്പിള്ളയോടു ചോദിച്ചു. അതിനു മറുപടിയായി മാധവപ്പിള്ളയ്ക്ക് ആന പന്തളം പന്ത്രണ്ടു കരകളിലുള്ള എല്ലാവർക്കുംകൂടിയുള്ളതാണെന്നും എല്ലാവരും സമ്മതിക്കാതെ ഈ ആനയെ വിൽക്കാൻ സാധിക്കുകയില്ലെന്നും എല്ലാവരും ഒരുപോലെ സമ്മതിക്കുന്ന കാര്യ അസാദ്ധ്യമാണെന്നും അഥവാ ശേഷമെല്ലാവരും സമ്മതിച്ചാലും ലക്ഷം റുപ്പിക കിട്ടിയാലും താൻ സമ്മതിക്കുകയില്ലെന്നും താനും കരക്കാരിലൊരുവനാണെന്നും പറഞ്ഞു സായ്പിന് ഒരു സലാം കൊടുത്തിട്ട് നീലകണ്ഠനോടുകൂടി അവിടെനിന്നു പോയി.

നീലകണ്ഠനു ചിലപ്പോൾ മദമിളകാറുണ്ട്. അക്കാലങ്ങളിലവൻ ഭ്രാന്തു പിടിച്ചതുപോലെ ആ പ്രദേശങ്ങളിലെല്ലാം ഓടിനടക്കുക പതിവാണ്. നീലകണ്ഠനു ചെറുപ്പത്തിലുണ്ടായിരുന്ന പാദരോഗം പന്തളത്തു വന്നുകുറച്ചു ദിവസം കഴിഞ്ഞപ്പോൾ ചികിത്സയൊന്നും ചെയ്യാതെതന്നെ ഭേദമായി. അതിനാലവന് എവിടെയും ഓടിനടക്കുന്നതിന് ഒരു പ്രയാസവുമുണ്ടായിരുന്നില്ല. എങ്കിലും അവൻ അവനെ ഉപദ്രവിക്കാത്തവർക്കു യാതൊരുപദ്രവവും ചെയ്യാറില്ല. അവനെ ഉപദ്രവിക്കുന്നവരെ അവനും ഉപദ്രവിക്കാതെയിരിക്കാറുമില്ല. അതുകൊണ്ടു മാധവപ്പിള്ളയെ ഒഴിച്ചു ശേഷമുണ്ടായിരുന്ന ആനക്കാർക്കെല്ലാം നീലകണ്ഠനെക്കുറിച്ചു വളരെ ഭയമുണ്ടായിരുന്നു.

നീലകണ്ഠന് എറിയാൻ ഒരു പ്രത്യേക വാസനയും സാമർത്ഥ്യവുമുണ്ടായിരുന്നു. അവൻ എറിഞ്ഞിട്ടു ലാക്കു തെറ്റുക ഒരിക്കലുമുണ്ടായിട്ടില്ല. അവൻ ഭ്രാന്തിളകി ഓടി നടക്കുമ്പോൾ പലരും കല്ലും കൊഴിയുമായി അവന്റെ പിന്നാലെ എത്തുകയും അവനെ എറിയുകയും ചെയ്തിരുന്നു. അവനെ എറിഞ്ഞാൽ ആ എറിഞ്ഞ (കല്ലോ കൊഴിയോഎന്തായാലും) സാധനം കൊണ്ടുതന്നെ അവൻ അറിഞ്ഞ് ആ എറിഞ്ഞവരുടെ കാലൊടിക്കുകയോ, തലപൊളിക്കുകയോ, കണ്ണു പൊട്ടിക്കുകയോ ചെയ്യുക പതിവായിരുന്നു. ഉടനെ തരമില്ലെങ്കിൽ പിന്നെ എന്നെങ്കിലുമവരെ കാണുമ്പോൾ അവൻ അതു പറ്റിക്കുമെന്നുള്ളതു തീർച്ചയായിരുന്നു. അതിനാൽ അങ്ങനെ കുറെ കഴിഞ്ഞപ്പോൾ അവനെ ആരും എറിയാതെ യായി. അങ്ങനെ ആ ഉപദ്രവം അവൻതന്നെ നിർത്തലാക്കി. അങ്ങോട്ടു കൊടുത്താൽ ഇങ്ങോട്ടു കിട്ടുമെന്നു നിശ്ചയം വന്നാൽ പിന്നെ ആരും അതിനു തുനിയുകയില്ലല്ലോ.

നീലകണ്ഠൻ അവനെ ഉപദ്രവിക്കാത്തവരെ ഉപദ്രവിക്കയില്ലെന്നു മുമ്പു പറഞ്ഞിട്ടുണ്ടല്ലോ. അതിനു ദൃഷ്ടാന്തമായി ഉണ്ടായിട്ടുള്ള ചില സംഗതികൾ താഴെ പറയുന്നു.

ഒരിക്കൽ ചേരിക്കൽ എന്ന സ്ഥലത്തുവെച്ചു ഭ്രാന്തിളകി നീലകണ്ഠൻ ഓടിനടന്നിരുന്നപ്പോൾ ഒരു മാവിന്റെ ചുവട്ടിൽ ഏതാനും പുലയ(ചെറുമ)ക്കുട്ടികൾ മാമ്പഴം പെറുക്കിക്കൊണ്ടു നിന്നിരുന്നു. നീലകണ്ഠന്റെ വരവുകണ്ടും ജനങ്ങളുടെ കൂക്കിവിളി കേട്ടു പേടിച്ചും പരിഭ്രമിച്ചും ആ കുട്ടികൾ നാലു പുറത്തേക്കും ഓടിപ്പോയി. ഒരു കുട്ടി ഭയാധിക്യത്താൽ ഓടാൻ വയ്യാതെയായി ബോധംകെട്ട് അവിടെത്തന്നെ വീണുപോയി. നീലകണ്ഠൻ അടുത്തുചെന്ന്

ആ കുട്ടിയെ തുമ്പിക്കൈകൊണ്ടു പതുക്കെ താങ്ങിയെടുത്തു അടുത്തുതന്നെ കണ്ടതായ പുലയമാടത്തിൽക്കൊണ്ടുചെന്ന് കിടത്തീട്ട് ഓടിപ്പോയി. അതിടുത്തുതന്നെ കൂലിവേല ചെയ്തുകൊണ്ടുനിന്നിരുന്ന പുലയൻ (കുട്ടിയുടെ പിതാവ്) ഇതു കണ്ട് നീലകണ്ഠൻ കുട്ടിയുടേ കഥകഴിച്ചു എന്നു വിചാരിച്ച് വ്യസനിച്ച് ഓടിവന്നു നോക്കിയപ്പോൾ കുട്ടിക്ക് ഒരു തരക്കേടും പറ്റിയിരുന്നില്ലെന്നല്ല, കുട്ടി കൈയിൽ മുറുക്കിപ്പിടിച്ചിരുന്ന മാമ്പഴം പോവുകപോലും ചെയ്തിരുന്നില്ല. ആന പോയപ്പോൾ കുട്ടിയുടെ ഭയവും പോയി. അവൻ എഴുന്നേറ്റ് യഥാപൂർവ്വം ഓടിനടന്നുതുടങ്ങി.

ഇപ്രകാരംതന്നെ 'പൂഴിക്കാട്' എന്ന സ്ഥലത്തുവെച്ച് നീലകണ്ഠൻ ഭ്രാന്തിളകി ഓടിനടന്നിരുന്നപ്പോൾ കയ്യാല ഇടിച്ച് ഒരു പറമ്പിൽ ചെന്നു കയറി. അവിടെയുണ്ടായിരുന്ന ഒരു ചെറിയ വീട്ടിൽ പാവപ്പെട്ട ഒരു സ്ത്രീയും ഒന്നര വയസ്സുമാത്രം പ്രായമായ പുത്രിയുംകൂടി താമസിച്ചിരുന്നു. ആ സ്ത്രീ മരച്ചീനി(കപ്പ)ക്കിഴങ്ങു വാട്ടാനായി തൊലി കളഞ്ഞ് ഒരു മുറം നിറയെ നുറുക്കി ഒരു പാത്രത്തിലിട്ടു മുറ്റത്തുതന്നെ അടുപ്പത്തുവെച്ചിട്ടു വെള്ളം കോരിക്കൊണ്ടുവരുവാനായി കുടവുമെടുത്ത് അടുത്ത വീട്ടിലേക്കു പോയിരുന്ന അവസരത്തിലാണു നീലകണ്ഠൻ അവിടെ ച്ചെന്നത്. നീലകണ്ഠൻ മുറ്റത്തായപ്പോൾ ഒന്നും അറിഞ്ഞുകൂടാത്ത ആ പെൺകുട്ടി 'ഉമ്മാമ്മ' എന്നു പറഞ്ഞുംകൊണ്ട് നീലകണ്ഠന്റെ തുമ്പിക്കൈയിന്മേൽ ചെന്നു കെട്ടിപ്പിടിച്ചു. നീലകണ്ഠൻ പതുക്കെ പിടുത്തം വിടുവിച്ച് കുട്ടിയെ എടുത്ത് ഇറയത്തു വെച്ചിട്ട് അവിടുന്നു പോയി. അപ്പോൾത്തന്നെ മറ്റൊരു പറമ്പിന്റെ കയ്യാല ഇടിച്ച് അവിടെക്കയറി. അവിടെയുണ്ടായിരുന്ന വീട്ടുടമസ്ഥൻ അപ്പോൾ ഉച്ചയ്ക്കുള്ള ഊണും കഴിഞ്ഞു കിടന്നുറങ്ങുകയായിരുന്നു. നീലകണ്ഠൻ കയറിച്ചെല്ലുന്നതു കണ്ടിട്ടു ഗൃഹനായിക ചെന്നു ഭർത്താവിനോട്'ഇതാ നീലകണ്ഠൻ വരുന്നു' എന്നു പറഞ്ഞു. തന്റെ നീലകണ്ഠൻ എന്ന പുത്രൻ ഉച്ചയ്ക്കു ഊണു കഴിക്കാനായി പള്ളിക്കൂടത്തിൽ നിന്നു വരുന്നതു കണ്ടിട്ടായിരിക്കും ഭാര്യ അപ്രകാരം പറഞ്ഞതെന്നു വിചാരിച്ചു ഗൃഹനാഥൻ അവിടെത്തന്നെ കിടന്നുകൊണ്ട് 'അവനു വേഗം ചോറു കൊടുത്തയയ്ക്കു. അവൻ നേരം തെറ്റാതെ പള്ളിക്കൂടത്തിൽ പോകട്ടെ' എന്നു പറഞ്ഞു. അതു കേട്ടു ഭാര്യ, 'ഞാൻ നമ്മുടെ നീലകണ്ഠന്റെ കാര്യമല്ല പറഞ്ഞത്. ഇതാ കരക്കാരുടെ നീലകണ്ഠൻ കേറിവരുന്നു. അതാണ് ഞാൻ പറഞ്ഞത്' എന്നു വീണ്ടും പറഞ്ഞു. ഉടനെ ഭർത്താവു പെട്ടെന്നെഴുന്നേറ്റു മുറ്റത്തു ചാടിയിറങ്ങി നോക്കിയപ്പോൾ നീലകണ്ഠൻ പറമ്പിന്റെ വായുകോണിൽക്കൂടി കയറിവരുന്നതു കണ്ടു. അവന്റെ കാലിൽ ഏകദേശം മുപ്പതടി നീളമുള്ള ഒരു വലിയ ചങ്ങല ബന്ധിച്ചിരുന്നു. അതു വലിച്ചും കൊണ്ടായിരുന്നു അവൻ സഞ്ചരിച്ചിരുന്നത്. ആ പറമ്പിൽ നിറച്ചു നട്ടിരുന്ന ചേന മുളച്ച് ഏകദേശം ഒരടി പൊക്കത്തിൽ വളർന്നിരുന്നു. നീലകണ്ഠൻ ചങ്ങലയിട്ടു വലിച്ചു ചേനയൊക്കെ നശിപ്പിക്കുകല്ലോ എന്നു വിചാരിച്ചു വീട്ടുടമസ്ഥൻ 'എന്റെ നീലകണ്ഠാ! നീയെന്റെ ചേന കളയരുതേ' എന്നു വിളിച്ചു പറഞ്ഞു. നീലകണ്ഠൻ അതുകേട്ടു സ്വല്പം ചിന്താമഗ്നനായി നിന്നതിന്റെ ശേഷം ചങ്ങല തുമ്പിക്കൈകൊണ്ടു മടക്കിയെടുത്തു പിടിച്ചുകൊണ്ടു പതുക്കെ നടന്ന് കയറിവന്ന വഴിയേതന്നെ ഇറങ്ങി ഓടിപ്പോയി. ഒരു ചേനയ്ക്കു പോലും കേടു പറ്റിയില്ല. നീലകണ്ഠൻ ഇപ്രകാരം ചെയ്തത് അവനു പ്രകൃത്യാ ഉണ്ടായിരുന്ന

പരദ്രോഹവൈമുഖ്യം കൊണ്ടുമാത്രമല്ലായിരുന്നു. അവൻ പന്തളത്തു വന്നിട്ട് ഉണ്ണിത്താൻ കൊണ്ടുപോയി കുളിപ്പിച്ച് സ്വാമിദർശനം കഴിപ്പിച്ച് ഉടനെ അവനു ശർക്കരയും പഴവും നിവേദിപ്പിച്ച് ആദ്യമേ കൊണ്ടുചെന്നു കൊടുത്തത് ഈ വീട്ടുടമസ്ഥനായിരുന്നു. അയാളെ കാണുകയും അയാളുടെ ശബ്ദം കേൾക്കുകയും ചെയ്തപ്പോൾ ആ പൂർവസ്മരണ ഉണ്ടായതുകൊണ്ടുകൂടിയാണ് അവനങ്ങിനെ ചെയ്തത്. നീലകണ്ഠന് എത്രമാത്രം കൃതജ്ഞതയുണ്ടായിരുന്നെന്ന് ഇതുകൊണ്ടുതന്നെ ഊഹിക്കാമല്ലോ.

നീലകണ്ഠനു ഭ്രാന്തിളകിയാൽ ഓടിനടക്കുക അധികവും ചില ഇടവഴികളിൽക്കൂടിയാണ് പതിവ്. ഒരിക്കൽ അവൻ ഭ്രാന്തിളകി ഒരിടവഴിയിക്കൂടി ഓടിപ്പോയപ്പോൾ ഒരീഴവൻ അവന്റെ കയ്യാലപ്പുറത്തു നിന്നുകൊണ്ട് ഒരു വലിയ കല്ലെടുത്തു നീലകണ്ഠന്റെ തലയ്ക്ക് ഒരേറുകൊടുത്തിട്ട് മറുവശത്തുകൂടി കയ്യാല ചാടി ഓടിപ്പോയി. നീലകണ്ഠൻ തന്നെ എറിഞ്ഞ കല്ലെടുത്തുകൊണ്ടു കയ്യാലയിടിച്ചു പറമ്പിൽ കയറി വീട്ടിലേക്കുചെന്നു. അപ്പോൾ അവിടേ വൃദ്ധയായ ഒരീഴവത്തി മാത്രമേ ഉണ്ടായിരുന്നുള്ളൂ. ആ വൃദ്ധ നീലകണ്ഠനെക്കണ്ടു പേടിച്ച് 'പന്തളത്തു മഹാദേവനാണ് എന്നെ ഉപദ്രവിക്കരുത്. നിന്നെ എറിഞ്ഞവനതാ കയ്യാലചാടി കിഴക്കോട്ടോടി. അവൻ ഇവിടെ ഇല്ല' എന്നു പറഞ്ഞു. അതുകേട്ടു നീലകണ്ഠൻ ആ ഈഴവൻ പോയവഴിയേ കല്ലുംകൊണ്ട് ഓടിപ്പോയി. കുറച്ചു ദൂരം ചെന്നപ്പോൾ ഈഴവനെക്കണ്ടു നീലകണ്ഠൻ കൈയിലിരുന്ന കല്ലുകൊണ്ട് ഈഴവന്റെ തലയെ ലക്ഷ്യമാക്കി ഒരേറു കൊടുത്തു. ഈഴവൻ ഏറു കൊണ്ടു തല പൊട്ടി നിലത്തു വീണു. ഉടനെ നീലകണ്ഠൻ അവിടെനിന്ന് ഓടിപ്പോവുകയും ചെയ്തു. ഈഴവനു തലയ്ക്കു പറ്റിയ മുറിവുണങ്ങി കുറേശ്ശെ എഴുന്നേറ്റു നടക്കുന്നതിനു ആറു മാസം വേണ്ടിവന്നു. പിന്നെയും അവന് ആജീവനാന്തം സദാ അതികഠിനമായ തലവേദനയുണ്ടായിരുന്നു.

പന്തളത്തു മഹാദേവരുദേവസ്വം വക ഉരി കുറയെ ആയിരപറപ്പുഞ്ചനിലത്തിൽ നെല്ലു വിളഞ്ഞു കൊയ്യാറാകുമ്പോഴും 'കടയ്ക്കാട്ടുമണ്ണ്' എന്ന സ്ഥലത്തു കരിമ്പു വിളയുമ്പോഴുമാണ് നീലകണ്ഠനു വലിയ ഭ്രാന്തിളകുന്നത്. നീലകണ്ഠൻ രണ്ടു സ്ഥലങ്ങളിലും ചെന്നു നെല്ലും കരിമ്പും ധാരാളമായിത്തിന്നുക പതിവായിരുന്നു. ആ വസ്തുക്കൾ വളരെ കുറഞ്ഞ പാട്ടത്തിനാണു കൊടുത്തിരുന്നത്. നീലകണ്ഠൻ കുറെ നെല്ലും കരിമ്പും തിന്നാലും പാട്ടക്കാർക്കു ലാഭം കുറച്ചു കുറയുമെന്നല്ലാതെ കൈനഷ്ടമൊന്നും വരാറില്ല.

നീലകണ്ഠൻ വളർന്ന് ഒരൊത്തയാനയായതിൽപ്പിന്നെ തിരുവിതാംകൂറിലുള്ള മിക്ക മഹാദേവക്ഷേത്രങ്ങളിലും ഉത്സവകാലങ്ങളിലെ എഴുന്നള്ളിപ്പിന്റെ പ്രധാന ചുമതല അവൻതന്നെയാണ് വഹിച്ചിരുന്നത്. ഉടൽനീളവും ദേഹപു ഷ്ടിയും തലയെടുപ്പും മസ്തകവിസ്താരവും കണ്ടാലുള്ള ഭംഗിയും മറ്റും അവനെപ്പോലെ അക്കാലത്തു മറ്റൊരാനയ്ക്കുണ്ടായിരുന്നില്ല. എഴുന്നള്ളിച്ചിരിക്കുമ്പോൾ മേളത്തിനും താളത്തിനുമൊപ്പിച്ചല്ലാതെ അവൻ ചെവി വീശാറില്ല. അപ്രകാരംതന്നെ നിൽക്കേണ്ടിടത്തു നിൽക്കാനും നടക്കേണ്ടിടത്തു നടാക്കാനും ആരും പറയാതെ തന്നെ അവനറിയാമായിരുന്നു. ആകപ്പാടെ എഴുന്നള്ളത്തു വഹിക്കാൻ നീലകണ്ഠനുണ്ടായിരുന്ന വാസന ഒന്നു വേറെതന്നെയായിരുന്നു.

നീലകണ്ഠന് അസാധരണമായ ദേഹബലമുണ്ടായിരുന്നതിനാൽ വലിയ വലിയ കൊലകൊമ്പന്മാർക്കും അവനെക്കുറിച്ചു വലിയ ഭയമുണ്ടായിരുന്നു. ആറന്മുള വലിയ ബാലകൃഷ്ണൻ എന്നു പ്രസിദ്ധനായിരുന്ന കൊലകൊമ്പൻ തന്നെയും നീലകണ്ഠനെ കണ്ടാൽ ഒഴിഞ്ഞുമാറിപ്പോകുന്നതല്ലാതെ അടുത്തു ചെല്ലാറില്ല. പന്തളത്തുനിന്നും സ്വൽപം പടിഞ്ഞാറ് 'മുടീർക്കോണം' എന്നൊരു ക്ഷേത്രവും ആ ക്ഷേത്രത്തിനു സമീപം ഒരു വലിയ കാഞ്ഞിരമരവും ഉണ്ട്. നീലകണ്ഠനു വലിയ ഭ്രാന്തിളക്കമുണ്ടാകുന്ന കാലങ്ങളിൽ അവനെ മാധവശ്ശാർ പിടിച്ചുകൊണ്ടുപോയി ആ കാഞ്ഞിര മരത്തിന്മേലാണ് ബന്ധിച്ചിരുന്നത്. അക്കാലങ്ങളിൽ അവനു കുടിക്കാൻ വെള്ളമൊഴിച്ചുകൊടുക്കുന്നതിന് ഒരു വലിയ കൽത്തൊട്ടി യുമുണ്ടായിരുന്നു. ഒരിക്കൽ നീലകണ്ഠനു വലിയ ഭ്രാന്തിളക്കമുണ്ടായപ്പോൾ മാധവശ്ശാർ പതിവുപോലെ അവനെ പിടിച്ച് ആ കാഞ്ഞിരമരത്തിന്മേൽ തളയ്ക്കുകയും അവനു വെള്ളവും മറ്റും കൊടുക്കുന്നതിനു ശേഷമുണ്ടായിരുന്ന ആനക്കാരെ ഏൽപ്പിക്കുകയും ചെയ്തിട്ട് അയാൾ വീട്ടിലേക്കുപോയി. മദമിളകുന്ന കാലങ്ങളിൽ നീലകണ്ഠനെ അഴിക്കുകയും കുളിപ്പിക്കു കയും പതിവില്ലാതിരുന്നതിനാൽ പിന്നെ രണ്ടുമൂന്നു ദിവസത്തേക്കു മാധവശ്ശാർ വന്നില്ല. അതിനിടയ്ക്കു നീലകണ്ഠൻ ആ വലിയ കരിങ്കൽത്തൊട്ടി പതുക്കെപതുക്കെ പിടിച്ച് വലിച്ച് അവന്റെ കാൽച്ചുവട്ടിലാക്കി. അപ്പോൾ അവനു വെള്ളമൊഴിച്ചുകൊടുക്കാൻ നിവൃത്തിയില്ലാതെ ആനക്കാർ കുഴങ്ങി. ആ അവസരത്തിൽ വലിയ ബാലകൃഷ്ണനെ അതിലേ കൊണ്ടുവരു വാനിടയായി. അപ്പോൾ നീലകണ്ഠന്റെ പാപ്പാന്മാർ വലിയ ബാലകൃഷ്ണന്റെ പാപ്പന്മാരോട്, വലിയ ബാലകൃഷ്ണനെക്കൊണ്ട് പിടിപ്പിച്ച് ഈ കൽത്തൊട്ടി സ്വല്പം മാറ്റിയിടുവിച്ചുകൊടുക്കുന്നതിന് ആവശ്യപ്പെടുകയും അവരതു സമ്മതിക്കുകയും ചെയ്തു. വലിയ ബാലകൃഷ്ണൻ വന്നു കൽത്തൊട്ടിക്കു പിടിക്കുന്നതിനായി കുനിഞ്ഞ സമയം നീലകണ്ഠൻ വലിയ ബാലകൃഷ്ണന്റെ കഴുത്തിൽ തുമ്പിക്കയ്യിട്ടു ചുറ്റി ഒരു പിടുത്തം പിടിച്ചു. ആ പിടുത്തം വിടുവിക്കുന്നതിനു വലിയ ബാലകൃഷ്ണൻ വളരെ ശ്രമിച്ചു നോക്കിയിട്ടും സാധിച്ചില്ല. അതിനാൽ വലിയ ബാലകൃഷ്ണനു ആ നിലയിൽത്തന്നെ ഏകദേശം ഒരു നാഴികനേരം നിൽക്കേണ്ടതായി വന്നു. അപ്പോഴേക്കും ഈ വിവരമറിഞ്ഞു മാധവശ്ശാരവിടെയെത്തി നീലകണ്ഠനോട് 'എന്റെ മകനേ! നീ ഇങ്ങനെയൊക്കെത്തുടങ്ങിയാൽ വലിയ വിഷമമാണ്. ഇങ്ങനെയായാൽ നിനക്കു വെള്ളം കുടിക്കാൻ പോലും ഒക്കാതെ വന്നേക്കും വലിയ ബാലകൃഷ്ണനെ വിട്ടയയ്ക്കൂ' എന്നു പറഞ്ഞു. ഉടനെ നീലകണ്ഠൻ പിടുത്തംവിട്ടിട്ടു വലിയ ബാലകൃഷ്ണനെ പിടിച്ചു ഒരു തള്ളുകൊടുത്തു. വലിയ ബാലകൃഷ്ണൻ നാലുകാലും മലച്ചു വീണു. പിന്നെ അവിടെനിന്ന് എഴുന്നേറ്റ് ഒരുവിധത്തിൽ നടന്നു പോയി. ഈ സംഗതി ഉണ്ടായതിൽപ്പിന്നെയാണ് വലിയ ബാലകൃഷ്ണനു നീലകണ്ഠനെക്കുറിച്ചു ഭയമുണ്ടായിത്തീർന്നത്.

അങ്ങനെ ഏതാനും വർഷങ്ങൾ കഴിഞ്ഞപ്പോൾ മാധവശ്ശാർ മസൂരി ബാധിച്ചു കാലധർമ്മത്തെ പ്രാപിച്ചു. അത് അയാൾ പ്രായാധിക്യത്താൽ ഏറ്റവും അവശനായതിന്റെ ശേഷമായിരുന്നു. എങ്കിലും അയാളുടെ വിയോഗം നീലകണ്ഠനു ദുസ്സഹദുഃഖം തന്നെയായിരുന്നു. മാധവശ്ശാർ മരിച്ചു എന്നു കേട്ടിട്ട് നീലകണ്ഠൻ ഏഴുദിവസം മുഴുവനും ഒന്നും തിന്നാ തെയും

വെള്ളം കുടിക്കാതെയും ആരെയും അടുക്കലടുപ്പിക്കാതെയും നിന്ന നില യിൽത്തന്നെ നിന്നു. അവന്റെ അടുക്കൽ ചെല്ലാൻ ആനക്കാരിലാർക്കും ധൈര്യമുണ്ടായിരുന്നില്ല. ഏഴു ദിവസം കഴിഞ്ഞതിന്റെ ശേഷം മൂഞ്ഞി ലേത്തു കൊച്ചുരാമശ്ശാർ എന്നൊരാൾ സധൈര്യം ചെന്നു നീലകണ്ഠനെ അഴിച്ചു. ഉടനെ അവൻ നടമടക്കി അയാളെ സ്കന്ധത്തിൽ കയറ്റി. അയാൾ അവനെ കൊണ്ടുപോയി കുളിപ്പിച്ചു വെള്ളം കുടിപ്പിച്ചു ക്ഷേത്രസന്നിധി യിൽ കൊണ്ടുവന്നു പതിവുള്ള ചോറും പായസവും വാങ്ങിക്കൊടുത്ത് യഥാസ്ഥാനം കൊണ്ടുപോയി തളയ്ക്കുകയും തെങ്ങിൻപട്ട മുതലായ തീറ്റ സാധനങ്ങൾ ധാരാളമായി കൊടുക്കുകയും ചെയ്തു. ഈ കൊച്ചുരാമശ്ശാർ ഒരാനക്കാരനോ ആനകേറി ശീലിച്ചിട്ടുള്ള ആളോ അല്ലായിരുന്നു. അയാൾ ചെറുപ്പം മുതൽക്കുതന്നെ നീലകണ്ഠനെ വളരെ സ്നേഹിക്കുകയും അവനു ശർക്കര പഴം മുതലായവ മിക്ക ദിവസങ്ങളിലും കൊടുക്കുകയും ചെയ്തിരുന്ന ഒരു പരിചയക്കാരൻ മാത്രമായിരുന്നു.

പിന്നീട് നീലകണ്ഠന്റെ പരിപാലകസ്ഥാനത്തു വന്നു ചേർന്നത് 'കന്നാം മോടി' എന്നൊരാളായിരുന്നു. അയാൾ ലേശം പോലും പ്രാണിസ്നേഹമി ല്ലാത്ത ഒരു ദുഷ്ടനായിരുന്നു. ആ ദുഷ്ടൻ നീലകണ്ഠന്റെ സ്വഭാവമറിയാതെ അവനെ ക്രമത്തിലധികം ദേഹോപദ്രവമേൽപ്പിച്ചു കള്ളത്തടികൾ പിടി പ്പിച്ച് പണം സമ്പാദിക്കാൻ തുടങ്ങി. അതിനാൽ നീലകണ്ഠൻ അയളെ അധികകാലം വെച്ചു വാഴിക്കാതെ ഉടൻതന്നെ കാലാലയത്തേക്കു പറഞ്ഞ യച്ചു. ആ ദുഷ്ടനിഗ്രഹാനന്തരം കൊച്ചുകുട്ടികൾ പോലും നീലകണ്ഠന്റെ അടുക്കൽച്ചെന്ന് 'കന്നാമ്മോടിയെക്കൊന്ന ഭാവമൊന്നു കാണട്ടെ' എന്നു പറഞ്ഞു ശാർക്കരയോ പഴമോ വല്ലതും കൊടുത്താൽ അവനതു വാങ്ങി ത്തിന്നു കന്നാമ്മോടിയെ തള്ളിയിട്ടതും ഒരു കാലിന്മേൽ ചവിട്ടിക്കൊണ്ടു മറ്റേക്കാൽ പിടിച്ചു വലിച്ചു ചീന്തിയതും മേൽപ്പോട്ട് എറിഞ്ഞതും കീഴ്പ്പോട്ടു വന്നപ്പോൾ വീണ്ടും ഉമ്പിക്കൈകൊണ്ടു തട്ടി ദൂരെയിട്ടതും ആ ശരീരാർദ്ധം ചെന്നു വീണ സ്ഥലത്തു ചെന്നു നോക്കിയതും മറ്റും ഒരൊന്നന്തരം നടനെ പ്പോലെ അഭിനയിച്ചു കാണിക്കുക പതിവായിരുന്നു.

കന്നാമ്മോടിയുടേ കാലാനന്തരം നീലകണ്ഠന്റെ രക്ഷകസ്ഥാനം വഹിച്ചിരുന്നത് തോനല്ലൂർ ആയിത്തിരിക്കൽ നാരായണശ്ശാർ എന്നൊ രാളായിരുന്നു. അയാളും കന്നാമ്മോടിയുടേ കൂട്ടുകാരനായിരുന്നതിനാൽ ഗതാനുഗതികന്യായേന കാലതാമസമെന്നിയേ കാലധർമ്മത്തെ പ്രാപിച്ചു.

തദനന്തരം നീലകണ്ഠന്റെ രക്ഷകന്മാരായി നിയമിക്കപ്പെട്ടാത് കോന്നി ക്കാരായ രണ്ടു നായന്മാരായിരുന്നും അവരുടെ കഥ വാവിലും ചതുർദ്ദശി എന്നു പറഞ്ഞത് പോലെയായിരുന്നു. ഇവരുടെ പൂർവ്വഗാമികൾ നീല കണ്ഠനെ നിർദ്ദയം ദേഹോപദ്രവങ്ങളേൽപ്പിക്കുകയും ക്രമത്തിലധികം പണികൾ ചെയ്യിക്കുകയും ചെയ്യുമായിരുന്നു എന്നേയുള്ളൂ. ഇവർ അവ കൂടാതെ നീലകണ്ഠനു സാമാന്യംപോലെ തീറ്റി കൊടുക്കാതെ മിക്കവാറും നിരാഹാരവ്രതം അനുഷ്ഠിപ്പിക്കുകയുംകൂടി ചെയ്തിരുന്നു. അങ്ങനെ ഏതാനും ദിവസങ്ങൾ കഴിഞ്ഞപ്പോൾ ആന വല്ലാതെ ക്ഷീണിക്കുകയും ഈ ആനക്കാരുടെ കഠിനപ്രവൃത്തികളെല്ലാം കരക്കാരറിയുകയും ചെയ്തു. അതിനാൽ കരക്കാർ അവരെ മാറ്റി നീലകണ്ഠന്റെ പരിപാലകനായി കുറത്തിയാട്ടുകാരൻ പപ്പു എന്നൊരാളെ നിയമിച്ചു അപ്പോൾ നീലകണ്ഠനു

ശുക്രദശ ആരംഭിച്ചു. കരക്കാർ നീലകണ്ഠനെ ഓരോ ദിവസവും ഓരോ വീട്ടുകൾവീതം കൊണ്ടുപോയി ധാരാളമായി തീറ്റയും വെള്ളവും കൊടുത്തു രക്ഷിച്ചു. മുറയ്ക്കു ചില ചികിത്സകളും നടത്തി. അപ്പോൾ നീലകണ്ഠൻ പൂർവ്വാധികം നല്ല സ്ഥിതിയിലുമായി.

അങ്ങനെ ഏതാനും ദിവസങ്ങൾ കഴിഞ്ഞപ്പോൾ നീർക്കോളുണ്ടായി മദമിളകി നീലകണ്ഠൻ ഓടി നടന്നുതുടങ്ങി. അപ്പോൾ അവനെ പിടിച്ചുബന്ധിക്കുന്നതിനു നിവൃത്തിയില്ലാതെയാവുകയാൽ അവൻ ഭ്രാന്തിളകുമ്പോൾ ഓടിനടക്കുക പതിവുള്ള ഇടവഴികളിൽ ആനക്കാർ മത്തു (കൂർത്ത മുനകൾ മേൽപ്പോട്ടു നിൽക്കുന്ന ഇരുമ്പാണികൾ തറച്ച പലകകൾ) വെച്ചു. ഈശ്വരകാരുണ്യം കൊണ്ട് ആ ദുഷ്പ്രയോഗം നീലകണ്ഠന് അപ്പോൾ ഫലിച്ചില്ല. ഒരാണിയുടേ മുന സ്വൽപ്പം മാത്രമേ അവന്റെ പാദത്തിൽ തറച്ചുള്ളു. അതവൻ വലിച്ചൂരിക്കളഞ്ഞിട്ട് ഓടിപ്പോവുകയും ചെയ്തു. എങ്കിലും അതിൽപ്പിന്നെ അവൻ ഭ്രാന്തിളകിയാലും ഇടവഴികളിൽക്കൂടി ഓടാറില്ലായിരുന്നു.

കുറത്തിയാട്ടുകാരൻ പപ്പുവിന്റെ കാലശേഷം നീലകണ്ഠന്റെ പാപ്പാനായി നിയമിക്കപ്പെട്ടത് അരിപ്പാട്ടുകാരൻ കുമാരപിള്ള എന്നൊരാളായിരുന്നു. അയാളും പ്രധാനമായി സ്വീകരിച്ചിരുന്ന പ്രമാണം 'മർദ്ദനം ഗുണവർദ്ധനം' എന്നുള്ളതു തന്നെയായിരുന്നു. വേണ്ടതു വേണ്ടതുപോലെ ചെയ്യുന്നതിന് നീലകണ്ഠന് ആരുടേയും ഉപദ്രവവും ഉപദേശവും വേണ്ടായിരുന്നു. മര്യാദയോടുകൂടി പറയുകയും പ്രവർത്തിക്കുകയും ചെയ്താൽ എന്തു ചെയ്യുന്നതിനും അവൻ മടിച്ചിരുന്നില്ല. പിണങ്ങിയാലും അങ്ങനെതന്നെ. ഈ പരമാർത്ഥം അറിയാതെയാണ് അവനെ ആനക്കാർ ഉപദ്രവിച്ചിരുന്നത്.

പന്തളത്തു ക്ഷേത്രത്തിന്റെ കിഴക്കുവശത്തും വടക്കുവശത്തും ഏറ്റവും ചേർന്നാണ് പ്രസിദ്ധപ്പെട്ട അച്ചൻകോവിലാറു പ്രവഹിക്കുന്നത്. എന്നുമാത്രമല്ല, ക്ഷേത്രം ആറ്റിലേക്കു സ്വൽപ്പം തള്ളിയുമാണ് നിൽക്കുന്നത്. അതുകൊണ്ടു ക്ഷേത്രത്തിനു പ്രദക്ഷിണം വെയ്ക്കുമ്പോൾ വടക്കുവശത്തും കിഴക്കുവശത്തുംകൂടി കടന്നുപോകുന്നതു വളരെ പ്രയാസപ്പെട്ടാണ്. പ്രദക്ഷിണവഴി നാലു വശങ്ങളിലും ഒരു പോലെ ഇല്ലാത്തതുകൊണ്ടോ എന്തോ ആ ക്ഷേത്രത്തിന് പന്തളത്തു മുക്കാൽ വട്ടം എന്നുകൂടി ഒരു പേരു പറഞ്ഞുവരുന്നുണ്ട്. ഇവിടെ ദേവനെ ആനപ്പുറത്തു എഴുന്നള്ളിക്കുമ്പോൾ പടിഞ്ഞാറുവശത്തുള്ള ആനക്കൊട്ടിലിന്റെ വടക്കുവശത്തു വായുകോണുവരെച്ചെന്നിട്ട് ആന മടക്കി ദേവനെ അവിടെ ഇറക്കുകയും അവിടെ നിന്നു ശാന്തിക്കാർ എടുത്ത് അഗ്നികോണുവരെ എഴുന്നള്ളിച്ചു കൊണ്ടു ചെല്ലുകയും അവിടെനിന്നു വീണ്ടും ആനപ്പുറത്ത് എഴുന്നള്ളിച്ചു വായുകോൺവരെ ചെല്ലുകയും അവിടേനിന്നു പിന്നെയും മേൽപ്രകാരം തികയ്ക്കുകയുമാണ് പതിവ്. ഇങ്ങനെ എഴുന്നള്ളിക്കുമ്പോൾ പതിവുസ്ഥലങ്ങളിൽ ചെന്നു നട മടക്കി ദേവനെ സ്കന്ധത്തിൽ വഹിക്കുന്നതിനും താഴെയിറക്കുന്നതിനും നീലകണ്ഠന് ആനക്കാരുടെ ഉപദേശവും ആജ്ഞയും ആവശ്യമായിരുന്നില്ല.

ക്ഷേത്രത്തിലെ ഉത്സവകാലങ്ങളിൽ പന്തളത്തുള്ള പന്ത്രണ്ടുകരകളിലെയും മിക്ക ഗൃഹങ്ങളിലും പറയ്ക്കെഴുന്നള്ളിക്കുക പതിവുണ്ട്. പറയ്ക്കെഴുന്നള്ളിച്ചാൽ ആദ്യം ചെല്ലേണ്ടത് ഇന്ന ഗൃഹത്തിലെന്നും പിന്നെ രണ്ടാമതു മുതൽ അവസാനംവരെ ചെല്ലേണ്ടുന്ന സ്ഥലങ്ങളിലെ മുറയും പണ്ടേതന്നെ

നിശ്ചയിച്ചിട്ടുണ്ട്. ആ നിശ്ചയമനുസരിച്ച് ദേവസ്വത്തിൽ കണക്കുമുണ്ട്. ആ മുറ തെറ്റിച്ചാൽ കരക്കാർ വലിയ വഴക്കുണ്ടാകും. എന്നാൽ കരക്കാർക്കും ദേവസ്വക്കാർക്കും ഓർമ്മക്കേടുവന്നാലും നീലകണ്ഠന് അതു വരാറില്ല. അതുകൊണ്ട് നീലകണ്ഠനു പ്രായപൂർത്തിയും പരിചയവും സിദ്ധിച്ചതിൽപ്പിന്നെ അതു സംബന്ധിച്ചുള്ള വഴക്ക് അവിടെ ഉണ്ടാകാറില്ല. എഴുന്നള്ളിച്ചാൽ അവൻ മുറയ്ക്ക് ഒരോ സ്ഥലത്തും ചെന്നാൽ പറ വെയ്ക്കുകയും എടുക്കുകയും ചെയ്യുന്നതുവരെ അവൻ അവിടേനിൽക്കും. അതെല്ലാം കഴിഞ്ഞാൽ അവൻ അവിടെനിന്നു പോയി മുറപ്രകാരം പിന്നെച്ചെല്ലേണ്ടുന്ന സ്ഥലത്തെത്തും. ഇതിനൊന്നിനും നീലകണ്ഠന് ആരുടെയും ഉപദേശം ആവശ്യമായിരുന്നില്ല. ചില വീട്ടുകാർ നീലകണ്ഠനു ശർക്കര, പഴം മുതലായവ കൊടുക്കാറുണ്ടായിരുന്നു. പറയെടുത്തു കഴിഞ്ഞാലും അവളുടെ കിട്ടാതെ ആ സ്ഥലങ്ങളീൽ നിന്ന് അവൻ പോകാറില്ല അതൊന്നും കൊടുക്കാറില്ലാത്ത സ്ഥലങ്ങളിൽ അതിനായി അവൻ താമസിക്കാറുമില്ല.

ഈ കൃത്യങ്ങളെല്ലാം നീലകണ്ഠൻ പന്തളത്തു വന്ന് ഒരുവിധം പരിചയമായ കാലം മുതൽക്കുതന്നെ നടത്തിപ്പോന്നതാണ്. എങ്കിലും അരിപ്പാട്ടുകാരൻ കുമാരപിള്ളയുടെ ഭാവവും പറച്ചിലും അയാൾ വന്നതിൽപ്പിന്നെ അയാൾ പഠിപ്പിച്ചും ശീലിപ്പിച്ചുമാണ് നീലകണ്ഠനെ ഈ സ്ഥിതിയിലാക്കിയതെന്നായിർന്നു. അയാൾ ആത്മപ്രശംസയിൽ അദ്വിതീയൻതന്നെയായിരുന്നു. അയാൾ നരസിംഹമൂർത്തിയെസ്സേവിച്ച് പ്രത്യക്ഷമാക്കീട്ടുണ്ടെന്നും മാതംഗലീല കമ്പോട്ടു കമ്പ് കാണാപ്പാഠമാക്കീട്ടുണ്ടെന്നും മറ്റും പലരോടും പറയുക പതിവായിരുന്നു.

ആകപ്പാടെ നോക്കിയാൽ നീലകണ്ഠൻ സകല യോഗ്യതകളും തികഞ്ഞ ഒരു ഗജശ്രേഷ്ഠൻ തന്നെയായിരുന്നു. ഇത്രയും തടിക്കോളുള്ള ഒരാന അക്കാലത്തു വേറെ ഉണ്ടായിരുന്നില്ല. മനസ്സു തെളിഞ്ഞാൽ നീലകണ്ഠന് ഏതു തടിയും പിടിക്കാമായിരുന്നു. എങ്കിലും അവനെ എങ്ങും കൂലിപ്പണിക്കയയ്ക്കുകതെന്നായിരുന്നു കരക്കാരുടെ നിശ്ചയം. എന്നാൽ അത്യാവശ്യപ്പെട്ടാൽ ചിലപ്പോൾ കുറേശ്ശേ അയയ്ക്കാറുമുണ്ടായിരുന്നു. നീലകണ്ഠനെ കൂലിപ്പണിക്കയച്ചിട്ടുണ്ടായ ആദായം കൊണ്ടു കരക്കാർ ക്ഷേത്രത്തിന്റെ ജീർണ്ണോദ്ധാരണം നടത്തുകയും ഒരു കുട്ടിക്കൊമ്പനെ വാങ്ങുകയും ചെയ്തു. 'കൊച്ചയ്യപ്പൻ' എന്നു പേരായ ആ കൊമ്പൻകുട്ടിയെ നീലകണ്ഠൻ സ്വന്തം പുത്രനെപ്പോലെ സ്നേഹിച്ചിരുന്നു. കൊച്ചയപ്പനു വയറു നിറയാൻ തക്കവണ്ണം തീറ്റി കൊടുക്കാതെ നീലകണ്ഠൻ യാതൊന്നും തിന്നാറില്ല. കൊച്ചയ്യപ്പനു കൊടുക്കാതെ ആരെങ്കിലും ശർക്കരയോ പഴമോ വല്ലതും നീലകണ്ഠനു കൊണ്ടുചെന്നു കൊടുത്താൽ അവൻ വാങ്ങാറില്ല. അഥവാ വാങ്ങിയാൽ പകുതിയിലധികം അവൻ കൊച്ചയ്യപ്പനു കൊടുക്കുക പതിവായിരുന്നു.

ഇങ്ങനെ നീലകണ്ഠന്റെ ലാളനസുഖം അധികം അനുഭവിക്കാൻ കൊച്ചയ്യപ്പനു ദുർവ്വിധി അനുവാദം കൊടുത്തില്ല. കൊച്ചയ്യപ്പൻ പന്തളത്തു വന്നിട്ടു അധികകാലം കഴിയുന്നതുനു മുമ്പുതന്നെ കാലധർമ്മത്തെ പ്രാപിച്ചു. അവൻ മരിച്ചത് അബദ്ധത്തിൽ എന്തോ വിഷജന്തുവിനെ തീറ്റിസാധനത്തിന്റെകൂടെ തിന്നുപോയതുകൊണ്ടാണെന്നാണ് പറയുന്നത്. കൊച്ചയ്യപ്പൻ മരിച്ചിട്ടു നീലകണ്ഠനുണ്ടായ ദുഃഖം ഉണ്ണിത്താനും മാധവശ്ശാരും

മരിച്ചപ്പോളുണ്ടായിരുന്നതിൽ വളരെ അധികമായിരുന്നു. എങ്കിലും ആ ദുഃഖം അവനു വളരെക്കാലം അനുഭവിക്കേണ്ടി വന്നില്ല.

ഏകദേശം ഇരുപത്തഞ്ചുകൊല്ലം മുമ്പ് (1080ാം ആണ്ടിടയ്ക്ക്) ഒരിക്കൽ നീലകണ്ഠനെ നട്ടക്കാട്ടിനു സമീപം പെരിയാർ തോട്ടത്തിൽ പണിക്കു കൊണ്ടുപോയിരുന്നു. അക്കാലത്ത് അവിടെവെച്ചാണ് നമ്മുടെ കഥാനായകൻ കഥാവശേഷനായിത്തീർന്നത്. നീലകണ്ഠനു നിര്യാണം സംഭവിച്ചതു തോട്ടത്തിൽക്കയറി എന്തോ ശല്യം ചെയ്യുകയാൽ തോട്ടക്കാരൻ സായ്പു വെടിവെച്ചിട്ടാണെന്നും, കുമാരപിള്ള മർമ്മസ്ഥലത്ത് അടിച്ചിട്ടാണെന്നും മറ്റും അക്കാലത്തു പലരും പലവിധത്തിൽ പറഞ്ഞിരുന്നു. ഇങ്ങനെയെല്ലാം സംഭവിക്കാവുന്നതാണ്. കുമാരപിള്ള മദ്യപന്മാരിൽ അഗ്രഗണ്യനും അസഭ്യം പറയുന്നതിലും പ്രവർത്തിക്കുന്നതിലും അദ്വിതീയനുമായിരുന്നു. നീലകണ്ഠനെ അകാരണമായും അയാൾ ഉപദ്രവിക്കാറുണ്ടെന്നുള്ളതിനു പല ദൃഷ്ടാന്തങ്ങളുമുണ്ട്.

ഒരിക്കൽ 'തോണ്ടകണ്ടം' എന്ന സ്ഥലത്ത് ഒരു പാലമിടുന്നതിനു സാമാന്യത്തിലധികം വലുതായ ഒരു കാഞ്ഞിരത്തടി കുമാരപിള്ള നീലകണ്ഠനെക്കൊണ്ടു പിടിപ്പിച്ചു കൊണ്ടുപോയി. ഒന്നുരണ്ടു നാഴിക ദൂരം ചെന്നപ്പോൾ കുമാരപ്പിള്ള അകാരണമായി നീലകണ്ഠനെ ഒന്നടിച്ചു. ഉടനെ നീലകണ്ഠന്റെ ഭാവം മാറി വക്കവിട്ട് എതിർക്കാനുള്ള ഭാവമായി. അതു കണ്ടു കുമാരപിള്ള പേടിച്ചോടിപ്പമ്പകടന്നു. ഉടനെ നീലകണ്ഠൻ തടി പിറകോട്ടു പിടിച്ചു മുമ്പു കിടന്നിരുന്ന സ്ഥലത്തുനിന്നു കുറച്ചുകൂടെ ദൂരെക്കൊണ്ടു ചെന്നു വെച്ചിട്ട് അവിടെനിന്നു പോയി. ഇങ്ങനെ പല സംഗതികളുമുണ്ടായിട്ടുണ്ട്. നീലകണ്ഠൻ കുറച്ചുകാലം കൂടി ജീവിച്ചിരുന്നെങ്കിൽ കുമാരപിള്ളയുടെ കഥയും അവൻ കഴിക്കുമായിരുന്നു. കുമാരപിള്ളയുടെ ആയുർബലവും നീലകണ്ഠന്റെ ആയുഃക്ഷയവുംകൊണ്ട് അതിനിടയായില്ലെന്നേയുള്ളു.

നീലകണ്ഠനെക്കുറിച്ചു പറഞ്ഞിട്ടുള്ളവയിൽ ചിലതു കേവലം അതിശയോക്തിയാണെന്നു ചിലർക്കു തോന്നിയേക്കാം. എങ്കിലും അവനെക്കണ്ടിട്ടും അറിഞ്ഞിട്ടുമുള്ളവരിൽ പലരും ഇപ്പോഴും ജീവിച്ചിരപ്പുള്ളതുകൊണ്ട് അവർ അങ്ങനെ വിചാരിക്കയില്ലെന്നുള്ളതു തീർച്ചതന്നെ. നീലകണ്ഠൻ കന്നാംമോടിയുടെ വധം അഭിനയിക്കുന്നതും മറ്റും കണ്ടിട്ടുള്ളവർ ഇപ്പോഴും പലരുമുണ്ട്. ഇപ്രകാരം അനേകം യോഗ്യതകളുണ്ടായിരുന്ന ആ മത്തമാതംഗവര്യൻ അമ്പതു വയസ്സുപോലും തികയുന്നതിനു മുമ്പുതന്നെ കാലധർമ്മത്തെ പ്രാപിച്ചതു വലിയ കഷ്ടവും നഷ്ടവുമായിപ്പോയെന്നുള്ളതിനു സംശയമില്ല.

●

ചിറ്റൂർ കാവിൽ ഭഗവതി

ചിറ്റൂർകാവ്, കൊച്ചി രാജ്യത്തിന്റെ കിഴക്കേ അറ്റത്തുള്ളതും ബ്രിട്ടീഷുരാജ്യത്താൽ ചുറ്റപ്പെട്ടതുമായ ചിറ്റൂർ താലൂക്കിൽ ചേർന്ന ചിറ്റൂർ ദേശത്തു തന്നെയാണ്. അവിടെ പ്രതിഷ്ഠിക്കപ്പെട്ടിരിക്കുന്ന ഭദ്രകാളിയെയാണ് 'ചിറ്റൂർക്കാവിൽ ഭഗവതി' എന്നു പറഞ്ഞു വരുന്നത്. ആ ദേശക്കാർ ആ ദേവിയെ തങ്ങളുടെ പരദേവതയായിട്ടു തന്നെയാണ് ആദരിക്കുകയും ആചരിക്കുകയും ചെയ്തു പോരുന്നതെന്നും അവർ പണ്ടേ തന്നേ ഭദ്രകാളിയെക്കുറിച്ചു വളരെ ഭക്തിയും വിശ്വാസവുമുള്ളവരായിരുന്നുവെന്നുമുള്ളതു പ്രസിദ്ധമാണ്. ഭഗവതി ആ ദേശക്കാരെക്കുറിച്ചു വളരെ കൃപയോടും വാത്സല്യത്തോടുംകൂടി വർത്തിച്ചുപോരുന്നുമുണ്ട്.

പണ്ടൊരിക്കൽ കൊങ്ങുരാജ്യാധിപനായ രാജാവ് ചിറ്റൂർ ദേശം പിടിച്ചടക്കാനായി സൈന്യസമേതം ആ ദേശത്തു വന്നു ചേർന്നു. ചിറ്റൂർ ദേശക്കാരും യുദ്ധവിദഗ്ദ്ധന്മാരായിരുന്നതിനാൽ രണ്ടു കൂട്ടരും തമ്മിൽ നേരിട്ട് അതി ഭയങ്കരമായ യുദ്ധമുണ്ടായി. സ്വല്പസമയം കഴിഞ്ഞപ്പോൾ ചിറ്റൂർക്കാർ ഏറ്റവും പരവശന്മാരായിത്തീരുകയും കൊങ്ങപ്പടയെ ജയിക്കുന്ന കാര്യം തങ്ങളാൽ സാദ്ധ്യമല്ലെന്ന് അവർക്കു തോന്നുകയും ചെയ്തു. അപ്പോൾ അവരെല്ലാവരും ക്ഷേത്രസന്നിധിയിൽ ചെന്നു തങ്ങളുടെ പരദേവതയായ ഭഗവതിയെ ഭക്തിപൂർവ്വം വന്ദിച്ചുകൊണ്ട്,

'ഭുവിൽപ്പുകഴും ചിറ്റൂർ
ക്കാവിൽ വിളങ്ങും കൃതാന്തരിപുപുത്രി!
ഈവിധമായൊരു മക്കളെ
യാവിർമ്മോദം തുണയ്ക്ക മാതാവേ!'
'ഞങ്ങളെ വെൽവാൻ വന്നൊരു
കൊങ്ങപ്പടയേ വധിച്ചു വേഗത്തിൽ
മങ്ങലൊഴിക്കുക മായേ!
മംഗളമൂർത്തേ! നമോ നമസ്തുഭ്യം'

എന്നു പ്രാർത്ഥിച്ചു. അതു കേട്ട് ആർത്തത്രാണപരായണയും ഭക്തവത്സലയും ലോകമാതാവുമായ ഭഗവതി ഉടൻ പ്രത്യക്ഷമായി പോർക്കളത്തിലെത്തി തന്റെ നാന്ദകംവാൾകൊണ്ടു കൊങ്ങപ്പടകളെ വെട്ടി വധിച്ചു തുടങ്ങി. ക്ഷണനേരംകൊണ്ടു കൊങ്ങപ്പട മിക്കവാറും നശിച്ചു. ഏതാനും സൈനികന്മാർ പ്രാണഭീതിയോടുകൂടി ഓടി സ്വദേശത്തേക്കു മടങ്ങിപ്പോവുകയും ചെയ്തു. അപ്പോൾ കൊങ്ങു രാജാവ് ദേവിയോടു നേരിട്ടു യുദ്ധം തുടങ്ങി. ആ യുദ്ധം ഏറ്റവും ഭയങ്കരം തന്നെയായിരുന്നു. കൊങ്ങുരാജാവ്

അന്തകനെപ്പോലെ ഒരു പോത്തിന്റെ പുറത്തു കയറിയായിരുന്നു യുദ്ധത്തിനു വന്നിരുന്നത്. ദേവി തന്റെ വാൾകൊണ്ട് ആ പോത്തിന്റെ തല വെട്ടി താഴെയിടുകയും കൊങ്ങുരാജാവിന്റെ കഴുത്തു മുറിച്ചു തല ദാരുകന്റെ ശിരസ്സിനെപ്പോലെ തൃക്കൈയിലെടുക്കുകയും ചെയ്തു. അങ്ങനെ ആ യുദ്ധം അവസാനിച്ചതിന്റെ ശേഷം ദേവി ഒരു ശിലാതലത്തിൽ ചെന്നിരുന്നു വിശ്രമിച്ചു. അപ്പോൾ ദേശക്കാരെല്ലാവരും അവിടെ എത്തി ഭഗവതിയെക്കണ്ടു വന്ദിച്ചു സ്തുതിച്ചു. അവരപ്പോൾ ഭഗവതിയെ കണ്ടത് എട്ടു തൃക്കൈകളോടും ആ തൃക്കൈകളിൽ വരദാഭയമുദ്രകളും നാന്ദകം വാൾ, ശൂലം, ഗദ, ശംഖം, വട്ടക, കൊങ്ങു രാജാവിന്റെ ശിരസ്സ് എന്നിവ ധരിച്ചു കൊണ്ടും കാലിന്മേൽ കാൽ കയറ്റിവെച്ച് ഇരിക്കുന്നതുമായിട്ടായിരുന്നു.

ഭഗവതി അങ്ങനെ അവിടെ ഇരുന്നപ്പോൾ അതിലേ കടന്നുപോയ ചില ചക്കിലിയന്മാർ അവരുടെ കൈവശമുണ്ടായിരുന്ന മദ്യവും മാംസവും തിരുമുൽക്കാഴ്ചയായി ദേവിയുടെ തൃപ്പാദസന്നിധിയിൽ വെച്ചു വന്ദിച്ചു. ദേവി അവയെ സസന്തോഷം സ്വീകരിക്കുകയും ആ മദ്യം സ്വല്പം സേവിക്കുകയും മാംസം കുറച്ചെടുത്തു ഭക്ഷിക്കുകയും ചെയ്തിട്ടു ശേഷം ഉണ്ടായിരുന്നത് അവിടെ കൂടിയിരുന്ന ജനങ്ങൾക്കു കൊടുക്കുകയും ജനങ്ങൾ അവ വാങ്ങി ദേവിയുടെ പ്രസാദമെന്നുള്ള സങ്കൽപ്പത്തോടു കൂടി ആസ്വദിക്കുകയും ചെയ്തു.

അപ്പോഴേക്കും ദേവി അവിടെ നിന്ന് അന്തർദ്ധാനം ചെയ്തുകളകയാൽ ആ ദിവ്യസ്വരൂപം അവർക്കാർക്കും പിന്നെ കാണ്മാൻ കഴിഞ്ഞില്ല. അതിനാൽ പിന്നെ ആദേശക്കാരായ എല്ലാവരും കൂടി 'ദേവിയുടെ ഈ ദിവ്യസ്വരൂപം എന്നും കണ്ടു വന്ദിക്കാനായി ഇപ്പോൾ നമ്മൾ കണ്ടതുപോലെതന്നെ ഒരു വിഗ്രഹമുണ്ടാക്കിച്ച് ഇവിടെ പ്രതിഷ്ഠിക്കണം' എന്നു നിശ്ചയിച്ച് അപ്രകാരമൊരു വിഗ്രഹം മണ്ണുകൊണ്ടുണ്ടാക്കിച്ചു ചൂളയിൽ വെച്ചു തയ്യാറാക്കി. ആ സമയത്ത് ഒരു യോഗിനി അവിടെ വന്നു ചേരുകയും ആ ബിംബമെടുത്തുകൊണ്ടു പോയി നിശ്ചിതതസ്ഥലത്തു പ്രതിഷ്ഠിക്കുകയും ചെയ്തിട്ട് ഉടൻതന്നെ അദൃശ്യയായി ഭവിക്കുകയും ചെയ്തു. ആ യോഗിനി ആരാണെന്നും എവിടെ നിന്നാണ് വന്നതെന്നും എങ്ങോട്ടാണ് പോയതെന്നും ആർക്കും നിശ്ചയമില്ല. പ്രതിഷ്ഠിച്ചത് പൂർവ്വ ക്ഷേത്രത്തിന്റെ കിഴക്കുവശത്തു സ്വൽപം തെക്കോട്ടുമാറിയാണെന്ന് ഇപ്പോഴും എല്ലാവർക്കും കണ്ടറിയാവുന്നതുമാണ്. ഈ പ്രതിഷ്ഠ നടന്നത് കൊല്ലവർഷം 71 കുംഭമാസം 26ാം തിയ്യതിയായിരുന്നു എന്നാണ് പറഞ്ഞുവരുന്നത്.

ബിംബപ്രതിഷ്ഠ കഴിഞ്ഞാലുടനെ ഒരു നിവേദ്യം കഴിക്കേണ്ടത് അത്യാവശ്യമാണല്ലോ. അതിനെന്താണ് വേണ്ടതെന്ന് അവിടെക്കൂടിയവരെല്ലാവരുംകൂടി ആലോചിച്ചു. അപ്പോൾ അവരിൽ ദേവീഭക്തശിരോ മണിയും ജ്ഞാനിയുമായിരുന്ന ഒരു നായർ 'ചക്കിലിയമ്മാർ കൊടുത്ത മദ്യവും മാംസവും ദേവി സസന്തോഷം സ്വീകരിച്ചുവല്ലോ. അതിനാൽ ഇപ്പോഴും അവതന്നെ മതി' എന്നു വിധിക്കുകയും അത് എല്ലാവരും സമ്മതിക്കുകയും ചെയ്തു. ഉടനെ അപ്രകാരം വിധിച്ച ആ നായർ തന്നെ പോയി കുറച്ചു മദ്യവും മാംസവും കൊണ്ടുവന്നു ദേവിക്കു നിവേദിച്ചു. നിവേദ്യം കഴിഞ്ഞതിന്റെ ശേഷം നിവേദിക്കപ്പെട്ട ആ സാധനങ്ങൾ അവിടെക്കൂടിയിരുന്നവർക്കെല്ലാം കുറേശ്ശെ കൊടുക്കുകയും എല്ലാരും ദേവീപ്രസാദമെന്നുള്ള സങ്കല്പത്തോടുകൂടി അവ വാങ്ങി സേവിക്കുകയും ഭക്ഷിക്കുകയും ചെയ്തു. പിന്നെ അതവിടെ

പതിവായിത്തീർന്നു. ഇപ്പോഴും അവിടെ മദ്യവും മാംസവും തന്നെയാണ് പതിവ്. നിവേദിക്കുന്നത് നായന്മാരുമാണ്. എന്നാലവിടെ ചില വിശേഷ ദിവസങ്ങളിലല്ലാതെ ദിവസംതോറും പൂജ പതിവില്ല. എങ്കിലും അവിടെ രണ്ടു നേരവും വിളക്കുവെയ്ക്കുക പതിവുണ്ട്. അല്ലാതെയൊന്നുമില്ല.

എന്നാൽ ആദ്യമുണ്ടായതായ മൂലക്ഷേത്രത്തിൽ അങ്ങനെയൊന്നു മല്ല. അവിടെ പതിവായി രണ്ടു നേരവും പൂജയുമുണ്ട്. അതു നടത്തുന്നതു ബ്രാഹ്മണരാണ്. അവിടെ നായന്മാർ പൂജിക്കുകയും മദ്യവും മാംസവും നിവേദിക്കുകയും പതിവില്ല. അവിടത്തെ ചട്ടവട്ടങ്ങളെല്ലാം സാധാരണ ക്ഷേത്രങ്ങളിലെപ്പോലെതന്നെയാണ്. മദ്യമാംസാദികളൊന്നും ആ ക്ഷേത്രത്തിന്റെ അടുക്കലെങ്ങും കൊണ്ടുചെല്ലാൻ തന്നെ പാടില്ല. കൊണ്ടു ചെന്നാൽ ക്ഷേത്രമശുദ്ധമാകുമെന്നും പിന്നെ അവിടെ ശുദ്ധികലശം മുതലായവയൊക്കെ നടത്തണമെന്നുമാണ് വെച്ചിരിക്കുന്നത്. അവിടെ ഭഗവതിയുടെ ചൈതന്യം സാമന്യതിലതികം കണ്ടു വരുന്നുണ്ട്. അവിടെ ഭജനമിരുന്ന് ആ ദേവിയെ സേവിച്ചാൽ ഭേദമാകാത്ത രോഗവും ഒഴിയാത്ത ബാധയും സാധിക്കാത്ത കാര്യവും ഒന്നും തന്നെയില്ലെന്ന് തീർച്ചയായും പറയാം. ആ ദേവി സന്നിധിയിൽ ഭജനമിരുന്നിട്ട് അപസ്മാരം, ഉന്മാദം, മുതലായവ ഭേദമായി സ്വസ്ഥതയെ പ്രപിച്ചവരായി ഇപ്പോഴും പലരുമുണ്ട്. ഈ അടുത്ത കാലത്തുതന്നെ സന്തത്യർത്ഥമായി അവിടെ ഭജനമിരുന്നിട്ട് സൽസന്താനങ്ങളെ ലഭിച്ചവരുടെ സംഖ്യ ഒട്ടും ചില്ലറയല്ല.

ആ ദേശക്കാർക്കു പണ്ടുണ്ടയിരുന്നതുപോലെ പരസ്പരം സ്നേഹവും വിശ്വാസവും ഐകമത്യവും ഇപ്പൊളില്ലെന്ന് അവരിൽത്തന്നെ ചിലർ പറഞ്ഞ് ഇയ്യിടെ കേട്ടുതുടങ്ങീട്ടുണ്ട്. എങ്കിലും ആ ദേവിക്ഷേത്രത്തിൽ പൂർവികന്മാർ നടത്തിപ്പോന്നിരുന്ന അടിയന്തരങ്ങളെല്ലാം ആധുനികന്മാരും നടത്തിപ്പോരുന്നുണ്ട്. അവിടെ ആണ്ടുതോറും പതിവായി ദേശക്കാർ നടത്തിപ്പോരുന്ന അടിയന്തരങ്ങളിൽ പ്രധാനങ്ങൾ മണ്ഡലവിളക്കും കൊങ്ങപ്പടയുമാണ്. മണ്ഡലവിളക്ക് എന്ന് പറഞ്ഞാൽ വൃശ്ചികമാസം ഒന്നാം തീയതി മുതൽ നാല്പത്തൊന്നു ദിവസം ക്ഷേത്രത്തിൽ നിറ മാലയും വിളക്കും നടത്തുകയാണ്. അത് വളരെ കേമമയിട്ടുള്ള ഒരടിയന്തരമാണെന്നതിന് സംശയമില്ല. അതിനു പണ്ടാര വിലക്കെന്നാണ് പേര് പറഞ്ഞ പോരുന്നത്. ഭക്തിരസപ്രധാനമായ ഈ അടിയന്തരത്തിന് ഭാരവാഹികളല്ലാത്തവരും ദേവിദർശനത്തിനായി അവിടെ വന്നു കൂടാറുണ്ട്.

കൊങ്ങപ്പട എന്ന ആഘോഷം പണ്ട് കൊങ്ങുരാജാവ് ചിറ്റൂർ ദേശം പിടിച്ചടക്കാനായി സൈന്യസമേതം അവിടെ വരികയും ചിറ്റൂർ ഭഗവതി അവരെ സംഹതരാക്കുകയും ചെയ്തതിന്റെ സ്മാരകമായി ആണ്ടുതോറും നടത്തിവരുന്നതും വളരെ കേമമായിട്ടുള്ളതാണ്. അതിൽ പലവിധത്തിലുള്ള വേഷങ്ങളുടെ പുറപ്പാടും മറ്റുമുള്ളതിനാൽ അതു സകല രസസമ്പൂർണ്ണമായ ഒരാഘോഷമാണെന്നുതന്നെ പറയാം. അതിന്റെ ഓരോ ചടങ്ങുകൾ കുംഭമാസത്തിൽ ശിവരാത്രിക്കുമുമ്പ് തുടങ്ങിയാൽ മീനമാസത്തിലാണ് അവസാനികുന്നത്. അവയെല്ലാം അറിയാനഗ്രഹിക്കുന്നവർ അവിടെ ചെന്ന് കണ്ടുതന്നെ മനസ്സിലാക്കുകയല്ലാതെ എഴുതി അറിയിക്കുന്ന കാര്യം അസാധ്യമാകയാൽ അതിനായി ഉദ്യമിക്കുന്നില്ല.

ചിറ്റൂർ ഭഗവതി ആർത്തത്രാണപരായണയും ആശ്രിതവത്സലയുമാണെ ന്നുള്ളത് കൊങ്ങപ്പടയെ സംഹരിച്ചതുകൊണ്ടുതന്നെ സ്പഷ്ടമാകുന്നുണ്ടല്ലോ. അതുകൂടാതെയും അതിലേക്ക് അനേകം ദൃഷ്ടാന്തങ്ങളവിടെയുണ്ടായിട്ടുണ്ട്. അവയെല്ലാം വിവരിക്കുന്ന കാര്യം ദുഷ്കരമാകയാൽ ചിലതു മാത്രം ചുരുക്ക ത്തിൽ പറഞ്ഞുകൊള്ളുന്നു.

ചിറ്റൂരുനിന്ന് ഏകദേശം നാലു നാഴിക അകലെ ബ്രിട്ടീഷ് മലബാറിൽ പെരുവെമ്പ് എന്നൊരു ദേശമുണ്ടല്ലോ. അവിടെ ഉണ്ടായിരുന്ന ഒരു നായർക്ക് ചിറ്റൂര് ഒരു വീട്ടിൽ സംബന്ധമുണ്ടായിരുന്നു. സംബന്ധം ചെയ്യ പ്പെട്ട സ്ത്രീയുടെ വീട്ടിൽ ധാരാളം സമ്പത്തുണ്ടായിരുന്നു. എന്നു മാത്രമല്ല, ആ സ്ത്രീയെ ആ വീട്ടിലുള്ളവർ വളരെ വാത്സല്യത്തോടുകൂടിയാണ് വളർത്തി യിരുന്നത്. അതിനാൽ ആ സ്ത്രീയുടെ മാതാപിതാക്കന്മാരും മാതുലന്മാരും അമൂല്യങ്ങളായ അനേകം ആഭരണങ്ങളുണ്ടാക്കിച്ചുകൊടുത്തിരുന്നു. ആ സ്ത്രീ മിക്ക സമയത്തും അവയെല്ലാം അണിഞ്ഞു കൊണ്ട് തന്നെയാണ് നടക്കുക പതിവ്. ആ സ്ത്രീക്ക് ചിറ്റൂർകാവിൽ ഭഗവതിയെ കുറിച്ച് അളവറ്റ ഭക്തിയും വിശ്വാസവുമുണ്ടായിരുന്നതിനാൽ രണ്ടു നേരവും കാവിൽപ്പോയി ദേവിയെ വന്ദിക്കുക പതിവായിരുന്നു. കാവിൽ പോകുന്ന സമയങ്ങളിൽ ആ സ്ത്രീ തന്റെ ആഭരണങ്ങളെല്ലാമെടുത്തു അണിയാതിരിക്കാറില്ല. സംബന്ധക്കാ രനായ ആ നായർ ഒരത്യാഗ്രഹിയും ദു ഷ്ടനുമായിരുന്നതിനാൽ ഈ ആഭര ണങ്ങളെല്ലാം പതിവായിക്കണ്ടപ്പോൾ ഇവയെല്ലാം തട്ടിക്കൊണ്ടു പോക ണമെന്ന് തോന്നിത്തുടങ്ങി. അതിനാൽ അയാൾ അതിനുള്ള ഒരു കള്ള കൗശലം ആലോചിച്ചു നിശ്ചയിച്ചുകൊണ്ട് ഒരു ദിവസം ഭാര്യയോട് സ്വകാ ര്യമായിട്ട് 'നിന്നെ ഒന്ന് കാണാൻ വൈകിയിരിക്കുന്നതിനാൽ അങ്ങോട്ട് കൊണ്ടു ചെല്ലണമെന്ന് എന്റെ അമ്മ എന്നോട് പറഞ്ഞു തുടങ്ങീട്ട് വളരെ ദിവസമായി. അതിനാൽ നമുക്ക് അങ്ങോട്ടോന്നു പോകണം. അവിടെ മൂന്നു ദിവസം താമസിച്ചിട്ടു നാലാം ദിവസം നമുക്ക് മടങ്ങിപ്പോരാം. അതിനെന്താ വിരോധമുണ്ടോ?' എന്ന് ചോദിച്ചു. അതിനുത്തരമായിട്ട് ഭാര്യ 'ഒരു വിരോധ വുമില്ല. അച്ഛനുമമ്മയും മറ്റും സമ്മതിച്ചാൽ നമുക്ക് നാളെത്തന്നെ പോകാം. എന്നാൽ മൂന്നു ദിവസം അവിടെ താമസിക്കാൻ നിവൃത്തിയില്ല. എനിക്ക് പതിവായി കാവിൽ തൊഴാൻ പോകണമല്ലോ. ഒരു ദിവസത്തെ തൊഴുക കഴിഞ്ഞിട്ട് നമുക്ക് അങ്ങോട്ട് പോകാം. പിറ്റേദിവസം തോഴാനിങ്ങോട്ടെ ത്തണം. ദേവീദർശനം മുട്ടിക്കുന്ന കാര്യം സങ്കടമാണ്'' എന്ന് പറഞ്ഞു. അത് കേട്ടപ്പോൾ നായർക്ക് സന്തോഷമായി. അയാൾ ആ സ്ത്രീയുടെ മാതാപിതാക്കന്മാരോടും മറ്റും വിവരം പറഞ്ഞ് അവരെയെല്ലാം സമ്മതി പ്പിക്കുകയും പിറ്റേ ദിവസം തന്നെ സ്ത്രീ കാവിൽപ്പോയി കുളിച്ചുതൊഴുതു വന്നയുടനെ ഭർത്താവും ഭാര്യയും ഊണ് കഴിച്ചു വീട്ടിൽനിന്നു പുറപ്പെടുകയും ചെയ്തു. അപ്പോഴേക്കും ആ സ്ത്രീ അവരുടെ ആഭരണങ്ങളെടുത്തണിഞ്ഞിരു ന്നു എന്നുള്ളതു വിശേഷിച്ചു പറയണമെന്നില്ലല്ലോ.

ആ നായരും ഭാര്യയുംകൂടി കുറച്ചുദൂരം പോയപ്പോൾ വഴിക്കടുത്തു തന്നെ ആ നായരുടെ ഒരു സ്നേഹിതന്റെ വീടുണ്ടായിരുന്നതിനാൽ അവർ അവിടെക്കയറി. ആ വീട്ടുകാർ ഈ ദമ്പതിമാരെ അവിടെ സാദരം ക്ഷ ണിച്ചിരുത്തി കുശലപ്രശ്നാനന്തരം വെടികൾ പറഞ്ഞുതുടങ്ങി. പിന്നെ അവരെ ഒരു ലഘുഭക്ഷണം കഴിപ്പിക്കുകയും ചെയ്തു. അപ്പോഴേക്കും നേരം

സന്ധ്യയോടടുത്തതിനാൽ ആ ഭാര്യാഭർത്താക്കന്മാർ ആ വീട്ടുകാരോടു യാത്രയും പറഞ്ഞ് അവിടെ നിന്നും ഇറങ്ങി നടന്നു. കുറച്ചുദൂരം ചെന്നപ്പോൾ അവിടെ ചിറ്റൂർ പുഴയായി. ചിറ്റൂർ പുഴയിൽ അക്കാലത്ത് പാലമുണ്ടായിരുന്നില്ല. കഴിഞ്ഞ രാത്രിയിൽ കലശലായിട്ടു മഴയുണ്ടായതിനാൽ പുഴയിൽ വെള്ളം സ്വല്പം പെരുകിയിരുന്നു. അതിനാൽ നായർ ഭാര്യയോട്, 'പുഴയിൽ വെള്ളം കുറച്ചധികമാണെന്നാണ് തോന്നുന്നത്. അതിനാൽ ഇറങ്ങിക്കടക്കാമോ എന്ന് ഞാനൊന്നിറങ്ങി നോക്കട്ടെ. ഞാൻ മടങ്ങിവന്നിട്ടു പിന്നെ നമുക്കൊരുമിച്ചു പോകാം. നേരം ഇരുട്ടി തുടങ്ങിയിരിക്കുന്നു. നീ തനിച്ച് ഇവിടെ നിൽക്കുമ്പോൾ വല്ലവനും വന്ന് ഈ ആഭരണങ്ങൾ അഴിച്ചു കൊണ്ട് പോയെങ്കിൽ നീയെന്തു ചെയ്യും? അതു കൊണ്ട് അവയൊക്കെ അഴിച്ചു ഇങ്ങോട്ട് തന്നേക്കൂ. പുഴ കടന്നിട്ടു കെട്ടിയാൽമതി' എന്ന് പറഞ്ഞ്. ശുദ്ധഹൃദയയായ ആ സ്ത്രീ അത് കേട്ടു സത്യമെന്നു വിചാരിച്ച് ആഭരണങ്ങളെല്ലാമഴിച്ച് വിശ്വാസപൂർവം ഭർത്താവിന്റെ കയ്യിൽ കൊടുത്തു. ദുഷ്ടനും വഞ്ചകനുമായ ആ നായർ അവയെല്ലാം വാങ്ങി ഒരു മുണ്ടിൽപൊതിഞ്ഞു കക്ഷത്തിൽ വെച്ചുകൊണ്ടു പുഴയിറങ്ങി മറുകരയിലേക്ക് പോയി. ആ സ്ത്രീ അവിടെ വളരെ നേരം നിന്നിട്ടും നായർ മടങ്ങി വന്നില്ല. നേരമേകദേശം പാതിരവോടടുത്തു. ഘോരാന്ധകാരം കൊണ്ട് ദിക്കൊക്കെ മറഞ്ഞു. ഒന്നും കാണ്മാൻ വയ്യാതെയായി, അതികഠിനമായ മഴയും തുടങ്ങി. അപ്പോൾ ആ അമ്മയുടെ മനഃസ്ഥിതി ഏതുപ്രകാരമായിരുന്നു എന്നു പറഞ്ഞറിയിക്കുന്ന കാര്യം അസാദ്ധ്യം തന്നെ. ഭീതികൊണ്ടും വ്യസനം കൊണ്ടും ആ പതിവ്രത ഏറ്റവും പരവശയായിതീർന്നു എന്നു തന്നെ പറയാം. നിസ്സഹായയും ദുസ്സഹ ദുഃഖമഗ്നയുമായിതീർന്ന ആ സാധ്വി ഉടനെ തന്റെ പരദേവതയായ ഭഗവതിയെ ഭക്തിപാരവശ്യങ്ങളോടുകൂടി വിളിച്ചുകരഞ്ഞു പ്രാർത്ഥിച്ചുതുടങ്ങി. 'അയ്യോ! അമ്മെ! നിസ്സഹായയായിത്തീർന്നിരിക്കുന്ന ഈ അഗതിയെ രക്ഷിക്കണേ. അമ്മയല്ലാതെ അടിയന് വേറെ ഒരു ശരണവുമില്ലേ, എന്റെ ചിറ്റൂർകാവിലമ്മേ! രക്ഷിക്കണേ, രക്ഷിക്കണേ' എന്നും മറ്റുമായിരുന്നു ആ അബലയുടെ വിളിയും പ്രാർത്ഥനയും. അങ്ങനെ ആ സ്ത്രീ കുറച്ചുനേരം ദേവിയെ വിളിച്ചു പ്രാർത്ഥിച്ചപ്പോൾ ഒരു സ്ത്രീ വിളക്കും കൊണ്ട് അവിടെയെത്തി. ആ സ്ത്രീയോട് 'ഇനി എന്തിന് ഇവിടെ നിൽക്കുന്നു? നമുക്കു വീട്ടിലേയ്ക്കു പോകാം. നേരം പാതിരാവായിരിക്കുന്നു. അയാൾ ഈ ഇരുട്ടിലകപ്പെട്ടു വഴിതെറ്റി എവിടെയോ പോയി. നേരത്തേ അങ്ങു വരും' എന്നു പറഞ്ഞു. ആ സ്ത്രീ തന്റെ പെറ്റമ്മയാണെന്നു തോന്നുകയാൽ മറ്റേ സ്ത്രീ സന്തോഷിച്ച് അവരുടെ കൂടെപ്പോയി. രണ്ടുപേരും തമ്മിൽ ഓരോ വർത്തമാനങ്ങളും പറഞ്ഞുകൊണ്ട് നടന്നു വീട്ടിലെത്തി വിളിച്ചു വാതിൽ തുറപ്പിച്ചപ്പോൾ ആ സ്ത്രീയുടെ സാക്ഷാൽ പെറ്റമ്മ അവിടെത്തന്നെ ഉണ്ടായിരുന്നു. പുഴക്കടവിൽ നിന്ന് ആ സ്ത്രീയെ വീട്ടിൽക്കൊണ്ടു ചെന്നാക്കിയ അമ്മ അവരുടെ കൈയിലുണ്ടായിരുന്ന വിളക്കോടുകൂടി അപ്പോഴേയ്ക്കും അദൃശ്യയായിത്തീരുകയും ചെയ്തു. പിന്നെ വീട്ടിലുണ്ടായിരുന്ന സാക്ഷാൽ അമ്മ മകളോട് അവർ ഭർത്താവിനോടുകൂടിപ്പോയിട്ടു പിന്നെയുണ്ടായ കഥകളൊക്കെ ചോദിക്കുകയും മകൾ എല്ലാം വിസ്തരിച്ചു പറഞ്ഞ് അമ്മയെ കേൾപ്പിക്കുകയും ചെയ്തു. വർത്തമാനങ്ങളെല്ലാം കേട്ടപ്പോൾ ആ അമ്മയ്ക്ക് ആഭരണങ്ങളെല്ലാം പോയതുകൊണ്ടുള്ള സന്താപത്തേക്കാളധികം മകൾ

ആപത്തൊന്നും കൂടാതെ മടങ്ങി വന്നു ചേർന്നതുകൊണ്ടുള്ള സന്തോഷമാണുണ്ടായത്.

പിറ്റേദിവസം നേരം വെളുത്തപ്പോൾ ആ നായർ ഒരു ഭ്രാന്തനെ പ്പോലെ ഓടിവന്ന് ആ ആഭരണപ്പൊതി ആ വീട്ടിലിട്ടിട്ട് ഒന്നും മിണ്ടാതെ വന്നതുപോലെ ഇറങ്ങിഓടിപ്പോയി. പിന്നെ അയാളെക്കാണാനും അയാളെക്കുറിച്ച് എന്തെങ്കിലും കേൾക്കാനും ആർക്കും സാധിച്ചിട്ടില്ല. നേരം കുറച്ചു പുലർന്നപ്പോഴേയ്ക്കും ഈ വർത്തമാനങ്ങളെല്ലാം കർണ്ണാ കർണ്ണികയാ ആ ദേശത്ത് എല്ലാവരുമറിഞ്ഞു. ഉടനെ എല്ലാവരും ക്ഷേത്രസന്നിധിയിൽ കൂടി. അപ്പോഴേയ്ക്കും വെളിച്ചപ്പാടും അവിടെ എത്തുകയും ഉടനെ വെളിപാടുണ്ടാവുകയും ജനങ്ങളോട് "നിങ്ങളാരും ഒട്ടും സംശയിക്കേണ്ട, എന്നെ ഭക്തിപൂർവം സേവിച്ചുകൊണ്ടിരിക്കുന്ന എന്റെ മകൾ എന്നെ വിളിച്ചു കരഞ്ഞപ്പോൾ പുഴക്കടവിൽ ചെന്ന് അവളെ വിളിച്ചുകൊണ്ടുപോയി അവളുടെ വീട്ടിലാക്കിയതു ഞാനാണ്. ആ വഞ്ചകനെക്കൊണ്ട് ആ ആഭരണങ്ങളെല്ലാം മടക്കിക്കൊടുപ്പിച്ചതും ഞാൻ തന്നെ. ആ ദുഷ്ടന്റെ കഥ ഞാൻ കഴിച്ചിരിക്കുന്നു. അവന്റെ ശവം പോലും ആർക്കും കാണ്മാൻ കഴിയില്ല' എന്നു കല്പിക്കുകയും ചെയ്തു. ചിറ്റൂർ ക്കാവിൽ ഭഗവതിയുടെ ഭക്തവാത്സല്യം സീമാതീതമാണെന്നുള്ളതിന് ഇതും ഒരു ഉത്തമദൃഷ്ടാന്തമാണല്ലോ.

വെളിച്ചപ്പാടിന്റെ കലിയടങ്ങിയതിനു ശേഷം നാട്ടുകാരിൽ പ്രധാനന്മാരെല്ലാവരും കൂടി നടയിൽ വച്ച് 'പെരുവെമ്പുദേശക്കാരായ നായന്മാരെക്കൊണ്ട് മേലാലൊരിക്കലും ചിറ്റൂർ ദേശത്തു സംബന്ധം ചെയ്യിക്കാൻ പാടില്ല' എന്നു നിശ്ചയം ചെയ്തു. ആ നിശ്ചയത്തെ ഇപ്പോഴും ആ നാട്ടുകാർ ഭേദപ്പെടുത്തിയിട്ടില്ല.

ചിറ്റൂർ ഭഗവതിയുടെ ഭക്തവാത്സല്യം അപരിമിതമാണെന്നു ജനങ്ങൾക്കു ബോധം വരത്തക്കവണ്ണം അവിടെ നടത്തിയിട്ടുള്ള മറ്റൊരു സംഗതികൂടി ചുരുക്കത്തിൽ താഴെ പറഞ്ഞുകൊള്ളുന്നു.

ചിറ്റൂരുള്ള ഒരു നായർ ഗൃഹത്തിലെ 'കുപ്പാണ്ടി' എന്നു പേരായ ഒരു കുട്ടി ഒരു കൊല്ലം മണ്ഡലവിളക്കു കാണാനായി ഒരു ദിവസം ചില കൂട്ടുകാരോടുകൂടി അമ്പലത്തിലേയ്ക്കു പോയി. കുറച്ചുനേരം വിളക്കുകണ്ടു നിന്നപ്പോൾ ഉറക്കം കലശലായിട്ടു വരികയാൽ ആ കുട്ടി വടക്കേ നടയിൽ ഒരു സ്ഥലത്തു ചെന്നു കിടന്നു സുഖമായിട്ടുറങ്ങി. വിളക്കു കഴിഞ്ഞിട്ടും കുപ്പാണ്ടി ഉണർന്നില്ല. വിളക്കു കഴിഞ്ഞപ്പോൾ ആളുകളൊക്കെ പിരിഞ്ഞുപോയി. കുപ്പാണ്ടിയുടെ കൂട്ടുകാരും കുട്ടിയെ വിളിക്കാനോർത്തില്ല. കുപ്പാണ്ടി ഉണർന്നു നോക്കിയപ്പോൾ അവിടെയെങ്ങും ആരുമില്ലായിരുന്നു. ആ പ്രദേശമെല്ലാം അന്ധകാരപൂർണ്ണമായിരുന്നു. അതിനാൽ കുപ്പാണ്ടി ഏറ്റവും ഭയവിഹ്വലതയോടെ 'അമ്മേ , അമ്മേ!' എന്നുറക്കെ വിളിച്ചുകൊണ്ട് കരഞ്ഞു തുടങ്ങി. വീട്ടിൽ കിടന്നുറങ്ങിയാലും ഉണരുമ്പോൾ അടുക്കലാരെയും കണ്ടില്ലെങ്കിൽ അമ്മയെ വിളിച്ചുകരയുക പതിവായിരുന്നു. അതുപോലെ ഇവിടെയും ചെയ്തു എന്നേയുള്ളൂ. എങ്കിലും കുട്ടിയുടെ അമ്മയ്ക്കു ഭഗവതിയെക്കുറിച്ച് അളവറ്റ ഭക്തിയും വിശ്വാ!സവുമുണ്ടായിരുന്നതിനാൽ ആ കുട്ടിയുടെ സങ്കടം ഭഗവതിയ്ക്ക് ഏറ്റവും ദുസ്സഹമായി തീർന്നു. കുപ്പാണ്ടി മേൽപ്രകാരം അമ്മയെ വിളിച്ചു കരഞ്ഞ ക്ഷണത്തിൽ ഒരു സ്ത്രീ വിളക്കെടുത്തുകൊണ്ട് അടുക്കൽ ചെന്ന്

'നീയെന്തിനു കരയുന്നു? നമുക്ക് വീട്ടിലേയ്ക്ക് പോകാം' എന്നു പറഞ്ഞ് ചെന്ന ആ സ്ത്രീ സ്വന്തം അമ്മയാണെന്ന് തോന്നുകയാൽ ആ കുട്ടി സസന്തോഷം അവരുടെ കൂടെ പോയി. വഴിയിൽവെച്ച് കുട്ടി 'അമ്മേ എനിക്കു കലശലായി വിശക്കുന്നു' എന്നു പറഞ്ഞതിന് മറുപടിയായിട്ട് ആ സ്ത്രീ 'വീട്ടിൽ ചെന്നാൽ അതിനു വല്ലതും സമാധാനമുണ്ടാക്കാം' എന്നു പറഞ്ഞു. അങ്ങനെ ഓരോന്നു പറഞ്ഞുകൊണ്ട് അവർ നടന്നു. വിളക്കു കഴിഞ്ഞ് കുപ്പാണ്ടി മടങ്ങിയെത്താനുള്ള നേരമായിട്ടും കുപ്പാണ്ടിയെ കാണായ്കയാൽ വീട്ടിലുണ്ടായിരുന്നവർക്ക് പരിഭ്രമമായി. അതിനാൽ അവിടെ നിന്നു ചിലർ വെളിച്ചം കൊണ്ടു കുപ്പാണ്ടിയെ അന്വേഷിച്ച് പുറപ്പെട്ടു. അവർ കുറച്ചു ദൂരം ചെന്നപ്പോൾ ഒരു സ്ത്രീ വെളിച്ചം കാണിച്ച് കുപ്പാണ്ടിയെയും കൊണ്ടു വരുന്നത് ദൂരെ വച്ചു തന്നെ കണ്ടു. അവർ അടുത്തു ചെന്നപ്പോൾ ആ സ്ത്രീ വെളിച്ചത്തോടുകൂടി അദൃശ്യയായിത്തീർന്നു. കുപ്പാണ്ടി മാത്രം വഴിയിൽ നിൽക്കുന്നുണ്ടായിരുന്നു. അതിനാലവർ കുട്ടിയെയും കൊണ്ടു വീട്ടിലെത്തി. അപ്പോൾ കുപ്പാണ്ടിയുടെ സാക്ഷാലമ്മ വീട്ടിലുണ്ടായിരുന്നു. ആ അമ്മ കുട്ടിയോട് 'നീ ആരുടെ കൂടെയാണ് വന്നത്?' എന്നു ചോദിച്ചു. അതിനു കുട്ടിയുടെ മറുപടി, 'അമ്മയല്ലേ വിളക്കും കൊണ്ടു വന്ന് എന്നെക്കൊണ്ടു പോന്നത്? പിന്നെ ഇങ്ങനെ ചോദിക്കുന്നതെന്താണ്? വഴിയിൽ വച്ച് എനിക്കു വിശക്കുന്നു എന്നു പറഞ്ഞപ്പോൾ അതിനു വീട്ടിൽച്ചെന്നാൽ സമാധാനമുണ്ടാക്കാം എന്ന് അമ്മ പറഞ്ഞില്ലേ? ഇപ്പോൾ സമാധാനമുണ്ടാക്കാത്തതെന്താണ്?' എന്നായിരുന്നു. ഈ മറുപടി കേട്ടപ്പോൾ അവിടെ എല്ലാവരും വിസ്മയിക്കുകയും എല്ലാം ചിറ്റൂർക്കാവിലമ്മയുടെ മായാവിലാസം തന്നെയെന്നു തീർച്ചപ്പെടുത്തുകയും ആ ദേവിയെ ഭക്തിപൂർവം മനസ്സുകൊണ്ട് നമസ്കരിക്കുകയും ചെയ്തു. പിന്നെ അവിടെയിരിപ്പുണ്ടായിരുന്ന പഴമോ പലഹാരമോ ഏതാണ്ടൊക്കെ കൊടുത്ത് കുപ്പാണ്ടിയെ സമാധാനപ്പെടുത്തിയതിന്റെ ശേഷം എല്ലാവരും കിടന്നുറങ്ങി.

ഇനി ഇപ്രകാരമല്ലെങ്കിലും മറ്റൊരു പ്രകാരം ചിറ്റൂർകാവിൽ ഭഗവതിയുടെ ഭക്തവാത്സല്യത്തിനു ദൃഷ്ടാന്തമായി അവിടെയുണ്ടായ മറ്റൊരു സംഗതി പറയാം. ചിറ്റൂർ തന്നെയുള്ള വീട്ടിൽ 'കുപ്പ അമ്മ' എന്നൊരു സ്ത്രീയുണ്ടായിരുന്നു. ആ സ്ത്രീ നല്ല പതിവ്രതയും സദ്വൃത്തയും ഭഗവതിയെക്കുറിച്ച് അളവറ്റ ഭക്തിയും വിശ്വാസവുമുള്ള കൂട്ടത്തിലുമായിരുന്നു. അവർക്ക് ദേശത്തുകാരൻ തന്നെയായ ഒരു നാരായണമേനോൻ സംബന്ധം ചെയ്ത് ഭർത്താവായി തീർന്നു. അയാൾ പ്രകൃത്യാ ഒരു വിടനായിരുന്നു. അതിനാലയാൾ ആ ദേശത്തു തന്നെയുള്ള മറ്റൊരു സ്ത്രീയിൽ അനുരക്തനായി തീരുകയും ആ സ്ത്രീയ്ക്കും സംബന്ധം ചെയ്യാൻ ഉത്സാഹിച്ചു തുടങ്ങുകയും ചെയ്തു. ആ ഉത്സാഹം മുറുക്കമായപ്പോൾ ആ സ്ത്രീ അയാളോട് 'നിങ്ങൾക്കിപ്പോൾ ഒരു ഭാര്യയുണ്ടല്ലോ, ഇനി ഒരു സംബന്ധം കൂടി ചെയ്യുന്നത് ന്യായമല്ല. എനിക്ക് സപത്നിയായിരിക്കാൻ മനസ്സുമില്ല. എന്നു മാത്രമല്ല, ആ സംബന്ധമുള്ളപ്പോൾ നിങ്ങൾ ഈ പടിക്കകത്ത് കടക്കാൻ തന്നെ പാടില്ല.' എന്നു പറഞ്ഞു. അപ്പോൾ ആ മേനോൻ 'എന്നാലീസ്സംബന്ധം ഇപ്പോൾ തന്നെ മതിയാക്കിയേക്കാം' എന്നു പറഞ്ഞു പിരിഞ്ഞു. അന്നു രാത്രി ഏകദേശം പത്തുമണിയായപ്പോൾ കുപ്പവമ്മയുടെ വീട്ടിലെത്തി. ആ സാധ്വി ശുദ്ധമേ കുലടയാണെന്ന് തനിക്ക് അറിവുകിട്ടിയിരിക്കുന്നു എന്നും അതിനാൽ

താൻ സംബന്ധം മതിയാക്കിയിരിക്കുന്നു എന്നും മറ്റും പറഞ്ഞിട്ട് അവിടെ നിന്ന് ഇറങ്ങിപ്പോയി. ഇതൊക്കെ കേൾക്കുകയും ഭർത്താവ് കലഹിച്ച് ഇറങ്ങിപ്പോവുകയും ചെയ്തപ്പോൾ കുപ്പവമ്മയ്ക്കു ദുസ്സഹമായ ദുഃഖമുണ്ടായി എന്നുള്ളത് പറയണമെന്നില്ലല്ലോ. അവർ കണ്ണീരൊലിപ്പിച്ച് കരഞ്ഞു കൊണ്ട് ' എന്റെ ചിറ്റൂർക്കാവിലമ്മേ! ഈ അപവാദം പരസ്യപ്പെട്ടുത്താനിടയാകാതെ എന്നെയും എന്റെ ഭർത്താവിനെയും രക്ഷിക്കണേ' എന്നു പ്രാർത്ഥിച്ചു. മേനോൻ ആ വീട്ടിൽ നിന്നിറങ്ങി കുറേ ദൂരം പോയപ്പോൾ ചില ഭയങ്കരമൂർത്തികൾ അയാളെത്തടുത്തു ഭയപ്പെടുത്തി തിരിയെ ഓടിച്ചു ഭാര്യാഗൃഹത്തിൽ കൊണ്ടു ചെന്നാക്കി. അയാൾ അവിടെ ചെന്ന് ആരോടും മിണ്ടാതെ അകത്തു കയറിക്കിടന്നു.

പിറ്റേദിവസം കാലത്തു കുപ്പഅമ്മ പതിവുപോലെ കുളിച്ചു തൊഴാനായിട്ടു കാവിലെത്തി. പിന്നാലെ നാരായണമേനോനും അവിടെ ചെന്നു ചേർന്നു. അപ്പോൾ വെളിച്ചപ്പാട് അവിടെ വരികയും ഉടനെ വെളിപാടുണ്ടാവുകയും ചെയ്തു. വെളിച്ചപ്പാട് മേനവനോട് 'എന്റെ ഭക്തയും സദ്വൃത്തയുമായിരിക്കുന്ന മകളെക്കുറിച്ച് ഇന്നലെ അപവാദങ്ങൾ പറഞ്ഞു രാത്രിയിൽ അവിടെ നിന്നിറങ്ങിപോയിട്ടു മടങ്ങി അങ്ങോട്ടു തന്നെ ചെന്നതെന്താണ്? വഴിയിൽ വച്ചു തടുത്തതും മടക്കി അയച്ചതും എന്റെ പരിവാരങ്ങളാണ്. ഇനിയൊരിക്കൽ ഇങ്ങനെ പറയുകയോ പ്രവർത്തിക്കുകയോ ചെയ്താലവർ എന്റെ മകനെ ചീന്തി ചോര കുടിക്കും. ഓർമ്മ ഉണ്ടായിരിക്കട്ടെ' എന്നു കൽപ്പിച്ചു. അതുകേട്ടു മേനോൻ ഏറ്റവും ഭയത്തോടും ഭക്തിയോടും കൂടി, 'പൊന്നമ്മേ! സമസ്താപരാധങ്ങളും പൊറുത്തു രക്ഷിക്കണം. ഇനി ഒരിക്കലും അങ്ങനെ പറയുകയും പ്രവർത്തിക്കുകയും ചെയ്കയില്ല. ' എന്നുണർത്തി. ഉടനെ വെളിച്ചപ്പാട് 'നല്ല നിശ്ചയമുണ്ടെങ്കിൽ എന്റെ ആയുധം തൊട്ട് അങ്ങനെ സത്യം ചെയ്യുക' എന്നു കൽപ്പിച്ചിട്ട് നാന്ദകം വാൾ നീട്ടി കാണിച്ചു. ഉടനെ പള്ളിവാൾ തൊട്ടുംകൊണ്ട് 'ഞാൻ ഇന്നലെ പറയുകയും പ്രവർത്തിക്കുകയും ചെയ്തതുപോലെ ഇനി ചെയ്കയില്ല.' എന്നു സത്യം ചെയ്തു. ഉടനെ വെളിച്ചപ്പാടിന്റെ കലി അടങ്ങുകയും എല്ലാവരും പിരിഞ്ഞു പോവുകയും ചെയ്തു. കുപ്പവമ്മയ്ക്ക് അപ്പോളുണ്ടായ സന്തോഷവും മേനോനുണ്ടായ ലജ്ജയും എത്രമാത്രമായിരുന്നെന്ന് പറയുവാൻ പ്രയാസം. മേനോൻ പിന്നെ വിടത്വം വിട്ടു കുപ്പവമ്മയുടെ സംബന്ധം മുറയ്ക്കു നടത്തിക്കൊണ്ടിരുന്നു.

പണ്ടു ചിറ്റൂരുണ്ടായിരുന്ന പരദേശബ്രാഹ്മണർക്ക് (പട്ടന്മാർക്ക്) ആ കാവിലെ ഭഗവതിയെക്കുറിച്ച് ഭക്തിയുണ്ടായിരുന്നില്ല. എന്നു മാത്രമല്ല കുറെശ്ശെ പുച്ഛമുണ്ടായിരിക്കുകയും ചെയ്തു. അവിടെയുള്ള ഈ ക്ഷേത്രത്തിലെ ഭഗവതിക്കു മദ്യവും മാംസവും നിവേദിക്കുകയും നായന്മാർ പൂജ കഴിക്കുകയും ചെയ്യുന്നതുകൊണ്ടായിരുന്നു അവർക്ക് പുച്ഛം. അവിടെയുള്ള ലങ്കേശ്വരം ഗ്രാമത്തിലെ ശിവനെ മാത്രമേ അവർ വന്ദിച്ചിരുന്നുള്ളൂ. ആ ശിവക്ഷേത്രത്തിൽ വേണ്ടുന്ന കാര്യങ്ങളെല്ലാം അവർ കൂടി ശ്രമിച്ചു നടത്തിയിരുന്നു എന്നല്ല, ഇപ്പോഴും നടത്തുന്നുമുണ്ട്. ആ ശിവക്ഷേത്രത്തിൽ ആണ്ടുതോറും ധനുമാസത്തിൽ തിരുവാതിരനാൾ പതിവുള്ള രഥോത്സവത്തിൽ ഊരുവലത്തിനു രഥം വലിച്ചുകൊണ്ടു പോവുകതന്നെ ഈ ബ്രാഹ്മണന്മാരാണ് പതിവ്.

ഒരാണ്ടിൽ ഊരുവലത്തിനു രഥം വലിച്ചുകൊണ്ട് ഭഗവതിക്ഷേത്രത്തിന്റെ

വടക്കേ നടയിലെത്തിയപ്പോൾ അവിടെ റോഡിൽ നിന്നിരുന്ന ദേവീഭക്തന്മാരായ ചില നായന്മാരോട് ഒരു പട്ടർ ' നിങ്ങളുടെ കള്ളുകുടിക്കുന്ന തള്ളയ്ക്ക് ശക്തിയുണ്ടെങ്കിൽ ഈ രഥം ഇവിടെ നിന്നിളകാതെ ഇവിടെ നിർത്തട്ടെ' എന്നു പറഞ്ഞു. ഉടനെ തേരവിടെ നിന്നു. അവിടെ നിന്നും രഥം ഇളക്കിക്കൊണ്ടു പോകുന്നതിന് ആ ദേശത്തുണ്ടായിരുന്ന ബ്രാഹ്മണരെല്ലാവരും കൂടി ഉന്തിയും തള്ളിയും പിടിച്ചും വലിച്ചും വളരെ ശ്രമിച്ചു നോക്കി. എങ്കിലും രഥം അവിടെ നിന്ന് കടുകിട മാറിയില്ല. പിന്നെ അവർ ആനകളെ കൊണ്ടു വന്ന് തള്ളിച്ചു നോക്കി. നാലഞ്ചു വലിയ ആനകൾ മസ്തകം വെച്ചു തള്ളിയിട്ടും മസ്തകം പൊട്ടി ചോരയൊലിച്ചു തുടങ്ങിയതല്ലാതെ തേരു ലേശം പോലും ഇളകിയില്ല. എന്നു മാത്രമല്ല ദേവിയെ നിന്ദിച്ചു പറഞ്ഞ ആ പട്ടർക്കും അപ്പോഴേയ്ക്കും ശ്വാസം മുട്ടി വയർ വീർത്തു തുടങ്ങി. അദ്ദേഹത്തിനു അവിടെ നില്ക്കാൻ വയ്യാതെയായിട്ട് അദ്ദേഹം മഠത്തിലേക്കു പോയി. അപ്പോഴേക്കും സുഖക്കേടുകൾ കുറച്ചുകൂടി കലശലായി. മലവും മൂത്രവും പോകാതെയും വീർപ്പുമുട്ടിയും വയർ വീർത്തും കുളിച്ചപോലെ ദേഹം വിയർത്തും പട്ടർ ഏറ്റവും പരവശനായി നിലത്തു കിടന്ന് ഉരുണ്ടുതുടങ്ങി. ചെന്നു കണ്ടവർക്കൊക്കെ അദ്ദേഹം അപ്പോൾ മരിക്കുമെന്നു തോന്നി. അപ്പോൾ ചിലർ 'ഇതു ഭഗവതിയെ നിന്ദിച്ചു പറഞ്ഞതിന്റെ ഫലമാണ്. അവിടെത്തന്നെ ചെന്നപേക്ഷിച്ചാലല്ലാതെ ഇതിനു സമാധാനമുണ്ടാവുകയില്ല' എന്നു പറഞ്ഞു. ഉടനെ ആ പട്ടരുടെ ബന്ധുക്കളായ ചിലർ കാവിലേക്ക് ഓടിപ്പോയി. അവർ നടയിൽച്ചെന്ന് അപേക്ഷിച്ചു. ഉടനെ വെളിച്ചപ്പാട് അവിടെ വരികയും വെളിപാടുണ്ടാവുകയും ചെയ്തു. അപ്പോൾ അവിടെച്ചെന്നിരുന്നവർ 'പൊന്നുതമ്പുരാട്ടീ! സർവ്വാപരാധങ്ങളും പൊറുത്തു രക്ഷിക്കണം. അയാൾ അറിവില്ലായ്കകൊണ്ട് അങ്ങനെയൊക്കെ പറഞ്ഞതാണ്'' എന്നുണർത്തിച്ചു. അപ്പോൾ, 'എന്നെ നിന്ദിച്ചതു കൊണ്ട് എനിക്കൊന്നുമില്ല. ആ വാക്കുകൾ എന്റെ ഭക്തന്മാരായ മക്കൾക്കു വലിയ സങ്കടമുണ്ടാക്കി. അതാണ് എനിക്ക് ദുസ്സഹദുഃഖകാരണമായിത്തീർന്നത്. രഥം പിടിച്ചു നിർത്തിയിരിക്കുന്നത് എന്റെ പരിവാരങ്ങളാണ്. അവർക്ക് എന്നെ നിന്ദിച്ച ആ ആളുടെ പുത്രനെ വെട്ടി ബലികൊടുത്തല്ലാതെ രഥം ഇളകുകയും ഈ ആളുകളുടെ സുഖക്കേടു മാറുകയുമില്ല. അങ്ങനെ ചെയ്തില്ലെങ്കിൽ ആ ആളുകളുടെ കഥ ഇന്നു കഴിയും' എന്നാണ് കല്പനയുണ്ടായത്. ഈ കല്പന കേട്ടപ്പോൾ ആ ബന്ധുജനങ്ങൾക്ക് അളവറ്റ സങ്കടമുണ്ടായി. ആ ബ്രാഹ്മണനു പുരുഷസന്താനമായിട്ട് ഈ ഒരു കുട്ടി മാത്രമേ ഉണ്ടായിരുന്നുള്ളൂ. ആ കുട്ടിയുടെ കഥ കഴിക്കുക എന്നുള്ള കാര്യം അവ!ക്ക് എങ്ങനെ സഹ്യമായിത്തീരും? എങ്കിലും പിന്നെ അവർക്ക്! ഒന്നു തോന്നി. അതെങ്ങനെയെന്നാൽ 'കല്പന പോലെ ചെയ്യാതെയിരുന്നാൽ ഒരു സമയം അച്ഛന്റേയും മകന്റേയും കഥ കഴിഞ്ഞുപോയി എന്നു വന്നേക്കാം. മകൻ പോയാലും അച്ഛൻ ജീവിച്ചിരുന്നാൽ ഭഗവതിയുടെ കൃപകൊണ്ട് അദ്ദേഹത്തിനു പിന്നെയും പുത്രന്മാരുണ്ടാകാം. 'ഇങ്ങനെ അവർ ആലോചിച്ചു നിശ്ചയിച്ചു മഠത്തിൽച്ചെന്ന് ആ സുഖക്കേടായിക്കിടന്നിരുന്ന ബ്രാഹ്മണനോടും ഈ സംഗതികളെല്ലാം പറഞ്ഞു. അവർ പറഞ്ഞതെല്ലാം അദ്ദേഹവും സമ്മതിച്ചു. അപ്പോഴേക്കും അദ്ദേഹത്തിനു കുറച്ചു സുഖമായി. പിന്നെ അവരെല്ലാവരും കൂടി കുട്ടിയെയുംകൊണ്ടു ക്ഷേത്രത്തിലെത്തി. അപ്പോഴും വെളിച്ചപ്പാടിന്റെ

കലി അടങ്ങിയിട്ടില്ലായിരുന്നു. വെളിച്ചപ്പാട് ഇവരെക്കണ്ടപ്പോൾ 'എന്താ ഞാൻ പറഞ്ഞതുപോലെ ചെയ്യാൻ സമ്മതമാണോ?' എന്നു ചോദിച്ചു. അപ്പോൾ സുഖക്കേടായിരുന്ന ആ ബ്രാഹ്മണൻ 'പൂർണ്ണസമ്മതമാണ്, കല്പനപോലെ ചെയ്യാം, കുട്ടിയെ ഇതാ കൊണ്ടു വന്നിട്ടുണ്ട്'' എന്നറിയിച്ചു. അതുകേട്ട് വെളിച്ചപ്പാട് ഒന്നു ചിരിച്ചിട്ട് 'മതി, ഇത്രയും മതി. ഇനി നരബലി വേണ്ട. അതു ഞാൻ സ്വീകരിച്ചിരിക്കുന്നു. ഈ നരബലിക്കു പകരം ഒരു മൃഗബലി മതി. ഒരാടിനെ കൊണ്ടുവന്ന് ആ സ്ഥലത്തുവെച്ചു വെട്ടി എന്റെ പരിവാരങ്ങൾക്കു ബലി കൊടുത്താൽ രഥമിളകി മുറയ്ക്കു പൊയ്ക്കൊള്ളും. എന്നാൽ ആണ്ടുതോറും രഥമിവിടെ വരുമ്പോൾ അപ്രകാരം ചെയ്തുകൊള്ളണം. അങ്ങനെ ചെയ്യാതിരുന്നാൽ ഇപ്രകാരം ദുർഘടമായിത്തീരും' എന്നു കല്പിച്ചു. ഉടനെ ആ ബ്രാമണൻ പോയി ഒരാടിനെക്കൊണ്ടുവന്നു ദേവിയുടെ പരിവാരമൂർത്തികൾക്കെന്നു സങ്കല്പിച്ച് ആ സ്ഥലത്തുവെച്ചു വെട്ടിച്ചു. തൽക്ഷണം രഥമിളകിപ്പോവുകയും ആ പട്ടർക്കു സുഖമാവുകയും ചെയ്തു. ആ ദേശത്തു താമസക്കാരായിരുന്ന പരദേശബ്രാഹ്മണർക്ക് ആ ഭഗവതിയെക്കുറിച്ചുണ്ടായിരുന്ന പുച്ഛമെല്ലാം അസ്തമിച്ചു. അവർ വലിയ ദേവീഭക്തന്മാരായിത്തീരുകയും ചെയ്തു. ഇപ്പോഴും ആണ്ടുതോറും രഥോത്സവത്തിൽ രഥം വടക്കേ നടയിൽ വരുമ്പോൾ അവിടെവെച്ച് ഒരാടിനെ വെട്ടുക പതിവാണ്.

ഭക്തിഹീനന്മാരും ദുഷ്ടന്മാരുമായ ആളുകളെ നല്ലപാഠം പഠിപ്പിച്ചു ഭക്തന്മാരും ശി ഷ്ടന്മാരുമാക്കിത്തീർക്കുന്നതിനു ചിറ്റൂർകാവിൽ ഭഗവതിക്കുള്ള വൈഭവം അപരിമിതം തന്നെയാണ്. ചിറ്റൂർലാവിൽ ആണ്ടുതോറും കൊങ്ങപ്പട എന്നൊരാഘോഷം നടത്തുക പതിവാണെന്നു മുമ്പു പറഞ്ഞിട്ടുണ്ടല്ലോ. അതു നടത്തുന്നതിനു ദേശക്കാരെല്ലാവരുംകൂടി നാലുവീട്ടിൽ മേനോന്മാരെയാണ് ചുമതലപ്പെടുത്തിയിരിക്കുന്നത്. അവർ അതിലേക്കു വേണ്ടുന്ന പണം ദേശക്കാരിൽനിന്നു പിരിച്ചെടുത്താണ് അതു നടത്തുക പതിവ്. പണം കൊടുക്കാൻ നിവൃത്തിയില്ലാത്തവർ അവിടെ ആവശ്യമുള്ള ഊഴിയവേല എന്തെങ്കിലും ചെയ്താലും മതിയെന്നും വെച്ചിട്ടുണ്ട്. ഊഴിയവേല ചെയ്യാതെയും പണം കൊടുക്കാതെയുമിരിക്കുന്നവരുടെ വീടുകളിൽ നിന്ന് അവർ കൊടുക്കേണ്ടുന്ന പണത്തോളം വിലവരുന്ന എന്തെങ്കിലും സാധനങ്ങൾ എടുത്തുകൊണ്ടുപോരുന്നതിനും ആ മേനോന്മാരെ ദേശക്കാരധികാരപ്പെടുത്തീട്ടുണ്ട്.

ഇങ്ങനെയിരിക്കെ ഒരാണ്ടിൽ ചില വീട്ടുകാർ ഊഴിയവേലകൾക്കു ചെല്ലുകയും പണം കൊടുക്കുകയും ചെയ്തില്ല. അതിനാൽ നാലുവീട്ടിൽ മേനോന്മാർ ആ വീടുകളിൽ ചെന്നു ചില സാധനങ്ങൾ എടുത്തുകൊണ്ടു പോന്നു. ആ വീട്ടുകാർ ഈ മേനോന്മാരുടെ പേരിൽ ഭവനഭേദനത്തിനും കയ്യേറ്റത്തിനുമായി മജിസ്ട്രേട്ടുകോർട്ടിൽ അന്യായം കൊടുത്തു. കേസ്സു വിചാരണദിവസം കാലത്തു കാവിൽ വെളിച്ചപ്പാടു ചെല്ലുകയും വെളിപാടുണ്ടാവുകയും ചെയ്തു. ഉടനെ മജിസ്ട്രേട്ടിനെ വിളിപ്പിച്ചു കൊണ്ടുവരാൻ കല്പിച്ചു. അതുകേട്ട് ഒരാൾ ഓടിച്ചെന്ന് വിവരം മജിസ്ട്രേട്ടിനെ ഗ്രഹിപ്പിച്ചു അതുകേട്ട് മജിസ്ട്രേട്ട് 'എനിക്ക് അവിടെ വന്നിട്ടു കാര്യമൊന്നുമില്ല, എനിക്കു ജോലി കച്ചേരിയിലാണ്'' എന്നു പറഞ്ഞയച്ചു. പിന്നെയും കല്പിച്ചാളെ അയച്ചു. അപ്പോഴേക്കും മജിസ്ട്രേട്ട് കച്ചേരിക്കു പോകാനായി വണ്ടിയിൽ കയറി

യാത്രയായിരിക്കഴിഞ്ഞു. മജിസ്ത്രട്ടിന്റെ വണ്ടി എകദേശം ക്ഷേത്രനടക്ക ലായപ്പോളാണ് മൂന്നാമത്തെ ആൾ ചെന്നു പറഞ്ഞത്. ഉടനെ മജിസ്ത്രട്ട് കോപത്തോടുകൂടി 'ഇതൊരു നാശമായിത്തീർന്നല്ലോ' എന്നു പറഞ്ഞു വണ്ടിയിൽനിന്നിറങ്ങി വെളിച്ചപ്പാടിന്റെ അടുക്കൽ ചെന്ന് 'എന്താണ് എന്നെ വിളിപ്പിച്ചത്? എന്നെക്കൊണ്ട് ഇവിടെ എന്താ കാര്യം?' എന്നു ചോദിച്ചു. ഉടനെ വെളിച്ചപ്പാട് 'എന്റെ മക്കളുടെ പേരിൽ ഉടയതിന്റെ അടുക്കൽ (വെളിപാടുണ്ടായാൽ ദേശക്കാരെമക്കളെന്നും ഉദ്യോഗസ്ഥ ന്മാരെ ഉടയതെന്നുമാണ് അവിടെ പറയുക) ഒരു പരാതി വന്നിട്ടുണ്ടല്ലോ; ആ കാര്യം ഞാനിവിടെ തീർച്ചയാക്കിക്കൊള്ളാം. ഉടയത് അതിനൊന്നും ചെയ്യണമെന്നില്ല' എന്നു കല്പിച്ചു. അപ്പോൾ മജിസ്ത്രട്ട്, 'ഇങ്ങനെയുള്ള കാര്യ ങ്ങൾ തീർച്ചയാക്കാൻ ഇവിടെ അധികാരമുണ്ടെന്നു ഞാനറിഞ്ഞിട്ടില്ല. അങ്ങനെ വല്ല തീട്ടൂരമോ ഉത്തരവോ ഉണ്ടെങ്കിൽ അതു കാണിക്കണം. അല്ലെങ്കിൽ ന്യായം പോലെ ഞാൻ തീർച്ചയാക്കും' എന്നു പറഞ്ഞിട്ടു വണ്ടിയിൽക്കയറിപ്പോയി. കുറച്ചുദൂരം പോയപ്പോൾ വണ്ടിയുടെ അച്ചത ണ്ട് ഒടിയുകയും മജിസ്ത്രട്ട് താഴെ വീഴുകയും ചെയ്തു. മജിസ്ത്രട്ടിനു വലിയ കേടൊന്നും പറ്റിയില്ല. കാലിനു സ്വല്പം പരുക്ക് പറ്റിപ്പോയതേയുള്ളൂ. വണ്ടിക്കു കേടും കാലിനു പരുക്കും പറ്റിയപ്പോഴേക്കും മജിസ്ത്രട്ടിനു കോപം കലശലായി. 'നാലുവീട്ടിൽ മേനോന്മാരെ ഇതിനാലെ നല്ല പാഠം പഠി പ്പിച്ചേക്കാം' എന്നു തീർച്ചപ്പെടുത്തിക്കൊണ്ട് ഒരുവിധം നടന്നു കച്ചേരി യിലെത്തി. അപ്പോഴേക്കും അദ്ദേഹത്തിന്റെ വീട്ടിൽനിന്ന് ഒരാൾ ഓടി കച്ചേരിയിലെത്തി വീട്ടിൽ എല്ലാവർക്കും വിഷൂചിക തുടങ്ങിയിരിക്കുന്നു വെന്നും ക്ഷണത്തിൽ വീട്ടിലേയ്ക്കു ചെല്ലണമെന്നും ഗ്രഹിപ്പിച്ചു. ഉടനെ മജിസ്ത്രട്ട് കച്ചേരിയിൽ നിന്നിറങ്ങി പതുക്കെപ്പതുക്കെ നടന്നു വീട്ടിലെത്തി. അപ്പോളവിടെ അദ്ദേഹത്തിന്റെ ഭാര്യയും മക്കളും ഭാര്യയുടെ അമ്മയും ഭൃത്യന്മാരുമെല്ലാം അതിസാരവും ഛർദ്ദിയും ഉരുണ്ടുകേറ്റവും കലശലായിട്ട് ഉറക്കെ നിലവിളിച്ചുകൊണ്ടു കിടന്നുരുളുന്നതായിട്ടാണ് അദ്ദേഹം കണ്ടത്. ഈ കാഴ്ച കണ്ടപ്പോൾത്തന്നെ മജിസ്ത്രട്ടിന്റെ കോപമൊക്കെപ്പോയി താപം മനസ്സിൽ നിറഞ്ഞു. എന്നു മാത്രമല്ല, അദ്ദേഹത്തിനു വയറടച്ചു വീർക്കുകയും കുറേശ്ശെ ഓക്കാനം വന്നുതുടങ്ങുകയും ചെയ്തു. അപ്പോൾ അദ്ദേഹത്തിന്റെ ഒരു സ്നേഹിതൻ 'ഇത് ആകപ്പാടെ കണ്ടിട്ട് ചിറ്റൂർ കാവിൽ ഭഗവതിയുടെ മായാപ്രയോഗമാണെന്നാണ് തോന്നുന്നത് അതിനാൽ ദേവിയെത്തന്നെ ശരണം പ്രാപിക്കണം. നമുക്കു കാവിലേക്കു പോകാം. ഞാൻ കൂടെ വരാം' എന്നു പറഞ്ഞു. മജിസ്ത്രട്ട് അതു സമ്മതിക്കുകയും അവർ രണ്ടുപേരുംകൂടി കാവിലേക്കു പോകുകയും ചെയ്തു. അവരവിടെ ചെന്നപ്പോഴും വെളിച്ചപ്പാടു തുള്ളിക്കൊണ്ടുതന്നെ അവിടെ നിൽക്കുന്നുണ്ടായിരുന്നു. വെളിച്ചപ്പാടു മജിസ്ത്രട്ടിനെ കണ്ടപ്പോൾ 'ഉടയതിന് ഇവിടെ വന്നിട്ടു കാര്യമൊന്നുമില്ലെ ന്നല്ലേ കാലത്തു പറഞ്ഞത്? ഇപ്പോൾ കാര്യമുണ്ടായോ?' എന്നു ചോദിച്ചു. ഉടനെ മജിസ്ത്രട്ട് 'പൊന്നുതമ്പുരാട്ടീ! ലോകമാതാവേ! സമസ്താപരാധങ്ങ ളും പൊറുത്തു രക്ഷിക്കണേ; ഇവിടുന്നല്ലാതെ ഇയ്യുള്ളവർക്കു വേറെ ഒരു ശരണവുമില്ല' എന്നു പറഞ്ഞുകൊണ്ട് അവിടെ വീണു നമസ്കരിച്ചു. അപ്പോൾ വെളിച്ചപ്പാട് ഒരു പിടി ഭസ്മം വാരി മജിസ്ത്രട്ടിന്റെ തലയിലിട്ടിട്ട് 'ആട്ടെ, ഈ പ്രാവശ്യം ഞാൻ ക്ഷമിച്ചിരിക്കുന്നു. ഇനി ഇങ്ങനെ വരരുത്, പൊയ്ക്കൊള്ളു.

ഇനി ഒട്ടും ഭയപ്പെടുകയും സംശയിക്കുകയും വേണ്ട. എല്ലാവർക്കും ഇപ്പോൾ സുഖമാകും' എന്നു കല്പിക്കുകയും വീട്ടിൽ കിടക്കുന്നവരുടേയും തലയിലിടാനായി ഒരു പിടി ഭസ്മം അങ്ങോട്ടു കൊടുത്തയയ്ക്കുകയും ചെയ്തു. വെളിച്ചപ്പാടു ഭസ്മമിട്ടപ്പോൾത്തന്നെ മജിസ്രേട്ടിനു സുഖമായി. കൊടുത്തയച്ച ഭസ്മംകൊണ്ടു തലയിലിട്ടപ്പോൾ വീട്ടിൽ കിടന്നിരുന്നവർക്കും സുഖമായി. മജിസ്ടേട്ടും വീട്ടിൽ കിടന്നിരുന്ന വരുമെല്ലാം പിറ്റേദിവസം കുളിച്ചു കാവിൽച്ചെന്നു തൊഴുതു പല വഴിപാടുകളും കഴിച്ചു. അന്നു മജിസ്ടേട്ട് നടയ്ക്കുവെച്ച സ്വർണ്ണമാല ഇപ്പോഴും അവിടെ കാണ്മാനുണ്ട്. ആ മജിസ്ടേട്ടിനു പിന്നെ ആജീവനാന്തം ആ ഭഗവതിയെക്കുറിച്ച് അളവറ്റ ഭക്തിയും വിശ്വാസവുമുണ്ടായിരുന്നു. ചിറ്റൂർകാവിൽ ഭഗവതിയുടെ പ്രതിക രണ്ടു സ്ഥലത്തുണ്ടെന്നും അവയിൽ ഒരു സ്ഥലത്തു ശാന്തി (പൂജ) നടത്തുന്നതു ബ്രാഹ്മണന്മാരാണെന്നും അവിടെ എല്ലാ ദിവസങ്ങളിലും പൂജ പതിവുണ്ടെന്നും മറ്റേ സ്ഥലത്തു ചൊവ്വ, വെള്ളി ഈ ആഴ്ചകളിൽ മാത്രമേ പൂജയുള്ളൂ എന്നും അതു നടത്തുന്നതു നായന്മാർ (കുളങ്ങര വീട്ടുകാർ) ആണെന്നും മുമ്പു പറഞ്ഞിട്ടുണ്ടല്ലോ.

ഒരു കാലത്ത് ആ താലൂക്കിൽ താസിൽദാരും മജിസ്ടേട്ടുമായിരുന്ന ഉദ്യോഗസ്ഥൻ ഒരു ഞായറാഴ്ചദിവസം ക്ഷേത്രത്തിൽ തൊഴാനായിച്ചെന്നപ്പോൾ അവിടെ ഒരു ശ്രീകോവിൽ തുറക്കാതെയും വിളക്കു വെയ്ക്കാതെയും കിടക്കുന്നതുകണ്ടിട്ട് അതിന്റെ കാരണവും അവിടുത്തെ പതിവുമെല്ലാം ചിലരോടു ചോദിച്ചറിയുകയും 'ഇവിടെ നായരുടെ ശാന്തി മാറ്റുകയും മംഗലാപുരത്തു നിന്ന് എമ്പ്രാന്മാരെ വരുത്തി ശാന്തിക്കാക്കുകയും പൂജ ദിവസംതോറും തന്നെ ആക്കുകയും ചെയ്യേണ്ടതാണ്' എന്നു മനസ്സിൽ വിചാരിക്കുകയും ചെയ്തുകൊണ്ടുമടങ്ങിപ്പോയി.

അടുത്ത ചൊവ്വാഴ്ചദിവസം വെളിച്ചപ്പാടു ക്ഷേത്രത്തിൽച്ചെല്ലുകയും ഉടനെ വെളിപാടുണ്ടാവുകയും ചെയ്തു. അപ്പോൾ തഹസിൽദാരും അവിടെയെത്തി വിനയാദരഭാവത്തോടുകൂടി ഒതുങ്ങിനിന്നു. അതുകണ്ടു വെളിച്ചപ്പാട് തഹസിൽദാരുടെ അടുക്കൽച്ചെന്ന് 'ഉടയതിനു ഞാനോ നാട്ടുകാരോ വേണ്ടത്?' എന്നു ചോദിച്ചു. അതിനു മറുപടിയായിട്ടു തഹസിൽദാർ 'രണ്ടും വേണം' എന്നു പറഞ്ഞു. അപ്പോൾ വെളിച്ചപ്പാട് 'എന്നാൽ ഇപ്പോഴത്തെ സ്ഥിതിയിൽത്തന്നെ ഇരുന്നാൽ മതി. പരദേശികളെക്കൊണ്ട് ദിവസംതോറും പൂജ നടത്തിച്ചാൽ ഞാനിവിടെ ഇല്ലാതെയാകും' എന്നു കല്പിച്ചു. അതു കേട്ടപ്പോൾ തഹസിൽദാർ താനാരോടും പറയാതെ മനസ്സിൽ വിചാരിക്കുകമാത്രം ചെയ്ത് കാര്യം ദേവി അറിഞ്ഞുവല്ലോ എന്നു വിചാരിച്ചു വിസ്മയിക്കുകയും അദ്ദേഹത്തിനു ഭഗവതിയെക്കുറിച്ചു മുമ്പുണ്ടായിരുന്ന ഭക്തിയും വിശ്വാസവും ദ്വിഗുണീ ഭവിക്കുകയും ചെയ്തു. ഭഗവതിയുടെ ഹിതത്തിനു വിരോധമായി താൻ വിചാരിച്ചുപോയല്ലോ എന്നു വിചാരിച്ച് അദ്ദേഹം അതിനു പ്രായശ്ചിത്തമായി അവിടെ ചില വഴിപാടുകൾ നടത്തുകയും ചെയ്തിട്ടാണ് മടങ്ങിപ്പോയത്.

കൊല്ലം 1068-69 ആയിടയ്ക്ക് ചിറ്റൂർദേശത്ത് നടപ്പുദീനം (വിഷൂചിക) കുറേശ്ശേ ആരംഭിച്ചു. ആദ്യം അതിനെ ആരും അത്ര വകവെച്ചില്ല. ക്രമേണ അതു ജനങ്ങളുടെ മേൽ പടർന്നുപിടിച്ചു. ദിവസംതോറും മരണം വർദ്ധിച്ചുതുടങ്ങി. അപ്പോൾ ജനങ്ങൾ കൂട്ടംകൂടി ക്ഷേത്രനടയിൽച്ചെന്ന് 'പൊന്നമ്മേ! തമ്പുരാട്ടീ! സങ്കടം തീർത്തു രക്ഷിക്കണേ' എന്നു പ്രാർത്ഥിച്ചു. ഉടനെ

വെളിച്ചപ്പാടു തുള്ളി ദേശത്തിന്റെ നാലതിർത്തികളിലും ചെന്ന് അരി വാരി യെറിഞ്ഞു. അന്നുമുതൽ ആ സാംക്രമികരോഗം ശമിച്ചുതുടങ്ങി. അതിൽ പ്പിന്നെ അക്കാലത്ത് ആ രോഗംകൊണ്ട് ആ ദേശത്ത് ആരും മരിച്ചിട്ടില്ല.

ചിറ്റൂരിനു സമീപം ബ്രിട്ടീഷ് മലബാറിൽ ഒരു പ്രദേശത്ത് 'കണ്ടത്താർ' (കണ്ടത്തു രാമൻനായർ) എന്നു പ്രസിദ്ധനായിട്ട് ഒരു ദുർമ്മന്ത്രവാദിയുണ്ടാ യിരുന്നു. അയാൾ മരിച്ചതിന്റെ ശേഷം അയാളുടെ പരേതാത്മാവ് ആ ദേശത്തെയല്ല ആ വീട്ടുകാരെയും ഉപദ്രവിച്ചുതുടങ്ങി.

'ആബ്ദദീക്ഷാദിലോപേന പ്രതാ യാന്തി പിശാചതാം

സ്വജനാൻ ബാധമാനാസ്തേ വിചരന്തി മഹീതലേ'

എന്നുണ്ടല്ലോ. അതിനാൽ ആ വീട്ടുകാർ ഒരു പ്രതിമയുണ്ടാക്കിച്ച് കണ്ടത്താരെ ആ പ്രതിമയിന്മേലാവാഹിച്ച് കുടിയിരുത്തി പൂജിച്ചുകൊ ണ്ടിരുന്നു. അപ്പോൾ അയാളുടെ ഉപദ്രവം ഒരുവിധം ശമിച്ചു. എങ്കിലും ജനങ്ങൾ തമ്മിൽ പിണങ്ങിയാൽ ഒരു കൂട്ടക്കാർ എതിരാളികളെ ഉപദ്ര വിക്കാൻ കണ്ടത്താരെ ധ്യാനിച്ചു പ്രാർത്ഥിച്ചാൽ അയാൾ ചെന്ന് ആ വിരോധികളെ ഉപദ്രവിക്കുക പതിവായിരുന്നു. അങ്ങനെ ആരെങ്കിലും പ്രാർത്ഥിച്ചാൽ കണ്ടത്താർ ചിറ്റൂരും ചെന്നു ജനങ്ങളെ ഉപദ്രവിച്ചിരുന്നു. അങ്ങനെ ഒരിക്കൽ ചിറ്റൂർ ദേശക്കാരനായ ഒരാളെ കണ്ടത്താരു ബാധിച്ച് ഉപദ്രവിച്ചുതുടങ്ങിയപ്പോൾ ആ ഉപദ്രവത്തിന്നു വിഷയീഭവിച്ച മനുഷ്യനെ അയാളുടെ ഉടമസ്ഥന്മാർ പിടിച്ചു ക്ഷേത്രത്തിൽ കൊണ്ടുപോവുകയും ഈ ഉപദ്രവം മാറ്റിക്കൊടുക്കണമെന്നു ഭഗവതിയുടെ സന്നിധിയിൽ പ്രാർത്ഥിക്കു കയും ചെയ്തു. ഉടനെ വെളിച്ചപ്പാടു തുള്ളി 'ഇനിയൊരിക്കലും ചിറ്റൂർ ദേശത്തു കടക്കുകയില്ല' എന്നു കണ്ടത്താരെക്കൊണ്ടു സത്യം ചെയ്യിച്ചു വിട്ടയച്ചു. അതിൽപ്പിന്നെ കണ്ടത്താരുടെ ഉപദ്രവം ആ ദേശത്തുണ്ടായിട്ടില്ല. ഇങ്ങനെ ചിറ്റൂർകാവിൽ ചെന്നിട്ട് അനേകം ബാധകൾ ഒഴിഞ്ഞുപോയിട്ടുണ്ട്.

ഒരിക്കൽ പാണ്ടിയിൽനിന്ന് ഒരു പട്ടർ കുടുംബസഹിതം കൊടുങ്ങല്ലൂർ വന്നു താമസിച്ചിരുന്നു. അദ്ദേഹത്തിന് ഒരു ബാധോപദ്രവമുണ്ടായി. ഒരു പിശാചാണ് അദ്ദേഹത്തെ ബാധിച്ചത്. ആ പിശാചിന്റെ ആവേശമുണ്ടാ കുന്ന സമയങ്ങളിൽ അദ്ദേഹം തുള്ളുകയും ചാടുകയും ചെയ്തിരുന്നില്ല. എവി ടെയെങ്കിലും ഒരു സ്ഥലത്തുചെന്ന് ഒന്നും മിണ്ടാതെയിരിക്കും. അപ്പോൾ അദ്ദേഹത്തോട് ആരെങ്കിലും എന്തെങ്കിലും ചോദിച്ചാൽ മറുപടി ഒന്നും പറയുകയില്ല. ചില ദിവസങ്ങളിൽ ആ പിശാചിന്റെ ആവേശം നിമിത്തം അദ്ദേഹം കുളിക്കാതെയും ഉണ്ണാതെയും ഉറങ്ങാതെയുമിരിക്കാറുണ്ടായിരു ന്നു. ഈ ബാധോപദ്രവമൊഴിക്കുന്നതിനായി അദ്ദേഹത്തിന്റെ ബന്ധുക്കൾ പല മന്ത്രവാദികളെ വരുത്തി അനേകവിധം മന്ത്രവാദങ്ങൾ ചെയ്യിക്കുകയും ഇദ്ദേഹത്തെ കൊണ്ടുപോയി പല ക്ഷേത്രങ്ങളിൽ ഭജിപ്പിക്കുകയും മറ്റും ചെയ്തു. ഒന്നുകൊണ്ടും ഒരു ഫലവുമുണ്ടായില്ല. അപ്പോൾ 'ഇദ്ദേഹത്തെ ചിറ്റൂർകാവിൽ കൊണ്ടുപോയി ഭജനമിരുത്തിയാൽ ഈ ബാധ നിശ്ചയ മായിട്ടും ഒഴിഞ്ഞുപോകും' എന്നു ചിലർ പറയുകയാൽ ബന്ധുക്കളായവർ അദ്ദേഹത്തെ ചിറ്റൂർകാവിൽ കോണ്ടുപോയി ഭജിപ്പിച്ചു. അപ്പോഴും ആ പിശാചിന്റെ ആവേശം ഉണ്ടാക്കിക്കൊണ്ടുതന്നെയിരുന്നു. അതുണ്ടാകുന്ന സമയങ്ങളിൽ അദ്ദേഹം അവിടെ കൊടിമരത്തിന്റെ സമീപത്തു ചെന്നു

കിടക്കും. അപ്പോൾ ആരെല്ലാമെന്തെല്ലാം ചോദിച്ചാലും അദ്ദേഹം ഒന്നും മിണ്ടുകയില്ല.

അങ്ങനെ ഏകദേശം മൂന്നുമാസം കഴിഞ്ഞിട്ടും ഭജനത്തിന്റെ ഫലമൊന്നും കാണായ്കയാൽ അദ്ദേഹത്തിന്റെ കൂടെച്ചെന്നിരുന്ന ബന്ധുക്കൾ ഒരു ദിവസം വെളിച്ചപ്പാടു തുള്ളിയപ്പോൾ അവിടെച്ചെന്നു സങ്കടം പറഞ്ഞു. അപ്പോൾ വെളിച്ചപ്പാടു കൊടിമരത്തിന്റെ ചുവട്ടിൽ കിടന്നിരുന്ന ആ ബ്രാഹ്മണനെ തന്റെ അടുക്കലേക്കു വിളിച്ചു. അദ്ദേഹം ചെന്നില്ല. ഉടനെ വെളിച്ചപ്പാട് അദ്ദേഹത്തിന്റെ അടുക്കൽ ചെന്ന് 'നീയാരാണ്? ഒഴിഞ്ഞു പൊയ്ക്കൊള്ളാമോ?' എന്നും മറ്റും ചോദിച്ചു. അതിനുമദ്ദേഹം മറുപടിയൊന്നും പറഞ്ഞില്ല. അപ്പോൾ വെളിച്ചപ്പാടു തന്റെ കയ്യിലിരുന്ന ആയുധം (നാന്ദകം വാൾ) കൊണ്ടു തന്റെ തല വെട്ടിപ്പൊളിച്ചു കുറച്ചു രക്തവും മാംസവും വടിച്ചെടുത്ത് ആ പട്ടരുടെ മുഖത്തേക്ക് ഒരേറു വച്ചുകൊടുത്തു. അപ്പോൾ പട്ടർ 'അയ്യോ! വേണ്ട. ഞാനൊരു പിശാചാണ്. ഇതാ ഞാൻ ഒഴിഞ്ഞുപോകുന്നു' എന്നു പറയുകയും ഉടനെ പട്ടർ സ്വസ്ഥതയെ പ്രാപിക്കുകയും ചെയ്തു. എങ്കിലും അദ്ദേഹത്തിന്റെ കൂടെച്ചെന്നിരുന്ന ബന്ധുക്കൾക്ക് ഇതുകൊണ്ടു നല്ല തൃപ്തിയും വിശ്വാസവും വന്നില്ല. 'ഈ പിശാചു സത്യം ചെയ്തില്ലല്ലോ. അതുകൊണ്ട് അത് ഒഴിഞ്ഞുപോയിരിക്കയില്ല' എന്നായിരുന്നു അവരുടെ വിചാരം. അതിനാലവർ അദ്ദേഹത്തെ കൊണ്ടുപോകാതെ പിന്നേയും അവിടെത്തന്നെ താമസിപ്പിച്ചു. അതുവേണ്ടായിരുന്നു എന്നായിരുന്നു അന്യന്മാരായ ചിലരുടെ വിചാരം. എങ്കിലും അധികം താമസിയാതെ ആ ബന്ധുക്കളുടെ വിചാരംതന്നെയാണ് തന്നെയാണ് ശരിയായിരുന്നതെന്ന് എല്ലാവർക്കും ബോധ്യമായി. അടുത്ത വെള്ളിയാഴ്ച ആ പിശാചു പിന്നേയും ആ പട്ടരെ ബാധിച്ചു. അപ്പോൾ അദ്ദേഹം യഥാപൂർവ്വം മൗനിയായി കൊടിമരത്തിൻ ചുവട്ടിൽ ചെന്നു കിടന്നു. ഉടനെ വെളിച്ചപ്പാടു തുള്ളി അവിടെച്ചെന്നു മുമ്പു ചെയ്തതുപോലെ തല വെട്ടിപ്പൊളിച്ചു രക്തവും മാംസവും വടിച്ചെടുത്തു പട്ടരുടെ മുഖത്തേക്കു വലിച്ചെറിഞ്ഞു. അപ്പോൾ പട്ടർ 'വേണ്ട, ഞാൻ ഒഴിഞ്ഞുപൊയ്ക്കൊള്ളാ'മെന്നു വീണ്ടും പറഞ്ഞു. ഉടനെ വെളിച്ചപ്പാട് ഇനി ഒരിക്കലും ഈ ദേഹത്തെ ബാധിക്കയില്ലെന്നു സത്യം ചെയ്യിച്ച് ആ പിശാചിനെ ഒഴിച്ചുവിട്ടു. പട്ടർ നല്ല സ്വസ്ഥനായി ദേവിക്ക് അനേകം വഴിപാടുകൾ കഴിച്ചു വന്ദിച്ചിട്ടു ബന്ധുക്കളോടുകൂടി സ്വഗൃഹത്തിലേക്കു മടങ്ങിപ്പോവുകയും ചെയ്തു.

കരുണാനിധിയും ആർദ്രമാനസയുമായ ചിറ്റൂർകാവിൽ ഭഗവതി തന്നോടെതിർക്കുന്ന ഭക്തിഹീനന്മാരെ നല്ലപോലെ മർദ്ദിച്ചു ഭക്തന്മാരാക്കിത്തീർക്കുകയല്ലാതെ നിഗ്രഹിക്കാറില്ലെന്നുള്ള വസ്തുത മേൽപ്പറഞ്ഞ സംഗതികൾകൊണ്ടു സ്പ ഷ്ടമാകുന്നുണ്ടല്ലോ. എന്നാൽ ആ ദേവി തന്നെ ഭക്തന്മാരെ സങ്കടപ്പെടുത്തുന്നവരെ നിഗ്രഹിക്കുക തന്നെ ചെയ്യും. അതിനു ദൃഷ്ടാന്തമായി ചില സംഗതികൾ താഴെ പറഞ്ഞുകൊള്ളുന്നു.

ചിറ്റൂർകാവിൽ വെളിച്ചപ്പാടാവാനുള്ള അവകാശം അവിടെയുള്ള രണ്ടു വീട്ടുകാർക്കു മാത്രമേ കൊടുത്തിരുന്നുള്ളൂ. അതിൽ ഒന്ന് വരവൂർ വീട്ടിലേക്കും പിന്നെ ഒന്ന് ഒരു തരകന്റെ വീട്ടിലേക്കുമായിരുന്നു.

ഒരുകാലത്തു ചാമുത്തരകൻ എന്നൊരാൾ അവിടെ

വെളിച്ചപ്പാടായിത്തീർന്നു. അയാൾക്ക് പണത്തിലുള്ള ആഗ്രഹം ക്രമത്തിലധികമായിരുന്നതിനാൽ ചിലപ്പോൾ കളവായിട്ടും തുള്ളാറുണ്ടായിരുന്നു. അത് ആ ദേശത്തെ പ്രധാനന്മാരിലൊരാളായിരുന്ന അമ്പാട്ടു രാമച്ചമേനോൻ എന്ന ആൾക്ക് ഒട്ടും രസിച്ചിരുന്നില്ല. രാമച്ചമേനോൻ ഭഗവതിയെക്കുറിച്ചു വളരെ ഭക്തിയും വിശ്വാസവും ഉള്ള ആളായിരുന്നു. ഈ ചാമുത്തരകൻ ഇങ്ങനെ കള്ളത്തുള്ളൽ തുള്ളിക്കൊണ്ടിരുന്നാൽ ജനങ്ങൾക്കു ഭഗവതിയെക്കുറിച്ചുള്ള ഭക്തിയും വിശ്വാസവും കുറഞ്ഞുപോവുകയും അപ്പോൾ ക്ഷേത്ര കാര്യങ്ങളൊന്നും നേരെ നടക്കാതാവുകയും ചെയ്യുമല്ലോ എന്നായിരുന്നു രാമച്ചമേനോന്റെ വിചാരം. അത് അദ്ദേഹത്തിനു വലിയ സങ്കടവുമായിരുന്നു.

ഒരു ദിവസം വെളിച്ചപ്പാടു തുള്ളിയപ്പോൾ ജനങ്ങളുടെ കൂട്ടത്തിൽ രാമച്ചമേനോനെ കാണാഞ്ഞിട്ടു വെളിച്ചപ്പാട് 'ഇന്ന് എന്റെ മക്കളുടെ കൂട്ടത്തിൽ ഒരാളെ കാണുന്നില്ലല്ലോ. ഒരാൾ ചെന്നു ക്ഷണത്തിൽ വിളിച്ചുകൊണ്ടുവരട്ടെ' എന്നു കല്പിച്ചു. ഉടനെ ഒരാൾ ഓടിപ്പോയി രാമച്ച മേനവനെക്കണ്ടു കല്പനയറിയിച്ചു. അപ്പോൾ രാമച്ചമേനോൻ, 'എനിക്കിപ്പോൾ വരാൻ മനസ്സില്ല. ചാമു വിളിക്കുന്നിടത്തു വരാനുള്ളവൻ ഞാനല്ല' എന്നു പറഞ്ഞയച്ചു. അത് ആ ആൾ ചെന്നറിയിച്ചു. 'എന്റെ മകൻ ഇങ്ങോട്ടു വരാൻ മനസ്സില്ലെങ്കിൽ ഞാനങ്ങോട്ടു ചെല്ലാം' എന്നു കല്പിച്ചിട്ട് അങ്ങോട്ടു പുറപ്പെട്ടു. അപ്പോൾ രാമച്ചമേനോൻ ഇങ്ങോട്ടും പുറപ്പെട്ടിരുന്നു. മദ്ധ്യേമാർഗ്ഗം രണ്ടുപേരും തമ്മിൽ കണ്ടു. അപ്പോൾ വെളിച്ചപ്പാട് 'എന്റെ മകനു ഞാൻ വിളിക്കുന്നിടത്തു വരാൻ മനസ്സില്ല, അല്ലേ?' എന്നു ചോദിച്ചു. അതിനു മറുപടിയായിട്ടു രാമച്ചമേനോൻ 'ദേവി വിളിച്ചാൽ എവിടെയായാലും എപ്പോളായാലും വരാൻ തയ്യാറാണ്. ചാമു വിളിക്കുന്നിടത്തു വരാൻ മനസ്സില്ല എന്നേ പറഞ്ഞുള്ളു. അയാൾ ചിലപ്പോൾ കളവായിട്ടും തുള്ളുന്നതുകൊണ്ടു ജനങ്ങൾക്കു ദേവിയെക്കുറിച്ചുള്ള ഭക്തിയും വിശ്വാസവും കുറഞ്ഞുതുടങ്ങീട്ടുണ്ട്. ദേവി ഇതൊന്നും അറിഞ്ഞിട്ടില്ലാത്ത വിധത്തിലായിരിക്കുന്നു. ഇങ്ങനെയായാൽ ഇവിടെ കാര്യമൊന്നും നടക്കാതെയാവും. അതു വലിയ സങ്കടമാണ്'' എന്നറിയിച്ചു. അപ്പോൾ വെളിച്ചപ്പാട് 'ഞാനെല്ലാമറിഞ്ഞുകൊണ്ടുതന്നെയാണിരിക്കുന്നത്. എന്റെ മക്കൾ ഒട്ടും സങ്കടപ്പെടേണ്ട. ഈ സങ്കടം ഞാനുടനെ തീർത്തുകൊള്ളാം' എന്നു കല്പിക്കുകയും പിന്നെ എല്ലാവരുംകൂടി ക്ഷേത്രത്തിലേക്കു പോവുകയും ചെയ്തു. അവിടെ എത്തിയ ക്ഷണത്തിൽ വെളിച്ചപ്പാടിന്റെ കലിയടങ്ങി. ചാമുത്തരകൻ അവിടെത്തന്നെ വീണു. പിന്നെ ആളുകൾ കൂടി എടുത്താണ് അയാളെ വീട്ടിലേക്കു കൊണ്ടുപോയത്. വീട്ടിലെത്തിയപ്പോഴേക്കും അയാൾക്കു പനി തുടങ്ങിയിട്ടുണ്ടായിരുന്നു. മൂന്നാം ദിവസമായപ്പോഴേക്കും അയാളുടെ ദേഹത്തിലെല്ലാം വസൂരിക്കുരുക്കൾ നിറഞ്ഞു. ഏഴാം ദിവസം അയാൾ മരിക്കുകയും ചെയ്തു.

ഒരു വെളിച്ചപ്പാടു കഴിഞ്ഞാൽ പിന്നെ ആദ്യം തുള്ളി ക്ഷേത്രത്തിൽ ച്ചെന്ന് അട്ടഹസിക്കുന്ന ആളെയാണ് അവിടെ പിന്നെ വിളിച്ചപ്പാടായി നിയമിക്കുക പതിവ്. ചാമുത്തരകൻ കഴിഞ്ഞതിന്റെ ശേഷം ആദ്യം തുള്ളിക്ഷേത്രത്തിൽച്ചെന്ന് അട്ടഹസിച്ചത് വരവൂരെ ശാമുമേനോനായിരുന്നു. അതിനാൽ ആ ആളെത്തന്നെ പിന്നത്തെ വെളിച്ചപ്പാടായി അവിടെ നിയമിച്ചു. ആ ശാമുമേനോൻ കവിതിലകനായിരുന്ന കഴിഞ്ഞു പോയ

ശാമുമേനോന്റെ ഒരു മാതുലനായിരുന്നു. ആ മനുഷ്യൻ കളവായിട്ടു തുള്ളാറില്ലായിരുന്നുവെങ്കിലും ഒരു നല്ലവനല്ലായിരുന്നു. ഏഷണിപ്രയോഗങ്ങൾ കൊണ്ടും മറ്റും ദേശത്തുള്ള ജനങ്ങളെ ഭിന്നിപ്പിച്ചു വഴക്കുണ്ടാക്കുകയായിരുന്നു അയാളുടെ പ്രധാന തൊഴിൽ.

ആ ദേശത്തുള്ളവരെല്ലാം ആയുധവിദ്യ അഭ്യസിക്കുക ശ്രീകണ്ഠത്തു പണിക്കരുടെ കളരിയിലായിരുന്നു പണ്ടേ തന്നെ പതിവ്. ഈ ശാമുമേനോൻ ജനങ്ങളെപ്പറഞ്ഞു പിണക്കി അഭ്യാസത്തിന് അവിടെ ആരും പോകാതെയാക്കി. ശ്രീകണ്ഠത്ത് അക്കാലത്തുണ്ടായിരുന്ന മൂത്ത പണിക്കർ ഒരു ശുദ്ധാത്മാവും ഭഗവതിയെക്കുറിച്ച് അളവറ്റ ഭക്തിയുള്ള ആളുമായിരുന്നു. അഭ്യാസത്തിന് അവിടെ ആരും ചെല്ലാതെയായതുകൊണ്ട് മൂത്തപണിക്കർക്കു വളരെ സങ്കടമുണ്ടായി. അങ്ങനെയിരുന്നപ്പോൾ ആ ശാമുമേനോൻ ഒരു ദിവസം രാത്രിയിൽ ഒരു ദുഷ്ടനെക്കൊണ്ടു ശ്രീകണ്ഠത്തു പണിക്കരുടെ പുരയ്ക്കു തീ വെയ്പ്പിക്കുകയും ചെയ്തു. പുരയ്ക്കു തീ പിടിപ്പിച്ചു കത്തുന്നതു കണ്ടിട്ടു മൂത്തപണിക്കർ അതു കെടുത്താൻ ശ്രമിക്കാത ധൈര്യസമേതം അതു നോക്കിക്കൊണ്ട് 'എന്റെ ഭഗവതീ! ഈ കത്തുന്നത് എന്റെ ഗൃഹമല്ല. ദേവിയുടെ ക്ഷേത്രമാണ്. അവിടുന്നുതന്നെ ഇതിനു സമാധാനമുണ്ടാക്കണം' എന്നു പറഞ്ഞു. ആ സമയം ശാമുമേനോൻ ഒരു വീടിന്റെ മാളികയിലിരിക്കുകയായിരുന്നു. അയാൾ അവിടെ നിന്ന് ഇറങ്ങിയപ്പാൾ കോവണിയിൽ നിന്നു കാൽ തെറ്റി താഴെ വീണു തല പൊട്ടി മരിച്ചു. അപ്പോഴും ശ്രീകണ്ഠത്തെ പുര മുഴുവനും കത്തികഴിഞ്ഞിട്ടില്ലായിരുന്നു. ആ പുര പോയിട്ട് ഭഗവതിയുടെ കൃപ കൊണ്ടു ക്ഷണത്തിൽ ശ്രീകണ്ഠത്തു പൂർവ്വാധികം ഭംഗിയായിട്ടു പുരപണി നടന്നു.

ശാമുമേനോൻ കഴിഞ്ഞിട്ടു പിന്നെ കാവിൽ വെളിച്ചപ്പാടായി തീർന്നത് ഒരു ചാമുത്തരകനായിരുന്നു. അയാൾ കളവായിട്ട് ഒന്നും തുള്ളാറില്ലായിരുന്നു. അയാൾക്കു ഭഗവതിയെക്കുറിച്ചു വളരെ ഭക്തിയും ഭയവും വിശ്വാസവുമുണ്ടായിരുന്നു. അയാൾക്കു പ്രായാധിക്യം നിമിത്തം തുള്ളാനെന്നല്ല, എഴുന്നേറ്റു നടക്കാൻകൂടി വയ്യാതെ കിടപ്പിലായപ്പോൾ വരവൂരു വീട്ടിലെ ഒരാൾക്കു ദിവസം പ്രതി കുറച്ചുനേരത്തേക്ക് ഒരു വിറയൽ തുടങ്ങി. അതു ക്രമേണ വർദ്ധിച്ച് ഒടുക്കം അയാൾ തുള്ളി ക്ഷേത്രത്തിൽച്ചെന്ന് അട്ടഹസിച്ചു. അക്കാലത്ത് ചിറ്റൂർ ദേശക്കാർ പിണങ്ങി രണ്ടു കക്ഷികളായി പിരിഞ്ഞിരിക്കുകയായിരുന്നു. അതിൽ ഒരു കക്ഷികാർ വരവൂർക്കാരുടെ ഭാഗത്തും മറ്റവർ തരകന്റെ ഭാഗത്തുമായിരുന്നു. തരകന്റെ ഭാഗത്തായി വരുന്നവർക്കു വരവൂരുമേനോൻ വെളിച്ചപ്പാടാകുന്നതിൽ സമ്മതമല്ലായിരുന്നു. അതിനാലവർ വാർദ്ധക്യത്താൽ കിടപ്പായിരുന്ന തരകന്റെ മകനായ കൃഷ്ണത്തരകനെ പറഞ്ഞിളക്കിത്തുള്ളിച്ചു. അയാളും ക്ഷേത്രത്തിചെന്ന് അട്ടഹസിച്ചു. അത് മറ്റേക്കക്ഷിക്കാർക്കെന്നല്ല, അയാളുടെ അച്ഛനുതന്നെയും സമ്മതമല്ലായിരുന്നു. ആ വൃദ്ധൻ മകനെ വിളിച്ചു ദേവിയുടെ അനുഗ്രഹമില്ലാതെ ഇങ്ങനെ തുള്ളുന്നതു ദോഷമാണെന്നു മറ്റും വളരെയധികം പറഞ്ഞു നോക്കി. അതൊന്നും കൃഷ്ണത്തരകനു സമ്മതമായില്ല. ഒരു ദിവസം ഇതിനെക്കുറിച്ചു വ്യസനിച്ചുകൊണ്ട് ആ വൃദ്ധൻ രാത്രിയിൽ കിടന്നുറങ്ങിയപ്പാൾ ഭഗവതി അയാളുടെ അടുക്കൽച്ചെന്ന് 'എന്റെ മകൻ ഇതിനെക്കുറിച്ച് ഒട്ടും വ്യസനി ക്കേണ്ട. ഒരു കൊല്ലം കഴിയുന്നതിനുമുൻപ് ഞാനിതിനു

നിവൃത്തിയുണ്ടാക്കിക്കൊള്ളാം. ഇങ്ങനെയുള്ള മക്കൾ ഉണ്ടായിരിക്കുന്ന തിനേക്കാൾ നല്ലത് ഇല്ലാതെയിരിക്കുന്നതാണല്ലോ' എന്നു കല്പിച്ചതായി അയാൾക്കു തോന്നി. അയാളുണർന്നു കണ്ണുതുറന്നു നോക്കിയപ്പോൾ ഒരു തേജസ്സു മാത്രം അയ്യാളുടെ അടുക്കൽ നിന്നു മറയുന്നതായി അയാൾ കാണുകയും ചെയ്തു. ഈ സംഗതി പിറ്റേദിവസം കാലത്ത് പലരോടും, വിശേഷിച്ചു തന്റെ മകനോടും, പറയുകയുണ്ടായി. കിം ബഹുനാ? ഈ സംഗതിയുണ്ടായിട്ട് ഒരു കൊല്ലം തികയുന്ന ദിവസം കൃഷ്ണത്തരകൻ ഒരു കിണറ്റിൽ വീണു മരിച്ചു. അതിൽപ്പിന്നെ ഇതുവരെ ചിറ്റൂർകാവിൽ വെളി ച്ചപ്പാടുണ്ടായിട്ടില്ല.

ഇനി ഒരു സംഗതികൂടി പറഞ്ഞിട്ട് ഈ ഉപന്യാസം അവസാനിപ്പി ക്കാമെന്നു വിചാരിക്കുന്നു. ചിറ്റൂർ ദേശത്തു ചിറ്റടത്ത് 'അച്യുതാനന്ദയോഗി' എന്നൊരു ദിവ്യനും അദ്ദേഹത്തിന്റെ ശിഷ്യനായിട്ട 'തെക്കേഗ്രാമം ശങ്കര നാരായണശാസ്ത്രികൾ' എന്നൊരു പണ്ഡിതനുമുണ്ടായിരുന്നു. ശാസ്ത്രികൾ തന്റെ ഗുരുവായ ആ യോഗിയുടെ ഉപദേശപ്രകാരം അമാവാസി തോറും പതിവായി ശക്തിപൂജ കഴിച്ചിരുന്നു. പൂജയുള്ള ദിവസം ശാസ്ത്രികൾ സന്ധ്യയാകുമ്പോൾ കുളി കഴിഞ്ഞു പുരയ്ക്കകത്ത് കയറി വാതിലടച്ചാൽ പൂജ കഴിഞ്ഞല്ലാതെ വാതിൽ തുറക്കാറില്ല. പൂജ കഴിയുമ്പോൾ നേരമേകദേശം പാതിരാവായിരിക്കും. അങ്ങനെയാണ് പതിവ്.

ഒരാണ്ടിൽ കുംഭമാസത്തിൽ അമാവാസിനാൾ ശാസ്ത്രികൾ പൂജകഴിച്ചു കൊണ്ടിരുന്നപ്പോൾ അദ്ദേഹത്തിന്റെ ഭാര്യയായിരുന്ന അമ്മ്യാർ എന്തോ ആവശ്യത്തിനായി മുറ്റത്തേക്കിറങ്ങി. അപ്പോൾ രാത്രി ഏകദേശം പത്തു നാഴികയായിരുന്നു. വിളക്കും മറ്റും കൂടാതെ ഇരുട്ടത്താണ് അമ്യാർ അങ്ങോ ട്ടിറങ്ങിയത്. അപ്പോൾ ആരോ അവിടെ വന്ന് അമ്യാരുടെ കഴുത്തിലുണ്ടാ യിരുന്ന ആഭരണങ്ങളെല്ലാം അറുത്തെടുത്തുകൊണ്ട് ഓടിക്കളഞ്ഞു. അമ്യാർ ഉറക്കെ നിലവിളിച്ചു. അതുകേട്ട് അയൽപക്കത്തുണ്ടായിരുന്നവരെല്ലാം പരി ഭ്രമിച്ച് അവിടെ ഓടിയെത്തി. വിവരമറിഞ്ഞപ്പോൾ അവരാൽ കഴിയുന്ന അന്വേഷണങ്ങളെല്ലാം ചെയ്തു നോക്കി. എങ്കിലും കള്ളനെ കണ്ടുപിടിക്കാൻ കഴിഞ്ഞില്ല. പൂജ കഴിഞ്ഞപ്പോൾ വാതിൽ തുറന്ന് ശാസ്ത്രികളും പുറത്തു വന്നു. ഈ സംഗതി അദ്ദേഹവും അറിഞ്ഞു. അദ്ദേഹമാരോടുമൊന്നും മിണ്ടാതെ അവിടെ നിന്നിറങ്ങിനടന്നു. അദ്ദേഹത്തിന്റെ പിന്നാലെ ചില അയൽപക്കക്കാരും ചെന്നു. അവർ നേരെ അച്യുതാനന്ദയോഗിയുടെ അടുക്കലെത്തി. യോഗി മുമ്പേതന്നെ ഈ സംഗതി ദിവ്യദൃഷ്ടി കൊണ്ട് കണ്ടറിഞ്ഞിരിരുന്നതിനാൽ ശാസ്ത്രികളോട് 'ശാസ്ത്രികളെ! സംഗതി ഞാൻ അറിഞ്ഞിരിക്കുന്നു. ക്ഷണത്തിൽ കാവിൽ ചെന്നു ദേവിയുടെ സന്നിധി യിൽ സങ്കടമറിയിക്കു. നിവൃത്തിമാർഗം ഭഗവതി ഉണ്ടാക്കിത്തരും' എന്ന് പറഞ്ഞു. ഉടനെ ശാസ്ത്രികൾ കാവിലെത്തി ഭഗവതിയെ സ്തുതിച്ചു. ശാസ്ത്രികൾ ഒരു ദ്രുതകവിയുമായിരുന്നതിനാൽ സ്തുതി പദ്യമായിട്ടായിരുന്നു. അഞ്ചെട്ടു പദ്യം ചൊല്ലിക്കഴിഞ്ഞപ്പോഴേക്കും ശ്രീകോവിലിൽനിന്ന് ഒരു തേജസ്സ് പുറത്തേക്കുവന്നു നേരെ തെക്കോട്ടുപോയി. അതിന്റെ പിന്നാലെ ശാസ്ത്രി കളും കൂട്ടരും നടന്നു. തേജസ്സ് മേൽഭാഗത്തുകൂടിയും ശാസ്ത്രികളും കൂട്ടരും നിലത്തുകൂടിനടന്നുമാണ് പോയത്. തേജസ്സ് അവിടെയുള്ള പുഴയ്ക്കക്കരെ പട്ടാഞ്ചേരി നായരുടെ വീട്ടിനു സമീപമുള്ള കിണറ്റിനു ഒരു പ്രദക്ഷിണം

വെച്ചിട്ട് മേൽ ഭാഗത്തു നിന്നു. ശാസ്ത്രികൾ വീട്ടിന്റെ പടിക്കൽചെന്നു വിളിച്ചു പടിവാതിൽ തുറപ്പിച്ച് ആ വീട്ടിലെ മൂത്ത നായരോട് സംഗതികളെല്ലാം പറഞ്ഞു. ആ നായർ ശാസ്ത്രികളുടെ ശിഷ്യനുമായിരുന്നു. മൂത്ത നായർ ചില സാമാനങ്ങൾ അന്ന് പകൽ തന്റെ ഭൃത്യന്റെ കയ്യിൽ കൊടുത്ത് ശാസ്ത്രികളുടെ മഠത്തിലേക്ക് അയച്ചിരുന്നു. അവൻ മടങ്ങിവന്നത് രാത്രി പത്തുപന്ത്രണ്ടുനാഴിക കഴിഞ്ഞതിന്റെ ശേഷമായിരുന്നു. അതുകൊണ്ട് മൂത്തനായർ കള്ളൻ തന്റെ ഭൃത്യൻ തന്നെയെന്നു ഏകദേശം തീർച്ചപ്പെടുത്തിക്കൊണ്ട് ആ ഭൃത്യനെ വിളിച്ചുവരുത്തി ചോദ്യം തുടങ്ങി. അപ്പോൾ മേൽ ഭാഗത്തു നിന്നിരുന്ന ആ തേജസ്സ് ആ ഭൃത്യന്റെ തലക്കുമീതെ വന്നു ഒരു പ്രദക്ഷിണം വെച്ചിട്ട് മറഞ്ഞുപോയി. അപ്പോൾ സംഗതി ശാസ്ത്രികൾക്കും മൂത്ത നായർക്കും കുറച്ചുകൂടി നിശ്ചയമായി. ഉടനെ മൂത്ത നായർ ആ ഭൃത്യനെ മറ്റുള്ള ചില ഭൃത്യന്മാരെക്കൊണ്ട് പിടിപ്പിച്ച് ഒരു മരത്തിന്മേൽ ചേർത്ത് കെട്ടിച്ചിട്ട് മൂത്തനായർ തന്നെ രണ്ടുമൂന്നു വീക്ക് വെച്ചുകൊടുത്തു. അപ്പോൾ ആ അടിക്കപ്പെട്ട കള്ളൻ പരമാർത്ഥമെല്ലാം ഉണ്ടായതുപോലെ പറയുകയും തേജസ്സ് പ്രദക്ഷിണം വെച്ച ആ കിണറ്റിലിറങ്ങി ഒരു പൊതി ക്കെട്ടെടുത്ത് കൊണ്ടുവന്നു ശാസ്ത്രികൾക്ക് കൊടുക്കുകയും ചെയ്തു. ശാസ്ത്രികൾ ആ പൊതി അഴിച്ചുനോക്കിയപ്പോൾ അമ്മ്യാരുടെ ആഭരണങ്ങളെല്ലാം അതിലുണ്ടായിരുന്നു. ശാസ്ത്രികൾ സന്തോഷിച്ചു രണ്ടുകയ്യും ഉയർത്തി മൂത്ത നായരെ അനുഗ്രഹിച്ചിട്ട് ആഭരണങ്ങളും കൊണ്ട് മഠത്തിലേക്ക് പോയി. ആ പൊതി കിണട്ടിലിട്ടിരുന്നത് ആ കള്ളൻ തന്നെയായിരുന്നു എന്നുള്ളത് പറയണമെന്നില്ലല്ലോ. ശാസ്ത്രികൾ ആഭരണങ്ങളെല്ലാം മഠത്തിൽ കൊണ്ട് ചെന്നു അമ്മ്യാരുടെ കയ്യിൽ കൊടുക്കുകയും ഉണ്ടായ സംഗതികളെല്ലാം പറഞ്ഞു കേൾപിക്കുകയും ചെയ്തു . അപ്പോൾ അമ്മ്യാർക്കുണ്ടായ സന്തോഷം എത്രമാത്രമെന്നു പറയാൻ പ്രയാസം. പിറ്റേ ദിവസം കാലത്തേ ശാസ്ത്രികളും അമ്മ്യാരും കുളിച്ചു കാവിൽപ്പോയി ഭഗവതിയെ വന്ദിച്ച് ചില വഴിപാടുകളും കഴിച്ചു മടങ്ങിവന്നു യഥാപൂർവ്വം സുഖമായി താമസിച്ചു.

ഇങ്ങനെ ചിറ്റൂർകാവിൽ ഭഗവതിയുടെ മാഹാത്മ്യങ്ങളും അത്ഭുത പ്രവൃത്തികളും ഇനിയും വളരെ പറയാനുണ്ട്. എങ്കിലും വിസ്തരഭയത്താൽ ഇപ്പോൾ വിരമിക്കുന്നു.

ചിറ്റൂർ കാവിൽഭഗവതി! ചെറ്റു കഥിച്ചേൻ, ത്വദീയമാഹാത്മ്യം
തെറ്റുകളുള്ളതശേഷം! മറ്റും കൃപയാ പൊറുത്തു കാക്കുക മാം

●

കല്ലൂർ നമ്പൂരിപ്പാടന്മാർ

ശ്രീ പരശുരാമൻ കേരളത്തിന്റെ രക്ഷയ്ക്കായി അഷ്ടവൈദ്യന്മാരെ നിയമിച്ചതുപോലെ ആറ് മാന്ത്രിക കുടുംബക്കാരേയും നിയമിച്ചു. അവരിൽ മൂന്ന് കുടുംബക്കാർ സന്മന്ത്രവാദികളും ശേഷം കുടുംബക്കാർ ദുർമന്ത്രവാദികളുമായിരുന്നു.സന്മന്ത്രവാദികളിൽ ഒരു കുടുംബക്കാരനാണ് കല്ലൂർ നമ്പൂരിപ്പാടന്മാർ. അവർദുർമ്മന്ത്രവാദങ്ങൾ ഒരിക്കലും ചെയ്യുകയില്ല.

കല്ലൂർ നമ്പൂരിപ്പാടന്മാരുടെ ഇല്ലം ആദ്യം ബ്രിട്ടീഷ് മലബാറിൽ കോട്ടയ്ക്കൽസമീപത്തായിരുന്നു. കുറച്ചുകാലം കഴിഞ്ഞപ്പോൾ എന്തോ കാരണവശാൽസാമൂതിരിപ്പാട്ടിലേക്ക് ഇവരോട് നല്ല രസമില്ലാതെയായിത്തീർന്നു. അതിനാലവർ അവിടെനിന്ന് പോന്ന് വള്ളുവനാട് താലൂക്കിൽ പട്ടാമ്പി തീവണ്ടി സ്റ്റേഷനിൽ നിന്ന്മൂന്ന് നാഴിക കിഴക്ക് പള്ളിപ്പുറമംശം ദേശത്ത് ചെങ്ങണം കുന്നത്ത് ഭഗവതീക്ഷേത്രത്തിന് സമീപം ഭാരതപ്പുഴയുടെ വടക്കായി ഒരു സ്ഥലത്ത് താമസമാക്കി. എങ്കിലും അവിടേയും അവരുടെ വാസം സ്ഥിരമായില്ല. ഒരു ദിക്കിൽ താമസമാക്കിയിരുന്ന മുഹമ്മദീയരുടെ ഉപദ്രവം നമ്പൂരിപ്പാടന്മാർക്ക് ദുസ്സഹമായിരുന്നു. എന്നുമാത്രമല്ല, നമ്പൂരിപ്പാടന്മാർ അവിടെ താമസമാക്കിയതിന്റെശേഷം സാമൂതിരിപ്പാടിലെ വിരോധം പൂർവ്വാധികം വർദ്ധിക്കുകയും ചെയ്തു. അതിന്സ്വല്പമായ ഒരു കാരണവുമുണ്ടായിത്തീർന്നു. കൊച്ചി രാജസ്വരൂപം വകയായവെളിയങ്കോട് അംശത്തിൽ 'പെരുമ്പടപ്പ്'എന്നൊരു ക്ഷേത്രവും ഏതാനും വസ്തുവകകളുംഉണ്ട്. കൊച്ചി രാജാക്കന്മാർക്ക് തിരുമൂപ്പ് കിട്ടിയാൽ അവിടെച്ചെന്ന്' അരിയിട്ടുവാഴ്ച്ച്' എന്നൊരു ക്രിയ നടത്തുക പതിവാണ്. അതിനുവേണ്ടുന്ന സകലസാധനങ്ങളും ശേഖരിച്ചുകൊടുത്തിരുന്നത് അക്കാലത്ത് കൊച്ചി രാജാക്കന്മാരുടെഇഷ്ടനായിരുന്ന ഒരു കല്ലൂർ നമ്പൂരീപ്പാടായിരുന്നു. അതുകൊണ്ടും കൂടിയായിരുന്നുസാമൂതിരിപ്പാട്ടിലേക്ക് നമ്പൂരിപ്പാടന്മാരോട് വിരോധം വർദ്ധിച്ചത്. ഇങ്ങനെഎല്ലാം കൊണ്ടും ചെങ്ങണം കുന്നത്തെ താമസം നമ്പൂരിപ്പാടന്മാർക്ക് ഏറ്റവും ദുഷ്കരമായിത്തീർന്നു. അതിനാൽ കൊച്ചീരാജാവ് അവരെ കുടുംബസഹിതം തൃപ്പൂണിത്തുറയ്ക്ക് കൊണ്ടുപോയി. അക്കാലത്ത്'മണിയമ്പിള്ളിമന'എന്ന് പ്രസിദ്ധമായിരുന്ന ബ്രാഹ്മണഗൃഹം അന്യം നിന്നുപോവുകയാൽ ആ ഇല്ലവും ഇല്ലം വകയായസകല വസ്തുവകകളും സർക്കാരിൽ ചേർത്തിരിക്കുകയായിരുന്നു. അതിനാൽ കൊച്ചീരാജാവ്നമ്പൂരിപ്പാടന്മാരെ സകുടുംബം ആ ഇല്ലത്ത് കയറ്റിത്താമസിപ്പിക്കുകയും ഇല്ലം വകസകല വസ്തുവകകളും നമ്പൂരിപ്പാട്ടിലേക്ക് ദാനമായിക്കൊടുക്കുകയും ചെയ്തു.

അനന്തരം ഏതാനും കൊല്ലങ്ങൾ കഴിഞ്ഞതിന്റെ ശേഷം അവർ

അവിടെനിന്നും കുടുംബസമേതം പോയി തൃശ്ശിവപേരൂർ താലൂക്കിൽ അവിണിശ്ശേരി വില്ലേജിൽ ഒല്ലൂർ തീവണ്ടി സ്റ്റേഷനിൽ നിന്ന് ഏകദേശം അരനാഴിക പടിഞ്ഞാറ് സ്ഥിരവാസമാക്കി. ഇത് കൊല്ലം 1030 ാം ആണ്ടാണെന്നാണ് കേൾവി. ഇപ്പോഴും അവരുടെ സ്ഥിരവാസം അവിടെത്തന്നെയാണ്. എങ്കിലും ചെങ്ങണംകുന്നത്തും തൃപ്പൂണിത്തുറയിലുമുള്ള ഇല്ലങ്ങളും വസ്തുക്കളുമെല്ലാം ഇപ്പോഴും അവരുടെ കൈവശാനുഭവാത്തിൽ തന്നെയാണ് ഇരിക്കുന്നത്. എന്നുമാത്രമല്ല, കാര്യങ്ങളന്വേഷിക്കുന്നതിനും മറ്റുമായി ചിലപ്പോൾ അവർ ആ രണ്ടു സ്ഥലത്തും പോയി താമസിക്കാറുമുണ്ട്. കല്ലൂർ നമ്പൂരിപ്പാടന്മാർ ചെങ്ങണംകുന്നത്തു ഭഗവതിയെ തങ്ങളുടെ കുടുംബപരദേവതയായിട്ടാണ് വിചാരിക്കുകയും ആചരിക്കുകയും ചെയ്തുപോരുന്നത്. അതിനാൽ അവിടെ ഭജനത്തിനായിട്ടും അവർ ചിലപ്പോൾ അവിടെച്ചെന്ന് താമസിക്കാറുണ്ട്.

കല്ലൂർ നമ്പൂരിപ്പാടന്മാർ വേദവേദാംഗികളിലും മന്ത്രവാദത്തിലും പണ്ടേ തന്നെഅതിനിപുണന്മാരായിരുന്നു. അവരിൽ ചിലർ നല്ല കവികളുമായിരുന്നു. എന്നാൽ അവർക്ക്അധികം പ്രസിദ്ധി മന്ത്രവാദത്തിലാണ്. അവർ തൃപ്പൂണിത്തുറെ നിന്ന് അവിണിശ്ശേരിക്ക്മാറിത്താമസിക്കാനിടയായതുതന്നെ അവരുടെ മന്ത്രവാദത്തിന്റെ ശക്തിനിമിത്തമാണെന്നാണ് ഐതിഹ്യം. അത് എങ്ങനെയെന്ന് ചുരുക്കത്തിൽ താഴെപറഞ്ഞുകൊള്ളുന്നു.

അവിണിശ്ശേരി എന്ന ദേശത്ത് 'കിഴക്കെക്കാളിക്കാട്' എന്ന് പ്രസിദ്ധമായിട്ട് ഒരുമനയുണ്ടായിരുന്നു. അനവധി സ്വത്തുക്കളുണ്ടായിരുന്ന ആ ബ്രാഹ്മണഗൃഹത്തിൽ ഒരു കാലത്ത് പുരുഷന്മാരാരുമില്ലാതെയായി. ഒടുക്കം നാല് അന്തർജ്ജനങ്ങൾ മാത്രംശേഷിച്ചു. അവരിൽ മൂന്ന് അന്തർജ്ജനങ്ങൾ മരിച്ചപ്പോഴും ശേഷക്രിയകൾ ചെയ്തത് അവിടെ അടുത്തുതന്നെയുള്ള മൂക്കന്നൂരില്ലത്തെ ഒരു നമ്പൂരിയായിരുന്നു. കാളിക്കാട്ടുമനയ്ക്കലെ നമ്പൂരിപ്പാടന്മാർ അനേകം മൂർത്തികളെ സേവിച്ചു പ്രസാദിപ്പിക്കുകയും തങ്ങളുടെ പരദേവതകളാക്കിവെച്ചു പതിവായി പൂജിക്കുകയും ചെയ്തിരുന്നവരായിരുന്നു. അന്തർജ്ജനങ്ങളുടെ ശേഷക്രിയകൾ കഴിച്ചു ശേഷക്കാരനായിച്ചെന്നുചേർന്ന നമ്പൂരി അവിടെകുടുംബപരദേവതകളായിത്തീർന്നിരുന്ന മൂർത്തികളെ വേണ്ടതുപോലെ പൂജിക്കുകയും സേവിക്കുകയും ചെയ്യാതിരുന്നതിനാൽ അദ്ദേഹത്തിനു ഭ്രാന്തുപിടിച്ചു.എന്നുമാത്രമല്ല, ഭ്രാന്തുപിടിച്ച് ഓടിനടന്ന അദ്ദേഹം കുറച്ചുകാലം കഴിഞ്ഞപ്പോൾരക്തം ഛർദ്ദിച്ചു മരിക്കുകയും ചെയ്തു. പിന്നെയും അവിടെ പ്രതിദിനമെന്നപോലെ ഓരോ ഭയങ്കരസംഭവങ്ങൾ നടന്നുകൊണ്ടിരുന്നു. അതിനാൽ ജനങ്ങൾ ഭയം നിമിത്തം ആ മനയ്ക്കൽ കയറാതെയായിയെന്നല്ല, ആ മനയുടെ അടുക്കൽക്കൂടി വഴിനടക്കുക പോലും ചെയ്യാതെയായി.അപ്പോൾ ഏകാകിനിയായിരുന്ന ആ അന്തർജ്ജനത്തിന് അവിടെ കഴിച്ചുകൂട്ടുന്നതിനു വളരെ പ്രയാസമായിത്തീർന്നു. അതിനാൽ ആ സാധ്വി തൃപ്പൂണിത്തുറെച്ചെന്നു വലിയതമ്പുരാൻ തിരുമനസ്സിലെ സന്നിധിയിൽ ഈ സങ്കടങ്ങളെല്ലാമറിയിച്ചു. ഉടനെ വലിയതമ്പുരാൻതിരുമനസ്സുകൊണ്ട് കല്ലൂർ നമ്പൂരിപ്പാടിനെ തിരുമുമ്പാകെ വരുത്തി'കാളികാട്ടില്ലത്തുചെന്ന് അവിടെ ഉണ്ടായിക്കൊണ്ടിരിക്കുന്ന ഉപദ്രവങ്ങളെല്ലാം ഒഴിച്ചുകൊടുക്കണേ'മെന്ന് കൽപ്പിച്ചു. നമ്പൂരിപ്പാട് ആ ഇല്ലത്തുചെന്ന് സംഗതികളെല്ലാം സൂക്ഷ്മമായി അന്വേഷിച്ചറിയുകയും കാളികാട്ടുനമ്പൂരിമാരുടെ പരദേവതകളായിരുന്ന മൂർത്തികൾക്കെല്ലാം യഥാവിധി പൂജകളും മറ്റും നടത്തി അവരെ

സന്തോഷിപ്പിക്കുകയും അപ്പോൾ അവിടെ ഉണ്ടായിക്കൊണ്ടിരുന്ന ഉപദ്ര വങ്ങളെല്ലാം നീങ്ങുകയും അതറിഞ്ഞ് അവിടെ ദാസ്യപ്രവൃത്തിക്കും മറ്റും വേണ്ടുന്നവരെല്ലാംചെന്നുതുടങ്ങുകയും അപ്പോൾ ഏകാകിനിയായിരുന്ന ആ അന്തർജ്ജനത്തിന്റെ ദുഃഖവും ഭയവുമെല്ലാമൊഴിഞ്ഞ് അവർക്ക് സുഖ മാവുകയും ചെയ്തു. എങ്കിലും ആ മൂർത്തികളെയെല്ലാം യഥാവിധി പൂജിച്ചും സേവിച്ചും സന്തോഷിപ്പിച്ചുകൊണ്ടിരിക്കുന്നതിന് മതിയായവർ മറ്റാരു മില്ലാതിരുന്നതിനാൽ വലിയതമ്പുരാൻ തിരുമനസ്സിലെ കല്പനപ്രകാരം നമ്പൂരിപ്പാട് പിന്നെയും ആ ഇല്ലത്തുതന്നെ താമസിച്ചു.

അനന്തരം കുറച്ചുകാലം കഴിഞ്ഞപ്പോൾ അവിടെ ഏകയായി ശേഷി ച്ചിരുന്ന ആ അന്തർജ്ജനവും കാലധർമ്മത്തെ പ്രാപിക്കുകയും അവരുടെ അപരക്രിയകളും നമ്പൂരിപ്പാടുതന്നെനടത്തുകയും ആ സംഗതി വലിയത മ്പുരാൻ തിരുമനസ്സിലെ അടുക്കൽ അറിയിക്കുകയും അപ്പപ്പോൾ തിരുമ നസ്സുകൊണ്ട് നമ്പൂരിപ്പാടിനോട് 'ഇനി നിങ്ങളെല്ലാവരും ഇവിടെനിന്ന് (തൃപ്പൂണിത്തുറെനിന്ന്) മാറി കുടുംബസഹിതം ആ കാളികാട്ടില്ലത്തുചെന്ന് താമസിച്ചുകൊള്ളണം. അന്യം നിന്നതായ ആ ഇല്ലവും ആ ഇല്ലംവക യായിട്ടുള്ള സകല വസ്തുവകകളും നിങ്ങൾക്കായി തന്നിരിക്കുന്നു' എന്ന് കൽപ്പിക്കുകയും അപ്രകാരം തിട്ടൂരം അയച്ചുകൊടുക്കുകയും അക്കാലം മുതൽ കല്ലൂർനമ്പൂരിപ്പാടന്മാരുടെ സ്ഥിരവാസം അവിടെയാകുകയും ചെയ്തു. ഇപ്രകാരമാണ് കല്ലൂർ നമ്പൂരിപ്പാടന്മാരുടെ സ്ഥിരവാസം തൃപ്പൂണിത്തുറനി ന്ന് മാറി അവിണിശ്ശേരിയിലായത്. നമ്പൂരിപ്പാടന്മാർ അവിടെ സ്ഥിരവാ സമായ കാലം മുതൽ ആ മനയുടെ പേര് 'കല്ലൂർമന'യെന്നായി. എങ്കിലും അവിടെ സമീപസ്ഥന്മാരായവരെല്ലാം ഇപ്പോഴും കാളികാട്ടുമനയെന്നാണ് പറഞ്ഞുവരുന്നത്.

കല്ലൂർ നമ്പൂരിപ്പാടന്മാർ വലിയ മന്ത്രവാദികളായിത്തീർന്നതിനു പല കാരണങ്ങൾ ജനങ്ങൾ പറഞ്ഞുവരുന്നുണ്ട്. അവയിൽ ചിലത് താഴെപ്പ റഞ്ഞുകൊള്ളുന്നു:

കല്ലൂർനമ്പൂരിപ്പാടന്മാർ സകുടുംബം ചെങ്ങണംകുന്നത്ത് പാർത്തിരുന്ന കാലത്ത് അവിടെനിന്ന് ഒരു നമ്പൂരിപ്പാട് തൃശ്ശിവപേരൂർച്ചെന്ന് വടക്കു ന്നാഥക്ഷേത്രത്തിൽ ഭജനം തുടങ്ങി. ഭജനം വളരെ നിഷ്ഠയോടുകൂടിയാണ് നടത്തിയിരുന്നത്. രണ്ടുനേരവും നട തുറക്കുമ്പോഴേക്ക് കുളികഴിച്ച് ക്ഷേത്ര ത്തിലെത്തും. പിന്നെ നടയടയ്ക്കുന്നതു വരെ ജപിച്ചുകൊണ്ടും ഈശ്വരധ്യാനം ചെയ്തുകൊണ്ടും മണ്ഡപത്തിൽത്തന്നെ ഇരിക്കും. അങ്ങനെയായിരുന്നു പതിവ്. ഇടയ്ക്ക് സന്ധ്യാവന്ദനത്തിന് സമയമാകുമ്പോൾ അതിനു മാത്രമേ അവിടെനിന്ന് എഴുന്നേറ്റുപോവുകയുള്ളൂ അതു കഴിഞ്ഞാൽ പിന്നെയും അവിടെത്തന്നെ വന്നിരിക്കും. ഉച്ചയ്ക്ക് ഒരു നേരംമാത്രം സ്വൽപ്പം ഭക്ഷണം കഴിക്കും. പിന്നെ ജലപാനമ്പോലും പതിവില്ലായിരുന്നു.

അങ്ങനെ ഏതാനും കൊല്ലങ്ങൾ കഴിഞ്ഞതിന്റെ ശേഷം ഒരു ദിവസം വൈകുന്നേരം നമ്പൂരിപ്പാട് ഈശ്വരധ്യാനത്തോടുകൂടിയിരുന്നപ്പോൾ ക്ഷേത്രത്തിൽ അത്താഴപൂജയും തൃപ്പുകയും മറ്റും കഴിഞ്ഞു. അദ്ദേഹം അതൊന്നും അറിയില്ല. അദ്ദേഹം ധ്യാനത്തിൽനിന്നുണർന്ന് കണ്ണുതുറന്ന് നോക്കിയപ്പോൾ ക്ഷേത്രത്തിൽ ശാന്തിക്കാർ മുതലായവരാരുമില്ലായിരു ന്നു. നട അടച്ചിരിക്കുന്നതായും കണ്ടു. 'ഇനി എന്താണ് വേണ്ടത്' എന്ന്

വിചാരിച്ചുകൊണ്ട് അദ്ദേഹം അവിടെയിരുന്നപ്പോൾ എവിടെനിന്നോ ഒരു ഗ്രന്ഥം അദ്ദേഹത്തിന്റെ മുൻപിൽ വന്നുവീണു. അതെടുത്തുവെച്ചുംകൊണ്ട് അദ്ദേഹം പിന്നെയും വിചാരമഗ്നനായി അവിടെത്തന്നെയിരുന്നു. അങ്ങനെ കുറച്ചുനേരം കഴിഞ്ഞപ്പോഴേക്കും കുളിക്കാൻ പോകാനുള്ള നേരമായതിനാൽ അദ്ദേഹം കുളിക്കാൻ പോയി. ശാന്തിക്കാർ കുളിച്ചുവന്ന് നട തുറന്നപ്പോഴേക്കും നമ്പൂരിപ്പാട്ടും കുളിയും മറ്റും കഴിച്ച് പതിവുപോലെ മണ്ഡപത്തിലെത്തി. അദ്ദേഹം പിന്നെയും നിഷ്ഠയോടുകൂടി ഭജിച്ചുകൊണ്ട് യഥാപൂർവ്വം അവിടെത്തന്നെ താമസിച്ചു.

അനന്തരം ഏതാനും കൊല്ലങ്ങൾകൂടി കഴിഞ്ഞതിന്റെശേഷം ഒരു ദിവസം പാർവ്വതീപരമേശ്വരന്മാർ നമ്പൂരിപ്പാട്ടിലെ മുമ്പിൽ പ്രത്യക്ഷീഭവിക്കുകയും ഭഗവാൻ അദ്ദേഹത്തോട് 'ഇനി ഭജനം മതിയാക്കി ഇല്ലത്തേക്ക് പോകാം. ഇവിടെ കിട്ടീട്ടുള്ള ഗ്രന്ഥം ഞാൻ ഇട്ടുതന്നതാണ്. അതു നോക്കി അതിൽപ്പറഞ്ഞിരിക്കുന്നതുപോലെ ചെയ്തുകൊണ്ടാൽ സർവ്വവും സഫലമാകും. ആ ഗ്രന്ഥത്തിന്റെ അവസാനഭാഗത്ത് പറഞ്ഞിട്ടുള്ള വിധിപ്രകാരം ഭഗവതിസ്സേവ കഴിച്ചുകൊണ്ടാൽ സകലകാര്യങ്ങളും സാധിക്കും. സാധാരണമായിട്ടുള്ള ഭഗവതിസ്സേവയേക്കാൾ കുറച്ചുകൂടി വിസ്തരിച്ചാണ് ഗ്രന്ഥത്തിൽ പറഞ്ഞിരിക്കുന്നത്. അതിനാൽ ഈ വിധിപ്രകാരം കഴിക്കുന്ന ഭഗവതിസ്സേവയുടെ പേര് 'വലിയ ഭഗവതിസ്സേവ' എന്നാക്കിക്കൊള്ളണം. ഞാൻ ഈ പറഞ്ഞിട്ടുള്ളതൊന്നിനും യാതൊരു വ്യത്യാസവും വരുന്നതല്ല. ഞങ്ങൾ രണ്ടുപേരും വേണ്ടതുപോലെ പ്രസാദിച്ചിരിക്കുന്നു' എന്നരുളിച്ചെയ്തിട്ട് ഭഗവാൻ ദേവിയോടുകൂടി അപ്പോൾത്തന്നെ അന്തർദ്ധാനം ചെയ്യുകയും ചെയ്തു. ഉടനെ നമ്പൂരിപ്പാട് പാർവ്വതീ പരമേശ്വരന്മാർ മറഞ്ഞ ആ ദിക്കു നോക്കി സാഷ്ടാംഗം വീണു നമസ്കരിച്ചു. അദ്ദേഹത്തിന് അപ്പോഴുണ്ടായ സന്തോഷാത്ഭുതപാരവശ്യം എത്രമാത്രമെന്നും ഏതുപ്രകാരമെന്നും പറവാൻ പ്രയാസം. നമ്പൂരിപ്പാട് ആ രാത്രി അവിടെക്കഴിച്ചു കൂട്ടിയതിന്റെ ശേഷം പിറ്റേദിവസം കാലത്തെ കുളിയും സന്ധ്യാവന്ദനാദികളും കഴിച്ച് അവിടെ 'ശ്രീമൂലസ്ഥാനം' മുതൽ വേണ്ടുന്ന സ്ഥലങ്ങളിലെല്ലാം വന്ദനവും ദർശവും കഴിച്ചിട്ടു മനയ്ക്കലേക്ക് പോയി. കല്ലൂർനമ്പൂരിപ്പാടന്മാർ വലിയ മന്ത്രവാദികളായിത്തീർന്നത് ശ്രീപരമേശ്വരന്റേയും ശ്രീപാർവ്വതിയുടേയും പ്രസാദംകൊണ്ടും ഭഗവാന്റെ ഉപദേശപ്രകാരമുള്ള വലിയ ഭഗവതിസ്സേവകൊണ്ടും ഭഗവാൻ പ്രസാദിച്ചുകൊടുത്ത ഗ്രന്ഥംമൂലവുമാണ്. വേറെയും ചില കാരണങ്ങളില്ലെന്നില്ല. അവയും യഥാവസരം പിന്നാലെ പ്രസ്താവിക്കാൻ നോക്കാം. ഏതെങ്കിലും പ്രസ്തുത നമ്പൂരിപ്പാട് ഒരേർപ്പാട് നിശ്ചയിച്ചു. അതെങ്ങനെയെന്നാൽ കല്ലൂർമനയ്ക്കലുണ്ടാകുന്ന പുരുഷന്മാരെയെല്ലാവരും സമാവർത്തനം കഴിഞ്ഞാലുടനെ വടക്കുന്നാഥക്ഷേത്രത്തിൽ ഒരു സംവത്സരഭജനം നടത്തണമെന്നും അത് കഴിഞ്ഞിട്ടില്ലാതെ മന്ത്രവാദം ചെയ്തുതുടങ്ങരുതെന്നുമാണ്. ആ ഏർപ്പാട് ഇപ്പോഴും അവിടെ ശരിയായി നടന്നുപോകുന്നുണ്ട്. ഈ ഏർപ്പാട് നിശ്ചയിക്കുകയും വടക്കുന്നാഥക്ഷേത്രത്തിൽ ഭജിച്ചു പാർവ്വതീപരമേശ്വരന്മാരെ പ്രത്യക്ഷീകരിക്കുകയും ചെയ്ത ആ നമ്പൂരിപ്പാട്ടിലെ പേര് 'കുമാരസ്വാമി' എന്നായിരുന്നത്രെ.

ഈ കുമാരസ്വാമി നമ്പൂരിപ്പാട് വടക്കുന്നാഥക്ഷേത്രത്തിലെ സംവത്സരഭജനം കഴിഞ്ഞു മനയ്ക്കൽ മടങ്ങിയെത്തീട്ട് ഏതാനും ദിവസങ്ങൾ

കഴിഞ്ഞതിന്റെശേഷം കാശി, രാമേശ്വരം മുതലായ പുണ്യസ്ഥലങ്ങളിൽ പ്പോയി ഗംഗാസ്നാനം, സേതുസ്നാനം മുതലായവയുംകൂടി നിർവ്വഹിച്ചു. അദ്ദേഹം രാമേശ്വരത്തുനിന്ന് മടങ്ങിവരും വഴി തിരുവനന്തപുരത്തെത്തി മഹാരാജസന്നിധിയിൽച്ചെന്നു മുഖം കാണിക്കുകയും ചെയ്തു. അന്ന് തിരുവിതാംകൂർ രാജ്യം ഭരിച്ചിരുന്നത് കൊല്ലം 973)മാണ്ട് കുംഭമാസത്തിൽ നാടുനീങ്ങിയ കാർത്തികതിരുനാൾ രാമവർമ്മ മഹാരാജാവ് തിരുമനസ്സുകൊണ്ടായിരുന്നു. തിരുമനസ്സുകൊണ്ട് ഈ നമ്പൂരിപ്പാടിനെക്കുറിച്ച് മുമ്പേ തന്നെ കേട്ടറിഞ്ഞിരുന്നതിനാൽ അദ്ദേഹത്തെ അവിടെ യഥായോഗ്യം സ്വീകരിക്കുകയും സൽക്കരിക്കുകയും ചെയ്തു.

അക്കാലത്ത് അവിടെ ജനങ്ങൾക്ക് അതിദുസ്സഹമായ ഒരുപദ്രവം നേരിട്ടിരുന്നു. 933ആമാണ്ട് നാടുനീങ്ങിയ മാർത്താണ്ഡവർമ്മ മഹാരാജാവ് രാജദ്രോഹികളായിരുന്ന എട്ടുവീട്ടിൽ പിള്ളമാരെയെല്ലാം പിടിപ്പിച്ചു പടിഞ്ഞാറെ കടൽപ്പുറത്ത് കൊണ്ടുപോയി കഴുത്തുവെട്ടി കടലിലേക്ക് തള്ളുകയും അവരുടെ സ്ത്രീകളെയല്ലാം പിടിച്ച് സമുദ്രതീരവാസികളായ മുക്കവർക്ക് കൊടുക്കുകയും ചെയ്താണല്ലോ അവരുടെ വംശം നശിപ്പിച്ചത്. ആ പിള്ളമാരുടെ പരേതാത്മാക്കളും അവർ സേവിച്ചിരുന്ന ഉഗ്രമൂർത്തികളുമാണ് അന്ന് ജനങ്ങളെ ഉപദ്രവിച്ചുകൊണ്ടിരുന്നത്. ആ പിള്ളമാരുടെ ശേഷക്രിയകൾ ചെയ്വാനാരുമുണ്ടായിരുന്നില്ലല്ലോ.

'ആബ്ദദീക്ഷാദിലോപേന
പ്രേതാ യാന്തി പിശാചതാം
സ്വജനാൽ ബാധമാനസ്തേ
വിചരന്തി മഹീതലേ'

എന്നാണല്ലോ പ്രമാണം. ആ മൂർത്തികളുടെ ഉപദ്രവം ജനങ്ങൾക്ക് മിക്ക ദിവസങ്ങളിലും ഉണ്ടായിരുന്നു. വിശേഷിച്ച് ചൊവ്വാഴ്ച്ചയും വെള്ളിയാഴ്ച്ചയും രാത്രിയിൽ മദ്ധ്യയാമത്തിങ്കലായിരുന്നു അതികലശലായിരുന്നത്. ആ പിശാചുക്കളുടെയും മൂർത്തികളുടെയും സഞ്ചാരം കടൽപ്പുറം മുതൽ പടിഞ്ഞാറേക്കോട്ടവാതിൽ വരെയായിരുന്നു. പത്മനാഭസ്വാമിയെക്കുറിച്ചുള്ള ഭയംകൊണ്ടോ എന്തോ അവർ കോട്ടയ്ക്കകത്ത് കടക്കാറില്ല. പത്ത് നാഴിക രാത്രിയാകുമ്പോൾ അവരെല്ലാവരും കൂടി കൂട്ടംകൂടി കടൽപ്പുറത്തുനിന്ന് കിഴക്കോട്ട് പുറപ്പെടും. പിന്നെ പത്തു നാഴിക വെളുപ്പാനുള്ളപ്പോൾ വരെ ആ പ്രദേശത്തൊക്കെ അവരുടെ സഞ്ചാരമാണ്. അതിനിടയ്ക്ക് മനുഷ്യരായിട്ടുള്ളവരെ ആരെയെങ്കിലും കണ്ടാൽ അവർ കഥകഴിക്കും. അതിനാൽ അക്കാലത്ത് ആരും പുറത്തിറങ്ങി സഞ്ചരിക്കാറില്ല. എന്നുമാത്രമല്ല, അക്കാലത്ത് ആ പ്രദേശത്തെങ്ങും ആരും പാർത്തിരുന്നുമില്ല. ഈ മൂർത്തികൾ ഉറക്കെ അലറുകയും അട്ടഹസിക്കുകയും ചെയ്തുകൊണ്ടാണ് സഞ്ചരിച്ചിരുന്നത്. അതിനാൽ ആ പ്രദേശത്തെങ്ങും ആർക്കും പേടിച്ചിട്ട് പുരയ്ക്കകത്തുപോലും കിടന്നുറങ്ങാൻ നിവൃത്തിയില്ലായിരുന്നു. ഈ ഉപദ്രവമൊഴിക്കുന്നതിന് മഹാരാജാവ് തിരുമനസ്സുകൊണ്ട് അനേകം മന്ത്രവാദികളെ വരുത്തി പലതും ചെയ്യിച്ചുനോക്കി. ഒന്നുകൊണ്ടും ഒരു ഫലവുമുണ്ടായില്ല. അങ്ങനെയിരുന്നപ്പോളാണ് കുമാരസ്വാമിനമ്പൂരിപ്പാട് അവിടെ ചെന്നുചേർന്നത്.

നമ്പൂരിപ്പാട് മുഖം കാണിച്ചപ്പോൾത്തന്നെ തിരുമനസ്സുകൊണ്ട് ഈ സംഗതികളെല്ലാം അദ്ദേഹത്തോട് കൽപ്പിക്കുകയും ഏതുവിധവും ഈ

ഉപദ്രവം മാറ്റിക്കൊടുക്കണമെന്ന് ആവശ്യപ്പെട്ടുകയും ചെയ്തു. സംഗതികളെല്ലാം കേട്ടുമനസ്സിലാക്കിയതിന്റെ ശേഷം നമ്പൂരിപ്പാട് 'ആട്ടെ, ഞാനൊരു എഴുത്തെഴുതിക്കൊടുത്താൽ അതുംകൊണ്ടുപോയി കോട്ടവാതിൽക്കൽ അകത്തുനിൽക്കുകയും ആ മൂർത്തികൾ പുറത്തുവരുമ്പോൾ അത് അവരുടെ അടുക്കലേക്ക് എറിഞ്ഞുകൊടുക്കുകയും ചെയ്വാൻ ധൈര്യമുള്ളവർ ഇവിടെ ആരെങ്കിലുമുണ്ടോ ?' എന്ന് ചോദിച്ചു. അതിന് മറുപടിയായി 'അതിനാരെങ്കിലുമുണ്ടാകും' എന്ന് കൽപ്പിച്ചു. അപ്പോൾ നമ്പൂരിപ്പാട് 'എന്നാൽ അത് ഇന്നുതന്നെ വേണം. ഇന്ന് വെള്ളിയാഴ്ച്ചയാണല്ലോ, ഞാൻ പോയി കുളിയും സന്ധ്യാവന്ദനാദികളും അത്താഴവും കഴിച്ചുവരാം' എന്ന് പറയുകയും അതിനെ സമ്മതിച്ച് തിരുമനസ്സുകൊണ്ട് ഒരാളെക്കൂട്ടി നമ്പൂരിപ്പാടിനെ അയയ്ക്കുകയും ചെയ്തു.

നമ്പൂരിപ്പാട്ടിലേക്ക് കേമമായിട്ട് അത്താഴത്തിനും മറ്റും കൽപ്പിച്ചു ചട്ടം കെട്ടിയിരുന്നു എന്നുള്ളത് പ്രത്യേകം പറയണമെന്നില്ലല്ലോ. എട്ട് നാഴിക രാത്രിയായപ്പോഴേക്കും നമ്പൂരിപ്പാട് കുളിയും അത്താഴവും മറ്റും കഴിച്ച് തിരുമുമ്പാകെ എത്തി. അപ്പോഴേക്കും തിരുമനസ്സിലെ അത്താഴമമൃതേത്തും കഴിഞ്ഞിരുന്നു. അപ്പോൾ നമ്പൂരിപ്പാട് 'ഒരോലയും എഴുത്താണിയും (നാരായവും) വേണം' എന്ന് പറയുകയാൽ കൽപനപ്രകാരം ഒരാൾ അവ അവിടെക്കൊണ്ടുചെന്ന് കൊടുത്തു. നമ്പൂരിപ്പാട് ആ ഓലയെടുത്ത് വാർന്നു മുറിച്ച് അതിൽ എന്തോ എഴുതി മടക്കിക്കെട്ടിവെച്ചു. അപ്പോഴേക്കും ഒരു പട്ടാളശ്ശിപായി അവിടെ എത്തുകയാൽ തിരുമനസ്സുകൊണ്ട് 'ഇതാ, ഈ ആളാണ് എഴുത്ത് കൊണ്ടുപോകുന്നത്' എന്ന് കൽപ്പിക്കുകയും നമ്പൂരിപ്പാട് ആ എഴുത്ത് ആ ശിപായിയുടെ കൈയ്യിൽ കൊടുത്തിട്ട് 'ഇത് പടിഞ്ഞാറെ കോട്ടവാതിൽക്കൽ കൊണ്ടുചെന്ന് ആ ദുഷ്ടമൂർത്തികൾ അവിടെ വരുമ്പോൾ അകത്തു നിന്നുകൊണ്ട് പുറത്തേക്ക് എറിഞ്ഞുകൊടുക്കണം. അപ്പോൾ അവർ എന്തു ചെയ്യുന്നു എന്നറിഞ്ഞ് ആ വിവരം ഇവിടെ വന്ന് പറയുകയും വേണം.' എന്നു പറയുകയും ചെയ്തു. ഉടനെ ആ ശിപായി ആ എഴുത്തും കൊണ്ട് ഒരു കുതിരപ്പുറത്തുകയറി ഓടിച്ചു പടിഞ്ഞാറെ കോട്ടവാതിൽക്കലെത്തി. അപ്പോഴേക്കും ആ ദുഷ്ടമൂർത്തികളുടെ അലർച്ച കേട്ടുതുടങ്ങി. കുറച്ചു സമയം കഴിഞ്ഞപ്പോഴേക്കും അവരെല്ലാവരും കോട്ടവാതിൽക്കലെത്തി. അപ്പോൾ ആ ശിപായി ധൈര്യസമേതം കോട്ടയ്ക്കകത്ത് നിന്നുകൊണ്ട് നമ്പൂരിപ്പാട്ടിലെ എഴുത്ത് അവരുടെ അടുക്കലേക്ക് വലിച്ചെറിഞ്ഞു. ആ എഴുത്ത് അവരുടെ അടുക്കൽ എത്തിയ ക്ഷണത്തിൽ ആ മൂർത്തികളെല്ലാം ആർത്തനാദം പുറപ്പെടുവിച്ചുകൊണ്ട് വന്ന വഴിയേ പടിഞ്ഞാറോട്ടോടി സമുദ്രത്തിൽ ചാടി മറിഞ്ഞു. എഴുത്ത് കൊണ്ട് പോയിരുന്ന ശിപായി മടങ്ങിവന്ന് ആ വിവരമെല്ലാം തിരുമനസ്സിലെ സന്നിധിയിൽ അറിയിച്ചു. അപ്പോൾ നമ്പൂരിപ്പാട് 'ആ ഉപദ്രവം അങ്ങനെയൊഴിഞ്ഞു. ഇനി ആ ദുഷ്ട മൂർത്തികളുടെ ഉപദ്രവം ഒരിക്കലും ഉണ്ടാവുകയില്ല' എന്നു പറഞ്ഞു. ഉടനെ തിരുമനസ്സുകൊണ്ട് 'ഞാനും അങ്ങനെതന്നെ വിശ്വസിക്കുന്നു' എന്ന് കൽപ്പിക്കുകയും നമ്പൂരിപ്പാടിനെ കിടക്കാൻ കൽപ്പിച്ചയയ്ക്കുകയും തിരുമനസ്സുകൊണ്ട് പള്ളിയറയിലേക്ക് എഴുന്നള്ളുകയും ചെയ്തു.

പിറ്റേദിവസം നമ്പൂരിപ്പാട് തിരുമുമ്പാകെച്ചെന്ന് യാത്രയറിയിച്ചപ്പോൾ തിരുമനസ്സുകൊണ്ട് അദ്ദേഹത്തിന് വീരശൃംഖല മുതലായ അനേകം

സമ്മാനങ്ങളും യാത്രച്ചെലവുവകയ്ക്ക് ആയിരം പണവും കൽപ്പിച്ചുകൊടുത്തു. നമ്പൂരിപ്പാട് അവയെല്ലാം വാങ്ങിക്കൊണ്ട് അന്നുതന്നെ സസന്തോഷം സ്വദേശത്തേയ്ക്ക് പോവുകയും ചെയ്തു. നമ്പൂരിപ്പാട്ടിലെ എഴുത്ത് കണ്ട് പേടിച്ചോടിപ്പോയ ദുർമ്മൂർത്തികളുടെ ഉപദ്രവം അതിൽപിന്നെ ആ ദേശത്തെങ്ങും ഒരിക്കലുമുണ്ടായിട്ടില്ല. ഈ കുമാരസ്വാമി നമ്പൂരിപ്പാട്ടിലെ രണ്ടാമത്തെ പൗത്രൻ ഉണ്ടായപ്പോൾത്തന്നെ അദ്ദേഹത്തിന് ആയുസ്സ് കുറവാണെന്ന് ചിലർ പറയുകയാൽ കുമാരസ്വാമിനമ്പൂരിപ്പാട് പ്രസിദ്ധ ജ്യോത്സ്യനായിരുന്ന കാരക്കാട്ട് ഈശ്വരവാരിയരെക്കൊണ്ട് ആ ഉണ്ണിനമ്പൂരിപ്പാട്ടിലെ ജാതകമെഴുതിച്ചു. ഈശ്വരവാരിയർ പറയുന്നതും എഴുതിക്കൊടുക്കുന്നതുമൊന്നും തെറ്റുകില്ലെന്നായിരുന്നു ജനങ്ങളുടെ വിശ്വാസം. അത് വാസ്തവമായിരുന്നു. ഈശ്വരവാരിയർ ജ്യോതിശ്ശാസ്ത്രങ്ങളെല്ലാം പഠിച്ചുകഴിഞ്ഞതിന്റെ ശേഷം മുക്കാൽ വ്യാഴവട്ടക്കാലം (ഒൻപത് കൊല്ലം) കാരക്കാട്ട് സുബ്രഹ്മണ്യസ്വാമിയെ നിഷ്ഠയോടുകൂടി ഭജിച്ച് പ്രസാദിപ്പിച്ച മഹാനാണ്. പിന്നെ അദ്ദേഹം പറഞ്ഞാൽ ശരിയാകാതെയിരിക്കുമോ ? അദ്ദേഹം ജാതകത്തിൽ എഴുതിക്കൊടുത്തത് ആ ഉണ്ണിനമ്പൂരിപ്പാട് ഇരുപത് വയസ്സ് തികയുന്നതിനുമുൻപ് വസൂരിദീനത്താൽ മരിക്കും എന്നായിരുന്നു. എന്നുമാത്രമല്ല, മരിക്കുന്ന ആണ്ടും മാസവും തീയതിയും നാഴികയും വിനാഴികയും എഴുതിക്കൊടുത്തു. അത് കണ്ടപ്പോൾ കുമാരസ്വാമി നമ്പൂരിപ്പാട് മുതലായവർക്ക് വളരെ സങ്കടമുണ്ടായി എന്നുള്ളത് പറയണമെന്നില്ലല്ലോ. എങ്കിലും ആ മനയ്ക്കലുള്ളവർ ഈ വർത്തമാനം പരസ്യമാക്കിയില്ല.

ആ ഉണ്ണിനമ്പൂരിപ്പാട് മുറയ്ക്ക് വളർന്നുവരികയും യഥാകാലം അദ്ദേഹത്തിന്റെ സമാവർത്തനം വരെയുള്ള ക്രിയകളൊക്കെ കഴിയുകയും ചെയ്തു. അനന്തരമദ്ദേഹം പിതാമഹന്റെ നിശ്ചയപ്രകാരം തൃശ്ശിവപേരൂരെത്തി വടക്കുന്നാഥക്ഷേത്രത്തിലെ സംവത്സരഭജനവും നിർവ്വഹിച്ചുകൊണ്ടു മനയ്ക്കൽ മടങ്ങിയെത്തി. അപ്പോളദ്ദേഹം അദ്ദേഹത്തിന്റെ ജാതകം ഈശ്വരവാരിയർ ഇന്നിന്ന പ്രകാരമാണ് എഴുതിക്കൊടുത്തിരിക്കുന്നതെന്നുള്ള വിവരം എങ്ങനെയോ അറിയുകയും 'വസൂരിബാധയെത്തടുക്കുന്നതിനുള്ള ശക്തി ഭഗവതിക്കുള്ളതുപോലെ മറ്റാർക്കുമില്ലല്ലോ' എന്ന് വിചാരിച്ച് അടുത്ത ദിവസംതന്നെ ചെങ്ങണംകുന്നത്ത് ഭഗവതിക്ഷേത്രത്തിലെത്തി ഭജനം തുടങ്ങുകയും ചെയ്തു. ആ ഭജനവും കഠിന നിഷ്ഠയോടുകൂടുത്തന്നെയായിരുന്നു. കാലത്ത് ശാന്തിക്കാരൻ വന്ന് നട തുറക്കുമ്പോഴേക്കും ഉണ്ണിനമ്പൂരിപ്പാട് കുളിയും സന്ധ്യാവന്ദനവും കഴിച്ച് അമ്പലത്തിലെത്തും. പിന്നെ ഉച്ചപൂജ കഴിഞ്ഞ് നടയടയ്ക്കുന്നതുവരെ ജപവും നമസ്കാരവും മറ്റുമായിട്ട് അവിടെത്താമസിക്കും. ഉച്ചപ്പൂജ കഴിഞ്ഞ് നടയടച്ചാൽ ഇല്ലത്തേക്ക് മടങ്ങും. അവിടെച്ചെന്നാൽ ഇല്ലത്ത് തേവാരപ്പുരയിൽ കുടിയിരുത്തിയിരിക്കുന്ന ചെങ്ങണംകുന്നത്ത് ഭഗവതിക്ക് ഒരു പൂജ കഴിക്കും. അതിന് നിവേദ്യത്തിന് നാഴിയരിയാണ് പതിവുവെച്ചിരിക്കുന്നത്. പൂജ കഴിഞ്ഞാൽ ആ ചോറുമാത്രം ഉപ്പ് കൂടാതെ അദ്ദേഹം ഊണ് കഴിക്കും. അങ്ങനെ ഒരു നേരം മാത്രമേ അദ്ദേഹം ഊണ് കഴിച്ചിരുന്നുള്ളൂ. വൈകുന്നേരം നട തുറക്കുമ്പോഴേക്കും അദ്ദേഹം ക്ഷേത്രത്തിലെത്തും. പിന്നെ അത്താഴപ്പൂജ കഴിഞ്ഞ് നട അടയ്ക്കുന്നതുവരെ അദ്ദേഹം ദേവിയെ ഭജിച്ചുകൊണ്ട് അവിടെയിരിക്കും. ഇങ്ങനെയൊക്കെയായിരുന്നു അദ്ദേഹത്തിന്റെ ഭജനം.

ഇങ്ങനെ ഏതാനും കൊല്ലങ്ങൾ കഴിഞ്ഞപ്പോൾ ഈശ്വരവാരിയർ എഴുതിക്കൊടുത്തിരുന്ന ജാതകപ്രകാരം ആ ഉണ്ണിനമ്പൂരിപ്പാട്ടിലെ ചരമ ഗതിക്ക് ദിവസമായി. അന്ന് വൈകുന്നേരം അദ്ദേഹം ഭാരതപ്പുഴയിൽച്ചെന്ന് കുളിച്ചുത്തു ജപിച്ചു കൊണ്ടിരുന്ന സമയം ആ പുഴവക്കത്തു നിന്നിരുന്ന രണ്ട രയാലുകളിൽ ഒന്നിൽനിന്ന് എന്തോ ഒരു മൂർത്തി ഏറ്റവും ഊക്കോടുകൂടി പുഴയിലേക്ക് ചാടി. അതിന്റെ പതനശക്തി നിമിത്തം നമ്പൂരിപ്പാട്ടിലെ മേലൊക്കെ വെള്ളം തെറിച്ചു. എങ്കിലും അതൊന്നും വകവെക്കാതെ അമ്പലത്തിലേക്ക് പുറപ്പെട്ടു. മറ്റേ ആലിന്റെ ചുവട്ടിലെത്തിയപ്പോൾ സർവ്വാംഗസുന്ദരിയായ ഒരു സ്ത്രീ അവിടെ നിന്നിരുന്നു. ആ സ്ത്രീയെക്കുറിച്ചും ഒന്നും വിചാരിക്കാതെ അദ്ദേഹം പിന്നെയും നടന്നു തുടങ്ങി. അപ്പോഴേക്കും അദ്ദേഹത്തിന്റെ തലയ്ക്ക് വല്ലാത്ത ഒരു ഘനവും മുഖത്തും മേലുമൊക്കെ ഒരു വലിച്ചിലും ദേഹത്തിന് ആകപ്പാടെ ഒരു ക്ഷീണവും വന്നു ബാധിച്ചു. ക്ഷേത്രത്തിലോളം നടക്കുന്ന കാര്യം പ്രയാസമെന്ന് തോന്നുകയാൽ അദ്ദേഹം മനയ്ക്കലേക്ക് തന്നെ പോയി. അവിടെച്ചെന്ന് ഒരു കണ്ണാടിയെടുത്ത് നോക്കിയപ്പോൾ മുഖത്തും മേലുമൊക്കെ വസൂരിക്കുരുക്കൾ പുറപ്പെട്ടുതുടങ്ങിയിരിക്കുന്നതായി കണ്ടു. ഉടനെ അദ്ദേഹം അമ്മയെ വിളിച്ച് 'അമ്മേ! ഈച്ചരൻ എഴുതിത്തന്നത് ശരിയായി. എന്റെ മേലൊക്കെ വസൂരിക്കുരുക്കൾ പുറപ്പെട്ടുതുടങ്ങിയിരിക്കുന്നു. നിങ്ങളാരും വ്യസനിക്കരുത്. ഈശ്വരവിധി നീക്കാനാർക്കും കഴിയുന്നതല്ലല്ലോ' എന്ന് പറഞ്ഞിട്ട് തേവാരപ്പുരയിൽക്കടന്ന് അവിടെക്കുടിയിരുത്തിയിരുന്ന ചെങ്ങണംകുന്നത്ത് ഭഗവതിയുടെ വിഗ്രഹമെടുത്ത് കിഴക്കിനിയിൽ കൊണ്ടുചെന്ന് വെച്ചുകൊണ്ട് ' ഇതുവരെ ഭഗവതിയെസ്സേവിച്ചതിന്റെ ഫലമിതാണല്ലോ ' എന്ന് പറയുകയും ആ വിഗ്രഹം വലത്തുകാൽകൊണ്ട് തട്ടി നടുമുറ്റത്തേക്ക് ഇടുകയും ചെയ്തതിന്റെശേഷം ശയനസ്ഥലത്തു കടന്ന് വാതിലടച്ച് സാക്ഷയിടുകയും അവിടെയൊരു പായയെടുത്തിട്ട് അതിൽക്കിടക്കുകയും ചെയ്തു.

അനന്തരമദ്ദേഹം ഈശ്വരവാരിയർക്ക് ജ്യോതിശ്ശാസ്ത്രത്തിലുള്ള പാണ്ഡിത്യത്തേയും ഭഗവതിയുടെ കൃപയില്ലായ്മയേയും കുറിച്ച് വിചാരിച്ചുകൊണ്ട് അങ്ങനെ കിടന്നപ്പോൾ സ്വൽപ്പമൊന്ന് മയങ്ങി. അപ്പോൾ സർവ്വാംഗസുന്ദരിയായ ഒരു സ്ത്രീ അദ്ദേഹത്തിന്റെ അടുക്കൽച്ചെന്ന് നിന്നുകൊണ്ട് 'ഹേ! എന്താ എന്റെ പേരിലും മുഷിച്ചിലായോ ? ആ ആലിന്മേൽനിന്ന് പുഴയിലേക്ക് ചാടിയത് വസൂരിമാലയായിരുന്നു. ആ വെള്ളം തെറിച്ചതുകൊണ്ടാണ് ഇതുണ്ടായത്. ഭയപ്പെടരുതെന്ന് വിചാരിച്ചാണല്ലോ ഞാൻ മറ്റേ ആൽത്തറയ്ക്കൽ വന്ന് നിന്നിരുന്നത്. അതുകൊണ്ടും ഫലമുണ്ടായില്ല. ആട്ടെ, എങ്കിലും ഭയപ്പെടേണ്ട. ഇതിനേക്കാൾ കഠിനമായി വന്നാലും ഞാൻ മാറ്റുമല്ലോ' എന്ന് പറയുകയും, തന്റെ വസ്ത്രാഞ്ചലം കൊണ്ട് മുടിമുതൽ അടിയോളം ഒന്നുഴിയുകയും ചെയ്തു. അപ്പോൾ നമ്പൂരിപ്പാട്ടിലെ സുഖക്കേടുകളെല്ലാം മാറി അദ്ദേഹം സ്വസ്ഥനായിത്തീർന്നു. അദ്ദേഹത്തിന്റെ മേലുണ്ടായിരുന്ന കുരുക്കളെല്ലാം മാഞ്ഞുപോവുകയും ചെയ്തു. ആ സ്ത്രീ 'എന്നെ രക്തമണിഞ്ഞ് കാണാനായിട്ടാണോ എന്റെ കൈയ്യൊടിച്ചത്?' എന്ന് വീണ്ടും ചോദിച്ചു. അപ്പോൾ നമ്പൂരിപ്പാട് കണ്ണുതുറന്ന് നോക്കുകയും ആ സ്ത്രീയുടെ വലതു കൈപ്പടം (കൈയിന്റെ പത്തി) പൊട്ടി ചോരയൊലിക്കുന്നതായിക്കാണുകയും ചെയ്തു. അപ്പോൾ ഈ സ്ത്രീ സാക്ഷാൽ ഭഗവതിതന്നെയാണെന്ന്

മനസ്സിലാവുകയാൽ അദ്ദേഹമെഴുന്നേറ്റ് ദേവിയുടെ പാദത്തിങ്കൽ വീണ് സാഷ്ടാംഗമായി നമസ്കരിച്ചുകൊണ്ട് ' സർവ്വാപരാധങ്ങളും ക്ഷമിക്കേണ'മെന്നപേക്ഷിച്ചു. ഉടനെ ദേവി അദ്ദേഹത്തെ അനുഗ്രഹിക്കുകയും 'എല്ലാം ഞാൻ ക്ഷമിച്ചിരിക്കുന്നു. എങ്കിലും വലത്തുകാൽകൊണ്ട് എന്നെ തൊഴിച്ചതിന്റെ ഫലം നിങ്ങളുടെ കുടുംബത്തിൽ രണ്ടാമന്മാരായി ജനിക്കുന്നവരെല്ലാവരും അനുഭവിക്കും' എന്നരുളിച്ചെയ്തിട്ട് മറയുകയും ചെയ്തു.

ഉണ്ണിനമ്പൂരിപ്പാട് ശയനഗൃഹത്തിൽക്കടന്ന് വാതിലടച്ച് സാക്ഷയിട്ടു കഴിഞ്ഞപ്പോൾ മുതൽ അദ്ദേഹത്തിന്റെ അമ്മ 'വസൂരിയാണെങ്കിലും എനിക്ക് എന്റെ ഉണ്ണിയെക്കണ്ടുകൊണ്ടിരിക്കണം' എന്നു പറഞ്ഞുകൊണ്ടു കരഞ്ഞു തുടങ്ങി. അപ്പോൾ ചിലർ 'വസൂരിദീനക്കാരെ പേരു പറഞ്ഞു വിളിക്കുകയും അവർ കിടക്കുന്നിടത്തു ചെന്നു വാതിലുന്തി മുട്ടുകയും ചെയ്യുന്നത് വിഹിതമല്ല' എന്നു പറഞ്ഞു. അതു കേട്ടിട്ട് ആ അന്തർജ്ജനം 'എന്നാൽ വാതിൽ വെട്ടിപ്പൊളിക്കണം. എനിക്ക് എങ്ങനെയെങ്കിലും എന്റെ ഉണ്ണിയെ കാണണം' എന്നു പറഞ്ഞു. അതു കേട്ടു ചിലർ വാതിൽ വെട്ടിപ്പൊളിക്കാനായി ചില ആയുധങ്ങളുംകൊണ്ടു വാതിൽക്കലെത്തി. അപ്പോൾ ഉണ്ണിനമ്പൂരിപ്പാടു വാതിൽ തുറന്നു പുറത്തുവരികയും 'അമ്മേ! നമ്മുടെ ഭഗവതിയുടെ കൃപകൊണ്ട് എന്റെ സൂക്കേടെല്ലാം ഭേദമായി. എനിക്കിപ്പോൾ ഒരു സുഖക്കേടുമില്ല' എന്നു പറഞ്ഞുകൊണ്ട് അമ്മയുടെ അടുക്കൽച്ചെല്ലുകയും അപ്പോൾ അദ്ദേഹത്തെ സ്വസ്ഥശരീരനായിക്കണ്ട് അദ്ദേഹത്തിന്റെ അമ്മയുംമറ്റെല്ലാവരും വളരെ അത്ഭുതപ്പെടുകയും സന്തോഷിക്കുകയും ചെയ്തു. ഉടനെ ആ ഉണ്ണിനമ്പൂരിപ്പാട് നടുമുറ്റത്തിറങ്ങി അദ്ദേഹം അവിടെ തട്ടിയിരുന്ന ദേവീവിഗ്രഹമെടുത്ത് മടിയിൽ വെച്ചുകൊണ്ട് പശ്ചാത്താപത്തോടുകൂടി ബാഷ്പാകുലാക്ഷനായി വളരെ നേരം കരഞ്ഞു. പിന്നെ ആ വിഗ്രഹം മുമ്പിലിരുന്ന സ്ഥലത്തുതന്നെ കൊണ്ടുചെന്നു വെയ്ക്കുകയും ചെയ്തു, അതുകൊണ്ടും മതിയായില്ലെന്നു തോന്നുകയാലദ്ദേഹം പുതിയതായി ഒരു ദേവീവിഗ്രഹം വാർപ്പിച്ചു അതും തേവാരപ്പുരയിൽത്തന്നെ പ്രതിഷ്ഠിച്ചു.

ചെങ്ങനംകുന്നത്തെ ഭജനം കാലം കൂടിയതിന്റെശേഷം നമ്പൂരിപ്പാട് തിരുമാന്ധാംകുന്ന്, ശ്രീപോർക്കലീ മുതലായ സ്ഥലങ്ങളിലുംചെന്നു സംവത്സര ഭജനം കഴിച്ചു ദേവിയെ പ്രസാദിപ്പിച്ചുകൊണ്ട് മനയ്ക്കൽ മടങ്ങിയെത്തി. പിന്നെയുമദ്ദേഹം ദേവീദേവന്മാരെ ഭക്തിപൂർവ്വം ഭജിച്ചുതന്നെയാണ് ദിനങ്ങളെ നയിച്ചിരുന്നത്. ആ മനയ്ക്കലെ തേവാരപ്പുരയിൽത്തന്നെ വടക്കുന്നാഥൻ മുതലായ ദേവന്മാരെയും ചെങ്ങണംകുന്ന്, തിരുമാന്ധാംകുന്ന് മുതലായ സ്ഥലങ്ങളിലെ ദേവീമാരെയും കുടിയിരുത്തീട്ടുണ്ട്. അവയും കൂടാതെ കാളികാട്ടുമനക്കാരുടെ വക സേവാമൂർത്തികളും അവിടെത്തന്നെയാണല്ലോ. ഈ നമ്പൂരിപ്പാട് ദേവീദേവന്മാരെയെല്ലാം യഥാക്രമം പൂജിക്കുകയും സേവിക്കുകയും ചെയ്തുകൊണ്ടാണ് അവിടെത്താമസിച്ചിരുന്നത്. ഇതിനിടയ്ക്ക് അദ്ദേഹം മന്ത്രസാരം, യന്ത്രസാരം, പ്രയോഗസാരം, പ്രപഞ്ചസാരം മുതലായവയെല്ലാം ഗ്രഹിച്ചും പിതാമഹനു വടക്കുന്നാഥൻ കൊടുത്ത ഗ്രന്ഥം നോക്കിയും മറ്റും മന്ത്രവാദത്തിൽ അതിസമർത്ഥനായിത്തീരുകയും ചെയ്തു. എങ്കിലും വല്ല ദേവതോപദ്രവംകൊണ്ടോ മറ്റോ മന്ത്രവാദത്തിനാവശ്യപ്പെട്ട് ആരെങ്കിലും അദ്ദേഹത്തിന്റെ അടുക്കൽച്ചെന്ന് പറഞ്ഞാൽ 'ഭാരതപ്പുഴയിൽക്കുളിച്ചു ഭഗവതിയെസ്സേവിച്ചാൽ മതി, സുഖമാകും.' എന്നു

പറയുക മാത്രമേ അദ്ദേഹം ചെയ്തിരുന്നുള്ളൂ. അദ്ദേഹം പറഞ്ഞിട്ട് അങ്ങനെ ചെയ്താൽ എല്ലാവർക്കും സുഖമാകാറുണ്ട്. വടക്കുന്നാഥൻ പ്രസാദിച്ച ഗ്രന്ഥം കൊടുത്തതിപ്പിന്നെ മന്ത്രവാദികളല്ലാത്തവരും കെങ്ങണംകുന്നത്തു ഭഗവതി അനുഗ്രഹിച്ചതിൽപ്പിന്നെ വലത്തു കാലിനു സ്വൽപമെങ്കിലും അസ്വാസ്ഥ്യ മില്ലാത്ത രണ്ടാമന്മാരും ആ കുടുംബത്തിലുണ്ടാകാറില്ല. അതിന് ഇപ്പോഴും വ്യത്യാസം വന്നിട്ടുമില്ല.

ഇനി ആ മനയ്ക്കലെ ചില നമ്പൂരിപ്പാടന്മാർ ചെയ്തിട്ടുള്ള മറ്റു ചില അത്ഭുതകർമ്മങ്ങളെക്കുറിച്ചുകൂടി ചുരുക്കത്തിൽ താഴെ പറഞ്ഞുകൊള്ളുന്നു.

ടിപ്പുസുൽത്താൻ മലബാറിൽആക്രമണം നടത്തിയ കാലത്ത് കൊച്ചി രാജാവിനെ സ്വാധീനിച്ച് ഒരുടമ്പടിയെഴുതിച്ചു വാങ്ങിക്കൊണ്ട് തിരുവിതാംകൂറിനെ കീഴടക്കണമെന്നു കരുതി കൊച്ചിരാജാവിന്റെ പേർക്ക് ഒരു കത്തയച്ചു. ആ കത്തിൽ ഒരു കൂടിക്കാഴ്ചയ്ക്കു ചെല്ലണമെന്നു മാത്രമേ പറഞ്ഞിരുന്നുള്ളൂ. എങ്കിലുംആ കത്തു കണ്ടപ്പോൾ 'ഇനി എന്തെല്ലാമാപത്തുകളും അനർത്ഥങ്ങളും വന്നുകൂടുമോ എന്തോ?' എന്നു വിചാരിച്ചു കൊച്ചിരാജാവിനു വളരെ പരിഭ്രമമുണ്ടായി. രാജാവ് ആ വിവരം അവിടെക്കുടെയുണ്ടായിരുന്ന കല്ലൂർനമ്പൂരിപ്പാടിനോട് പറഞ്ഞു. അതു കേട്ടിട്ട് നമ്പൂരിപ്പാട് 'ഇതിനെക്കുറിച്ച് പരിഭ്രമിക്കുകയും ഭയപ്പെടുകയും ഒന്നും വേണ്ട' എന്നു പറയുകയും ഒരു വലിയ ഭഗവതിസ്സേവ കഴിച്ച് അതിന്റെ പത്മത്തിൽനിന്ന് സ്വൽപം ചുവന്ന പൊടിയെടുത്തു കുഴച്ചു രാജാവിനെ ഒരു തിലകം ധരിപ്പിച്ചിട്ട് 'അവിടെച്ചെന്നാൽമൂന്നേമുക്കാൽനാഴികയിലധികം താമസിക്കരുത്'' എന്നു പറഞ്ഞ് അയയ്ക്കുകയും ചെയ്തു. ടിപ്പു, രാജാവിനെ കണ്ടപ്പോൾ സാദരം ആസനസൽക്കാരം ചെയ്തിരുത്തി കുശലപ്രശ്നം ചെയ്തു. പിന്നെ അവർ രണ്ടുപേരുംകൂടി ക്ഷേമാവർത്തമനാദികൾ പറഞ്ഞു കുറച്ചു നേരമിരുന്നു. അപ്പോഴേക്കും സമയമടുക്കാറായതിനാൽ രാജാവ് യാത്ര പറഞ്ഞുകൊണ്ട് അവിടെനിന്നും പിരിഞ്ഞുപോയി. രാജാവ് യാത്രപറഞ്ഞപ്പോൾ ടിപ്പു അനേകം സമ്മാനങ്ങൾ കൊടുത്താണു പറഞ്ഞയച്ചത്. എങ്കിലും വിചാരിച്ചിരുന്ന കാര്യം പറയുകയും ഉടമ്പടി എഴുതിച്ചു വാങ്ങുകയും ചെയ്തില്ലല്ലോ എന്നു സുൽത്താനോർത്തത്. ഇതു നമ്പൂരിപ്പാട് കഴിച്ച വലിയ ഭഗവതിസ്സേവയുടെ മാഹാത്മ്യംകൊണ്ടും അദ്ദേഹംധരിപ്പിച്ച തിലകത്തിന്റെ ശക്തികൊണ്ടുമാണെന്നുള്ളതു പറയണമെന്നില്ലല്ലോ.

കൊല്ലം 1036ാം ആണ്ടു നാടുനീങ്ങിയ തിരുവിതാംകൂർ മഹാരാജാവു തിരുമനസ്സിലെ അമ്മച്ചിക്ക് ഒരിക്കൽ സുഖക്കേടുണ്ടായി. അതിന് ഒരുന്മാദച്ഛായയുമുണ്ടായിരുന്നു. എങ്കിലും അതൊരു ദേവതോപദ്രവമായിരുന്നു. ആരെങ്കിലും അടുക്കൽ ചെന്നാൽ അവരെ പിടിച്ച് അടിക്കുകയും ഇടിക്കുകയും കടിക്കുകയും ചെയ്ത് ഉപദ്രവിക്കുകയും വസ്ത്രമുടുക്കാതെ സദാ നഗ്നയായി നിൽക്കുകയുമായിരുന്നു സുഖക്കേടിന്റെ സ്വഭാവം. അതിനു പല വൈദ്യന്മാരെക്കൊണ്ടും മന്ത്രവാദികളെക്കൊണ്ടും പലതും ചെയ്യിച്ചു നോക്കി. ഒന്നുകൊണ്ടും ഒരു ഫലവുമുണ്ടായില്ല. അപ്പോൾ ചില സേവന്മാർ, കല്ലൂർ നമ്പൂരിപ്പാടന്മാരിലാരെയെങ്കിലും വരുത്തി വല്ലതും ചെയ്യിച്ചാൽ ഈ സുഖക്കേട് ഭേദമാകുമെന്നും അങ്ങനെ ധാരാളം കണ്ടിട്ടുണ്ടെന്നും ആ നമ്പൂരിപ്പാടന്മാർ കൊച്ചി രാജാവിന്റെ ഇഷ്ടന്മാരാണെന്നും അവിടെ അറിയിച്ചു. ഉടനെ മഹാരാജാവ് തിരുമനസ്സുകൊണ്ട് കൊച്ചിയിലേക്ക് ഒരു

തിരുവെഴുത്തയയ്ക്കുകയും കൊച്ചിരാജാവ് ഒരു നമ്പൂരിപ്പാടിനെ തിരുവനന്തപുരത്തേക്ക് അയയ്ക്കുകയും ചെയ്തു.

നമ്പൂരിപ്പാട് ഒരു ദിവസം വൈകുന്നേരമാണ് തിരുവനന്തപുരത്തെത്തിയത്. അതിനാൽ കുളിയും സന്ധ്യാവന്ദനവും കഴിഞ്ഞിട്ടാണ് തിരുമുമ്പാകെ ച്ചെന്നത്, അമ്മച്ചി എവിടെയാണെന്ന് നമ്പൂരിപ്പാട് ചോദിച്ചപ്പോൾ തിരുമനസ്സുകൊണ്ട് 'ഉപദ്രവം സഹിക്കവയ്യാതെയായിട്ട് ഒരു പുരമുറിക്കകത്തിട്ടു പൂട്ടിയിരിക്കുകയാണ്' എന്നു കൽപ്പിക്കുകയും നമ്പൂരിപ്പാടിനെ ഒരാളെക്കൂട്ടി ആ മുറിയുടെ വാതിൽക്കലേക്ക് അയയ്ക്കുകയും ചെയ്തു. നമ്പൂരിപ്പാട് അവിടെ ച്ചെന്നു നോക്കിയപ്പോൾ വാതിൽ അകത്തുനിന്നും സാക്ഷയിട്ടിരിക്കുകയായിരുന്നു. വാതിൽ തുറക്കാൻ നമ്പൂരിപ്പാട് പറഞ്ഞിട്ടും തുറന്നില്ല. ഉടനെ നമ്പൂരിപ്പാട് ഒരു മന്ത്രം ജപിച്ചുകൊണ്ട് വലത്തുകൈകൊണ്ട് നിലത്ത് ഒന്നടിച്ചു. ഉടനെ അമ്മച്ചി വസ്ത്രവും മുലക്കച്ചയും ധരിച്ചുകൊണ്ട് വാതിൽ തുറക്കുകയും സ്ത്രീസാധാരണമായ ലജ്ജാഭാവത്തോട് കൂടി മുഖം കുനിച്ചുകൊണ്ട് പഞ്ചപുച്ഛമടക്കി നിൽക്കുകയും ചെയ്തു. അപ്പോൾ നമ്പൂരിപ്പാട് 'ഇന്ന് ഇതുവരെ കുളിയും ഊണും ഉണ്ടായില്ലല്ലോ? വേഗം പോയി കുളിയും ഊണും കഴിച്ചു വരൂ. അപ്പോഴേക്കും ഞാനും പോയി അത്താഴം കഴിച്ചുവരാം' എന്നു പറഞ്ഞു. ഉടനെ അമ്മച്ചി കുളിക്കാൻ പോയി. അവിടെ ബലിയുഴിയുന്നതിനും മറ്റും ഇന്നിന്നവയെല്ലാം വട്ടംകൂട്ടണമെന്ന് അവിടെയുണ്ടായിരുന്ന ഉദ്യോഗസ്ഥന്മാരോടു പറഞ്ഞിട്ടു നമ്പൂരിപ്പാടും പോയി. അദ്ദേഹം അത്താഴം കഴിച്ചു വന്നപ്പോഴേക്കും അമ്മച്ചിയും കുളിയുമൂണും കഴിച്ച് അവിടെയെത്തി. നമ്പൂരിപ്പാടു പറഞ്ഞിരുന്നതുപോലെയെല്ലാം അവിടെ വട്ടം കൂട്ടിയിരുന്നു. നമ്പൂതിരിപ്പാട് കുറച്ച് ഭസ്മമെടുത്തു നിലത്തു ഷൾക്കോണായിട്ട് ഒരു ചക്രം വരയ്ക്കുകയും അതിൽ ഒരിലയിട്ട് അതിൽ അമ്മച്ചിയെ ഇരുത്തുകയും ചെയ്തിട്ട് താൻ അമ്മച്ചിയുടെ നേരേ ഇരുന്നുകൊണ്ട് ചില മന്ത്രതന്ത്രപ്രയോഗങ്ങൾ തുടങ്ങി. അപ്പോൾ അമ്മച്ചിയുടെ ഭാവം മാറി. വാതിൽ തുറന്നു പുറത്തുവന്നിട്ട് അതുവരെ യാതൊരു ഭാവഭേദവുമുണ്ടായിരുന്നില്ല. ഭാവം മാറിക്കണ്ടപ്പോൾ ആ ദേവത പിന്നേയും അമ്മച്ചിയെ ബാധിച്ചു എന്നു മനസ്സിലാവുകയാൽ നമ്പൂതിരിപ്പാട് ചില ചോദ്യങ്ങൾ ചോദിച്ചു തുടങ്ങി. അതിനെല്ലാം ഉത്തരം കേവലം അപകടവും അധികപ്രസംഗവുമായിട്ടായിരുന്നു. അപ്പോൾ നമ്പൂതിരിപ്പാട് ഒരിരുമ്പാണിയെടുത്ത് അമ്മച്ചിയുടെ നേരേ കാണിച്ച് ഒരു മന്ത്രം ജപിച്ചുകൊണ്ടു അതൊരു കാഞ്ഞിരപ്പലകമേൽ തറച്ചുതുടങ്ങി. അപ്പോൾ അമ്മച്ചി(അല്ലെങ്കിൽ ആ ദേവത) 'അയ്യോ! വേണ്ട, വേണ്ട ഞാൻ പൊയ്ക്കൊള്ളാമേ. എനിക്കിവിടെ ഇരിക്കാൻ വയ്യേ' എന്നു പറഞ്ഞുകൊണ്ട് ഉറക്കെ നിലവിളിച്ചുതുടങ്ങി. അപ്പോൾ നമ്പൂതിരിപ്പാട്, 'എന്നാൽ പൊയ്ക്കൊള്ളൂ' എന്നു പറഞ്ഞു. ഇതെല്ലാം കണ്ടുകൊണ്ടും കേട്ടുകൊണ്ടും അവിടെ ഒരു ഗൂഢസ്ഥലത്ത് എഴുന്നള്ളിയിരുന്ന മഹാരാജാവ് തിരുമനസ്സുകൊണ്ട്, 'അങ്ങനെയങ്ങു പോയാൽ പോര. ഒഴിഞ്ഞുപോയി എന്നുള്ളതിന് അടയാളം വല്ലതും കാണിച്ചുതരണം' എന്നു കൽപ്പിച്ചു. ഉടനെ നമ്പൂതിരിപ്പാട് ഇവിടെ പുരടിയത്തിലോ മറ്റോ വല്ലവരും നിൽക്കുന്നുണ്ടെങ്കിൽ അകത്തേക്ക് വിളിച്ചുകൊള്ളണം. പുറത്തു ആളുകൾ നിന്നാൽ വല്ലതും ആപത്തുണ്ടായേക്കും.' എന്നു പറഞ്ഞിട്ട് സ്വല്പം അക്ഷതം കയ്യിലെടുത്ത് ഒരു മന്ത്രം ജപിച്ചുകൊണ്ട് അമ്മച്ചിയുടെ മുഖത്തിനു നേരെ പിടിച്ചുഴിഞ്ഞു

പുറത്തേക്കെറിഞ്ഞു. അപ്പോൾ അമ്മച്ചിയുടെ ദേഹത്തിൽനിന്നും വാണക്കുറ്റി എരിച്ചുവിട്ടതുപോലെയുള്ള ശബ്ദത്തോടു കൂറ്റി ഒരു തേജസ്സ് പുറത്തേക്ക് പോവുകയും അതവിടെ കിഴക്കുവശത്ത് മുറ്റത്ത് നിന്നിരുന്നതും ഏകദേശം അമ്പത് കോൽ വണ്ണമുണ്ടായിരുന്നതുമായ വലിയ മാവുവൃക്ഷത്തിന്മേൽ തട്ടി നാരായവേരോട്ടുകോടി നൂറുകോൽ ദൂരത്തേക്കിട്ടു മേൽഭാഗത്തേക്കു പോയി മറയുകയും ചെയ്തു. അപ്പോഴേക്കും അമ്മച്ചി ബോധരഹിതയായി നിലംപതിച്ചു. ദേവത ഒഴിഞ്ഞുപോയതിന്റെ അടയാളങ്ങൾ തൃക്കൺപാർത്തപ്പോൾ തിരുമനസ്സിലെ ഹൃദയം സന്തോഷാത്ഭുത സമ്പൂർണ്ണമായി. എങ്കിലും അകത്തെഴുന്നള്ളി അമ്മച്ചിയുടെ കിടപ്പ് തൃക്കൺപാർത്തപ്പോൾ അവിടേക്കു വളരെ വ്യസനവും പരിഭ്രമവും ഉണ്ടായി. കൽപ്പിച്ചു വിളിച്ചിട്ടു പോലും അമ്മച്ചി കണ്ണു തുറക്കുകയോ മിണ്ടുകയോ ചെയ്തില്ല. അതിനാൽ അതിനെക്കുറിച്ച് നമ്പൂതിരിപ്പാടിനോട് കൽപ്പിച്ചു ചോദിച്ചപ്പോൾ നമ്പൂതിരിപ്പാട് 'അതിനെക്കുറിച്ച് വിചാരിക്കാനൊന്നുമില്ല. കുറച്ചുനേരംകൂടി കഴിയുമ്പോൾ ബോധം വീഴും. അപ്പോൾ എഴുന്നേറ്റുകൊള്ളും' എന്നു പറഞ്ഞു. അങ്ങനെ കുറച്ചു നേരം കഴിഞ്ഞപ്പോൾ അമ്മച്ചി കണ്ണുതുറക്കുകയും കുറച്ച് വെള്ളം കുടിക്കണമെന്ന് പറയുകയും ചെയ്തു. ഉടന്റെ ഒരാൾ കുറച്ചുവെള്ളം കൊണ്ടുചെന്നുകൊടുത്തു. വെള്ളം കുടിച്ചുകഴിഞ്ഞപ്പോൾ അമ്മച്ചിക്കു സുഖമായി. ഉടനെ അമ്മച്ചി എഴുന്നേറ്റു ലജ്ജാവനതമുഖിയായി മാറിനിന്നു. അപ്പോൾ തിരുമനസ്സിന്റെ സന്തോഷം അപരിമിതം തന്നെയായിരുന്നു.

അനന്തരം മഹാരാജാവ് തിരുമനസ്സുകൊണ്ട് നമ്പൂതിരിപ്പാടിനോട് 'നേരം രാത്രി വളരെയധികമായി. ഇനി നമുക്കു കുറച്ചു കിടക്കാം' എന്നു കൽപ്പിക്കുകയും നമ്പൂതിരിപ്പാടിനെ അദ്ദേഹത്തിന് കിടക്കാൻ നിശ്ചയിച്ചിരുന്ന സ്ഥലത്തേക്ക് കുറച്ച് ആൾക്കാരെക്കൂട്ടി അയക്കുകയും തിരുമനസ്സുകൊണ്ട് എഴുന്നള്ളുകയും ചെയ്തു. അമ്മച്ചിക്കു പിന്നെ സ്വല്പം ക്ഷീണമുണ്ടായിരുന്നതല്ലാതെ വിശേഷിച്ചു യാതൊരു സുഖക്കേടും ഭാവഭേദവുമുണ്ടായില്ല. ആ സുഖക്കേടു തുടങ്ങുന്നതിന് മുൻപ് ഇരുന്നതുപോലെ തിരുമനസ്സിന്റെ ഹിതാനുവർത്തിയായിത്തന്നെയിരുന്നു.

പിറ്റേദിവസം തിരുമനസ്സുകൊണ്ട് കടവിലെഴുന്നള്ളത്തും നീരാട്ടുകുളിയും കോവിലെഴുന്നള്ളത്തും അമൃതേത്തും മറ്റും കഴിഞ്ഞു പതിവു സ്ഥലത്ത് എഴുന്നെള്ളിയപ്പോഴേക്കും നമ്പൂതിരിപ്പാട്ടും കുളിയും തേവാരവും മറ്റും കഴിച്ച് അവിടെയെത്തി. അപ്പോൾ തിരുമനസ്സുകൊണ്ട് 'നമ്പൂതിരി ഇവിടെച്ചെയ്ത അത്ഭുതകർമ്മത്തിനു തക്കതായ പ്രതിഫലം തരുന്ന കാര്യം അസാദ്ധ്യമാണ്. എങ്കിലും നാം വല്ലതും തന്നു എന്നു വരുത്തണമല്ലോ. അതിനായി ഏതാനും വസ്തുക്കൾ കരമൊഴിവായി തരാമെന്നാണ് നാം തീർച്ചപ്പെടുത്തിയത്. അത് ഏതു മണ്ഡപത്തുംവാതുക്കലാണ് വേണ്ടതെന്നു നിശ്ചയിച്ചു പറയണം' എന്നു കൽപിച്ചു. അതിനു മറുപടിയായിട്ട് നമ്പൂരിപ്പാട് 'എനിക്ക് അങ്ങനെയൊന്നും വേണമെന്നില്ല. എന്നെ ഇവിടെനിന്നും മാനിച്ചയയ്ക്കുക മാത്രം മതി' എന്നറിയിച്ചു. ഉടനെ തിരുമനസ്സുകൊണ്ട് 'എന്നാൽ ഇഷ്ടം പോലെയാവട്ടെ. ഇനി ഇങ്ങനെയുള്ള ഉപദ്രവം ഇവിടെ ഉണ്ടാകാതിരിക്കാനെന്താണ് വേണ്ടതെന്നു നിശ്ചയിച്ചു പറയണം' എന്നു കൽപിച്ചു. ഉടനെ നമ്പൂരിപ്പാട് മനസ്സുകൊണ്ട് സ്വൽപം ആലോചിച്ചിട്ട് 'കൊല്ലം തോറും ഈ കൊട്ടാരത്തിൽ വച്ച് ഓരോ വലിയ ഭഗവതിസ്സേവ നടത്തിയാൽ മതി.

ഒരു വലിയ ഭഗവതിസ്സേവ നടത്തിയാൽപിന്നെ ഒരു കൊല്ലത്തേക്ക് ആ സ്ഥലത്ത് ഇങ്ങനെയുള്ള യാതൊരുപദ്രവവുമുണ്ടാവുകയില്ലെന്നുള്ളതു നിശ്ചയമാണ്'' എന്നറിയിച്ചു. അപ്പോൾ തിരുമനസ്സുകൊണ്ട് 'എന്നാൽ അതിനു വേണ്ടുന്ന ഉപകരണങ്ങൾക്ക് ഒരു ചാർത്ത് എഴുതിത്തരണം' എന്നു കൽപിക്കുകയും നമ്പൂരിപ്പാട് ഉടനെ ഒരു ചാർത്തെഴുതിക്കൊടുക്കുകയും അതിൽപ്പറഞ്ഞിരുന്ന സകലസാധനങ്ങളും കൽപനപ്രകാരം അന്നുത ന്നെ അവിടെ ഒരുക്കിവയ്ക്കുകയും അടുത്ത ദിവസം തന്നെ നമ്പൂരിപ്പാട് ആ വലിയ കൊട്ടാരത്തിൽ വച്ച് വലിയ ഭഗവതിസ്സേവ നടത്തുകയും ചെയ്തു. ആ ഭഗവതിസ്സേവ തൃക്കൺപാർത്തപ്പോൾ തിരുമനസ്സിലേക്കു വളരെ സന്തോഷം തോന്നുകയും അതിൽ പ്രത്യേകമായൊരു ഭക്തി ജനിക്കുക യും ചെയ്തു. ഭഗവതിസ്സേവ കഴിഞ്ഞപ്പോൾ നമ്പൂതിരിപ്പാട്ടിലേക്ക് ആയിരം കലിപ്പണമാണ് കൽപിച്ചു ദക്ഷിണ ചെയ്തത്. അതുകൊണ്ടു നമ്പൂരിപ്പാട്ടി ലേയ്ക്കും വളരെ തൃപ്തിയും സന്തോഷവുമുണ്ടായി. ദക്ഷിണ കഴിഞ്ഞതിന്റെ ശേഷം തിരുമനസ്സുകൊണ്ട് 'ഈ ഭഗവതിസ്സേവ ഏറ്റവും വിശേഷപ്പെട്ട ഒരു സൽക്കർമ്മം തന്നെയാണ്. സംശയമില്ല. ഇതു കൊല്ലം തോറും ഇവിടെ നടത്തണം. നിവൃത്തിയുണ്ടെങ്കിൽ ഇതിനു നമ്പൂരി തന്നെ വരണം. തീരെ സൗകര്യമില്ലാതെ വന്നാൽ ഇല്ലത്തുനിന്നും വേറെ ആരെയെങ്കിലും പറഞ്ഞയച്ചിട്ടെങ്കിലും ഇതു നടത്തണം ആ ഇല്ലത്തുള്ളവരിൽ ആരായാലും ഇവിടെ വിരോധമില്ല' എന്നു കൽപിക്കുകയും കൽപ്പന പോലെ നടത്തി ക്കൊള്ളാമെന്നു നമ്പൂരിപ്പാടു സമ്മതിക്കുകയും ചെയ്തു. പിന്നെ രണ്ടുപേരും കൂടി ആലോചിച്ച് അതിനൊരു ദിവസവും നിശ്ചയിച്ചു.

അനന്തരം തിരുമനസ്സുകൊണ്ട്, 'ഭഗവതിസ്സേവയ്ക്കു രണ്ടുമൂന്നു ദിവസമെ ങ്കിലും മുൻകൂട്ടി നമ്പൂരി ഇവിടെയെത്തണം. അതിനു തക്കവണ്ണം അവി ടെനിന്നു പോരുന്നതിനു ബോട്ട് എവിടെയാണ് അയയ്ക്കേണ്ടത്?' എന്നു കൽപിച്ചു ചോദിച്ചു. അതിനു മറുപടിയായി നമ്പൂരി 'ഇവിടെ നിന്നു ബോട്ടും മറ്റുമയയ്ക്കണ്ട. ഭഗവതിസ്സേവ നടത്തുന്നതിനു പാകത്തിന് ഇല്ലത്തുനിന്നു ഞങ്ങളാരെങ്കിലും വഞ്ചിക്ക് ഇവിടെ എത്തിക്കൊള്ളാം. നിവൃത്തിയുണ്ടെ ങ്കിൽ ഞാൻ തന്നെയായിരിക്കും. അല്ലെങ്കിൽ അവിടെ നിന്നു മറ്റാരെങ്കി ലും. ആരായാലും ബോട്ടു വേണ്ട. ഞങ്ങൾക്കൊക്കെ ബോട്ടിനേക്കാളിഷ്ടം വഞ്ചിയാണ്'' എന്നറിയിച്ചു. അപ്പോൾ തിരുമനസ്സുകൊണ്ട്'എന്നാൽ ഇഷ്ടം പോലെയാവട്ടെ. അമാന്തം വരാതെ നിങ്ങളിലാരെങ്കിലും ഇവിടെയെത്ത ണമെന്നു മാത്രമേ ഇവിടെ നിർബന്ധമുള്ളു' എന്നു കൽപ്പിച്ചു.

പിറ്റേദിവസം നമ്പൂരിപ്പാടു യാത്രയറിയിച്ചപ്പോൾ തിരുമനസ്സുകൊണ്ട് വീരശൃംഖല മുതലായി പല സാധനങ്ങളും ഒരു ദന്തപ്പല്ലക്കും സമ്മാന മായി കൽപിച്ചു കൊടുക്കുകയും വാദ്യഘോഷങ്ങളോടും അകമ്പടിക്കാർ മുതലായവരോടും കൂടി ബോട്ടിൽത്തന്നെ കയറ്റിയയയ്ക്കുകയും ചെയ്തു. വഴിക്ക് ഇറങ്ങിത്താമസിക്കുന്ന സ്ഥലങ്ങളിലെല്ലാം നമ്പൂരിപ്പാടിനെയും അനുയാ യികളെയും കേമമായി ഭക്ഷണം കഴിപ്പിച്ചയയ്ക്കുന്നതിനും കൽപ്പിച്ചു ചട്ടം കെട്ടിയിരുന്നു. ഇങ്ങനെയെല്ലാം നമ്പൂരിപ്പാട് അത്യാഡംബരങ്ങളോടുകൂടി തൃപ്പൂണിത്തുറ ചെന്നുചേർന്നു. അനന്തരം നമ്പൂരിപ്പാട് തിരുവിതാംകൂ റിൽനിന്നു ചെന്നിരുന്നവരെയെല്ലാം മടക്കിയയച്ചതിനു ശേഷം കൊച്ചി വലിയ തമ്പുരാൻ തിരുമനസ്സിലെ തിരുമുമ്പാകെ എത്തി. അപ്പോൾ വലിയ

തമ്പുരാൻ തിരുമനസ്സുകൊണ്ടു നമ്പൂരിപ്പാടിനോട് തിരുവനന്തപുരത്തു ചെന്നിട്ടുണ്ടായ വിശേഷങ്ങളെല്ലാം കൽപിച്ചു ചോദിക്കുകയും നമ്പൂരിപ്പാട് സകല സംഗതികളും വിസ്തരിച്ച് അവിടെ അറിയിക്കുകയും ചെയ്തു. അനന്തരം നമ്പൂരിപ്പാട് 'ഇവിടെനിന്ന് എന്നെ കൽപ്പിച്ചയച്ചതു നിമിത്തം എനിക്കു കിട്ടിയതാണ് ഈ ദന്തപ്പല്ലക്ക്. അതുകൊണ്ട് ഇത് ഇവിടെത്തന്നെ ഇരിക്കട്ടെ' എന്ന് അറിയിച്ച്കൊണ്ട് ആ ദന്തപ്പല്ലക്കു തിരുമുമ്പാകെ സമർപ്പിച്ചു. വലിയതമ്പുരാൻ തിരുമനസ്സുകൊണ്ട് അതു സസന്തോഷം അവിടെ സ്വീകരിക്കുകയും അതിനു പകരം തിരുമനസ്സുകൊണ്ട് ഒരു ഡോലി (മേനാവ്) നമ്പൂരിപ്പാട്ടിലേക്കു കൽപ്പിച്ചു കൊടുക്കുകയും ചെയ്തു. നമ്പൂരിപ്പാട് കൊടുത്ത ആ ദന്തപ്പല്ലക്കിലാണ് കൊച്ചി വലിയതമ്പുരാക്കന്മാർ ഇപ്പോഴും അത്തച്ചമയത്തിനു കയറിയെഴുന്നള്ളുന്നത്. വലിയതമ്പുരാൻ തിരുമനസ്സുകൊണ്ടു കൽപ്പിച്ചു കൊടുത്ത ഡോലി ഇപ്പോഴും കല്ലൂർ മനയ്ക്കൽ ഇരിക്കുന്നുമുണ്ട്.

പിന്നത്തെ ആണ്ടിൽ വലിയകൊട്ടാരത്തിൽ വലിയ ഭഗവതിസ്സേവ നടത്തുന്നതിനായിപ്പോയത് മറ്റൊരു നമ്പൂതിരിപ്പാടായിരുന്നു. അദ്ദേഹവും വലിയ മന്ത്രവാദിയും ഒരു കവിയുമായിരുന്നു. മഹാരാജാവു തിരുമനസ്സിലേക്കു കഥകളിയിൽ വളരെ പ്രതിപത്തിയുണ്ടെന്നും തിരുവനന്തപുരത്തു വലിയ കൊട്ടാരം വകയായിത്തന്നെ ഒരു കഥകളിയോഗമുണ്ടെന്നും അറിഞ്ഞിരുന്നതിനാൽ ആ നമ്പൂരിപ്പാട് ബാലിവിജയം എന്നൊരു ആട്ടക്കഥ കൂടിയുണ്ടാക്കിക്കൊണ്ടാണ് അങ്ങോട്ട് പോയത്. നമ്പൂരിപ്പാട്ടിലെ വഞ്ചി കായംകുളത്തു കായലിൽ എത്തിയപ്പോൾ നേരം ഏകദേശം പാതിരാവായിരുന്നു. അപ്പോൾ മറ്റൊരു വഞ്ചിയിൽ അഞ്ചാറു കള്ളന്മാർ പെട്ടെന്നു ചെന്നു നമ്പൂരിപ്പാട്ടിലെ വഞ്ചി അവിടെ നിർത്താൻ വിളിച്ചു പറഞ്ഞു. അതു കേട്ടു നമ്പൂരിപ്പാട് വഞ്ചി അവിടെ നിർത്തിക്കുകയും വിളക്കു കൊളുത്തുകയും ചെയ്തിട്ടു ചെല്ലമെടുത്തു മുമ്പിൽ വെച്ചുകൊണ്ടു മുറുക്കിത്തുടങ്ങി. അപ്പോഴേക്കും കള്ളന്മാരുടെ വഞ്ചി മറ്റേ വഞ്ചിയോട് അടുത്തു ചേർന്നു. നമ്പൂരിപ്പാട്ടിലെ മുമ്പിൽ ഒരു പൊതിയും അടപ്പോടുകൂടിയ ഒരു ചെമ്പു ചെപ്പും ഇരിക്കുന്നുണ്ടായിരുന്നു. ആ പൊതിയിൽ പണവും ചെമ്പുചെപ്പിൽ സാളഗ്രാമം മുതലായ തേവാരസാധനങ്ങളുമായിരുന്നു. അവ കണ്ടിട്ട് ആ കള്ളന്മാരിൽ തലവൻ 'ഇതെന്തെല്ലാമാണ്?' എന്നു ചോദിച്ചു. അതിനുത്തരമായിട്ട് നമ്പൂരിപ്പാട് 'ഈ പൊതിയിൽ കുറച്ചു പണവും ചെമ്പുചെപ്പിൽ പണമുണ്ടാക്കാനുള്ള ചില സാധനങ്ങളുമാണ്'' എന്നു പറഞ്ഞു. 'പണമായാൽ അതു ചെലവായിപ്പോകുമല്ലോ. പണമുണ്ടാക്കാനുള്ള സാധനങ്ങളായാൽ എന്നും പണമുണ്ടാക്കിക്കൊണ്ടിരിക്കാമല്ലോ' എന്നു വിചാരിച്ച് ആ തസ്കരത്തലവൻ ആ ചെമ്പു ചെപ്പെടുക്കുന്നതിനായി ആ വഞ്ചിയിലേക്കു കയറി. അപ്പോൾ നമ്പൂരിപ്പാട്ടിലെ ഭൃത്യന്മാർ 'കല്ലൂരു നമ്പൂരിപ്പാടാണ് ആ എഴുന്നള്ളിയിരിക്കുന്നത്. അങ്ങോട്ട് തൊടരുത്'' എന്നു പറഞ്ഞു. അതു കേട്ടിട്ട് കള്ളൻ 'കല്ലൂരായാലും കൊള്ളാം പുല്ലൂരായാലും കൊള്ളാം ഞാനിതു കൊണ്ടുപോകും' എന്നു പറഞ്ഞ് ആ ചെമ്പു ചെപ്പെടുത്തുകൊണ്ട് അവരുടെ വഞ്ചിയിൽക്കയറ്റി ക്ഷണത്തിൽപ്പോയി കരയ്ക്കടുത്തിറങ്ങി. അപ്പോളാക്കള്ളൻ ആ ചെമ്പുപാത്രം തലയിൽ വെച്ചു പിടിച്ചുകൊണ്ടും 'പുല്ലൂരല്ലേ കല്ലൂരാണേ, കല്ലൂരാണേ പുല്ലൂരല്ലേ' എന്നു പാടിക്കൊണ്ടും തുള്ളിത്തുടങ്ങി. ആ പാട്ടു കേട്ട് അവിടെ

അടുക്കൽ താമസിച്ചിരുന്ന ചിലർ അവിടെ വന്ന് ആ തുള്ളിക്കൊണ്ടു നിന്നിരുന്നവന്റെ കൂട്ടുകാരോടു ചോദിച്ച് സംഗതികളെല്ലാം മനസിലാക്കീട്ട് 'കൊള്ളാം, കല്ലൂരു നമ്പൂരിപ്പാടിനോടാണോ നിങ്ങൾ കളിക്കാൻ ചെന്നത്? അദ്ദേഹം ഒട്ടും ചില്ലറക്കാരനല്ല. നമുക്കു ക്ഷണത്തിൽ ചെന്നു ക്ഷമായാചനം ചെയ്യാം.' എന്നു പറഞ്ഞുകൊണ്ട് ആ തുള്ളിക്കൊണ്ടു നിന്ന ആളേയും ആ തേവാരപ്പാത്രവും വഞ്ചിയിലാക്കുകയും തണ്ടു പിടിച്ചും ഊന്നിയും ക്ഷണത്തിൽ നമ്പൂരിപ്പാട്ടിലെ വഞ്ചിയോടടുത്തെത്തുകയും 'കൃപയുണ്ടായിട്ട് വഞ്ചി നിർത്തണമേ' എന്നു വിളിച്ച് പറയുകയും ചെയ്തു. അതു കേട്ടിട്ട് നമ്പൂരിപ്പാട് 'ഇനിയും എന്തു ചെയ്യാനാണാവോ? എന്തെങ്കിലുമാകട്ടെ' എന്ന് വിചാരിച്ച് വഞ്ചി നിർത്തിച്ചു. ഉടനേ മറ്റേ വഞ്ചിയിൽ നിന്ന് ഒരാൾ ആ തേവാരപ്പാത്രവും അന്ന് ആ കള്ളന്മാർ പലരിൽനിന്നുമായി തട്ടിയെടുത്ത പണവും എടുത്തുകൊണ്ടു മറ്റേ വഞ്ചിയിൽക്കയറി ആ പാത്രവും പണവുമെല്ലാം നമ്പൂരിപ്പാട്ടിലെ പാദത്തിങ്കൽ വെച്ചു വന്ദിച്ചുകൊണ്ട് 'ആളറിയാതെയും അറിവില്ലായ്കകൊണ്ടും ചെയ്തുപോയ സമസ്താപരാധങ്ങളും സദയം ക്ഷമിക്കുകയും മറ്റേ വഞ്ചിയിൽക്കിടന്നു തുള്ളുന്നവന്റെ തുള്ളൽ മാറ്റിത്തരുകയും ചെയ്യണമെന്ന് അപേക്ഷിക്കുന്നു' എന്നു പറഞ്ഞു. ഉടനെ നമ്പൂരിപ്പാട് 'നിങ്ങൾ അന്യന്മാരിൽ നിന്നു തട്ടിയെടുത്ത പണം നമുക്ക് വേണ്ട. നമുക്കു നമ്മുടെ തേവാരപ്പാത്രം മാത്രം മതി. ഇനി മേലാൽ ഇങ്ങനെ പരോപദ്രവം ചെയ്കയില്ലെന്നു നിങ്ങൾ സത്യം ചെയ്തുപറഞ്ഞാൽ തുള്ളലും ചാട്ടവുമൊക്കെ നിൽക്കും. സുഖമായിട്ടു നിങ്ങൾക്കു പോകാം' എന്നു പറഞ്ഞു. നമ്പൂരിപ്പാടു പറഞ്ഞതുപോലെ സത്യം ചെയ്യുകയും ഉടനെ ആ തസ്കരത്തലവന്റെ തുള്ളൽ നിൽക്കുകയും ചെയ്തു. അവരുടെ പണം നമ്പൂരിപ്പാട് സ്വീകരിച്ചില്ല. അതിനാൽ അത് അവർ തന്നെ എടുത്തുകൊണ്ട് അവരുടെ വഞ്ചിയിൽക്കയറി പോവുകയും ചെയ്തു. ഉടനെ നമ്പൂരിപ്പാട്ടിലെ വഞ്ചിയും വിട്ടു.

അദ്ദേഹം മുറയ്ക്കു പോയി നിശ്ചിതദിവസം തിരുവനന്തപുരത്തെത്തി. പിറ്റേദിവസം വലിയ ഭഗവതിസ്സേവ നടത്തുകയും ചെയ്തു. അന്നും ആയിരം പണം തന്നെയാണ് കൽപിച്ചു ദക്ഷിണ ചെയ്തത്.

അതിന്റെ പിറ്റേദിവസം ഉച്ചതിരിഞ്ഞു മൂന്നുമണിക്ക് നമ്പൂരിപ്പാടു തിരുമുമ്പിൽ ചെല്ലുകയും അദ്ദേഹം എഴുതിക്കൊണ്ടുപോയിരുന്ന ആട്ടക്കഥ അപ്പോൾ തിരുമുമ്പാകെ സമർപ്പിക്കുകയും ചെയ്തു. ആ ആട്ടക്കഥ തൃക്കൺപാർത്തിട്ടു തിരുമനസ്സു കൊണ്ടു വളരെ സന്തോഷിച്ചു. ഉടനെ വലിയ കൊട്ടാരം വക കഥകളിയോഗത്തിലെ പാട്ടുകാരെ തിരുമുമ്പാകെ വരുത്തി ആ കഥ കൊടുത്തിട്ട് ' ഇതു ക്ഷണത്തിൽ തോന്നിച്ച് അരങ്ങേറ്റം കഴിക്കണം' എന്നു കൽപ്പിക്കുകയും ചെയ്തു. 'കഥ അരങ്ങേറ്റം കഴിഞ്ഞിട്ടു പോയാൽ മതി' എന്നു നമ്പൂരിപ്പാടിനോടും കൽപിച്ചു.

ആ പാട്ടുകാർ മൂന്നുദിവസം കൊണ്ട് ആ കഥ തോന്നിക്കുകയും നാലാം ദിവസം അരങ്ങേറ്റം നടത്തുകയും ചെയ്തു. കഥ ആടിക്കണ്ടപ്പോൾ തിരുമനസ്സിലേക്കു വളരെ ബോധിച്ചു. അതിനാൽ നമ്പൂരിപ്പാടു യാത്രയറിയിച്ചപ്പോൾ അദ്ദേഹത്തിനു വീരശൃംഖല മുതലായ അനേകം സമ്മാനങ്ങൾ കൽപ്പിച്ചുകൊടുത്ത് അദ്ദേഹത്തെ വളരെ സന്തോഷിപ്പിച്ചാണ് അയച്ചത്.

ഈ നമ്പൂരിപ്പാട് വടക്കുന്നാഥക്ഷേത്രത്തിലെ സംവത്സരഭജനം കഴിഞ്ഞതിന്റെ ശേഷം ചമ്രവട്ടത്തു പോയി അവിടെയും ഒരു സംവത്സരഭജനം

നടത്തി ആ അയ്യപ്പസ്വാമിയെയും വേണ്ടതുപോലെ പ്രസാദിപ്പിച്ച ആളായിരുന്നു. ഈ നമ്പൂരിപ്പാട്ടു വിളിച്ചാൽ ചമ്രവട്ടത്തയ്യപ്പൻ വിളികേൾക്കും എന്നാണ് അക്കാലത്തു ജനങ്ങൾ പറഞ്ഞിരുന്നത്. ഇതിനു ദൃഷ്ടാന്തമായി ഒരു സംഗതി ഉണ്ടായിട്ടുള്ളതു കൂടി ചുരുക്കത്തിൽ താഴെ കുറിക്കുന്നു.

ഈ നമ്പൂരിപ്പാട്ടിലെ അച്ഛന്റെ പന്ത്രണ്ടാം മാസം ഒരു വേനൽക്കാലത്തായിരുന്നു. അതിനാലിദ്ദേഹം സദ്യയ്ക്ക് ഇലവെയ്ക്കുന്നതിനും മറ്റും മുറ്റത്ത് നെടുമ്പുര കെട്ടിച്ചില്ല. പന്തലിടുവിക്കുക മാത്രമേ ചെയ്തിരുന്നുള്ളൂ. മാസദിവസമൊട്ടടുത്തപ്പോൾ അഹോരാത്രം ഒരുപോലെ കലശലായിട്ടുള്ള മഴ തുടങ്ങി. മാസമടിയന്തിരം വകയ്ക്ക് ആവശ്യമുള്ള അരിക്കു നെല്ലു പുഴുങ്ങിയുണക്കുക, വിറകു കീറിയുണക്കുക മുതലായവയൊന്നും മുഴുവനായിട്ടില്ലായിരുന്നു. അതിനാൽ നമ്പൂരിപ്പാട് ഇനിയെന്താണ് വേണ്ടതെന്ന് വിചാരിച്ച് സ്വൽപം കുഴങ്ങി. എങ്കിലും ധൈര്യശാലിയും ഈശ്വരഭക്തനുമായ അദ്ദേഹത്തിന് ഉടനെ ഒരു കൗശലം തോന്നുകയും അപ്രകാരം പ്രവർത്തിക്കുകയും ചെയ്തു. അതെന്തെന്നാൽ, അദ്ദേഹം ഏതാനും ശ്ലോകങ്ങളുണ്ടാക്കി, ഓലകളിലെഴുതി മടക്കിക്കെട്ടി 'ചമ്രവട്ടത്ത് അയ്യപ്പസ്വാമിക്ക്' എന്നു മേൽവിലാസമെഴുതി ഭാരതപ്പുഴയിലിടുകയാണ് ചെയ്തത്. ആ ഓലക്കെട്ട് വഴി തെറ്റാതെ പുഴയിൽക്കൂടിത്തന്നെ പോയി ചമ്രവട്ടത്ത് അയ്യപ്പസ്വാമിയുടെ ക്ഷേത്രസന്നിധിയിൽ കടവിൽച്ചെന്നടുത്തു. ഉടനെ മഴമാറുകയും വെയിൽ തെളിയുകയും ചെയ്തു. പിന്നെ ആ മാസമടിയന്തിരം കഴിഞ്ഞ് അതിനായി അവിടെ കൂടിയിരുന്നവരെല്ലാം പിരിഞ്ഞുപോകുന്നതുവരെ മഴയുണ്ടായില്ല. ഈ സ്ഥിതിക്ക് ഈ നമ്പൂരിപ്പാട്ടു വിളിച്ചാൽ ചമ്രവട്ടത്തയ്യപ്പൻ വിളി കേൾക്കുമെന്നു ജനങ്ങൾ പറഞ്ഞിരുന്നതു വാസ്തവം തന്നെയായിരുന്നു എന്നു വിശ്വസിക്കാമല്ലോ. അദ്ദേഹമന്നുണ്ടാക്കിയ ശ്ലോകങ്ങളിൽ ചിലതു താഴെ ചേർക്കുന്നു:

കല്ലൂർ വിപ്രനെഴുത്തു പാർശ്വഗതരാം
ഭൃത്യങ്ങൾ വായിച്ചിദം
ചൊല്ലേറുന്നൊരു ചമ്രവട്ടപതിയെ
ച്ചെമ്മേ ധരിപ്പിക്കണം.
വല്ലാതെ മഴപെയ്തിടുന്നതുടനെ
മാറ്റിത്തരേണം ഭവാൻ
വെല്ലംകൊണ്ടു ചതുശ്ശതത്തെ വിരവോ
ടെന്നാൽക്കഴിച്ചീടുവെൻ.
പരിചൊടു പൂകൾപൊങ്ങും ചമ്രവട്ടത്തു വാഴും
ഹരിഹരതനയാ! നിൻ പാദപത്മം തൊഴുന്നേൻ
ഇരുപതു ദിവസത്തേയ്ക്കിന്നുതൊട്ടിന്നിമേലാ
ലരുതു കരുണയാതേ വർഷമെന്നുള്ള ശബ്ദം.
തീയ്യാട്ടൊന്നു കഴിച്ചിടാമനുദിനം
ചെയ്യാം നമസ്കാരവും
നെയ്യാടാം കനകാദികൊണ്ടു കൃതമാം
മെയ്യാദിയും ചെയ്തിടാം
വയ്യായെന്നൊരു ശാഠ്യമില്ല, വഴിപാ
ടയ്യായിരം നേർന്നു ഞാ

നയ്യാ! നിൻ കൃപയാലഹോ! മഴയിനി
പ്പെയ്യാതെയാക്കീടണം.
കൈയിൽ പണ്ടൊരു കുന്നെടുത്തു വരിഷം
മാതാവു നിർത്തീലയോ?
മെയ്യിൽപ്പാതിയുമമ്മ നൽകിയ പിതാ
ഗംഗാം ധരിച്ചീലയോ?
വയ്യിപ്പോൾ മഴമാറ്റുവാൻ തനയനെ
ന്നുള്ളൊരു ദുഷ്കീർത്തിയെ
ന്നയ്യപ്പാ! മമ ചക്രവട്ടമമരും
നാഥാ വരുത്തീടൊലാ.
അയ്യപ്പ! നിന്തിരുവടിക്കൊരു നേർച്ച നേർന്നാൽ
പെയ്യിക്കയില്ല മഴയെന്നൊരു ലോകവാക്യം
പൊയ്യായി വന്നീടുകിലോ തവ കുറ്റകാരാ
മിയ്യാളുകൾക്കു തല പൊക്കി നടന്നിടാമോ?
കാതം പഞ്ചകമാകകൊണ്ടു വഴിയേ
പദ്യങ്ങളെത്താഴ്കയോ?
ഭൂതങ്ങൾക്കവ കിട്ടിയെങ്കിലുമുടൻ
വന്നങ്ങുണർത്താഴ്കയോ?
ചേതം കാലമിതാകകൊണ്ടു ജനത
യ്ക്കുണ്ടെന്നു വെച്ചോ? മഴ
യ്ക്കേതും താനൊരുഭേദമെന്നിയെ ചൊരി
ഞ്ഞീടുന്നു? ഭൂതേശ്വരാ!
ഞാനീവണ്ണം സ്തുതിക്കുന്നതു മതി പരമാ
ബദ്ധമെന്നുണ്ടു ശങ്കാ
പാനീയേ മുങ്ങുമല്ലോ പരിചിനൊടു ഭവാൻ
വർഷമേറുന്ന കാലം
താനുണ്ണാത്തേവരുണ്ടോ പരന വരദനാ
കുന്നിതെന്നുള്ള ഞായം
മാനിച്ചീടേണമല്ലോ മധുമഥന മഹേ
ശാനപുത്രന്നുപോലും.
വെള്ളത്തിൽസ്സുഖമല്ല ദുഃഖമിദമെ
ന്നുള്ളത്തിലില്ലായ്കയാൽ
കള്ളത്രാണമിവൻ പറഞ്ഞ മൊഴിയെ
ന്നുള്ളിൽ ഭ്രമിച്ചെന്നതോ?
മുള്ളോരോന്നുരചെയ്കകൊണ്ടു തിരുവു
ള്ളക്കേടുകൊണ്ടോ ഭവാ
നെള്ളോളം മഴ മാറ്റിടാത്തതു ജലേ
പള്ളിക്കുറുപ്പകയോ?
ഓത്തും ചൊല്ലി നമസ്കരിക്കുമുടനേ
പദ്യങ്ങൾ തീർത്തൊക്കെയും
പത്രം തന്നിൽ വരച്ചുകൊണ്ടു പുഴയിൽ
ത്താഴ്ത്തുന്നു ഞാനിങ്ങനെ

ശാസ്താവേ! തവ ശക്തിയില്ല വരിഷം
മാറ്റീട്ടുവാനെങ്കിലോ
ശാസ്ത്രത്തിൽപ്പറായുന്നതൊക്കെ വിഫലം
ബൌദ്ധൻമാർക്കുതന്നേ സുഖം.
ദാനത്തെച്ചെയ്യുമെങ്കിൽ ത്തെളിവിനൊടഭിലാ
ഷങ്ങളോതീട്ടുവൻഞാൻ
മാനത്തെങ്ങും മഴക്കാറൊരു കടുസദൃശ്യം
പോലുമുണ്ടായിടൊല്ലാ
വേനൽക്കാലത്തെപ്പോലെ വരണമഖിലവും
വെയ്യുമുണ്ടായ്വരേണം
മാനിക്കേണം ഭവാൻ തൻ മഹിമയുമിഹമേ
ഭക്തിയും മാനുഷന്മാർ
ദാതൃത്വം കുറവാകയോ? സ്തുതികളെ
ക്കേട്ടാൽ വെറുപ്പാകയോ?
ചേതുസ്തു ഷ്ടി വരായ്കയോ? ചിലതുഞാൻ
ചെയ്യുന്ന പോരായ്കയോ?
ചേതം മറ്റവനാകയോ? ചെവികളിൽ
ശോകങ്ങളെത്തായ്കയോ?
പെയ്യീട്ടും മഴ മാറ്റിടാത്തതു ഭവാൻ
ഭൂതേശനലായ്കയോ?

ഈ ശ്ലോകങ്ങൾക്കു ജനങ്ങൾ പറഞ്ഞുവരുന്ന പേര് 'മഴശ്ലോകങ്ങൾ' എന്നാണ് ഒരിക്കൽ ഒരു കല്ലൂർ നമ്പൂതിരിപ്പാട്ടു ഗുരുവായൂർ ക്ഷേത്രത്തിൽ മേൽശാന്തിയായിരുന്ന കുറിച്ചാത്തുനമ്പൂരിയുടെ ഇല്ലത്ത് ഒരു തിലഹോമത്തിനു പോയി. അതു കഴിച്ചിട്ട് അവിടെ അടുക്കൽത്തന്നെ ഒരു തമിഴന്റെ (പാണ്ടിക്കാരന്റെ) ഗൃഹത്തിൽ ഒരു ബലികൊടുക്കു (ബലി കൊടുത്തു ബാധയെ ഉഴിഞ്ഞു മാറ്റുന്നതിനു) പോയി. അതും കഴിച്ചിട്ട് ആ രാത്രിയിൽത്തന്നെ സപരിവാരം സ്വദേശത്തേക്കു പുറപ്പെട്ടു. അദ്ദേഹത്തിനു പോകാനുള്ള വഴി കല്ലടിക്കോടൻ മലയുടെ താഴ്വരയിൽക്കൂടിയായിരുന്നു. ആ വഴിയിൽക്കൂടി കുറാച്ചു ദൂരം ചെന്നപ്പോൾ അവിടെ സർവ്വാംഗസുന്ദരിയായ ഒരു സ്ത്രീ നിൽക്കുന്നതു കണ്ടു. കണ്ടപ്പോൾത്തന്നെ അതൊരു യക്ഷിയാണെന്നു മനസ്സിലാവുകയാൽ നമ്പൂരിപ്പട്ടു കൂടെയുണ്ടായിരുന്ന പരികർമ്മിയും ഭൃത്യന്മാരും ഭയപ്പെടാതെയിരിക്കാനായിട്ടു ഒരു മന്ത്രം ജപിച്ചു ആ യക്ഷിയെ അദൃശ്യയാക്കി ബന്ധിച്ചിട്ടു കടന്നുപോയി. കുറച്ചുദൂരം പോയതിൽന്റെ ശേഷം നമ്പൂരിപ്പട്ടു തനിച്ചു മടങ്ങിവന്ന് ആ യക്ഷിയുടെ ബന്ധനം വേർപെടുത്തി വിട്ടയച്ചിട്ടു ക്ഷണത്തിൽപ്പോയി സഹചരന്മാരോടുകൂടി പിന്നേയും യാത്ര തുടർന്നു.

അങ്ങനെ പിന്നേയും കുറച്ചുദൂരം ചെന്നപ്പോൾ വഴിയോടടുത്തുള്ള ഒരു കാട്ടിൽ ചിലരുടെ സംഭാഷണം കേട്ടു. അതു ചില ജോനകരാണെന്നും അവർ അന്നു മോഷ്ടിച്ച സാധനങ്ങൾ അവിടെയിരുന്നു പങ്കിടുക യാണെന്നും ആ സംഭാഷണം കേട്ടാപ്പോൾത്തന്നെ മനസ്സിലാവുകയാൽ നമ്പൂരിപ്പാട് എന്തോ ഒരു പച്ചില പറിച്ചു തിരുമ്മി ആ സംഭാഷണം കേട്ട സ്ഥലത്തേക്കെറിഞ്ഞു. അപ്പോൾ ആ കള്ളന്മാർക്കു കണ്ണു കാണാൻ വയ്യാതെയായി.

അങ്ങനെ ചെയ്യില്ലെങ്കിൽ ആ ദുഷ്ടന്മാർ തന്നെയും തന്റെ കൂട്ടുകാരെയും കൊല്ലുമെന്നു വിചാരിച്ചാണ് നമ്പൂരിപ്പാട് അപ്രകാരം ചെയ്തത്. എങ്കിലും കരുണാനിധിയും ആർദ്രമാനസനുമായിരുന്ന ആ നമ്പൂരിപ്പാട്ടിലേക്കു കുറച്ചു ദൂരം പോയപ്പോൾ താൻ ചെയ്തതു കഠിനവും സാഹസവുമായിപ്പോയി എന്നു തോന്നി. അപ്പോഴേക്കും നേരം വെളുക്കുകയും ചെയ്തു. ഉടനെ അദ്ദേഹം തിരികെപ്പോയി പൂർവസ്ഥലത്തെത്തി. അപ്പോൾ ആ ജോനകർ കണ്ണുകാണായ്കയാൽ കാട്ടിലൊക്കെ തപ്പിനടക്കുന്നതു കണ്ടിട്ട് അദ്ദേഹമവരോട് 'നിങ്ങൾ ഇങ്ങനെ തപ്പിനടക്കുന്നതെന്താണ്?' എന്നു ചോദിച്ചു. അതിനുത്തരമായി അവർ 'എന്തോ ഞങ്ങൾക്കു കണ്ണു കാണാതെയായിപ്പോയി. അതുകൊണ്ടാണ്' എന്നു പറഞ്ഞു. അതുകേട്ട് നമ്പൂരിപ്പാട് 'നിങ്ങൾ അന്യന്മാരുടെ മുതൽ മോഷ്ടിച്ചെടുത്തതിന്റെ ഫലമാണിത്. ഇനി അങ്ങനെ ചെയ്കില്ലെന്നു സത്യം ചെയ്താൽ നിങ്ങൾക്കു കണ്ണു കാണാറാകും' എന്നു പറഞ്ഞു.

ഉടനെ അവർ അങ്ങനെ സത്യം ചെയ്തു. അതിനിടയ്ക്ക് നമ്പൂരിപ്പാട് ഒരു പച്ചില പറിച്ച് തിരുമ്മി അവരുടെ അടുക്കലേക്കിട്ടു. ഉടനെ അവർക്ക് കണ്ണു കാണാറായി. അപ്പോൾ ആ ജോനകർ സന്തോഷിച്ച് അവരുടെ കൈവശമുണ്ടായിരുന്ന പണവും പണ്ടങ്ങളുമെല്ലാം നമ്പൂരിപ്പട്ടിലെ പാദത്തിങ്കൽ വെച്ചു വന്ദിച്ചിട്ട് 'ഇവയെല്ലാം അവിടേക്കിരിക്കട്ടെ' എന്നു പറഞ്ഞു. അതിനു മറുപടിയായിട്ട് നമ്പൂരിപ്പാട് 'എനിക്ക് ഇതൊന്നും വേണ്ട. നിങ്ങൾ മേലാൽ പരോപദ്രവം ചെയ്യാതിരുന്നാൽ മാത്രം മതി' എന്നു പറഞ്ഞിട്ട് അവിടെനിന്നു പോയി. ആ പണവും പണ്ടങ്ങളും എടുത്തുകൊണ്ട് ജോനകരും പോയി.

ചേർത്തല ആനക്കോട്ടിൽക്കർത്താവ് ആണ്ടുതോറും അവരുടെ മഠത്തിൽ വെച്ച് കല്ലൂർ നമ്പൂരിപ്പടിനെക്കൊണ്ടു വലിയ ഭഗവതിസ്സേവ നടത്തിക്കാറുണ്ട്. ഒരാണ്ടിൽ ഭഗവതിസ്സേവയ്ക്കു തൊഴാൻ ചെന്നപ്പോൾ മൂത്ത കർത്താവിനു ഭഗവതിയെ അവിടെ പ്രത്യക്ഷമായി കണ്ടതായിട്ടു തോന്നുകയാൽ ഉടനെ അനന്തരവരെ വിളിച്ചു 'എന്റെ പെട്ടിക്കകത്ത് ആയിരം ബ്രിട്ടീഷ് രൂപ ഒരു കിഴിയായി കെട്ടിവെച്ചിട്ടുണ്ട്. അത് എടുത്തു കൊണ്ടു വരണം' എന്നു പറഞ്ഞു താക്കോൽ കൊടുത്തയച്ചു. ആ അനന്തരവൻ കർത്താവ് പോയി ആ പെട്ടി തുറന്ന് ആ കിഴിയെടുത്തു കൊണ്ടുചെന്നു കൊടുക്കുകയും മൂത്ത കർത്താവ് അതു മുഴുവനും നമ്പൂരിപ്പാടിലേക്കു ദക്ഷിണ ചെയ്യുകയും ചെയ്തു.

നമ്പൂരിപ്പാട് അന്നുതന്നെ അവിടെനിന്നു ഒരു ബലികൊട നടത്തുന്നതിനായി ചങ്ങരത്തു പണിക്കരുടെ വീട്ടിലേക്കു പോയി. അവിടെച്ചെന്ന് അതിന്റെ ക്രിയകളൊക്കെ കഴിഞ്ഞതിന്റെ ശേഷം ബലിപ്പടം (ബലിയുഴിഞ്ഞ പോളപ്പത്തം) കൊണ്ടു ചെന്നു കളയാനായിട്ട് അദ്ദേഹം തന്റെ ഭൃത്യനെ വിളിച്ചു. അപ്പോൾ അവിടെയുണ്ടായിരുന്ന ചില നായന്മാർ 'അതു ഞങ്ങൾ കൊണ്ടുപോയിക്കളയാം' എന്നു പറഞ്ഞു ആ ബലിപ്പടം വാങ്ങിക്കൊണ്ടു പോയി. അവർ ആറുപേരു കൂടിയാണ് കൊണ്ടുപോയത്. അവർ അതു കൊണ്ടുപോയിക്കളഞ്ഞു മടങ്ങിപ്പോന്നപ്പോൾ ആകാശം മുട്ടത്തക്കവണ്ണം വലിപ്പമുള്ള ചില മൂർത്തികളെ കണ്ടു ഭയപ്പെട്ട് ഉറക്കെ നിലവിളിച്ചുകൊണ്ടു നിലംപതിച്ചു. നിലവിളി കേട്ട് നമ്പൂരിപ്പാട് ക്ഷണത്തിൽ അങ്ങോട്ടു ചെന്നു. അപ്പോഴേക്കും നാലുപേർ മരിച്ചു. പിന്നെ അദ്ദേഹം എന്തോ ചെയ്യുകയാൽ രണ്ടു പേർ മരിച്ചില്ല. എങ്കിലു ആവർ ആജീവനാന്തം രോഗികളായിട്ടാണ്

ജീവിച്ചിരുന്നത്.

പിന്നെയൊരിക്കൽ ചേർത്തലെത്തന്നെ കട്ടിയാട്ടുവീട്ടിൽ ഒരു പണിക്കർക്ക് ഒരു ബാധോപദ്രവമുണ്ടായി. ആ ബാധ ഏറ്റവും ശക്തിയോടുകൂടിയ ഒരു അറുകൊലയായിരുന്നു. അതിന്റെ ആവേശമുണ്ടാകുന്ന സമയങ്ങളിൽ ആ പണിക്കർ പുരപിടിച്ചു കുലുക്കുക മുതലായ ഭയങ്കര പ്രവൃത്തികൾ പലതും ചെയ്യുമായിരുന്നു. അനേകം മന്ത്രവാദികൾ പലതും ചെയ്തു നോക്കീട്ടും അതിനെ ഒഴിക്കാൻ കഴിഞ്ഞില്ല. ഒടുക്കം മൂത്ത പണിക്കർ പോയി ഒരു കല്ലൂർനമ്പൂരിപ്പാടിനെത്തന്നെ അവിടെക്കൊണ്ടു വന്നു. നമ്പൂരിപ്പാട് ഒരു ദിവസം അവിടെത്താമസിച്ചു പലതും ചെയ്തു നോക്കീട്ടും ഒരു ഫലവുമുണ്ടായില്ല. അതിനാൽ നമ്പൂരിപ്പാട് 'ഈ പണിക്കർ എന്റെ കൂടെ ഇല്ലത്തേയ്ക്കു പോരട്ടെ. അവിടെ കുറച്ചു ദിവസം താമസിച്ചാൽ ഈ ബാധയെയൊഴിപ്പിച്ചു പണിക്കരെ സുഖമാക്കി ഇങ്ങോട്ടയക്കാം' എന്നു പറഞ്ഞു. അതു സമ്മതിച്ച് ആ പണിക്കർ നമ്പൂരിപ്പാടിനോടുകൂടി മനയ്ക്കലേയ്ക്കു പോയി. അവിടെച്ചെന്നപ്പോൾമുതൽക്കുതന്നെ ആ ബാധയുടെ ശക്തി കുറഞ്ഞുതുടങ്ങി. പണിക്കർ നാല്പതുദിവസമവിടെ ഭജനമായിത്താമസിച്ചു. നാല്പത്തൊന്നാം ദിവസം തുള്ളിയപ്പോൾ ആ ബാധ നമ്പൂരിപ്പാടു ചോദിച്ചതിനെല്ലാം ശരിയായി ഉത്തരം പറയുകയും ഒടുക്കം സത്യം ചെയ്ത് ഒഴിഞ്ഞുപോവുകയും ചെയ്തു. ഇത് ആ നമ്പൂരിപ്പാടന്മാരുടെ സേവാമൂർത്തികൾക്കുള്ള ശക്തികൊണ്ടുകൂടെയാണെന്നു വിശേഷിച്ചു പറയണമെന്നില്ലല്ലോ.

ഇരിങ്ങാലക്കുടെ സമീപം 'നകർണ്ണിമന' എന്നു പ്രസിദ്ധമായിരി ക്കുന്ന ഒരു ബ്രാഹ്മണഗൃഹത്തിൽ ഒരിക്കൽ ചാത്തന്റെ ഉപദ്രവമുണ്ടായി. ഈ ചാത്തൻ ഈ മനക്കാരുടെ വിരോധികളായ മറ്റൊരു മനക്കാർ കുടിയിരുത്തിപ്പൂജിച്ചു സേവിച്ചു വന്നിരുന്നതും ഇവരെ ഉപദ്രവിക്കാനായിട്ട് അവർ പറഞ്ഞയച്ചതുമായിരുന്നു. ചാത്തന്റെ ഉപദ്രവം തുടങ്ങിയപ്പോൾ നകർണ്ണിമനക്കാർ കല്ലൂർമനയ്ക്കൽച്ചെന്നു വിവരം പറയുകയും കല്ലൂർ നമ്പൂരിപ്പാട് അവിടെച്ചെന്നു രണ്ടുമൂന്നു ദിവസം വലിയ ഭഗവതി സ്സേവയും മറ്റും കഴിച്ചു ചാത്തന്റെ ഉപദ്രവം നിർത്തുകയും ചാത്തനെ ബന്ധിച്ച് കല്ലൂർ മനയ്ക്കൽ കൊണ്ടുപോയി അവിടെ കുടിയിരുത്തുകയും ചെയ്തു. ചാത്തനെ അവിടെ കുടിയിരുത്തിയെങ്കിലും അവിടെ പൂജിക്കുകയയും മറ്റും ചെയ്തിരുന്നില്ല. അതിനാൽ ചാത്തനെ ആദ്യം കുടിയിരുത്തി സ്സേവിച്ചിരുന്ന മനയ്ക്കൽ ചാത്തന്റെ ഉപദ്രവം തുടങ്ങി. അപ്പോൾ ആ മനക്കാർ കല്ലൂർ മനയ്ക്കൽച്ചെന്നു വിവരം പറഞ്ഞു. അതുകേട്ടിട്ട് കല്ലൂർ നമ്പൂരിപ്പാട് 'നിങ്ങളിങ്ങനെ നീചകർമ്മങ്ങൾ ചെയ്തു മനുഷ്യരെ ഉപദ്രവിക്കുന്നതു ന്യായമല്ല. ഇനിയെങ്കിലും ബ്രാഹ്മണവൃത്തിയോടുകൂടിയിരിക്കണം' എന്നു പറയുകയും ചാത്തനെ വിട്ടുകൊടുക്കുകയും ചെയ്തു.

കല്ലൂർ നമ്പൂരിപ്പടന്മാർ ഇങ്ങനെ പല സ്ഥലങ്ങളിൽപ്പോയി ചാത്തന്മാരുടെ ഉപദ്രവങ്ങൾ മാറ്റീട്ടുണ്ട്. അവയെല്ലാമിവിടെയെടുത്തു വിവരിക്കുന്നതായാൽ ലേഖനം ക്രമത്തിലധികം ദീർഘിച്ചുപോയേക്കുമെന്നുള്ളതിനാൽ അതിനായി ഇപ്പോൾ ഉദ്യമിക്കുന്നില്ല. ആ നമ്പൂരിപ്പാടന്മാരുടെ അത്ഭുതകർമ്മങ്ങളിൽ സ്വല്പം ചിലതു കൂടിപ്പറഞ്ഞിട്ട് ഈ ഉപന്യാസം അവസാനിപ്പിക്കാമെന്നു വിചാരിക്കുന്നു.

കൊല്ലം 1013 കർക്കടകമാസത്തിൽ തൃപ്പൂണിത്തുറവെച്ചു തീപ്പെട്ട

കൊച്ചി മഹാരാജാവുതിരുമനസ്സുകൊണ്ട് സകലകലാവല്ലഭനും ഒരു മഹാവിദ്വാനുമായിരുന്നു. അവിടുന്നു വിദ്വാന്മാരെ യഥായോഗ്യം സൽക്കരിച്ചു സംഭാവനാദികൾ കൊണ്ടും മറ്റും സന്തോഷിപ്പിച്ചുകൊണ്ടിരുന്നു. അതിനാൽ അവിടെ അനേകം വിദ്വാന്മാർ ചെന്നു കൂടുകയും തിരുമനസ്സുകൊണ്ട് അവരെയെല്ലാം ചേർത്ത് അവിടെ ഒരു വിദ്വൽസദസ്സു സ്ഥാപിക്കുകയും ചെയ്തിരുന്നു. ആ സദസ്സ്യന്മാരിൽ പ്രധാനൻ ഒരു കല്ലൂർനമ്പൂരിപ്പാടായിരുന്നു. അദ്ദേഹം വലിയ വിദ്വാനായിരുന്നു എന്നുള്ളതു വിശേഷിച്ചു പറയണമെന്നില്ലല്ലോ. എന്നു മാത്രമല്ല ഗദ്യമായാലും പദ്യമായാലും എത്ര വലിയതായാലും ഒരു കവിത ഒരു പ്രാവശ്യം കേട്ടാൽ അതു ഹൃദിസ്ഥമാകുവാൻ തക്കവണ്ണമുള്ള ധാരണാശക്തിയും അദ്ദേഹത്തിനുണ്ടായിരുന്നു.

ഇങ്ങനെയിരുന്ന കാലത്ത് ഈ കൊച്ചിമഹാരാജാവിനെക്കുറിച്ച് ജനങ്ങൾ അവിടുന്ന് 'കേരളഭോജരാജാവാണെ'ന്നും മറ്റും പുകഴ്ത്തിപ്പറയുന്നതു കേട്ടിട്ട് ചോളദേശത്തുകാരനായ ഒരു ശാസ്ത്രി മഹാരാജാവിന് അടിയറ വെയ്ക്കുന്നതിന് ഒരു ദശകം (പത്തു ശ്ലോകം) ഉണ്ടാക്കിയെഴുതിക്കൊണ്ട് തൃപ്പൂണിത്തുറയെത്തി സമയം ചോദിച്ചറിഞ്ഞുകൊണ്ട് തിരുമുമ്പാകെച്ചെന്ന് ആ ദശകം തിരുമനസ്സിലെ സന്നിധിയിൽ സമർപ്പിച്ചു. അപ്പോൾ തിരുമനസ്സുകൊണ്ട് 'എന്താ അത്?' എന്നു കൽപിച്ചു ചോദിച്ചു. അതിനു മറുപടിയായി ശാസ്ത്രികൾ 'ഞാനുണ്ടാക്കിയ ഒരു ദശകമാണ്' എന്നറിയിച്ചു. ഉടനെ തിരുമനസ്സുകൊണ്ട് അതെടുക്കാനായി കുനിഞ്ഞു. അപ്പോൾ നമ്പൂരിപ്പാട് 'അതു വേണമോ? കവിതകൾ ഉണ്ടാക്കിയവർ തന്നെ വായിച്ചാലേ അതിന്റെ തന്മയത്വം വരികയുള്ളൂ. അതുകൊണ്ട് ശാസ്ത്രികൾ തന്നെ വായിക്കട്ടെ' എന്നു പറഞ്ഞു. അതു കേട്ടിട്ട് 'അതു ശരിയാണ്. എന്നാൽ ശാസ്ത്രികൾ തന്നെ വായിക്കട്ടെ' എന്നു കൽപ്പിക്കുകയും ചെയ്തു. ഉടനെ ശാസ്ത്രികൾ അതെടുത്തു ഭംഗിയായും വ്യക്തമായും സാവധാനത്തിൽ വായിച്ച്. ശാസ്ത്രികളുടെ വായന കഴിഞ്ഞപ്പോൾ നമ്പൂരിപ്പാട് 'കഷ്ടം!' എന്നു പറഞ്ഞു മൂക്കത്തു വിരൽ വെച്ചു. അപ്പോൾ ശാസ്ത്രികൾ 'എന്താ കഷ്ടം?' എന്നു ചോദിച്ചു. അതിനുത്തരമായിട്ട് നമ്പൂരിപ്പാട് 'പണ്ടാരാണ്ട് ഉണ്ടാക്കിയിട്ടിരിക്കുന്ന ഈ ദശകം പകർത്തിയെഴുതി ഇവിടെയുള്ളവരെ പറ്റിക്കാമെന്നു വിചാരിച്ച് ചോളദേശത്തു നിന്നു ശാസ്ത്രികൾ ഇവിടംവരെ കൊണ്ടുവന്നല്ലോ, അതുതന്നെ കഷ്ടം. ഈ ദശകം ഞാൻ ബ്രഹ്മചാരിയായിരുന്ന കാലത്ത് എന്റെ മുത്തശ്ശി ചൊല്ലിക്കേൾക്കുകയും അന്നുതന്നെ ഞാനിതു പഠിക്കുകയും ചെയ്തിട്ടുള്ളതാണ്' എന്നു പറഞ്ഞു. അതു കേട്ടിട്ട് ശാസ്ത്രികൾ 'എന്നാൽ ഇതൊന്നു ചൊല്ലിക്കേൾക്കട്ടെ' എന്നു പറഞ്ഞു. ഉടനെ നമ്പൂരിപ്പാട് ആ ദശകം യാതൊരു വീഴ്ച്ചയും സംശയവും കൂടാതെ ചൊല്ലിക്കേൾപ്പിച്ചു. അപ്പോൾ ശാസ്ത്രികൾ സാമാന്യത്തിലധികം ഇളിഭ്യനായി എന്നുള്ളതു പറയണമെന്നില്ലല്ലോ. ഉടനെ അദ്ദേഹം 'ആട്ടെ അടുത്ത മാസത്തിൽ ഞാനിനിയും ഇവിടെ വരും. അപ്പോൾ ഇതിന്റെ മറുപടി പറഞ്ഞുകൊള്ളാം' എന്നു പറഞ്ഞിട്ട് അവിടേനിന്നിറങ്ങിപ്പോയി. തിരുമനസ്സുകൊണ്ട് ശാസ്ത്രിക്കു സമ്മാനമൊന്നും അപ്പോൾ കൊടുക്കാതെ അയയ്ക്കുന്നതു കഷ്ടമാണെന്നു വിചാരിച്ച് അദ്ദേഹത്തിന്റെ പിന്നാലെ ഒരു ഹരിക്കാരനെ കല്പിച്ചു വിളിപ്പിച്ചു. എന്നിട്ടും അദ്ദേഹം 'ഞാൻ അടുത്ത മാസത്തിൽ വന്നു കണ്ടുകൊള്ളാമെന്നു പറഞ്ഞതായി തിരു മനസ്സറിയിച്ചേക്കൂ' എന്നു പറഞ്ഞു പോവുകതന്നെ ചെയ്തു.

ശാസ്ത്രികൾ അടുത്ത മാസത്തിൽത്തന്നെ പിന്നെയും വന്നു. അപ്പോളദ്ദേഹം ഒരു ദശകമല്ല, ഒരു ശതകംതന്നെയാണ് എഴുതിക്കൊണ്ടു വന്നിരുന്നത്. അദ്ദേഹം സമയമറിഞ്ഞു തിരുമുമ്പാകെച്ചെന്ന് ആ ശതകമെഴുതിയ ഓലക്കെട്ട് തിരുമുമ്പാകെ അടിയറവെച്ചു. അപ്പോഴും തിരുമനസ്സുകൊണ്ട് 'എന്താ അത്?' എന്നു കൽപ്പിച്ചു ചോദിച്ചു. അപ്പോൾ ശാസ്ത്രികൾ 'ഇത് ഞാനുണ്ടാക്കിയ ഒരു ശതകമാണ്' എന്ന് അറിയിച്ചു. ഉടനെ തിരുമനസ്സുകൊണ്ട് 'ഇതു ശാസ്ത്രികൾ തന്നെ വായിക്കു' എന്ന് അറിയിച്ചു. ശാസ്ത്രികൾ ഉടനെ ആ ഓലക്കെട്ടെടുത്തു ശ്വാസം വിടാതെ ക്ഷണത്തിൽ ആ നൂറുശ്ലോകവും വായിച്ചു തീർത്തിട്ട് 'ഇതും പഴയ കവിതായിരിക്കുമോ? ഇതും പഠിച്ചവരിവിടെയുണ്ടായിരിക്കുമോ?' എന്നു ചോദിച്ചുകൊണ്ട് അവിടെ നിന്നിരുന്ന കല്ലൂർ നമ്പൂരിപ്പാടിന്റെ നേരെ നോക്കി. അപ്പോൾ നമ്പൂരിപ്പാട് 'ശാസ്ത്രികളെ! ശുണ്ഠികടിക്കാതെയിരിക്കു. ഞാൻ വാസ്തവം പറയാം. ഈ ശതകവും ഇല്ലത്തുള്ള ഒരു പഴയ ഗ്രന്ഥത്തിൽ കാണുന്നുണ്ട്. ഇതും ഞാൻ പഠിച്ചിട്ടുണ്ട് എന്നു പറഞ്ഞു. ഉടനെ ശസ്ത്രികൾ 'എന്നാലൊന്നു ചൊല്ലിക്കേൾക്കട്ടെ' എന്നു പറഞ്ഞു. അതു നമ്പൂരിപ്പാട് ആദ്യം മുതൽ മുറയ്ക്കു സാവധനത്തിൽ ചൊല്ലിത്തുടങ്ങി. അദ്ദേഹം മുറയ്ക്കു മുപ്പതു ശ്ലോകം ചൊല്ലിയപ്പോഴേക്കും ശാസ്ത്രികളുടെ ദേഹം ആപാദചൂഡം വിറയ്ക്കുകയും വിയർക്കുകയും ചെയ്തുതുടങ്ങി. പിന്നെയും നമ്പൂരിപ്പാട് ശ്ലോകങ്ങൾ മുറയ്ക്കു ചൊല്ലിക്കൊണ്ടിരുന്നു. ശാസ്ത്രികളുടെ വിറയും വിയർപ്പും വർദ്ധിച്ചുകൊണ്ടുമിരുന്നു. കിം ബഹുനാ? നമ്പൂരിപ്പാട് അൻപത്താറാമത്തെ ശ്ലോകം ചൊല്ലുകയും ശാസ്ത്രികൾ ബോധംകെട്ടു ധീം എന്നു നിലംപതിക്കുകയും ഒരുമിച്ചു കഴിഞ്ഞു. ഉടനെ തമ്പുരാൻ, 'ശാസ്ത്രികളെയെടുത്ത് പുറത്തു കൊണ്ടു പോയി കാറ്റുള്ള സ്ഥലത്തു കിടത്തട്ടെ' എന്നു കൽപ്പിക്കുകയും രാജഭൃത്യന്മാർ അപ്രകാരം ചെയ്തിട്ട് അദ്ദേഹത്തിന്റെ മുഖത്തു സ്വല്പം വെള്ളം തളിക്കുകയും ചെയ്തു. രണ്ടുമൂന്നു നാഴിക കഴിഞ്ഞപ്പോൾ ശാസ്ത്രികൾക്ക് ഒരുവിധം ബോധം വീഴുകയാൽ അദ്ദേഹം സാവധാനത്തിൽ എഴുന്നേറ്റു രാജസന്നിധിയിലെത്തി. അപ്പോൾ തമ്പുരാൻ, 'എന്താ ശാസ്ത്രികളെ! സുഖമായോ?' എന്നു കൽപ്പിച്ചു ചോദിച്ചു അതിനുത്തരമായിട്ടു ശസ്ത്രികൾ 'ദേഹത്തിനുണ്ടായ അസ്വാസ്ഥ്യം ഒരുവിധം ശമിച്ചു. മനസ്സിനുണ്ടായ സുഖക്കേടു ഭേദമായിട്ടില്ല. അതു ഭേദമാകുന്നതുമല്ല. എനിക്ക് ഇങ്ങനെയൊരബദ്ധം ഇതിനു മുമ്പൊരിക്കലും പറ്റീട്ടില്ല; ഇനി പറ്റുമെന്നും തോന്നുന്നില്ല. മഹാരാജാവു തിരുമനസ്സിലെ കീർത്തിചന്ദ്രിക ഞങ്ങളുടെ ദേശത്തും നല്ലപോലെ പരന്നിട്ടുണ്ട്. അതുകൊണ്ടാണ് ഞാൻ ഇങ്ങോട്ടു വന്നത്. കേരളത്തിൽ, വിശേഷിച്ചും ഈ മഹാരാജസദസ്സിൽ, ഇപ്രകാരം ധാരണാശക്തിഉള്ളവരുണ്ടെന്നു ഞാൻ അറിഞ്ഞിരുന്നില്ല. ഇതറിഞ്ഞിരുന്നുവെങ്കിൽ ഞാൻ ഈ ദിക്കിലേക്കു കാലെടുത്തു കുത്തുകയില്ലായിരുന്നു. ഞങ്ങളുടെ ദേശത്തു എന്നെപ്പോലെ വേറെയും ചിലർ ഇങ്ങോട്ട് വരാൻ സന്നദ്ധരായി ഇരിക്കുന്നുണ്ട്. അവർ ഇങ്ങോട്ട് പുറപ്പെടുന്നതിനുമുമ്പ് എനിക്ക് അവിടെയെത്തി ഇങ്ങോട്ടാരും പോരേണ്ടാ എന്നു പറയണം. എന്നെപ്പോളെ അവരും വിഡ്ഢികളായിപ്പോകണമെന്നില്ലല്ലോ' എന്നറിയിച്ചു. അപ്പോൾ തിരുമനസ്സുകൊണ്ട് 'അങ്ങനെയൊന്നും വിചാരിക്കാനില്ല ശാസ്ത്രികളെ! ഒരോ ദിക്കിൽ ഓരോ വിധമിരിക്കും. ശാസ്ത്രികൾ കൊണ്ടുവന്ന ശതകം വളരെ നന്നായിട്ടുണ്ട്. അതു തേടിപ്പിടിച്ച് ഇവിടെ

കൊണ്ടുവന്നല്ലോ. അതുമാത്രം വിചാരിച്ചാൽ മതി. ഇതു പണ്ടാരാണ്ട് ഉണ്ടാക്കിയിട്ടിരുന്ന കൃതിയാണെന്നു നമ്പൂരി പറഞ്ഞതു വാസ്തവമാണ്. ഇവിടെയും ഒരു പഴയ ഗ്രന്ഥത്തിൽ ഇതു കാണുന്നുണ്ട്. ഈ ശതകം നാമും പഠിച്ചിട്ടുമുണ്ട്. വേണമെങ്കിൽ നാമും ചൊല്ലിക്കേൾപ്പിക്കാം' എന്നു കൽപ്പിച്ചു. അതു കേട്ടു ശാസ്ത്രികൾ 'വേണ്ട വേണ്ട; ഈ നമ്പൂരിപ്പട് ഇതു ചൊല്ലിയ സ്ഥിതിക്ക് ഇവിടേക്ക് ഇതിനു പ്രയാസമുണ്ടാകുമോ?' എന്നറിയിച്ചു. ഉടനെ തിരുമനസ്സുകൊണ്ട് 'വേണ്ടെങ്കിൽ വേണ്ട. നാം വാസ്തവം പറഞ്ഞു എന്നേയുള്ളു. ഏതെങ്കിലും ശാസ്ത്രികൾ ഇവിടെ വന്നിട്ടു വെറുംകൈയായി മടങ്ങിപ്പോകുന്നതു നമുക്കും ശാസ്ത്രികൾക്കും കുറച്ചിലാണല്ലോ. അതുകൊണ്ട് ഇപ്പോൾ ഇത്രയുമിരിക്കട്ടെ' എന്നു കൽപ്പിക്കുകയും അദ്ദേഹത്തിനു ചില സമ്മാനങ്ങൾ കൽപ്പിച്ചു കൊടുത്തയക്കുകയും ചെയ്തു.

ഒരു ദിവസം പകലേ സദസ്സു പിരിയാറായപ്പോൾ വലിയ തമ്പുരാൻ തിരുമനസ്സുകൊണ്ട്, 'നാളത്തെ സദസ്സിൽ സംഭാഷണത്തിൽ ജയിക്കുന്ന വർക്കു കൊടുക്കുന്നതിനായി നൂറ്റൊന്നും പണംവീതമുള്ള മൂന്നു കിഴികൾ നാം കെട്ടിവെച്ചിട്ടുണ്ട്. സംഭാഷണ വിഷയങ്ങൾ

1. ഒന്നാന്തരം പച്ച ഭോഷ്കുപറഞ്ഞു സദസ്സിലുള്ളവർക്കു പരമാർത്ഥമാണെന്നു തോന്നിക്കുക.
2. അന്നു തന്നെപ്പോലെ മറ്റാരും സ്വാദുള്ള പദാർത്ഥം ഭക്ഷിച്ചിട്ടില്ലെന്നു സദസ്യരെ ബോധ്യപ്പെടുത്തുക.
3. സദസ്യരിൽ വെച്ച് അധികം ഭാഗ്യവാൻ താനാണെന്നു മറ്റുള്ളവരെ സമ്മതിപ്പിക്കുക. ഇങ്ങനെ ചെയ്യുന്നവർക്കാണ് പണക്കിഴി കൊടുക്കപ്പെടുന്നത്. സദസ്സു പതിനൊന്നു മണിക്കു കൂടുകയും അഞ്ചുമണിക്കുമുമ്പു പിരിയുകയും വേണം' എന്നു കൽപ്പിക്കുകയും ഉടനെ സഭ പിരിയുകയും ചെയ്തു.

പിറ്റേ ദിവസം പതിനൊന്നു മണിക്കുതന്നെ വലിയതമ്പുരാൻ തിരുമനസ്സുകൊണ്ടു സദസ്സിൽ എഴുന്നള്ളുകയും പണക്കിഴികൾ അവിടെ നിരത്തിവെയ്ക്കുകയും ചെയ്തു. അപ്പോഴേക്കും സദസ്യർ ഓരോരുത്തരായി അവിടെ വന്നുചേർന്നു കഴിഞ്ഞു. കല്ലൂർ നമ്പൂരിപ്പാട്ടു മാത്രം വന്നില്ല. അതെന്താണെന്ന് എല്ലാവർക്കും വിചാരമായി. അദ്ദേഹം വലിയ കണിശക്കാരനായിരുന്നു. അദ്ദേഹം സമയത്തിനുമുമ്പെത്തുകയായിരുന്നു പതിവ്. അദ്ദേഹം വരാത്തതെന്തുകൊണ്ടെന്നുള്ള വിചാരം തമ്പുരാൻ തിരുമനസ്സിലേക്കും ഉണ്ടായി. അങ്ങനെ എല്ലാവരും വിചാരത്തോടുകൂടിയിരുന്നപ്പോൾ ഏറ്റവും പരിഭ്രമത്തോടുകൂടി നമ്പൂരിപ്പാട്ടും അവിടെ വന്നു ചേർന്നു. അദ്ദേഹത്തിന്റെ മുഖത്ത് ഒരു വിഷാദഭാവം പ്രത്യക്ഷമായിരുന്നു. അതു കണ്ടിട്ട് തിരുമനസ്സുകൊണ്ട് 'എന്താ വിശേഷം വല്ലതുമുണ്ടോ?' എന്നു കൽപ്പിച്ചു ചോദിച്ചു.

നമ്പൂരിപ്പാട്: വിശേഷമൊന്നുമില്ല. എങ്കിലും...തമ്പുരാൻ: എന്താ? പറയൂ. കേൾക്കട്ടെ.

നമ്പൂരിപ്പാട്: ഇപ്പോൾത്തന്നെ സമയം അതിക്രമിച്ചിരിക്കുന്നു. ഇനി എന്റെ കഥ കൂടി പറഞ്ഞുതുടങ്ങിയാൽ ഇന്നത്തെ സദസ്സിൽ നിശ്ചയിച്ചിട്ടുള്ളതൊന്നും നടക്കുകയില്ല അതുകൊണ്ട് എന്റെ കാര്യം

ഇനിയൊരു ദിവസം സമയമുള്ളപ്പോൾ ഇവിടെ അറിയിച്ചുകൊള്ളാം.

തമ്പുരാൻ: സദസ്സിൽ വെച്ചു നടത്താനുള്ള കാര്യം നാളെയായാലും മതി.

നമ്പൂരിയുടെ കാര്യം ഇന്നതന്നെ കേൾക്കണം. പറയൂ. കേൾക്കട്ടെ

നമ്പൂരിപ്പാട്: നിർബന്ധമാണെങ്കിൽ പറയാം. ഇല്ലത്തുവെച്ച ചിലവിനുള്ള അരി അവിണിശ്ശേരിയിൽനിന്നും കൊട്ടുത്തയയ്ക്കുകയാണ് പതിവ്. കഴിഞ്ഞ കൊല്ലം അരി കൊടുത്തയച്ചതിന്റെ കൂടെ ഒരു നേന്ത്രക്കന്ന (നേന്ത്രവാഴവിത്ത്) കൂടി കൊടുത്തയച്ചിരുന്നു. ഒന്നല്ലേയുള്ളു, അതൊരു നല്ല സ്ഥലത്തു വെച്ചു നല്ലപോലെ ശുശ്രൂഷിക്കണമെന്ന നിശ്ചയിച്ച് ഇല്ലത്തെ നടുമുറ്റത്തുതന്നെ അതു കുഴിച്ചുവെച്ചു. അത് അവിടെ വെച്ചാൽ വേറെയും ചില ഗുണങ്ങളുള്ളതും ഓർക്കാതിരുന്നില്ല. ഇല്ലത്തെ തേവാരപ്പുരയിൽ ഉള്ള ദേവന്മാർക്ക് അഭിഷേകം കഴിഞ്ഞാൽ ആ വെള്ളം പൂജ കഴിഞ്ഞാൽ ധൂപക്കുറ്റിയിലെ വെണ്ണീറും പതിവായി അതിന്റെ കടയ്ക്കൽത്തന്നെ വീഴും. ഞാൻ വിചാരിച്ചിരുന്നതുപോലെ അവ പതിവായി അതിന്റ് കടയ്ക്കൽ തന്നെ വീണിരുന്നു. എന്നു മാത്രമല്ല, നടുമുറ്റത്തായിരുന്നതിനാൽ കിടാങ്ങൾക്കും അകായിലുള്ളവർക്കും അത് ഏറ്റവും സന്തോഷകരമായിത്തീർന്നു. അവരു അതിനെ യഥായോഗ്യം ശുശ്രൂഷിച്ചുകൊണ്ടിരുന്നു. ധാരാളമായി വളം ചേർത്തിരുന്നതുകൊണ്ട് വാഴ പനപോലെ തടിച്ചു തഴച്ചു വളർന്നു. അതിന്റെ ഇലകൊണ്ടു നടുമുറ്റം മൂടി. അധികം താമസിയാതെ വാഴ കുലച്ചു, പന്ത്രണ്ടു പടലയുണ്ടായിരുന്നു. മൂന്നു മാസം കഴിഞ്ഞപ്പോൾ അടിപ്പടലയിൽ ഒരു കായ്ക്കു സ്വല്പം പഴുപ്പ് ഛായയുള്ളതായിക്കണ്ടു. അതു കിടാങ്ങൾ കാണാതെയും അണ്ണാനോ എലിയോ കരണ്ടു ന ഷ്ടപ്പെടുത്താതെയുമിരിക്കുന്നതിനായി ആ കുല നല്ല പോലെ മൂടിക്കെട്ടിച്ചു. ആ കുല മുഴുവനും നിർത്തിപ്പഴുപ്പിക്കണമെന്നു വിചാരിച്ചാണ് അങ്ങനെ ചെയ്യിച്ചത്. ഇന്നു കാലത്തു കുലയുടെ പഴുപ്പ് എന്തായി എന്നറിയ്ന്നതിനായി അത് അഴിച്ചുനോക്ക്യപ്പോൾ കായെല്ലാം പഴുത്തു പാകം വന്നു തൊലിക്കു പുള്ളിക്കുത്തു വീണിരിക്കുന്നതായിക്കണ്ടു. പിന്നെ നിലത്തു വീഴിക്കാതെ ആ കുല വെട്ടിയെടുപ്പിച്ച് എണ്ണിനോക്കിയപ്പോൾ നൂറ്റിയിരുപത്തഞ്ചു പഴമുണ്ടായിരുന്നു. അതു പഴം നറുക്കാക്കുകയോ വേവിക്കാതെ തിന്നുകയോ എന്താണു വേണ്ടതെന്ന് ഞാൻ സംശയിച്ചപ്പോൾ അകായിൽ നിന്ന് 'അതൊന്നും പോരാ, അതു പ്രഥമൻ തന്നെയാകണം' എന്നു പറയുകയും ഞാനതു സമ്മതിക്കുകയും ചെയ്തു. പ്രഥമൻ വെച്ചത് അകത്തുതന്നെയാണ്. അകായിലെ അഭിപ്രായപ്രകാരമായതുകൊണ്ട് അതു നന്നാകണമെന്നു വിചാരിച്ചു മനസ്സിരുത്തി പഴം അസ്സലായി വരട്ടിയാണ് അതുണ്ടാക്കിയത്. പ്രഥമൻ വളരെ നന്നാവുകയും ചെയ്തു. വാസ്തവം പറയുകയാണെങ്കിൽ ഇത്രയും നല്ല പ്രഥമൻ ഞാൻ ഇതിനുമുമ്പ് കഴിച്ചിട്ടില്ലെന്നുതന്നെ പറയാം. അതിന്റെ സ്വാദ് അത്ര മാത്രമുണ്ടായിരുന്നു. ഞാൻ മനസ്സറിയാതെ അത് സാമാന്യത്തിലധികം ചെലുത്തിപ്പോയി. ഈ പ്രഥമൻകൂടി കാലമായപ്പോഴേക്കും ഭക്ഷണത്തിന്റെ സമയം തെറ്റി. പിന്നെ ഇതു സാമാന്യത്തിലധികം ചെലുത്തുകയും ചെയ്തു.

രണ്ടുകൂടിയായപ്പോഴേക്കും ഞാൻ വല്ലാതെ ക്ഷീണിച്ചു. പ്രായാധിക്യം നിമിത്തമുള്ള ക്ഷീണം മുമ്പേതന്നെയുണ്ടല്ലോ. എല്ലാംകൊണ്ടും ലേശം പോലും നടക്കാൻ വയ്യെന്നു തോന്നുകയാൽ പുറത്തളത്തിൽപ്പോയികിടന്നു. അപ്പോളാണ് സദസ്സു കൂടാനുള്ള സമയം തെറ്റിപ്പോയല്ലോ എന്നുള്ള ഓർമ്മയുണ്ടായത്. ഉടനെ എണീറ്റ് ഇങ്ങോട്ടു പോരികയും ചെയ്തു. ഞാൻ വളരെ പരിഭ്രമിച്ചാണ് ഇവിടെ നടന്നെത്തിയത്.

വലിയതമ്പുരാൻ: (സ്വല്പം പരിഭവത്തോടുകൂടി) 'എങ്കിലും പച്ചക്കായ പോലും ദുർലഭമായിരിക്കുന്ന ഇക്കാലത്ത് നമ്പൂരി കുറച്ചു പഴമെങ്കിലും ഇങ്ങോട്ടു കൊടുത്തയച്ചില്ലല്ലോ. അവിടെ വിശേഷിച്ചു വല്ലതുമുണ്ടായാൽ ഇങ്ങോട്ടുകൂടി കൊടുത്തയക്കുകയല്ലേ പതിവ്?' എന്നു കൽപ്പിച്ചു.

അപ്പോൾ ഒരു സദസ്യൻ നമ്പൂരി: ക ഷ്ടം! ഞാനിത് ഇന്നലെ അറിഞ്ഞില്ലല്ലോ. അറിഞ്ഞിരുന്നുവെങ്കിൽ ഇന്നു ഭക്ഷണത്തിനു നേരത്തെ അങ്ങോട്ടെത്തുമായിരുന്നു.ഉടനെ സദസ്യരെല്ലാവരും: ഞാനും അതുതന്നെയാണ് വിചാരിച്ചത്, ഞാനും അതുതന്നെയാണ് വിചാരിച്ചതു എന്നു പറഞ്ഞു. ഉടനെ കല്ലൂർ നമ്പൂരിപ്പാട് കുനിഞ്ഞു ഒരു പണക്കിഴിയെടുത്തു. അപ്പോൾ തമ്പുരാൻ, 'അതെന്താണ് എടുത്തത്?' എന്നു കൽപ്പിച്ചു ചോദിച്ചു.

നമ്പൂരിപ്പാട്: ഭോഷ്ക്കു പറഞ്ഞു സദസ്സിലുള്ളവർക്കൊക്കെ വാസ്തവമാണെന്നു തോന്നിക്കുന്നവർക്കാണല്ലോ ഒരു കിഴി. ഞാനിപ്പോൾ പറഞ്ഞത് ശുദ്ധമേ ഭോഷ്ക്കാണ്. ഇതു വാസ്തവമാണെന്നു എല്ലാവരും സമ്മതിച്ചുവല്ലോ. അതിന് എതിരായി പറയാൻ ഒന്നും കാണായ്കയാൽ ആരുമൊന്നും മിണ്ടിയില്ല. അപ്പോൾ നമ്പൂരിപ്പാട് കുനിഞ്ഞ് ഒരു കിഴികൂടി എടുത്തു. ഉടനെ തമ്പുരാൻ തിരുമനസ്സുകൊണ്ട് 'അതെന്തിനാണ് എടുത്തത്?' എന്നു കൽപ്പിച്ചു ചോദിച്ചു. അതിനുത്തരമായിട്ട് നമ്പൂരിപ്പാട്, 'ഇന്നു തന്നെപ്പോലെ മറ്റാരും സ്വാദുള്ള പദാർത്ഥം ഭക്ഷിച്ചിട്ടില്ലെന്നു സദസ്യരെ ബോധ്യപ്പെടുത്തുന്ന ആൾക്കുള്ളതാണല്ലോ ഈ കിഴി. അതും ഞാൻ ഇവിടെയെല്ലാവരെയും ബോദ്ധ്യപ്പെടുത്തിയല്ലോ' എന്നു പറഞ്ഞു. അതിനെ എതിർക്കുന്നതിനും മാർഗമൊന്നും കാണായ്കയാൽ അതിനെതിരായിട്ടും ആരുമൊന്നും പറഞ്ഞില്ല. അപ്പോൾ നമ്പൂരിപ്പാട് മൂന്നാമത്തെ കിഴിയും കടന്നെടുത്തു. ഉടനെ തമ്പുരാൻ തിരുമനസ്സുകൊണ്ട് 'അതെന്താണ്?' എന്നുകൽപ്പിച്ചു ചോദിച്ചു. അതിനുത്തരമായിട്ടു നമ്പൂരിപ്പാട്, 'ഇവിടെ കൂടിയിരിക്കുന്നവരിൽ അധികം ഭാഗ്യമുള്ള ആൾക്കുള്ളതാണല്ലോ ഈ കിഴി. ഇവിടെ പലരുമുണ്ടായിട്ടും രണ്ടു കിഴികൾക്കും അർഹൻ ഞാനാണെന്ന് എല്ലാവരും സമ്മതിച്ചുവല്ലോ. ഇനി എല്ലാവരേക്കാളും ഭാഗ്യവാൻ ഞാനാണെന്നുള്ളതിനു വിശേഷിച്ചു ലക്ഷ്യമൊന്നും വേണമെന്നു തോന്നുന്നില്ല' എന്നു പറഞ്ഞു. അതിനും എതിരായിപ്പറയാനൊന്നും കാണായ്കയാലാരുമൊന്നും മിണ്ടിയില്ല. ഉടനെ സദസ്സു പിരിഞ്ഞു. മൂന്നു പണക്കിഴികളുംകൊണ്ടു നമ്പൂരിപ്പാടും അപ്പോൾ ത്തന്നെ പോയി.

കല്ലൂർമനയ്ക്കലെ ഒരപ്ഫൻ നമ്പൂരിപ്പാടു വേളികഴിച്ചിരുന്നില്ല അദ്ദേഹം തൃശ്ശിവപേരൂർ കിഴക്കെ ആച്ചംകുളങ്ങരവാരിയത്തെ 'കുഞ്ചി' എന്നു പേരായ ഒരു വാരസ്യാരെ സംബന്ധം ചെയ്തു ഭാര്യയാക്കി ഇല്ലത്തു കൊണ്ടുപോയി താമസിപ്പിച്ചിരുന്നു. ആ വാരസ്യാർ ഒരു ദിവസം പകലെ പതിവുപോലെ പോയി, മേൽ കഴുകി വന്ന് ഈറൻ മാറുന്നതിനായി പെട്ടിയിൽ നിന്ന് ഒരൊന്നരമുണ്ടെടുത്തു നിവർത്തിനോക്കിയപ്പോൾ അത് എലി കടിച്ചു മുറിച്ച് ഉപയോഗിക്കാൻ കൊള്ളുകില്ലാത്ത വിധത്തിലായിരിക്കുന്നതായി ക്കാണുകയാൽ അതു മടക്കിവെച്ചിട്ടു വേറെ ഒന്നെടുത്തു നിവർത്തു. അതും അങ്ങനെതന്നെ എലി കടിച്ചുമുറിച്ചതായി കണ്ടു. അങ്ങനെ അവർക്കുണ്ടായിരുന്ന എട്ട് ഒന്നര മുണ്ടുകളും ഉപയോഗിക്കാൻ കൊള്ളുകില്ലാത്ത വിധത്തിലായിരുന്നതിനാൽ അവർ അവയെല്ലാമെടുത്തു നമ്പൂരിപ്പാടിലെ

മുമ്പിൽ കൊണ്ടുചെന്നിട്ടിട്ട് 'ഇതാ നോക്കണം. എനിക്കു കഴിഞ്ഞ മാസത്തിൽ മേടിച്ച തന്നതും കോടിയലക്കിയതുമയ എട്ട് ഒന്നരമുണ്ടുകളും എലി വെട്ടി ഒന്നിനും കൊള്ളുകില്ലാതെയായിരിക്കുന്നു. ഇതു ഞാനെങ്ങനെ ഉടുത്തുകൊണ്ടു നടക്കും? എലിയുടെ ഉപദ്രവം ഇവിടെ ദുസ്സഹമായിരിക്കുന്നു' എന്നു പറഞ്ഞു. അതു കേട്ടിട്ട് നമ്പൂരിപ്പാട് 'ആട്ടെ, നിവൃത്തിയുണ്ടാക്കാം. ഇവിടെ ഒരു വിളക്കു കൊളുത്തിവയ്ക്കൂ'' എന്നു പറഞ്ഞിട്ടു പുറത്തേക്കിറങ്ങി പറമ്പിൽച്ചെന്ന് ഒരു പച്ചീർക്കിൽ ഒടിച്ചെടുത്തു വലത്തു കൈയിൽപ്പിടിച്ചു കൊണ്ടു വിളക്കിന്റെ സമീപത്തെത്തി. അവിടെയിരുന്നുകൊണ്ട് അദ്ദേഹം ഒരു മന്ത്രം ജപിച്ചിട്ട് 'ഇവിടെയുള്ള എലികളൊക്കെ ഇവിടെ വരട്ട്' എന്നു പറഞ്ഞു. അപ്പോൾ ഏകദേശം അമ്പതോളം എലികൾ 'കീ, കീ' എന്നു കരഞ്ഞുകൊണ്ട് ആ വിളക്കിന്റെ ചുറ്റും വന്നുകൂടി. ഉടനെ നമ്പൂരിപ്പാട് 'നിങ്ങളെല്ലാവരും ക്ഷണത്തിൽ ഇവിടെനിന്നും പൊയ്ക്കൊള്ളണം' എന്നു പറഞ്ഞിട്ട് ആ ഈർക്കിൽകൊണ്ട് ആ എലികളെയെല്ലാം ഓരോന്ന് അടിച്ചു. ഉടനെ എലികളെല്ലാം അവിടെനിന്നു ഇറങ്ങിപ്പോയി. പിന്നെ ആ നമ്പൂരിപ്പാടിന്റെ കാലം കഴിയുന്നതുവരെ അവിടെ ഒരെലിപോലും കയറിയിട്ടില്ല.

കല്ലൂർ മനയ്ക്കലുള്ളവർ പതിവായിക്കുളിക്കുന്ന പുഴക്കടവിൽ ഒരു വലിയ അരയാൽവൃക്ഷമുണ്ടായിരുന്നു. അതിന്മേൽ അസംഖ്യം വാവലുകളും വന്നുകൂടിയിരുന്നു. ആ വാവലുകളുടെ പുരീഷ (മലം) വർഷം തലയിലേൽക്കാതെ അവിടെക്കുളിച്ചു കയറിപ്പോകാൻ നിവൃത്തിയില്ലായിരുന്നു. അങ്ങനെയിരുന്നപ്പോൾ വലിയ നമ്പൂരിപ്പാട് 'ഈ വാവലിന്റെ ഉപദ്രവം കലശലായിരിക്കുന്നു. ഇവയുടെ കാഷ്ഠവർഷം തലയിലേൽക്കാതെ ഈ കടവിൽ കുളിക്കാൻ നിവൃത്തിയില്ലല്ലോ. ഇവിടെയുള്ളവർക്ക് അതു പരിചയമായിപ്പോയി. അതുകൊണ്ട് അതു വല്ലതുമാകട്ടെ. ഇനിയിപ്പോൾ വേളിക്ക് ഇവിടെ പലരും വരും. അവരാരും ഇതു ശീലിച്ചിട്ടില്ലാത്തതുകൊണ്ട് അവർക്കിതു ദുസ്സഹമായിത്തീരും. അതുകൊണ്ട് ഏതാനും ദിവസത്തേക്ക് ഈ ജന്തുക്കളെ ഇവിടെനിന്നു മാറ്റണം' എന്നു മനസ്സിൽ വിചാരിച്ച് നിശ്ചയിച്ചിട്ട് ഒരു ദിവസം ഏതാനും ചെറിയ പാറക്കല്ലുകൾ കൈയ്യിൽപ്പെറുക്കിയെടുത്തു കൊണ്ട് ആലിന്റെ സമീപത്തു ചെന്നു നിന്ന് ആ വാവലുകളോട് 'നിങ്ങൾ ഏതാനും ദിവസത്തേക്ക് ഇവിടെനിന്നും മാറിത്താമസിക്കണം. ഇല്ലത്തു വേളിയടിയന്തിരം കഴിഞ്ഞു വിശേഷിച്ചു വരുന്നവരെല്ലാം പിരിഞ്ഞുപോയിട്ടേ ഇവിടെ വരാവൂ. അതുവരെ അക്കരെ നിൽക്കുന്ന വലിയ മാവിന്മേൽ ചെന്നു താമസിച്ചുകൊള്ളണം' എന്നു പറഞ്ഞിട്ടു കയ്യിലുണ്ടായിരുന്ന പാറക്കല്ലുകൾ ജപിച്ച് ആ ആലിന്റെ കടയ്ക്കലേയ്ക്കിട്ടു. ഉടനെ വാവലുകളെല്ലാം പറന്നു മറുകരയിൽ നിന്നിരുന്ന മാവിന്മേലെത്തി താമസമായി. പിന്നെ മനയ്ക്കലെ വേളിയടിയന്തിരം കഴിഞ്ഞ് അവിടെ വിശേഷിച്ചു വന്നിരുന്നവരെല്ലാം പിരിഞ്ഞു പോയതിന്റെ ശേഷമേ അവ ഇക്കരെയ്ക്ക് വന്നുള്ളു. ഇങ്ങനെ കല്ലൂർ നമ്പൂരിമാരുടെ മന്ത്രശക്തിയെയും അത്ഭുതകർമ്മങ്ങളെയും പറ്റി ഇനിയും വളരെപ്പറയാനുണ്ട്. ലേഖനദൈർഘ്യം വിചാരിച്ച് അതിനായി ഉദ്യമിക്കാതെ ഇപ്പോൾ വിരമിക്കുന്നു.

●

തകഴിയിൽ ശാസ്താവും അവിടുത്തെ എണ്ണയും

ശ്രീ പരശുരാമൻ കേരളത്തിന്റെ രക്ഷയ്ക്കായി പല സ്ഥലങ്ങളിൽ ശാസ്താവിനെ പ്രതിഷ്ഠിച്ചകൂട്ടത്തിൽ തിരുവിതാംകൂറിൽ ഇപ്പോൾ ശ്രീവലഭ (തിരുവല്ല) ഗ്രാമമെന്നു പ്രസിദ്ധമായിരിക്കുന്ന പ്രദേശത്തിന്റെ കിഴക്കുള്ള ഒരു മലയിലും ഒരു പ്രതിഷ്ഠ നടത്തിയിരുന്നു. ആ ദേശക്കാർ അവിടെ ക്ഷേത്രംപണി, കലശം മുതലായവ കഴിപ്പിച്ച് ആ ദേവനെ തങ്ങളുടെ ദേശപരദേവതയായിത്തന്നെ ആദരിക്കുകയും ആചരിക്കുകയും ചെയ്തിരുന്നു. എന്നു മാത്രമല്ല, ആ ഗ്രാമക്കാരായ ബ്രാഹ്മണർ അവരുടെ വേദാദ്ധ്യയനം ആ ക്ഷേത്രത്തിൽവെച്ചാക്കുകയും ചെയ്തു. അപ്പോൾ എല്ലാവരും ആ മലയെ 'ഓത്തന്മാർമല' എന്നും ശാസ്താവിനെ 'ഓത്തന്മാർമല ശാസ്താവ്' എന്നും പറഞ്ഞുതുടങ്ങി. കാലക്രമേണ ആ പേരുകൾ ലോപിച്ച് 'ഓതർ മല' എന്നും 'ഓതർമല ശാസ്താവ്' എന്നുമായിത്തീർന്നു.

അങ്ങനെ വളരെക്കാലം കഴിഞ്ഞതിന്റെ ശേഷമാണ് ആ ഗ്രാമത്തിൽ ശ്രീവല്ലഭ (വിഷ്ണു) പ്രതിഷ്ഠയും ക്ഷേത്രവും വേദാദ്ധ്യയനമഠങ്ങളുമുണ്ടായിത്തീർന്നത്. അവ ഉണ്ടായി കുറച്ചുകാലം കഴിഞ്ഞപ്പോൾ അവിടെ പ്രധാന്യം ആ വിഷ്ണുക്ഷേത്രത്തിനായിത്തീർന്നു. പിന്നെ ഓതർമല ശാസ്താവിനെ ആരും ആദരിക്കാതെയും വന്ദിക്കാതെയും ഓർക്കാതെയുമായി. അങ്ങനെ ഏതാനും കൊല്ലങ്ങൾ കഴിഞ്ഞപ്പോൾ നനഞ്ഞൊലിച്ചും ഇടിഞ്ഞുപൊളിഞ്ഞും ആ ക്ഷേത്രം നിശ്ശേഷം നശിക്കുകയും ആ ശാസ്താവിന്റെ ദിവ്യവിഗ്രഹം മാത്രമവിടെ ശേഷിക്കുകയും ചെയ്തു.

അങ്ങനെയിരുന്നപ്പോൾ ഒരാണ്ടിൽ അതിവർഷം നിമിത്തം ഓതർമല പൊട്ടി അവിടെനിന്ന് ഏറ്റവും ഊക്കോടുകൂടി പടിഞ്ഞാട്ടു ജലം പ്രവഹിച്ചുതുടങ്ങി. ആ ജലപ്രവാത്തിന്റെ ശക്തിനിമിത്തം ശാസ്താവിന്റെ പ്രതിഷ്ഠയിളകി ആ ബിംബവും വെള്ളത്തോടുകൂടിയൊഴുകി, ഇപ്പോൾ തകഴിയിൽ ക്ഷേത്രമിരിക്കുന്ന സ്ഥലത്തിനു സമീപത്തുള്ള പുഞ്ചപ്പാടത്തെത്തി, അവിടെ കഴിയിൽ (ചേറ്റിൽ) പുതഞ്ഞു കിടപ്പായി.

അനന്തരം ഏതാനും കൊല്ലങ്ങൾ കഴിഞ്ഞതിന്റെ ശേഷം ഒരിക്കൽ സാക്ഷാൽ വില്വമംഗലത്തു സ്വാമിയാർ വടക്കുനിന്നു വഞ്ചിയിൽകയറി തെക്കൻ ദിക്കിലേക്ക് ഒരു യാത്രയുണ്ടായി. ആ യാത്രയിൽ വഞ്ചി ആ ബിംബം കിടന്നിരുന്ന സ്ഥലത്തു നിന്നും സ്വല്പം പടിഞ്ഞാറെത്തിയപ്പോൾ സ്വാമിയാർ കിഴക്കുഭാഗത്തായി ഒരു ദിവ്യതേജസ്സു കണ്ടു. ആ തേജസ്സു

ദിവ്യനായിരുന്ന സ്വാമിയാർക്കല്ലാതെ മറ്റാർക്കും ദൃശ്യമായിരുന്നില്ല. സ്വാമിയാർ ആ തേജസ്സു കണ്ടയുടനെ വഞ്ചിക്കാരോടു വഞ്ചി കിഴക്കേക്കരയിലടുപ്പിക്കുവാൻ പറയുകയും അവരടുപ്പിക്കുകയും ഉടനെ സ്വാമിയാരും കൂടെയുണ്ടായിരുന്നവരു കരയ്ക്കിറങ്ങുകയും സ്വാമിയാരുടെ ഭൃത്യന്മാർ ഇരട്ട ശംഖു മുഴക്കുകയും ചെയ്തു. ആ ശംഖുനാദം കേട്ടിട്ട് അതിന്റെ കാരണമറിയുന്നതിനായി സമീപസ്ഥന്മാരായ ദേശക്കാരെല്ലാവരും തൽക്ഷണം അവിടെയെത്തി. അപ്പോൾ ശംഖുനാദം മുഴക്കിയതിന്റെ കാരണം മനസ്സിലാവുകയും അവരെല്ലാവരും സ്വാമിയാരെ കണ്ടു വന്ദിക്കുകയും ചെയ്തു. അപ്പോഴും ആ വയലിന്റെ ഒരു ഭാഗത്തു സ്വാമിയാർക്കു മാത്രം ദൃശ്യവും അന്യന്മാർക്ക് അദൃശ്യവുമായ ആ ദിവ്യ തേജസ്സു ജ്വലിക്കുന്നുണ്ടായിരുന്നു. സ്വാമിയാർ ആ വയലിലിറങ്ങി ആ സ്ഥലം തൊട്ടുകാണിച്ചുകൊണ്ട് അദ്ദേഹത്തിന്റെ കൂടെയുണ്ടായിരുന്ന ആ ബ്രാഹ്മണന്മാരോട് സ്ഥലത്തെ പൊത കഴി(ചവിട്ടിയാൽ കാൽ പൊതിയുന്നചോറ്) മാറ്റാൻ പറഞ്ഞു. അവർ ആ ചെളി കുറച്ചു മാറ്റിയപ്പോൾ അവിടെ ആ ദിവ്യമായ ശാസ്താവിഗ്രഹം കാണപ്പെട്ടു. സ്വാമിയാരുടെ നിയോഗപ്രകാരം ആ ബ്രാഹ്മണർതന്നെ ആ ബിംബമെടുത്തു കരയ്ക്കു കൊണ്ടു വരികയും ശുദ്ധജലമൊഴിച്ചു കഴുകി ചെളിയെല്ലാം കളഞ്ഞു വെടിപ്പു വരുത്തുകയും ചെയ്തു. അപ്പോൾ ആ ബിംബം കണ്ടിട്ടു ദേശക്കാരിൽ ചിലർ 'ഇതു ജലപ്രവാഹത്തിലകപ്പെട്ട് ഒഴുകിപ്പോന്ന ഓതർമല ശാസ്താവിന്റെ വിഗ്രഹമായിരിക്കും' എന്നു പറഞ്ഞു. അതു കേട്ടിട്ടു സ്വാമിയാർ, 'അതല്ല, ആ ബിംബം ഒഴുകിപ്പോയിട്ടു വളരെക്കാലമായല്ലോ. ഇതിന് ഉടമസ്ഥന്മാരായിട്ടു വല്ലവരുമുണ്ടായിരുന്നെങ്കിൽ അവർ അതിനെക്കുറിച്ച് അന്വേഷിക്കുമായിരുന്നു. ഇതുവരെ അതുണ്ടായിട്ടില്ലാത്ത സ്ഥിതിക്ക് ഇനി അതു പറയാനില്ല. ഇത് ഈ 'പൊതകഴിയിൽശാസ്താ'വിന്റെ വിഗ്രഹമാണ്. ഇതിന്റെ ഉടമസ്ഥാവകാശം ഈ ദേശക്കാർക്കല്ലാതെ മറ്റാർക്കുമില്ല' എന്നു പറയുകയും ആ ബിംബമെടുത്ത് അവിടെ ഒരു സ്ഥലത്തു പ്രതിഷ്ഠിക്കുകയും ചെയ്തിട്ട് അപ്പോൾത്തന്നെ അവിടെനിന്നും യാത്രയാവുകയും ചെയ്തു. സ്വാമിയാർ പോകാനായി വഞ്ചിയിൽ കയറിയ സമയത്തും ദേശക്കാർ ആ കടവിൽച്ചെന്ന് സ്വാമിയാരെ വന്ദിച്ചു. അപ്പോൾ സ്വാമിയാർ ആ ദേശക്കരോട് 'ഈ ശാസ്താവിന് ഇവിടെ ക്ഷേത്രം പണിയിച്ചു കലശം മുതലായവ നടത്തിക്കുയും ഈ സ്വാമിയെ വേണ്ടതു പോലെ ആചരിക്കുകയും ആദരിക്കുകയും ഭക്തിപൂർവ്വം സേവിക്കുകയും ചെയ്താൽ ആ ദേശത്തിനും ദേശക്കാർക്കും ഉപര്യുപരി ശ്രേയസ്സ് വർദ്ധിച്ചു കൊണ്ടിരിക്കും' എന്നുകൂടി പറഞ്ഞിട്ടാണ് അവിടെനിന്നും പോയത്.

സ്വാമിയാർ പോയതിന്റെ ശേഷം ദേശാക്കരെല്ലാവരും കൂടി ഈ സംഗതികളെല്ലാം അക്കാലത്ത് അവിടെ ദേശാധിപതിയായിരുന്ന ചെമ്പകശ്ശേരി രാജാവിന്റെ അടുക്കൽ അറിയിക്കുകയും ആ രാജാവിന്റെ ആജ്ഞയോടും ആനുകൂല്യത്തോടും കൂടി അവർ ശാസ്താവിനു ക്ഷേത്രം പണിയിക്കുകയും കലശം മുതലായവ നടത്തിക്കുകയും പൂജ മുതലായവ ശരിയായി നടക്കുന്നതിനു വേണ്ടുന്നതിന് ഒരു കാര്യസ്ഥനെ നിയമിക്കുകയും ചെയ്തു. ഇത്രയുമൊക്കെ കഴിഞ്ഞപ്പോൾ ആ ശാസ്താവിനെ എല്ലാവരും സ്വാമിയാർ ആദ്യം പറഞ്ഞതുപോലെ 'പൊതകഴിയിൽ ശാസ്താവ്' എന്നു പറഞ്ഞു തുടങ്ങി. കാലക്രമേണ അതിന്റെ ആദ്യത്തെ അക്ഷരമായ 'പൊ'

ലോപിച്ച അതു 'തകഴിയിൽ ശാസ്താവ്' എന്നായി. പിന്നെ അതുതന്നെ സ്ഥിരപ്പെട്ടുകയും പ്രസിദ്ധമയിത്തീരുകയും ചെയ്തു.

അനന്തരം ഏതാനും കൊല്ലങ്ങൾ കഴിഞ്ഞപ്പോൾ ചെമ്പകശ്ശേരി രാജ്യം തിരുവിതാംകൂർ മഹാരാജാവു പിടിച്ചെടുക്കുകയാൽ ചെമ്പകശ്ശേരി രാജാവു നാടുവിട്ടു പോകേണ്ടിവന്നു. അപ്പോൾ ആ ദേശക്കാർ ഏറ്റവും വിഹ്വലന്മാരായിത്തീർന്നുവെന്നുള്ളതു പറയണമെന്നില്ലല്ലോ. തിരുവിതാംകൂറിൽനിന്നുള്ള ഭരണം അവിടെ മുറയ്ക്കു നടപ്പായതുവരെ ആ ദേശക്കാർ കേവലം അനാഥസ്ഥിതിയിലാണ് കഴിഞ്ഞുകൂടിയത്. അതിനാൽ ശാസ്താവിന്റെ ക്ഷേത്രകാര്യങ്ങളിൽ അവരാരും ശ്രദ്ധിക്കാതെയായി. ക്ഷേത്രം വേണ്ടുന്ന കാലത്തു കെട്ടിമേച്ചിൽ കഴിക്കായ്കയാൽ നനഞ്ഞൊലിച്ചും ഭിത്തികൾ ഇടിഞ്ഞുനിരന്നും മേൽക്കൂടെല്ലാം ജീർണ്ണിച്ചും വലിയ കഷ്ടസ്ഥിതിയിലായിത്തീർന്നു.

അക്കാലത്ത് ആ ദേശക്കാരൻതന്നെയായിരുന്ന ഒരു നായർക്ക് ആ സ്വാമിയെക്കുറിച്ച് അളവറ്റ ഭക്തിയും വിശ്വാസവുമുണ്ടായിരുനതിനാൽ ആ മനുഷ്യൻ ആ സ്വാമിയെ ഭജിച്ചുകൊണ്ട് ആ ക്ഷേത്രസന്നിധിയിൽത്തന്നെ താമസിച്ചിരുന്നു. അദ്ദേഹം അവിടെ ഭജനം തുടങ്ങുന്നതിനു മുമ്പ് ആ ദേശത്തുള്ള ബാലികാബാലകന്മാരെ അക്ഷരാഭ്യാസം ചെയ്യിച്ചുകൊണ്ടാണ് സ്വഗൃഹത്തിൽ താമസിച്ചിരുന്നത്. അതിനാലദ്ദേഹത്തെ എല്ലാവരും പറഞ്ഞിരുന്നത് ആശാൻ എന്നായിരുന്നു. ആശാന് ആ ക്ഷേത്രം ഇടിഞ്ഞുപൊളിഞ്ഞ് അനാഥസ്ഥിതിയിലായിപ്പോയതിനെക്കുറിച്ചു വളരെ സങ്കടവും അതു വല്ലപ്രകാരം ജീർണ്ണോദ്ധാരണം ചെയ്യിച്ചാൽക്കൊള്ളാമെന്ന് അത്യധികമായ ആഗ്രഹവുമുണ്ടായി. എങ്കിലും അദ്ദേഹം കേവലം നിർദ്ധനനായിരുന്നതിനാൽ ആ ആഗ്രഹം സാധിക്കുന്നതിനു യാതൊരു മാർഗ്ഗവുമുണ്ടായിരുന്നില്ല. അതിനാലദ്ദേഹം വളരെ സങ്കടപ്പെട്ടുകൊണ്ടും ഈ കാര്യം സാധിക്കുന്നതിന് എന്തെങ്കിലും മാർഗ്ഗമുണ്ടാക്കിക്കൊടുക്കണമെന്നു സദാ അയ്യപ്പസ്വാമിയുടെ സന്നിധിയിൽ പ്രാർത്ഥിച്ചുകൊണ്ടും ദിവസങ്ങൾ കഴിച്ചുകൂട്ടിക്കൊണ്ടിരുന്നു.

അങ്ങനെയിരുന്നപ്പോൾ ഒരു ദിവസം രാത്രിയിൽ ആശാൻ കിടന്നുറങ്ങിയ സമയം അദ്ദേഹത്തിന് ഒരു സ്വപ്നമുണ്ടായി. അത് എങ്ങനെയെന്നാൽ, അദ്ദേഹത്തിന്റെ തലയ്ക്കൽ ചെന്നിരുന്നുകൊണ്ട് ഒരാൾ 'ഇതിനെക്കുറിച്ച് ആശാൻ ഒട്ടും വ്യസനിക്കേണ്ടാ. ഞാൻ പറയുന്നതുപോലെ ചെയ്താൽ ഈ കാര്യം നിഷ്പ്രയാസം സാധിക്കാൻ മാർഗ്ഗമുണ്ടാകും. തിരുവല്ലായിൽനിന്നു കിഴക്ക് ഓതർമല എന്നു പേരായിട്ട് ഒരു വലിയ കുന്നുണ്ട്. അവിടെച്ചെന്നു നോക്കിയാൽ എൺപത്തിനാല്ലു വിധം പച്ചമരുന്നുകൾ കാണും. അവയുടെ വേരും ഇലയും കുറേശ്ശേ പറിച്ചെടുത്തുകൊണ്ടുവരണം. പിന്നെ കറുപ്പും കഞ്ചാവുമുൾപ്പെടെ അറുപത്തിനാലുകൂട്ടം അങ്ങാടി മരുന്നുകളും കുറേശ്ശെ വാങ്ങണം. അവയെല്ലാം യഥോചിതം ചേർത്ത് കുറച്ച് എണ്ണ കാച്ചണം. അത് ആവണക്കെണ്ണ, വേപ്പെണ്ണ, ഓടയെണ്ണ, മരോട്ടിയെണ്ണ, പുന്നക്കായെണ്ണ, പൂവത്തെണ്ണ മുതലായ സകലയെണ്ണകളും ചേർത്തു വേണം കാച്ചാൻ. എന്നാൽ എള്ളിൽനിന്നെടുക്കുന്ന എണ്ണ അതിൽ ചേർക്കുകയുമരുത്. അങ്ങനെ എണ്ണ കാച്ചി രോഗികൾക്കു കൊടുത്തു സേവിപ്പിച്ചാൽ സകലരോഗങ്ങളും ഭേദമാകും. വിശേഷിച്ചു വാതസംബന്ധങ്ങളായ

രോഗങ്ങൾക്ക് ഈ എണ്ണ ഏറ്റവും ഫലപ്രദമായിരിക്കും. ഈ എണ്ണയ്ക്ക് സ്വല്പമായ ഒരു വില ദേവസ്വത്തിലേക്കു വാങ്ങിക്കൊള്ളണം. അങ്ങനെ കുറച്ചു ദിവസം കഴിയുമ്പോൾ ഈ എണ്ണയുടെ കാര്യം ലോകപ്രസിദ്ധമായിത്തീരും. അപ്പോൾ പല സ്ഥലങ്ങളിൽ നിന്നും സംഖ്യയില്ലാതെ രോഗികൾ ഈ എണ്ണ സേവിക്കാനായി ഇവിടെ വന്നു തുടങ്ങുകയും അവരിൽ നിന്ന് എണ്ണയുടെ വിലയായിട്ടും മറ്റും കിട്ടുന്ന സംഖ്യകൾകൊണ്ടു ദേവസ്വത്തിൽ ധനം ധാരാളം വർദ്ധിക്കുകയും ചെയ്യും. അപ്പോൾ ക്ഷേത്രത്തിന്റെ ജീർണ്ണോദ്ധാരണം നടത്തിക്കാൻ പ്രയാസമില്ലാതെയാകുമല്ലോ. അതു കഴിഞ്ഞാൽ പിന്നെയും ഈ എണ്ണ നിമിത്തം ഈ ദേവസ്വത്തിൽ ധനം വർദ്ധിച്ചുകൊണ്ടുതന്നെയിരിക്കും. തൽക്കാലം അങ്ങാടിമരുന്നുകളും എണ്ണകളും വാങ്ങാൻ ആവശ്യമുള്ള പണം ഇതാ ഇവിടെയിരിക്കുന്നു' എന്നു പറഞ്ഞതായിട്ടായിരുന്നു സ്വപ്നം.

ആശാൻ ഉടനെ ഉണർന്നു കണ്ണു തുറന്നു നോക്കിയപ്പോൾ അവിടെയെങ്ങും ആരെയും കണ്ടില്ല. എങ്കിലും തലയ്ക്കൽ കുറച്ചു പണം ഇരിക്കുന്നുണ്ടായിരുന്നു. അതിനാലാശാൻ, ഇങ്ങനെ തന്റെ അടുക്കൽ വന്നു പറയുകയും ഈ പണം തരികയും ചെയ്തത് ഭക്തവത്സലനും കരുണാനിധിയുമായ തകഴിൽ ശാസ്താവുതന്നെയാണെന്നു വിശ്വസിച്ചുകൊണ്ട് ആ പണം കൈയിലെടുക്കുകയും അടുത്ത ദിവസം തന്നെ ഓതർമലയിലെത്തി എൺപത്തിനാലു പച്ചമരുന്നുകളും പറിച്ചുകൊണ്ടുവരികയും അങ്ങാടിമരുന്നുകളും എണ്ണകളുമെല്ലാം ശേഖരിച്ചു സ്വപ്നത്തിലുണ്ടായ സ്വാമിനിയോഗം പോലെ അഞ്ചാറു ദിവസംകൊണ്ട് ആ എണ്ണ കാച്ചിയരിച്ചുവെയ്ക്കുകയും ചെയ്തു.

അക്കാലത്ത് ആ ദേശത്തുതന്നെ പല വൈദ്യന്മാർ അനേകവിധം ചികിത്സകളെല്ലാം ചെയ്തു നോക്കീട്ടും ഫലപ്പെടായ്കയാൽ ഒടുക്കം അസാദ്ധ്യമെന്നു തീർച്ചപ്പെടുത്തി ഉപേക്ഷിക്കപ്പെട്ടവരായ അനേകം രോഗികളുണ്ടായിരുന്നു. ആശാൻ അവരെയെല്ലാം ആ ക്ഷേത്രസന്നിധിയിൽ വരുത്തി ഭജനമായി താമസിപ്പിക്കുകയും ഒഴക്കെണ്ണയ്ക്ക്, ഒരു പണം (നാലു ചക്രം) വീതം നടയ്ക്കു വെപ്പിച്ചുകൊണ്ട് എണ്ണ കൊടുത്തുസേവിപ്പിക്കുകയും എണ്ണ സേവിച്ചവരെല്ലാം സ്വസ്ഥതയെ പ്രാപിക്കുകയും ചെയ്തു. ചിലർക്ക് ഒരു ദിവസം എണ്ണ സേവിച്ചപ്പോൾതന്നെ നല്ല സുഖമായി. മറ്റു ചിലർക്ക് പന്ത്രണ്ടു ദിവസം എണ്ണ സേവിച്ചിട്ടാണ് പൂർണ്ണസുഖം സിദ്ധിച്ചത്. എങ്കിലും ആ എണ്ണ സേവിച്ചിട്ട് ആർക്കും സുഖം സിദ്ധിക്കാതെയിരുന്നില്ല. ഇത്രയും കഴിഞ്ഞപ്പോഴേക്കും ഈ വർത്തമാനം കേട്ടുകേൾപ്പിച്ചു ലോകപ്രസിദ്ധമായിത്തീർന്നു. അപ്പോൾ പല സ്ഥലങ്ങളിൽനിന്നുമായ സംഖ്യയില്ലാതെ രോഗികൾ ഈ എണ്ണ സേവിക്കാനായി ഇവിടെ വന്നു തുടങ്ങി. വരുന്നവർക്കൊക്കെ കൊടുക്കുന്നതിനു മുടക്കം കൂടാതെ ആശാൻ എണ്ണ കാച്ചിയരിച്ചു ദേവസ്വത്തിൽ ഏൽപ്പിച്ചു കൊടുത്തുകൊണ്ടുമിരുന്നു. അങ്ങനെ കുറച്ചുകാലം കഴിഞ്ഞപ്പോഴേയ്ക്കും എണ്ണയുടെ വിലയായിട്ടും രോഗികൾ ഭക്തിപൂർവ്വം വിശേഷാൽ നടയ്ക്കുവെയ്ക്കുന്നതായിട്ടും ദേവസ്വത്തിൽ അപരിമിതമായിട്ടു ധനം വർദ്ധിച്ചു. അപ്പോൾ ആശാൻ തന്നെ ചുമതലപ്പെട്ടു ക്ഷേത്രത്തിന്റെ ജീർണ്ണോദ്ധാരണവും കലശവും മറ്റും വളരെ ഭംഗിയായിട്ടും കേമമായിട്ടും നടത്തിച്ചു. പിന്നെയും രോഗികളുടെ വരവും ദേവസ്വത്തിലെ ധനവും പൂർവ്വാധികം വർദ്ധിച്ചു കൊണ്ടുതന്നെയിരുന്നതിനാൽ ആശാൻ ക്ഷേത്രത്തിലെ

നിത്യനിദാനം, മാസവിശേഷം, ആട്ടവിശേഷം മുതലായവയെല്ലാം പരിഷ്കരിച്ച ഭംഗിയാക്കി.

അങ്ങനെ ഏതാനും സംവത്സരങ്ങൾ കഴിഞ്ഞപ്പോൾ പ്രായാധിക്യം നിമിത്തം ആശാൻ ഏറ്റവും ക്ഷീണിക്കുകയും മരുന്നുകളും മറ്റും ശേഖരിച്ച് എണ്ണ കാച്ചി ദേവസ്വത്തിലേൽപ്പിക്കാൻ അശക്തനായിത്തീരുകയും ചെയ്തു. അപ്പോൾ അദ്ദേഹം എണ്ണയ്ക്ക് വേണ്ടുന്ന മരുന്നുകളുടെയും എണ്ണകളുടെയും കണക്കിനും കാച്ചിയരിക്കാനുള്ള ക്രമത്തിനും മറ്റും വിവരമായി ഒരു ചാർത്തെഴുതി ദേവസ്വത്തിലേൽപ്പിച്ചു. പിന്നെ അധികം താമസിയാതെ അദ്ദേഹം കാലധർമ്മത്തെ പ്രാപിക്കുകയും ചെയ്തു.

ഭക്തശിരോമണിയും സൽഗുണവാരിധിയുമായിരുന്ന ആശാന്റെ ദേഹവിയോഗം നിമിത്തം ആ ദേവസ്വക്കാർക്കും ദേശക്കാർക്കുമുണ്ടായ സങ്കടം അപരിമിതം തന്നെയായിരുന്നു. അതിനാലവരെല്ലാം കൂടിയാലോചിച്ചു ആശാന്റെ രൂപം എന്നും കാണുന്നതിനും അദ്ദേഹത്തെക്കുറിച്ചുള്ള സ്മരണ എന്നും ജനങ്ങളുടെ ഹൃദയത്തിൽ നിലനിൽക്കുന്നതിനുമായി ആശാന്റെ ഒരു വിഗ്രഹമുണ്ടാക്കിച്ചു ക്ഷേത്രസന്നിധിയിൽത്തന്നെ പ്രതിഷ്ഠിച്ചു. ആ വിഗ്രഹം ഇപ്പോഴും അവിടെത്തന്നെ ഇരിക്കുന്നുണ്ട്.

ആശാന്റെ കാലാനന്തരം അദ്ദേഹത്തിന്റെ ചാർത്തനുസരിച്ചു ദേവസ്വക്കാർ തന്നെ മരുന്നുകളും മറ്റും ശേഖരിച്ചു യഥാപൂർവ്വം എണ്ണ കാച്ചിയരിച്ചു വെച്ചു തുടങ്ങി. അപ്പോഴും അയ്യപ്പസ്വാമിയുടെ സാന്നിദ്ധ്യം അവിടെ നിലനിന്നിരുന്നതിനാൽ രോഗികളുടെ വരവിന് ഒരു കുറവുമുണ്ടായില്ല. മുമ്പിലത്തെപ്പോലെതന്നെ പ്രതിദിനം അസംഖ്യം രോഗികൾ വരികയും എണ്ണ സേവിക്കുകയും എല്ലാവരും സ്വസ്ഥതയെ പ്രാപിക്കുകയും ചെയ്തുകൊണ്ടിരുന്നു. അപ്പോൾ ദേവസ്വക്കാർ എണ്ണയുടെ വില ഒഴക്കിന് ഒരു പണമായിരുന്നത് അര രൂപയാക്കി. എന്നിട്ടും രോഗികളുടെ വരവിന് അവിടെ ഒരു കുറവുമുണ്ടായില്ല. ഇപ്പോഴും അവിടെ അതിനൊന്നിനും യാതൊരു വ്യത്യാസവും വന്നിട്ടില്ല. എല്ലാം യഥാപൂർവ്വം നടന്നുകൊണ്ടുതന്നെയിരിക്കുന്നു.

ആശാന്റെ കാലം കഴിഞ്ഞതിന്റെ ശേഷം പച്ചമരുന്നുകൾ വരുത്തുകയും എണ്ണ കാച്ചിയരിച്ചു വെയ്ക്കുകയും ചെയ്യുന്നതു ദേവസ്വക്കാർ തന്നെയാണെന്നു മുമ്പു പറഞ്ഞിട്ടുണ്ടല്ലോ. മരുന്നുകൾ പറിച്ചുകൊണ്ടുവരുവാൻ ദേവസ്വക്കാർ അയയ്ക്കുന്നത് ദേവസ്വത്തിലെ അടിയാരായിട്ടുള്ള പുലയരെത്തന്നെയാണ്. മലയിൽ ചെന്നു മരുന്നുകളെല്ലാം പറിച്ചു ശേഖരിച്ചു കൊണ്ടുവരുന്നതിന് അവർക്കു നാലഞ്ചു ദിവസം വേണ്ടിവരും.അതിനാൽ അവർക്ക് അത്രയും ദിവസത്തെ ഭക്ഷണത്തിനു വേണ്ടുന്ന അരിയും കോപ്പുകളും കൂടി കൊടുത്തയച്ചാണ് അവരെപ്പറഞ്ഞയയ്ക്കുക പതിവ്.

പുലയർ പറിച്ചുകൊണ്ടുവരുന്ന മരുന്നുകളിൽ വേണ്ടുന്നവയും വേണ്ടാത്തവയും ഉണ്ടായിരിക്കും. അവ തിരഞ്ഞെടുക്കുന്നതിന് ആ പുലയർക്കെന്നല്ല, ദേവസ്വക്കാർക്കും അറിഞ്ഞുകൂടാ. അതിനാൽ ദേവസ്വക്കാർ ആ മരുന്നുകളെല്ലാം കെട്ടി നേരം വൈകുമ്പോൾ മണ്ഡപത്തിൽ വെച്ചേക്കും. പിറ്റേദിവസം നേരം വെളുക്കുമ്പോൾ അവയിൽച്ചിലതെല്ലാം താഴെ വീണുകിടക്കുകയും ശേഷമെല്ലാം മണ്ഡപത്തിൽത്തന്നെ ഇരിക്കുകയും ചെയ്യും., താഴെ വീണുകിടക്കുന്നവ കൊള്ളരുതാത്തവയെന്നു തീർച്ചയാക്കി കളയുകയും

മണ്ഡപത്തിലിരിക്കുന്നവ ചേർത്ത് എണ്ണ കാച്ചുകയുമാണ് പതിവ്.

എണ്ണയ്ക്ക് അവിടെ ആരും പാകം നോക്കാറില്ല. എണ്ണ അരിക്കാനുള്ള ദിവസം ഉച്ചപ്പൂജ കഴിഞ്ഞു നടയടച്ചാൽ എണ്ണയെടുത്ത് അടുപ്പത്തു വെച്ച് തീ കത്തിച്ച് ഇളക്കിക്കൊണ്ടിരിക്കും. കുറച്ചുനേരം കഴിയുമ്പോൾ ക്ഷേത്രത്തിനകത്തുനിന്നു ഒരു മണിനാദം കേൾക്കപ്പെടും. ഉടനെ എണ്ണ വാങ്ങി അരിക്കുകയും ചെയ്യും. അതാണ് അവിടത്തെ പാകം. അല്ലാതെ അരക്കും മണലുമൊന്നുമല്ല.

എണ്ണ അരിക്കുന്ന ദിവസങ്ങളിൽ അവിടെ ഉച്ചപ്പൂജയ്ക്കു ദേവനുവിശേഷാൽ ഒരു ശർക്കരപ്പായസനിവേദ്യം പതിവുണ്ട്. അതിന് 'എണ്ണപ്പായസം' എന്നാണ് പേരു പറഞ്ഞുവരുന്നത്. ആ പായസം ഉണ്ടു നോക്കിയാൽ അതിന് അവിടെ അരിക്കുന്ന എണ്ണയുടെ സ്വാദു നല്ലപോലെ ഉണ്ടായിരിക്കും. എങ്കിലും അതു ജനങ്ങൾ ഭക്തിയോടുകൂടി ഭക്ഷിക്കുകയല്ലാതെ കളയാറില്ല. തകഴിയിൽ ശാസ്താവിന് അടനിവേദ്യം വളരെ പ്രധാനമാണ്. അവിടെ ഇപ്പോഴും ദിവസംതോറും പതിവായി അടനിവേദ്യമുണ്ട്. അതിന് അഞ്ചു ചക്രമേ ചെലവുള്ളൂ. നിവേദ്യം കഴിഞ്ഞ ആ അട വിറ്റാലും അഞ്ചുചക്രം കിട്ടും. ഈ വഴിപാട് ഒരു പട്ടരുടെ വകയായിട്ടാണ് നടന്നുപോകുന്നത്.

പണ്ടൊരിക്കൽ ഒരു പട്ടർ കച്ചവടത്തിനായി പാണ്ടിയിൽനിന്നു കേരളത്തിലെത്തി. പല സ്ഥലങ്ങളിൽ സഞ്ചരിച്ചതിന്റെ ശേഷം ഒടുവിൽ തകഴിയിൽ വന്നു ചേർന്നു. അദ്ദേഹത്തിനു മറ്റുള്ള സ്ഥലങ്ങളെക്കാളധികം ബോധിച്ചത് തകഴിയാണ്. അതിനാൽ കച്ചവടം ചെയ്തുകൊണ്ട് അദ്ദേഹം അവിടെ സ്ഥിരമായിത്താമസിച്ചു. അവിടെ കച്ചവടത്തിൽ അദ്ദേഹത്തിനു ധാരാളം ലാഭം കിട്ടിക്കൊണ്ടിരുന്നു. അദ്ദേഹം ശാസ്താവിനെ ഭക്തിപൂർവം സേവിച്ചുകൊണ്ടുമാണ് അവിടെത്താമസിച്ചിരുന്നത്. ആ സ്വാമിയുടെ കൃപകൊണ്ടാണ് തനിക്ക് അസാമാന്യമായ ലാഭം കിട്ടുന്നതെന്നായിരുന്നു അദ്ദേഹത്തിന്റെ വിശ്വാസം. അതുകൊണ്ടാണ് അദ്ദേഹം ഈ അടവഴിപാടു പതിവായി നടത്തിക്കൊണ്ടിരുന്നത്. അങ്ങനെ കുറച്ചുകാലം കഴിഞ്ഞപ്പോഴേക്കും അദ്ദേഹം വലിയ ധനവാനായിത്തീരുകയും ആ ദേശത്തുതന്നെ നിലങ്ങളായിട്ടും പുരയിടങ്ങളായിട്ടും വളരെ വസ്തുക്കൾ സമ്പാദിക്കുകയും ചെയ്തു.

അനന്തരം ഏതാനും കൊല്ലങ്ങൾ കഴിഞ്ഞപ്പോൾ അദ്ദേഹത്തിനു സ്വദേശമായ പാണ്ടിയിൽത്തന്നെ ചെന്നു താമസിക്കേണ്ടതായ ചില അത്യാവശ്യങ്ങൾ നേരിട്ടു. അതിനാലദ്ദേഹം വസ്തുക്കളെല്ലാം വിശ്വസ്തരായ ചിലരെ പാട്ടത്തിനേൽപ്പിക്കുകയും പാട്ടം പണമായിട്ടു പാണ്ടിയിലയച്ചുകൊടുക്കാൻ ചട്ടം കെട്ടുകയും അടവഴിപാടു മുടക്കം കൂടാതെ നടത്തുന്നതിന് ഒരു സ്നേഹിതനെപ്പറഞ്ഞേൽപ്പിക്കുകയും ചെയ്തിട്ട് പാണ്ടിയിലേക്കു പോയി. അടവഴിപാടു നടത്തുന്നതിന് അട വിറ്റു കിട്ടുന്ന ചക്രം കൊണ്ടു മതിയാകുമെന്നായിരുന്നതിനാൽ ആ വകയ്ക്ക് അദ്ദേഹം വിശേഷിച്ചൊന്നും വിശേഷിച്ചൊന്നും കൊടുക്കാതെയാണ് പോയത്.

പട്ടർ പാണ്ടിയിലേക്കു പോയിട്ടു കുറച്ചു ദിവസം കഴിഞ്ഞപ്പോൾ അട വിലയ്ക്കുവാങ്ങാൻ ആരും വരാതെയായി. ചക്രം കിട്ടാതെയായപ്പോൾ വഴിപാടു നടത്താൻ ചുമതലപ്പെട്ടിരുന്ന ആൾ അതു മുട്ടിച്ചു. വഴിപാടു മുട്ടിയപ്പോൾ

പാങ്ങിയിൽ പട്ടരുടെ ഗൃഹത്തിൽ ചില ആപത്തുകളും അനർത്ഥങ്ങളും കണ്ടു തുടങ്ങി. അപ്പോൾ ആ ബ്രാഹ്മണൻ അതിനു പല വിധത്തിലുള്ള പ്രതിവിധികൾ നടത്തുകയും നടത്തിക്കുകയും ചെയ്തു. അതുകൊണ്ടും ഒരു ഫലവുമുണ്ടായില്ല. അതിനാൽ ആ പട്ടർ ഇതിന്റെ കാരണമറിയുന്നതിനായി ഒരു പ്രശ്നക്കാരനെ വരുത്തി പ്രശ്നം വെയ്പിച്ചു നോക്കി. അപ്പോൾ ആ പ്രശ്ന ക്കാരൻ ഈ പാപത്തിന്റെ കാരണം ഒരു ശാസ്താവിന്റെ കോപമാണെന്നു വിധിച്ചു. ആ ശാസ്താവു തകഴിയിൽ ശാസ്താവുതന്നെയാണെന്നു പട്ടർക്കു ഭൂതോദയമുണ്ടാവുകയാൽ അദ്ദേഹം ഉടനെ അവിടെ നിന്നു പുറപ്പെട്ടു തകഴിയിലെത്തി അന്വേഷിച്ചപ്പോൾ മുടാങ്ങാതെ എന്നും നടക്കണമെന്നു നിശ്ചയിച്ചിരുന്ന അടവഴിപാടു കുറച്ചു ദിവസമായി മുട്ടിയിരിക്കുകയാണെന്നു മനസ്സിലാവുകയാൽ തന്റെ വക നിലങ്ങളിൽ അപ്പോൾ നെല്ലു വിളഞ്ഞുകിട ന്നിരുന്ന പന്ത്രണ്ടുപറക്കണ്ടം ഈ അടവഴിപാടു മുട്ടാതെ എന്നും നടത്തേണ്ട തിലേക്കായി ദേവസ്വത്തിലേക്കു തീറായി എഴുതിക്കൊടുക്കുകയും വഴിപാടു മുട്ടിച്ചതിനു ചില പ്രായശ്ചിത്തങ്ങൾ നടത്തുകയും ചെയ്തതിന്റെ ശേഷം അദ്ദേഹം പാണ്ടിയിലേക്കു മടങ്ങിപ്പോവുകയും ചെയ്തു. അദ്ദേഹം സ്വഗൃഹ ത്തിലെത്തിയപ്പോഴേക്കും അവിടെ ഉണ്ടായിക്കൊണ്ടിരുന്ന ആപത്തുകളും അനർത്ഥങ്ങളുമെല്ലാം ശമിച്ചു യഥാപൂർവ്വം സുഖമായിരുന്നു. അദേഹം എഴുതിക്കൊടുത്ത പുഞ്ചനിലത്തിൽനിന്നുള്ള ആദായം കൊണ്ട് ഇപ്പോഴും ദേവസ്വക്കാർ ആ അടവഴിപാടു മുടക്കം കൂടാതെ നടത്തിപ്പോരുന്നുണ്ട്.

പണ്ടൊരിക്കൽ ജനനം മുതൽക്കുതന്നെ കാൽ നിവരാതെയിരുന്ന ഒരു പട്ടർ യൗവനമായപ്പോൾ കൈകൾ കുട്ടിക്കുത്തി നാലു കാലിന്മേൽ നടന്നു ഒരുവിധത്തിൽ പാണ്ടിയിൽ നിന്ന് അമ്പലപ്പുഴെ വന്നു ചേർന്നു. ആ പാവപ്പെട്ട ബ്രാഹ്മണന്റെ കഷ്ടപാടു കണ്ടിട്ട് അമ്പലപ്പുഴക്കാരിൽ ചിലർ അദ്ദേഹത്തോട് 'തകഴിയിൽച്ചെന്നു കുറച്ചെണ്ണ വാങ്ങിസ്സേവിച്ചാൽ അങ്ങേക്കു കാൽകുത്തി നടക്കാറാകും' എന്നു പറഞ്ഞു. എങ്കിലും കൈവശം പണമില്ലാതിരുന്നതിനാൽ അദ്ദേഹത്തിന് അത് സാധ്യമല്ലായിരുന്നു.

അങ്ങനെയിരുന്നപ്പോൾ അവിടെ ക്ഷേത്രത്തിൽ പാൽപ്പായസത്തിനു പതിവായി പാൽ കൊണ്ടുചെന്നു കൊടുക്കുന്ന സ്ത്രീകൾക്കു ദേവസ്വക്കാർ കണക്കു തീർത്തു പണം കൊടുക്കുന്നതു കണ്ടിട്ട് അദ്ദേഹം അവരുടെ അടു ക്കൽച്ചെന്നു യാചിക്കുകയാൽ ആ സ്ത്രീകൾ അദ്ദേഹത്തിന് യഥാശക്തി കുറേശ്ശേ പണം കൊടുത്തു. അദ്ദേഹം ആ പണവും കൊണ്ടു തകഴിയിൽച്ചെ ന്നു മൂന്നു ദിവസം എണ്ണവാങ്ങിസ്സേവിച്ചു. നാലാം ദിവസമായപ്പോഴേക്കും അദ്ദേഹത്തിനു കാലുകൾ കുത്തി കുറേശ്ശേ നടാക്കാറായി. പിന്നെ അദ്ദേഹം എണ്ണ വാങ്ങീട്ടു ബാക്കിയുണ്ടായിരുന്ന പണം അടവഴിപാടിനായി അവിടെ കൊടുത്തേൽപ്പിച്ചിട്ടു വടികുത്തി നടന്ന് അമ്പലപ്പുഴയെത്തി. നാലഞ്ചു ദിവ സംകൂടിക്കഴിഞ്ഞപ്പോൾ വടി കൂടാതെ തന്നെ അദ്ദേഹത്തിനു സാമാന്യം പോലെ നടാക്കാറാവുകയും ചെയ്തു.

ഒരാണ്ടിൽ ഉത്സവത്തിനു ജനങ്ങളിൽനിന്നു പണം പതിവുപോലെ പിരിഞ്ഞുകിട്ടിയില്ല. അതിനാൽ ദേവസ്വം മാനേജർ ആറാട്ടിന്റെ എഴുന്ന ള്ളിപ്പിനു തീവെട്ടിക്കൊഴിക്കാനുള്ള വെളിച്ചെണ്ണ തൽക്കാലം കടമായിട്ടു കൊടുക്കണമെന്നും ആറാട്ടു കഴിഞ്ഞിട്ടു പണമുണ്ടാക്കിക്കൊടുക്കാമെന്നും ഒരു കച്ചവടക്കാരനോടു പറയുകയും കച്ചവടക്കാരൻ അതു സമ്മതിക്കുകയും

ചെയ്തിരുന്നു. എങ്കിലും വെളിച്ചെണ്ണയ്ക്കാവശ്യമായപ്പോൾ റൊക്കം പണം കിട്ടാതെ വെളിച്ചെണ്ണ കൊടുക്കുകയില്ലെന്നു കച്ചവടക്കാരൻ പറയുകയാൽ മാനേജർ വല്ലാതെ വിഷണ്ണനായിത്തീർന്നു. അക്കൊല്ലം ആറാട്ടിന്റെ എഴുന്നള്ളിപ്പു കാണാൻ മേൽജാതിക്കാരായിട്ടും കീഴ്ജാതിക്കാരായിട്ടും പതിവിലധികമാളുകൾ വന്നുകൂടീട്ടുണ്ടായിരുന്നു. എങ്കിലും എന്തു ചെയ്യും? ആ രാത്രിയിൽ ആരോടു പണം ചോദിക്കുന്നു? ചോദിച്ചാലും ആരു കൊടുക്കും? ആകപ്പാടെ വലിയ കുഴപ്പമായി. ആ സമയത്തു കാഴ്ചക്കായി വന്നിരുന്നവരിൽ ചില പുരുഷന്മാരും ചില സ്ത്രീകളും തുള്ളിത്തുടങ്ങി. അപ്പോൾ ആ കൂട്ടാത്തിൽനിന്നു ഒരാൾ ശാസ്താവിന്റെ ആളായിട്ട് (വെളിച്ചപ്പാടായിട്ട്) 'ഈ തുള്ളുന്നതെല്ലാം എന്റെ ഭൃതങ്ങൾ ആവേശിച്ചിട്ടാണ്. ഓരോരുത്തരും അൻപതു പണംവീതം ഇവിടെ കാണിക്കയിട്ടല്ലാതെ ഈ തുള്ളൽ മാറുകയില്ല' എന്നു കൽപ്പിച്ചു. തുള്ളിക്കൊണ്ടുനിന്നവരുടെ ഉടമസ്ഥന്മാരെല്ലവരും കൽപ്പനപോലെ പണം കാണിക്കയിട്ടു. ഉടനെ എല്ലാവരുടെയും തുള്ളൽ ശമിക്കുകയും ചെയ്തു. കാണിക്കയിട്ടുണ്ടായ പണത്തിൽനിന്നു വിലകൊടുത്തു മാനേജർ വെളിച്ചെണ്ണ വാങ്ങി ആറാട്ടു കെങ്കേമമായി നടത്തി. വെളിച്ചെണ്ണ വാങ്ങിക്കഴിഞ്ഞിട്ടു പിന്നെയും വളരെപ്പണം മിച്ചമുണ്ടായിരുന്നു.

'തകഴിൽമരും ശാസ്താവകമലരതിയായലിഞ്ഞു നമ്മൾക്കും
മികവൊട്ടു സുഖമേകാനാസ്സകലശ്വരനെസ്സദാ നമിക്കുന്നേൻ.'

●

തിരുവിഴാ മഹാദേവനും അവിടുത്തെ മരുന്നും

തിരുവിഴാമഹാക്ഷേത്രം മുമ്പു ചേർത്തലത്താലൂക്കിൽ മാരാരിക്കുളം വടക്കുപകുതിയിൽ 'പെരുന്നേർമംഗലം' മുറിയിലായിരുന്നു. കഴിഞ്ഞ കണ്ടെഴുത്തുകാലത്തു ചേർത്തല തെക്കുപകുതിയിലായി സർവ്വേ ചെയ്യുകയാൽ ഇപ്പോൾ അങ്ങനെയാണിരിക്കുന്നത്.

ഈ ക്ഷേത്രമിരിക്കുന്ന സ്ഥലം പണ്ട് 'അറയ്ക്കൽ പണിക്കർ' എന്നു പ്രസിദ്ധനായിരുന്ന ഒരു നായരുടെ കുടുംബം വകയായിരുന്നു. എങ്കിലും ഈ സ്ഥലമെല്ലാം കാടുപിടിച്ചാണ് കിടന്നിരുന്നത്. ആ കാട്ടിനകത്ത് ഒരു കുളവുമുണ്ടായിരുന്നു. ആ കുളത്തിന്റെ ചുറ്റും ഉള്ളാടന്മാർ(വേടന്മാർ) എന്നു പറയപ്പെടുന്ന ഒരു വക ജാതിക്കാരാണ് താമസിച്ചിരുന്നത്. അവർ ഈ കുളത്തിൽനിന്നും ആമകളെ പിടിച്ചുകൊണ്ട് അവയുടെ മാംസമെടുത്തു വേവിച്ചുതിന്നുക പതിവായിരുന്നു. ആമകൾ 'കാരാമ' എന്നും 'വെള്ളാമ' എന്നും രണ്ടുവകയുണ്ടല്ലോ. അവയിൽ ഈ കുളത്തിലുണ്ടായിരുന്നവയെല്ലാം കാരാമയായിരുന്നു. കാരാമ വെള്ളത്തിനടിയിൽ ചേറ്റിൽപ്പൂണ്ടാണു മിക്കപ്പോഴും കിടക്കുക പതിവ്. അതിനാൽ ഈ ഉള്ളാടന്മാർ മരക്കൊമ്പുകൾ കൊണ്ടോ, അകലുകൊണ്ടോ വടിപോലെ ഒരു കോലുണ്ടാക്കി വെള്ളത്തിലിറങ്ങി കുത്തിനടക്കും. ആ കോലിന് അവർ പറയുന്ന പേര് കാരാമക്കോൽ എന്നാണ്. ആ കോൽകൊണ്ടു കുത്തുമ്പോൾ ആമയുടെ പുറത്തോ മറ്റോ കൊണ്ടാൽ ആമ പൊങ്ങിവരും. അപ്പോൾ അതിനെ പിടിക്കാനെളുപ്പമുണ്ട്. അതു കൊണ്ടാണ് അവർ അങ്ങനെ ചെയ്യുന്നത്. ആ പതിവനുസരിച്ച് ഒരു ദിവസം ഒരു വെള്ളാടസ്ത്രീ ആ കുളത്തിലിറങ്ങി കാരാമക്കോൽ കുത്തിനടന്നപ്പോൾ ഒരു സ്ഥലത്തു നിന്നു രക്തം ശക്തിയോടുകൂടി മേല്പോട്ടു കുതിച്ചുയർന്നു. അതുകണ്ട് ആ വേടസ്ത്രീ ഭയപ്പെട്ടു കരയ്ക്കു കയറി ഓടിച്ചെന്ന് ഈ വിവരം ആ സ്ഥലത്തിന്റെ ഉടമസ്ഥനായ അറയ്ക്കൽ പണിക്കരോടു പറഞ്ഞു. പണിക്കർ ഉടനെ അദ്ദേഹത്തെപ്പോലെ ദേശത്തു പ്രധാനന്മാരായ കീഴോങ്ങോലെ (കീൾമംഗലം) പണിക്കർ, കാണിച്ചിക്കാട്ടു കുറുപ്പ്, പടാകുളങ്ങരെപ്പണിക്കർ, ഗണപതിക്കാട്ടു പണിക്കർ, അയ്ക്കരക്കയ്മൾ, മന്ദപ്പാടിക്കുറുപ്പ്, മുഴുവക്കാട് കുറുപ്പ്, അട്ടക്കുഴിക്കാട്ടു പണിക്കർ മുതലായവരോടും മറ്റുള്ള ജനങ്ങളോടുംകൂടി കുളത്തിന്റെ സമീപത്തെത്തി നോക്കിയപ്പോൾ കുളത്തിലെ വെള്ളം മുഴുവനും രക്തമയമായിക്കണ്ട് എല്ലാവരും ഭയാത്ഭുതപരവശരായിത്തീർന്നു. പിന്നെ അവരെല്ലാവരുംകൂടി ആ കുളത്തിലെ വെള്ളം തേകി വറ്റിക്കാനായി ശ്രമം

തുടങ്ങി. അസംഖ്യമാളുകൾ കൂടി മൂന്ന പകലും രാത്രിയും മുഴുവനും ശ്രമിച്ചിട്ടും കുളത്തിലെ വെള്ളം മുഴുവനും വറ്റിക്കാൻ സാധിച്ചില്ല. എങ്കിലും വെള്ളം കുറെ വറ്റിയപ്പോൾ അവിടെ അമ്മിക്കുഴവിയുടെ ആകൃതിയിൽ ഒരു ശില കാണുകയും അതിൽനിന്നാണ് ഈ രക്തം സ്രവിച്ചുകൊണ്ടിരിക്കുന്നതെന്ന് അറിയുകയും ചെയ്തു. നാലാം ദിവസം പ്രഭാതമായപ്പോൾ എവിടെ നിന്നോ അവിടെ ഒരു യോഗീശ്വരൻ വന്നു ചേരുകയും ആ യോഗി ജനങ്ങളോട് 'ഈ കാണുന്നതു കേവലം ഒരു ശിലയല്ല. സ്വയംഭൂവായ ശിവലിംഗമാണ്. ഈ കുളത്തിലെ വെള്ളം മുഴുവൻ വറ്റിക്കാനും ഈ ശിവലിംഗത്തിന്റെ ചുവടുകാണാനും മനുഷ്യരാൽ സാധ്യമല്ല. ഇവിടെ മണ്ണിട്ടു നികത്തി ക്ഷേത്രം പണിയിച്ചു വേണ്ടതുപോലെ ആചരിക്കുകയും ആദരിക്കുകയും സേവിക്കുകയും ചെയ്താൽ ഈ ദേശത്തിനും ജനങ്ങൾക്കും വേണ്ടുന്ന ശ്രേയസ്സുകളെല്ലാം ഈ പരമശിവൻ ഉണ്ടാക്കിത്തരും. ഈ ഭഗവാന്റെ മാഹാത്മ്യം അപരിമിതമാണെന്ന് അചിരേണ നിങ്ങൾക്കു ബോധ്യപ്പെടു കയും ചെയ്യും. ഈ രക്തപ്രവാഹം 'ഞാനിപ്പോൾ നിർത്തിത്തരാം' എന്നു പറഞ്ഞിട്ട് അദ്ദേഹം അദ്ദേഹത്തിന്റെ ഭസ്മസഞ്ചിയിൽ നിന്നു സ്വല്പം ഭസ്മമെടുത്ത് ആ ശിവലിംഗത്തിൽ കാരാമക്കോൽ കൊണ്ടു പൊട്ടിയി രുന്ന സ്ഥലത്തു വച്ച് അമർത്തുകയും ഉടനേ രക്തസ്രാവം നിൽക്കുകയും ആ യോഗി അദൃശ്യനായിത്തീരുകയും ചെയ്തു. ആ യോഗി ആരാണെന്നും എവിടെനിന്നാണു വന്നതെന്നും എങ്ങോട്ടാണു പോയതെന്നും ആർക്കും നിശ്ചയമില്ല. എങ്കിലും ജനങ്ങളുടെ ഭയവും സംശയവും പോക്കുന്നതിനാ യിട്ട് സാക്ഷാൽ മഹാദേവൻതന്നെ യോഗിയുടെ വേഷം ധരിച്ച് അവിടെ പ്രത്യക്ഷനായിവന്നാതാണെന്ന് എല്ലാവരും തീർച്ചയാക്കുകയും അദ്ദേഹം കല്പിച്ചതുപോലെ എല്ലാവരുംകൂടി ഉത്സാഹിച്ചും പണം ശേഖരിച്ചും ആ കുളത്തിൽ മണ്ണിട്ടു ശിവലിംഗം കാണാവുന്ന വിധത്തിൽ നികത്തിക്കുകയും അവിടെ ക്ഷേത്രം പണിയും കലശം മുതലായവയും നടത്തിക്കുകയും ചെയ്തു. എങ്കിലും ഇപ്പോഴും വർഷകാലങ്ങളിൽ വെള്ളം പൊങ്ങുമ്പോൾ ശിവലിംഗം മൂടിപ്പോകുന്നുണ്ട്. അക്കാലങ്ങളിൽ ശാന്തിക്കാർ കരയ്ക്കിരുന്നുകൊണ്ടാണ് പൂജയും മറ്റും നടത്തുന്നത്.

അവിടെ ക്ഷേത്രം പണിയും കലശവും മറ്റും കഴിഞ്ഞതിന്റെ ശേഷം ക്ഷേത്രത്തിൽ നിത്യനിദാനം, മാസവിശേഷം, ആണ്ടുവിശേഷം മുതലാ യവയെല്ലാം വസ്തുക്കളിലെ ആദായംകൊണ്ടു ഭംഗിയായി നടക്കത്തക്ക വണ്ണമുള്ള വസ്തുവകകളെല്ലാം ദേശക്കാരെല്ലാവരുംകൂടി ദേവസ്വംപേരിൽ തന്നെ സമ്പാദിക്കുകയും ദേവസ്വം കാര്യങ്ങളെല്ലാം അന്വേഷിച്ചു നടത്തു ന്നതിനു വേണ്ടുന്ന ശമ്പളക്കാരെ നിയമിക്കുകയും ചെയ്തു.

പ്രസ്തുത ക്ഷേത്രമിരിക്കുന്ന കുളത്തിന്റെ സമീപത്തുതന്നെ പണ്ട് ഒരു വിഷ്ണുക്ഷേത്രവും ഒരു യക്ഷിയമ്പലവുമുണ്ടായിരുന്നു. ആ വിഷ്ണുക്ഷേത്രമാ യിരുന്നു ആ ദേശത്ത് പ്രധാനമായിരുന്നത്. പണ്ടൊരിക്കൽ ആ ദേശത്ത് മുഹമ്മദീയരുടെ ആക്രമണമുണ്ടായപ്പോൾ അവർ ആ വിഷ്ണുക്ഷേത്രം നശിപ്പിക്കുകയും അവിടെ പ്രതിഷ്ഠിച്ചിരുന്ന വിഗ്രഹം ഇളക്കിയെടുത്ത് ഒരു കുളത്തിൽ കൊണ്ടുപോയി ഇടുകയും ചെയ്തു. എങ്കിലും ആ യക്ഷിയമ്പലം അവർ നശിപ്പിക്കുകയും അതിലെ ബിംബം ഇളക്കുകയും ചെയ്തില്ല. അതു പൂർ വ്വസ്ഥിതിയിൽ ഇപ്പോഴും അവിടെ ഇരിക്കുന്നുണ്ട്. ആ വിഷ്ണുക്ഷേത്രത്തിൽ

തന്ത്രം കിഴക്കെ 'മണയത്താട്ട്' നമ്പൂരിക്കും മേൽക്കോയ്മസ്ഥാനം ഒരു 'ചെറുവള്ളി' നമ്പൂരിപ്പാട്ടിലേക്കുമായിരുന്നു. ദേശക്കാർ എല്ലാവരും കൂടി ഈ മഹാദേവക്ഷേത്രത്തിലേയും ആ സ്ഥാനങ്ങൾ ആ ബ്രാഹ്മണന്മാർക്കു തന്നെ കൊടുത്തു. ആ ചെറുവള്ളിനമ്പൂരിപ്പാട്ടിലെ സാക്ഷാൽ ഇല്ലം കൊച്ചി രാജ്യത്ത് മുകുന്ദപുരം താലൂക്കിലാണ്. എങ്കിലും മേല്പറഞ്ഞ വിഷ്ണുക്ഷേത്രം ഇവിടെ ഉണ്ടായിരുന്ന കാലത്ത് അവർ ക്ഷേത്രത്തിൽനിന്ന് ഏകദേശം ഒരു നാഴിക തെക്കുകിഴക്കായി ഒരില്ലം പണിയിച്ച് ഇവിടെ കുടുംബസഹിതം താമസിച്ചിരുന്നു. ക്ഷേത്രം നശിച്ചുപോയതിന്റെ ശേഷമാണ് അവർ ഈ ദിക്കിലെത്താമസം നിശ്ശേഷം ഉപേക്ഷിച്ച് വടക്കോട്ടു പോയത്. അവർ ഇവിടെത്താമസിച്ചിരുന്നപ്പോൾ ആ സ്ഥലത്തെ എല്ലാവരും ചെറുവള്ളിമന എന്നും അവിടെ ഇല്ലമില്ലാതെയായപ്പോൾ ചെറുവള്ളിപ്പറമ്പ് എന്നും പറഞ്ഞിരുന്നു. ഇപ്പോൾ ആ സ്ഥലത്തെല്ലാം കാടായിപ്പോയതിനാൽ ചെറുവള്ളിക്കാട് എന്നാണ് എലാവരും പറഞ്ഞുവരുന്നത്.

നമ്പൂരിപ്പാട്, ഈ ദേശത്തെ താമസം മതിയാക്കിപ്പോയിട്ടും കൂടെക്കൂടെ ഇവിടെ വരികയും ക്ഷേത്രകാര്യങ്ങളന്വേഷിക്കുകയും ദേവസ്വം വക വസ്തുക്കൾക്ക് ആധാരങ്ങൾ എഴുതിക്കൊടുക്കുകയും ചെയ്തിരുന്നു. അവർ ആധാരങ്ങളിൽ 'ഊരാളൊരൊത്ത തിരുനീലകണ്ഠരുവകയ്ക്ക് ചെറു വള്ളിയില്ലത്ത് ഇന്നാര്' എന്നാണ് പേര് വെച്ചിരുന്നത്. അങ്ങനെ പേരു വച്ചുള്ള ആധാരങ്ങൾ 105ആമാണ്ട് വരെ എഴുതീട്ടുള്ളതായി ഇവിടെ കാണുന്നുണ്ട്. അതിൽപ്പിന്നെ അങ്ങനെ പേരുവച്ചുള്ള പ്രമാണമൊന്നും ഇവിടെ കാണുന്നില്ല. അതുകൊണ്ട് അക്കാലം മുതൽക്ക് ആ നമ്പൂരിപ്പാട്ടിലെ വരവ് ഈ ദിക്കിലേക്ക് അധികം ഉണ്ടാകാറില്ലെന്നു തന്നെ വിചാരിക്കാം. ഏതെങ്കിലും ദേശക്കാരെല്ലാവരും കൂടി ഒരു മാനേജരെ നിയമിച്ച് ആ ഉദ്യോഗസ്ഥൻ മുഖാന്തിരമാണ് ഇപ്പോൾ ദേവസ്വകാര്യങ്ങൾ അന്വേഷിച്ചു നടത്തിപ്പോരുന്നത്. ദേവസ്വം 'തന്ത്ര'ത്തിനു സ്വദേശിയായ ചെത്തുവേലി മാരാരുടെ കുടുംബത്തിൽ നിന്ന് ഒരാളെ നിയമിക്കുകയാണ് മിക്കപ്പോഴും പതിവ്. ക്ഷേത്രത്തിൽ പൂജകൊട്ട്, പാട്ട് മുതലായവ നടത്തുന്നതും ആ കുടുംബക്കാർ തന്നെയാണ്.

ഇനി അവിടത്തെ മരുന്നിനെക്കുറിച്ചു പറയാം. ആ മഹാദേവ ക്ഷേത്രമുണ്ടായതിന്റെ ശേഷം കുറച്ചുകാലം കഴിഞ്ഞപ്പോൾ അവിടെ പതിവായി ഒരു ഭ്രാന്തൻ വരികയും പോവുകയും തുടങ്ങി. അവൻ ചിലരെ കുറേശ്ശെ ഉപദ്രവിക്കുകയും ചെയ്തിരുന്നു. അവൻ അധികമായി ഉപദ്രവിച്ചിരുന്നത് ക്ഷേത്രത്തിലെ പാത്രം തേപ്പുകാരനായ തലക്കാട്ടു നായരെയായിരുന്നു. തലക്കാട്ടുകുടുംബക്കാർ കേവലം അഗതികളും ഈ പാത്രം തേപ്പിനു കിട്ടുന്ന ആദായം കൊണ്ടുമാത്രം നിത്യവൃത്തി കഴിച്ചിരുന്ന വരുമായിരുന്നു.

ആ ഭ്രാന്തന്റെ ഉപദ്രവം സഹിക്കവയ്യാത്തവിധം കലശലായിത്തീരുകയാൽ ഒരു ദിവസം ആ പാത്രം തേപ്പുകാരൻ നായർ മഹാദേവന്റെ ക്ഷേത്രനടയിൽച്ചെന്നു തൊഴുതും കൊണ്ട് 'ഭഗവാനേ! മഹാദേവാ! ഈ ഭ്രാന്തന്റെ ഉപദ്രവം സഹിക്കാൻ വയ്യാതെയായിരിക്കുന്നു. ഇതിനൊരു സമാധാനം അവിടുന്നു തന്നെ ഉണ്ടാക്കിത്തന്നു രക്ഷിക്കണം' എന്നു പ്രാർഥിച്ചു. അന്നു രാത്രി ആ നായർ കിടന്നുറങ്ങിയപ്പോൾ ഒരാൾ അയാളുടെ അടുക്കൽ ചെന്ന് 'നീയൊട്ടും വ്യസനിക്കേണ്ട. ഞാൻ പറയുന്നതു പോലെ

ചെയ്താൽ നിനക്കു നേരിട്ടിരിക്കുന്ന ഉപദ്രവം നീങ്ങും. നാളെ വൈകുന്നേരം ആ ഭ്രാന്തൻ ക്ഷേത്രത്തിൽ വരുമ്പോൾ അവനെ പിടിച്ചു കെട്ടി ക്ഷേത്രസന്നിധിയിൽ ഇടണം. മറ്റന്നാൾ കാലത്ത് നീയവിടെ അടുത്തുള്ള പുരയിടത്തിൽ (പറമ്പിൽ) ചെന്നു നോക്കിയാൽ അവിടെ പച്ചനിറത്തിലുള്ള ഒരുമാതിരി ചെടി കാണും. അത് ഒരു പിടി പറിച്ചുകൊണ്ടു വന്ന് ശാന്തിക്കാരെ ഏല്പിച്ച് അവരെക്കൊണ്ട് അത് പാലിൽ പിഴിഞ്ഞരപ്പിച്ചു പന്തീരടിപ്പൂജസമയത്തു മഹാദേവന്റെ പീഠത്തിന്മേൽ വെയ്പിച്ചു പൂജിപ്പിച്ചു വാങ്ങണം. മൂന്നുചക്രം നടയ്ക്കു വെയ്ക്കുകയും ചെയ്തിട്ട് ആ ഭ്രാന്തനെ സേവിപ്പിക്കണം. മരുന്നു സേവിച്ചാൽ രണ്ടുനാഴിക കഴിയുമ്പോൾ ചെറുചൂടോടുകൂടി നാഴി കാഞ്ഞ വെള്ളവും കൊടുക്കണം. അതു കുടിച്ചു കഴിഞ്ഞാൽ ഒരു നാഴിക കഴിയുമ്പോൾ അവനൊന്നു ചർദ്ദിക്കും. പിന്നെ ഉച്ചപ്പൂജയ്ക്കു യക്ഷിക്കു നിവേദിക്കുന്ന പാൽപ്പായസവും കുറച്ചു കൊടുക്കണം. അതു ഭക്ഷിച്ചു കഴിയുമ്പോൾ അവൻ ഉന്മാദം മാറി സ്വസ്ഥചിത്തനായിത്തീരും. പിന്നെ അവൻ യാതൊരുപദ്രവവും ചെയ്കയില്ല. അതിനാലവനെപ്പിന്നെ കെട്ടഴിച്ചു വിടാം. അനന്തരം അവന്റെ ഇഷ്ടം പോലെ അമ്പലത്തിലെ നിവേദ്യച്ചോറോ പായസമോ കഞ്ഞി വേണമെങ്കിൽ അതോ കൊടുത്തയച്ചേക്കണം' എന്നു പറഞ്ഞതായി സ്വപ്നം കണ്ടു. ഉടനെ അയാൾ ഉണർന്നു നോക്കീട്ട് അവിടെയെങ്ങും ആരെയും കണ്ടില്ല. ഇതു മഹാദേവൻ തന്നെ തന്റെ പ്രാർഥനയെ കൈക്കൊണ്ട് ഇപ്രകാരം തന്റെ അടുക്കൽവന്ന് അരുളിച്ചെയ്തതാണെന്ന് അയാൾ തീർച്ചയാക്കുകയും അപ്രകാരമെല്ലാം ചെയ്യുകയും ആ ഭ്രാന്തന്റെ ചിത്തഭ്രമം മാറി അയാൾ സ്വസ്ഥഹൃദയനായിത്തീരുകയും അങ്ങനെ ആ പാത്രംതേപ്പുകാരനു നേരിട്ടിരുന്ന ഉപദ്രവം ഒഴിയുകയും ചെയ്തു.

ഈ വർത്തമാനം ഏതാനും ദിവസങ്ങൾകൊണ്ടു സർവ്വത്ര പ്രസിദ്ധമായിത്തീരുകയാൽ ഈ മരുന്നു സേവിക്കുന്നതിനായി പല ദിക്കുകളിൽ നിന്നും പലരും ഇവിടെ വന്നു തുടങ്ങി. ഇവിടെ വന്ന് ഈ മരുന്ന് സേവിച്ചവർക്കെല്ലാം പൂർണ്ണസുഖം സിദ്ധിക്കുമെന്നുള്ളതു തീർച്ചയാവുകയാൽ സുഖക്കേടുകാരുടെ വരവ് ക്രമേണ വളരെ വർദ്ധിച്ചു.

ഇപ്പോൾ മലയാളികൾ മാത്രമല്ല, പരദേശികളും ഉത്തരേന്ത്യക്കാരും മറ്റുമായി ആയിരത്തിലധികം ആളുകൾ മരുന്നു സേവിക്കാനായി ആണ്ടുതോറും ഇവിടെ വരുന്നുണ്ട്. ആളുകളുടെ വരവ് വർദ്ധിച്ചപ്പോൾ ദേവസ്വക്കാർ നടയ്ക്കുവെയ്പ് മുതലായവയുടെ സംഖ്യയും വർദ്ധിപ്പിച്ചു. നടയ്ക്കുവെയ്പു മൂന്നു ചക്രമായിരുന്നത് ഇപ്പോൾ പതിനാലരപ്പണമാക്കീട്ടുണ്ട്. യക്ഷിക്കും മറ്റും വഴിപാടിനുള്ള പണം വേറെയും കൊടുക്കണം. അവയെല്ലാം കൊടുത്തു ദേവസ്വത്തിൽ നിന്നു രസീതു വാങ്ങിയതിന്റെ ശേഷമേ മരുന്നു കൊടുക്കുകയുള്ളൂ. എങ്കിലും ആളുകളുടെ വരവ് ഇപ്പൊഴും വർദ്ധിച്ചു കൊണ്ടിരിക്കുന്നതല്ലാതെ ഒട്ടും കുറയുന്നില്ല. ഈ മരുന്നു സേവിക്കുന്നതിനായി ഇവിടെ സകലജാതിമതസ്ഥരും വരുന്നുണ്ട്. എല്ലാവർക്കും സുഖം സിദ്ധിക്കുന്നുമുണ്ട്. വലിയ മുഴുഭ്രാന്തന്മാരെ കൈയ്ക്കും കാൽക്കും ചങ്ങലയിട്ടു പൂട്ടിക്കെട്ടി ഇവിടെ കൊണ്ടുവന്ന് യഥാവിധി ഈ മരുന്നു സേവിപ്പിച്ചിട്ട് അവർ സ്വസ്ഥചിത്തന്മാരായി പൂർണ്ണ സുഖത്തോടുകൂടി മടങ്ങിപ്പോകുന്നത് ഇവിടെ ഒട്ടും അസാധരണമല്ല. തിരുവിതാംകൂർ മഹാരാജകുടുംബത്തിൽ നിന്ന് ഒരു കൊച്ചുതമ്പുരാൻ തിരുമനസ്സുകൊണ്ട് കൊല്ലം 1068ൽ ഇവിടെ

എഴുന്നെള്ളി ഈ മരുന്നു സേവിച്ചതായി ദേവസ്വംവക കണക്കുകൊണ്ടും മറ്റും കാണുന്നുണ്ട്.

ഈ മരുന്നു സേവിച്ചാൽ കൈവിഷം നിമിത്തമുണ്ടാകുന്ന ഭ്രാന്തും മറ്റും മാത്രമല്ല, കുഷ്ഠം, മഹോദരം, അർശസ്സ് മുതലായ മഹാരോഗങ്ങളും ഭേദമാകുന്നുണ്ട്. കൈവിഷം കൊണ്ട് കഷ്ടപ്പെടുന്നവർ ഇവിടെ നിന്ന് ഈ മരുന്നു സേവിച്ചാൽ അവർ ചർദ്ദിക്കുന്നതിൽ പരിശോധിച്ചുനോക്കിയാൽ ജപിച്ചു കൊടുത്ത സാധനത്തിന്റെ അംശം അതിൽ കാണാം. അപ്പമോ പഴമോ എന്തായാലും എത്രകാലം കഴിഞ്ഞാലും അത് മുഴുവനും ദഹിച്ചു പോകുകയില്ല. ജപബാധയുടെയും മറ്റും ഉപദ്രവമുള്ളവർ സ്ത്രീകളായാലും പുരുഷന്മാരായാലും ഇവിടെ വന്ന് ഈ മരുന്ന് സേവിച്ചാൽ ഉച്ചപ്പൂജ സമയത്തു മഹാദേവന്റെ നടയിലോ രാത്രിയിൽ പതിവുള്ള കുരുതി സമയത്ത് യക്ഷിയുടെ നടയിലോ നിൽക്കുമ്പോൾ തുള്ളി സത്യം ചെയ്ത് ഒഴിഞ്ഞു പോവുക സാധാരണമാണ്. ഇവിടെ വന്നാൽ ഒഴിയാത്ത ബാധ ഒന്നുമില്ല. ഇവിടെയിരിക്കുന്ന യക്ഷി അത്യുഗ്രമൂർത്തിയാണ്. ആ യക്ഷിയുടെ ആനുകൂല്യം കൊണ്ടു കൂടിയാണ് ജനങ്ങൾ ഇവിടെ വന്നു മരുന്നു സേവിച്ചാൽ അതിനു പൂർണ്ണഫലം സിദ്ധിക്കുന്നത്.

തിരുവിഴാക്ഷേത്രത്തിലെ നിത്യനിദാനം മുതലായവയ്ക്കു വേണ്ടുന്ന വസ്തുവകകൾ ക്ഷേത്രമുണ്ടായ കാലത്തുതന്നെ ദേശക്കാർ ദേവസ്വം പേരിൽ സമ്പാദിച്ചുവെന്നു മുമ്പു പറഞ്ഞിട്ടുണ്ടല്ലോ. പിന്നെ മരുന്നു സേവിക്കുന്നതിനായി ജനങ്ങളുടെ വരവും നടയ്ക്കുവെയ്പ്പു മുതലായതും വർദ്ധിപ്പിച്ചപ്പോൾ ആ ദേവസ്വത്തിലെ മുതലും വളരെ വർദ്ധിച്ചു. അതിനും പുറമെ ആ ക്ഷേത്രത്തിന്റെ മാഹാത്മ്യമറിഞ്ഞ് ഏതാനും കൊല്ലങ്ങൾക്കു മുമ്പുമുതൽ തിരുവിതാംകൂർ സർക്കാരിൽ നിന്ന് ഒരു സംഖ്യ ആണ്ടു തോറും ആ ദേവസ്വത്തിലേക്കു കൊടുത്തു തുടങ്ങുകയും ചെയ്തിട്ടുണ്ട്.

ദേവസ്വത്തിൽ ഇങ്ങനെ മുതൽ ധാരാളമായി വർദ്ധിച്ചപ്പോൾ ക്ഷേത്രത്തിന്റെ ഉടമസ്ഥരായ ദേശക്കാർ ക്ഷേത്രത്തിലെ പതിവുകളെല്ലാം പരിഷ്കരിച്ച് അതൊരു മഹാക്ഷേത്രത്തിന്റെ സ്ഥിതിയിലാക്കി. അവിടെ ഇപ്പോൾ പതിവായി ദിവസം തോറും അഞ്ചു പൂജയും മൂന്നു ശീവേലിയും, നവകം, പഞ്ചഗവ്യം മുതലായവയും ആണ്ടു തോറും മീനമാസത്തിൽ ചതയം കൊടിയേറ്റം തിരുവാതിര ആറാട്ടുമായി ഒരുത്സവവും നടത്തിപ്പോരുന്നുണ്ട്. ആദ്യം അവിടെ ശീവേലിക്കും മറ്റും പഞ്ചവാദ്യങ്ങൾ മാത്രമേ ഉണ്ടായിരുന്നുള്ളൂ. പിന്നെ പാണ്ടിവാദ്യവും നാഗസ്വരവും കൂടി ഏർപ്പെടുത്തി. അവയെല്ലാം ഇപ്പോഴും അവിടെ പതിവായി നടക്കുന്നുണ്ട്.

അവിടെ ഉത്സവം തുടങ്ങിയ കാലത്ത് കൊടിയേറ്റം ആറാട്ടും മാത്രം ദേവസ്വത്തിൽ നിന്നും ശേഷം എട്ടഹസ്സുകൾ അറയ്ക്കൽപ്പണിക്കർ മുതലായ പ്രധാനന്മാരും നടത്തുകയെന്നാണ് നിശ്ചയിച്ചിരുന്നത്. 1063മാണ്ട് അറയ്ക്കൽപ്പണിക്കരും ഈ അടുത്ത കാലത്തു കീഴോങ്ങലപ്പണിക്കരും അന്യം നിന്നുപോവുകയാൽ അവർ നടത്തിവന്നിരുന്ന അഹസ്സുകൾ കൂടി ഇപ്പോൾ ദേവസ്വത്തിൽനിന്നാണ് നടത്തിപ്പോരുന്നത്. അതു കൂടാതെ കാണിച്ചിക്കാട്ടു കുറുപ്പു നടത്തിവന്നിരുന്ന അഹസ്സ് അവർ വീഴ്ച വരുത്തുകയാൽ അതിപ്പോൾ ഏറ്റു നടത്തിവരുന്നത് പെരുന്നേർ മംഗലം വടക്കും

ഭാഗം നായർക്കരയോഗക്കാരാണ്. ആറാമുത്സവമായ ഭരണിനാളത്തെ ആ അഹസ്സ് ആ കരയോഗക്കാർ വളരെ ഭംഗിയായിട്ടാണ് നടത്തിപ്പോരുന്നത്.

ഇവിടെ വരുന്ന രോഗികൾക്കും മറ്റും കൊടുത്തുവരുന്ന മരുന്ന് ഈ പ്രദേശത്തല്ലാതെ മറ്റെങ്ങും ഉണ്ടാകുന്നില്ല. ഈ മരുന്നിന്റെ പേരറിയാവുന്നവർ ഈ പ്രദേശത്തു തന്നെ ആരുമില്ല. ഇതു പറിച്ച കാണിച്ചു പേരു ചോദിച്ചാലും തിരുവിഴായിലെ മരുന്ന് എന്നും മറ്റുമല്ലാതെ ആരും പറയുന്നില്ല. ഈ മരുന്നിനു അനന്യസാധാരണമായ ഒരു വിശേഷമുണ്ട്. അതെന്തെന്നാൽ പച്ച നിറമുള്ള ആ മരുന്ന് പറിച്ചെടുത്താൽ കുറച്ച് നേരം കഴിയുമ്പോൾ അതിന്റെ നിറം നീലമാകും. പിന്നെ സ്വൽപസമയം കൂടി കഴിയുമ്പോൾ കടും ചുവപ്പാകും. പിന്നെ കുറച്ച സമയം കഴിയുമ്പോൾ നല്ല കറുപ്പാകും. പിന്നെ മഞ്ഞയാകും. ഒടുക്കം നല്ല വെള്ളയുമാകും. ഈ വിശേഷം മറ്റെങ്ങും മറ്റൊരു മരുന്നിനും ഇല്ലല്ലോ. ഈ മരുന്നു പാലിൽ ഇടിച്ച പിഴിഞ്ഞിരിക്കുന്നതു ശാന്തിക്കാരൻ തന്നെ വേണം. എങ്കിലും അതു പറിച്ചുകൊണ്ടു ചെന്നു ശാന്തിക്കാരെ ഏല്പിക്കുന്നതിനുള്ള ചുമതല ഇപ്പോഴും പാത്രം തേപ്പുകാരായ തലക്കാട്ടു കുടുംബക്കാർക്കു തന്നെയാണ്.

ഇവിടെ പണ്ടൊരു വിഷ്ണുക്ഷേത്രമുണ്ടായിരുന്നുവെന്നും അത് ഇടക്കാലത്തു മുഹമ്മദീയർ നശിപ്പിച്ചു കളഞ്ഞുവെന്നും ആ വിഷ്ണു വിഗ്രഹം അവർ എടുത്തു കൊണ്ടു പോയി കുളത്തിലിട്ടുകളഞ്ഞുവെന്നും മുമ്പു പറഞ്ഞിട്ടുണ്ടല്ലോ. ആ ബിംബം അവർ എവിടെയാണ് കളഞ്ഞതെന്ന് ആർക്കും നിശ്ചയമില്ലായിരുന്നു. ആ വിഗ്രഹം ക്ഷേത്രത്തിന്റെ ഈശാനകോണിലുള്ള കുളത്തിൽ കിടക്കുന്നുണ്ടെന്ന് അടുത്തകാലത്ത് അറിവു കിട്ടുകയാൽ ഒരു ക്ഷേത്രം പണികഴിപ്പിച്ച് ആ ബിംബം കൂടിയെടുത്തു പ്രതിഷ്ഠ നടത്തിക്കണമെന്നു നിശ്ചയിച്ചു ദേശക്കാരെല്ലാവരും കൂടി ക്ഷേത്രം ഇയ്യിടെ പണികഴിപ്പിച്ചിട്ടുണ്ട്. എങ്കിലും പ്രതിഷ്ഠ നടത്തിക്കാൻ സാധിച്ചിട്ടില്ല. ആ വിഷ്ണു പ്രതിഷ്ഠ കൂടി നടത്തിച്ചാൽ ആ ദേശത്തിനു സ്വല്പം കൂടി ഐശ്വര്യം വർദ്ധിക്കുമെന്നുള്ളതിനു സംശയമില്ല. ശ്രീവിഷ്ണുഭഗവാൻ അതിനും അവർക്കു സംഗതി നൽകട്ടെ.

●

പാഴൂർ പെരുംതൃക്കോവിൽ 2

ബ്രിട്ടീഷ് മലബാറുകാരനായ ഒരു നമ്പൂരിക്ക് ഒരു ജ്യോത്സ്യൻ എഴുതിക്കൊടുത്ത ജാതകത്തിൽ അദ്ദേഹത്തിനു മുപ്പത്തിരണ്ടാമത്തെ വയസ്സിൽ വലിയ ഗ്രഹപ്പിഴയും ഒരു ദശാവസാനമാകയാൽ അതിലധികകാലം അദ്ദേഹം ജീവിച്ചിരിക്കുകയില്ലെന്ന് എഴുതിയിരുന്നു. അതിനാൽ മുപ്പത്തിരണ്ടു വയസ്സായപ്പോൾ നമ്പൂരിക്കു വലിയ വിചാരമായി. എങ്കിലും ജ്യോത്സ്യന്മാർ എഴുതിക്കൊടുക്കുന്ന ജാതകങ്ങളെല്ലാം ശരിയായിരിക്കാറില്ലല്ലോ. ചിലതു തെറ്റിപ്പോകാറുമുണ്ട്. അതിനാൽ 'ഈ ജാതകം പ്രസിദ്ധജ്യോത്സ്യനും ദൈവജ്ഞനുമായ പാഴൂർ കണിയാരെക്കൊണ്ട് ഒന്നു പരിശോധിപ്പിക്കണം' എന്നു വിചാരിച്ചു നമ്പൂരി ജാതകവും കൊണ്ടു പാഴൂർക്കു പോയി. നമ്പൂരി കണിയാരുടെ പടിപ്പുരയിലെത്തിയത് ഒരു ദിവസം പകലേ നാലു മണി കഴിഞ്ഞതിന്റെ ശേഷമായിരുന്നു. ഉടനെ കണിയാരെക്കണ്ടു വിവരമെല്ലാം പറഞ്ഞു. കണിയാർ നമ്പൂരിയെ കണ്ടപ്പോൾ തന്നെ അദ്ദേഹത്തിന്റെ മുഖത്ത് മരണലക്ഷണം പരിപൂർണ്ണമായി തെളിഞ്ഞിരുന്നതിനാൽ അദ്ദേഹം അന്നുതന്നെ മരിക്കുമെന്നും അധികം താമസിച്ചാൽ അവിടെക്കിടന്നുതന്നെ മരിച്ചേക്കുമെന്നും തോന്നുകയാൽ കണിയാർ 'ഇന്നു നേരം വൈകിയല്ലോ. ജാതകം നാളെ പരിശോധിക്കാം. ഇന്നു എവിടെയെങ്കിലും എഴുന്നള്ളി താമസിച്ചിട്ടു നാളെ ഇങ്ങോട്ടെഴുന്നള്ളിയാൽ മതി' എന്നു പറഞ്ഞു. 'എന്നാൽ നാളെ വരാം' എന്നു പറഞ്ഞു നമ്പൂരി അപ്പോൾ തന്നെ അവിടെ നിന്നും പോയി.

അദ്ദേഹം നേരെ പെരുംതൃക്കോവിലേക്കാണു പോയത്. അദ്ദേഹം പുഴയിലിറങ്ങി കുളിയും സന്ധ്യാവന്ദനവും കഴിച്ച് അമ്പലത്തിലേക്കു ചെന്നു. നടയിൽ ചെന്നു ശിവദർശനം കഴിച്ചു. അപ്പോഴേക്കും മഴ ആരംഭിച്ചു. അക്കാലത്തു പെരുംതൃക്കോവിൽ ക്ഷേത്രം ഇടിഞ്ഞുപൊളിഞ്ഞും കെട്ടിമേച്ചിൽ കഴിക്കാതെ നനഞ്ഞൊലിച്ചുമാണു കിടന്നിരുന്നത്. നനയാതെ നിൽക്കാൻ അവിടെയെങ്ങും അല്പം പോലും സ്ഥലമുണ്ടായിരുന്നില്ല. അതു കണ്ടപ്പോൾ നമ്പൂരിക്കു വളരെ മനസ്താപമുണ്ടായി. 'നല്ലൊരു ശിവക്ഷേത്രം. ഇതിങ്ങനെ അനാഥസ്ഥിതിയിലായിപ്പോയതു കഷ്ടം തന്നെ.' എന്നു വിചാരിച്ചുകൊണ്ട് അദ്ദേഹം അവിടെ അടുക്കലുണ്ടായിരുന്ന ഒരു നമ്പൂരിയുടെ ഇല്ലത്തു ചെന്ന് അത്താഴം കഴിച്ച് അവിടെ കിടന്നു. എങ്കിലും ഈ ക്ഷേത്രത്തിന്റെ സ്ഥിതി വിചാരിച്ചിട്ട് അദ്ദേഹത്തിന് ഉറക്കം വന്നില്ല. നമ്പൂരി വലിയ ധനികനായിരുന്നു. അതിനാൽ അദ്ദേഹം ഈ ക്ഷേത്രം താമസിയാതെ ജീർണ്ണോദ്ധാരണം കഴിച്ചു നനയാതെയാക്കണം എന്നു മനസ്സു കൊണ്ട് തീർച്ചയാക്കി. അപ്പോഴേക്കും നേരവും വെളുത്തു. ഉടനെ നമ്പൂരി എഴുന്നേറ്റു പോയി അമ്പലക്കടവിൽ ചെന്നു കുളിയും നിത്യകർമ്മാനുഷ്ഠാനങ്ങളും കഴിച്ച് അമ്പലത്തിൽ ചെന്ന് അന്നും ശിവനെ വന്ദിച്ചിട്ടു കണിയാരുടെ

അടുക്കലെത്തി. നമ്പൂരിയെ കണ്ടപ്പോൾ കണിയാർ ഏറ്റവും വിസ്മയിച്ചു. അദ്ദേഹം തലേ ദിവസം രാത്രിയിൽത്തന്നെ മരിക്കുമെന്നും പിന്നെയും അങ്ങോട്ടു ചെല്ലുക ഉണ്ടാവുകയില്ലെന്നുമായിരുന്നു കണിയാർ വിചാരിച്ചിരുന്നത്. അതിനാൽ കണിയാർ നമ്പൂരിയോട് 'ഇന്നലെ ഇവിടെ നിന്നു എഴുന്നള്ളിയതിന്റെ ശേഷം തിരുമനസ്സുകൊണ്ട് എന്തോ വലിയതായ ഒരു പുണ്യകർമ്മം ചെയ്യുകയുണ്ടായല്ലോ; അതെന്താണ്?' എന്നു ചോദിച്ചു.

നമ്പൂരി: ഞാൻ വിശേഷിച്ചൊന്നും ചെയ്യുകയുണ്ടായില്ല. ഇവിടെനിന്നു പോയിട്ട് പുഴയിലിറങ്ങി കുളിച്ചു സന്ധ്യാവന്ദനവും ക്ഷേത്രത്തിൽ കയറി ശിവദർശനവും കഴിച്ചതിന്റെ ശേഷം ഒരു നമ്പൂരിയുടെ ഇല്ലത്തു ചെന്നു അത്താഴവും കഴിച്ച് അവിടെ കിടന്നു. ഇന്നു നേരത്തെ എണീറ്റു കുളിയും നിത്യകർമ്മവും ശിവദർശനവും കഴിച്ച് ഇങ്ങോട്ട് പോരികയും ചെയ്തു. അല്ലാതെയൊന്നുമുണ്ടായില്ല.

കണിയാർ: ഇതുകൊണ്ടു മതിയായില്ല. ദേഹം കൊണ്ടല്ലെങ്കിൽ മനസ്സു കൊണ്ടെങ്കിലും ഇന്നലെ വലിയതായ ഒരു പുണ്യകർമ്മം ചെയ്തിരിക്കണം.

നമ്പൂരി: മനസ്സു കൊണ്ടു ഒരു കാര്യം ഇന്നലെ ചെയ്യുകയുണ്ടായി. അതെന്തെന്നു പറയാം. ഇവിടെയുള്ള പെരുംതൃക്കോവിൽ ക്ഷേത്രം ഇടിഞ്ഞു പൊളിഞ്ഞു നനഞ്ഞൊലിച്ചു കിടക്കുന്നതു കണ്ടിട്ട് എനിക്കു ദുസ്സഹമായ സങ്കടമുണ്ടായി. രാത്രിയിൽ കിടന്നിട്ട് എനിക്ക് ഈ വിചാരം കൊണ്ട് ഉറക്കംവന്നില്ല. അതിനാൽ താമസിയാതെ ഈ ക്ഷേത്രം ജീർണ്ണോദ്ധാരണം ചെയ്യിച്ചേക്കാമെന്നു ഞാൻ മനസ്സു കൊണ്ടു തീർച്ചപ്പെടുത്തി. അതിനു വേണ്ടുന്ന സ്വത്ത് എനിക്ക് ഈശ്വരൻ ഉണ്ടാക്കിത്തന്നിട്ടുണ്ട്. എനിക്കതൊരു അസാദ്ധ്യമായ കാര്യമായി തോന്നുന്നില്ല.

കണിയാർ: മതി. ധാരാളമായി. അവിടേക്കു ജാതകമെഴുതിത്തന്ന ജ്യോത്സ്യൻ ഒട്ടും നിസ്സാരനല്ല. അവിടുന്ന് ഇന്നലെ മരിക്കേണ്ടതായിരുന്നു. ശിവദർശനം കഴിക്കാൻ സംഗതിയാവുകയും ശിവക്ഷേത്രം പണിയിക്കാമെന്നു നിശ്ചയിക്കുകയും ചെയ്തതുകൊണ്ടാണ് ഇന്നലെ മരിക്കാഞ്ഞത്. നിശ്ചയിച്ചിട്ടുള്ളതു പോലെ ആ ക്ഷേത്രം പണി ഉടനെ നടത്തിച്ചാൽ നൂറു വയസ്സു വരെ അവിടേക്കു മരണം ഉണ്ടാകില്ലെന്നുള്ള കാര്യം നിശ്ചയമാണ്. ഇനി ജാതകം പരിശോധിക്കയും മറ്റും വേണമെന്നില്ല.

കണിയാരുടെ ഈ വാക്കു കേട്ടപ്പോൾ നമ്പൂരിക്കു വളരെ സന്തോഷമുണ്ടായി. പാഴൂർ കണിയാരെക്കുറിച്ച് അദ്ദേഹത്തിനു നല്ല വിശ്വാസമുണ്ടായിരുന്നതിനാൽ പിന്നെ ഒട്ടും സംശയിക്കാതെ കണിയാരോട് യാത്രയും പറഞ്ഞു സ്വദേശത്തേക്കു പോവുകയും അധികം താമസിയാതെ ക്ഷേത്രം പണിക്കു വേണ്ടുന്ന പണവും കൊണ്ടു വീണ്ടും പാഴൂരെത്തി ക്ഷേത്രം പണി ഭംഗിയായി നടത്തിക്കുകയും ചെയ്തു. കണക്കിനു സ്വല്പം വ്യത്യാസമുണ്ടെങ്കിലും അദ്ദേഹം പാഴൂർ പെരുംതൃക്കോവിൽ ക്ഷേത്രം പണിയിച്ചത് വൈക്കത്തു പെരുംതൃക്കോവിൽക്ഷേത്രത്തിന്റെ മാതൃകയിലാണ്. ആ ക്ഷേത്രം പിന്നെയും കാലാന്തരത്തിൽ ഊരാളൻമാർ ജീർണ്ണോദ്ധാരണം ചെയ്യിച്ചിട്ടുണ്ടായിരിക്കാം. എങ്കിലും മാതൃക മാറ്റിയിട്ടില്ല. ഇപ്പോഴും അത് വൈക്കത്തു പെരുംതൃക്കോവിൽ ക്ഷേത്രത്തിന്റെ മാതൃകയിൽത്തന്നെയാണ് ഇരിക്കുന്നത്. ആ മാതൃകയിൽ ആ അമ്പലം പണികഴിപ്പിച്ച നമ്പൂരി മരിച്ചത് നൂറു വയസ്സു തികഞ്ഞതിൽപ്പിന്നെയാണത്രെ.

●

തെക്കേടത്തു കുടുംബക്കാർ

ഇപ്പോൾ വൈക്കം താലൂക്കിൽ കടുത്തുരുത്തി ദേശത്ത് 'തെക്കേടത്ത്' എന്ന പ്രസിദ്ധമായിരിക്കുന്ന നായർ കുടുംബം പണ്ട് കോഴിക്കോട്ട് സാമൂതിരിക്കോവിലകത്തിന്റെ സമീപത്തായിരുന്നു. ആ കുടുംബക്കാർക്കു സാമൂതിരിപ്പാട്ടുതമ്പുരാൻ 'പണിക്കർ' എന്ന സ്ഥാനപ്പേരും കൽപ്പിച്ചു കൊടുത്തിരുന്നു. അതിനാൽ ആ കുടുംബക്കാരെ എല്ലാവരും തെക്കേടത്തു പണിക്കർ എന്നാണു പറഞ്ഞുവന്നിരുന്നത്. അതു മാത്രമല്ല, സാമൂതിരിപ്പാട്ടു തമ്പുരാൻ തന്റെ സേനാനായകസ്ഥാനവും മൂപ്പു മുറയ്ക്ക് ആ കുടുംബക്കാർക്കു തന്നെ കൊടുത്തിരുന്നു. അക്കാലത്ത് സാമൂതിരിപ്പാടും തിരുവിതാംകൂർ, കൊച്ചി മുതലായ രാജ്യങ്ങളിലെ രാജാക്കന്മാരും തമ്മിൽ കൂടെക്കൂടെ യുദ്ധങ്ങളുണ്ടാവുക സാധാരണമായിരുന്നുവല്ലോ. അങ്ങനെയുണ്ടാകുന്ന യുദ്ധങ്ങളിൽ സൈനികരുടെ കൈ,കാൽ മുതലായ അവയവങ്ങൾക്കും മർമ്മസ്ഥലങ്ങൾക്കും നാഡികൾക്കും മറ്റും ചിലപ്പോൾ ചില കേടുപാടുകൾ പറ്റുകയും ശത്രുക്കളുടെ ആഭിചാര പ്രയോഗങ്ങൾ കൊണ്ടു ദേഹത്തിനു ആകപ്പാടെ അസ്വാസ്ഥ്യം സംഭവിക്കുകയും ചെയ്തിരുന്നു. അങ്ങനെയൊക്കെ ഉണ്ടാകുന്ന സമയങ്ങളിൽ തിരുമ്മിയും ചികിത്സകളും മന്ത്രവാദങ്ങളും മറ്റും ചെയ്തും ആ സൈനികന്മാരെ സ്വസ്ഥരാക്കിത്തീർക്കുന്നതിനുള്ള ചുമതലയും സേനാനായകനുണ്ടായിരുന്നു. അതിനാൽ തെക്കേടത്ത് കുടുംബക്കാർ തിരുമ്മും ശരീരശാസ്ത്രവും വൈദ്യവും മന്ത്രവാദവും മറ്റും യഥായോഗ്യം സമ്പാദിച്ചിരുന്നു. കോവിലകത്തു തമ്പുരാട്ടിമാർക്കും ചിലപ്പോൾ വല്ല സുഖക്കേടുകളും ഉണ്ടായേക്കാമല്ലോ. അങ്ങനെയുണ്ടാകുന്ന കാലങ്ങളിൽ നാഡികളും മറ്റും പരിശോധിച്ചു തിരുമ്മിയും ചികിത്സിച്ചും അവരെ സുഖപ്പെടുത്തുന്നതിനു പുരുഷൻമാരായിരിക്കുന്നതിനേക്കാൾ നല്ലത് സ്ത്രീകളായിരിക്കുന്നതാണല്ലോ എന്നു വിചാരിച്ച് സാമൂതിരിപ്പാട്ടു തമ്പുരാൻ പ്രത്യേകം കല്പിച്ചിട്ടാണ് തെക്കേടത്തു കുടുംബത്തിലെ സ്ത്രീജനങ്ങളും തിരുമ്മും ചികിത്സയും മറ്റും യഥായോഗ്യം വശമാക്കിയിരുന്നത്.

ഈ കുടുംബത്തിലെ പുരുഷൻമാരെ സാമൂതിരിപ്പാട്ടു തമ്പുരാൻ കൊച്ചു തമ്പുരാക്കൻമാരെ ആയോധനവിദ്യ അഭ്യസിപ്പിക്കുന്നതിനും നിയമിച്ചിരുന്നു. അതിനാൽ കാലക്രമേണ അവർക്കു രാജഗുരു എന്നുള്ള സ്ഥാനവും സിദ്ധിച്ചു.

ഈ തെക്കേടത്തു കുടുംബത്തിന്റെ ഒരു ശാഖ പൊന്നാനിത്താലൂക്കിൽ ആഴവാഞ്ചേരി മനയുടെ സമീപമുണ്ടായിരുന്നു. അവർ തമ്പ്രാക്കളുടെ ആശ്രിതന്മാരുടെ നിലയിലാണ് അവിടെ താമസിച്ചിരുന്നത്. അപ്രകാരം തന്നെ ഇവർ സാമൂതിരിപ്പാട്ടിലെ സേനാനായകന്റെ ഒരു

ശാഖാകുടുംബക്കാരാണല്ലോ എന്നു വിചാരിച്ച് ഇവരെക്കുറിച്ചു തമ്പ്രാക്കൾക്കും വളരെ ആദരവും ബഹുമാനവുമുണ്ടായിരുന്നു.

തമ്പ്രാക്കൾക്കു തിരുവിതാംകൂറിൽച്ചേർന്ന ചേർത്തലത്താലൂക്കിൽ 'വേളോർവട്ടം' എന്ന ദേശത്ത് ഒരു ക്ഷേത്രമുണ്ടല്ലോ. ആ ക്ഷേത്രം വകയായി വളരെ വസ്തുവകകളുണ്ടായിരുന്നു. ആ ദേവസ്വം വക കാര്യങ്ങളന്വേഷിക്കുന്നതിനു കൊല്ലം നാനൂറാമാണ്ട് അഞ്ഞൂറാമാണ്ട് ആയിടയ്ക്ക് തമ്പ്രാക്കൾ ആ ദേശത്തു (വേളോർവട്ടത്ത്) പ്രസിദ്ധൻമാരും പ്രബലന്മാരുമായിരുന്ന തോണിക്കടവ്'മേനോന്മാരെ ഏൽപിച്ചിരുന്നു. അവർ കൌശലത്തിൽ ദേവസ്വം വക വസ്തുക്കളെല്ലാം അവരുടെ പേരിലാക്കിത്തീർത്തു. തമ്പ്രാക്കൾ ആ വിവരമറിഞ്ഞു തോണിക്കടവു മേനോന്മാരെ ദേവസ്വകാര്യവിചാരാധികാരത്തിൽ നിന്നു മാറ്റുകയും അവർക്കു പകരം തെക്കേടത്തെ ശാഖാകുടുംബത്തിലെ ഒരംഗമായ രാമപ്പണിക്കരെ നിയമിക്കുകയും ചെയ്തു. അക്കാലത്ത് ആ ശാഖാ കുടുംബത്തിൽ രാമപ്പണിക്കരും ഭാഗിനേയിനിയായ പാർവ്വതി എന്ന പെൺകുട്ടിയും മാത്രമേ ഉണ്ടായിരുന്നുള്ളൂ. അവരെ രണ്ടു പേരെയും തമ്പ്രാക്കൾ വേളോർവട്ടത്തു കൊണ്ടുപോയി അവിടെ ഒരു സ്ഥലം കൊടുത്തു താമസിപ്പിക്കുകയും ചെയ്തു. അവരുടെ താമസം അവിടെ ഉറപ്പിക്കണമെന്നു വിചാരിച്ചാണ് തമ്പ്രാക്കൾ ഇപ്രകാരം ചെയ്തത്.

തമ്പ്രാക്കൾ ഇപ്രകാരമെല്ലാം ചെയ്തത് തോണിക്കടവു മേനോന്മാർക്കു ഒട്ടും രസിച്ചില്ലെന്നുള്ളതു പറയണമെന്നില്ലല്ലോ. എങ്കിലും അവർ ആ വിരോധം പുറത്തു കാണിക്കാതെ തമ്പ്രാക്കളുടെ അടുക്കൽ വളരെ ഭക്ത്യാദരങ്ങളോടു കൂടിയാണ് പെരുമാറിയത്. തമ്പ്രാക്കൾക്ക് തിരികെപ്പോകാറായപ്പോൾ തോണിക്കടവു മേനോന്മാർ തന്നെ തോണിയും തോണിക്കാരെയും ചട്ടം കെട്ടി കടവിൽ ഹാജരാക്കിക്കൊടുത്തു. ശുദ്ധാത്മാവായ തമ്പ്രാക്കൾ ദു ഷ്ടന്മാരായ ആ മേനോന്മാരുടെ ദുർവിചാരമൊന്നും അറിയാതെ പരിവാരസമേതം ആ തോണിയിൽത്തന്നെ കയറി യാത്രയായി. മേനോൻമാരും മറ്റൊരു തോണിയിൽ കയറി അനുയാത്രയായി പിന്നാലെ പോയി. തോണികൾ വേമ്പനാട്ടു കായലിന്റെ നടുവി ലെത്തിയപ്പോൾ നേരം ഏകദേശം പാതിരാവായി. അപ്പോൾ അന്ധകാരം കൊണ്ടു യാതൊന്നും കാണാൻ വയ്യാതെയുമിരുന്നു. ആ സമയത്തു തമ്പ്രാക്കളും മറ്റും കയറിയിരുന്ന തോണിയിലെ തോണിക്കാർ മേനോന്മാർ മുമ്പു ചട്ടം കെട്ടിയിരുന്ന പ്രകാരം തോണി അവിടെ ചവിട്ടി മുക്കി.അതിലുണ്ടായിരുന്നവരെയെല്ലാം വെള്ളത്തിലാക്കീട്ടു മേനോന്മാരോടു കൂടി സസുഖം സ്വസ്ഥാനങ്ങളിൽ മടങ്ങിയെത്തി. തമ്പ്രാക്കളും മറ്റും കായലിലെ ഉപ്പുവെള്ളം കുടിച്ചു മരിച്ചിരിക്കുമെന്നായിരുന്നു മേനോന്മാരുടെയും മറ്റും വിശ്വാസം. എങ്കിലും സദ്വൃത്തനും ഈശ്വരഭക്തനുമാ യിരുന്ന തമ്പ്രാക്കൾക്കും കൂട്ടുകാർക്കും വലിയ ആപത്തൊന്നും സംഭവിച്ചില്ല. അവർ കയറിയിരുന്ന തോണി മുക്കിയ സ്ഥലത്ത് അധികം താഴ്ചയുണ്ടായിരുന്നില്ല, അവിടെ മണൽ വന്നുകൂടിയിരുന്നതിനാൽ അവർക്ക് അരയോളം മാത്രമേ വെള്ളമുണ്ടായിരുന്നുള്ളൂ. മേനോന്മാരും മറ്റും പൊയ്ക്കളഞ്ഞയുടനെ എവിടെയോ പോകുന്നതിനായി അതിലേ ഒരു തോണിക്കാർ വന്നു. ആ തോണിയിൽ വിളക്കുമുണ്ടായിരുന്നു. ആ വെളിച്ചം കണ്ടപ്പോൾ തമ്പ്രാക്കളുടെ ഭൃത്യൻമാർ 'അയ്യോ! തോണിക്കാരേ! നിങ്ങൾ സദയം ഞങ്ങളെ രക്ഷിക്കണേ, നിങ്ങൾ രക്ഷിച്ചില്ലെങ്കിൽ ഞങ്ങൾ ഈ ഉപ്പുവെള്ളം കുടിച്ചു

മരിച്ച പോകും, ഞങ്ങളുടെ തോണി മുങ്ങിപ്പോയതിനാൽ ഞങ്ങൾ ഈ ആപത്തിലകപ്പെട്ടിരിക്കുകയാണേ' എന്നു വിളിച്ചു പറഞ്ഞു. അതു കേട്ട് ആ തോണിക്കാർക്കു മനസ്സലിയുകയാൽ അവർ അടുത്തു ചെന്നു തമ്പ്രാക്കളെയും മറ്റും ആ തോണിയിൽക്കയറ്റി കായലിന്റെ കിഴക്കേക്കരയിൽ ഇറക്കിവിട്ടു. ആ തോണിക്കാരപ്പോൾ തന്നെ അവർക്കു പോകാനുണ്ടായിരുന്ന സ്ഥലത്തേക്കു പോവുകയും ചെയ്തു. അപ്പോഴേക്കും നിലാവുതെളിഞ്ഞു തുടങ്ങുകയാൽ തമ്പ്രാക്കൾ പരിവാരങ്ങളോടു കൂടി വടക്കോട്ടു നടന്നു തുടങ്ങി. നേരം വെളുത്തപ്പോൾ വഴിയിൽ വെച്ചു തമ്പ്രാക്കളെ പരിചിതന്മാരായ ചിലർ കണ്ടെത്തുകയും അവർ അദ്ദേഹത്തെ പരിവാരസമേതം ക്ഷണിച്ചുകൊണ്ടു പോയി യഥായോഗ്യം സൽക്കരിക്കുകയും കുളിയും ഭക്ഷണവും മറ്റും കഴിപ്പിച്ചു വാഹനങ്ങളിലാക്കി സ്വദേശത്തെത്തിക്കുകയും ചെയ്തു.

തമ്പ്രാക്കളെയും മറ്റും വെള്ളത്തിൽച്ചാടിച്ചിട്ട് സ്വദേശത്തെത്തി താമസിച്ചിരുന്ന തോണിക്കടവുമേനോന്മാർ സ്വൽപദിവസം കഴിഞ്ഞപ്പോൾ തെക്കേടത്തു രാമപ്പണിക്കരെയും അദ്ദേഹത്തിന്റെ അനന്തിരവളായ പെൺകുട്ടിയേയും ഓരോ വിധത്തിൽ കുറേശ്ശെ ഉപദ്രവിച്ചുതുടങ്ങി. ആ ഉപദ്രവം ക്രമേണ ദുസ്സഹമായിത്തീർന്നപ്പോൾ രാമപ്പണിക്കർ, 'ഇത് അന്യദേശമാണ്, ഇവിടെ താനും ഈ പെൺകുട്ടിയും മാത്രമേയുള്ളൂ. തനിക്കു ബന്ധുക്കളായി ഇവിടെ ആരുമില്ല. ഈ മേനോൻമാർ പ്രബലന്മാരുമാണ്. ഈ സ്ഥിതിയിൽ ഇവരോടു കയർക്കാൻ പുറപ്പെട്ടാൽ അബദ്ധമായിത്തീരും. വല്ലവിധവും ഇവിടെനിന്നും പോവുകതന്നെയാണ് നല്ലത്'' എന്നു മനസ്സുകൊണ്ട് ആലോചിച്ചു തീർച്ചപ്പെടുത്തീട്ട് അദ്ദേഹം വാസസ്ഥലത്തുനിന്ന് ഇറങ്ങിപ്പോയി ഒരു തോണിക്കാരനെ വിളിച്ചു തനിക്ക് അന്ന് അസ്തമിച്ചു പത്തുപന്ത്രണ്ട് നാഴിക വെളുപ്പാനുള്ളപ്പോൾ കായലിന്റെ കിഴക്കേക്കരവരെ പോകണമെന്നും അതിനു ആ സമയത്ത് ഒരു തോണി കടവിൽ കൊണ്ടുവരണമെന്നും സ്വകാര്യമായി പറഞ്ഞ് ചട്ടം കെട്ടുകയും അതിന് അവൻ പറഞ്ഞ കൂലി കൊടുക്കാമെന്നു സമ്മതിക്കുകയും ചെയ്തു. ആ തോണിക്കാരൻ അവനോടു പറഞ്ഞിരുന്ന സമയത്തു തോണി കടവിൽ കൊണ്ടു വന്നു. ഉടനെ രാമപ്പണികർ തന്റെ ഭാഗിനേയിയോടുകൂടി ഗൂഢമായിപ്പോയി ആ തോണിയിൽക്കയറി കായലിന്റെ കിഴക്കേക്കരയിൽ ഇറങ്ങുകയും തോണിക്കാരനു പറഞ്ഞിരുന്ന കൂലി കൊടുത്ത് അവനെ അയയ്ക്കുകയും ചെയ്തതിന്റെ ശേഷം അവിടെനിന്നു മാറി ഒരു സ്ഥലത്തു സ്വല്പസമയമിരുന്നു.

അപ്പോഴേക്കും നേരം വെളുത്തു തുടങ്ങുകയാൽ രാമപ്പണിക്കർ തന്റെ അനന്തരവളോടുകൂടി പോയി, അക്കാലത്തു നാടുവാഴ്ചയുണ്ടായിരുന്ന വടക്കുംകൂർ രാജാവിനെക്കണ്ടു താനാരാണെന്നും അവിടെ ചെന്നു ചേർന്നതിന്റെ കാരണമെന്തെന്നും അവിടെ അറിയിച്ചു. തന്നെ ശരണം പ്രാപിച്ചിരിക്കുന്നത് സാമൂതിരി രാജാവിന്റെ സേനാനായകത്വവും ഗുരുസ്ഥാനവുമുള്ള തെക്കേടത്തു പണിക്കരാണെന്നറിഞ്ഞപ്പോൾ വടക്കുംകൂർ രാജാവ് വളരെ സന്തോഷിക്കുകയും അവരെ അവിടെ സാദരം സ്വീകരിക്കുകയും സുഖമാകുംവണ്ണം ഒരു സ്ഥലത്തു താമസിപ്പിക്കുകയും ചെയ്തു.

തമ്പ്രാക്കളാൽ നിയുക്തനായിരുന്ന രാമപ്പണിക്കർ ഭാഗിനേയിയോടുകൂടി ആ ദിക്കു വിട്ടുപോയി എന്നറിഞ്ഞപ്പോൾ തോണിക്കടവു മേനോന്മാർക്കു വളരെ സന്തോഷമായി. എങ്കിലും അധികം താമസിയാതെ അവരുടെ

കുടുംബത്തിൽ ബാലമരണങ്ങൾ, ദുർമ്മരണങ്ങൾ, മഹാരോഗപീഡകൾ മുതലായ ഓരോ ആപത്തുകൾ കണ്ടുതുടങ്ങി. അപ്പോൾ അവർ അതിന്റെ കരണമറിയുന്നതിനായി പ്രശ്നം വെയ്പ്പിച്ചു നോക്കിക്കയും ഇവയെല്ലാം കാരണം ഒരു മഹാബ്രാഹ്മണന്റെ ശാപമാണെന്നു പ്രശ്നക്കാരൻ വിധിക്കുകയും ചെയ്തു.

മഹാബ്രാഹ്മണന്റെ ശാപമെന്നു കേട്ടപ്പോൾത്തന്നെ ആ മഹാബ്രാഹ്മണൻ തമ്പ്രാക്കൾ തന്നെയാണെന്നു മനസ്സുകൊണ്ടു തീർച്ചപ്പെടുത്തീട്ട് മേനോൻമാർ തമ്പ്രാക്കളെ സന്തോഷിപ്പിക്കുന്നതിനായി അമൂല്യങ്ങളായ അനേകം കാഴ്ചദ്രവ്യങ്ങളും കൊണ്ട് ആഴ്‌വാഞ്ചേരി മനയ്ക്കലെത്തി അവിടെയുണ്ടായിരുന്ന ഒരു നമ്പൂരിയോടു പറഞ്ഞ് തോണിക്കടവ് മേനോൻമാർ കാണാൻ വന്നിരിക്കുന്നു എന്നു തമ്പ്രാക്കളുടെ അടുക്കൽ അറിയിച്ചു. അതു കേട്ടിട്ട് തമ്പ്രാക്കൾ 'തോണിക്കടവുമേനോന്മാർ ഇനിയുമുണ്ടോ? അവരുടെയൊക്കെ കഥ കഴിഞ്ഞിരിക്കുമെന്നാണല്ലോ ഞാൻ വിചാരിചിരുന്നത്' എന്നു പറഞ്ഞതലാതെ അവർക്ക് കാണാൻ സൗകര്യം കൊടുക്കുകയോ അവരുടെ കാഴ്ചദ്രവ്യങ്ങൾ സ്വീകരിക്കുകയോ ചെയ്തില്ല. അതിനാൽ മേനോന്മാർ ഇച്ഛാഭംഗത്തോടുകൂടി മടങ്ങിപ്പോവുകയും പിന്നെ അധികം താമസിയാതെതന്നെ അവരുടെ കുടുംബം നാമാവശേഷമായിത്തീരുകയും ചെയ്തു.

തെക്കേടത്തു രാമപ്പണിക്കരും ഭാഗിനേയിയും വടക്കുംകൂർ രാജാവു കൊടുത്ത സ്ഥലത്ത് ഏതാനും ദിവസങ്ങൾ താമസിച്ചതിന്റെ ശേഷം രാജാവു തന്റെ സേനാനായകനായ മങ്ങാട്ടുപണിക്കരുടെ കീഴിൽ രാമപ്പണിക്കരെ ഉപസേനാനായകനാക്കി നിയമിക്കുകയും അവർക്കു താമസിക്കുന്നതിനു വടക്കുംകൂറിലുൾപ്പെട്ട കടുത്തുരുത്തി ദേശത്തു അവരുടെ പേരിൽത്തന്നെ ഒരു ഗൃഹമുണ്ടാക്കിച്ച് അതും അവർക്ക് നിത്യവൃത്തി സുഖമായി കഴിയാൻ തക്കവണ്ണം വസ്തുവകകളും കൊടുത്തു. കോഴിക്കോട്ടുള്ള തെക്കേടത്തു കുടുംബത്തിന്റെ ഒരു ശാഖ കടുത്തുരുത്തിയിലുണ്ടായിത്തീർന്നത് ഇങ്ങനെയാണ്. അതു കടുത്തുരുത്തിയിലായിട്ടും അതിന്റെ 'തെക്കേടത്തെന്നുള്ള നാമധേയം അവർ മാറ്റിയില്ല. കടുത്തുരുത്തിയിൽ സ്ഥിരതാമസമാക്കിയതിന്റെ ശേഷം രാമപ്പണിക്കരുടെ ഭാഗിനേയിയായിരുന്ന 'പാർവ്വതി എന്ന ആ പെൺകുട്ടിക്കു യോഗ്യനായ ഒരു പുരുഷൻ ഭർത്താവായിത്തീരുകയും ആ ദമ്പതിമാർക്ക് സ്ത്രീകളായിട്ടും പുരുഷൻമാരായിട്ടും ധാരാളം സന്താനങ്ങളുണ്ടാവുകയും ചെയ്തു.

അനന്തരം ഏതാനും ശതാബ്ദങ്ങൾ കഴിഞ്ഞപ്പോൾ സാമൂതിരിപ്പാട്ടിലെ രാജ്യാധികാരം ബ്രിട്ടീഷുകരും വടക്കുംകൂർ രാജാവിന്റെ രാജ്യാധികാരം തിരുവിതാംകൂർ രാജാവും പിടിച്ചെടുക്കുകയാൽ ആ രണ്ടു രാജാക്കൻമാർക്കും രാജ്യാധികാരം ഇല്ലാതെയായി. അപ്പോൾ തെക്കേടത്തു കുടുംബക്കാർക്ക് ഉദ്യോഗസംബന്ധമായും മറ്റുമുണ്ടായിരുന്ന സ്ഥാനമാനങ്ങളും പോയി. എങ്കിലും അവർ കുലവിദ്യകളായി കരുതിയിരുന്ന നാഡിപരിശോധന, തിരുമ്മ്, ചികിത്സ, മന്ത്രവാദം മുതലായ വിദ്യകൾ സ്ത്രീകളും പുരുഷൻമാരും യഥാക്രമം പിന്നെയും അഭ്യസിച്ചുകൊണ്ടു തന്നെയിരുന്നു. അതിനാൽ ആ കുടുംബത്തിൽ പല കാലങ്ങളായി അഭ്യസ്തവിദ്യന്മാരും അതിപ്രസിദ്ധന്മാരുമായി അനേകം സ്ത്രീപുരുഷ ന്മാർ ജീവിച്ചിരുന്നു. അവരെ എല്ലാവരെയും കുറിച്ചു പ്രത്യേകം പ്രത്യേകം വിവരിക്കുന്ന കാര്യം ദുഷ്കരമാകയാൽ

അതിനായി ഉദ്യമിക്കുന്നില്ല. കൊല്ലം ആയിരാമാണ്ടിനിപ്പുറം ജീവിച്ചിരുന്ന 'കേശവൻനായർ' എന്ന മഹാനെക്കുറിച്ചു മാത്രം ചുരുക്കത്തിൽ ചിലതെല്ലാം പ്രസ്താവിച്ചു കൊള്ളുന്നു.

കേശവൻനായരുടെ ജനനം കൊല്ലം 1009ാമാണ്ടു കർക്കിടകമാസത്തിൽ അശ്വതി നക്ഷത്രത്തിലായിരുന്നു. അദ്ദേഹത്തിന്റെ അമ്മ 'നങ്ങുഅമ്മ' എന്നു പ്രസിദ്ധയായിരുന്ന വിദുഷിയും അച്ഛൻ 'കുന്നപ്പള്ളിൽ പൂവത്തുകുന്നേൽ' എന്നു പ്രസിദ്ധമായിരുന്ന കുടുംബത്തിലെ ഒരംഗമായിരുന്ന ഇടിച്ചേന്നൻ നായരുമായിരുന്നു. കേശവൻനായർക്കു കുഞ്ഞുനായർ എന്നു പറയപ്പെട്ടിരുന്ന രാമൻനായർ എന്നൊരു ജ്യേഷ്ഠനും കൊച്ചുപിള്ള എന്നു പറയപ്പെട്ടിരുന്ന നാരായണൻനായർ എന്നൊരനുജനും എല്ലാവരിലും ഇളയതായിട്ട് പാർവ്വതിയമ്മ എന്നൊരു സഹോദരിയുമുണ്ടായിരുന്നു. ആ സഹോദരി ഉണ്ടായി ഏകദേശം ഒമ്പതു മാസമായപ്പോൾ അവരുടെ മാതാവ് കാലധർമ്മത്തെ പ്രാപിച്ചു. അനന്തരം ആ കുട്ടികളുടെ സംരക്ഷണവും പരിചരണവും ബാല്യവിദ്യാഭ്യാസവുമെല്ലാം നടത്തി വന്നത് അവരുടെ മാതാമഹിയായിരുന്ന പാർവ്വതിയമ്മയായിരുന്നു. പാർവ്വതിയമ്മയ്ക്ക് ഇവയെല്ലാം കൂടി നിർവ്വഹിക്കുന്ന കാര്യം ദുഷ്കരമായി ത്തീരുകയാൽ അവർ ഈ കുട്ടികളെ അക്ഷരാഭ്യാസം ചെയ്യിക്കുന്നതിനായി 'ചൂരക്കാട്ടു ഗോവിന്ദൻ നായർ' എന്നൊരാളെക്കൂടി നിയമിച്ചു. എങ്കിലും കുലവിദ്യകളായ നാഡി പരിശോധന, മർമ്മ ചികിത്സ, തിരുമ്മ് മുതലായവയെല്ലാം ആ കുട്ടികളെ ശീലിപ്പിച്ചുകൊണ്ടിരുന്നത് പാർവ്വതിയമ്മ തന്നെയായിരുന്നു.

അക്കാലത്തു കുടുംബകാര്യങ്ങളന്വേഷിക്കുന്നതിന് അവിടെ പ്രായം തികഞ്ഞവരും ശേഷിയുമുള്ളവരുമായി വേറെ ആരുമില്ലായിരുന്നു. അതിനാൽ അതും പാർവ്വതിയമ്മ തന്നെ വഹിച്ചുകൊണ്ടിരുന്നു. അങ്ങനെ കുറച്ചുകാലം കഴിഞ്ഞപ്പോൾ പാർവ്വതിയമ്മയെ പ്രായധിക്യം നിമിത്തമുള്ള ക്ഷീണം ബാധിച്ചു തുടങ്ങി. അപ്പോൾ മേൽപ്പറഞ്ഞ കാര്യങ്ങളെല്ലാം കൂടി വഹിക്കുന്നതിന് അവരാൽ സാധ്യമല്ലാതായി. അതിനാലനന്തരവർ തന്റെ ദൗഹിത്രന്മാരെ തിരുമ്മു മുതലായവ അഭ്യസിപ്പിക്കുന്നതിനു തലയോലപ്പറമ്പിൽ തിരുമഠത്തിൽ കുപ്പനണ്ണാവി എന്നു പ്രസിദ്ധനായിരുന്ന പരദേശ ബ്രാഹ്മണനെക്കൂടി നിയമിച്ചു. അദ്ദേഹം നാഡിപരിശോധനയിലും തിരുമ്മിലും മറ്റും അതിസമർത്ഥനായിരുന്നു. എങ്കിലും തന്റെ തറവാട്ടു പാരമ്പര്യക്രമം തെറ്റിപ്പോകരുതല്ലോ എന്നു വിചാരിച്ച് പാർവതിയമ്മ ശരിയായി മേൽനോട്ടവും നടത്തിയിരുന്നു. പാർവ്വതിയമ്മ തന്റെ ദൌഹിത്രന്മാരുടെ പഠനകാര്യത്തിൽ മാത്രമല്ല മനസ്സുവെച്ചിരുന്നത്. അവരുടെ സഹോദരിയായിരുന്ന പെൺകുട്ടിയുടെ അഭ്യാസകാര്യത്തിലും ശരിയായി ശ്രദ്ധിച്ചിരുന്നു. അതിനാൽ ആ പെൺകുട്ടിയും തിരുമ്മ്, നാഡിപരിശോധന, മർമ്മ ചികിത്സ മുതലായവയിൽ അതിസമർത്ഥയായിത്തീർന്നു. എങ്കിലും ആ ബാലികയുടെ മൂത്ത സഹോദരനായിരുന്ന രാമൻ (കുഞ്ഞു) നായർ തറവാട്ടുവക കൃഷിക്കാര്യങ്ങളിലും മറ്റും ഏർപ്പെട്ടിരുന്നതിനാൽ അദ്ദേഹത്തിനും മൂന്നാമനായ നാരായണൻനായർ (കൊച്ചുപിള്ള) മൂത്ത ജ്യേഷ്ഠനെ സഹായിച്ചുകൊണ്ടിരുന്നതിനാൽ അദ്ദേഹത്തിനും കുടുംബ പാരമ്പര്യപ്രകാരമുള്ള തിരുമ്മ്, മർമ്മചികിത്സ മുതലായവയിൽ പരിപൂർണ്ണ ജ്ഞാനം സമ്പാദിക്കാൻ കഴിഞ്ഞില്ല. എന്നാൽ കേശവൻനായർക്കു ജ്യേഷ്ഠന്റെയും അനുജന്റെയും സഹായമുണ്ടായിരുന്നതിനാൽ ഇതരകൃത്യ

ങ്ങളിലൊന്നും ഏർപ്പെടേണ്ടതായി വന്നില്ല. അതിനാൽ അദ്ദേഹം കുടുംബപാരമ്പര്യപ്രകാരമുള്ള നാഡിശാസ്ത്രം, മർമ്മ ചികിത്സ, തിരുമ്മു മുതലായവയെല്ലാം യഥാക്രമം സശ്രദ്ധം പഠിച്ചുകൊണ്ടിരിക്കുകയും കാലക്രമേണ അവയിലെല്ലാം അതിസമർത്ഥനായിത്തീരുകയും ചെയ്തു.

അങ്ങനെയിരുന്ന കാലത്ത് ഒരു ദിവസം കുപ്പനണ്ണാവി തന്റെ ഭാര്യാപുത്രാദികളുടെ കുശലമന്വേഷിക്കുന്നതിനായി തലയോലപ്പറമ്പിലുള്ള മഠത്തിലേയ്ക്കു പോയിരുന്നു. അദ്ദേഹം മഠത്തിലെത്തിയപ്പോൾ അദ്ദേഹത്തിന്റെ പുത്രൻമാരെല്ലാവരും ബോധരഹിതരായി അവിടെക്കിടക്കുന്നതു കണ്ടിട്ട് അതിന്റെ കാരണമെന്താണെന്നു ചോദിച്ചു. അപ്പോൾ മഠത്തിലുണ്ടായിരുന്ന സ്ത്രീകൾ, 'അവർ കാരണവശാൽ തമ്മിൽ ശണ്ഠകൂടുകയും പരസ്പരം അടിക്കുകയും എല്ലാവരും ബോധം കെട്ടു വീഴുകയും ചെയ്തു എന്നല്ലാതെ ഒന്നും അറിഞ്ഞുകൂടാ' എന്നു പറഞ്ഞു. ഉടനെ കുപ്പനണ്ണാവി ആ പുത്രന്മാരുടെ അടുക്കൽച്ചെന്നു തന്റെ പുറംകാൽ കൊണ്ട് എല്ലാവർക്കും ഓരോ തട്ടുവച്ചു കൊടുത്തു. തൽക്ഷണം അവർക്കെല്ലാവ!ക്കും ബോധം വീഴുകയും എല്ലാവരും എഴുന്നേറ്റു നിൽക്കുകയും ചെയ്തു. അപ്പോൾ കുപ്പനണ്ണാവി 'നിങ്ങൾ ഇത്ര ബുദ്ധിയില്ലാത്തവരായിപ്പോയല്ലോ. ശത്രുക്കൾ വന്നു നേരിട്ടാൽ അപ്പോൾ പ്രയോഗിക്കേണ്ടുന്നതിനായി ഞാൻ നിങ്ങളെ പഠിപ്പിച്ച വിദ്യ നിങ്ങൾ തമ്മിൽ തന്നെയാണല്ലോ പ്രയോഗിച്ചു തുടങ്ങിയിരിക്കുന്നത്. ഇതു മഹാകഷ്ടംതന്നെ. ഇനി ഒരിക്കലും ഇങ്ങനെ ചെയ്യരുത്.' എന്നും മറ്റും ഉപദേശിച്ചിട്ടു സ്വന്തമായി അവിടെയുണ്ടായിരുന്ന അമൂല്യങ്ങളായ ഗ്രന്ഥങ്ങളെല്ലാം കെട്ടിയെടുത്തു കൊണ്ട് അപ്പോൾത്തന്നെ കടുത്തുരുത്തിക്കു മടങ്ങിപ്പോയി. അതിൽപ്പിന്നെ ഒരിക്കലും അദ്ദേഹം തലയോലപ്പറമ്പിലേക്കു പോയിട്ടില്ല. സ്ഥിരവാസം കടുത്തുരുത്തിയിൽത്തന്നെയാക്കി.

അങ്ങനെ ഏതാനും കാലം കഴിഞ്ഞതിന്റെ ശേഷം ഒരു ദിവസം കുപ്പനണ്ണാവി തന്റെ ഗ്രന്ഥങ്ങളെല്ലാമെടുത്തുകൊണ്ട് അവിടെയുള്ള ഗണപതിക്ഷേത്രത്തിന്റെ നടയിൽച്ചെന്നു നിന്നു കൊണ്ട് തന്റെ ശിഷ്യരായി തെക്കേടത്തുണ്ടായിരുന്നവരെയെല്ലാം അവിടെ വിളിച്ചു വരുത്തീട്ട്, 'ഈ ഗണപതിയെ പരദേവതയായി വിചാരിച്ചു കൊള്ളണം' എന്നു പറയുകയും എല്ലാവരെയും ശിരസ്സിൽ കൈ വച്ച് പ്രത്യേകം പ്രത്യേകം അനുഗ്രഹിക്കുകയും തന്റെ ഗ്രന്ഥങ്ങളെല്ലാം കേശവൻ നായരുടെ കൈയിൽ കൊടുക്കുകയും ചെയ്തിട്ട് അദ്ദേഹം അവിടെ നിന്ന് ഇറങ്ങിപ്പോയി. പിന്നെ അദ്ദേഹത്തെ കാണാനെന്നല്ല അദ്ദേഹത്തിന്റെ കഥയെന്തെങ്കിലും കേൾക്കാൻ പോലും ആർക്കും സാധിച്ചിട്ടില്ല.

അനന്തരം അധികം കാലം കഴിയുന്നതിനു മുമ്പുതന്നെ തെക്കേടത്തു കുടുംബത്തിലെ നായികയും സൌഭാഗ്യവതിയും വിദുഷിയുമായിരുന്ന പാർവ്വതിയമ്മ ചരമഗതിയെ പ്രാപിച്ചു. പിന്നെ അവരുടെ ദൌഹിത്രന്മാരായ മൂന്നു പുരുഷൻമാരും അവരുടെ സഹോദരിയായ ഒരു സ്ത്രീയും മാത്രമേ ആ കുടുംബത്തിലുണ്ടായിരുന്നുള്ളൂ. ആ സ്ത്രീയുടെ പേരും പാർവ്വതിയമ്മയെന്നു തന്നെയായിരുന്നു. ഗൃഹകൃത്യങ്ങളെല്ലാം നിർവ്വഹിക്കുന്നതിന് ആ ഒരു സ്ത്രീയെക്കൊണ്ടു മതിയാകാതെ വരികയാൽ പുരുഷന്മാരിൽ മൂത്തയാളായ രാമൻനായർ ജാതിമര്യാദപ്രകാരം ഒരു സ്ത്രീയെ വിവാഹം ചെയ്തു. ആ സ്ത്രീയേയും തന്റെ ഗൃഹത്തിൽ കൊണ്ടുവന്നു താമസിപ്പിക്കാമെന്നു വിചാരിച്ചാണ് അദ്ദേഹമങ്ങനെ ചെയ്തത്. എങ്കിലും ആ വിചാരം ഫലിച്ചില്ല. ആ

സ്ത്രീകൾ സ്വഗൃഹം വിട്ട ഭർത്തൃഗൃഹത്തിൽപ്പോയി താമസിക്കാൻ സൌകര്യമില്ലായിരുന്നു. അതിനാൽ പിന്നെ രണ്ടാമനായിരുന്ന കേശവൻനായരും ഒരു വിവാഹം ചെയ്തു. അതിനായി തെരഞ്ഞെടുക്കപ്പെട്ട യുവതി മുളക്കുളത്തു വെങ്ങോലി വടക്കേവീട്ടിൽ ലക്ഷ്മിയമ്മയായിരുന്നു. വിവാഹാനന്തരം ആ സ്ത്രീ മിക്കപ്പോഴും ഭർതൃഗൃഹത്തിൽത്തന്നെയാണ് താമസിച്ചിരുന്നത്. ചിലപ്പോൾ മാത്രമേ സ്വഗൃഹത്തിൽച്ചെന്നു താമസിച്ചിരുന്നുള്ളൂ.

കേശവൻനായർ സഭാര്യനായിത്തീർന്നതിന്റെ ശേഷവും കുടുംബ പാരമ്പര്യപ്രകാരമുള്ള വിദ്യകളിൽ ദാർഢ്യവും വൈദഗ്ദ്ധ്യവും വർദ്ധിപ്പിക്കുന്നതിനായി പരിശ്രമിച്ചുകൊണ്ടുതന്നെയിരുന്നു. ഗുരുനാഥനായിരുന്ന കുപ്പനണ്ണാവി സദയം കൊടുത്ത ഗ്രന്ഥങ്ങളുടെ സഹായം കൊണ്ട് അദ്ദേഹം കാലക്രമേണ ആയുർവ്വേദ ചികിത്സ, മന്ത്രവാദം മുതലായവയിലും അതി സമർത്ഥനായിത്തീർന്നു.

അങ്ങനെയിരുന്നപ്പോൾ ഒരു ദിവസം രാത്രിയിൽ കേശവൻനായർ അത്താഴമുണ്ണം കഴിച്ചു ഭാര്യാഗൃഹത്തിലേക്കു പുറപ്പെട്ടത്. അക്കാലത്തു കേശവൻനായർക്ക് ഇരുപത്തിരണ്ടുവയസ്സു മാത്രമേ പ്രായമുണ്ടായിരുന്നുള്ളൂ. അദ്ദേഹത്തിന്റെ ഗൃഹത്തിൽ നിന്നു ഭാര്യയുടെ ഗൃഹത്തിലേക്ക് അഞ്ചാറു നാഴിക ദൂരമുണ്ടായിരുന്നു. എങ്കിലും ചോരത്തിളപ്പിന്റെ ശക്തി കൊണ്ടാണ് അദ്ദേഹം തനിച്ചു പുറപ്പെട്ടത്. അദ്ദേഹത്തിനു സഹായത്തിന് അദ്ദേഹത്തിന്റെ കൈയിൽ ഒരു മുച്ചാൺ (മൂന്നു ചാൺ നീളമുള്ള) ചൂരൽ വടി മാത്രമേ ഉണ്ടായിരുന്നുള്ളൂ. കട്ടുത്തുരുത്തിക്കും മുളക്കുളത്തിനും മദ്ധ്യേ കൊച്ചാലുംമൂട് എന്നൊരു സ്ഥലമുണ്ടല്ലോ. അവിടം അക്കാലത്തു വലിയ വനപ്രദേശമായിരുന്നു. കേശവൻനായർ ആ സ്ഥലത്തെത്തിയപ്പോൾ പുലയരായിട്ടും പറയരായിട്ടും ഏകദേശം അറുപതോളം ആളുകൾ വന്ന് അദ്ദേഹത്തെ വളഞ്ഞു. അപ്പോൾ അവരുടെ ഉദ്ദേശം ദേഹോപദ്രവവും അപഹരണവുമാണെന്ന് മനസ്സിലാവുകയാൽ കേശവൻനായർ ഒരു കൂസലും കൂടാതെ തന്റെ കയിലിണ്ടായിരുന്ന ചൂരൽവടിയും കൊണ്ട് അവരോടു നേരിട്ടു. അവർ തമ്മിലുള്ള ആ പോരാട്ടം ഏകദേശം കാൽ നാഴിക മാത്രമേ ഉണ്ടായുള്ളൂ. അപ്പോഴേക്കും ആ അക്രമികളെല്ലാം നിലം പതിച്ചു. എന്നിട്ടും കേശവൻനായർ സ്വല്പം ക്ഷീണിക്കുകയോ വിയർക്കുകയോ ചെയ്തില്ല. അദ്ദേഹമുടനെ ഭാര്യാഗൃഹത്തിലേക്കു പോയി. കേശവൻനായരുടെ ഗുരു മുഖേനയുള്ള അഭ്യസനം കഴിഞ്ഞിട്ടുണ്ട് ഇതു് ആദ്യത്തെ പ്രയോഗമായിരുന്നു. അതിനാൽ ഇതു് അരങ്ങേറ്റമായിരുന്നു എന്നു തന്നെ പറയാം. പിറ്റേ ദിവസം കാലത്തു കേശവൻ നായർ മടങ്ങിവന്നപ്പോഴും ആ അക്രമികളെല്ലാം ആ സ്ഥലത്തുതന്നെ കിടക്കുന്നുണ്ടായിരുന്നു. അദ്ദേഹം അവരെയെല്ലാം പിടിച്ചെഴുന്നേല്പിച്ചു തലോടി സ്വസ്ഥരാക്കിയതിന്റെ ശേഷം അവരോടു താൻ ഇന്നാളെന്നും തന്റെ സ്ഥിതി ഇന്ന പ്രകാരമാണെന്നും മേലാൽ ആരെയും ഉപദ്രവിക്കരുതെന്നും തന്റെ വാക്കിനെ വകവയ്ക്കാതെ ഇനിയും അക്രമം പ്രവർത്തിക്കുന്നതായാൽ അന്ന് അവരുടെയെല്ലാം കഥ താൻ കഴിക്കുമെന്നും മറ്റും പറഞ്ഞു് അവരെ അയയ്ക്കുകയും അദ്ദേഹം സ്വഗൃഹത്തിലേക്കു പോവുകയും ചെയ്തു. അതിൽപ്പിന്നെ ആ സ്ഥലത്തു് അക്രമികളുടെ ഉപദ്രവം ഒരിക്കലുമുണ്ടായിട്ടില്ല. ഇപ്പോഴും ആ സ്ഥലത്തുകൂടി കടന്നുപോകുന്ന പാന്ഥന്മാർ കേശവൻ നായരുടെ കഥ പറഞ്ഞു് അദ്ദേഹത്തെ സ്തുതിക്കുക പതിവാണ്.

കടുത്തുരുത്തി മുതലായ സ്ഥലങ്ങളിലുള്ള സാധുക്കൾ പറമ്പുകളിലും മലകളിലും നട്ടുണ്ടാക്കുന്ന സാധനങ്ങൾ തലയോലപ്പറമ്പു ചന്തയിൽ കൊണ്ടുപോയി വിറ്റു വിലവാങ്ങി ഉപജീവനം കഴിക്കുക ഇപ്പോഴത്തെപ്പോലെ അക്കാലത്തും പതിവായിരുന്നു. എന്നാൽ അക്കാലത്ത് ആ ചന്തസ്ഥലത്തുണ്ടായിരുന്ന അക്രമികളായ മുഹമ്മദീയരുടെ ഉപദ്രവം കൊണ്ട് സാധുക്കൾക്ക് അത് ഏറ്റവും ദുഷ്കരമായിരുന്നു. ഇതിനെക്കുറിച്ച് പലരും കേശവൻനായരുടെ അടുക്കൽച്ചെന്നു പറയുകയാൽ ഇതിന്റെ പരമാർത്ഥമറിയുന്നതിനായി ഒരു ചന്തദിവസം കേശവൻനായർ തെക്കേടത്തുനിന്നുതന്നെ ചില സാധനങ്ങൾ ചുമടുകെട്ടി ചിലരുടെ കൈയിൽക്കൊടുത്തു ചന്തയ്ക്ക് അയയ്ക്കുകയും പിന്നാലെ കേശവൻനായരും പോവുകയും ചെയ്തു. ചുമട്ടുകാർ ചന്തസ്ഥലത്തിന്റെ കിഴക്കേ അറ്റത്തായപ്പോൾ പതിവുപോലെ അക്രമികളായ മുഹമ്മദീയർ അടുത്തുകൂടി ചുമടുകൾ താഴ്ത്തിവെയ്ക്കാൻ പറഞ്ഞു. പിൻബലമുണ്ടായിരുന്നതുകൊണ്ട് ആ ചുമട്ടുകാർ ആ മുഹമ്മദീയരുടെ വാക്കിനെ ഒട്ടും വകവച്ചില്ല.അപ്പോൾ ആ അക്രമികൾ ചുമടുകൾക്ക് കടന്നു പിടിച്ചു. അത്രയുമായപ്പോൾ കേശവൻനായർ അടുത്തു ചെന്ന് അവരുടെ ഇടയിൽക്കൂടിക്കടന്നു പടിഞ്ഞാട്ടു പോയി.അപ്പോൾ അദ്ദേഹം എന്താണ് പ്രവർത്തിച്ചതെന്ന് ആർക്കും അറിഞ്ഞുകൂടാ. മുഹമ്മദീയരെല്ലാം സ്തംഭിച്ച് ഇളകാൻ പോലും വയ്യാതെ കൽത്തൂണുകൾ പോലെ നിലയായി. ചുമട്ടുകാർ സാമാനങ്ങൾ ചന്തയിൽ കൊണ്ടുപോയി വിറ്റു വില വാങ്ങിത്തുടങ്ങുകയും ചെയ്തു.അപ്പോൾ ഈ അക്രമികളുടെ സഹോദരന്മാരും ബന്ധുക്കളുമായ ചിലർ ഇവരിങ്ങനെ നിൽക്കുന്നതു കണ്ടിട്ട് കാരണമറിയുന്നതിനായി അവരുടെ അടുക്കൽച്ചെന്നു 'നിങ്ങൾ ഇങ്ങനെ നില്ക്കുന്നതെന്താണ്?' എന്നു ചോദിച്ചു. സ്തംഭിച്ചു നിന്നിരുന്ന അവർക്കു മിണ്ടാൻപോലും വയ്യാതെയിരുന്നതിനാൽ അവർ ഒന്നും മിണ്ടിയില്ല. അത്രയുംകൂടിയായപ്പോൾ മറ്റവർക്കു ഭീതിയും പരിഭ്രമവും കലശലായി. അപ്പോൾ ചിലർ 'തെക്കേടത്തു കേശവൻ നായർ ഇതിലെ കടന്നു ചന്തയിലേക്കു പോയി. അദ്ദേഹം വല്ലതും ചെയ്തിട്ടായിരിക്കണം ഇവരിങ്ങനെയായത്. ഇവർ അദ്ദേഹത്തിന്റെ കൂലിക്കാരുടെ ചുമടുകൾക്ക് കടന്നുപിടിച്ചു. ആ സമയത്താണ് അദ്ദേഹം ഇതിലേ കടന്നുപോയത്'' എന്നു പറഞ്ഞു. അതുകേട്ട് ആ അന്വേഷിക്കാൻ വന്ന മുഹമ്മദീയർ ചന്തയിൽക്കടന്ന് അന്വേഷിച്ചു കേശവൻനായരെ കണ്ടുപിടിച്ചു. 'ആ കഥയില്ലാത്ത വിഡ്ഢികൾ ആളുമവസ്ഥയുമറിയാതെ ചെയ്തുപോയ തെറ്റിനെ ക്ഷമിച്ച് അവരെ സുഖപ്പെടുത്തി വിട്ടയയ്ക്കണം' എന്നപേക്ഷിച്ചു. ഉടനെ കേശവൻനായർ സ്തംഭിച്ചുനിന്നിരുന്ന ആ മുഹമ്മദീയരുടെ അടുക്കൽച്ചെന്നു തന്റെ കണ്ണിവിരൽകൊണ്ട് അവരുടെ എല്ലാവരുടെയും മാറത്തൊന്നു തൊട്ടു.ഉടനെ അവർ സ്തബ്ധത വിട്ടു സ്വസ്ഥരായിത്തീർന്നു. പിന്നെ കേശവൻനായർ അവരെക്കൊണ്ട്'മേലാൽ കടുത്തുരുത്തി മുതലായ സ്ഥലങ്ങളിൽനിന്നു വരുന്നവരെ ഒരിക്കലും ഉപദ്രവിക്കയില്ല' എന്നു സത്യം ചെയ്യിച്ച് അവരെ വിട്ടയച്ചു.

എങ്കിലും ആ മുഹമ്മദീയരുടെ മനസ്സിലെ വൈരം വിട്ടുപോയില്ല. അവർ ഇതിന്റെ പകരം വീട്ടണമെന്നു നിശ്ചയിച്ചു വടക്കേ മലബാറിൽ കണ്ണൂർ, തലശ്ശേരി മുതലായ സ്ഥലങ്ങളിൽ എഴുതിയയച്ചു വലിയ അഭ്യാസികളായ ഏതാനും മുഹമ്മദീയരെ വരുത്തി തലയോലപ്പറമ്പിൽ താമസിപ്പിക്കുകയും കടുത്തുരുത്തി മുതലായ സ്ഥലങ്ങളിൽനിന്നു വരുന്നവരെ നല്ല പാഠം

പഠിപ്പിച്ചയയ്ക്കണമെന്നു പറഞ്ഞു ചട്ടം കെട്ടുകയും ചെയ്തു. ഈ വിവരം എങ്ങനെയോ കേശവൻനായരറിയുകയും ഒരു ചന്തദിവസം കടുത്തുരുത്തിയിൽനിന്നു ചന്തയ്ക്കുപോയവരുടെ പിന്നാലെ അദ്ദേഹം തന്റെ മുച്ചാൺവടിയുമെടുത്തുകൊണ്ടു പോകുകയും ചെയ്തു. മുമ്പു പോയ ചുമട്ടുകാർ ചന്തയുടെ അറ്റത്തായപ്പോൾ വടക്കർ മുഹമ്മദീയർ അവിടെയെത്തി അവരെ തടുത്തു നിർത്തി ചുമടുകൾ പിടിച്ചുപറിക്കാൻ ശ്രമം തുടങ്ങി. അപ്പോഴേക്കും കേശവൻനായർ അവിടെയെത്തി മുഹമ്മദീയരോടു നേരിട്ടു.പിന്നെ ആ വടക്കരും കേശവൻനായരും തമ്മിൽ മുറയ്ക്കു പോരാട്ടം തുടങ്ങി. അതൊരു കാൽ നാഴിക നേരമുണ്ടായി. അപ്പോഴേയ്ക്കും ആ മുഹമ്മദീയർ തോറ്റു തുന്നം പാടി. അവർ കേശവൻ നായരുടെ കാൽക്കൽ വീണ് 'ഞങ്ങളുടെ സമസ്താപരാധങ്ങളും ക്ഷമിച്ചു ഞങ്ങളെ രക്ഷിക്കണേ. ഞങ്ങളെ കൊല്ലാതെ വിട്ടയയ്ക്കണേ' എന്നപേക്ഷിച്ചു. കരുണാനിധിയായിരുന്ന കേശവൻനായർ ഇതുകേട്ടു മനസ്സലിയുകയാൽ ഉടനെ പോരാട്ടം മതിയാക്കി. പിന്നെ ആ മുഹമ്മദീയർ അദ്ദേഹത്തെ വന്ദിച്ചുകൊണ്ട് 'ഈ അഭ്യാസമുറകൾ ഞങ്ങളെക്കൂടി പഠിപ്പിക്കണ'മെന്ന് അപേക്ഷിക്കുകയും കേശവനായർ സദയം അതും സമ്മതിക്കുകയും അവരെക്കൂടി കടുത്തുരുത്തിയിൽ കൊണ്ടുപോയി ത്താമസിപ്പിച്ചു ചിലതൊക്കെ പഠിപ്പിച്ചു പറഞ്ഞയയ്ക്കുകയും ചെയ്തു. ഇതുകൂടി കഴിഞ്ഞപ്പോൾ കേശവൻനായരുടെ കീർത്തി ഉത്തരമലബാറിന്റെ അങ്ങേയറ്റം വരെ വ്യാപിച്ചു.

ഒരിക്കൽ ഒരു കുംഭമാസത്തിൽ തിരുവാതിരനാൾ കേശവൻ നായർ പകലേ ഊണും കഴിച്ചു ചില കൂട്ടുകാരോടുകൂടി ഏറ്റുമാനൂരാറാട്ടാഘോഷം കാണാൻ പുറപ്പെട്ടു. അഞ്ചാറു നാഴിക ഇരുട്ടായപ്പോൾ അവർ കോതനല്ലൂർ എന്ന സ്ഥലത്തെത്തി. അപ്പോൾ മുൻഭാഗത്തായി ചില സ്ത്രീകളുടെ നിലവിളി കേൾക്കുകയാൽ അതിന്റെ കാരണമറിയുന്നതിനായി അവർ ക്ഷണത്തിൽ നടന്ന് ആ സ്ഥലത്തെത്തി. അപ്പോൾ ആറാട്ടു കാണാനായിത്തന്നെ പോകുന്ന ചില സ്ത്രീകളെ തടഞ്ഞുനിർത്തി ചില തസ്കരന്മാർ അവരുടെ ആഭരണങ്ങൾ അപഹരിക്കുന്നതായിട്ടാണ് കണ്ടത്. തസ്കരന്മാരുടെ സംഖ്യ തങ്ങളേക്കാധികമുണ്ടായിരുന്നതിനാൽ കൂട്ടുകാരെല്ലാവരും ഭയപ്പെട്ടു പിന്മാറി. എങ്കിലും ധൈര്യശാലിയായ കേശവൻനായർ തന്റെ വടിയുംകൊണ്ട് തസ്കരന്മാരോടു നേരിട്ടു. ക്ഷണനേരം കൊണ്ട് അദ്ദേഹം ആ അക്രമികളെയെല്ലാം അടിച്ചു നിലംപതിപ്പിച്ചു. കള്ളന്മാരെല്ലാം വീണതായിക്കണ്ടു കൂട്ടുകാരും അടുത്തു വന്നു. അവരെല്ലാം കൂടി ആ തസ്കരന്മാരുടെ ദേഹപരിശോധന കഴിച്ചപ്പോൾ അവരുടെ മടിയിലും കുപ്പായക്കീശയിലും മറ്റുമായി അനേകം ആഭരണങ്ങൾ കണ്ടുകിട്ടി. അവർ അവയെല്ലാം എടുക്കുകയും അവിടെ അടുത്തുതന്നെ കരഞ്ഞുകൊണ്ടു നിന്നിരുന്ന സ്ത്രീകളുടെ ആഭരണങ്ങളെല്ലാം അവർക്കു കൊടുക്കുകയും ശേഷമുണ്ടായിരുന്നവ ഏറ്റുമാനൂർക്കു കൊണ്ടുപോയി പോലീസധികാരികളെ ഏല്പിച്ചു വിവരം പറയുകയും ചെയ്തു. അവയെല്ലാം പിന്നീടു പോലീസുകാരുടെ പരസ്യമനുസരിച്ച് ഉടമസ്ഥർ ഹാജരായി തെളിവു സഹിതം അപേക്ഷകൊടുത്തു വാങ്ങിക്കൊണ്ടുപോയി.

കേശവൻനായരും കൂട്ടരും ആറാട്ടാഘോഷങ്ങളെല്ലാം കഴിഞ്ഞതിന്റെ ശേഷം പിറ്റേദിവസം കാലത്തു മടങ്ങിച്ചെന്നപ്പോഴും ആ തസ്കരന്മാർ വീണ സ്ഥലത്തുതന്നെ ബോധരഹിതരായിക്കിടക്കുന്നുണ്ടായിരുന്നു.

കേശവനായർ അവരെയെല്ലാവരേയും പിടിച്ചേഴന്നേല്പിച്ച സ്വസ്ഥരാക്കിയതിന്റെ ശേഷം 'മേലാൽ സ്ത്രീജനങ്ങളെയും സാധുക്കളെയും ഉപദ്രവിക്കരുതെ'ന്നും മറ്റും ഗുണദോഷിച്ച് അവരുടെ വാസസ്ഥലങ്ങളിലേയ്ക്കു പറഞ്ഞയച്ചു. ഈ സംഗതി നടന്നതു് ഏറ്റുമാനൂരാറാട്ടുനാൾ അതിനടുത്ത സ്ഥലത്തുവെച്ച് ആകയാലും ആറാട്ടിനു പല സ്ഥലങ്ങളിൽ നിന്നുമായി അവിടെ അസംഖ്യം ജനങ്ങൾ കൂടിയിരുന്നതുകൊണ്ടും ഇതു തിരുവിതാംകൂറിൽ മാത്രമല്ല മറ്റനേകം അയൽരാജ്യങ്ങളിലും പ്രസിദ്ധമായിത്തീർന്നു.

ഒരിക്കൽ പള്ളിപ്പാട്ടുള്ള കോയിക്കലേത്തു വീട്ടിൽ ഏതാനും പണത്തിന് ആവശ്യമാവുകയാൽ ചില വസ്തുക്കൾ തെക്കേടത്തേക്കു പണയമെഴുതിക്കൊടുത്തു് അതു വാങ്ങിയിരുന്നു. ആ ഏർപ്പാടു നിമിത്തം അക്കാലം മുതൽ ആ രണ്ടു വീട്ടുകാരും തമ്മിൽ ഏറ്റവും മൈത്രിയോടുകൂടിയാണ് വർത്തിച്ചിരുന്നതു്. അക്കാലത്തു കോയിക്കലേത്തുണ്ടായിരുന്ന രണ്ടാനകളെ ആർക്കെങ്കിലും പണിക്കേർപ്പെടുത്തിക്കൊടുത്തു കൂലി വാങ്ങിക്കൊടുക്കണമെന്ന് പറഞ്ഞു തെക്കേടത്ത് ഏല്പിച്ചിരുന്നു. ആ ആനക്കൂലിവക ആയിരത്തിൽച്ചില്വാനം രൂപ തെക്കേടത്ത് വന്നുചേർന്നപ്പോൾ അതൊരു സഞ്ചിയിലിട്ടു കെട്ടി ഒരു ഭൃത്യനെക്കൊണ്ട് എടുപ്പിച്ചു കൊണ്ടു കേശവൻനായർ പള്ളിപ്പാട്ടേക്കു പുറപ്പെട്ടു. ഏറ്റുമാനൂരെത്തിയപ്പോൾ അവിടെനിന്ന് ഒരു വഞ്ചി പള്ളിപ്പാട്ടേയ്ക്കു പോകുന്നുണ്ടെന്നും കോയിക്കലേത്തുകാരുടെ ആവശ്യപ്രകാരം ചില തടിയുരിപ്പടികൾ കയറ്റി വല്യടത്തു മൂത്തതാന് അതു അയയ്ക്കുന്നതെന്നും അറിയിക്കുകയാൽ കേശവൻനായർ മൂത്തതിന്റെ അനുവാദം വാങ്ങിക്കൊണ്ടു ഭൃത്യനോടുകൂടി പണവുംകൊണ്ട് ആ വഞ്ചിയിൽക്കയറി യാത്ര തുടർന്നു. വഞ്ചി സാവധാനത്തിൽ വിട്ടു 'കരിമ്പാവളവ്' എന്ന സ്ഥലത്തെത്തിയപ്പോൾ തണ്ടുവെച്ച രണ്ടു തോണികൾ അതിവേഗത്തിൽ വിട്ടു വന്ന് ഈ വഞ്ചിയുടെ രണ്ടുവശത്തും ചേർന്നു. ആ തോണികളിൽനിന്നു ചിലർ ഈ വഞ്ചിയിൽ കയറി കേശവൻനായരുടെ അടുക്കൽച്ചെന്നു കൈവശമുള്ളതെല്ലാം അങ്ങോട്ട് കൊടുക്കണമെന്നു പറഞ്ഞു. തന്റെ കൈവശമൊന്നുമില്ലെന്നായിരുന്നു കേശവൻനായരുടെ മറുപടി. അപ്പോൾ അദ്ദേഹത്തിന്റെ അടുക്കൽ ആ പണസഞ്ചി ഇരിക്കുന്നതു കണ്ടിട്ട് 'ഇതെന്താണ്?' എന്ന് അവർ ചോദിച്ചു. 'ഇത് കുറച്ച് അരിയാണ്' എന്നു കേശവൻനായർ പറഞ്ഞു. അപ്പോൾ കേശവൻനായരുടെ കാതിൽ മിന്നിത്തിളങ്ങുന്ന വൈരക്കല്ലു കടുക്കൻ കിടക്കുന്നതു കണ്ടിട്ട് 'എന്നാൽ ആ കടുക്കനഴിച്ചു തരണം' എന്ന് ആ അക്രമികൾ പറഞ്ഞു. അതിനുത്തരമായിട്ട് കേശവൻനായർ പറഞ്ഞത് 'ഈ കടുക്കൻ അഴിച്ചെടുക്കാവുന്ന വിധത്തിലല്ല ഇട്ടുറപ്പിച്ചിരിക്കുന്നത്' എന്നായിരുന്നു. അപ്പോൾ ആ അക്രമികൾ 'എന്നാൽ കാതറുത്ത് എടുത്തുകൊള്ളാം' എന്നു പറഞ്ഞുകൊണ്ട് അദ്ദേഹത്തിന്റെ അടുക്കലേയ്ക്കടുത്തു. ഉടനെ കേശവൻനായർ 'ഇനി അമാന്തിച്ചിരിക്കാൻ പാടില്ല' എന്നു വിചാരിച്ചുകൊണ്ട് അവിടെ നിന്നെഴുന്നേറ്റു തന്റെ കൈയിലുണ്ടായിരുന്ന വടികൊണ്ട് ആ രണ്ടു തോണിയിലുണ്ടായിരുന്നവർക്കെല്ലാം ഓരോ വീക്കു വെച്ചുകൊടുത്തു, അവരെല്ലാം ബോധംകെട്ടു വെള്ളത്തിൽ വീണു. ഉടനെ കേശവൻനായരും അദ്ദേഹത്തിന്റെ ഭൃത്യനും വഞ്ചിക്കാരും കൂടി അവരെ എല്ലാവരേയും പിടിച്ചെടുത്ത് അവരുടെ തോണികളിലാക്കി. അപ്പോൾ ഒരു തോണിയിൽ ഒരു മടിശ്ശീല ഇരിക്കുന്നതുകണ്ട് അതെടുത്തു കേശവൻനായർ തന്റെ ഭൃത്യനു സമ്മാനിച്ചു. അതിൽ ഏകദേശം

ഒരിടങ്ങഴിയോളം വെള്ളിച്ചക്രമുണ്ടായിരുന്നു എന്ന് പിന്നീട് ആ ഭൃത്യൻ പറഞ്ഞുവത്രേ. അക്കാലത്തു തിരുവിതാംകൂറിൽ നടപ്പുണ്ടായിരുന്ന പ്രധാന നാണയം വെള്ളിച്ചക്രമായിരുന്നുവല്ലോ. അക്രമികളുടെ തോണികളും തടിയുരുപ്പടികൾ കയറ്റിയിരുന്ന വഞ്ചിയോടു ചേർത്തു കെട്ടിക്കൊണ്ട് അവിടെ നിന്നും പുറപ്പെട്ട് അടുത്തുണ്ടായിരുന്ന കാവൽസ്ഥലത്തുചെന്ന് ആ അക്രമികളെയെല്ലാം സ്വസ്ഥരാക്കി അവിടെയേല്പിച്ചു. അവരുടെ ഒരു തോണിയും അവിടെ കൊടുത്തു. പിന്നെ വഞ്ചി നേരെ പള്ളിപ്പാട്ടേക്കു വിട്ടു കോയിക്കലേത്തു കടവിലടുത്തു. മൂത്തതിന്റെ വഞ്ചിക്കർ തടിയുരുപ്പടികളും കേശവൻനായർ രൂപയും കോയിക്കലത്തെ കാരണവരെ ഏല്പിച്ചു കൊടുത്തതിന്റെ ശേഷം കുളിയുമൂണും കഴിച്ച് അന്നുതന്നെ മടങ്ങിപ്പോരികയും ചെയ്തു. ആ ആക്രമികളുടെ തോണികളിലൊന്നു കാവൽ സ്ഥലത്തു കൊടുത്തതിന്റെ ശേഷം ഒന്നുണ്ടായിരുന്നതു മൂത്തതിന്റെ വഞ്ചിക്കാരിൽ ഒരാൾ കൊണ്ടുപോയി. അയാൾ കണ്ടങ്കരിക്കാരനായിരുന്നു. അയാളുടെ വീട്ടുകാർ ഇപ്പോഴും ആ തോണി ഉപയോഗിക്കുന്നുണ്ടത്രേ. മേൽപറഞ്ഞ സംഗതി നടന്നത് കേശവൻനായരുടെ മദ്ധ്യപ്രായത്തിലായിരുന്നു.

ഒരിക്കൽ കോഴിക്കോട്ടുകാരനും വലിയ ധനവാനുമായിരുന്ന ഒരു മുഹമ്മദീയ യുവാവ് ക്ഷയരോഗബാധിതനായിത്തീരുകയാൽ അനേകം വൈദ്യന്മാരെകണ്ടു രോഗവിവരങ്ങളെല്ലാം പറയുകയും അവർ പറഞ്ഞ ചികിത്സകളെല്ലാം ചെയ്യുകയും ചെയ്തിട്ടും ഒരു ഫലവും ഉണ്ടാകായ്കയാൽ ഭഗ്നാശയനായി പാർത്തിരുന്ന കാലത്ത് തെക്കേടത്ത് കേശവൻനായരുടെ യോഗ്യതകൾ ചിലർ പറഞ്ഞ് അറിയാനിടയായി. അതിനാൽ ആ മുഹമ്മദീയ യുവാവ് ചില ഭൃത്യന്മാരോട്കൂടി തെക്കേടത്തെത്തി കേശവൻനായരെകണ്ടു രോഗവിവരങ്ങളെല്ലാം ഗ്രഹിപ്പിച്ചു. കേശവൻനായർ ഉടനെ ആ യുവാവിന്റെ നാഡികൾ പരിശോധിച്ചശേഷം രോഗനിദാനം അമിതഭോഗമാണെന്നു വിധിച്ചു. അത് ആ യുവാവ് സമ്മതിച്ചില്ല. പിന്നെ കേശവൻനായർ ആ യുവാവിന്റെ കൂടെവന്നിരുന്ന ഭൃത്യന്മാരെയെല്ലാം ദൂരെ മാറ്റി നിർത്തീട്ട് യുവാവിനോടു 'നിങ്ങൾ വിവാഹം കഴിച്ചിട്ടുണ്ടോ?' എന്നു ചോദിച്ചു. ഇല്ല എന്ന് യുവാവു പറഞ്ഞതിന്റെ ശേഷം കേശവൻനായർ ആ യുവാവിന് അമിതഭോഗത്തിൽ അത്യാസക്തി ജനിച്ച കാലത്തെയും അത് അധികമായി ഉപയോഗിച്ച സമയത്തേയും മറ്റും കുറിച്ചു കണ്ടറിഞ്ഞതുപോലെ സൂക്ഷ്മമായി പറഞ്ഞു. അപ്പോൾ ആ യുവാവു ലജ്ജാവനതമുഖനായി സർവ്വവും സമ്മതിച്ചു. പിന്നെ കേശവൻനായർ നിശ്ചയിച്ച ചികിത്സകൾ ചെയ്തുകൊണ്ട് ആ മുഹമ്മദീയൻ കട്ടുത്തുരുത്തിയിൽത്തന്നെ താമസിക്കുകയും അചിരേണ സ്വസ്ഥശരീരനായി തിരിച്ചുപോവുകയും ചെയ്തു. തെക്കേടത്തു കുടുംബകാർക്ക് സർവ്വോപരി സാമർത്ഥ്യവും ജ്ഞാനവും നിശ്ചയവുമുള്ളത് നാഡിപരിശോധനയിലാണെന്നുള്ളതു പ്രസിദ്ധമാണല്ലോ. അതിന് ഇപ്പോഴും വ്യത്യാസം വന്നിട്ടില്ല.

ഒരു ദിവസം കേശവൻ നായർ ചില കൃഷിപ്പണികൾ നടത്താനായിട്ടു പാടത്തു പോയിട്ടു വീട്ടിലേക്കു മടങ്ങിവന്നപ്പോൾ വഴിയിൽവെച്ചു ചിലരെ കാണുകയാൽ അവർ ഏതു ദിക്കുകാരാണെന്നും എവിടെപ്പോവുകയാണെന്നും മറ്റും ചോദിച്ചു. അപ്പോൾ അവരിലൊരാൾ കൂട്ടുകാരിലൊരാളെ ചൂണ്ടികാണിച്ചുകൊണ്ട് 'ഈ മനുഷ്യൻ അയാളുടെ വീട്ടിലെ മുകളിലത്തെ ഉത്തരത്തിന്മേൽനിന്ന് ഒരു സാധനമെടുക്കുന്നതിനായി ഒരു കൈ പൊക്കി.

അപ്പോൾ അയാൾക്ക് ഒരു കോട്ടുവായുമുണ്ടായി. അതോടുകൂടി അയാൾക്ക് പൊക്കിയ കൈ താഴ്ത്താനും തുറന്ന വായ അടയ്ക്കാനും വയ്യാതെയായി. അതിനാൽ ഈ മനുഷ്യനെ തെക്കേടത്തു കൊണ്ടുപോയി കേശവൻനായരെ കാണിച്ചു വല്ലതും ചെയ്യിക്കണമെന്നു വിചാരിച്ചു പോവുകയാണ്. ഞങ്ങൾ വടക്കേ മലബാറിലുള്ളവരാണ്. തെക്കേടത്തു കേശവൻ നായരെക്കുറിച്ചു ഞങ്ങൾ കേട്ടിട്ടുണ്ട്. അദ്ദേഹത്തെ ഞങ്ങൾ കണ്ടിട്ടില്ല' എന്നു പറഞ്ഞു. ഉടനെ കേശവൻ നായർ ആ കൈ പൊക്കിയും വായ് പൊളിച്ചും നിന്നിരുന്ന മനുഷ്യന്റെ പിന്നിൽചെന്നു തന്റെ കയ്യിലുണ്ടായിരുന്ന വടികൊണ്ട് പുറത്തു ഒരു വീക്കുവെച്ചുകൊടുത്തു. അടി കൊണ്ടു മനുഷ്യൻ 'അയ്യോ!' എന്നു നിലവിളിച്ചുകൊണ്ട് ഒന്നു പുളഞ്ഞു. അതോടുകൂടി അയാളുടെ കയ്യും വായും പൂർവ്വസ്ഥിതിയിലാവുകയും അയാൾ സ്വസ്ഥനായിത്തീരുകയും ചെയ്തു.

ഇതു കഴിഞ്ഞപ്പോൾ 'ഇദ്ദേഹം തന്നെയായിരിക്കും കേശവൻനായർ' എന്നു വടക്കർക്കു തോന്നി. കേശവൻനായർ പാടത്തുനിന്നു വരുന്ന വരവായിരുന്നതിനാൽ ഒരു തോർത്തുമുണ്ടുമാത്രം ഉടുത്തും മേലൊക്കെ ചേറണിഞ്ഞുമിരുന്നതുകൊണ്ട് ആദ്യം അദ്ദേഹത്തെ കണ്ടപ്പോൾ അവർക്ക് ആ സംശയമുണ്ടായില്ല. അദ്ദേഹത്തിന്റെ ഈ അത്ഭുതപ്രവൃത്തി കണ്ടപ്പോൾ അവർക്ക് സംശയം തോന്നുകയാൽ അദ്ദേഹത്തിന്റെ കൂടെയുണ്ടായിരുന്നവരോടു സ്വകാര്യമായി ചോദിച്ചു സംശയം തീർത്തതിന്റെ ശേഷം അവർ കേശവൻ നായരെ സാദരം വന്ദിച്ചു യാത്ര പറഞ്ഞു കൊണ്ട് പിരിഞ്ഞു പോയി. ഉടനെ കേശവൻനായർ കുളിക്കാനുംപോയി.

പിന്നെയൊരിക്കൽ ഒരു ധനുമാസത്തിൽ തിരുവാതിരനാൾ കുടമാളൂർ തെക്കേടത്തു മനയ്ക്കൽ തിരുവാതിര(കൈകൊട്ടിക്കളി) കളിച്ചുകൊണ്ടിരുന്ന ഒരന്തർജ്ജനം എങ്ങനെയോ മറിഞ്ഞുവീഴുകയാൽ ഒരു കൈയൊടിഞ്ഞു പോയി. ഉടനെ തിരുമ്മുകാരനായ ഒരു നമ്പൂതിരിയെ വരുത്തി ആ കൈ വെച്ചുകെട്ടി. അപ്പോൾ അന്തർജ്ജനം ബോധരഹിതയായിത്തീർന്നു. പിന്നെ ആ നമ്പൂതിരി പല വിദ്യകൾ പ്രയോഗിച്ചുനോക്കിയിട്ടും അന്തർജ്ജനത്തിനു ബോധം വീണില്ല. അതിനാൽ ഭട്ടതിരിപ്പാടു വയസ്കര ആചാര്യൻ നാരായണമൂസ്സവർകളെ കൊണ്ടുവരുന്നതിന് ഒരാളെ അയച്ചു. ആ ആൾ വയസ്കരെചെന്നു വിവരമെല്ലാമറിയിച്ചപ്പോൾ മൂസ്സവർകൾ പറഞ്ഞത് 'കൈയും കാലും മറ്റുമൊടിഞ്ഞാൽ വെച്ചുകെട്ടി ചികിത്സിച്ചു ഭേദമാക്കാൻ പഠിപ്പും പരിചയവും പഴക്കവും തെക്കേടത്തു കേശവൻനായരെപ്പോലെയുണ്ടായിട്ടും ഇപ്പോൾ മറ്റാരുമുണ്ടെന്നു തോന്നുന്നില്ല. അതിനാൽ ആ മനുഷ്യനെ വരുത്തി ഉടനെ എന്തെങ്കിലും ചെയ്യിക്കുകയാണ് വേണ്ടത്'' എന്നാണ്. അതുകേട്ടു ഭട്ടതിരിപ്പാട്ടിലെ ആൾമടങ്ങിചെന്ന് ആ വിവരം അവിടെ അറിയിച്ചു. ഉടനെ ഭട്ടതിരിപ്പാട് കടുത്തുരുത്തിക്ക് ആളെ അയച്ചു കേശവൻനായരെ കുടമാളൂർ വരുത്തി. കേശവൻ നായർ ആദ്യം നമ്പൂരി വെച്ചുകെട്ടിയ കെട്ടഴിച്ച് അന്തർജ്ജനത്തിന്റെ കൈ വേണ്ടതുപോലെ വെച്ചുകെട്ടി. അപ്പോൾ അന്തർജ്ജനത്തിനു ബോധം വീണു. പിന്നെ കേശവൻ നായർ ഏതാനും ദിവസം അവിടെ താമസിച്ചു വേണ്ടുന്ന ചികിത്സയും തിരുമ്മും മറ്റും കഴിക്കുകയും അന്തർജ്ജനം സ്വസ്ഥതയെ പ്രാപിക്കുകയും ഭട്ടതിരിപ്പാട്ടു കേശവൻ നായർക്കു പല സമ്മാനങ്ങളും കൊടുത്ത് അദ്ദേഹത്തെ സന്തോഷിപ്പിച്ചയയ്ക്കുകയും ചെയ്തു.

തദനന്തരം ഇടപ്പള്ളി സ്വരൂപത്തിലെ ഒരു തമ്പുരാനും 1055ാമാണ്ടു നാടുനീങ്ങിപ്പോയ ആയില്ല്യം തിരുനാൾ മഹാരാജാവു തിരുമനസ്സിലെ അമ്മച്ചിക്കും സഹിക്കവയ്യാതെകണ്ടു ഒരു വയറുവേദനയുണ്ടാവുകയും കോഴിക്കോട് അന്നത്തെ ഏറാൾപ്പാടു തമ്പുരാനവർകൾക്കും പുലിക്കോട്ടു എം.ഡി. മെത്രാപ്പോലീത്ത അവർകൾക്കും എന്തോ അബദ്ധം പറ്റുകയാൽ കൈകൾ ഒടിയുകയും കൊച്ചിരാജകുടുംബത്തിൽ ചില തമ്പുരാക്കന്മാർക്കും തമ്പുരാട്ടിമാർക്കും ചില ശീലായ്മകളുണ്ടാവുകയും അതതു സ്ഥലങ്ങളിലുള്ള വൈദ്യന്മാരെക്കൊണ്ടും മറ്റും പലതും ചെയ്യിച്ചിട്ടും ഫലമൊന്നുമുണ്ടാകാതെയിരിക്കുകയും ചെയ്യുകയാൽ ആ സ്ഥലങ്ങളിൽനിന്നെല്ലാം കേശവൻ നായർക്ക് ആളുകൾ വരികയും ചെയ്യുകയാൽ അദ്ദേഹം ആ സ്ഥലങ്ങളിലെല്ലാം ചെന്നു യഥാക്രമം തിരുമ്മും വെച്ചുകെട്ടും ചികിത്സകളും നടത്തുകയാൽ അവർക്കും അചിരേണ പൂർണ്ണസുഖം സിദ്ധിച്ചു. അതിനാൽ ഓരോ രാജസ്ഥാനങ്ങളിൽനിന്നും മറ്റുമായി കേശവൻ നായർക്കു വീരശൃംഖലകൾ മുതലായ അനേകം സമ്മാനങ്ങൾ കിട്ടുകയും ചെയ്തു. തിരുവിതാംകൂർ, കൊച്ചി , ബ്രിട്ടീഷ് മലബാർ എന്നീ മൂന്നു സംസ്ഥാനങ്ങളിൽനിന്നുമായി ഇത്ര വളരെ രാജസമ്മാനങ്ങളും മറ്റും ലഭിച്ചിട്ടുള്ള ഒരു സമ്മാനങ്ങളും ഒരു വിദ്വാൻ ഈ കേശവൻ നായരല്ലാതെ കേരളത്തിൽ വേറെ ആരുമുണ്ടെന്നു തോന്നുന്നില്ല.

കേശവൻ നായർക്കു ബാലിവഴി, ഭീമൻ വഴി എന്നീ രണ്ടുതരത്തിലുള്ള അഭ്യാസമുറകളും ആനച്ചടക്കം, പന്നിച്ചടക്കം എന്നീ രണ്ടുതരം ചടക്കങ്ങളും പന്ത്രണ്ടുതരത്തിലുള്ള തിരുമ്മുകളും ആരു വിധമുള്ള മുഷ്ടികളും കൂടാതെ മറ്റനേകം വിധത്തിലുള്ള വിദ്യകളും വശമായിരുന്നു. അദ്ദേഹം ആര്യവൈദ്യശാസ്ത്രത്തിൽ മാത്രമല്ല, ചിന്താമണി, അറബി മുതലായ വൈദ്യശാത്രങ്ങളിലും അതിനിപുണനായിരുന്നു. അദ്ദേഹത്തിന് ഇവയ്ക്കും പുറമെ ചില മന്ത്രൌഷധപ്രയോഗങ്ങളുമുണ്ടായിരുന്നു.

കേശവൻ നായർ ഒരിക്കൽ ഗംഗാസ്നാനം, വിശ്വനാഥദർശനം, ഗയാശ്രാദ്ധം മുതലായ പുണ്യകർമ്മങ്ങൾ നടത്തണമെന്നു നിശ്ചയിച്ചു വടക്കോട്ടു പുറപ്പെട്ടു. തീവണ്ടിയിൽ അദ്ദേഹം കയരിയിരുന്ന മുറിയിൽതന്നെ ഒരു മഹാരാഷ്ട്ര ബ്രാഹ്മണനും അദ്ദേഹതിന്റെ ഭാര്യയുമുണ്ടായിരുന്നു. അവർക്ക് എന്തോ വലിയ മനോവിചാരമുള്ളതുപോലെ മുഖം മ്ലാനമായിരുന്നു. അതു കണ്ടിട്ട് കേശവൻ നായർ അതിന്റെ കാരണമെന്താണെന്ന് ബ്രാഹ്മണനോട് അവരുടെ ഭാഷയിൽ ചോദിച്ചു. അപ്പോൾ ആ ബ്രാഹ്മണൻ അവരുടെ ഭാഷയിൽത്തന്നെ, താനീ സ്ത്രീയെ വിവാഹം ചെയ്തു തന്റെ മാതാപിതാക്കന്മാരുടേയും മറ്റും സമ്മതം കൂടാതെയാണെന്നും വിവാഹം കഴിഞ്ഞിട്ട് ഭാര്യയെ ആദ്യമായാണ് സ്വഗൃഹത്തിലേക കൊണ്ടുപോകുന്നതെന്നും അവിടെ ചെന്നാൽ തങ്ങളെ സ്വീകരിക്കുമോ ആട്ടിപ്പുറത്താക്കുമോഎന്നുള്ള വിചാരം കൊണ്ടാണ് മനസ്സിന് സ്വസ്ഥതയില്ലാതെയിരിക്കുന്നതെന്നും മറ്റും പറഞ്ഞു. അതു കേട്ടയുടനെ കേശവൻ നായർ തന്റെ പെട്ടി തുറന്ന് ഒരു ഗുളികയെടുത്തു കൊടുത്തിട്ട് ആ ബ്രാഹ്മണനോട് ‘നിങ്ങൾ രണ്ടുപേരും ഈ ഗുളിക അരച്ചു തിലകം ധരിച്ചു കൊണ്ടുവേണം ഗൃഹത്തിൽച്ചെല്ലുവാൻ. എന്നാൽ അവിടെ ആരും നിങ്ങളെ ധിക്കരിക്കുകയില്ല. എന്നു മാത്രമല്ല, എല്ലാവരും നിങ്ങളെ അവിടെ സാദരം സ്വീകരിക്കുകയും ചെയ്യും’

എന്നുപറഞ്ഞു. ആ ബ്രാഹ്മണൻ അതു കേട്ടു വളരെ സന്തോഷിക്കുകയും സാദരം ആ ഗുളിക വാങ്ങി തന്റെ പെട്ടിയിൽ വെയ്ക്കുകയും ചെയ്തു. അപ്പോഴേയ്ക്കും വണ്ടി അദ്ദേഹത്തിന് ഇറങ്ങാനുള്ള സ്റ്റേഷനെത്തി. ഉടനെ ആ ബ്രാഹ്മണൻ കേശവൻ നായരോട് 'എന്നാലിനി പിന്നെക്കണ്ടുകൊള്ളാം' എന്നു യാത്രയും പറഞ്ഞു ഭാര്യയോടുകൂടി വണ്ടിയിൽനിന്നിറങ്ങിപ്പോയി.

അവരുടെ ഗൃഹത്തിലേക്കു തീവണ്ടി സ്റ്റേഷനിൽനിന്ന് അധികം ദൂരമില്ലായിരുന്നതിനാൽ അവർ വണ്ടിയിൽനിന്ന് ഇറങ്ങി ഉടൻതന്നെ ഗുളികയെടുത്തരച്ചു തിലകം ധരിച്ചുകൊണ്ടാണ് ഗൃഹത്തിലേക്കു ചെന്നത്. അവർ അവിടെ ചെന്നിട്ട് അവിടെയുണ്ടായിരുന്നവരെല്ലാവരും സസന്തോഷം അവരെ അവിടെ സ്വീകരിക്കുകയും കുശലപ്രശ്നം ചെയ്യുകയും വളരെ സ്നേഹത്തോടുകൂടി വർത്തിക്കുകയും ചെയ്തു. ഈ സ്ഥിതി കണ്ടപ്പോൾ ആ ബ്രാഹ്മണന് കേശവൻ നായരെക്കുറിച്ച് അളവറ്റ ബഹുമാനം തോന്നുകയും കേശവൻ നായർ മടങ്ങി വരുമ്പോൾ അദ്ദേഹത്തെ യഥായോഗ്യം സൽക്കരിച്ചയയ്ക്കണമെന്ന് അദ്ദേഹം തീർച്ചപ്പെടുത്തുകയും ചെയ്തു. പിന്നെ ആ ബ്രാഹ്മണൻ കേശവൻ നായർ ഗംഗാസ്നാനാദികളെല്ലാം കഴിഞ്ഞു മടങ്ങി വരാനുള്ള കാലം ഏകദേശം അടുത്തപ്പോൾ ദിവസംതോറും വടക്കുനിന്നു വണ്ടി വരുന്ന സമയത്ത് തീവണ്ടിസ്റ്റേഷനിൽചെന്ന് അന്വേഷിച്ചുകൊണ്ടിരുന്നു. അങ്ങനെ ഏതാനും ദിവസങ്ങൾ കഴിഞ്ഞപ്പോൾ കേശവൻ നായർ അവിടെ വന്നു ചേർന്നു. വണ്ടി നിന്നയുടനെ ആ ബ്രാഹ്മണൻ കേശവൻ നായർ ഇരുന്നിരുന്ന മുറിയിൽ കയറിച്ചെന്ന് അദ്ദേഹത്തിന്റെ കൈവശമുണ്ടായിരുന്ന ഒരു പണക്കിഴി കേശവൻ നായരുടെ മുമ്പിൽ വെച്ചിട്ടു 'നിങ്ങളുടെ ഗുളികാപ്രയോഗം ഞങ്ങൾക്കു വേണ്ടതുപോലെ ഫലിച്ചു. അതിനാൽ എന്റെ ഈ ചെറിയ പാരിതോഷികം നിങ്ങൾ സദയം സ്വീകരിക്കണമെന്നു ഞാൻ അപേക്ഷിക്കുന്നു.' എന്നു പറഞ്ഞു. അതിനു മറുപടിയായിട്ടു കേശവൻ നായർ പറഞ്ഞത് 'ഞാൻ പഠിച്ചിട്ടുള്ള വിദ്യകൾ കൊണ്ടു കഴിവുള്ള സഹായങ്ങൾ എല്ലാവർക്കും ചെയ്യും. അതിനു ഞാൻ യാതൊരു പ്രതിഫലവും ആരോടും വാങ്ങാറില്ല. വല്ല മഹാരാജാക്കന്മാരോ വലിയ പ്രഭുക്കന്മാരോ സമ്മാനമായി വല്ലതും തന്നാൽ വേണ്ടെന്നു പറയാറില്ല എന്നേയുള്ളൂ.' എന്നാണ്. അതു കേട്ടിട്ട് ആ ബ്രാഹ്മണൻ, 'എന്നാലെന്റെ ഗൃഹത്തിൽ വന്ന് ഒരു നേരം ഭക്ഷണം കഴിച്ചു കാപ്പിയും കഴിച്ചിട്ടു പോരുകയെങ്കിലും വേണം.' എന്നു പറഞ്ഞു. അതിനു മറുപടിയായിട്ടു കേശവൻ നായർ പറഞ്ഞത് അതിനുമിപ്പോൾ സൗകര്യമില്ല' എന്നാണ്. അപ്പോൾ ബ്രാഹ്മണൻ 'എന്നാൽ ഞാൻ ഈ അടുക്കലുള്ള കാപ്പിക്കടയിൽപ്പോയി കുറച്ചു കാപ്പിയും പലഹാരവും വാങ്ങിക്കൊണ്ടുവരാം. വണ്ടി വിടാൻ ഇനിയും ഏകദേശം അരമണിക്കൂറോളം ഉണ്ട്. അതുകൊണ്ട് അതെങ്കിലും സ്വീകരിക്കണം' എന്നു നിർബ്ബന്ധപൂർവ്വം അപേക്ഷിച്ചു. അതു കേശവൻ നായർ അനുവദിക്കുകയും ബ്രാഹ്മണൻ പോയി കാപ്പിയും പലഹാരങ്ങളും വാങ്ങിക്കൊണ്ടുവരികയും അതിൽനിന്നു സ്വല്പമെടുത്തു കേശവൻ നായർ കഴിക്കുകയും ശേഷമുണ്ടായിരുന്നത് അവിടെ കൂടിയിരുന്ന യാത്രക്കാർക്ക് വീതിച്ചുകൊടുക്കുകയും ചെയ്തു. അപ്പോളേക്കും വണ്ടി വിടാറായതിനാൽ ബ്രാഹ്മണൻ പണക്കിഴി എടുത്തുകൊണ്ട് യാത്ര പറഞ്ഞുപോയി. വണ്ടിയിത്തന്നെ കേശവൻ നായരും പോന്നു. കേശവൻ നായർ ആ യാത്രയിൽത്തന്നെ

രാമേശ്വരത്തും പോയി സേതുസ്നാനവും കഴിച്ചിട്ടാണ് സ്വദേശത്തേക്കു വന്നത്. അദ്ദേഹം രാമേശ്വരത്തു നിന്നു മടങ്ങിപ്പോയതു തിരുവനന്തപുരത്തുകൂടിയായിരുന്നു. അപ്പോഴുമദ്ദേഹം വലിയ കൊട്ടാരത്തിൽ പോയി മുഖം കാണിക്കുകയും മഹാരാജാവു തിരുമനസ്സുകൊണ്ട് അദ്ദേഹത്തിനു ചില സമ്മാനങ്ങൾ കല്പിച്ചുകൊടുക്കുകയുമുണ്ടായി. അപ്പോൾത്തന്നെ യാത്രയറിയിച്ചുകൊണ്ട് അദ്ദേഹം അവിടെനിന്നു പോരികയും യഥാകാലം സ്വഗൃഹത്തിൽ വന്നുചേരുകയും ചെയ്തു.

കേശവൻ നായരുടെ അത്ഭുതകർമ്മങ്ങൾ ഇനിയുമിങ്ങനെ വളരെ പറയാനുണ്ട്. എങ്കിലും ലേഖനം ക്രമത്തിലധികം ദീർഘിച്ചുപോകുമെന്നുള്ളതുകൊണ്ട് ഇനി ഇപ്പോൾ അതിനായി തുനിയുന്നില്ല. ഇപ്രകാരമെല്ലാം അമാനുഷപ്രഭാവനും അതിവിദ്വാനും ലോകപ്രസിദ്ധനുമായിരുന്ന അ മഹാനും അവസാനകാലത്തു രോഗാതുരനായി എതാനും ദിവസം കിടന്നു കഷ്ടപ്പെടേണ്ടതായി വന്നു.

കേശവൻ നായരെ അവസാനകാലത്തു ബാധിച്ച രോഗം വിദ്രധിയായിരുന്നു. അതിനു വേണ്ടുന്ന ചികിത്സകൾ നിശ്ചയിച്ചത് അദ്ദേഹം തന്നെയായിരുന്നു. അദ്ദേഹം നിശ്ചയിച്ച മരുന്നുകളെല്ലാം അദ്ദേഹത്തിന്റെ ഭാഗിനേയന്മാർതന്നെ പാകത്തിനുണ്ടാക്കിക്കൊടുത്തു സേവിപ്പിച്ചു. അങ്ങനെ ഏതാനും ദിവസങ്ങൾ ചെയ്തിട്ടും രോഗത്തിന് ഒരു കുറവുമുണ്ടായില്ല. അതിനാൽ ആ ഭാഗിനേയന്മാർ അദ്ദേഹത്തോട് 'ഈ ചികിത്സകളെല്ലാം ചെയ്തിട്ടും ദീനത്തിന് ഒരു കുറവും കാണുന്നില്ലല്ലോ. അതിനാൽ വയസ്കരെച്ചെന്നു രോഗവിവരമെല്ലാം അറിയിച്ച് ഇനി അവിടുന്നു നിശ്ചയിക്കുന്ന ചികിത്സകൾ ചെയ്യേങ്കിലോ എന്നു ഞങ്ങൾ സംശയിക്കുന്നു.' എന്നു പറഞ്ഞു. അതു കേട്ടിട്ടു കേശവൻ നായർ 'ഈ ദീനത്തിന് ഇനി വിശേഷിച്ചൊന്നും ചെയ്യണമെന്നു തോന്നുന്നില്ല. എങ്കിലും നിങ്ങളുടെ ഇഷ്ടംപോലെയാവട്ടെ. ഞാൻ വിരോധമൊന്നും പറയുന്നില്ല' എന്നാണ് മറുപടി പറഞ്ഞത്.

ഇപ്രകാരം കേശവൻ നായരുടെ അർദ്ധാനുവാദം വാങ്ങിക്കൊണ്ട് ആ ഭാഗിനേയന്മാരിലൊരാൾ വയസ്കരെച്ചെന്നു രോഗവിവരമെല്ലാം അവിടെ അറിയിച്ചു. അപ്പോൾ മൂസ്സവർകൾ 'ഇതുവരെ ചികിത്സകളെന്തെല്ലാമാണു ചെയ്തത്?' എന്നു ചോദിക്കുകയും, ആ ചെന്നയാൾ അതെല്ലാം വിവരമായി അവിടെ അറിയിക്കുകയും ചെയ്തു. പിന്നെ മൂസ്സവർക്കൾ പറഞ്ഞത് 'ഈ ദീനത്തിന് ഇതിലധികമായി ഒന്നും ചെയ്യേണ്ടതില്ല. എങ്കിലും അവിടെ വന്നു പറഞ്ഞിട്ടു ഞാൻ ഒന്നും പറയാതെയിരിക്കുന്നതു ശരിയല്ലല്ലോ. ഇപ്പോൾ കൊടുത്തു വരുന്ന കഷായത്തിനു നല്പാമരത്തൊലികൂടി ചേർത്തുകൊള്ളുക. അത് മതി എന്നാണ് അത് കേട്ടിട്ടു ആ ചെന്നയാൾ അവിടെ എഴുന്നെള്ളി ആ രോഗിയെ ഒന്ന് തൃക്കൺ പാർത്താൽ കൊള്ളാമെന്നുകൂടി അടിയങ്ങൾക്കപേക്ഷയുണ്ട്.' എന്നറിയിച്ചു. അതിനു മറുപടിയായിട്ടു മൂസ്സവർകൾ 'അതിനു വിരോധമില്ല. എന്നാലെനിക്കു മററന്നാൾ ഒരു ചാത്തമൂട്ടാനുണ്ട്. അതു കഴിഞ്ഞിട്ടുവേണം എന്നേയുള്ളൂ. ചാത്തം നേരത്തെ പത്തു നാഴിക പുലരുമ്പോഴേയ്ക്കും കഴിക്കാം. അപ്പോഴേയ്ക്കും ഒരാൾ ഇങ്ങോട്ട് വന്നാൽ ആ ആളോടുകൂടിത്തന്നെ പോന്നേക്കാം.' എന്നു പറഞ്ഞു. ആ വന്നിരുന്നയാൾ അതു കേട്ടു കൊണ്ടു മടങ്ങിപ്പോയി. അയാൾ

സ്വഗൃഹത്തിലെത്തിയപ്പോൾ കേശവൻ നായർ 'വയസ്കരെ ചെന്നിട്ടു തിരുമനസ്സുകൊണ്ട് എന്തെല്ലാം കല്പ്പിച്ചു?' എന്നു ചോദിച്ചു. അതിനു മറുപടിയായിട്ട് ആ പോയിരുന്ന ആൾ, 'വിശേഷിച്ച് അധികമൊന്നും കല്പിച്ചില്ല. അപ്പോൾ സേവിക്കുന്ന കഷായത്തിനു നാല്പാമരത്തൊലികൂടി കൂട്ടിയാൽ ക്കൊള്ളാമെന്നു മാത്രമേ കല്പിച്ചുള്ളൂ. പിന്നെ ഇങ്ങോട്ടെഴുന്നള്ളി രോഗിയെ തൃക്കൺപാർത്താൽ കൊള്ളാമെന്നു ഞാനറിയിച്ചിട്ട് 'അങ്ങനെയാകാം. മറ്റന്നാളൊരു ചാത്തമൂട്ടാനുണ്ട്. അതു കഴിഞ്ഞിട്ടല്ലാതെ നിവൃത്തിയില്ല. ചാത്തം നേരത്തെ പത്തു നാഴിക പുലരുമ്പോഴേക്കും കഴിക്കാം അപ്പോഴേക്കും ഒരാൾ ഇങ്ങോട്ടു വന്നാൽ അയാളോടുകൂടി വന്നേക്കാം എന്നുകൽപ്പിച്ചു അതുകേട്ടിട്ടു കേശവൻ നായർ മറ്റന്നാളല്ലേ ? ശരിതന്നെ പക്ഷേ പത്ത് നായികപുലരണമെന്നില്ല' എന്നുപറഞ്ഞു. അതു നല്ല ശരിയായി. വയസ്കരെ നിന്നു നിശ്ചയിച്ചതും തെറ്റിയില്ല. ആ ദിവസം അഞ്ചു നാഴിക പുലർന്നപ്പോൾ നമ്മുടെ കഥാനായകൻ കഥാവശേഷനായി. അതു കൊല്ലം 1069ാം ആണ്ടു മേടമാസത്തിലായിരുന്നു. ഉത്തരായണത്തിൽ പകൽ സമയത്തു ഭൂലോകം വിട്ടു പോയ ആ പുണ്യവാന് സ്വർഗ്ഗതി തന്നെ ലഭിച്ചിരിക്കുമെന്നു നിശ്ചയമാണല്ലോ.

കേശവൻ നായർ കൂടി പൊയ്ക്കഴിഞ്ഞപ്പോൾ പിന്നെ ആ തെക്കേടത്തു കുടുംബത്തിൽ ശേഷിച്ചത് അദ്ദേഹത്തിന്റെ സഹോദരിയായിരുന്ന പാർവ്വതിയമ്മയും, അവരുടെ മൂന്നു പുത്രന്മാരും മാത്രമായിരുന്നു. ആ പുത്രന്മാരിൽ മൂത്തയാളായിരുന്ന ശങ്കുപ്പിള്ള ഒരു പൊതുകാര്യപ്രസക്തനായ നാട്ടുകാര്യസ്ഥനും മൂന്നാമനായിട്ടുന്ന രാമൻപിള്ള ചെറുപ്പം മുതൽക്കുതന്നെ രോഗിയുമായിരുന്നതിനാൽ അവർക്കു രണ്ടുപേർക്കും കുടുംബപാരമ്പര്യപ്രകാരമുള്ള വിദ്യകൾ അഭ്യസിക്കുന്നതിനും പരിചയിക്കുന്നതിനും സൗകര്യമുണ്ടായില്ല. പിന്നെ അവരിൽ രണ്ടാമനായ നാരായണപിള്ള മാത്രം കുടുംബപാരമ്പര്യം കളയാതെ നാഡിപരിശോധന, മർമ്മചികിത്സ, തിരുമ്മ് മുതലായവയെല്ലാം യഥാക്രമം അഭ്യസിക്കുകയും പരിചയിക്കുകയും ചെയ്ത് അവയിലെല്ലാം ഏകദേശം കേശവൻ നായരെപ്പോലെതന്നെ സമർത്ഥനായിത്തീരുകയും ചെയ്തു.

കാലക്രമേണ പാർവ്വതിയമ്മയും ശങ്കുപ്പിള്ളയും രാമൻപിള്ളയും കാലധർമ്മത്തെപ്രാപിച്ചുപോവുകയാൽ നാരായണപിള്ള മാത്രമേ ഇനി ആ കുടുംബത്തിലുള്ളൂ. അദ്ദേഹത്തിന്റെ അടുക്കലും യഥാപൂർവ്വം അനേകം രോഗികൾ ഇപ്പോഴും വരുന്നുണ്ട്. അദ്ദേഹവും രോഗികളുടെ നാഡികൾ പരിശോധിച്ചും തിരുമ്മിയും ചികിത്സിച്ചും പലരേയും സ്വസ്ഥരായി അയയ്ക്കുന്നുമുണ്ട്. എന്നാൽ അദ്ദേഹവും തന്റെ പൂർവ്വികന്മാരെപ്പോലെതന്നെ യാതൊന്നിനും യാതൊരുത്തരോടും യാതൊരു പ്രതിഫലവും വാങ്ങാറില്ല. ഇപ്രകാരം പരോപകാരിയായിരികുന്ന അദ്ദേഹം ഇനിയും അരോഗദൃഢഗാത്രനായി വളരെക്കാലം ജീവിച്ചിരിക്കുവാൻ സർവ്വേശ്വരൻ സഹായിക്കട്ടെ.

●

മൂക്കോല ക്ഷേത്രങ്ങൾ

ഈ ക്ഷേത്രങ്ങൾ സ്ഥിതിചെയ്യുന്നത് പൊന്നാനിത്താലൂക്കിൽ പള്ളിക്കര അംശത്തിൽ വടക്കും മുറിദേശത്തു ചാലിശ്ശേരിക്കു പോകുന്ന റോഡിന്റെ വടക്കുഭാഗത്താണ്.

പണ്ട് സാക്ഷാൽ ശങ്കരാചാര്യസ്വാമികൾ ദേശാടനം ചെയ്തിരുന്നപ്പോൾ ഒരിക്കൽ ഈ സ്ഥലത്തുകൂടി വന്ന് 'നരിതിന്നിക്കടത്തു' കടന്ന സമയം അവിടെനിന്നു പൂർവ്വോത്തരഭാഗത്തായി അത്യത്ഭുതകരമായ ഒരു തേജസ്സു കണ്ടു. അതൊരു ദൈവികമായിട്ടുള്ളതാണെന്നു തോന്നിയെങ്കിലും മൂർത്തി യെന്താണെന്ന് അദ്ദേഹത്തിനു വ്യക്തമായി മനസ്സിലായില്ല. അതിനാൽ അദ്ദേഹം തപസ്സു ചെയ്തുകൊണ്ട് അവിടെ ഇരുന്നു. അദ്ദേഹം സാക്ഷാൽ മഹാമായയെ ധ്യാനിച്ചുകൊണ്ടാണ് തപസ്സുചെയ്തത്. അങ്ങനെ കുറച്ചു കാലം കഴിഞ്ഞപ്പോൾ ഒരു മൂർത്തി ആചാര്യസ്വാമികളുടെ പുരോഭാഗത്ത് ആവിർഭവിച്ചു. അത് മഹാവിഷ്ണുവിന്റെ ആകൃതിയോടും സ്തനങ്ങൾ മുതലായ ചില സ്ത്രീലക്ഷണങ്ങളോടുംകൂടിയായിരുന്നു. ആ മൂർത്തിയെ കണ്ടപ്പോൾ ആചാര്യസ്വാമികൾ ഇതു സാക്ഷാൽ വിഷ്ണുമായയാണെന്ന് തീർച്ചപ്പെടുത്തി വന്ദിച്ചുകൊണ്ട് 'ഭൂലോകരക്ഷാർത്ഥം ദേവിയുടെ സാന്നിദ്ധ്യം എന്നും ഈ സ്ഥലത്തുണ്ടായിരിക്കണം' എന്നപേക്ഷിച്ചു. ആ ദേവി അതിനെ ശിരഃകമ്പനംകൊണ്ടു സമ്മതിച്ചതായി അറിയിച്ചിട്ട് ഉടനെ അന്തർദ്ധാനം ചെയ്യുകയും ദേവി നിന്നിരുന്ന സ്ഥലത്ത് ആ അകൃതിയിൽത്തന്നെ ഒരു ശിലാവിഗ്രഹം കാണപ്പെടുകയും ചെയ്തു. സ്വയംഭൂവായ ആ വിഗ്രഹം ആ ദേവിയുടേതാണെന്ന് വിശേഷിച്ചു പറയണമെന്നില്ലല്ലോ.

ഇത്രയും കഴിഞ്ഞിട്ടും ആചാര്യസ്വാമികൾ കണ്ട തേജസ്സിന് ആ സ്ഥലത്തു യാതൊരു കുറവും വന്നില്ല. അതിനാൽ ആചാര്യസ്വാമികൾ പിന്നെയും തപസ്സു ചെയ്തുകൊണ്ടിരുന്നു. അപ്പോൾ അദ്ദേഹത്തിനു പ്രത്യക്ഷമായതു ദുർഗ്ഗാദേവിയാണ്. ആ ദേവിയെ അദ്ദേഹം ഒരു ശിലാഖണ്ഡത്തിന്മേലാവാഹിച്ചു സ്വയംഭൂവായ ദേവീവിഗ്രഹത്തിന്റെ സമീപത്തുതന്നെ വടക്കു പടിഞ്ഞാറു ഭാഗത്തു പ്രതിഷ്ഠിച്ചു. അപ്പോൾ ആദ്യം കണ്ടതായ ആ തേജസ്സ് സ്വല്പം കുറഞ്ഞു. എങ്കിലും നിശ്ശേഷം ഇല്ലാതായില്ല. അതിനാൽ ആചാര്യസ്വാമികൾ പിന്നെയും തപസ്സു തുടങ്ങി. അപ്പോൾ പ്രത്യക്ഷമായത് ഭദ്രകാളിയാണ്. ആചാര്യസ്വാമികൾ ആ ദേവിയെയും ആവാഹിച്ചെടുത്ത് ആദ്യപ്രതിഷ്ഠയുടെ നേരെ പടിഞ്ഞാറു ഭാഗത്ത് പ്രതിഷ്ഠിച്ചു. ആചാര്യസ്വാമികൾ പിന്നെയും തപസ്സുചെയ്തപ്പോൾ പ്രത്യക്ഷമായതു ശിവനാണ്. ആ ശിവനെ കിഴക്കുഭാഗത്തു പ്രതിഷ്ഠിച്ചു. പിന്നെ വിഷ്ണു പ്രത്യക്ഷനായി. ആ വിഷ്ണുവിനെ പടിഞ്ഞാറുഭാഗത്തു പ്രതിഷ്ഠിച്ചു. അനന്തരം തപസ്സു ചെയ്തപ്പോൾ

ശാസ്താവു പ്രത്യക്ഷമായി. ആ ശാസ്താവിനെ വടക്കു കിഴക്കുഭാഗത്തു 'കരുവാട്ട്' എന്ന സ്ഥലത്തും പ്രതിഷ്ഠിച്ചു. ഇത്രയും കഴിഞ്ഞപ്പോൾ ആദ്യം കാണപ്പെട്ട തേജസ്സ് ആ സ്ഥലത്തു നിശ്ശേഷം ഇല്ലാതാവുകയും ചെയ്തു.

ആചാര്യസ്വാമികളുടെ ഈ അത്ഭുതകർമ്മങ്ങളെക്കുറിച്ചു കേട്ടറിഞ്ഞ് സമീപസ്ഥന്മാരും ദൂരസ്ഥന്മാരും ധനവാന്മാരുമായ അനേകം നമ്പൂരിപ്പാടന്മാരും ആ സ്ഥലത്തു വന്നു ചേർന്നു. ആ കൂട്ടത്തിൽ ആഴ്‌വാഞ്ചേരി തമ്പ്രാക്കളുമുണ്ടായിരുന്നു. അവരെല്ലാവരും കൂടി ആചാര്യസ്വാമികൾ അവിടെ പ്രതിഷ്ഠിച്ച ദേവീദേവന്മാർക്കു ക്ഷേത്രങ്ങൾ പണിയിക്കുക മുതലായ കാര്യങ്ങളെക്കുറിച്ച് ആലോചിച്ചു. അപ്പോൾ തമ്പ്രാക്കൾ 'ഭദ്രകാളിക്കു ക്ഷേത്രം പണിയിക്കുകയും നിത്യദാനം മുതലായവയ്ക്കു വേണ്ടുന്നതു കൊടുക്കുകയും ഞാൻ തനിച്ചായിക്കൊള്ളാം' എന്നു പറയുകയും അവിടുന്ന് അങ്ങനെ നടത്തുകയും ചെയ്തു. അതിനാൽ ആ ക്ഷേത്രം അവിടുത്തെ സ്വന്തമായിത്തീർന്നു. ആ ക്ഷേത്രത്തിനു പറഞ്ഞുവരുന്ന പേര് 'കണ്ണേങ്കാവ്' എന്നാണ്.

ഭദ്രകാളിയുടെ ക്ഷേത്രകാര്യം തമ്പ്രാക്കൾ ഏറ്റുനടത്തിയപോലെ ശിവന്റെ ക്ഷേത്രക്കാര്യം പകരാവൂരു മനയ്ക്കൽനിന്ന് ഏറ്റുനടത്തി. അതിനാൽ ആ ശിവന്റെ ക്ഷേത്രം പകരാവൂരുമനയ്ക്കലെ വകയായിത്തീർന്നു. പിന്നെ വിഷ്ണുവിന്റെ ക്ഷേത്രം മറ്റൊരാൾ പണി കഴിപ്പിച്ചു. ആ ക്ഷേത്രത്തിനു 'കൊളഞ്ചേരി' എന്നാണ് പേരു പറഞ്ഞു വരുന്നത്. അനന്തരം ശാസ്താവിന്റെ ക്ഷേത്രം ചുനങ്ങാട്ടുകാഞ്ഞൂരുമനയ്ക്കൽനിന്നു പണികഴിപ്പിക്കുകയും അവിടെ വേണ്ടുന്ന കാര്യങ്ങൾക്കൊക്കെ ഏർപ്പാടു ചെയ്യുകയും ചെയ്തു. അതിനാൽ ആ ക്ഷേത്രം ആ മന വകയായും തീർന്നു. അതിനു പറഞ്ഞുവന്ന പേര് 'കരുവാട്ട്' എന്നു തന്നെയാണ്.

പിന്നെ അവിടെ ക്ഷേത്രമില്ലാതെയായിരുന്നത് സ്വയംഭൂവായ വിഷ്ണുമായയും ആചാര്യസ്വാമികളാൽ പ്രതിഷ്ഠിക്കപ്പെട്ട ദുർഗ്ഗാദേവിയും മാത്രമാണ്. ആ ദേവികൾക്കും ക്ഷേത്രങ്ങൾ പണിയിക്കുന്നതിനും ആ ദേവസ്വകാര്യങ്ങൾ അന്വേഷിച്ചു നടത്തുന്നതിനും മറ്റുമായി ആചാര്യസ്വാമികൾ അവിടെ കൂടിയിരുന്ന നമ്പൂതിരിമാരിൽ മുപ്പത്താറുപേർക്ക് ഊരായ്മസ്ഥാനം കൊടുത്ത് അധികാരപ്പെടുത്തി. അവർ ആദ്യം തന്നെ സ്വയംഭൂവായ ദേവിക്കു ക്ഷേത്രം പണികഴിച്ച് അതിനു 'മേലേക്കാവ്' എന്നു പേരിട്ടു. എല്ലാംകൊണ്ടും അതു മേലേതന്നെയായിരുന്നതുകൊണ്ട് ആ പേരു യഥാർത്ഥംതന്നെയായിത്തീർന്നു. ആ ക്ഷേത്രത്തോടു ചേർത്തുതന്നെ ദുർഗ്ഗാദേവിക്കും ക്ഷേത്രം പണികഴിപ്പിക്കുകയും അതിനു 'കീഴേക്കാവ്' എന്നു പേരിടുകയും ചെയ്തു. അവിടെ സദ്യകൾ നടത്തുന്നതിൻ ഒരു ഊട്ടുപുരയും ക്ഷേത്രത്തിലെ ഉപയോഗത്തിനും മറ്റുമായി ഒരു കിണറും ഉണ്ടാക്കിച്ചു.

ഇവിടെ ഇങ്ങനെയുണ്ടായ ക്ഷേത്രങ്ങൾക്കെല്ലാം കണ്ണേങ്കാവ്, മേലേക്കാവ്, കീഴേക്കാവ് മുതലായി പ്രത്യേകം പ്രത്യേകം ഓരോ പേരുകളും സിദ്ധിച്ചിട്ടുണ്ട്. എങ്കിലും അവയെ എല്ലാംകൂടി പറയുമ്പോൾ മൂക്കോലക്ഷേത്രങ്ങൾ എന്നാണ് പറഞ്ഞു വരുന്നത്. ഈ ക്ഷേത്രങ്ങൾ സ്ഥാപിച്ച സ്ഥലം മൂന്നു ദിക്കുകളിൽനിന്ന് ഓരോ പെരുവഴികൾ വന്നുചേരുന്ന ഒരു കവലയിൽ ആയിരുന്നു. അതിനാൽ ആ സ്ഥലത്തെ എല്ലാവരും 'മുക്കവല' എന്നാണു പറഞ്ഞിരുന്നത്. അതിനാൽ ആ സ്ഥലത്തുണ്ടായിരുന്ന ക്ഷേത്രങ്ങളെ മുക്കവലക്ഷേത്രങ്ങളെന്നും പറഞ്ഞിരുന്നു. കാലക്രമേണ മുക്കവല മുക്കോലയായിത്തീർന്നു. അതിനെ സംസ്കൃതപണ്ഡിതന്മാർ

പരിഷ്കരിച്ച് 'മുക്തിസ്ഥലം' എന്നാക്കി പ്രയോഗിച്ചുതുടങ്ങി.

അവിടെയുള്ള ക്ഷേത്രങ്ങളിൽ പ്രാധാന്യം മേലേക്കാവിനാണെന്നു മുമ്പുതന്നെ സൂചിപ്പിച്ചിട്ടുണ്ടല്ലോ. എന്നാൽ കണ്ണേങ്കാവിനും ഒട്ടും പ്രാധാന്യക്കുറവില്ല. മേലേക്കാവിൽ ആരെങ്കിലും എന്തെങ്കിലും വഴിപാടു നടത്തിയാൽ അതുപോലെതന്നെ കണ്ണേങ്കാവിലും നടത്തണം. അങ്ങനെ ചെയ്യാതിരുന്നാൽ ആ ദേവിയുടെ (ഭദ്രകാളിയുടെ) വിരോധവും തന്നിമിത്തം പല അനർത്ഥങ്ങളും ഉണ്ടാകുമെന്നുള്ളതിനു സംശയമില്ല. ഇത് ഇപ്പോഴും കണ്ടുവരുന്ന ഒരു സംഗതിയാണ്. മേലേക്കാവിൽ ഭഗവതിക്കു രണ്ടുനേരവും പതിവുള്ള വെള്ളനിവേദ്യം ശ്രീകോവിലിന്റെ തൃപ്പടിയിന്മേൽവെച്ച് ഇങ്ങോട്ടുംകൂടി പ്രാണാഹുതി ചെയ്യുക ഇപ്പോഴും പതിവുണ്ട്.

ഈ ഭദ്രകാളിക്ക് അമ്പലംപണിയും കലശവും കഴിച്ചു പതിവായി പൂജ തുടങ്ങിയപ്പോൾ ആ ദേവിയുടെ ശക്തിയും ചൈതന്യവും അവിടെ ക്രമത്തിലധികം വർദ്ധിക്കുകയും ദേവിക്കു 'ഭയങ്കരി' എന്നുള്ള പേരു യഥാർത്ഥമായിത്തീരുകയും ചെയ്തു. പകൽസമയത്തുപോലും അതിലേ സഞ്ചരിക്കുന്നതിനു ജനങ്ങൾക്കു വലിയ ഭയമായിത്തീർന്നു. രാത്രികാലങ്ങളിലെ കഥ പറയാനുമില്ല. രാത്രികാലങ്ങളിൽ അവിടെ ചെല്ലുകയോ അതിലേ കടന്നുപോവുകയോ ചെയ്താൽ ആ ദേവിയുടെ ഭൂതഗണങ്ങളോ ദേവിതന്നെയോ പിടിച്ചു തിന്നുകയോ ചീന്തി ചോരകുടിക്കുകയോ ചെയ്യുമെന്നായിരുന്നു ജനങ്ങളുടെ വിചാരം. അങ്ങനെ വിചാരിക്കുവാൻതക്കവണ്ണം ചില സംഗതികൾ അക്കാലത്ത് അവിടെ ഉണ്ടായിട്ടുണ്ട്. വൃശ്ചികമാസം ഒന്നാംതിയതി മുതൽ പതിവുള്ള പാട്ടുതന്നെ ഏഴരനാഴിക രാച്ചെല്ലുന്നതിനുമുമ്പു കഴിച്ചുകൂട്ടി നടയുമടച്ചുപൂട്ടി എല്ലാവരും അവിടെ നിന്നു പോവുകയായിരുന്നു ആദ്യകാലത്തെ പതിവ്. കുറച്ചു കഴിഞ്ഞപ്പോൾ അതും നിവൃത്തിയില്ലാതായി. സന്ധ്യായായാൽ പിന്നെ ആരും അവിടെച്ചെല്ലാതെയായിത്തീർന്നു. പിന്നെ പാട്ടും മറ്റും നടത്തുന്നതെങ്ങനെയാണ്? ഇത്രയുമായപ്പോൾ തമ്പ്രാക്കളും തന്ത്രിയായ ചെന്നാസു നമ്പൂരിയും മറ്റേനകം യോഗ്യന്മാരുംകൂടി ആലോചിച്ച് ഇവിടെ വേദാർഹന്മാരായ ബ്രാഹ്മണരുടെ ശാന്തി വേണ്ടെന്നു വെച്ചാൽ ദേവിയുടെ ശക്തിയും ചൈതന്യവും ക്ഷയിക്കും. അപ്പോൾ ജനങ്ങളുടെ ഭയവും കുറയും. ക്ഷേത്രകാര്യങ്ങളെല്ലാം രാത്രിയിലും പകലും ഇഷ്ടംപോലെ നിർഭയം നടത്താവുകയും ചെയ്യും എന്നു നിശ്ചയിക്കുകയും അന്നുതന്നെ അവിടെ ശാന്തിക്ക് ഒരിളയതിനെ നിയമിക്കുകയും ക്ഷേത്രകാര്യങ്ങളെല്ലാം അന്വേഷിച്ച് നടത്തുന്നതിന് ആ ഇളയതിനെ അധികാരപ്പെടുത്തുകയും അങ്ങനെ കുറച്ചുകാലം കഴിഞ്ഞപ്പോൾ ഭഗവതിയുടെ ശക്തിയും ജനങ്ങളുടെ ഭയവും കുറഞ്ഞ് സാമാന്യം പോലെ ആവുകയും ആ ക്ഷേത്രസന്നിധിയിൽ അഹോരാത്രം എല്ലാവരും നിർഭയം സഞ്ചരിച്ചുതുടങ്ങുകയും ചെയ്തു. പിന്നെയും തമ്പ്രാക്കൾ മാസംതോറും അവിടെ ചെന്നു ദർശനം നടത്തുക പതിവായിരുന്നു.

അനന്തരം ഏതാനും കൊല്ലങ്ങൾ കഴിഞ്ഞതിന്റെ ശേഷം ഒരിക്കൽ തമ്പ്രാക്കൾ ദർശനത്തിനായി അവിടെ ചെന്നപ്പോൾ അമ്പലത്തിൽ ചില നമ്പൂരിമാർ ജപിച്ചുകൊണ്ടിരിക്കുന്നുണ്ടായിരുന്നു. അവർ തമ്പ്രാക്കളെ കണ്ടിട്ടു പതിവുപോലെ എണീക്കുകയോ ബഹുമാനിക്കുകയോ ചെയ്തില്ല. അവരുടെ ധിക്കാരം തമ്പ്രാക്കൾ ഒട്ടും രസിച്ചില്ല. മലയാളബ്രാഹ്മണരിൽ

പ്രാധാന്യം തമ്പ്രാക്കൾക്കായതുകൊണ്ട് അദ്ദേഹത്തെക്കണ്ടാൽ എല്ലാവരും ബഹുമാനിക്കണമെന്നായിരുന്നു തമ്പ്രാക്കളുടെ വിചാരം. അങ്ങനെ എല്ലാവരും ചെയ്യുക പതിവുമായിരുന്നു. അവിടെ ഇരുന്നിരുന്ന നമ്പൂരിമാർ ക്ഷേത്രത്തിലെ ഊരായ്മക്കാരായിരുന്നു. അതിനാൽ അവിടെ അധികാരം തങ്ങൾക്കാണെന്നും തമ്പ്രാക്കൾക്കൊന്നുമില്ലെന്നും വിചാരിച്ചായിരിക്കാം അവർ തമ്പ്രാക്കളെ ബഹുമാനിക്കാഞ്ഞത്. ഏതെങ്കിലും തമ്പ്രാക്കളും കൂടെയുണ്ടായിരുന്ന തന്ത്രി ചെന്നാസ്സനമ്പൂരി മുതലായവരും മുഷിഞ്ഞ് അവിടെ നിന്ന് ഇറങ്ങിപ്പോയി. അതിൽപിന്നെ തമ്പ്രാക്കളും ചെന്നാസ്സനമ്പൂരിയും അവിടെപ്പോകാറില്ല. തമ്പ്രാക്കൾ അങ്ങോട്ടു ചെല്ലാതായതു കണ്ണങ്കാവുക്ഷേത്രത്തിലെ ശാന്തിക്കും കാര്യവിചാരത്തിനായി നിയമിക്കപ്പെട്ട ഇളയതിനു നല്ല തരമായിത്തീർന്നു. കാലക്രമേണ ഇളയത് ആ ക്ഷേത്രം സ്വന്തമാക്കി ഭരിച്ചുതുടങ്ങി. ഇപ്പോഴും അത് അങ്ങനെതന്നെയാണിരിക്കുന്നത്.

കിഴക്കെക്കാവെന്നു പറയപ്പെടുന്ന ദുർഗ്ഗാക്ഷേത്രത്തിനു കാലപ്പഴക്കം കൊണ്ടു കേടുസംഭവിച്ചപ്പോൾ അതിന്റെ ജീർണ്ണോദ്ധാരണവും അവിടെ ബിംബം മാറി പ്രതിഷ്ഠയും കലശവും മറ്റും നടത്തിച്ചത് ഒരു ഏറാൾപ്പാടുതമ്പുരാനാണ്. അതിനെപ്പറ്റി ഒരു ശ്ലോകം അവിടെ കാണുന്നതു താഴെ ചേർക്കുന്നു.

'ശുദ്ധോഭാവർദ്ധിസിദ്ധ്യാ കലിമലരഹിതോ
ഗാബ്ലിനേതുഃ കനിയാൻ
രാജാ കൃത്വാ നവീനം പുരമതിരുചിരം
മുക്തിഗേഹാംബി കായാഃ
ബിംബം തത്ര പ്രതിഷ്ഠാപ്യ ച വസനസുവ
ർണ്ണാന്നദാനൈര്യഥാർഹം
വർണ്ണാൻ സന്തർപ്യ സർവ്വാനപി വിധിവദഥാ
കാരയച്ചാഭിഷേകം.'

ഈ ശ്ലോകത്തിന്റെ ആദ്യപാദത്തിൽത്തന്നെ 'ശുദ്ധോഭാവർദ്ധിസിദ്ധ്യാ' എന്നുള്ളതുകൊണ്ടു കാണിച്ചിരിക്കുന്നതു തദ്ദിനകലിസംഖ്യയാണെന്നുള്ളതു സ്പഷ്ടമാണല്ലോ. ഇനി സർവ്വപ്രധാനമായ മേലെക്കാവിനെക്കുറിച്ചുകൂടി സ്വല്പം പറയാം.

ഇവിടെ ദേവിക്കു പതിവായി കാലത്തെയുള്ള മലർനിവേദ്യത്തിനു മലർ അന്നന്നു വറുത്തതെ പാടുള്ളൂ. ഇതുകൂടാതെ രണ്ടുനേരവും വെച്ചുനിവേദ്യവും പതിവുണ്ട്. നിവേദ്യം ചെയ്യുന്നതു ഓട്ടുപാത്രത്തിലല്ലാതെ പാടില്ല. ഇവിടെ രണ്ടു നേരവും നിവേദ്യം മാത്രമെ ഉള്ളൂ. പൂജ പതിവില്ല. പൂജ ആണ്ടുതോറും വൃശ്ചിക മാസത്തിൽ കാർത്തികനാൾ മാത്രമേയുള്ളൂ. അതിന് ഒരിക്കലും മുടക്കമില്ല. ആ പൂജ കഴിക്കുന്നത് അവിടത്തെ തന്ത്രിയായ അണിമംഗലത്തു നമ്പൂരിയാണ്. അവിടത്തെ പൂജാക്രമം ആ ഇല്ലക്കാർക്കല്ലാതെ മറ്റാർക്കും അറിഞ്ഞുകൂടാ. അത് അവർ അന്യന്മാരെ ഗ്രഹിപ്പിക്കുകയുമില്ല. കാർത്തികനാൾ പൂജയ്ക്കു തന്ത്രിയെ ക്ഷണിക്കാറില്ല. പതിവായതുകൊണ്ട് അവർ കാലേകൂട്ടി വന്നുകൊള്ളും അതിന് അവർ ഇതുവരെ മുടക്കം വരുത്തിയിട്ടില്ല. വൃശ്ചികമാസത്തിൽ കാർത്തിക ഇവിടെ ഒരു മഹോത്സവമായിട്ടാണ് കൊണ്ടാടിവരുന്നത്. അന്നത്തെ വിളക്ക്, മാല്, സദ്യ മുതലായവയ്ക്കെല്ലാമുള്ള ചെലവുകൾ വഹിക്കുന്നതു സാമൂതിരിപ്പാടുതമ്പുരാനാണ്.

ഇവിടെ തന്ത്രിക്കല്ലാതെ പൂജ കഴിക്കാൻ പാടില്ലെന്നു മാത്രമല്ല, ശുകപുരഗ്രാമത്തിലുൾപ്പെട്ട നമ്പൂരിമാർക്കു ശാന്തിയും പാടില്ല. ഇവിടെ ശാന്തിക്കും കഴകത്തിനും ദേവസ്വത്തിൽനിന്നും പ്രതിഫലമൊന്നും കൊടുക്കാറില്ല. വഴിപാടുകൾ വരുന്നതുകൊണ്ട് ഇവിടെ ശാന്തിക്കാരനും കഴകക്കാരനും ധാരാളം സമ്പാദ്യമുണ്ടാകും. അതുകൊണ്ട് ഇവിടെ ശാന്തിക്കും കഴകത്തിനും ആളില്ലാതെ ഒരിക്കലും വരാറില്ല.

ആദ്യകാലത്ത് ഇവിടെ കിണറുണ്ടായിരുന്നില്ല. അഭിഷേകം, നിവേദ്യവെയ്പ് മുതലായവയ്ക്കെല്ലാം ആവശ്യമുള്ള വെള്ളം കീഴേക്കാവിൽനിന്നും കോരിക്കൊണ്ടുവന്നാണ് നടത്തിയിരുന്നത്. ഒരിക്കൽ അവിടെ ശാന്തി നടത്തിയിരുന്നതു വൃദ്ധനും ശുദ്ധഹൃദയനുമായ ഒരു നമ്പൂരിയായിരുന്നു. ഒരു ദിവസം രാത്രിയിൽ പതിവുള്ള ആവശ്യങ്ങളെല്ലാം കഴിഞ്ഞിട്ടു പിന്നെയും കുറച്ചുകൂടി വെള്ളം കൊണ്ടുവരേണ്ടതായ എന്തോ ആവശ്യം നേരിട്ടു. രാത്രിയിൽപ്പോയി വെള്ളം കോരിക്കൊണ്ടുവരാനുള്ള ബുദ്ധിമുട്ടു വിചാരിച്ചിട്ടും ക്ഷീണം കൊണ്ടും ആ വൃദ്ധബ്രാഹ്മണനു സാമാന്യത്തിലധികം സങ്കടവും ദേഷ്യവുമുണ്ടായി. എങ്കിലും കാര്യം നടക്കണമല്ലോ എന്നു വിചാരിച്ച് ഒരു ചെപ്പുകുടവുമെടുത്തുകൊണ്ട് പുറപ്പെട്ട് ഇറങ്ങിയ ഉടനെ കാൽ ഒരു കല്ലിന്മേൽ മുട്ടി. മുമ്പേതന്നെ സങ്കടപ്പെട്ടുകൊണ്ടിരുന്ന ആ ശുദ്ധാത്മാവിന് ഇതിന്റെ വേദനയുംകൂടിയായപ്പോൾ ദേഷ്യം സഹിക്കവയ്യാതാവുകയാൽ ചെപ്പുകുടം വലിച്ചെറിഞ്ഞിട്ട് അത്താഴമൊന്നും കഴിക്കാതെ പോയി കിടന്നുറങ്ങി. പിറ്റേദിവസം കാലത്ത് ആ ചെപ്പുകുടം ചെന്നു വീണ സ്ഥലത്ത് ഒരൊന്നാന്തരം കിണർ കാണപ്പെട്ടു. അതു കുഴിച്ചെടുത്ത മണ്ണ് അവിടെയെങ്ങും കാണ്മാനില്ലായിരുന്നു. അവിടെനിന്ന് അരനാഴിക അകലെ ഒരു പാടത്തു തലേദിവസമില്ലാതെയിരുന്ന ഒരു മൺകുന്നു പിറ്റേദിവസം കാലത്തു കാണപ്പെടുകയും ചെയ്തു. ഈ കിണറു കുഴിച്ചത് ഭഗവതിയുടെ ഭൂതഗണങ്ങളാണെന്നാണ് പറയുന്നത്. ഭക്തവത്സലയായ ദേവിക്കു ഭക്തനും, അശക്തനും, ശുദ്ധനുമായ ആ ബ്രാഹ്മണനെക്കുറിച്ചു ദയയുണ്ടായിട്ട് അവിടുന്ന് ഇങ്ങനെ തന്റെ ഭൂതഗണങ്ങളെക്കൊണ്ടു ചെയ്യിച്ചതായിരിക്കും. മേൽക്കാവിൽഭഗവതി സകലാഭീഷ്ടപ്രദായിനിയും ഭക്തപ്രിയയുമാണെന്നുള്ളതു പ്രസിദ്ധമാണല്ലോ. അവിടെച്ചെന്നു ഭക്തിപൂർവ്വം ഭജിച്ചു പ്രാർത്ഥിച്ചാൽ സന്തതിയോ, സമ്പത്തോ, സംഗീതമോ, സാഹിത്യമോ എന്തുവേണമെങ്കിലുമുണ്ടാകും. വിശേഷിച്ചു കവിത്വമുണ്ടാകുന്നതിന് ഈ ദേവിയെ ഭജിക്കുന്നതുപോലെ സുഗമമായ മാർഗ്ഗം വേറെ യാതൊന്നുമില്ല. അതിനാൽ സ്ഥലത്തെ 'ദക്ഷിണമൂകാംബി' എന്നുതന്നെ ചിലർ പറയാറുണ്ട്.

ഉദ്ദണ്ഡശാസ്ത്രികൾ കേരളത്തിൽ വന്നതിന്റെശേഷം പല ക്ഷേത്രങ്ങൾ സന്ദർശിച്ചു. ഒരിടത്തു ചെന്നിട്ടും അദ്ദേഹത്തിന്റെ മനസ്സിൽ ഭക്തി തോന്നിയില്ല. അതിനാലദ്ദേഹം ഒരിടത്തും ദർശനം കഴിച്ചില്ല.മേലേക്കാവിൽച്ചെന്നു നോക്കിയപ്പോൾ അദ്ദേഹത്തിനു വളരെ ഭക്തിതോന്നുകയാൽ അദ്ദേഹം അമ്പലത്തിനകത്തുകടന്നു ദേവിയെ വന്ദിച്ചു. അപ്പോൾ ഒരു ശ്ലോകമുണ്ടാക്കിച്ചൊല്ലിയാണ് അദ്ദേഹം വന്ദിച്ചത്. അതിന്റെ പൂർവ്വാർദ്ധമായ

'സംഭരിതഭൂരികൃപമംബ! ശുഭമംഗം
ശുംഭതു ചിരന്തനമിദം തവ മദന്തഃ'

എന്നീ രണ്ടു പദം ചൊല്ലിക്കഴിഞ്ഞിട്ടു ശേഷം തോന്നാൻ ശാസ്ത്രികൾക്കു സ്വല്പം താമസം വന്നു. അപ്പോൾ നടയിൽ ഇടയ്ക്ക കൊട്ടിക്കൊണ്ടുനിന്നിരുന്ന

മാരാർ ആ പൂർവ്വാർദ്ധത്തിന്റെ ഉത്തരാർദ്ധമായി

'ജഭരിപുകുംഭിവരകുംഭയുഗഡംഭ
സ്തംഭികുചകുംഭപരിരംഭപരശംഭുഃ'

എന്നു ചൊല്ലി. അതുകേട്ടു ശാസ്ത്രികൾ സന്തോഷാത്ഭുതഭരിതനായി 'നീ താൻ കവിമല്ലൻ' എന്നു പറഞ്ഞു. പണ്ഡിതാഗ്രേസരനും മഹാകവിയുമായിരുന്ന ഉദ്ദണ്ഡശാസ്ത്രികളുടെ അഭിനന്ദനത്തിനു പാത്രീഭവിക്കുവാൻ തക്കവണ്ണമുള്ള കവിത്വം ആ മാരാർക്കു സിദ്ധിച്ചത് ഈ ദേവീയെ സേവിച്ചിട്ടുമാത്രമായിരുന്നു.

ജ്ഞാനപ്പാന മുതലായ കൃതികളുടെ നിർമ്മാതാവായ പൂന്താനത്തു നമ്പൂരിക്കു കവിതാവാസനയുണ്ടായതും ഈ ദേവിയെ സേവിച്ചിട്ടുതന്നെയായിരുന്നു. പൂന്താനത്തു നമ്പൂരി അദ്ദേഹത്തിന്റെ കവിത ഗുരുവായൂർ ക്ഷേത്രത്തിൽ ഭജിച്ചുകൊണ്ടിരുന്ന മേൽപ്പത്തൂർ നാരായണഭട്ടതിരിയെ കേൾപ്പിച്ചപ്പോൾ ഭട്ടതിരി 'വിഭക്തി കുറവാണ്' എന്നു പറഞ്ഞുവെന്നും ഭട്ടതിരി അങ്ങനെ പറഞ്ഞതിനാൽ ഇനി തന്റെ കവിതയെ ആരും ആദരിക്കുകയില്ലെന്നു വിചാരിച്ചു പൂന്താനത്ത് നമ്പൂരി വിഷാദത്തോടുകൂടി അവിടെനിന്ന് ഇറങ്ങിപ്പോയപ്പോൾ 'വിഭക്തി കുറവാണെങ്കിലും ഭക്തി ഭട്ടതിരിക്കുള്ളതിലധികം പൂന്താനത്തിനുണ്ട്' എന്നു ഗുരുവായൂരപ്പൻ അരുളിച്ചെയ്തതു കേട്ടു ഭട്ടതിരി പശ്ചാത്താപത്തോടുകൂടി പൂന്താനത്തു നമ്പൂരിയുടെ അടുക്കൽച്ചെന്നു സമാധാനം പറഞ്ഞ് അദ്ദേഹത്തെ സന്തോഷിപ്പിച്ചുവെന്നുമുള്ള ഐതീഹ്യം സുപ്രസിദ്ധമാണല്ലോ. എന്നാൽ ഭട്ടതിരിയുടെ ആപത്ത് അതുകൊണ്ടു തീർന്നില്ല. മേലേക്കാവിൽ ഭഗവതിയുടെ പ്രധാനഭക്തനായിരുന്നുവല്ലോ പൂന്താനത്തു നമ്പൂരി. അദ്ദേഹത്തിനു വിഭക്തിജ്ഞാനം ചുരുക്കമാണെന്നു പറഞ്ഞ് അധിക്ഷേപിച്ചത് ആ ദേവിക്കു രസിച്ചില്ല. ഭഗവതിയുടെ വിരോധം നിമിത്തം ഭട്ടതിരിക്ക് പല അനർത്ഥങ്ങൾ നേരിട്ടു. തൽപ്പരിഹാരാർത്ഥം ഭട്ടതിരി മേലേക്കാവിൽച്ചെന്നു മണ്ഡലഭജനം നടത്തി ദേവിയുടെ വിരോധം തീർത്തു സന്തോഷിപ്പിച്ചു. ഭട്ടതിരി ആ ഭജനകാലത്തുണ്ടാക്കിയതാണ് 'ശ്രീപാദസപ്തതി' എന്ന സ്തോത്രകൃതി. അതിൽനിന്ന് ചില ശ്ലോകങ്ങൾ താഴെ പകർത്തുന്നു.

യത്സംവാഹനലോഭിനശശികലാ ചൂഡസ്യ ഹസ്താംബുജ
സ്പർശനാപി ച ലോഹിതായതിമുഹു സ്ത്വൽപാദപങ്കേരുഹം
തേനൈവോദ്ധതകാസരാസുരശിര ശൃംഗാഗ്രസഞ്ചൂർണ്ണന
പ്രാചണ്ഡ്യം തദനുഷ്ഠിതം കില കഥം മുക്തിസ്ഥേലസ്ഥശിവേ?
ത്വൽപാദം നിജമസ്തകേ ഘടയിതും കേ കേ ന ലോകേ ജനാഃ
കിം കിം നാരചയന്തി ദുശ്ചരതപശ്ചര്യാസപര്യാദികം
മന്യേ ധന്യതമം തു ദേവീ! മഹിഷം വൈരസ്ഥയൈവ ത്വയാ
യന്മൂർദ്ധനി സ്വയമേവ പാകതഹരം പാദാംബുജം പാതിതം.
ത്വൽപാദാഞ്ചലരൂപകൽപലതികാ ബാലപ്രവാളദ്വയം
യേ താവൽ കലയന്തീ ജാതു ശിരസാ നമ്രേണ കമ്റോജ്ജ്വലം
തേഷാമേവ ഹീ ദേവീ! നന്ദനവന ക്രീഡാസു ലഭ്യം പുനഃ
സ്വർവ്വല്ലീതരുണപ്രവാളഭരണം സേവാനുരൂപം ഫലം.
ഘോരം പാദസഹസ്രകം പ്രകടയന്നാശാസു ഭാസാംപതിർ
ദ്ധ്വാന്തന്തോ പുനരാന്തരം ശമയിതും ശക്നോതി ശൈലാത്മജേ?
ത്വൽപാദദ്വിതയേന കോമളതരേണാനേനനചേതഃസ്പൃശാ

ജന്തുനാം ബഹിരന്തരന്ധതമസം കൃന്തസ്യനന്തംശിവേ!

ഭട്ടതിരി മേലേക്കാവിൽപ്പോയി മണ്ഡലഭജനം നടത്തിയതും ശ്രീപാദസപ്തതിയുണ്ടാക്കിയതും ഗുരുവായൂർ ഭജനത്തിടയ്ക്കായിരുന്നു. അതിനാൽ മേലേക്കാവിലെ ഭജനം കഴിഞ്ഞതിന്റെ ശേഷം അദ്ദേഹം വീണ്ടും ഗുരുവായൂർതന്നെ ചെന്നു ഭജിച്ചുകൊണ്ടു താമസിച്ചു. അതിനിടയ്ക്ക് ഒരു ദിവസം ഗുരുവായൂരപ്പൻ ഭട്ടതിരിയോട് 'ഒടുക്കം മുക്തി ലഭിക്കുന്നതിനും 'മുക്തിസ്ഥലത്തു' തന്നെ പോവുകയാണ് നല്ലത്' എന്നരുളിച്ചെയ്യുകയാൽ ഭട്ടതിരി ഗുരുവായൂർ ക്ഷേത്രത്തിലെ ഭജനം മതിയാക്കിയതിന്റെ ശേഷം അജീവനാന്തം മേലേക്കാവിൽ തിങ്കൾഭജനം നടത്തുകയും ഒടുക്കം അവിടെവച്ചുതന്നെ ചരമഗതിയെ പ്രാപിക്കുകയും ചെയ്തുവെന്നാണ് കേൾവി.

ഭാഗവതോത്തമനും ഭാഗവതപാരായണനുമായിരുന്ന കൂടല്ലൂർ കുഞ്ഞിക്കാവുനമ്പൂരിപ്പാട്ടിലേക്കു മേലേക്കാവിൽ ഭഗവതിയെക്കുറിച്ച് അളവറ്റ ഭക്തിയും വിശ്വാസവുമുണ്ടായിരുന്നു. അദ്ദേഹം ആണ്ടുതോറും നവരാത്രികാലത്ത് അവിടെച്ചെന്ന് ദേവിയെ ഭജിച്ചുകൊണ്ട് താമസിക്കുകയും മുടക്കംകൂടാതെ ഭാഗവതപാരായണം നടത്തുകയും പതിവായിരുന്നു. കൂടല്ലൂർ നമ്പൂരിപ്പാട്ടു വന്നു ഭാഗവതപാരായണം തുടങ്ങിയിരിക്കുന്നു എന്നറിഞ്ഞാൽ എവിടെയായാലും അതു കേൾക്കുന്നതിന് അസംഖ്യമാളുകൾ വന്നുകൂടുകയും അവരെല്ലാവരും യഥാശക്തി കുറേശ്ശേ പണം നമ്പൂരിപ്പാട്ടിലെ മുമ്പിൽവെച്ചു വന്ദിക്കുകയും പതിവായിരുന്നു. അങ്ങനെ വരുന്ന പണമൊന്നും നമ്പൂരിപ്പാട്ടെടുത്തു സമ്പാദിക്കുക പതിവില്ല. എവിടെയായാലും അതതു സ്ഥലങ്ങളിൽ ആ പണം മുഴുവനും ഈശ്വരാർത്ഥമായി ചെലവു ചെയ്യുകയാണ് പതിവ്. അവിടെ വച്ചുണ്ടായ പണം ശേഖരിച്ചുവെച്ചു ക്ഷേത്രത്തിനു ജീർണ്ണോദ്ധാരണം ചെയ്യിക്കുകയും ചെമ്പുപലക അടിപ്പിക്കുകയും ചെയ്തു. പിന്നെ നവരാത്രികാലത്തു അവിടെക്കൂടുന്ന ബ്രാഹ്മണർക്കു പതിവായി അത്താഴം കൊടുക്കുന്നതിലേക്കായി ആയിരമുറുപ്പിക ദേവസ്വത്തിൽ ഏൽപ്പിക്കുകയും ചെയ്തു.

മേലേക്കാവിലെ പ്രധാന വഴിപാടു മണ്ഡലക്കാലത്തു വാരം കഴിക്കുകയാണ്. അതു ചുരുക്കത്തിലായാൽപ്പോര. ആയിരം നേന്ത്രപ്പഴംകൊണ്ടു പ്രഥമനും, വലിയ പപ്പടം, പഞ്ചസാര, ശർക്കരപുരട്ടിയുപ്പേരി മുതലായ വിഭവങ്ങളും വേണം. ഓരോ കാര്യങ്ങൾ സാധിക്കുന്നതിനായി ഈ വഴിപാടു പലരും നടത്താറുണ്ട്. എങ്കിലും കൊല്ലത്തിൽ നാലഞ്ചു വാരത്തിലധികം ഉണ്ടാകാറില്ല. ആയിരം പഴംകൊണ്ടു പ്രഥമനുള്ള വാരം നടത്തുന്ന ദിവസം ദേവിക്കു പതിനെട്ടു പറ അരി വെച്ചു വെള്ള നിവേദ്യം വേണം. അതിനാൽ ഈ വഴിപാടു ഒരു വിധം ധനികന്മാർക്കല്ലാതെ നടത്തുവാൻ സാധിക്കുകയില്ല. വാരമില്ലാത്ത ദിവസങ്ങളിൽ അവിടെ ബ്രാഹ്മണർക്ക് അത്താഴത്തിനു മാർഗ്ഗമൊന്നുമില്ലായിരുന്നു. അതിനാലാണു കൂടല്ലൂർ നമ്പൂരിപ്പാട് അത്താഴത്തിനു വകവെച്ചുകൊടുത്തത്.

ഇവിടെ 'കെട്ടുമാല' എന്നൊരു വഴിപാടും പതിവുണ്ടായിരുന്നു. ഓരോ കാര്യങ്ങൾ സാധിക്കുന്നതിനായി ഇതു പലരും പ്രാർത്ഥിക്കുകയും കാര്യങ്ങൾ സാധിക്കുകയും വഴിപാടു നടത്തുകയും ചെയ്തിരുന്നു. എന്നാൽ ഭക്തിയോടുകൂടിയല്ലാതെ ഊറ്റം കാണിക്കുന്നതിനായി വഴിപാടു നടത്തുക ദേവിക്കു ഒട്ടും ഇഷ്ടമില്ല. അങ്ങനെ നടത്തുന്ന വഴിപാടുകൾ അവിടെ ഒരിക്കലും ശരിയായി നടക്കാറുമില്ല. ആ വഴിപാടിന്റെ സ്വഭാവമെങ്ങനെയെന്നാൽ,

ക്ഷേത്രത്തിനകത്തും പുറത്തും ക്ഷേത്രപറമ്പിലുള്ള വൃക്ഷത്തിന്മേൽപ്പോലും നിറച്ച മാലകൾ ചാർത്തുകയും വിളക്കുകൾ വെയ്ക്കുകയും കീഴേക്കാവിൽവെച്ച കേമമായി സദ്യ നടത്തുകയുമാണ്. ഒരിക്കൽ കുതിരവട്ടത്തു നായരുടെ ഭവനത്തിലെ മൂത്ത നേത്യാര് ഇവിടെ ഒരു കെട്ടുമാല കഴിക്കുകയുണ്ടായി. അതു തന്റെ ധനശക്തിയും പ്രഭാവവും കാണിക്കാൻകൂടിയായിരുന്നു. നേത്യാരു നേരത്തെ തൊഴാനായിട്ടു ക്ഷേത്രത്തിൽ ചെന്നപ്പോൾത്തന്നെ വഴിപാടു നടത്താൻ ചുമതലക്കാരായ ക്ഷേത്രസംബന്ധികളോടും മറ്റും 'പണം എത്രയായാലും വിരോധമില്ല, കെട്ടുമാല ഇടിപൊടിയാകണം' എന്നുപറഞ്ഞു പ്രത്യേകം ചട്ടംകെട്ടി. നേരം സന്ധ്യയാകാറായപ്പോൾ മുതൽ രാത്രി മുഴുവനും അതികലശലായിട്ടുള്ള ഇടിയും മഴയും കാറ്റുമുണ്ടായിരുന്നതിനാൽ അന്നു സാമാന്യം പോലെ വിളക്കുവെയ്ക്കുന്നതിനും മാല ചാർത്തുന്നതിനും മറ്റും സാധിച്ചില്ല. അഹമ്മതിയോടുകൂടി അവിടെ വരുന്നവർക്കെല്ലാം ഇച്ഛാഭംഗത്തോടുകൂടിയല്ലാതെ മടങ്ങിപ്പോകാൻ ഒരിക്കലും സാധിക്കാറില്ല.

മേലേക്കാവിൽ ഭഗവതിക്കു വിശേഷദിവസങ്ങളിൽ അരയ്ക്കു മേല്പോട്ടു ചന്ദനം ചാർത്തുക പതിവുണ്ട്. അത് ഓരോരുത്തരുടെ വഴിപാടായിട്ടാണ് പതിവ്. അവിടെ ചാർത്താൻ അനവധി തിരുവാഭരണങ്ങളും വഴിപാടായിത്തന്നെ വരും. അവിടെ ക്ഷേത്രത്തിൽ അശുദ്ധി ബാധിച്ചാൽ പുണ്യാഹം പതിവില്ല. പൂവും മാലയുമെല്ലാമെടുത്തു പുറത്തിട്ടു വെള്ളമൊഴിച്ച ബിംബം കഴുകുക മാത്രമെ പതിവുള്ളു. പൂവും മാലയുമെടുത്തു പുറത്തിടുന്നതിനോടുകൂടി തിരുവാഭരണങ്ങളുമെടുത്തു പുറത്തിടും. ആ തിരുവാഭരണങ്ങളെല്ലാം കിഴക്കേക്കാവിലേയ്ക്കെടുത്തു മുതൽക്കൂട്ടി അവിടെ സൂക്ഷിക്കും. അങ്ങനെയാണ് പതിവ്.

അവിടെ ശ്രീകോവിലിനകത്തു ബിംബത്തിന്റെ മുമ്പിൽ തറയിൽ ഒരു ദ്വാരമുണ്ട്. അത് എപ്പോഴും ഒരു പലകകൊണ്ട് അടച്ചിരിക്കും. ആവശ്യം പോലെ ആ പലക മാറ്റി ആ ദ്വാരത്തിൽ കൈയിട്ടു നോക്കിയാൽ ഒരു മാതിരി കല്ലു കിട്ടും. അതിനു 'മുക്കോലക്കല്ല്' എന്നാണു പേരു പറഞ്ഞുവരുന്നത്. ആ കല്ലു സ്വർണ്ണംകൊണ്ടോ വെള്ളികൊണ്ടോ കെട്ടിച്ച ദേഹത്തിൽ ധരിച്ചാൽ ദുർദ്ദേവതമാരുടെ ഉപദ്രവവും മഹാരോഗങ്ങളും ഉണ്ടാവുകയില്ല. അതിനാൽ ആ കല്ലു വാങ്ങിക്കൊണ്ടുപോകാനായി അവിടെ അസംഖ്യമാളുകൾ വരുന്നുണ്ട്. ആവശ്യക്കാർ തലേദിവസംതന്നെ അവിടെച്ചെന്നു ശാന്തിക്കാരനെപ്പറഞ്ഞേൽപ്പിക്കണം. പിറ്റേദിവസം കാലത്തെ കുളിച്ച് അമ്പലത്തിൽച്ചെന്നു ദേവീദർശ്ശനവും യഥാശക്തി വഴിപാടും ശാന്തിക്കാരനു ദക്ഷിണയും കഴിച്ചാൽ ശാന്തിക്കാരൻ അടപ്പപലക മാറ്റി ദ്വാരത്തിൽ കൈയിട്ടു കല്ലെടുത്തു കൊടുക്കും. ഈ കല്ലു കെട്ടിച്ച് സ്ത്രീകൾ കഴുത്തിലും പുരുഷന്മാർ അരയിലുമാണ് ധരിക്കുക പതിവ്.

'നമ്പൂരിമാർക്ക് ഊരായ്മയുള്ള ക്ഷേത്രത്തിലെ സ്വത്തുകളെല്ലാം വാരം കഴിച്ചും പൂരം ഘോഷിച്ചും തമ്മിത്തല്ലി വ്യവഹാരങ്ങൾ നടത്തിയും നശിപ്പിക്കുകയും ഒടുക്കം അവരും നശിക്കുകയുമാണ് പതിവ്' എന്നു ജനങ്ങളുടെ ഇടയിൽ ഒരു സംസാരവും വിശ്വാസവുമുള്ളതിനു മേലേക്കാവിലെ സ്ഥിതിയും ഒട്ടും വ്യത്യാസമായിരിക്കുന്നില്ല.

●

കുമാരമംഗലത്തു നമ്പൂരി

കുമാരമംഗലത്തു നമ്പൂരിയുടെ ഇല്ലം കോട്ടയം താലൂക്കിൽ വിജയപുരം പകുതിയിൽ പാറമ്പുഴ ദേശത്താണ്. ഈ ഇല്ലക്കാർ പണ്ടു മന്ത്രവാദത്തിലും മോടിവിദ്യയിലും അദ്വിതീയന്മാരും പ്രസിദ്ധരുമായിരുന്നു.

ഇപ്പോൾ തിരുവിതാംകൂർ എന്നു പറയുന്ന രാജ്യം പണ്ടൊരുകാലത്ത് വേണാട് (തൃപ്പാപ്പൂര്), ഓണാട് (കായംകുളം), ദേശിംഗനാട് അല്ലെങ്കിൽ ജയസിംഹനാട് (കൊല്ലം), ചെമ്പകശ്ശേരി (അമ്പലപ്പുഴ), തെക്കുംകൂർ, വടക്കുംകൂർ മുതലായി പല രാജ്യങ്ങളിലായിരുന്നല്ലോ. അങ്ങനെയിരിക്കെ ഒരു കാലത്ത് കായങ്കുളത്ത് രാജാവിന്റെ രാജ്യത്ത് കൃഷ്ണപുരം എന്ന ദേശത്ത് ഒരു യക്ഷിയുടെ ഉപദ്രവം വന്നുകൂടി. ആ യക്ഷി സർവ്വാംഗസുന്ദരിയായ ഒരു മനുഷ്യസ്ത്രീയുടെ വേഷം ധരിച്ചുകൊണ്ട് നാട്ടുവഴിയിൽ പോയി നില്ക്കും. ആ വഴിയിൽക്കൂടി പുരുഷന്മാരാരെങ്കിലും വന്നാൽ പുഞ്ചിരി തൂകിക്കൊണ്ട് അടുത്ത് ചെന്ന് 'ഒരിക്കൽ മുറുക്കാൻ തരാമോ?'എന്നു ചോദിക്കും. ആ പുഞ്ചിരി കാണുമ്പോൾ മനുഷ്യരായിട്ടുള്ളവരുടെയൊക്കെ മനസ്സു മയങ്ങിപ്പോകും. മുറുക്കാൻ കൊടുത്തു കഴിയുമ്പോൾ 'വരണം നമുക്ക് വീട്ടിലേക്ക് പോകാം; ഊണു കഴിഞ്ഞിട്ട് പോയാൽ മതി.' എന്നു ക്ഷണിക്കും. അതിനെ ധിക്കരിച്ചു പോകാൻ ആർക്കും ധൈര്യമുണ്ടാകാറില്ല. മിക്കവരും വഴി നടന്നും വിശന്നും വളരെ ക്ഷീണിച്ചവരായിരിക്കും. അല്ലെങ്കിലും ആ മോഹനാംഗിയുടേ ക്ഷണത്തെ ഉപേക്ഷിച്ച് എങ്ങനെ പോകും? അതു മനുഷ്യരാൽ സാധ്യമല്ലായിരുന്നു. അതിനാൽ ക്ഷണിച്ചാലുടനെ സമ്മതിച്ച് എല്ലാവരും അവളുടെ കൂടെപ്പോകുക പതിവായിരുന്നു.

വഴിയിൽ നിന്നു കുറച്ചു ദൂരം പോയാൽ അക്കാലത്തു ജനവാസമില്ലാത്ത ഒരു വനപ്രദേശമുണ്ടായിരുന്നു. ആ കൊടുങ്കാട്ടിൽച്ചെല്ലുമ്പോൾ ആ സുന്ദരി വേഷം മാറി തന്റെ സ്വന്തം വേഷം ധരിക്കും. ഏറ്റവും ഭയങ്കരിയായ ആ യക്ഷിയുടെ വേഷം കാണുമ്പോൾ തന്നെ മനുഷ്യരെല്ലാം ബോധം കെട്ടു നിലത്തുവീഴും. ഉടനെ യക്ഷി അവരെപ്പിടിച്ചു ചീന്തി ചോര കുടിച്ചു കൊല്ലുകയും ചെയ്യും. ഇങ്ങനെയായിരുന്നു പതിവ്.

ഇങ്ങനെ കുറച്ചുകാലം കഴിഞ്ഞപ്പോൾ ഇതി പ്രസിദ്ധമായിത്തീരുകയും ആ യക്ഷിയെക്കുറിച്ചുള്ള ഭയം നിമിത്തം ആ വഴിയിൽക്കൂടി ആരും നടക്കാതെയാവുകയും ചെയ്തു. അപ്പോൾ യക്ഷി രാജ്യവാസികളെത്തന്നെ ഉപദ്രവിച്ചു തുടങ്ങി. അതിനാൽ അവിടെ ആർക്കും പുറത്തിറങ്ങി സഞ്ചരിക്കാൻ നിവൃത്തിയില്ലാതെയായിത്തീർന്നു. അതറിഞ്ഞ് കായങ്കുളത്തു രാജാവ് ഈ യക്ഷിയെ അവിടെനിന്ന് ഓടിച്ചുവിടുന്നതിനായി അനേകം

മന്ത്രവാദികളെ അവിടെ വരുത്തിൽ അവരെല്ലാവരും പഠിച്ച വിദ്യകളെല്ലാം പ്രയോഗിച്ച് നോക്കീട്ടും യാതൊരു ഫലവുമുണ്ടായില്ലെന്ന് മാത്രമല്ല, ആ യക്ഷി ചില മന്ത്രവാദികളുടെ കഥ കഴിക്കുകയും കൂടി ചെയ്തു. അതിനാൽ കായങ്കുളത്തു രാജാവ് ഏറ്റവും വിഷണ്ണനായും തീർന്നു.

അങ്ങനെയിരുന്നപ്പോൾ തെക്കുംകൂർ രാജാവിന്റെ രാജ്യത്ത് പാറമ്പുഴ എന്ന ദേശത്ത് 'കുമാരമംഗലം' എന്ന് ഇല്ലപ്പേരായിട്ട് ഒരു നമ്പൂരിയുണ്ടെന്നും അദ്ദേഹം വലിയ മാന്ത്രികനാണെന്നും അദ്ദേഹത്തെ വരുത്തിയാൽ ഈ യക്ഷിയെ നിഷ്പ്രയാസം ഇവിടെ നിന്ന് ഓടിച്ചുകളയുമെന്നും ആരോ കായംകുളത്ത് രാജാവിനെ ഗ്രഹിപ്പിച്ചു. ഉടനെ കായങ്കുളത്തു രാജാവ് ആ നമ്പൂരിയെ അങ്ങോട്ട് പറഞ്ഞയച്ചാൽ കൊള്ളാമെന്ന് തെക്കുംകൂർ രാജാവിന്റെ പേർക്ക് എഴുതിയയക്കുകയും തെക്കുംകൂർ രാജാവ് നമ്പൂരിയെ അവിടെപ്പറഞ്ഞയക്കുകയും ചെയ്തു. നമ്പൂരി കായങ്കുളത്തെത്തി രാജാവിനെ കണ്ടപ്പോൾ സംഗതികളെല്ലാം രാജാവു നമ്പൂരിയെ ഗ്രഹിപ്പിച്ചു. നമ്പൂരി കുളിയും ഊണും കഴിച്ചതിന്റെ ശേഷം കൃഷ്ണപുരത്തേക്കു പോയി. അദ്ദേഹം ഒരു വഴിപോക്കന്റെ ഭാവത്തിൽ വഴിയിൽ കൂടി പോയപ്പോൾ പതിവു പോലെ മനുഷ്യസ്ത്രീയുടെ വേഷം ധരിച്ചു കൊണ്ട് നമ്പൂരിയുടെ അടുക്കൽ ച്ചെന്നു മുറുക്കാൻ ചോദിച്ചു. ഉടനെ നമ്പൂരി ചിരിച്ചുകൊണ്ട് 'മുറുക്കാൻ മാത്രമല്ല, എന്റെ കൂടെ വന്നാൽ നിനക്കു വേണ്ടതെല്ലാം ഞാൻ തന്നുകൊള്ളാം' എന്നു പറയുകയും, അതിനിടയ്ക്ക് അദ്ദേഹം ഒരു മന്ത്രം ജപിച്ച് യക്ഷിയെ ബന്ധിക്കുകയും ചെയ്തിട്ട് നേരെ വടക്കോട്ട് നടന്നു തുടങ്ങി. നമ്പൂരിയുടെ മന്ത്രശക്തികൊണ്ട് ഒഴിഞ്ഞു പോകാൻ നിവൃത്തിയില്ലാതെയാവുകയാൽ യക്ഷി മനുഷ്യസ്ത്രീയുടെ വേഷമായിത്തന്നെ അദ്ദേഹത്തിന്റെ പിന്നാലെ ചെന്നു. അസ്തമിച്ചു നേരം വെളുക്കുന്നതിനു മുമ്പു നമ്പൂരി യക്ഷിയോടു കൂടി ഇല്ലത്തെത്തി. അപ്പോഴും യക്ഷി മനുഷ്യസ്ത്രീയുടെ വേഷം തന്നെയാണ് ധരിച്ചിരുന്നത്. ആ സ്ത്രീയെ കണ്ടിട്ട് ഇല്ലത്തുള്ള അന്തർജ്ജനങ്ങളും മറ്റും 'ഇവളേതാണ്? എന്തിനാണ് വന്നത്?' എന്നും മറ്റും ചോദിച്ചു. അതിനു മറുപടിയായിട്ട് 'അവൾ വഴിക്കുവെച്ച് എന്നോടു കൂടി പോന്നതാണ്. അവൾക്ക് ഉടയക്കാരായിട്ട് ആരുമില്ല. അവളൊരു അഗതിയാണ്. അവൾക്ക് കഞ്ഞിയോ ചോറോ വല്ലതും ആഹാരത്തിനു കൊടുത്തേച്ചാൽ അവളൊരു ദാസിയായിട്ട് ഇവിടെ പാർത്തുകൊള്ളും. ഇവൾ നാലുകെട്ടിനകത്തു കടക്കാൻ സമ്മതിക്കരുത്. രാത്രിയായാൽ ഇവിടെ ഉപഭവനമായിട്ടുള്ള മഠത്തിൽ ചെന്നു കിടന്നുറങ്ങട്ടെ.' എന്നു പറഞ്ഞു. അത് അവിടെയെല്ലാവരും സമ്മതിക്കുകയും യക്ഷി അവിടെ താമസമാവുകയും ചെയ്തു. അതിനിടയ്ക്ക് നമ്പൂരി, യക്ഷി അവിടെ പോയ്ക്കളയാതെയിരിക്കാനായിട്ട്, യക്ഷിയെ ഒരു ഇരുമ്പുനാരായത്തിന്മേൽ ആവാഹിച്ച് ആ നാരായം. ഇല്ലത്തു നാലുകെട്ടിനകത്തു നടുമുറ്റത്തു തറയ്ക്കുകയും ചെയ്തു.

അങ്ങനെയിരിക്കുമ്പോൾ ഒരു മന്ത്രവാദത്തിനായി നമ്പൂരിക്ക് ഒരു ദൂര സ്ഥലത്തേക്ക് പോകേണ്ടത് അത്യാവശ്യമായിത്തീരുകയാൽ അദ്ദേഹം പോയി. ആ തരത്തിന് യക്ഷി അന്തർജ്ജനങ്ങളുടെ അടുത്തുകൂടി നാലുകെട്ടിനകത്തു കടന്നു സ്ഥലമൊക്കെ ഒന്നു കാണുന്നതിനനുവദിക്കണമെന്ന് അപേക്ഷിച്ചു. അന്തർജ്ജനങ്ങൾ ആദ്യം കുറച്ചൊക്കെ വിരോധം പറഞ്ഞുവെങ്കിലും യക്ഷി വളരെ താഴ്മയോടുകൂടി നിർബന്ധപൂർവ്വം വീണ്ടും വീണ്ടും

അപേക്ഷിക്കുകയാൽ അകത്തു കടന്ന ക്ഷണത്തിൽ എല്ലാമൊന്നു നോക്കിക്കണ്ടുകൊണ്ടു വേഗത്തിൽ പുറത്തിറങ്ങിക്കൊള്ളുന്നതിന് ഒടുക്കമനുവദിച്ചു. ഉടനെ യക്ഷി നാലുകെട്ടിനകത്തു കടന്ന് ഓരോ സ്ഥലങ്ങൾ നോക്കിക്കണ്ടു തുടങ്ങി. അപ്പോൾ എന്തോ ആവശ്യത്തിലേക്കായിട്ട് അന്തർജ്ജനങ്ങൾക്ക് അടുക്കളയിലേക്ക് ഒന്നു പോകേണ്ടതായി വരികയാൽ അവർ പോയി. അത്തരത്തിനു യക്ഷി നടുമുറ്റത്തിറങ്ങി നമ്പൂരി ജപിച്ചു തറച്ചിരുന്ന നാരായം ഊരിയെടുത്തു. അപ്പോൾ യക്ഷി ബന്ധനവിമുക്തയാവുകയാൽ പെട്ടെന്ന് അവിടെ നിന്നിറങ്ങി ആകാശമാർഗ്ഗേണ പോയ്ക്കളഞ്ഞു. അന്തർജ്ജനങ്ങൾ തിരിച്ചുവന്നപ്പോൾ ദാസിയെ അവിടെയെങ്ങും കാണായ്കയാൽ അവർ വളരെ വ്യസനിച്ചു. നമ്പൂരി വരുമ്പോൾ ചോദിച്ചാൽ എന്താണ് പറയേണ്ടതെന്നുള്ള വിചാരമാണ് അവരെ സന്തപിപ്പിച്ചത്. അപ്രകാരം തന്നെ പിറ്റേദിവസം നമ്പൂരി മടങ്ങിവന്നപ്പോൾ 'ദാസിയെവിടെ?' എന്നു ചോദിക്കുകയും, 'എന്തോ ഇന്നലെ ഉച്ചയായപ്പോൾ മുതൽ അവളെ ഇവിടെ കാണുന്നില്ല' എന്നു അന്തർജ്ജനങ്ങൾ മറുപടി പറയുകയും ചെയ്തു. ഉടനെ നമ്പൂരി നടുമുറ്റത്തിറങ്ങി നോക്കിയപ്പോൾ താൻ യക്ഷിയെ ആവാഹിച്ചു ജപിച്ചു തറച്ചിരുന്ന നാരായം അവിടെ കാണായ്കയാൽ 'ആ ദാസി നാലുകെട്ടിനകത്തു കടന്നു, അല്ലേ?' എന്നു ചോദിച്ചു. സമ്മതിക്കാതെയിരിക്കാൻ നിവൃത്തിയില്ലായ്കയാൽ അന്തർജ്ജനങ്ങൾ പരമാർത്ഥമെല്ലാം സമ്മതിച്ചു പറഞ്ഞു.

ബന്ധനവിമുക്തയായ യക്ഷി യഥാപൂർവ്വം കൃഷ്ണപുരത്തുതന്നെ ചെന്നെത്തുകയും അവിടെ വഴിയേ പോകുന്നവരേയും രാജ്യവാസികളേയും പൂർവ്വാധികം ഉപദ്രവിച്ചു തുടങ്ങുകയും ചെയ്തു. അതറിഞ്ഞപ്പോൾ രാജാവു പിന്നെയും വ്യസനാക്രാന്തനും ഭയവിഹ്വലനുമായിത്തീർന്നു. അപ്പോൾ ചില സേവകന്മാർ 'ആ നമ്പൂരിക്ക് ഒന്നും കല്പിച്ച് കൊടുക്കാത്തതുകൊണ്ടാണ് അദ്ദേഹം പിന്നെയും യക്ഷിയെ ഇങ്ങോട്ടുതന്നെ വിട്ടത്. ഇനിയും അദ്ദേഹത്തെ വരുത്തി എന്തെങ്കിലും തക്കതായ സമ്മാനം കല്പിച്ചു കൊടുത്താൽ അദ്ദേഹം ഈ യക്ഷിയെ ബന്ധിച്ചു കൊണ്ടുപോയ്ക്കൊള്ളും. അദ്ദേഹമല്ലാതെ വേറെ ആരു വിചാരിച്ചാലും ഉഗ്രമൂർത്തിയായ ഈ യക്ഷിയെ ഇവിടെ നിന്ന് ഒഴിച്ചുവിടാൻ സാധിക്കുകയില്ലെന്നുള്ളത് ഇവിടെ അറിഞ്ഞിട്ടുള്ളതാണല്ലോ' എന്നറിയിച്ചു. അതു ശരിയാണെന്നു തോന്നുകയാൽ രാജാവു തെക്കുംകൂർ രാജാവിന്റെ പേർക്ക് പിന്നെയും എഴുത്തയച്ച് കുമാരമംഗലത്തു നമ്പൂരിയെ വരുത്തി യക്ഷിയുടെ ഉപദ്രവം പൂർവ്വാധികമായി പിന്നെയും തുടങ്ങിയിരിക്കുന്ന വിവരം പറഞ്ഞു. യക്ഷി തന്റെ പിടിയിൽ നിന്നു വിട്ടുപോയതിന്റെ കാരണം നമ്പൂരി അവിടെ അറിയിക്കുകയും ചെയ്തു. അപ്പോൾ രാജാവ് 'ആട്ടെ, ഇനിയെന്താണ് വേണ്ടത്? ഏതു വിധവും ഈ ഉപദ്രവം ഇവിടെ നിന്ന് മാറ്റണം. ഇനിയും ഇങ്ങോട്ട് വരികയുമരുത്. അതിനു തക്കവണ്ണം എന്തെങ്കിലും ചെയ്യണം. അത് അങ്ങ് വിചാരിച്ചാലല്ലാതെ സാധിക്കുകയില്ല. ഈ ഉപദ്രവം ഇവിടെ വരാതിരിക്കത്തക്കവണ്ണം ഒഴിപ്പിച്ചാൽ അതിലേക്ക് എന്ത് വേണമെങ്കിലും തരാൻ ഞാൻ തയ്യാറാണ് ' എന്നു പറഞ്ഞു. ഉടനെ നമ്പൂരി 'പ്രതിഫലമൊന്നും കിട്ടാഞ്ഞിട്ടും മനഃപൂർവ്വമായും ഞാൻ ഈ യക്ഷിയെ ഇങ്ങോട്ടു വിട്ടയച്ചതല്ലെന്നു മുൻപേ ഞാൻ അറിയിച്ചുവല്ലോ. ഞാൻ ഇങ്ങനെയുള്ള കാര്യത്തിൽ പ്രതിഫലം

ആഗ്രഹിക്കാറുമില്ല. ആരെങ്കിലും എന്തെങ്കിലും മനസ്സോടുകൂടി തന്നാൽ വേണ്ടെന്നുവയ്ക്കാറുമില്ല. അങ്ങനെയാണ് എന്റെ പതിവ്. ഏതെങ്കിലും യക്ഷിയെ ഞാനിനിയും ബന്ധിച്ചു കൊണ്ടു പോവുകയും ഇങ്ങോട്ടുവരാതിരിക്കത്ത വിധത്തിൽ എവിടെയെങ്കിലും സ്ഥിരമായി ഇരുത്തുകയും ചെയ്യാം. പ്രതിഫലത്തിന്റെ കാര്യം തിരുമനസ്സുപോലെ?.. എന്നു വീണ്ടും അറിയിച്ചു. ഇതു കേട്ട് രാജാവ് ഏറ്റവും സന്തോഷത്തോടു കൂടി 'എന്നാൽ അങ്ങനെയാവട്ടെ. നമ്പൂരി യക്ഷിയെ കൊണ്ടുപോയി എവിടെയെങ്കിലും സ്ഥിരമായി ഇരുത്തിക്കഴിഞ്ഞാലുടനെ ഇവിടേ വരണം. ശേഷമെല്ലാം അപ്പോൾ പറഞ്ഞുകൊള്ളാം' എന്നു പറഞ്ഞു.

ഇതു കേട്ടു നമ്പൂരി യക്ഷി പതിവായി നിൽക്കാറുള്ള സ്ഥലത്തേക്ക് പോയി. നമ്പൂരിയെ പ്രത്യക്ഷമായി കണ്ടാൽ യക്ഷി മറഞ്ഞുകളഞ്ഞെങ്കിലോ എന്നു വിചാരിച്ച് അദ്ദേഹം വഴി വിട്ടു കാട്ടിൽക്കൂടിയാണ് പോയത്. അങ്ങനെ ചെന്ന് അദ്ദേഹം യക്ഷി നിന്നിരുന്ന സ്ഥലത്തോടടുത്ത് ഒരു മരത്തിനു മറഞ്ഞുനിന്ന് കൊണ്ട് കൈവശമുണ്ടായിരുന്ന നൂൽച്ചരടെടുത്ത് യക്ഷിയെ നോക്കി ഒരു മന്ത്രം ജപിച്ച് മൂന്നു കെട്ടുകെട്ടി. അതോടുകൂടി യക്ഷിയെ ബന്ധിക്കുകയും കഴിഞ്ഞു. ഉടനെ അദ്ദേഹം വടക്കോട്ടു നടന്നു തുടങ്ങി. പിന്നാലെ യക്ഷിയും പോയി. ആ പ്രാവശ്യം യക്ഷി പോയത് നമ്പൂരിക്കല്ലാതെ മറ്റാർക്കും തന്നെ കാണ്മാൻ പാടില്ലാത്ത വിധത്തിൽ ദേഹം മായയാൽ മറച്ചുകൊണ്ടാണ്.

ഇങ്ങനെ പോയി നമ്പൂരിയുടെ ഇല്ലത്തിനു സമീപത്തായപ്പോൾ യക്ഷി നമ്പൂരിയോട് 'ഞാൻ ഒരിക്കൽ അങ്ങയെ ചതിച്ച് ഒളിച്ചോടിപ്പോയവളാണ്. എങ്കിലും അതു വിചാരിച്ച് എന്നെ ഉപദ്രവിക്കരുത്. ഇനി ഞാൻ അങ്ങയുടെ ഇഷ്ടം പോലെ താമസിച്ചുകൊള്ളാം. എങ്കിലും എന്നെ ദാസ്യവൃത്തിക്കു നിയമിക്കരുത്. അത് എനിക്ക് സങ്കടകരമാണ്' എന്നു പറഞ്ഞു. ഉടനെ നമ്പൂരി 'നീ ആരെയും ഉപദ്രവിക്കാതെ മര്യാദയോടുകൂടി ഇവിടെ താമസിച്ചുകൊള്ളാമെങ്കിൽ നിന്നെ ഞാനെന്റെ പരദേവതയെപ്പോലെ വിചാരിച്ചു സബഹുമാനം ആദരിക്കുകയും ആചരിക്കുകയും ചെയ്തുകൊള്ളാം; ഇനിയും നീ എന്തെങ്കിലും അക്രമം പ്രവർത്തിച്ചാൽ ഞാൻ നിന്നെ അറുത്തു ഹോമിച്ചുകളയുമെന്നുള്ളതിനു സംശയമില്ല' എന്നും പറഞ്ഞു.

ഇല്ലത്തെത്തിയതിന്റെ ശേഷം നമ്പൂരി തൽക്കാലം യക്ഷിയെ അവിടെയുണ്ടായിരുന്ന ഒരു പാലവൃക്ഷത്തിന്മേൽ ഇരുത്തീട്ട് ഇല്ലത്തിന്റെ മുറ്റത്തു തന്നെ ചെറുതായിട്ട് ഒരു ശ്രീകോവിൽ പണിയിക്കുകയും ഒരു വിഗ്രഹമുണ്ടാക്കിച്ചു യക്ഷിയെ ആ ബിംബത്തിങ്കലാവാഹിച്ച് ആ ശ്രീകോവിലിൽ യഥാവിധി പ്രതിഷ്ഠിക്കുകയും അവിടെ പതിവായി നിവേദ്യം തുടങ്ങുകയും ചെയ്തു.

ഇത്രയുമൊക്കെക്കഴിച്ചതിന്റെ ശേഷം നമ്പൂരി കായങ്കുളത്തു രാജസന്നിധിയിലെത്തി. ഉടനെ രാജാവ് കുമാരമംഗലത്തില്ലത്തുള്ളവർ എന്നും അനുഭവിച്ചുകൊള്ളത്തക്കവണ്ണം 'ചവറ' എന്ന ദേശത്തുള്ള... വസ്തുക്കൾ കരമൊഴിവായിതന്നിരിക്കുന്നു എന്നൊരു നീട്ടെഴുതിച്ചു തുല്യം ചാർത്തി നമ്പൂരിയുടെ കയ്യിൽ കൊടുത്തു. അതു കണ്ടപ്പോൾ നമ്പൂരിക്കുണ്ടായ സന്തോഷം സീമാതീതമായിരുന്നു എന്ന് പറയണമെന്നില്ലല്ലോ. അദ്ദേഹം അത്രയൊന്നും

വിചാരിച്ചിരുന്നില്ല. നമ്പൂരി യാത്ര പറഞ്ഞുപോയ സമയത്തും രാജാവ് അദ്ദേഹത്തിന് അനേകം സമ്മാനങ്ങൾ കൊടുത്തു. എല്ലാം കൊണ്ടും നമ്പൂരി അത്യന്തം സന്തുഷ്ടനായി ഭവിച്ചു എന്നു പറഞ്ഞാൽ മതിയല്ലോ.

പ്രതിഷ്ഠ കഴിഞ്ഞതിന്റെ ശേഷം ആ യക്ഷിയുടെ ഉപദ്രവം ഇക്കാലം വരെ ആർക്കും ഉണ്ടായിട്ടില്ല. ആ യക്ഷി കുമാരമംഗലത്തു നമ്പൂരിയുടെ പരദേവതയുടെ നിലയിൽ ഇപ്പോഴും അവിടെത്തന്നെ ഇരിക്കുന്നു. ആ ഇല്ലത്തുള്ളവർ ആ യക്ഷിക്കു പതിവുള്ള നിവേദ്യം ഇപ്പോഴും മുടക്കം കൂടാതെ നടത്തിപ്പോരുന്നുമുണ്ട്.

യക്ഷിപ്പറമ്പത്തു യക്ഷിയെ സംഹരിച്ച ആളും പ്രസിദ്ധ മന്ത്രവാദിയുമായിരുന്ന 'സൂര്യകാലടി' ഭട്ടതിരിയുടെ ഇല്ലം കുമാരമംഗലത്തു നിന്ന് ഏകദേശം രണ്ടു നാഴിക പടിഞ്ഞാറ് 'നട്ടാശ്ശേരി' എന്ന ദേശത്താണ്. കാലടി ഭട്ടതിരിമാരും വളരെക്കാലം മുമ്പു മുതൽക്കു തന്നെ വലിയ മന്ത്രവാദികളാണല്ലോ. അതിനാൽ ഈ രണ്ടില്ലക്കാരും(കുമാരമംഗലവും കാലടിയും) തമ്മിൽ വലിയ കിടമത്സരവും ഉൾത്തിരക്കും പണ്ടേ ഉണ്ടായിരുന്നു. എന്നാൽ അത് അകത്തല്ലാതെ പുറമേ ഭാവിക്കുകയും പറയുകയും രണ്ടു കൂട്ടരും പതിവില്ല. പുറമേ രണ്ടില്ലക്കാരും തമ്മിൽ തമ്മിൽ വളരെ നല്ല സ്നേഹഭാവത്തോടുകൂടിയാണ് കഴിഞ്ഞിരുന്നത്.

അങ്ങനെയിരുന്നപ്പോൾ കാലടി ഭട്ടതിരിയുടെ ഇല്ലത്ത് ഒരടിയന്തിരത്തിനു സ്നേഹമുറയ്ക്കു ഭട്ടതിരി കുമാരമംഗലത്ത് നമ്പൂരിയെയും ക്ഷണിക്കുകയും നമ്പൂരി വരികയും ചെയ്തിരുന്നു. അടിയന്തിരം സംബന്ധിച്ചുള്ള സദ്യയും മറ്റും കഴിഞ്ഞു നേരം വൈകിയപ്പോൾ ഭട്ടതിരി നമ്പൂരിയോട് 'ഇന്നു കാർത്തികയാണല്ലോ. കുമാരനല്ലൂരു വാരസ്സദ്യ കേമമാണ്. കുമാരമംഗലം പോകുന്നുണ്ടോ' എന്നു ചോദിച്ചു. അതിനുത്തരമായിട്ടു നമ്പൂരി 'ഭട്ടതിരി പോകുന്നുണ്ടെങ്കിൽ ഞാനും പോരാം' എന്നു പറഞ്ഞു. 'എന്നാൽ പോകാം' എന്നു പറഞ്ഞു ഭട്ടതിരിയും നമ്പൂരിയും കൂടി പുറപ്പെട്ടു.

കാലടിയില്ലത്തുനിന്നു കുറച്ചു പടിഞ്ഞാട്ടു ചെല്ലുമ്പോൾ അവിടെ മീനച്ചിലാറിന്റെ കൈവഴിയായ ഒരു ചെറിയ ആറുണ്ട്. ആ ആറിനു വിസ്താരമില്ലെങ്കിലും അത്യധികമായ അഗാധതയും അതികഠിനമായ ഒഴുക്കുമുണ്ട്. ആറു കടന്നിട്ടുവേണം കുമാരനല്ലൂർക്ക് പോകാൻ തോണി കൂടാതെ അവിടെ അക്കരെ കടക്കുന്ന കാര്യം അസാദ്ധ്യവുമായിരുന്നു. ഭട്ടതിരി കൂടെയുള്ളതുകൊണ്ട് അവിടെ തോണി കാണും എന്നു വിചാരിച്ചാണ് നമ്പൂരി കൂടെ പുറപ്പെട്ടത്. ഭട്ടതിരി നമ്പൂരിയെ കൂട്ടിക്കൊണ്ട് പുറപ്പെട്ടത് അവിടെ വച്ച് അദ്ദേഹത്തെ ഇളിഭ്യനാക്കാമെന്നു കരുതിക്കൊണ്ടുമായിരുന്നു. നമ്പൂരിക്കു മന്ത്രവാദം കൂടാതെ വായുസ്തംഭം, ജലസ്തംഭം മുതലായ മോടിവിദ്യയും മറ്റും അറിഞ്ഞുകൂടാ എന്നായിരുന്നു ഭട്ടതിരിയുടെ വിചാരം. വാസ്തവത്തിൽ നമ്പൂരി മോടിവിദ്യയിൽ ഭട്ടതിരിയേക്കാൾ സമർത്ഥനായിരുന്നു. അതു ഭട്ടതിരി അറിഞ്ഞിരുന്നില്ല.

രണ്ടുപേരും കൂടി ആറ്റുകടവിലെത്തി. അപ്പോൾ അവിടെയെങ്ങും തോണി ഇല്ലായിരുന്നു. അതിനാൽ ഭട്ടതിരി നമ്പൂരിയോട് ' ഇവിടെ അക്കരെ കടക്കണമല്ലോ. അതിനെന്താ കൗശലം? ഞാൻ വല്ല വിധവും കടന്നുകൊള്ളാം. അങ്ങനെകടക്കാൻ കുമാരമംഗലം വിചാരിച്ചാൽ

സാധിക്കുമെന്ന് തോന്നുന്നില്ല. അതിനാൽ തിരിയെ പോയ്ക്കോളൂ' എന്നു പറഞ്ഞു. അപ്പോൾ നമ്പൂരി 'ഭട്ടതിരി കടക്കുന്നതു കാണട്ടെ, പിന്നെ എന്റെ കാര്യം ഞാൻ തീർച്ചയാക്കികൊള്ളാം' എന്നു പറഞ്ഞു. ഉടനെ ഭട്ടതിരി അടുത്തുള്ള ഒരു വീട്ടിൽ നിന്ന് ഒരു തുശനില മുറിച്ചു വാങ്ങിച്ചു വെള്ളത്തിലിട്ട് അതിൽ കയറി കൈകൊണ്ടു തുഴഞ്ഞ് അക്കരെ കടന്നു. ഉടനെ നമ്പൂരി ഒരു തുളസിയില പറിച്ചു വെള്ളത്തിലിട്ട് അതിൽ കയറി തുഴഞ്ഞ് അക്കരയിറങ്ങി. അപ്പോൾ നമ്പൂരിയെ ഇളിഭ്യനാക്കണമെന്നു വിചാരിച്ച ഭട്ടതിരി ഏറ്റവും ഇളിഭ്യനായി എന്നുള്ളതു വിശേഷിച്ചു പറയണമെന്നില്ലല്ലോ.

●

ശാസ്താംകോട്ടയും കുരങ്ങന്മാരും

ശാസ്താങ്കോട്ട തിരുവിതാംകൂറിൽ കുന്നത്തൂർ താലൂക്കിലുൾപ്പെട്ട ഒരു സ്ഥലമാണ്. ഈ സ്ഥലത്തിന് 'ശാസ്താങ്കോട്ട' എന്ന പേരുണ്ടായതിന്റെ കാരണംതന്നെ ആദ്യമേ വിവരിക്കേണ്ടിയിരിക്കുന്നു. പന്തളത്തു രാജാക്കന്മാർ പാണ്ഡ്യരാജാവംശ്യന്മാരാണെന്നും അവരുടെ കുലപരദേവത ശബരിമല ശാസ്താവാണെന്നുമുള്ളതു സുപ്രസിദ്ധമാണല്ലോ. മുൻകാലങ്ങളിൽ പന്തളത്തു രാജാക്കന്മാരെല്ലാവരും ആണ്ടിലൊരിക്കൽ ശബരിമലയിൽപ്പോയി സ്വാമിദർശനം കഴിക്കുക പതിവുണ്ടായിരുന്നു. ഇപ്പോഴും അവരിലൊരാളെങ്കിലും ആണ്ടിലൊരിക്കൽ (മകരസംക്രാന്തിക്ക്) ശബരിമലയിൽച്ചെന്നു ദർശനം കഴിക്കണമെന്ന് ഏർപ്പാടുണ്ട്.

പണ്ടൊരിക്കൽ ഒരു പന്തളത്തു രാജാവ് കായംകുളത്തു വന്ന് അവിടുത്തെ ഒരു രാജ്ഞിയെ ഭാര്യയായി സ്വീകരിക്കുകയും അവിടെ ത്തന്നെ താമസം തുടങ്ങുകയും ചെയ്തു. ആ രാജാവും രാജ്ഞിയും പരസ്പരാനുരാഗം നിമിത്തം പിരിഞ്ഞു താമസിക്കുവാൻ അശക്തരായിത്തീരുകയാൽ ആ രാജാവു പന്ത്രണ്ടു കൊല്ലത്തേക്കു പന്തളത്തു പോവുകയോ ശബരിമലയിൽപ്പോയി സ്വാമിദർശനം കഴിക്കുകയോ ചെയ്യാതെ കായംകുളത്തുതന്നെ താമസിച്ചു. അങ്ങനെയിരിക്കുമ്പോൾ ഒരു ദിവസം രാത്രിയിൽ പന്തളത്തു രാജാവ് ഉറക്കത്തിൽ 'അയ്യോ! കടുവ വരുന്നേ, പുലി വരുന്നേ!' എന്നു പറഞ്ഞു കൊണ്ട് ഉറക്കെ നിലവിളിച്ചു. അതുകേട്ടു രാജ്ഞി ഉണർന്നു പേടിച്ചു വിറച്ചുകൊണ്ട് എന്താണെന്നു ചോദിച്ചപ്പോൾ രാജാവ് 'ഒന്നുമില്ല. ഒരു സ്വപ്നം കണ്ടു. അത്രയുള്ളൂ' എന്നു പറയുകയും വീണ്ടും ഉറങ്ങിത്തുടങ്ങുകയും ചെയ്തു. അപ്രകാരം പിറ്റേ ദിവസവുമുണ്ടായി. എന്നല്ല, അതു ദിവസംതോറും പതിവായിത്തീർന്നു. ഇതു നിമിത്തം പേടിച്ചിട്ടു രാജ്ഞിക്കു രാത്രിയിൽ കിടന്നുറങ്ങുവാൻ നിവൃത്തിയില്ലാതെയായി. ഈ വിവരം കായംകുളത്തു രാജാവറിയുകയും ഇതിന്റെ ശമനത്തിനായി പല മന്ത്രവാദങ്ങളും ചികിത്സകളും ഈശ്വരസേവാദികളും മറ്റും നടത്തിക്കുകയും ചെയ്തു. ഇതൊന്നു കൊണ്ടും പന്തളത്തു രാജാവിന്റെ സ്വപ്നദർശനത്തിനും നിലവിളിക്കും യാതൊരു ഭേദവുമുണ്ടായില്ല. പ്രത്യുത, അതു ക്രമേണ വർദ്ധിച്ച്, ദിവസംതോറും അഞ്ചുമാറും എട്ടും പത്തും പ്രാവശ്യം വീതമായിത്തീർന്നു. അപ്പോൾ രാജ്ഞിക്കു മാത്രമല്ല, രാജമന്ദിരത്തിലാർക്കും തന്നെ പേടിച്ചിട്ടു രാത്രിയിൽ കിടന്നുറങ്ങുവാൻ നിവൃത്തിയില്ലാതെയായി. അതിനാൽ കായംകുളത്ത് രാജാവ് ഒരു ദിവസം തന്റെ ആവൃത്തനായ പന്തളത്തു രാജാവിനെ അടുക്കൽ വരുത്തി 'ഹേ! അങ്ങയുടെ ക്കുവിളിയും കോലാഹലവും കൊണ്ടു

ഇവിടെയാർക്കും രാത്രികാലങ്ങളിൽ കിടന്നുറങ്ങാൻ നിവൃത്തിയില്ലാതെയായല്ലോ. അവിടെക്കു ഭ്രാന്തുണ്ടോ? 'കടുവാ വരുന്നു; പുലി വരുന്നു; കടുവാ പെറ്റു; പുലി പെറ്റു' ഇങ്ങനെ എന്തെല്ലാം അസംബന്ധങ്ങളാണ് അവിടുന്നു പറയുന്നത്. ഈ സ്ഥിതിയിൽ ഇനി ഇവിടെ താമസിക്കണമെന്നില്ല. പന്തളത്തുതന്നെ പോയി താമസിക്കണം. ഈ ഉപദ്രവങ്ങളൊക്കെ മാറിയിട്ട് വന്നാൽ മതി' എന്നു പറഞ്ഞു. ഇതു കേട്ടപ്പോൾ പന്തളത്തു രാജാവിന് അസാമാന്യമായ മനസ്താപമുണ്ടായി. ഒന്നാമത്, തന്റെ പ്രാണപ്രിയയായ രാജ്ഞിയെ വിട്ടു പിരിഞ്ഞു താമസിക്കുക എന്നുള്ള കാര്യം അദ്ദേഹത്തിനു പരമസങ്കടമായിട്ടുള്ളതായിരുന്നു. പിന്നെ കായംകുളത്തു രാജാവിന്റെ വാക്കു സ്വല്പം പുച്ഛരസത്തോടുകൂടിയും ആക്ഷേപമായിട്ടും എന്നാൽ, ഒരു വിധം ശാസനയായിട്ടുമായിരുന്നു. എല്ലാംകൊണ്ടും പന്തളത്തു രാജാവ് അത്യന്തം വിഷണ്ണനായിത്തീർന്നുവെന്നും പറഞ്ഞാൽ മതിയല്ലോ.

അന്നു രാത്രിയിൽ പന്തളത്തു രാജാവിനു പതിവുള്ളതു കൂടാതെ വിശേഷാൽ ഒരു സ്വപ്നം കൂടിയുണ്ടായി. അതു ഒരു പരദേശബ്രാഹ്മണൻ അദ്ദേഹത്തിന്റെ അടുക്കൽച്ചെന്ന് 'ഹേ! അവിടുന്ന് ഒട്ടും വിഷാദിക്കേണ്ട. അവിടുന്ന് ഒരു കാര്യം ചെയ്താൽ അവിടെക്കുണ്ടായിരിക്കുന്ന ഉപദ്രവം നീങ്ങി നല്ല സുഖമാവും. അവിടുത്തെ പരദൈവമായ ശബരിമല ശാസ്താവിനെ ദർശനം കഴിച്ചിട്ട് ഇപ്പോൾ പന്ത്രണ്ടു കൊല്ലമായല്ലോ. അതിനാൽ അവിടെപ്പോയി ഒരു പന്ത്രണ്ടു ദിവസം ആ സ്വാമിയെ ഭജിക്കണം. പിന്നെ തിങ്കൾ ഭജന മുടങ്ങാതെ നടത്തുകയും വേണം. എന്നാൽ മതി, എല്ലാ സുഖമാകും. അങ്ങു സ്വപ്നത്തിൽ കാണുന്ന കടുവായും പുലിയും ശബരിമല ശാസ്താവിന്റെ നായ്ക്കളാണ്. കായംകുളത്തു രാജാവ് അങ്ങേ ആക്ഷേപിച്ചതിന്റെ ഫലം അദ്ദേഹം അനുഭവിക്കും' എന്നു പറഞ്ഞു എന്നായിരുന്നു. ഇത് കേവലം സ്വപ്നമല്ലെന്നും ശബരിമല ശാസ്താവുതന്നെ തന്റെ അടുക്കൽ എഴുന്നള്ളി അരുളിച്ചെയ്തതാണെന്നും വിശ്വസിച്ച് രാജാവ് പിറ്റേ ദിവസം രാവിലെ രാജ്ഞിയെ ഗ്രഹിപ്പിക്കുകയും തനിക്കു പോകുന്നതിന് അനുവാദം ചോദിക്കുകയും ചെയ്തു. രാജാവിനുണ്ടായിട്ടുള്ള ഉപദ്രവം മാറിയാൽ കൊള്ളാമെന്നു വളരെ ആഗ്രഹമുണ്ടായിരുന്നുവെങ്കിലും അദ്ദേഹം പിരിഞ്ഞുപോവുകയെന്നുള്ള കാര്യം രാജ്ഞിക്ക് അത്യന്തം സന്താപകരമായിരുന്നു. അതിനാൽ ഭജനം കഴിഞ്ഞാൽ അന്നുതന്നെ തന്റെ അടുക്കൽ എത്തികൊള്ളാമെന്നു സത്യം ചെയ്തിട്ട് അദ്ദേഹം പോയിവരുന്നതിന് ആ സാധ്വി അനുവദിക്കുകയും രാജാവ് അപ്രകാരം ചെയ്തിട്ട് അന്നുതന്നെ പന്തളത്തേക്കു പോവുകയും ചെയ്തു. അന്നുമുതൽ കായംകുളത്തു രാജാവിന് ഒരു ചിത്തഭ്രമത്തിന്റെ ലക്ഷണം കണ്ടുതുടങ്ങി. അദ്ദേഹം സദാ 'കടുവാ പെറ്റു, പുലി പെറ്റു, കടുവാ പെറ്റു,' എന്ന് ഉരുവിട്ട് തുടങ്ങുകയും വേറെ യാതൊന്നും സംസാരിക്കാതെയാവുകയും ചെയ്തു. കുളി, ഭക്ഷണം മുതലായതുതന്നെ അന്യൻമാരുടെ നിർബന്ധംകൊണ്ടു വേണ്ടതായിത്തീർന്നു. എന്നാൽ അതൊക്കെ പേരിനു മാത്രം നടത്തുമെന്നല്ലാതെ സാമാന്യം പോലെ ഒന്നും ചെയ്യാതെയായി. ചില ദിവസങ്ങളിൽ ആരെല്ലാം നിർബന്ധിച്ചാലും കുളിക്കുകയും ഉണ്ണുകയും ചെയ്യാതെയുമിരുന്നു. രാജ്യകാര്യങ്ങളെപ്പറ്റി അദ്ദേഹത്തിനു ചിന്ത പോലുമില്ലാതെയായി. അങ്ങോട്ട് എന്തെങ്കിലും ചോദിച്ചാലും പറഞ്ഞാലും എല്ലാറ്റിനും ഉത്തരം, 'കടുവാ പെറ്റു, പുലി പെറ്റു' എന്നുമാത്രം.

ഇതു നിമിത്തം രാജമന്ദിരത്തിലുള്ളവരും രാജപുരുഷൻമാരും മാത്രമല്ല, രാജ്യവാസികളും ആകെപ്പാടെ പര്യാകുലൻമാരായിത്തീർന്നു. അനേകം മന്ത്രവാദങ്ങളും ചികിത്സകളും മറ്റും ചെയ്യിച്ചു നോക്കി. ഒന്നുകൊണ്ടും ഒരു ഫലവും കണ്ടില്ല. അതിനാൽ പിന്നെ പ്രസിദ്ധൻമാരായ ചില പ്രശ്നക്കാരെ വരുത്തി പ്രശ്നം വയ്പ്പിച്ച് നോക്കിയപ്പോൾ അവർ, പന്തളത്തു രാജാവിനെ ആക്ഷേപിച്ചതിനാൽ ശബരിമല ശാസ്താവിനുണ്ടായിട്ടുള്ള വിരോധം നിമിത്തം സംഭവിച്ചിട്ടുള്ളതാണെന്നും അതിലേക്കു പ്രായശ്ചിത്തമായി നൂറ്റൊന്നു രാശി ശബരിമല കൊട്ടുത്തയച്ചു നടയിലിടുവിക്കുകയും 'കടുവാ പെറ്റു, പുലി പെറ്റു' എന്നുള്ള വാക്കുകൾ എന്നും ബ്രാഹ്മണർ സഭയിൽ പ്രയോഗിക്കത്തക്കവണ്ണം ഏർപ്പാടു ചെയ്യുകയും ചെയ്താൽ ഈ സുഖക്കേടു മാറി രാജാവു പൂർവ്വസ്ഥിതിയെ പ്രാപിക്കുമെന്നും വിധിച്ചു. ഉടനെ നൂറ്റൊന്നു രാശി കൊട്ടുത്തയച്ച്, ശബരിമല ശാസ്താവിന്റെ നടയിലിടുവിക്കുകയും മേൽപ്പറഞ്ഞ (കടുവാ പെറ്റു, പുലി പെറ്റു എന്നുള്ള)വാക്കുകൾ സംഘക്കളിക്കാരായ നമ്പൂരിമാരെക്കൊണ്ടു സഭയിൽ പ്രയോഗിപ്പിച്ചു തുടങ്ങുകയും കായംകുളത്തു രാജാവ് ഉന്മാദം വിട്ട് പൂർവ്വസ്ഥിതിയെ പ്രാപിക്കുകയും ചെയ്തു. സംഘക്കളിക്കാർ ഇപ്പോഴും

'കാട്ടിൽക്കിടന്നണ്ണെട്ടെലികുടിക്കടലുഴുതു
കാലത്തിളവിത്തു വിതച്ചപ്പോഴടയ്ക്ക കായ്ച്ചു
തോണ്ടിപ്പറിപ്പിച്ചപ്പോഴരമുറം നിറകേ മാങ്ങാ
തോലു കളഞ്ഞപ്പോളഞ്ഞൂറു പറങ്കിക്കപ്പൽ
കപ്പൽ വലിച്ചങ്ങു തലമലമുകളിൽക്കെട്ടി
കായംകുളത്തല്ലോ കടുവായും പുലിയും പെറ്റു'

എന്നൊരു പാട്ടു സംഘക്കളിയിൽ ഉപയോഗിച്ചു വരുന്നുണ്ടല്ലോ. പന്തളത്തു രാജാവ് കായംകുളത്തുനിന്ന് പോയതിൽപ്പിന്നെ അദ്ദേഹത്തിനു സ്വപ്നദർശനം മുതലായ ഉപദ്രവങ്ങളൊന്നുമുണ്ടായില്ല. അദ്ദേഹം ഏതാനും ദിവസം സ്വദേശത്തു താമസിച്ചതിന്റെ ശേഷം പരിവാരസമേതം ശബരിമലയിലെത്തി നവരത്നഖചിതമായ ഒരു പൊൻകിരീടവും വളരെ വിലയേറിയ ഒരു മുത്തുമാലയും നടയ്ക്കു വച്ചു വന്ദിക്കുകയും ഭക്തിപൂർവ്വം പന്ത്രണ്ടു ദിവസത്തെ ഭജനം നടത്തുകയും ചെയ്തു. പന്ത്രണ്ടാം ദിവസം നാലഞ്ചു നാഴിക പകലെ രാജാവിനു വയറ്റിൽ ഒരു വേദന തുടങ്ങി. അതിനാൽ അന്നും അദ്ദേഹം അത്താഴം വേണ്ടെന്നു തീർച്ചയാക്കുകയും യഥാകാലം സന്ധ്യാവന്ദനവും സ്വാമിദർശനവും കഴിച്ചു പോയിക്കിടന്നു ഉറങ്ങുകയും ചെയ്തു. അപ്പോൾ ഒരു പരദേശ ബ്രാഹ്മണൻ അദ്ദേഹത്തിന്റെ അടുക്കൽച്ചെന്ന് 'ഹേ ഹേ! ഉറക്കമായോ? ഇന്നു രാജ്ഞിയുടെ അടുക്കൽ എത്തിക്കൊള്ളാമെന്ന് അങ്ങ് ശപഥം ചെയ്തിട്ടില്ലേ? സത്യലംഘനം വിഹിതമാണോ? ഇതാ ഇവിടെ ഒരു കുതിര നിൽക്കുന്നുണ്ട്. ഇതിന്റെ പുറത്തു കയറിപ്പോയാൽ ക്ഷണത്തിൽ രാജ്ഞിയുടെ അടുക്കലെത്താം' എന്നു പറഞ്ഞതായി അദ്ദേഹത്തിനു തോന്നി. ഉടനെ എണീറ്റു പുറത്തു ചെന്നു നോക്കിയപ്പോൾ ഒരു കുതിര നിൽക്കുന്നതു കാണുകയും അദ്ദേഹം അതിന്റെ പുറത്തുകയറി ഓടിച്ചുപോവുകയും ക്ഷണനേരംകൊണ്ട് കായംകുളത്തെത്തുകയും ചെയ്തു. രാജാവു തന്റെ പ്രിയതമയുടെ ശയനഗൃഹദ്വാരത്തിങ്കലെത്തി താഴെയിറങ്ങുകയും ആ കുതിര അന്തർദ്ധാനം ചെയ്യുകയും ഒരുമിച്ചു കഴിഞ്ഞു. രാജാവു

രാജ്ഞിയുടെ ശയ്യാഗൃഹത്തിങ്കിൽച്ചെന്നു വാതിലിൽ മുട്ടി വിളിച്ചു. ഉടനെ രാജ്ഞിവാതിൽ തുറന്നു. ആ സാധ്വി തന്റെ പ്രിയതമന്റെ വരവിനെത്തന്നെ പ്രതീക്ഷിച്ചുകൊണ്ടിരിക്കയായിരുന്നു. രാജ്ഞിയും അത്താഴമുണ്ടിട്ടില്ലായിരുന്നു. അതിനാൽ രണ്ടുപേരും കൂടിപ്പോയി അത്താഴം കഴിച്ചു വരുകയും സുഖമായി കിടന്നുറങ്ങുകയും ചെയ്തു.

പിറ്റേ ദിവസം രാവിലെ കായംകുളത്തു രാജാവ് തന്റെ ആവൃത്തനായ പന്തളത്തു രാജാവ് തിരിച്ചുവന്നിരിക്കുന്നതായി അറിഞ്ഞ് അദ്ദേഹത്തിന്റെ അടുക്കൽ വന്ദിച്ചിട്ട് 'അല്ലയോ മഹാത്മാവേ, ഞാൻ അജ്ഞതമൂലം പറഞ്ഞു പോയിട്ടുള്ളതെല്ലാം അവിടുന്ന് സദയം ക്ഷമിക്കുകയും ഇനിയും യഥാപൂർവം സ്ഥിരതാമസം ഇവിടെത്തന്നെ ആക്കുകയും ചെയ്യണം' എന്ന് അപേക്ഷിച്ചു. പന്തളത്തു രാജാവ് അതു കേട്ടു സസന്തോഷം 'എനിക്കു ഭവാനോടു യാതൊരു വിരോധവുമില്ല. ക്ഷമായാചനം ചെയ്യത്തക്കവണ്ണം ഭവാൻ യാതൊരുപരാധവും ചെയ്തിട്ടുള്ളതായി ഞാനറിയുന്നുമില്ല. ഇനിയും നിവൃത്തിയുള്ളിടത്തോളം കാലം ഇവിടെത്തന്നെ താമസിക്കണമെന്നാണ് ഞാനും വിചാരിക്കുന്നത്' എന്നു പറയുകയും അവിടെത്തന്നെ താമസിച്ചു തുടങ്ങുകയും ചെയ്തു.

അങ്ങനെ താമസിച്ചിരുന്ന കാലത്ത് ഒരു ദിവസം പന്തളത്തു രാജാവും അദ്ദേഹത്തിന്റെ പ്രണയിനിയായ രാജ്ഞിയുംകൂടി സ്വൈരസല്ലാപം ചെയ്തു കൊണ്ടിരുന്നപ്പോൾ, രാജാവിനു മുമ്പുണ്ടായ സ്വപ്ന ദർശനത്തെപറ്റിയും ശബരിമല ശാസ്താവിന്റെ മാഹാത്മ്യത്തെക്കുറിച്ചും മറ്റുംകൂടി പ്രാസ്താവിക്കയുണ്ടായി. അപ്പോൾ ശബരിമല തിങ്കൾഭജനം (മാസംതോറും ദർശനം) മുടങ്ങാതെ നടത്തണമെന്നു തനിക്കു സ്വപ്നത്തിൽ ദർശനമുണ്ടായിട്ടുള്ള കഥ രാജാവിന് ഓർമ്മ വന്നു. അടുത്ത മാസത്തിലെന്നല്ല, മാസംതോറുംതന്നെ ഏതാനും ദിവസം തന്റെ പ്രാണപ്രിയയെ പിരിഞ്ഞു പോകേണ്ടതായിരിക്കുന്നുവല്ലോ എന്നു വിചാരിച്ചു രാജാവിനും ഈ വിവരമറിഞ്ഞപ്പോൾ രാജ്ഞിക്കും മനസ്താപമുണ്ടായി. അന്നു രാത്രിയിൽ കിടന്നുറങ്ങിയ സമയം രാജാവിന്റെ അടുക്കൽ ഒരാൾ ചെന്ന് മന്ദസ്മിതത്തോടുകൂടി 'ഹേ, അങ്ങ് ഒട്ടും വ്യസനിക്കേണ്ട. അങ്ങ് എന്നെ കാണാനായി പ്രിയതമയെ വിട്ടു പിരിഞ്ഞു ശബരിമലവരെ വരണമെന്നില്ല. ഞാൻ ഇവിടെ അടുത്തൊരു സ്ഥലത്തു വന്നു ഇരുന്നേക്കാം' എന്നു പറഞ്ഞതായി അദ്ദേഹത്തിനു തോന്നി. ഉടനെ അദ്ദേഹം ഉണർന്നു കണ്ണുതുറന്നു നോക്കിയപ്പോൾ അവിടെയെങ്ങും വിശേഷിച്ചാരെയും കണ്ടില്ല. രാജ്ഞി നല്ല ഉറക്കമായിരുന്നു. തന്റെ അടുക്കൽ വന്ന് ഇപ്രകാരം പറഞ്ഞതും ശബരിമല ശാസ്താവു തന്നെയാണെന്നു രാജാവു വിശ്വസിക്കുകയും സ്വാമിയുടെ ഭക്തവാത്സല്യത്തെയും മാഹാത്മ്യത്തെയും കുറിച്ചു വിചാരിച്ചു വിസ്മയിച്ച് അദ്ദേഹം മനസ്സുകൊണ്ട് തന്റെ പരദേവതയെ നമസ്കരിക്കുകയും ചെയ്തു. പിറ്റേ ദിവസം രാവിലെ രാജാവ് ഈ വിവരം രാജ്ഞിയെയും ഗ്രഹിപ്പിച്ചു. അപ്പോൾ രാജ്ഞിക്കും വളരെ സന്തോഷമായി.

കായംകുളത്തു രാജാവ് ആണ്ടിലൊരിക്കൽ തന്റെ സൈനികന്മാരെയൊക്കെ തന്റെ മുമ്പിൽ വരുത്തി ഒരായുധാഭ്യാസപരീക്ഷ നടത്തുകയും പരീക്ഷയിൽ ജയിക്കുന്നവർക്കു യഥായോഗ്യം വസ്തുക്കളും പൊന്നും പണവും പട്ടും വളയും മറ്റും സമ്മാനമായി കൊടുക്കുകയും പതിവുണ്ടായിരുന്നു. ഈ കഥ നടന്ന കാലത്ത് ഈ പരീക്ഷ മേടമാസം ഒമ്പതാം തീയ്യതി നടത്തുന്നതിനു

നിശ്ചയിച്ചു. രാജാവു മൂന്നു ദിവസം മുമ്പ് ഒരു വിളംബരം പ്രസിദ്ധപ്പെടുത്തി. എട്ടാം തീയ്യതി രാത്രിയിൽ പന്തളത്തു രാജാവിനു വീണ്ടും ഒരു ദർശനമുണ്ടായി. തേജസ്വിയും യുവാവുമായ ഒരാൾ അദ്ദേഹത്തിന്റെ അടുക്കൽചെന്ന് 'നാളെ ഇവിടെ ആയുധാഭ്യാസപരീക്ഷയുണ്ടാകുമല്ലോ. അതിൽച്ചേരാൻ ഞാനും വരും. അപ്പോൾ ഞാനെയ്യുന്ന അമ്പു വീഴുന്ന സ്ഥലത്തു വന്നാൽ എന്നെക്കാണാം.' എന്നു പറഞ്ഞതായി രാജാവിനു തോന്നി. അദ്ദേഹമുണർന്നു കണ്ണു തുറന്നു നോക്കിയപ്പോൾ ആരെയും കണ്ടുമില്ല.

ഒമ്പതാം തിയ്യതി രാവിലെ പടയാളികളെല്ലാം കായംകുളത്തു രാജാവിന്റെ മുമ്പിൽ ഹാജരായി. ആ കൂട്ടത്തിൽ അപരിചിതനായ ഒരു യുവാവും വന്നുചേർന്നു. അവനെ കണ്ടിട്ട്, കായംകുളത്തു രാജാവ്, ' നീ ആര്' എന്നു ചോദിച്ചു.

യുവാവ്: അടിയൻ ഒരു മലയാളിയാണ്.

രാജാവ്: നീ എവിടെപ്പാർക്കുന്നു?

യുവാവ്: അടിയൻ കുറച്ചു കിഴക്ക് ഒരു മലയിലാണ് പാർക്കുന്നത്.

രാജാവ്: നിന്റെ പേരെന്ത്?

യുവാവ്: അയപ്പൻ എന്നാണ്.

രാജാവ്: നീ ഇവിടെ എന്തിനു വന്നു?

യുവാവ്: തിരുമനസ്സുകൊണ്ട് ആയുധാഭ്യാസപരീക്ഷ നടത്തി ജയിക്കുന്നവർക്കു സമ്മാനങ്ങൾ കല്പിച്ചുകൊടുക്കുന്നുണ്ടെന്നു കേട്ടു. അതിൽ ചേരാമെന്നു വിചാരിച്ചാണ് അടിയൻ വിടകൊണ്ടത്.

രാജാവ്: നിനക്ക് ഏതായുധം പ്രയോഗിക്കാനാണ് പരിചയമുള്ളത്?

യുവാവ്: അടിയനു എല്ലാം കുറേശ്ശെ പരിചയമുണ്ട്.

രാജാവ്: എന്നാൽ ചേർന്നുകൊള്ളുക. വിരോധമില്ല.

എന്നു പറഞ്ഞിട്ടു തന്റെ സൈനികന്മാരിൽ പ്രധാനന്മാരും നല്ല അഭ്യാസികളുമായവരെ വിളിച്ചു ഈ യുവാവിനെ പരീക്ഷിക്കുന്നതിന് ആജ്ഞാപിച്ചു. അവർ വില്ലും അമ്പും പ്രയോഗിച്ചും വാളും പരിചയും പ്രയോഗിച്ചും ഈട്ടി, കുന്തം, വേൽ മുതലായ ആയുധങ്ങൾ പ്രയോഗിച്ചും പല വിധത്തിൽ പരീക്ഷിച്ചു. ആ പരീക്ഷകളിലെല്ലാം ആ യുവാവു ജയിക്കുകയും കായംകുളം സൈനികരെ തോല്പിക്കുകയും ചെയ്തു. അതുകണ്ടു കായംകുളത്ത് രാജാവ് ഏറ്റവുംസന്തോഷിക്കുകയും 'നിനക്ക് സമ്മാനമായ് എന്താണ് വേണ്ടത്? എന്തും തരാൻ നാം തയാറാണ്'' എന്നു പറയുകയും ചെയ്തു. അതുകേട്ട് ആ യുവാവ്,'അടിയനു അധികമൊന്നും കിട്ടണമെന്ന് ആഗ്രഹമില്ല. അടിയൻ ഇവിടെനിന്ന് എയ്യുന്ന ശരം ചെന്നുവീഴുന്ന സ്ഥലവും അതിന്റെ ചുറ്റുമുള്ള സ്ഥലങ്ങളുമുൾപ്പെടെ മുക്കാതം (പന്ത്രണ്ടു നാഴിക ദീർഘവിസ്താരമുള്ള) ഭൂമി കരമൊഴിവാക്കി കൽപിച്ചു തന്നാൽ മതി' എന്നറിയിച്ചു. 'അങ്ങനെ തന്നെ. അത്രയും കരമൊഴിവായി തന്നേക്കാം. ശരമെടുത്തെയ്യുക' എന്നു രാജാവു കല്പിച്ചു. ആ യുവാവ് ഒരു ശരമെടുത്തു ഞാണിൽത്തൊടുത്തു കിഴക്കോട്ടു തിരിഞ്ഞുനിന്നു വലിച്ചുവിട്ടു. ആ ശരം ചെന്നു വീണ സ്ഥലം കണ്ടു പിടിക്കുന്നതിനായി കായംകുളത്തു രാജാവ് തന്റെ വിശ്വസ്തഭടന്മാരിൽ ചിലരെ നിയോഗിച്ചയച്ചു. അവരോടുകൂടി ആ യുവാവും, വെറുതെ

നേരമ്പോക്കിനായിട്ടെന്നുള്ള ഭാവത്തിൽ പന്തളത്തു രാജാവും പോയി. അവരെല്ലാവരുംകൂടി കായംകുളത്തുംനിന്നും കിഴക്കുതെക്കായി ഏകദേശം പന്ത്രണ്ടു നാഴിക ദൂരംവരെ ചെന്നപ്പോൾ അവിടെ ഒരു പൊയ്കയും അതിന്റെ തീരപ്രദേശത്ത് ഏതാനും കാളകൾ മേഞ്ഞുകൊണ്ട് നിൽക്കുന്നതും കണ്ടു. അവയിൽ ഏറ്റവും ഭയങ്കര മൂർത്തിയായ ഒരു കൂറ്റൻ മൂക്കുറയിട്ടുകൊണ്ട് പന്തളത്തു രാജാവിനെ കുത്താനായി പാഞ്ഞുചെന്നു. അതുകണ്ടു രാജഭടന്മാർ പേടിച്ചോടി. അഭാസിയും സുന്ദരനുമായി ആ യുവാവ് ധൈര്യസമേതം തിരിഞ്ഞുനിന്നു. കാളയെ അടിച്ചോടിച്ചു പന്തളത്തു രാജാവിനെ രക്ഷിച്ചു. ഈ സംഭവം നിമിത്തം ആ പൊയ്കയ്ക്ക് അന്നുണ്ടായ 'കാളകുത്തിപ്പൊയ്ക' എന്നു പേരുതന്നെ ഇന്നും ജനങ്ങൾ പറഞ്ഞുവരുന്നു.

അനന്തരം പന്തളത്തുരാജാവും ആ യുവാവുംകൂടി അവിടെനിന്നു കുറച്ചു കിഴക്കോട്ടു പോയതിന്റെശേഷം ഒരു പാറപ്പുറത്തുചെന്നിരുന്ന് സ്വൽപനേരം വിശ്രമിച്ചു. അപ്പോഴേക്കും നേരം വൈകിയതിനാൽ ആ രാത്രി അവിടെ താമസിച്ചു. ആ യുവാവിന്റെ കാലടികൾ അന്ന് അവിടെ പതിഞ്ഞത് ഇപ്പോഴും മാഞ്ഞുപോകാതെ തെളിഞ്ഞു കാൺമാനുണ്ട്. ആ സ്ഥലത്തിന് 'തൃപ്പാദം' എന്ന് പേരു പറഞ്ഞുവരുന്നു. പിറ്റേദിവസം (പത്താംതീയതി) അതിരാവിലെ പന്തളത്തുരാജാവും ആ യുവാവും കൂടി ഏകദേശം അരനാഴിക കിഴക്കോട്ടു ചെന്നപ്പോൾ അവിടെ ഒരു കായലും അതിന്റെ മധ്യത്തിൽ ഒരു തുരുത്തും കണ്ടു. അപ്പോൾ ആ യുവാവ് 'ആ കാണുന്ന തുരുത്തിലാണ് അടിയന്റെ ശരം പതിച്ചിരിക്കുന്നത്. അതിനാൽ അങ്ങോട്ടെഴുന്നള്ളണം. ഇവിടെ കടവിൽ ഒരു പൊങ്ങുതടി കിടക്കുന്നുണ്ട്. അതിൽക്കയറിപ്പോയാൽ ആ തുരുത്തിലിറങ്ങാം' എന്നു പറഞ്ഞു. രാജാവ് അപ്രകാരം സമ്മതിക്കുകയും യുവാവിനോടുകൂടി കടവിൽച്ചെന്നു പൊങ്ങു തടിയിൽക്കയറുകയും ചെയ്തു. ആരും തുഴയാതെതന്നെ പൊങ്ങുതടി ചെന്നു തുരുത്തിലടുത്തു. രാജാവു തിരിഞ്ഞു നോക്കിയപ്പോൾ ആ യുവാവിനെ കാൺമാനില്ലായിരുന്നു. ആ പൊങ്ങുതടി അവിടെ നിന്നു വെള്ളത്തിൽ കൂടി നീന്തിപ്പോകുന്നതു കണ്ടു വിസ്മയത്തോടുകൂട് രാജാവ് സൂക്ഷിച്ചു നോക്കിയപ്പോൾ വാസ്തവത്തിൽ അതൊരു പൊങ്ങുതടിയല്ലെന്നും ഒരു മുതലയാണെന്നും അദ്ദേഹത്തിനു മനസ്സിലാവുകയും തന്റെ പരദേവത യുടെ മാഹത്മ്യത്തെക്കുറിച്ച് വിചാരിച്ച് അത്യന്തം അത്ഭുതപ്പെടുകയും ചെയ്തു. അപ്പോഴേക്കും ഒരാൾ വാളും പരിചയുമെടുത്തുകൊണ്ട് ഏറ്റവും വിനയത്തോടുകൂടി രാജാവിന്റെ അടുക്കൽച്ചെന്ന് 'ഇതിലെ എഴുന്നള്ളാം' എന്നറിയിച്ചു. രാജാവ് ഉടനെ കുളിയും സന്ധ്യാവന്ദനവും കഴിച്ച് ആ അകമ്പ ടിക്കാരനോടുകൂടി തുരുത്തിന്റെ ഒരു ഭാവത്തു ചെന്നപ്പോൾ അവിടെ ഒരു ശിലാവിഗ്രഹവും അതിന്മേൽ താൻ ശബരിമല നടയ്ക്കുവച്ച പൊൻകിരീടവും മുത്തുമാലയും ചാർത്തിയിരിക്കുന്നതായും കണ്ട് രാജാവ് സന്തോഷാത്ഭുത പരവശനായി ഭക്തിസമേതം സാഷ്ടാംഗം വീണു നമസ്കരിച്ചു. അപ്പോൾ ഒരാൾ അവിടെ നിന്നു ശംഖു വിളിക്കുകയും ഒരാൾ വിഗ്രഹത്തിന്റെ മുമ്പി ലിരുന്നു പൂജിക്കുകയും അസംഖ്യം കുരങ്ങന്മാർ തൊഴുതു നമസ്കരിക്കുകയും ചെയ്യുന്നുണ്ടായിരുന്നു. രാജാവ് നമസ്കരിച്ച് എണീറ്റപ്പോൾ ആ പൂജക്കാരൻ തീർത്ഥവും പ്രസാദവും കൊടുത്തു. ആ സമയം വൃദ്ധനായ ഒരു പരദേശ ബ്രാ ഹ്മണൻ ഒരു വെളിച്ചപ്പാടിനെപ്പോലെ തുള്ളിക്കൊണ്ട് അവിടെ വരുകയും

പന്തളത്തു രാജാവിന്റെ നേരെ നോക്കി,'എന്താ, എന്റെ ഉണ്ണിക്കു സന്തോഷമായില്ലേ? ആഗ്രഹം സാധിച്ചുവല്ലോ. ഞാൻ പറഞ്ഞിരുന്നതുപോലെ ഇവിടെ വന്നിരിക്കുന്നു. ഇനി എന്റെ ഉണ്ണി എന്റെ മല കേറണമെന്നില്ല. ഇവിടെ വേണ്ടതുപോലെ ചെയ്തുകൊണ്ടാൽ മതി. ഈ പൂജക്കാരൻതന്നെ എന്റെ പൂജക്കാരനായി ഇരുന്നുകൊള്ളട്ടെ. (രാജാവിന്റെ അകമ്പടിക്കാരനെ ചൂണ്ടിക്കാണിച്ചുകൊണ്ട്) ഈ ഉണ്ണിത്താൻ എന്റെ ദാസനാണ്. ഇവൻ എന്റെ ഉണ്ണിയുടെ അംഗരക്ഷകനായിരിക്കട്ടെ (ശംഖു വിളിച്ച മാരാനെ ചൂണ്ടിക്കാണിച്ചിട്ട്) ഇവൻ എന്റെ മാരാനും കഴകക്കാരനുമായിരിക്കട്ടെ. ഈ കരങ്ങന്മാരും എന്റെ ഉണ്ണിയെ ഇക്കരെ കടത്തിയ മുതലയും ഈ കായലിലുള്ള 'ശ്രേഷ്ഠകൾ' (ഏട്ടകൾ) എന്നു പേരായ മത്സ്യങ്ങളും എന്റെ പരിവാരങ്ങളാണ്. ഇവരെയെല്ലാം എന്റെ ഉണ്ണി രക്ഷിച്ചു കൊള്ളണം. ഇവരിൽ ആരെയെങ്കിലും ആരെങ്കിലും ഉപദ്രവിച്ചാൽ ആ ഉപദ്രവികളെ ഞാൻ യഥായോഗ്യം ശിക്ഷിക്കും. എന്റെ ഉണ്ണി ഇവിടെ വന്ന് ആദ്യമായി എന്നെ ദർശിച്ച ഈ ദിവസം ഈ സമയത്ത് (മേടമാസം പത്താം തീയതി രാവിലെ) ഇവിടെ വന്ന് എന്നെ ഭക്തിപൂർവ്വം ദർശിക്കുന്നവർക്കു സകലാഭീഷ്ടങ്ങളും ഞാൻ സാധിപ്പിച്ചു കൊടുക്കുകയും ചെയ്യും' എന്നു പറയുകയും ചെയ്തിട്ട് അദ്ദേഹം വന്നതുപോലെ തന്നെ ഓടിപ്പോവുകയും ചെയ്തു. ആ ബ്രാഹ്മണൻ എവിടെനിന്നു വന്നു എന്നും എങ്ങോട്ടാണ് പോയതെന്നും ആർക്കും നിശ്ചയമില്ല. അദ്ദേഹത്തെ അതിനുമുമ്പും അതിൽ പിന്നെയും ആരും കണ്ടിട്ടില്ല. അതു സാക്ഷാൽ ശാസ്താവുതന്നെ വേഷംമാറി വന്നതാണെന്നാണ് വിശ്വാസം. മേടമാസത്തിൽ പത്താമുദയത്തുന്നാൾ (പത്താം തീയ്യതി) രാവിലെ അവിടെച്ചെന്നു ദർശനം കഴിക്കുക വളരെ പ്രധാനമായിട്ടാണ് വച്ചിരിക്കുന്നത്. ഇതിനായി ആണ്ടുതോറും അസംഖ്യമാളുകൾ ഇപ്പോഴും അവിടെക്കൂടാറുണ്ട്.

ഈ സ്ഥലം അക്കാലത്തു കായംകുളത്തോടു ചേർന്നതായിരുന്നതിനാൽ ആ ബ്രാഹ്മണൻ പോയ ഉടനെ പന്തളത്തുരാജാവ് ഉണ്ണിത്താനെ വിളിച്ച് 'ഇവിടെ ഉണ്ടായിരിക്കുന്ന സംഗതികളെല്ലാം ഉടനെ കായംകുളത്തു രാജാവിനെ അറിയിക്കണം' എന്ന് ആജ്ഞാപിക്കുകയും ഉണ്ണിത്താൻ അപ്പോൾതന്നെ പുറപ്പെട്ടു കായംകുളത്തെത്തി രാജാവ് അന്നു വൈകുന്നേരമായപ്പോഴേക്കും ഈ സ്ഥലത്തെത്തി സ്വാമിദർശനം കഴിക്കുകയും പിന്നെ ഏതാനും ദിവസം അവിടെത്തന്നെ താമസിച്ചുകൊണ്ട് അവിടെ വേണ്ടുന്ന പരിഷ്കാരങ്ങളെല്ലാം വരുത്തുകയും ചെയ്തു. കായംകുളത്തു രാജാവ് അവിടെ ചെയ്ത പരിഷ്കാരങ്ങളിൽ പ്രധാനപ്പെട്ടവ താഴെ പറയുന്നവയാണ്. ആദ്യംതന്നെ ജനങ്ങളുടെ ഗതാഗത സൗകര്യത്തിനായി ഒരു തുരുത്തിൽനിന്ന് ഒരു കൽച്ചിറ കെട്ടിച്ച പടിഞ്ഞാറേക്കരയോടു സംഘടിപ്പിച്ചു. പിന്നെ ക്ഷേത്രം പണികഴിപ്പിക്കുകയും ചുറ്റം മതിൽ കെട്ടിക്കുകയും ക്ഷേത്രത്തിൽ നിത്യനിദാനം, മാസവിശേഷം, ആട്ടവിശേഷം മുതലായ വകയ്ക്ക് വേണ്ടുന്ന വസ്തുവകകൾ നിശ്ചയിക്കു കയും ചെയ്തു. ക്ഷേത്രത്തിന്റെ പടിഞ്ഞാറുവശത്തു വടക്കോട്ടു മാറി ഒരു കൊട്ടാരം പണികഴിപ്പിച്ചു. പന്തളത്തു രാജാവിനെയും അദ്ദേഹത്തിന്റെ പ്രിയതമയായ രാജ്ഞിയെയും അവിടെ താമസിപ്പിച്ചു. അപ്രകാരംതന്നെ പൂജ (ശാന്തി)ക്കാരൻ, കഴകക്കാരൻ, ഉണ്ണിത്താൻ എന്നിവർക്കും ക്ഷേത്രത്തിന്റെ സമീപം തന്നെ ഓരോ ഗൃഹങ്ങൾ

പണിയിച്ചുകൊടുക്കുകയും ചെയ്തു. അവർക്കു ചെലവിനു വേണ്ടുന്ന വസ്തുക്കൾ കരമൊഴിവായി പതിച്ചുകൊടുക്കുകയും ചെയ്തു. മുമ്പേ തന്നെ ഈ സ്ഥലത്തി നുണ്ടായിരുന്ന 'കോട്ട' എന്നു പേരു ശാസ്താവിന്റെ സാന്നിധ്യംനിമിത്തം അക്കാലം മുതൽക്കു 'ശാസ്താംകോട്ട' എന്നായിത്തീരുകയും ചെയ്തു.

ശാസ്താങ്കോട്ടയിൽ ക്ഷേത്രം പണി മുതലായവ കഴിഞ്ഞിട്ടും അവിടുത്തെ പൂർവ്വ നിവാസികളായിരുന്ന കടുവ, പുലി മുതലായ ദുഷ്ടമൃഗങ്ങൾ അവിടെ ത്തന്നെ നിവസിച്ചിരുന്നു. അവ അവിടെ പാർത്തിരുന്നത് ക്ഷേത്രത്തിനു കുറച്ചു കിഴക്കു വടക്കായി കായൽവക്കത്തുള്ള ഒരു വലിയ ഗുഹയിലായിരു ന്നു. ആ ഗുഹ ഇപ്പോഴും അവിടെ കാൺമാനുണ്ട്. ആ ഗുഹയ്ക്ക് 'പുലിവാരം' എന്നാണ് ഇപ്പോൾ പേരു പറഞ്ഞുവരുന്നത്. ആ ഗുഹയുടെ അന്തർഭാഗം ഏറ്റവും വിശാലവും സഞ്ചാര സൗകര്യമുള്ളതുമാണെന്നു ചിലർ പറയുന്നു.

ഒരിക്കൽ ഒരു കടുവാ അയ്യപ്പസ്വാമിയുടെ ഭക്തനായ ഉണ്ണിത്താന്റെ ഒരു പശുവിനെ പിടിച്ചു കൊന്നു. അത് സ്വാമിക്ക് ഒട്ടും രസിച്ചില്ല. അതിനാൽ സ്വാമി വില്ലുമമ്പുമെടുത്തുകൊണ്ട് പുറപ്പെട്ടു. സകല ദുഷ്ടമൃഗങ്ങളെയും അവിടെനിന്ന് ആട്ടിയോടിച്ചു കൊണ്ടുപോയി കൊട്ടാരക്കരയ്ക്ക് സമീപം 'കോട്ടത്തല' എന്നു പറയുന്ന സ്ഥലത്തിനപ്പുറത്താക്കി. സ്വാമി അവിടെ വില്ല് ഊന്നിപ്പിടിച്ചുനിന്നുകൊണ്ട് 'മേലാൽ യാതൊരു ദുഷ്ടമൃഗവും ഈ സ്ഥലത്തിനപ്പുറം കടക്കരുത്' എന്നാജ്ഞാപിക്കുകയും ചെയ്തു. അതിൽപ്പി ന്നെ കോട്ടത്തലയ്ക്കു പടിഞ്ഞാട്ടു യാതൊരു ദുഷ്ടമൃഗവും ഇതുവരെ കടന്നിട്ടില്ല. അന്നു സ്വാമി വില്ലൂന്നിനിന്ന സ്ഥലത്തു തൃപ്പാദങ്ങളും വില്ലിന്റെ അഗ്രവും പതിഞ്ഞത് ഇപ്പോഴും കാൺമാനുണ്ട്.

പന്തളത്തു രാജാവും രാജ്ഞിയും ശാസ്താങ്കോട്ടയിൽ താമസമായതിന്റെ ശേഷം കൊട്ടാരത്തിൽനിന്നും പുറത്തിറങ്ങിയാൽ മുമ്പിലും പിമ്പിലും കുര ങ്ങന്മാർ അകമ്പടിയായി കൂടുക പതിവായി. അപ്രകാരംതന്നെ രാജാവും രാജ്ഞിയും കുളിക്കാനായി കടവിൽ ചെല്ലുമ്പോൾ മുമ്പു പറഞ്ഞിട്ടുള്ള ആ മുതലയും മത്സ്യങ്ങളും അവിടെ ഹാജരാവും. ഇങ്ങനെ കുറച്ചുദിവസം കഴി ഞ്ഞപ്പോൾ ഇവർക്കു എന്തെങ്കിലും പതിവായി കൊടുക്കേണ്ടതാണെന്നു രാജാവിനും രാജ്ഞിക്കും തോന്നുകയും കുരങ്ങന്മാർക്ക് പഴം, ശർക്കര, തേങ്ങാപ്പൂൾ മുതലായവയും മുതലയ്ക്ക് ചോറും മത്സ്യങ്ങൾക്കു അരിയും പതിവായി കുറേശ്ശെ കൊടുത്തു തുടങ്ങുകയും ചെയ്തു. പിന്നീട് ഇനിയൊരു നിശ്ചയം ചെയ്യേണ്ടതാണെന്നു തോന്നുകയാൽ പ്രതിദിനം കുരങ്ങന്മാർക്ക് ആറേകാലിടങ്ങഴി അരിയുടെയും മുതലയ്ക്ക് ഒന്നേകാലിടങ്ങഴി അരിയുടെയും ചോറും മത്സ്യങ്ങൾക്കു മുന്നാഴി അരിയും പതിവായി ക്ഷേത്രത്തിൽനിന്നു കൊടുക്കുന്നതിനു പന്തളത്തു രാജാവ് ഏർപ്പാടു ചെയ്തു. രാജാവും രാജ്ഞിയും കുളിക്കാൻ കടവിൽ ചെല്ലുമ്പോൾ മത്സ്യങ്ങൾക്കുള്ള അരി ദേവസ്വം കലവ റക്കാരൻ കടവിൽ കൊണ്ടു ചെല്ലണം. ആ അരി വാരി മത്സ്യങ്ങൾക്കു ഇട്ടുകൊടുക്കുക രാജാവും രാജ്ഞിയും കൂടിയാണ് പതിവ്. ഉച്ചപൂജ കഴിയു മ്പോൾ കുരങ്ങന്മാർക്കുള്ള ചോറു കിഴക്കേഗോപുരത്തിങ്കൽ മതിൽക്കവെ ളിയിൽ കൊണ്ടു ചെന്നു കൊടുക്കേണ്ടതു ശാന്തിക്കാരനും മുതലയ്ക്കുള്ള ചോറു കടവിൽ കൊണ്ടു ചെന്നു കൊടുക്കേണ്ടതു മാരാരുമാണ്. അങ്ങനെയാണ് രാജാവ് വ്യവസ്ഥ ചെയ്തിട്ടുള്ളത്. കുരങ്ങന്മാർ ഊണു കഴിഞ്ഞാൽ കൊട്ടാ രത്തിൽച്ചെന്നു രാജാവിനെ കണ്ടു വന്ദിക്കുകയും ഒരു സന്തോഷശബ്ദം

പുറപ്പെട്ടുവിക്കുകയും ചെയ്യുക പതിവായിരുന്നു.

ഇങ്ങനെയിരുന്ന കാലത്ത് ഒരിക്കൽ കായംകുളത്തു രാജാവു സ്വാമിദർശനത്തിനും കാര്യങ്ങളെല്ലാം ശരിയായി നടക്കുന്നുണ്ടോ എന്ന് അന്വേഷിക്കുന്നതിനുമായി വീണ്ടും ശാസ്താങ്കോട്ടയിൽ വന്നു. അദ്ദേഹം മഞ്ചലിൽ വന്നു പന്തളത്തു രാജാവും രാജ്ഞിയും താമസിച്ചിരുന്ന കൊട്ടാരത്തിലാണ് ഇറങ്ങിയത്. പന്തളത്തു രാജാവും രാജ്ഞിയും കുളിയും സാമിദർശനവും കഴിച്ചുകൊട്ടാരത്തിൽ വന്ന സമയത്തായിരുന്നു കായംകുളത്തു രാജാവിന്റെ വരവ്. അതിനാൽ അകമ്പടിക്കാരായ കുരങ്ങന്മാർ അപ്പോൾ അവിടെത്തന്നെ ഉണ്ടായിരുന്നു. കായംകുളത്തു രാജാവു മഞ്ചലിൽനിന്ന് ഇറങ്ങിയ ഉടനെ വാനരവീരന്മാർ രാജാവിനെ താണു തൊഴുതിട്ടു കൈ കെട്ടി വായ് പൊത്തി വളരെ ആദരവോടും ഭക്തിയോടുംകൂടി നിരന്നുനിന്നു. അതു കണ്ടിട്ടു കായംകുളത്തു രാജാവ് 'ഇതു നല്ല നേരമ്പോക്കുതന്നെ. ഇവർ മഹായോഗ്യന്മാരാണെന്നു തോന്നുന്നുവല്ലോ' എന്നു പറഞ്ഞു ചിരിച്ചു. അപ്പോൾ പന്തളത്തു രാജാവ്, 'അതേ, അവർ യോഗ്യന്മാർതന്നെയാണ്. അവരുടെ ദിവ്യത്വം ഒട്ടും ചില്ലറയല്ല. അവർ സ്വാമിയുടെ ആളുകളാണ്. അവർക്കു ദിവസംതോറും പതിവായി ആറേകാലിടങ്ങഴി അരിയുടെ ചോറു ക്ഷേത്രത്തിൽനിന്നു കൊടുക്കുന്നതിനു ഞാൻ ഏർപ്പാടു ചെയ്തിട്ടുണ്ട്' എന്നു പറഞ്ഞു.

കായംകുളത്തു രാജാവു സ്വല്പം വിശ്രമിച്ചതിന്റെ ശേഷം കുളിക്കാനായി കടവിലേക്കു പോയി. അകമ്പടിയായി കുരങ്ങന്മാരും പോയി. രാജാവിനു തേച്ചുകുളിയായിരുന്നതിനാൽ കൈവിരലിൽ കിടന്ന രത്നഖചിതമായ മോതിരമൂരി കടവിൽ ഒരു കല്ലിന്മേൽ വച്ചിട്ട് എണ്ണ തേച്ചു രാജഭൃത്യന്മാർ രാജാവിനെ കുളിപ്പിച്ചുകൊണ്ടുനിന്ന സമയം ഒരു പരുന്ത് ആ മോതിരത്തിൽ പതിച്ചിരുന്ന രത്നത്തിന്റെ ശോഭ കണ്ടു വല്ല ഭക്ഷണസാധനവുമായിരിക്കുമെന്നു വിചാരിച്ചിട്ടോ എന്തോ, പെട്ടെന്നു പറന്നുവന്ന് ആ മോതിരം റാഞ്ചിക്കൊണ്ടുപോയി. അതു കണ്ടു രാജഭൃത്യന്മാർ 'അയ്യോ! തിരുവാഴി കൊണ്ടുപോയല്ലോ' എന്നു പറഞ്ഞു. ആ മോതിരം വളരെ വില കൂടിയതായിരുന്നതിനാൽ അതു പോയതു കൊണ്ട് രാജാവിനും അത്യധികമായ മനസ്താപമുണ്ടായി. എങ്കിലും ഗംഭീരമാനസനായ അദ്ദേഹം അതു പുറത്തു കാണിച്ചില്ല. അദ്ദേഹം കുളിച്ചു ക്ഷേത്രത്തിൽ പോയി ദർശനം കഴിച്ചു കൊട്ടാരത്തിലേക്ക് പോയി. ആ സമയത്തും കുരങ്ങന്മാരുടെ അകമ്പടിയുണ്ടായിരുന്നു. എങ്കിലും അവരിൽ തലവനായ വലിയ കുരങ്ങൻ അപ്പോൾ ആ കൂട്ടത്തിലുണ്ടായിരുന്നില്ല. രാജാവു കൊട്ടാരത്തിലെത്തിയപ്പോഴേക്കും യൂഥനാഥനായ ആ വാനരവീരൻ മോതിരം തട്ടികൊണ്ടുപോയ ആ പരുന്തിനെ അടിച്ചുകൊന്നു പിടിച്ചുവലിച്ച് അവിടെ കൊണ്ട് ചെല്ലുകയും പരുന്തിന്റെ നഖത്തിൽ കോർത്തിരുന്ന മോതിരമെടുത്ത് രാജാവിന്റെ മുമ്പിൽ വച്ചു വന്ദിക്കുകയും ചെയ്തു. അതുകണ്ട് കായംകുളത്തു രാജാവ് വളരെ സന്തോഷിക്കുകയും തലവനായ ആ വാനരവീരന് 'സുഗ്രീവൻ' എന്നൊരു പേരു കല്പിച്ചു കൊടുക്കുകയും ചെയ്തു. ഉടനെ കുരങ്ങന്മാരെല്ലാം രാജാവിന്റെ വീണ്ടും വന്ദിച്ചിട്ടു കിഴക്കെ നടയിലേക്കും കായംകുളത്തു രാജാവ് പന്തളത്തു രാജാവിനോട് കൂടി ഊണു കഴിക്കാൻ അകത്തേക്കും പോയി. രാജാക്കന്മാർ ഊണു കഴിഞ്ഞ് പുറത്തുവന്നപ്പോൾ കുരങ്ങന്മാരെ കാണായ്കയാൽ

'കുരങ്ങന്മാർ ഊണു കഴിഞ്ഞാൽ അവരുടെ സന്തോഷത്തെ ചില

ശബ്ദങ്ങൾ കൊണ്ട് അറിയിക്കാനായി ഇവിടെ വരാറുണ്ടായിരുന്നു. ഇന്നവരെ കാണാഞ്ഞതെന്താണാവോ? എന്ന് പന്തളത്തു രാജാവ് പറഞ്ഞു. അപ്പോൾ ക്ഷേത്രസന്നിധിയിൽ കുരങ്ങന്മാരുടെ കളകളശബ്ദം ഉച്ചത്തിൽ കേൾക്കയാൽ 'അവിടെ ഇന്ന് എന്തോ വിശേഷമുണ്ടായിട്ടുണ്ടെന്നാണ് തോന്നുന്നത്'' എന്താണെന്നു പോയി നോക്കട്ടെ' എന്നു പറഞ്ഞ് പന്തളത്തു രാജാവ് അങ്ങോട്ടു പുറപ്പെട്ടു. അദ്ദേഹത്തോടുകൂടി കായംകുളത്തു രാജാവും പോയി. രാജാക്കന്മാർ അങ്ങോട്ടു ചെന്നപ്പോഴേക്കും സുഗ്രീവാദികൾ അവർക്കു കൊടുത്ത ചോറ് പാത്രത്തോടുകൂടി പിടിച്ചുവലിച്ചു കൊണ്ടു ക്ഷേത്രത്തിൽനിന്നു കൊട്ടാരത്തിലേക്കുള്ള വഴിയിലോളം എത്തിയിരുന്നു. അവർ എന്താണ് ചെയ്യാൻ ഭാവിക്കുന്നതെന്നറിയാനായി രാജാക്കന്മാർ ആ വഴിയിൽ തന്നെ നോക്കിക്കൊണ്ടു നിന്നു. കുരങ്ങന്മാർ ആ പാത്രം പിടിച്ചു വലിച്ചു കായംകുളത്തു രാജാവിന്റെ മുമ്പിൽകൊണ്ടു ചെന്ന് വച്ചിട്ട് സുഗ്രീവൻ ആ പാത്രത്തിലുണ്ടായിരുന്ന ചോറും ഓരോ കുരങ്ങന്മാരെയും അവരുടെ വയറും തൊട്ടുകാണിച്ചുകൊണ്ടു ദുഃഖഭാവത്തോടുകൂടി രാജാവിന്റെ നേരെ നോക്കി. ബുദ്ധിമാനായ കായംകുളത്തു രാജാവിനു കാര്യം മനസ്സിലായി. അദ്ദേഹം സുഗ്രീവനോട് 'നിങ്ങൾക്കു എല്ലാവർക്കും കൂടി ഈ ചോറുകൊണ്ടുമതിയാകുന്നില്ല, അല്ലേ? എന്നു ചോദിച്ചു. കാര്യം അതുതന്നെ എന്ന് സുഗ്രീവൻ ആംഗ്യം കാണിച്ചു. 'ആട്ടെ, ഉള്ളതുകൊണ്ട് എല്ലാവരുംകൂടി ഊണു കഴിച്ചിട്ടു കൊട്ടാരത്തിൽ വരുവിൻ, സമാധാനമുണ്ടാക്കാം' എന്നു പറഞ്ഞിട്ടു കായംകുളത്തു രാജാവു പന്തളത്തു രാജാവിനോടുകൂടി കൊട്ടാരത്തിലേക്കു പോയി. ഊണു കഴിച്ചുകൊണ്ടു സുഗ്രീവപ്രഭൃതികളും അവിടെ ഹാജരായി വണക്കത്തോടു കൂടി നിരന്നുനിന്നു. കായംകുളത്തു രാജാവു നാളികേരം, ശർക്കര, പഴം മുതലായവ് വരുത്തി അവർക്കു ധാരാളമായി കൊടുത്തിട്ടു പ്രതിദിനം അവർക്കു മൂന്നുപറ അരിയുടെ ചോറുകൂടി കൊടുത്തു കൊള്ളുന്നതിനു കൽപ്പന കൊടുക്കുകയും അപ്രകാരം കല്പിച്ചനുവദിച്ചിരിക്കുന്നതായി ഒരു ചെമ്പുതകിടിൽ എഴുതിച്ചു ഉല്യം ചാർത്തി സുഗ്രീവന്റെ കൈയിൽ കൊടുക്കുകയും ചെയ്തു. കുരങ്ങന്മാർ ഒരു സന്തോഷശബ്ദം പുറപ്പെടുവിച്ചിട്ട് രാജാവിനെ വീണ്ടും വന്ദിച്ചുകൊണ്ട് നാലുപുറത്തേക്കും പാഞ്ഞുപോവുകയും അടുത്ത ദിവസംമുതൽ ദേവസ്വം പടിത്തരത്തിൽ ചേർത്ത് അവർക്കു മൂന്നുപറ ആറേകാലിടങ്ങഴി അരിയുടെ ചോറുവിതം കൊടുത്തുതുടങ്ങുകയും ചെയ്തു.

ഒരിക്കൽ കൊട്ടാരക്കര ഒരു നായർ കുടുംബത്തിലുണ്ടായിരുന്ന സ്ത്രീപുരുഷന്മാർ ഓരോരുത്തരായി ചത്തുകെട്ടുപോയിട്ട് ഒടുക്കം ഒരു സ്ത്രീമാത്രം ശേഷിച്ചു. ആ സ്ത്രീ നാൽപത്തഞ്ചു വയസ്സുവരെ പ്രസവിക്കാതെയിരുന്നു. സന്താനാർത്ഥമായി അവർ അനേകം സത്കർമ്മങ്ങൾ ചെയ്തു എങ്കിലും യാതൊരു ഫലവുമുണ്ടായില്ല. അതിനാൽ ആ സ്ത്രീ കേവലം വന്ധ്യയാണെന്നും അവർ പ്രസവിച്ചു സന്താനമുണ്ടാവുകയെന്നുള്ള കാര്യം അസാധ്യമാണെന്നും ആ കുടുംബം അന്യംനിന്നു പോവുകതന്നെ ചെയ്യുമെന്നും എല്ലാവരും തീർച്ചപ്പെടുത്തി. അങ്ങനെയിരുന്ന കാലത്തു ഭിക്ഷക്കാരനായി ഒരു സന്യാസി ആ കുടുംബത്തിൽ ചെല്ലുകയും ഭിക്ഷ വാങ്ങിയ ശേഷം ആ ദിവ്യൻ ആ കുടുംബനായികയോട് 'അമ്മേ, നിങ്ങൾ ഒട്ടും വ്യസനിക്കേണ്ട. നിങ്ങൾ ശാസ്താങ്കോട്ടയിൽ പോയി സ്വാമിദർശനം കഴിച്ചു വഴിപാടുകൾ

പ്രാർത്ഥിച്ചാൽ നിങ്ങൾക്കു സന്തതിയുണ്ടാകും' എന്നു പറഞ്ഞിട്ടു ഇറങ്ങിപ്പോകുകയും ചെയ്തു. അതു കേട്ടിട്ട് ആ സ്ത്രീക്ക് ഈ ദിവ്യന്റെ വാക്ക് ഒരിക്കലും മിഥ്യയായിപ്പോവുകയില്ലെന്നു മനസ്സിൽത്തോന്നുകയും അടുത്ത ദിവസം തന്നെ അവർ അവരുടെ ഭർത്താവിനോടുകൂടി ശാസ്താങ്കോട്ടയിൽച്ചെന്നു കുളിച്ചുതൊഴുതു നടയിൽനിന്ന്, താൻ പ്രസവിച്ച് ഒരു പെൺകുട്ടിയുണ്ടായാൽ സ്വാമിയുടെ നടയിൽ വച്ചു കുട്ടിക്കു ചോറു കൊടുക്കുകയും മൂന്നുപറ അരിയുടെ ചോറുകൊണ്ട് നാനാവിഭവങ്ങളോടു കൂടി കുരങ്ങ ന്മാർക്കു സദ്യ കഴിക്കുകയും മുന്നാഴി അരി ഏട്ടകൾക്കു കൊടുക്കുകയും ചെയ്യാമെന്നു പ്രാർത്ഥിക്കുകയും ചെയ്തുപോയി. അനന്തരം ഒരു മാസം കഴിയുന്നതിനുമുമ്പ് എന്തോ കാരണവശാൽ ആ സ്ത്രീയുടെ ഭർത്താവ് അവരോടു മുഷിഞ്ഞു സംബന്ധം മതിയാക്കിപ്പോവുകയും വേറെ ഒരാൾ അവർക്കു സംബന്ധം തുടങ്ങുകയും ഉടനെ ആ സ്ത്രീ ഗർഭം ധരിക്കുകയും അവർ യഥാകാലം സസുഖം പ്രസവിച്ച് ഒരു പെൺകുട്ടി ഉണ്ടാവുകയും ചെയ്തു.

ആറാം മാസത്തിൽ കുട്ടിക്കു ചോറു കൊടുക്കുന്നതിനായി ആ സ്ത്രീയും അവളുടെ ഭർത്താവുംകൂടി കുട്ടിയെയുംകൊണ്ടു ശാസ്താങ്കോട്ടയിലെത്തി. ക്ഷേത്രത്തിൽ വേണ്ടുന്ന വഴിപാടുകൾക്കെല്ലാം ഏർപ്പാടു ചെയ്തതിന്റെ ശേഷം അവർ പോയി കുളിച്ചുവന്നു സ്വാമിദർശനം കഴിച്ചു കിഴക്കെ നടയിൽ ഹാജരായി. ശാന്തിക്കാരൻ തീർത്ഥവും പ്രസാദവും ചോറും പായസവുമെല്ലാം അവിടെകൊണ്ടുചെന്നു കൊടുത്ത് കുട്ടിക്കു ചോറു കൊടുക്കാനായി നടയിൽ ഇലവച്ചു ചോറും പായസവും വിളമ്പി. അപ്പോഴേക്കും കുട്ടി ആരോ അടിച്ചിട്ടെന്നപോലെ ഞെളിഞ്ഞു പിരിഞ്ഞ് ഉറക്കെക്കരഞ്ഞുതുടങ്ങി. ഒരു വിധത്തിലുംചോറു കൊടുക്കാൻ നിവൃത്തിയില്ലാതെയായിത്തീർന്നു. എടുത്താലും പിടിച്ചാലും കുട്ടി കയ്യിലിരിക്കാതെ കുതിച്ചുചാടിത്തുടങ്ങി. കുട്ടി കയ്യിൽനിന്നു താഴെപ്പോകുമെന്നായപ്പോൾ ആ സ്ത്രീ ഒരു മുണ്ടു വിരിച്ചു കുട്ടിയെ അവിടെക്കിടത്തി. ആ സമയം വാനരകുലാധിപതിയായ സുഗ്രീവൻ ചാടിച്ചെന്നു കുട്ടിയെ എടുത്തും കൊണ്ടോടിപ്പോയി ഒരു വലിയ വൃക്ഷത്തിന്റെ മുകളിൽ കയരി ഇരിപ്പായി. സുഗ്രീവൻ എടുത്തപ്പോൾമുതൽ കുട്ടി കരച്ചിൽ നിർത്തി, ചിരിക്കുകയും കൈയും കാലും കുടഞ്ഞു കളിക്കുകയും ചെയ്തു തുടങ്ങി. ഇതുകേട്ടു കേട്ട് ആ ദിക്കിലുള്ളവരൊക്കെ അവിടെക്കൂടി. എല്ലാവരും വിസ്മയഭരിത രായിത്തീർന്നു. കുട്ടിയുടെ മാതാപിതാക്കന്മാർ വ്യസനപരവശരുമായിത്തീർന്നു. കുരങ്ങന്മാരെല്ലാം നടയിൽ കൂടി. ഏട്ടകളെല്ലാം വെള്ളത്തിൽ നിന്നു കരയ്ക്കു കയറി നടയിലെത്തി. ഈ അത്ഭുതപൂർവ്വമായ സംഭവത്തിന് എന്തോ കാരണമുണ്ടെന്നു ജനങ്ങൾ അഭിപ്രായപ്പെട്ടു. ഇങ്ങനെയുള്ള സന്ദർഭങ്ങളിൽ വിധി കല്പിക്കാനുള്ള അധികാരം ഉണ്ണിത്താനാണ്. അതിനാൽ ഉണ്ണിത്താൻ കുട്ടിയുടെ പിതാവിനെ വിളിച്ച് 'നിങ്ങൾ ഈ കുരങ്ങന്മാർക്കും ഏട്ടകൾക്കും എന്തെങ്കിലും കൊടുക്കാമെന്നു പ്രാർത്ഥിച്ചിട്ടുണ്ടോ?' എന്നു ചോദിച്ചു. 'എന്തോ എനിക്കു നിശ്ചയമില്ല' എന്ന് അയാൾ പറഞ്ഞു. പിന്നെ കുട്ടിയുടെ മാതാവിനോടു ചോദിച്ചപ്പോൾ ആ സ്ത്രീ 'ഈ കുട്ടിയെ നടയിൽ കൊണ്ടുവന്നു ചോറുകൊടുക്കുന്ന ദിവസം മൂന്നു പറ അരിയുടെ ചോറുകൊണ്ടു നാനാവിഭവങ്ങളോടുകൂടി കുരങ്ങന്മാർക്കു ഒരു സദ്യ കഴിക്കുകയും മുന്നാഴി അരി ഏട്ടകൾക്കു കൊടുക്കുകയും ചെയ്യാമെന്നു ഞാൻ പ്രാർത്ഥിച്ചിട്ടുണ്ടായിരുന്നു. അതു ഞാൻ മറന്നുപോയിരുന്നു.

ഇപ്പോളാണ് ഓർത്തത്'' എന്നു പറഞ്ഞു. 'എന്നാൽ കുരങ്ങന്മാർക്കു സദ്യയും ഏട്ടകൾക്കും അരിയും കൊടുക്കൽ നാളെ നടത്തിക്കൊള്ളുമെന്നു പറഞ്ഞ് അതിലേക്കായി നൂറ്റൊന്നു പണം നിങ്ങൾ ഇപ്പോൾ നടയിൽ വയ്ക്കണം. എന്നാൽ എല്ലാം ശരിയാകും. നാളെ വഴിപാടുകൾ നടത്തീട്ടേ നിങ്ങൾ പോകാവൂ. പണം ഇപ്പോൾ നിങ്ങളുടെ കൈവശമില്ലെങ്കിൽ ഞാൻ തരാം. താമസിയാതെ എത്തിച്ചു തന്നാൽ മതി' എന്ന് ഉണ്ണിത്താൻ പറഞ്ഞു. ആ സ്ത്രീ അപ്രകാരം സമ്മതിച്ചു നൂറ്റൊന്നുപണം ഉണ്ണിത്താനോടു കടമായി വാങ്ങി നടയിൽ വച്ചു. തൽക്ഷണം സുഗ്രീവൻ കുട്ടിയെക്കൊണ്ടു വന്നു നടയിൽ കിടത്തിക്കൊടുത്തു. ഉടനെ ആ സ്ത്രീ കുട്ടിയെ എടുത്തു ചോറു കൊടുത്തു. ചോറൂണു കഴിഞ്ഞ് ഉടനെ കുരങ്ങന്മാർ ഓരോ വൃക്ഷങ്ങളിലേക്കും ഏട്ടകൾ വെള്ളത്തിലേക്കും ജനങ്ങൾ അവരവരുടെ ഗൃഹങ്ങളിലേക്കും പിരിഞ്ഞു പോയി. കൊട്ടാരക്കരക്കാരായ ദമ്പതിമാർ പിറ്റേ ദിവസം കുരങ്ങന്മാർക്കു കേമമായി സദ്യ നടത്തുകയും ഏട്ടകൾക്കു അരി കൊടുക്കുകയും കഴിച്ച് സ്വാമിയെ തൊഴുതു കുട്ടിയെയും കൊണ്ടു തിരിച്ചുപോവുകയും അടുത്ത് ദിവസംതന്നെ ഉണ്ണിത്താന്റെ പണം എത്തിച്ചുകൊടുക്കുകയും ചെയ്തു.

കൊല്ലം 721ാം ആണ്ടു വൃശ്ചികമാസം 5ാം തീയതി ജയസിംഹനാട്ടു (ദേശിങ്ങനാട്ട്=കൊല്ലത്ത്) നാടുവാണിരുന്ന ഉണ്ണികേരളവർമ്മ പണ്ടാരത്തിൽ എന്ന രാജാവു ശാസ്താങ്കോട്ടയിൽ വന്നു സ്വാമിദർശനം കഴിക്കുകയും 'അറുപറ' എന്നു പേരായ പ്രധാന വഴിപാടു നടത്തുകയും പ്രതിദിനം ഉഷഃപൂജയ്ക്ക് ഒന്നേകാലിടങ്ങഴി അരി പതിവു വെക്കുകയും ചെയ്തതായി അവിടെ ഒരു ശിലാലിഖിതം ഇപ്പോഴും കാണുന്നുണ്ട്.

കൊല്ലം 933ാം ആണ്ടു നാടുനീങ്ങിയ (തിരുവിതാംകൂർ) മാർത്താണ്ഡവർമ്മ മഹാരാജാവ് തിരുമനസ്സുകൊണ്ടു രാജദ്രോഹികളായ എട്ടുവീട്ടിൽ പിള്ളമാരെ ഭയപ്പെട്ടു വേഷപ്രച്ഛന്നനായി സഞ്ചരിച്ചിരുന്ന കാലത്ത് ഒരു ദിവസം മധ്യാഹ്നസമയത്ത് കുന്നത്തൂർ താലൂക്കിൽ കണ്ണങ്കോട് എന്ന ദേശത്തു ചെന്നെത്തി. അവിടെ വലിയ മാളികയും മറ്റുമുള്ള ഒരു വീട് കണ്ടു കയറിച്ചെന്ന് 'ഞാൻ ഇന്നലെത്തന്നെ ആഹാരമൊന്നു കഴിച്ചിട്ടില്ല. വിശപ്പും ദാഹവും വളരെ കലശലായിരിക്കുന്നു. അതിനാൽ ആഹാരത്തിനു വല്ലതും ഏർപ്പാടു ചെയ്തു തരണം' എന്നരുളിച്ചെയ്തു. അതുകേട്ട് അവിടെയുണ്ടായിരുന്ന ഗൃഹനായകൻ തന്റെ ഭൃതനെ വിളിച്ച് 'എടാ, അയാൾക്കു ഒരു ഉപ്പുമാങ്ങ എടുത്തുകൊടുക്ക്'' എന്നു പറഞ്ഞു. അതുകേട്ടു തിരുമനസ്സുകൊണ്ട് അവിടെ നിന്നിറങ്ങി അതിനടുത്ത് ഒരു വീട്ടിൽക്കയറിച്ചെന്നു. അവിടെ പുരുഷന്മാരാരും ഉണ്ടായിരുന്നില്ല. ഒരു വൃദ്ധയായ സ്ത്രീ മുറ്റത്തു നിൽക്കുന്നുണ്ടായിരുന്നു. തിരുമനസ്സുകൊണ്ട് ആ വൃദ്ധയെ അടുക്കൽ വിളിച്ചു മേൽ പറഞ്ഞപ്രകാരം താൻ തലേദിവസംതന്നേ ആഹാരം കഴിച്ചിട്ടില്ലെന്നും വിശപ്പും ദാഹവും സഹിക്കവയ്യാതെയായിരിക്കുന്നുവെന്നും അതിനാൽ ആഹാരത്തിനു വല്ലതും ഏർപ്പാടുചെയ്തു കൊടുക്കണമെന്നും അരുളിച്ചെയ്തു. അതുകേട്ട് ആ വൃദ്ധ (ഇതൊരു നമ്പൂരിയോ മറ്റോ ആണെന്നു വിചാരിച്ച്) 'ആഹാരത്തിന് അടിയങ്ങൾ വല്ലതും തന്നാൽ അവിടേക്ക് കൊള്ളുകയില്ലല്ലോ. അതിനാൽ അടുത്തുള്ള ബ്രാഹ്മണഗൃഹത്തിൽ ചട്ടംകെട്ടിത്തരാം. നീരാട്ടുകുളി കഴിഞ്ഞു ചെല്ലുമ്പോഴേക്കും ആഹാരത്തിനു തയ്യാറായിരിക്കും' എന്നു പറഞ്ഞു കുളവും ബ്രാഹ്മണഗൃഹവും കാണിച്ചു കൊടുക്കുന്നതിന്

ഒരാളെ കൂടെയയച്ചു. ബ്രാഹ്മണഗൃഹത്തിൽ ഭക്ഷണം കൊടുക്കുന്നതിനും ചട്ടംകെട്ടി. തിരുമനസ്സുകൊണ്ടു നീരാട്ടുകുളിയും നിത്യകർമ്മാദികളും കഴിച്ചു ചെന്നപ്പോൾ ഊണിനെല്ലാം തയ്യാറായിരുന്നു. ഉടനെ അമൃതേത്തു കഴിച്ച് അവിടെനിന്നിറങ്ങി മേൽപറഞ്ഞ രണ്ടു വീട്ടുകാരുടെയും സ്ഥിതിയെപ്പറ്റിയും വീട്ടുപേരുകളും അന്വേഷിച്ചറിഞ്ഞു. തിരുമനസ്സു കൊണ്ട് ആദ്യം ചെന്നുകയറിയ വീട് 'ചിറ്റുണ്ടിയിൽത്തരകൻ' എന്ന ധനവാന്റേതായിരുന്നു. ആ വീട്ടുകാർ വലിയ ധനവാന്മാരായിരുന്നുവെങ്കിലും ആർക്കും പച്ചവെള്ളം പോലും കൊടുക്കാത്ത ദുഷ്ടന്മാരായിരുന്നു. രണ്ടാമതു കയറിയ വീടിന്റെ പേരു 'നെല്ലിമൂട്ടിൽ' എന്നായിരുന്നു. ആ വീട്ടുകാർ ഉപായകാലക്ഷേപക്കാരായിരുന്നുവെങ്കിലും ദയയും മര്യാദയുമുള്ള ധർമ്മിഷ്ഠന്മാരായിരുന്നു. ആ രണ്ടു വീട്ടുകാരും സുറിയാനി ക്രിസ്ത്യാനികളാണ്. തിരുമനസ്സുകൊണ്ട് ആ വിവരങ്ങളെല്ലാം അന്വേഷിച്ചറിഞ്ഞിട്ട് അവിടം വിട്ടു പോവുകയും ചെയ്തു. മാർത്താണ്ഡവർമ്മമഹാരാജാവു തിരുമനസ്സിലേക്കു തിരുമൂപ്പു സിദ്ധിക്കുകയും അവിടുന്നു രാജദ്രോഹികളെയെല്ലാം സംഹരിക്കുകയും കായംകുളം മുതലായ രാജ്യങ്ങൾ പിടിച്ചെടുക്കുകയും ചെയ്തതിന്റെ ശേഷം സാധുക്കളായ നെല്ലിമൂട്ടിൽ കുടുംബക്കാർക്കു കരമൊഴിവായി വളരെ വസ്തുക്കൾ കല്പിച്ചു പതിച്ചുകൊടുത്തതു കൂടാതെ 'മുതലാളി' എന്നൊരു സ്ഥാനവും കല്പിച്ചുകൊടുത്തു. ചിറ്റുണ്ടിയിൽത്തരകന്റെ സ്ഥാവരങ്ങളും ജംഗമങ്ങളുമായ സകലവസ്തുക്കളും കണ്ടുകെട്ടി ശാസ്താങ്കോട്ടദേവസ്വത്തിൽ ചേർക്കുകയും ചെയ്തു. ആ വസ്തുക്കളിൽ നിന്നുള്ള ആദായംകൊണ്ട് ശാസ്താങ്കോട്ടയിൽ ശനിയാഴ്ചതോറും നാല്പത്തൊന്നു പറ അരികൊണ്ട് ധർമ്മകഞ്ഞിയും അഞ്ചുപറ അരി കൊണ്ട് ക്ഷേത്രത്തിൽ ബ്രാഹ്മമണഭോജനവും നടത്തുന്നതിനും ശേഷമുള്ളതു നിത്യനിദാനത്തിൽ കൂട്ടുന്നതിനുമാണ് കല്പിച്ചു വ്യവസ്ഥ ചെയ്തത്. ആ തിരുമനസ്സിലെ കാലാനന്തരമുണ്ടായ പരിഷ്കാരത്തിൽ ഈ പതിവ് കുറച്ച് ധർമ്മകഞ്ഞിക്കു മൂന്നു പറ അഞ്ചിടങ്ങഴി അരിയും ബ്രാഹ്മണഭോജനം വകയ്ക്ക് ഒരു പറ എട്ടിടങ്ങഴി അരിയുമാക്കുകയും ശേഷമുള്ളതു കൊണ്ട് കൊല്ലത്ത് ആനന്ദവല്ലീശ്വരം ക്ഷേത്രത്തിൽ നമസ്കാര(ബ്രാഹ്മണഭോജന)വും ആശ്രാമത്ത് ഊട്ടും നടത്തുന്നതിന് ഏർപ്പാടുചെയ്യുകയും ചെയ്തു. ശാസ്താങ്കോട്ട ക്ഷേത്രത്തിലുള്ള ചില ഓട്ടുപാത്രങ്ങളിലും മറ്റു 'ചിറ്റുണ്ടിയിൽത്തരകൻവക' എന്നു പേരു വെട്ടിയിരിക്കുന്നത് ഇപ്പോഴും കാൺമാനുണ്ട്.

ബ്രിട്ടിഷ് റസിഡണ്ടും തിരുവിതാംകൂർ ദിവാനുമായിരുന്ന മൺറോ സായ്പവർകൾ ദേവസ്വങ്ങൾ പരിഷ്കരിച്ചു പതിവുകളേർപ്പെടുത്തിയ കാലത്ത് ശാസ്താങ്കോട്ടയിൽ കുരങ്ങന്മാർക്കും മുതലയ്ക്കും ചോറും മത്സ്യങ്ങൾക്കു അരിയും കൊടുക്കുന്നത് അനാവശ്യമാണെന്നു പറഞ്ഞ് ആവക ചെലവുകൾ നിർത്തലെഴുതിച്ചു. കുരങ്ങന്മാർക്കു ചോറു കിട്ടാതായപ്പോൾ അവർ ക്ഷേത്രത്തിൽക്കടന്നു നിവേദ്യം കഴിയുമ്പോൾ അനുഭവക്കാരുടെയും വഴിപാടുകാരുടെയും മറ്റും ചോറെല്ലാം എടുത്തു തിന്നുകയും ശാന്തിക്കാരനെയും ദേവസ്വക്കാരനെയും അടിക്കുകയും കടിക്കുകയും മാന്തുകയും കീറുകയും മറ്റും ചെയ്തു ഉപദ്രവിക്കുകയും ചെയ്തു തുടങ്ങി. അനുഭവക്കാർക്കു ചോറു കിട്ടാതാവുകയും ദേവസ്വക്കാർക്കു അവിടെച്ചെന്നു ജോലി ചെയ്യാൻ നിവൃത്തിയില്ലാതാവുകയും ചെയ്യുകയാൽ അവർ എല്ലാവരും കൂടിപ്പോയി മൺറോ സായ്പവർകളെക്കണ്ടു വിവരം ബോധിപ്പിക്കുകയും സായ്പവർകൾ

ഇതിന്റെ പരമാർത്ഥമ റിയുന്നതിനായി ശാസ്താങ്കോട്ടയിൽ വരികയും ചെയ്തു. സായ്പവർകൾ വന്നു മതിൽക്കു വെളിയിൽ ഒരു സ്ഥലത്തു കസേരയിട്ട് ഇരുന്നു. അപ്പോൾ കുരങ്ങന്മാർ എല്ലാം അവിടെ ഹാജരായി കുനിഞ്ഞു സലാം ചെയ്തിട്ടു നിരന്നുനിന്നു. അപ്പോൾ സായ്പവർകൾ 'നിങ്ങൾ ഈ അക്രമങ്ങൾ കാണിക്കുന്നതെന്താണ്?' എന്നു ചോദിച്ചു. അവർ അവരുടെ വയർ തൊട്ടു കാണിച്ചും മറ്റും വിശപ്പു സഹിക്കാൻ വയ്യാഞ്ഞിട്ടാണെന്നു സായ്പവർകളെ ഗ്രഹിപ്പിച്ചു. ഉടനെ സായ്പവർകൾ 'നിങ്ങൾക്ക് ഇവിടെ ചോറു പതിവുവച്ചത് ആരാണ്, എന്നാണ്, അതിലേക്കു വല്ല ലക്ഷ്യവുമു ണ്ടോ?' എന്നു ചോദിച്ചു. തത്ക്ഷണം സുഗ്രീവൻ തന്റെ വായിൽ കൈയിട്ട് ഒരു ചെമ്പുതകിടെടുത്തു തുടച്ചു നന്നാക്കി സായ്പവർകളുടെ മുമ്പിൽവച്ചു. അത് കായംകുളത്തു രാജാവു കൊടുത്ത ചെമ്പു തകിടായിരുന്നു. സായ്പവർകൾ അതെടുത്തു വായിച്ചുനോക്കി വളരെ സന്തോഷിക്കുകയും സമ്മതിക്കുകയും കുരങ്ങന്മാരുടെ ചോറും മറ്റും യഥാപൂർവ്വം കൊടുത്തു കൊള്ളുന്നതിന് അനു വദിക്കുകയും ചെമ്പു തകിട് സുഗ്രീവന്റെ കൈയിൽതന്നെ കൊടുക്കുകയും ചെയ്തിട്ട് മടങ്ങിപ്പോവുകയും ചെയ്തു.

മുതലയ്ക്കു ചോറു കൊണ്ടുചെന്നു കൊടുക്കുന്നതിനുള്ള ചുമതല മാരാർക്കാ ണെന്നു മുമ്പു പറഞ്ഞിട്ടുണ്ടല്ലോ. ഒരു ദിവസം പതിവുമാരാൻ എവിടെയോ പോയിരുന്നതിനാൽ അവരുടെ കുടുംബത്തിലുണ്ടായിരുന്ന ഒരു ചെറുക്ക നാണ് മുതലയ്ക്ക് ചോറു കൊണ്ടുചെന്നു കൊടുത്തത്. മുതല വന്നു ചോറു തിന്നു കൊണ്ടിരുന്ന സമയം ആ ചെറുക്കൻ ഒരു വലിയ കല്ലെടുത്തു മുതലയുടെ തലയ്ക്ക് ഒരിടി കൊടുത്തു. ഇടികൊണ്ട് മുതല ഉറക്കെ നിലവിളിച്ചു. ആ ശബ്ദം കേട്ടു ചിലർ കടവിൽ ഓടിച്ചെന്നു നോക്കിയപ്പോൾ മുതല ചത്തു വെള്ളത്തിലും മാരാച്ചെറുക്കൻ മരിച്ചു കരയ്ക്കു കിടക്കുന്നതായിക്കണ്ടു. അക്കാ ലംമുതൽ മുതലയ്ക്കുള്ള ചോറു നിർത്തലാവുകയും ചെയ്തു.

ശാസ്താങ്കോട്ടയിൽ താമസിച്ചിരുന്ന പന്തളരാജാവിന്റെ കാലാനന്തരം അവിടെ ദേവസ്വകാര്യങ്ങൾ അന്വേഷിച്ചിരുന്നത് ഉണ്ണിത്താന്റെ കുടും ബത്തിൽ അന്നന്നു മൂപ്പായിട്ടുള്ളവരായിരുന്നു. ആ കുടുംബത്തിലുള്ളവർ അക്കാലത്തു സ്വാമിയെക്കുറിച്ചു വളരെ ഭയവും ഭക്തിയും വിശ്വാസവുമുള്ള വരായിരുന്നു. അവർ രാവിലെ കുളിച്ചു സ്വാമിദർശനം കഴിക്കാതെ വെള്ളം കുടിക്കുകപോലും ചെയ്യാറില്ലായിരുന്നു. കാലക്രമേണ അതൊക്കെ കുറേശ്ശേ ഭേദപ്പെട്ടു തുടങ്ങി.

പന്തളത്തുരാജാവിന്റെ കാലം കഴിഞ്ഞതിന്റെശേഷം ഏട്ടകൾക്കു അരിവാരിയിട്ടു കൊടുത്തിരുന്നത് ഉണ്ണിത്താനായിരുന്നു. ഒരിക്കൽ ഒരു ണ്ണിത്താൻ ശരീരം ശുദ്ധം മാറിക്കൊണ്ടു ചെന്ന് ഏട്ടകൾക്കു അരി വാരിയിട്ടു കൊടുത്തു. ഏട്ടകൾ ആ അരി തിന്നില്ല. അന്നു മുതൽ ആ ഉണ്ണിത്താൻ അരി വാരിയിട്ടുകൊടുത്താൽ ഏട്ടകൾ ഒരിക്കലും തിന്നാതെയായി. അതിനാൽ ആവക അരിയും നിർത്തലെഴുതി. ശാസ്താങ്കോട്ടയിലെ കുരങ്ങന്മാർ അബ്രാ ഹ്മണരുടെ ചോറോ മത്സ്യമാംസാദികളോ ഭക്ഷിക്കാറില്ല. അതിനാലാണ് അവർക്കു പതിവുള്ള ചോറ് ശാന്തിക്കാരൻ കൊണ്ടു ചെന്നു കൊടുക്കണ മെന്ന് ഏർപ്പാടുവച്ചത്.

ഒരിക്കൽ ഇവരിൽ ചില കുരങ്ങന്മാർ ക്ഷേത്രത്തിൽ പടിഞ്ഞാറു

ഭാഗത്തായി താമസിച്ചിരുന്ന മരയ്ക്കാന്മാരുടെ കുടികളിൽക്കയറി അവർ പാകംചെയ്തുവച്ചിരുന്ന മത്സ്യവും മാംസവും ചോറും മറ്റുമെടുത്തു ഭക്ഷിച്ചു. അതു ശേഷമുള്ള കുരങ്ങന്മാർക്കു ഒട്ടും രസവുമായില്ല. പിറ്റേ ദിവസം പതിവുപോലെ ഉച്ചപ്പൂജ കഴിഞ്ഞപ്പോൾ എല്ലാ കുരങ്ങന്മാരും കിഴക്കെനടയിൽക്കൂടി. പതിവുള്ള ചോറു ശാന്തിക്കാരൻ പാത്രത്തോടു കൂടിപ്പിടിച്ചു ഗോപുരത്തിനു വെളിയിൽ പതിവു സ്ഥലത്തു കൊണ്ടുചെന്നിട്ടു. മുക്കുവരുടെ ചോറും മാംസവും ഭക്ഷിച്ച കുരങ്ങന്മാർ തൊട്ട ചോറു ശേഷമുള്ള കുരങ്ങന്മാർ തിന്നുകയില്ലല്ലോ. അതിനാൽ മാംസം തിന്നവർ ചോറു തൊടാൻ മറ്റുള്ളവർ സമ്മതിച്ചില്ല. തങ്ങളെ കൂട്ടാതെ മറ്റവർ തനിച്ചു ചോറെടുത്തു ഭക്ഷിക്കാൻ മാംസം തിന്നവരും സമ്മതിച്ചില്ല. അതിനാൽ ആ രണ്ടു കൂട്ടക്കാരും തമ്മിൽ അവിടെവച്ചു ദേവാസുരയുദ്ധംപോലെ വലിയ യുദ്ധമുണ്ടായി. ഒടുക്കം രണ്ടുകൂട്ടർക്കും ഊണു കഴിക്കാൻ സാധിച്ചില്ല. ചോറ് അവിടെക്കിടന്നു വെറുതെ പോയി. അങ്ങനെ രണ്ടു കൂട്ടരും തമ്മിൽ ഏകദേശം ഒരു മാസത്തോളം കാലം യുദ്ധമുണ്ടായി. അത്രയും കാലം അവർക്കുണ്ടായിരുന്ന ചോറു വെറുതെ പോയതിനാൽ അക്കാലംമുതൽ ആ ചോറും നിറുത്തലായിപ്പോയി. എങ്കിലും കുരങ്ങന്മാർക്കു പതിവുണ്ടായിരുന്ന ചോറും മത്സ്യങ്ങൾക്കു പതിവുണ്ടായിരുന്ന അരിയും ആണ്ടിലൊരിക്കൽ (പത്താമുദയദിവസം) ഇപ്പോഴും കൊടുത്തുവരുന്നുണ്ട്. മറ്റുള്ള ദിവസങ്ങളിൽ സ്വാമിദർശനത്തിനായി അവിടെ ചെല്ലുന്നവർ വല്ലതും കൊടുത്തെങ്കിൽ മാത്രമേ കുരങ്ങന്മാർക്കും ഏട്ടകൾക്കും ഇപ്പോൾ ആഹാരത്തിനു മാർഗ്ഗമുള്ളൂ. എങ്കിലും വഴിപാടുകാർ ഇപ്പോഴും അവിടെ ധാരാളമായി വന്നുകൊണ്ടിരിക്കുന്നതിനാൽ അവർക്കു ഒരു ദിവസവും ആഹാരത്തിനു മുട്ടുവരുന്നില്ല. യുദ്ധത്തിൽ ഒടുക്കം മാംസഭുക്കുകളായ കുരങ്ങന്മാർ തോറ്റുപോവുകയാൽ അവർ അക്കാലം മുതൽ അവിടം വിട്ട് സ്ഥിരവാസം ക്ഷേത്രത്തിനു പടിഞ്ഞാറ് ഇപ്പോൾ ചന്തയായിരിക്കുന്ന സ്ഥലത്തോടടുത്തുള്ള പ്രദേശങ്ങളിലാക്കി. അതിനാൽ വഴിപാടായി ലഭിക്കുന്ന ചോറും പഴവും മറ്റും മാംസഭോജികളല്ലാത്ത വാനരന്മാർക്കു ഇപ്പോൾ നിർബാധമായി ഭക്ഷിക്കാം. ആരും ഒന്നും കൊടുക്കാത്ത ദിവസങ്ങളിൽ ക്ഷേത്രത്തിൽ ക്ഷേത്രസംബന്ധികളുടെയും മറ്റും ചോറ് ബലാൽ തട്ടിയെടുത്താണ് അവരിപ്പോൾ ഉപജീവനം കഴിച്ചു വരുന്നത്. അവർ ആ ക്ഷേത്ര സന്നിധി വിട്ട് എങ്ങും പോകാറില്ല. മാംസഭോജികളായ കുരങ്ങന്മാർ ഇപ്പോൾ ഉപജീവിച്ചു വരുന്നതും മിക്കവാറും ചന്തകൊണ്ടാണ്. അവരും കച്ചവടക്കാരും തമ്മിൽ അവിടെ പലപ്പോഴും അടിയും പിടിയും ശണ്ഠയുമുണ്ടാവാറുണ്ട്. വലിയ രാജാക്കൻമാരോ പ്രഭുക്കൻമാരോ സ്വാമിദർശനത്തിനായി ശാസ്താങ്കോട്ടയിൽച്ചെന്നാൽ അന്നു മാംസഭുക്കുകളായ കുരങ്ങൻമാരും ക്ഷേത്രസന്നിധിയിൽ വന്നുചേരും. എങ്കിലും അവർ ക്ഷേത്രത്തിൽ കടക്കാറില്ല. ഭ്രഷ്ടൻമാർക്കു ക്ഷേത്രം പാടില്ലല്ലോ. ഇപ്പോൾ രാജാക്കന്മാരുടെയും മറ്റും വഴിപാടായി രണ്ടുകൂട്ടം കുരങ്ങൻമാർക്കും ചോറോ പഴമോ കൊടുക്കുന്നുണ്ടെങ്കിൽ വെവ്വേറെ രണ്ടു പാത്രങ്ങളിലാക്കി കൊടുക്കണം. എന്നു മാത്രമല്ല മാംസഭുക്കുകളല്ലാത്ത കുരങ്ങ ന്മാർക്കു ആദ്യം കൊടുക്കുകയും വേണം. അതു മറ്റവർക്കു കൊടുക്കുന്നതിലധികമുണ്ടായിരിക്കുകയും വേണം. അല്ലെങ്കിൽ യുദ്ധമുണ്ടാകുന്നകാര്യം തീർച്ചയാണ്.

ശാസ്താങ്കോട്ടയിൽ സ്വാമിയുടെ ചൈതന്യവും കുരങ്ങന്മാരുടെ ദിവ്യത്വ വും ഇപ്പോഴും കുറഞ്ഞിട്ടില്ല. ഇക്കാലത്തും അവിടെ ദർശനത്തിനായിട്ടും ഭജനത്തിനായിട്ടും പ്രതിദിനം അസംഖ്യമാളുകൾ വരുന്നുണ്ട്. അവിടെ ഭജനമിരുന്നാൽ ഒഴിയാത്ത ബാധയും ഭേദമാകാത്ത രോഗവും വഴിപാടു പ്രാർത്ഥിച്ചാൽ സാധിക്കാത്ത കാര്യവുമില്ല. മനുഷ്യർ നിവസിക്കുന്ന ഗൃഹങ്ങളിലും മറ്റും ചിലപ്പോൾ ഉറുമ്പിന്റെ ഉപദ്രവം കലശലായി ത്തീരുന്നതു സാധാരണമാണല്ലോ. ആ അവസരങ്ങളിൽ നാഴി അരിയിൽ ഒരു നാളികേരം ചിരകിയിട്ടിളക്കി ഏട്ടകൾക്കു കൊടുത്താൽ ഉറുമ്പിന്റെ ഉപദ്രവം നിശ്ശേഷം നീങ്ങിപ്പോകും. ഈ സംഗതിയിൽ കൊല്ലം, തിരുവനന്തപുരം മുതലായ സ്ഥലങ്ങളിൽ അനുഭവസ്ഥരായി ഇപ്പോഴും പലരുമുണ്ട്. ഉറുമ്പിന്റെ ഉപദ്രവം ശമിക്കാനായി ഇപ്പോഴും പലരും ഇപ്രകാരം ചെയ്തുവരുന്നുമുണ്ട്. ഇവയ്ക്കെല്ലാം ദൃഷ്ടാന്തങ്ങളായിട്ട് അനേകം ഐതിഹ്യങ്ങളുണ്ട്. കുരങ്ങന്മാരുടെ മാഹാത്മ്യം സംബന്ധിച്ച അസംഖ്യം കഥകൾ ഇനിയും പറയാനുണ്ട്. വിസ്തരഭയത്താൽ

അവയൊന്നും ഇവിടെ വിവരിക്കുന്നില്ല. അടുത്ത കാലത്ത്, അതായത് ഒരു മുപ്പതു കൊല്ലം മുമ്പുണ്ടായതായ ഒരു സംഗതികൂടി പറഞ്ഞിട്ട് ഈ ഉപന്യാസത്തെ അവസാനിക്കാമെന്നു വിചാരിക്കുന്നു.

കൊല്ലം 1065ആമാണ്ടിടയ്ക്ക് ദൂരസ്ഥലന്മാരായ അഞ്ചുപേരൊരുമിച്ച് ശാസ്താങ്കോട്ടയിൽ സ്വാമി ദർശനത്തിനായി വന്നിരുന്നു. അവരിൽ നാലുപേർ സ്വാമിക്കു വഴിപാടിനും കുരങ്ങന്മാർക്കും ചോറും കൊടുക്കുന്നതിനും ഏട്ടകൾക്ക് അരി കൊടുക്കുന്നതിനും മറ്റും ഉണ്ണിത്തന്റെ പക്കൽ പണം കൊടുത്തേൽപ്പിച്ചു. ഒരാൾ മാത്രം വഴിപാടിനും മറ്റും ഒന്നും കൊടുത്തില്ല. അതിനാൽ അയാളോടു മറ്റവർ 'എന്താ താൻ വഴിപാടിനൊന്നും കൊടുക്കുന്നില്ലേ?' എന്നു ചോദിച്ചു. 'ഇല്ല. ഞാൻ കുളിച്ചു തൊഴണമെന്നു മാത്രമേ വിചാരിക്കുന്നുള്ളൂ. ഈശ്വരന്മാർക്കു ഞാൻ കൈക്കൂലി കൊടുക്കാറില്ല. എന്നുതന്നെയുമല്ല, കുരങ്ങന്മാർക്കു ചോറും മത്സ്യങ്ങൾക്കു അരിയും കൊടുക്കുന്നതു കേവലം മൂഢത്വമാണെന്നാണ് എന്റെ വിശ്വാസം' എന്നു പറഞ്ഞു. 'എന്നാൽ വേണ്ടാ. എന്തോ ഇതൊരാപത്താണ്'' എന്നു മറ്റവരും പറഞ്ഞു. അഞ്ചുപേരുംകൂടി കുളിക്കാൻ പോയി. അഞ്ചുപേരും മടിശ്ശീല കടവിൽ ഒരു കല്ലിന്മേൽ വച്ചിട്ടു കുളിക്കാനിറങ്ങി. അപ്പോൾ ഒരു വാനരവീരൻ പെട്ടെന്ന് ചാടിച്ചെന്ന് വഴിപാടിനു കൊടുക്കാത്ത ആ മനുഷ്യന്റെ മടിശ്ശീല മാത്രം എടുത്തുകൊണ്ട് ഓടിപ്പോയി ഒരു വൃക്ഷത്തിന്റെ മുകളിൽ കയറിയിരുന്നു. മടിശ്ശീല കൊണ്ടുപോയപ്പോൾ അതിന്റെ ഉടമസ്ഥനു വലിയ വ്യസനമായി. അയാൾ പ്രാണനെക്കാൾ പണത്തെ സ്നേഹിക്കുന്നു ഒരാളാണ്. അയാൾ ഒരു കല്ലെടുത്ത് ആ കുരങ്ങനെ എറിഞ്ഞു. കുരങ്ങൻ ആ കല്ലും ചാടിപ്പിടിച്ച് അതുകൊണ്ടു തന്നെ ആ മനുഷ്യനെയുമെറിഞ്ഞു. ആ ഏറുകൊണ്ട് ആ മനുഷ്യന്റെ തലപൊട്ടിച്ചോരയൊലിച്ചു. പിന്നെ ആ കുരങ്ങൻ മടിശ്ശീലയഴിച്ച് അതിലുണ്ടായിരുന്ന പണമെടുത്ത് ഓരോന്നായി കായലിലേക്കിട്ടു. ഗത്യന്തരമില്ലായ്കയാൽ പണത്തിന്റെ ഉടമസ്ഥൻ അതുകണ്ടു വ്യസനിച്ചു കൊണ്ടു നിന്നു. പണം മുഴുവനും തീർന്നപ്പോൾ കുരങ്ങൻ മടിശ്ശീല ചുരുട്ടിക്കൂട്ടി ഉടമസ്ഥന്റെ മുഖത്തേക്ക് ഒരേറുകൊടുത്തു. അപ്പോൾ ആ മനുഷ്യന്റെ കൂട്ടുകാർ 'എന്താ തൃപ്തിയായില്ലേ? ഈശ്വരന്മാർക്കുകൈക്കൂലി കൊടുക്കാഞ്ഞിട്ടു

പണമൊക്കെ ഇപ്പോൾ ലാഭമായല്ലോ. തല പൊട്ടിയതുമാത്രം ലാഭം. എന്തെങ്കിലും ആപത്തുണ്ടാകുമെന്നു ഞങ്ങൾ മുമ്പുതന്നെ പറഞ്ഞുവല്ലോ. ഇനി നടയിൽച്ചെന്നു സമസ്താപരാധങ്ങൾ ക്ഷമിക്കുന്നതിനു പ്രാർത്ഥിക്കൂ. അല്ലെങ്കിൽ തനിക്ക് ഇവിടെ നിന്നുപോയി പ്പിഴയ്ക്കാനൊക്കുമെന്നു തോന്നുന്നില്ല' എന്നു പറഞ്ഞു. അവർ അഞ്ചുപേരും കുളിച്ചു നടയിൽച്ചെല്ലുകയും വഴിപാടു കഴിക്കാത്തയാൾ ഏറ്റവും പശ്ചാത്താപത്തോടുകൂടി മേൽപ്പറഞ്ഞപ്രകാരം പ്രാർത്ഥിക്കുകയും ചെയ്തു. അപ്പോൾ ഒരാൾ അവിടെച്ചെന്നു സംഗതികളെല്ലാം ചോദിച്ചറിയുകയും കായലിൽപ്പോയ പണമെല്ലാം സ്വാമിക്കു വഴിപാടായിട്ടും കുരങ്ങന്മാർക്കും ചോറും ഏട്ടകൾക്കു അരിയും കൊടുക്കുന്നതായിട്ടും കൊടുത്തയയ്ക്കാമെന്നു നിശ്ചയിക്കാൻ അവരോടു പറയുകയും പണത്തിന്റെ ഉടമസ്ഥൻ അപ്രകാരം സമ്മതിച്ചു പറഞ്ഞു സ്വാമിയെ പ്രാർത്ഥിക്കുകയും ചെയ്തു. അപ്പോൾ കുരങ്ങൻ കായലിൽച്ചെന്നു മുങ്ങി ഒരു ചെരട്ട എടുത്തുകൊണ്ടുവന്നു നടയിൽവച്ചു. കായലിലിട്ട പണം അതിലുണ്ടായിരുന്നു. എണ്ണിനോക്കിയപ്പോൾ അതു നൂറ്റൊന്നു പണമായിരുന്നുവെന്ന് ഉടമസ്ഥൻ പറഞ്ഞു. ആ പണം മുഴുവൻ സ്വാമിക്കു വഴിപാടിനും മറ്റുമായി ഉടമസ്ഥൻ ദേവസ്വത്തിൽ ഏല്പിച്ചു. ദേവസ്വക്കാർ അതിൽ പകുതിപ്പണം കൊണ്ടു സ്വാമിക്കു വഴിപാടുകൾ നടത്തുകയും ശേഷംകൊണ്ടു കുരങ്ങന്മാർക്കു ചോറും ഏട്ടകൾക്കു അരിയും കൊടിപ്പിക്കുകയും ചെയ്തു. എങ്കിലും കുരങ്ങന്മാർ ആ ചോറും ഏട്ടകൾ ആ അരിയും തിന്നില്ല. മനസ്സില്ലാത്തവർ നിവൃത്തിയില്ലാഞ്ഞിട്ടു കൊടുത്ത സാധനങ്ങൾ അവർ സ്വീകരിക്കാറില്ല.

ആ കായലിന്റെ തീരപ്രദേശത്തു സ്ഥിരവാസക്കാരായ അനേകം മുക്കുവരുണ്ട്. അവർ ആ കായലിൽനിന്നു മത്സ്യങ്ങളെ പിടിച്ചു വിറ്റും തിന്നും ഉപജീവിക്കുന്നവരാണ്. എങ്കിലും അവർ ഏട്ടകളെ പിടിക്കുകയോ ഏട്ടകൾ അവരുടെ വലയിൽ അകപ്പെടുകയോ ചെയ്യാറില്ല. ഏട്ടകളെ അവർ സ്വാമിയുടെ 'തിരുമക്കൾ' എന്നാണ് പറയുന്നത്. ഇപ്പോൾ (1925ൽ) തിരുവനന്തപുരത്തു വലിയകൊട്ടാരം മാനേജരായിത്താമസിക്കുന ശങ്കരൻ നമ്പി അവർകളുടെ ഉത്സാഹവും പ്രവേശവും നിമിത്തം ശാസ്താങ്കോട്ടയ്ക്കു പൂർവ്വാധികം തെളിച്ചവും പരിഷ്കാരവും സിദ്ധിച്ചിട്ടുള്ള വാസ്തവംകൂടി പ്രസ്താവിച്ചുകൊണ്ട് ഈ ഉപന്യാസത്തെ സമാപിപ്പിച്ചുകൊള്ളുന്നു.

●

മണ്ണടിക്കാവും കാമ്പിത്താനും

തിരുവിതാംകൂർ കൊല്ലം ഡിവിഷനിൽച്ചേർന്ന കുന്നത്തൂർ താലൂക്കിൽ കണ്ണാടി എന്ന ദേശത്തുള്ള സുപ്രസിദ്ധമായ ഭദ്രകാളീക്ഷേത്ര ത്തെയാണ് 'മണ്ണടിക്കാവെ'ന്നു പറയുന്നത്. ഭദ്രകാളീക്ഷേത്രത്തിൽ ഒരു വെളിച്ചപ്പാടുണ്ടായിരിക്കുക സാധാരണമാണല്ലോ. ചില ദിക്കുകളിൽ വെളിച്ചപ്പാടിനെ 'കോമര'മെന്നും പറയുന്നതായി കേട്ടിട്ടുണ്ട്. എന്നാൽ കണ്ണടിക്കാവിലെ വെളിച്ചപ്പാടിനെ 'കാമ്പിത്താ'നെന്നാണ് പറയുക പതിവ്. മണ്ണടിക്കാവിൽ ഭഗവതി സ്വയംഭൂവാണ്. ആ ക്ഷേത്രം പണ്ട് ദേശാധിപതിയായിരുന്ന വാക്കവഞ്ഞിപ്പുഴപ്പണ്ടാരത്തിലെ വകയായിരു ന്നു. അടുത്ത കാലത്ത് ഒരു വിധിപ്രകാരം അതു 'മംഗലത്തു പണിക്കർ' എന്നൊരു നായരുടെ വകയാണെന്നു തീർച്ചപ്പെട്ടിട്ടുണ്ടത്രേ.

പണ്ടു വാക്കവഞ്ഞിപ്പുഴപ്പണ്ടാരത്തിൽ മണ്ണടിദേശത്തിന്റെ അധിപനാ യിരുന്ന കാലത്ത് അവിടത്തെ വകയായി ഒരു ചെറിയ സൈന്യശേഖരമു ണ്ടായിരുന്നു. ആ സൈനികന്മാരെ ആയോധനവിദ്യ അഭ്യസിപ്പിക്കുകയും സൈന്യത്തിന്റെ ആധിപത്യം വഹിക്കുകയും ചെയ്തിരുന്നത് മംഗലത്തു പണിക്കരുടെ തറവാട്ടിൽ അന്നന്നു മൂപ്പായിരിക്കുന്നവരായിരുന്നു. അന്നു സൈന്യങ്ങളെ അഭ്യസിപ്പിച്ചിരുന്ന കളരിയും ആ കളരിയിൽ ചില പരദേവതമാരുടെ വിഗ്രഹങ്ങളും മംഗലത്തു പണിക്കരുടെ ഗൃഹത്തിനടുത്ത് ഇപ്പോഴും കാൺമാനുണ്ട്. ഇങ്ങനെ വാക്കവഞ്ഞിപ്പുഴപ്പണ്ടാരത്തിൽ ദേശാ ധിപതിയും മംഗലത്തു പണിക്കർ സേനാനായകനുമായിരുന്ന കാലത്ത് ഒരു ദിവസം കൃഷിയിറക്കുന്നതിനു കാടു വെട്ടിത്തെളിക്കാനായി ചില പുലയർ മംഗലത്തു പണിക്കരുടെ ഭവനത്തിനു സമീപം ഒരു കാട്ടിൽ വന്നുചേർന്നു. അവരുടെ കൂട്ടത്തിലുണ്ടായിരുന്ന ഒരു പുലക്കള്ളി (പുലയസ്ത്രീ) അവിടെക്ക ണ്ട ഒരു കല്ലിന്മേൽ അരിവാൾ തേച്ചപ്പോൾ ആ ശിലയിൽനിന്നു രക്തം പ്രവഹിക്കുകയാൽ അതുകണ്ടു പുലയർ ഭയാത്ഭുതപരവശന്മാരായി ഉറക്കെ നിലവിളിച്ചു. നിലവിളികേട്ടു മംഗലത്തു പണിക്കർ മുതലായ സമീപസ്ഥർ ഉടനെ സ്ഥലത്തെത്തി സംഗതി മനസ്സിലാക്കുകയും വിവരം വാക്കവഞ്ഞി പ്പുഴപ്പണ്ടാരത്തിലെ അടുക്കൽ അറിയിക്കുകയും ചെയ്തു. അതുകേട്ടപ്പോൾ അന്നത്തെ മൂത്ത പണ്ടാരത്തിൽ 'രക്തം കണ്ടുവെങ്കിൽ അതൊരു ദേവബിം ബമായിരിക്കണം. ഇപ്രകാരം സ്വയംഭൂവായ ദേവബിംബം കണ്ടാൽ ഉടനെ അതിനൊരു നിവേദ്യം കഴിച്ചില്ലെങ്കിൽ അതു മറഞ്ഞു പോകുമെന്നു കേട്ടി ട്ടുണ്ട്. അതിനാൽ പണിക്കർ ഈ മലരും പഴവും അവിടെക്കൊണ്ടുപോയി വയ്ക്കുകയും ആ പുലയരെ അവിടെനിന്ന് മാറ്റുകയും ചെയ്യണം. ഞാനൊന്നു

കുളിച്ചിട്ടു ക്ഷണത്തിൽ അങ്ങോട്ടു വന്നേക്കാം' എന്നു പറഞ്ഞു കുറെ മലരും പഴവും കൊടുത്തു മംഗലത്തു പണിക്കരെ മുൻപെ അയച്ചിട്ടു പണ്ടാരത്തിൽ കുളിക്കാൻപോയി. പണിക്കർ മലരും പഴവും എടുത്തു ബിംബത്തിന്റെ അടുക്കൽ കൊണ്ടുചെന്നുവച്ചു. അപ്പോഴേക്കും പുലയരെല്ലാം അവിടെനിന്നു ദൂരെ മാറുക കഴിഞ്ഞിരുന്നു. ഉടനെ പണ്ടാരത്തിൽ കുളിയും കഴിഞ്ഞ് പരിവാരസമേതം ഒരു വിളക്കുമായി അവിടെയെത്തി. ദേശക്കാരെല്ലാവരും അപ്പോൾ അവിടെ വന്നുകൂടി. ആ സമയം ഒരു ഊരാളി (മണ്ണാനെന്നും വണ്ണാനെന്നും പരവനെന്നും മറ്റുകൂടി പേരുള്ള ഒരു ജാതിക്കാരൻ) തുള്ളിക്കൊണ്ട് അവിടെ വരുകയും 'ഈ കാണപ്പെട്ടിരിക്കുന്ന ബിംബം ഭദ്രകാളിയുടേതാണ്. ഇവിടെ നിവേദ്യവും പൂജയുമൊന്നും വേണ്ട. അവിൽ, മലർ, പഴം മുതലായ സാധനങ്ങൾ സന്നിധിയിൽ കൊണ്ടുചെന്നുവെയ്ക്കുകയും കുറച്ചുസമയം കഴിയുമ്പോൾ എടുത്തുകൊണ്ടുപോവുകയും ചെയ്താൽ മതി. അങ്ങനെ ചെയ്താൽ നിവേദ്യം കഴിച്ചാലെന്നപോലെ ദേവിക്കു തൃപ്തിയാകും. മലരും, പഴവും മറ്റും കൊണ്ടുചെന്നുവയ്ക്കുന്നത് മംഗലത്തു പണിക്കർ തന്നെവേണം. ബ്രാഹ്മണരുടെ പൂജയും മറ്റും ഇവിടെ വേണ്ട' എന്നു പറഞ്ഞു. ഇതു കേട്ടിട്ട് ആരും വിശ്വസിച്ചില്ല. ഇവനിങ്ങനെ പറയുന്നതു പണിക്കരുടെ സേവയ്ക്കു വേണ്ടിയോ സ്വകാര്യമായി പണിക്കർ ചട്ടം കെട്ടീട്ടോ ആയിരിക്കുമെന്നാണ് എല്ലാവരും വിചാരിച്ചത്. അതിനാൽ ആ ഊരാളി, 'എന്താ ഞാൻ പറഞ്ഞത് നിങ്ങൾക്കാർക്കും വിശ്വാസമായില്ല, അല്ലേ? ആട്ടേ, ഞാൻ നിങ്ങളെ വിശ്വസിപ്പിക്കാം' എന്നു പറഞ്ഞിട്ട് അവിടെനിന്ന് ഓടിപ്പോയി. ഉത്സാഹശാലികളായ ചില ജനങ്ങളും അവന്റെ പിന്നാലെ ഓടി. അവൻ ഓടിച്ചെന്ന് 'കുടപ്പാറ'യുടെ മുകളിൽക്കയറി നിന്നു. കുടപ്പാറ സ്ഥിതിചെയ്യുന്നത് മണ്ണടിയിൽനിന്ന് ആറേഴുനാഴിക കിഴക്കുവടക്കായി പത്തനാപുരം താലൂക്കിൽ കലഞ്ഞൂര് എന്ന ദേശത്ത് ഒരു മലയുടെ മുകളിലാണ്. ആ പാറ കുടയുടെ ആകൃതിയിൽ മേൽഭാഗം വൃത്താകാരമായി പരന്നും അതിന്റെ മധ്യത്തിങ്കൽ ഒരു കാലുമായിട്ടാണിരിക്കുന്നത്. അതിനാൽ അതിന്റെ മുകളിൽ കയറുകയെന്നുള്ളത് മനുഷ്യർക്ക് അസാദ്ധ്യമാണ്. ആ ഊരാളി ഏഴു പ്രാവശ്യം അതിന്റെ മുകളിൽ കയറുകയുമിറങ്ങുകയും ചെയ്തു. ആ പാറയുടെ ചുറ്റും വലിയ കാടായിരുന്നതിനാൽ ഊരാളിയുടെ പിന്നാലെ ഓടിച്ചെന്നവർക്ക് അടുത്തു ചെല്ലുവാൻ സാധിച്ചില്ല. പാറ ഒരുയർന്ന സ്ഥലത്തായിരുന്നതിനാൽ അവൻ അതിന്മേൽ കയറുകയും ഇറങ്ങുകയും ചെയ്തത് അവർ ദൂരെ നിന്നുകൊണ്ട് കാണുക മാത്രമെ ചെയ്തുള്ളൂ. പന്ത്രണ്ടുകോലിൽ കുറയാതെ പൊക്കമുള്ള ആ പാറ ഇപ്പോഴും അവിടെക്കാണ്മാനുണ്ട്.

ആ ഊരാളി കുടപ്പാറയുടെ മുകളിൽനിന്നിറങ്ങി, കാട്ടിൽനിന്നു വെളിയിൽ വന്നതു നാലഞ്ചു കടുവാക്കുട്ടികളെയും പിടിച്ചുകൊണ്ടാണ്. അവൻ ആ കടുവാക്കുട്ടികളെയുംകൊണ്ട് മണ്ണടിയിൽ ബിംബം കണ്ട സ്ഥലത്തെത്തി. അതുകണ്ട് എലാവരും ഭയപ്പെടുകയും അവൻ പറഞ്ഞതും പ്രവർത്തിച്ചതുമെല്ലാം ദേവിയുടെ അധിവാസമുണ്ടായിട്ടാണെന്ന് എല്ലാവരും വിശ്വസിക്കുകയും ചെയ്തു. അതിനാൽ അവൻ കടുവാക്കുട്ടികളെയെല്ലാം വിട്ടയയ്ക്കുകയും അതോടുകൂടി അവന്റെ കലി അടങ്ങുകയും ചെയ്തു. ഊരാളി പറഞ്ഞതെല്ലാം എല്ലാവരും വിശ്വസിച്ചുവെങ്കിലും പണ്ടാരത്തിലും മംഗലത്തു പണിക്കരും ദേശക്കാരുംകൂടി സർവ്വസമ്മതനായ ഒരു

പ്രശ്നക്കാരനെക്കൊണ്ടു പിന്നെ പ്രശ്നം വെപ്പിച്ചുനോക്കിക്കുകകൂടി ചെയ്തു. ഊരാളി പറഞ്ഞതെല്ലാം ശരിയാണെന്ന് പ്രശ്നക്കാരനും പറയുകയാൽ പണ്ടാരത്തിലെ ആജ്ഞപ്രകാരം അവിടെ ക്ഷേത്രം പണി നടത്തിക്കുകയും നിത്യനിദാനം മുതലായവയ്ക്ക് പതിവുകൾ നിശ്ചയി ക്കുകയും ചെയ്തു. ഇപ്ര കാരമാണ് മണ്ണടിക്കാവുണ്ടായത്. അവിടെ ഇപ്പോഴും അരിവച്ച നിവേദ്യവും ബ്രാഹ്മണരുടെ പൂജയും പതിവില്ല. മലർ, പഴം മുതലായവ ബിംബസന്നി ധിയിൽ കൊണ്ടുചെന്നു വയ്ക്കുകയും കുറച്ചുസമയം കഴിയുമ്പോൾ എടുത്തു കൊണ്ടുപോവുകയും മാത്രമേ പ്രതിദിനം ഇപ്പോഴും ചെയ്തുവരുന്നുള്ളൂ. മലരും പഴവും മറ്റും കൊണ്ടുചെന്നു വയ്ക്കുന്നത് ഇപ്പോഴും മംഗലത്തു പണിക്കർ തന്നെയാണ്. ഇനി കാമ്പിത്താനെക്കുറിച്ചു കൂടി പറയാം.

മണ്ണടിക്കാവു ക്ഷേത്രമുണ്ടായതിന്റെ ശേഷം ഏതാനും കൊല്ലങ്ങൾ കഴിഞ്ഞപ്പോൾ വാക്കുവഞ്ചിപ്പണ്ടാരത്തിലേക്കു പുത്രസന്താനമില്ലാതെ യായിത്തീർന്നു. പണ്ടാരത്തിൽ സന്താനാർത്ഥമായി അനേകം സത്ക്കർ മ്മങ്ങൾ ചെയ്തിട്ടും യാതൊരു ഫലവുമുണ്ടകായ്കയാൽ ഒടുക്കം ഭഗവതി തന്നെ ഇതിനൊരു നിവൃത്തിയുണ്ടാക്കണമെന്നു പ്രാർത്ഥിച്ചുകൊണ്ട് പണ്ടാരത്തിൽ അന്തർജ്ജനസമേതം മണ്ണടിക്കാവിൽ ഭജനമിരുന്നു. ഭജനം ദൃഢഭക്തിയോടും പൂർണ്ണവിശ്വാസത്തോടും കഠിനനിഷ്ഠയോടും കൂടിയായിരുന്നു. അങ്ങനെ ഏകദേശം അരമണ്ഡലം (ഇരുപത്തിയൊന്നു ദിവസം) കഴിഞ്ഞപ്പോൾ പണ്ടത്തെ ഊരാളി (ബിംബം കാണപ്പെട്ട സമയം തുള്ളിക്കൊണ്ടു വന്ന ഊരാളി തന്നെ) തുള്ളിക്കൊണ്ടു നടയിൽ വരുകയും കല്പന കേൾക്കാനായി പണ്ടാരത്തിൽ അവിടെച്ചെന്നു നിൽക്കു കയും ചെയ്തു. അപ്പോൾ ഊരാളി 'ഒട്ടും വ്യസനിക്കേണ്ടാ. ഇന്നേക്കു മൂന്നാം ദിവസം ഒരാൾ ഇവിടെവരും. ഭഗവതിയുടെ അധിവാസമുണ്ടായിട്ട് അയാൾ പറയുന്നതുപോലെ ചെയ്താൽ താമസിയാതെ സന്തതിയുണ്ടാകും' എന്നു പറഞ്ഞിട്ട് കലിയടങ്ങി മടങ്ങിപ്പോയി.

ഊരാളി പറഞ്ഞതുപോലെ മൂന്നാം ദിവസം ഒരാൾ അവിടെച്ചെന്നു. അയാൾ ഒരു വിദേശീയനുംഭിക്ഷ യാചിച്ചുകൊണ്ടു നടന്ന പാവപ്പെട്ട ഒരു ശൂദ്രനുമായിരുന്നു. അയാൾ അവിടെയെത്തിയ ഉടനെ കൈയിലുണ്ടാ യിരുന്ന കുടയും വടിയും മാറാപ്പും ദൂരെ വലിച്ചെറിഞ്ഞിട്ടു ക്ഷേത്രത്തിൽ തെക്കുവശത്തുള്ള ആറ്റിൽച്ചാടിക്കുളിച്ചു കയറി തുള്ളിക്കൊണ്ടു നാലു നടയിലും ചെന്നു നിന്ന് അത്യുച്ചത്തിൽ മൂന്നു പ്രാവശ്യം വീതം അട്ടഹസിച്ചു. മുൻകൂട്ടി ഊരാളി പറഞ്ഞിരുന്നതിനാലും അട്ടഹാസം കേൾക്കുകകൊണ്ടും പണ്ടാരത്തിലും മംഗലത്തു പണിക്കരും ദേശക്കാരുമെല്ലാം ക്ഷണത്തിൽ അവിടെയെത്തി. അപ്പോൾ തുള്ളിക്കൊണ്ടു നിന്ന ആ മനുഷ്യൻ പണ്ടാര ത്തിലെ നേരെ നോക്കി, 'ഒട്ടും വ്യസനിക്കേണ്ടാ. എനിക്ക് ഒരു 'ഉച്ചബലി' നടത്തിയാൽ ഉടനെ സന്താനമുണ്ടാകും' എന്നും ഉച്ചബലി നടത്തേണ്ടുന്ന ക്രമങ്ങളും പറഞ്ഞു. ഉടനെ കലിയടങ്ങുകയും ചെയ്തു. ആ മനുഷ്യൻ പറഞ്ഞ തെല്ലാം ഭഗവതി അരുളിച്ചെയ്തതായിത്തന്നെ എല്ലാവരും വിശ്വസിക്കുകയും പണ്ടാരത്തിൽ ഉച്ചബലി എന്ന അടിയന്തിരം വഴിപാടായി നടത്തുകയും താമസിയാതെ അവിടേക്കു പുത്രസന്താനമുണ്ടാവുകയും ചെയ്തു. ഉച്ചബലി കഴിച്ചാൽ ഉണ്ണിയുണ്ടാകുമെന്നു തുള്ളിപ്പറഞ്ഞ ആ മനുഷ്യനെ പണ്ടാരത്തിൽ ചെലവിനു വേണ്ടതെല്ലാം കൊടുത്ത് അവിടെത്തന്നെ താമസിപ്പിക്കുകയും

ആ മനുഷ്യൻ ഭഗവതിയെ ഭജിച്ചുകൊണ്ട് സന്യാസവൃത്തിയോടുകൂടി അവിടെത്തന്നെ താമസിക്കുകയും ചെയ്തു. പണ്ടാരത്തിലേക്ക് ഉണ്ണിയുണ്ടായപ്പോഴേക്കും ജനങ്ങൾക്ക് ആ മനുഷ്യനെക്കുറിച്ചുള്ള വിശ്വാസവും ഭക്തിയും വളരെ വർദ്ധിക്കുകയും കല്പനകൾ കേൾക്കാനായി പലവിധത്തിലുള്ള സങ്കടക്കാർ മണ്ണടിക്കാവിൽ മുട്ടുപാടിരിക്കുകയും ആ മനുഷ്യൻ പറയുന്നതെല്ലാം ശരിയായിത്തീരുകയും ചെയ്യുകയാൽ പണ്ടാരത്തിലും പണിക്കരും ദേശക്കാരുംകൂടി അയാളെ ആ കാവിലെ കാമ്പിത്താനായി സ്ഥിരപ്പെടുത്തുകയും അയാൾക്ക് ചില സ്ഥാനമാനങ്ങളെല്ലാം നിശ്ചയിക്കുകയും തുള്ളുമ്പോൾ ഉപയോഗിക്കാനായി വാൾ, ശൂലം, അരമണി, ചിലമ്പ് മുതലായവ കൊടുക്കുകയും ചെയ്തു. മണ്ണടിക്കാവിലെ ആദ്യത്തെ കാമ്പിത്താൻ അയാളാണ്. അയാളുടെ വാക്കുകളും പ്രവൃത്തികളും അത്ഭുതപ്പെടത്തക്കവയായിരുന്നു. അയാൾ തുള്ളിപ്പറഞ്ഞിട്ടുള്ളവയിൽ ഒന്നുപോലും ഒക്കാതെയിരുന്നിട്ടില്ല.

ഈ കാമ്പിത്താന്റെ കാലത്തു കായംകുളത്തുരാജാവിനു സന്തതി യില്ലാതാവുകയാൽ കല്പന കേൾക്കാനായി കായംകുളത്തുരാജാവ് അവിടെച്ചെല്ലുകയും കാമ്പിത്താൻ തുള്ളി, 'എനിക്കു തരാമെന്നു നിശ്ചയിച്ചിട്ടുള്ളത് നിശ്ചിതകാലത്തു തരണം, വിശേഷാൽ ഒരു ഉച്ചബലി കൂടി നടത്തണം. ഉച്ചബലി കഴിച്ചാൽ ഒരു വത്സരം തികയുന്നതിനുമുമ്പ് ഒരു സന്തതിയുണ്ടാകും' എന്നു കല്പിച്ചു. സന്തതിയുണ്ടായാൽ ആ കുട്ടിയുടെ അന്നപ്രാശനം കഴിഞ്ഞാലുടനെ മണ്ണടിക്കാവിൽ കൊണ്ടുചെന്നു തൊഴീക്കയും രത്നഖചിതമായ ഒരു പൊൻമുടി നടയ്ക്കു വയ്ക്കുകയും ചെയ്യാമെന്നായിരുന്നു രാജാവ് നിശ്ചയിച്ചിരുന്നത്. ഈ സംഗതി മനസ്സിൽ വിചാരിച്ചതല്ലാതെ അവിടുന്ന് ആരോടും പറഞ്ഞിരുന്നില്ല. ഇതു കാമ്പിത്താൻ കല്പിച്ചുകേട്ടപ്പോൾ കായംകുളത്തു രാജാവ് ഏറ്റവും വിസ്മയിക്കുകയും കല്പനപോലെയെല്ലാം ചെയ്യാമെന്നു സമ്മതിക്കുകയും അധികം താമസിയാതെ ഉച്ചബലി നടത്തിക്കുകയും ഒരു കൊല്ലം കഴിയുന്നതിനുമുമ്പ് അവിടെ സന്തതിയുണ്ടാവുകയും ചെയ്തു. ആ കുട്ടിയുടെ അന്നപ്രാശനം കഴിഞ്ഞയുടനെ ആ കുട്ടിയെ മണ്ണടിക്കാവിൽ കൊണ്ടുപോയി തൊഴീക്കയും അമൂല്യങ്ങളായ അനേകം രത്നങ്ങൾ പതിച്ച ഒരു പൊൻമുടി രാജാവു നടയ്ക്കു വയ്ക്കുകയും ചെയ്തു. മംഗലത്തു പണിക്കരുടെ കളരിയിൽ വച്ചു സൂക്ഷിച്ചിരുന്നതും ഈ അടുത്ത കാലത്തു തസ്കരന്മാർ തട്ടിക്കൊണ്ടുപോയതുമായ പൊൻമുടി ഇതുതന്നെയാണത്രേ.

കായംകുളത്തു രാജാവു മനസ്സിൽ വിചാരിച്ച വഴിപാടു കാമ്പിത്താൻ തുള്ളി ചോദിച്ചു മേടിച്ചുവെന്നും മറ്റുമുള്ള വർത്തമാനം അന്നു മധുരയിൽ വാണിരുന്ന പാണ്ഡ്യരാജാവു കേട്ടിട്ടു സ്വർണ്ണത്തിലും വെള്ളിയിലുമായി രണ്ടുകൂട്ടം വാളും ചിലമ്പുമുണ്ടാക്കിച്ചുവയ്ക്കുകയും ഇതറിഞ്ഞ് കാമ്പിത്താൻ തുള്ളിക്കല്പിച്ച് ആളയയ്ക്കുകയാണെങ്കിൽ വെള്ളികൊണ്ടുള്ള വാളും ചിലമ്പും കൊടുത്തയയ്ക്കുകയും കാമ്പിത്താൻ തന്നെ വരുകയാണെങ്കിൽ സ്വർണം കൊണ്ടുള്ള വാളും ചിലമ്പും തന്നെ കൊടുത്തയയ്ക്കാമെന്നു മനസ്സിൽ വിചാരിച്ചു.

ഒരു ദിവസം എന്തോ ചില സംഗതികൾക്കു കല്പന കേൾക്കാനായി പണ്ടാരത്തിലും പണിക്കരും ദേശക്കാരും മണ്ണടിക്കാവിൽ കൂടുകയാൽ സന്ധ്യാസമയമായപ്പോൾ കാമ്പിത്താൻ തുള്ളുകയും തുള്ളി നടയിൽ വന്നയുടനെ 'എനിക്ക് ഒരാൾ ചില സമ്മാനങ്ങൾ തരാൻ നിശ്ചയിച്ചിരിക്കുന്നു.

ഞാൻ പോയി അതുവാങ്ങിക്കൊണ്ടു ക്ഷണത്തിൽ വരാം' എന്നു പറഞ്ഞിട്ട് അവിടെനിന്ന് ഓടിപ്പോവുകയും ചെയ്തു. എങ്ങോട്ടാണ് പോകുന്നതെന്നറിയാനായി ചിലർ കാമ്പിത്താന്റെ പിന്നാലെ ഓടി. കുറച്ചുദൂരം ചെന്നപ്പോൾ കാമ്പിത്താൻ അദൃശ്യനായിത്തീരുകയാൽ പിന്നാലെ ഓടിയവർ മടങ്ങിപ്പോന്നു. രാത്രി മൂന്നേമുക്കാൽ നാഴികയായപ്പോൾ കാമ്പിത്താൻ മധുരയിൽ പാണ്ഡ്യരാജാവിന്റെ അടുക്കലെത്തി. 'എനിക്കു തരാനായി വച്ചിരിക്കുന്നതു വേഗത്തിൽ തരണം. താമസിക്കാനിടയില്ല' എന്നു പറഞ്ഞു. ആയുധങ്ങളും വേഷവും വാക്കും എല്ലാം കണ്ടും കേട്ടും ഈ വന്നിരിക്കുന്നതു കാമ്പിത്താൻ തന്നെയാണെന്ന് നിശ്ചയിച്ചു പാണ്ഡ്യരാജാവു വെള്ളികൊണ്ടുള്ള വാളും ചിലമ്പും കൊടുക്കാനായി എടുത്തുകൊണ്ടുവന്നു. അപ്പോൾ കാമ്പിത്താൻ, 'ഇതല്ലല്ലോ എനിക്കു തരാമെന്നു വിചാരിച്ചിരുന്നത്. ഞാൻ ആളയയ്ക്കുകയായിരുന്നുവെങ്കിൽ ഇതു മതിയായിരുന്നു. ഇപ്പോൾ ഞാൻ തന്നെയാണല്ലോ വന്നിരിക്കുന്നത്. അതിനാൽ ആദ്യം വിചാരിച്ചതു തന്നെ തരണം. അല്ലെങ്കിൽ ഒന്നും വേണ്ടാ. താമസിയാതെ ഞാൻ ഒന്നിനു രണ്ടുവീതം എന്റെ സ്ഥലത്തു വരുത്തി വാങ്ങിക്കൊള്ളാം' എന്നു പറഞ്ഞു. ഇതുകേട്ട് പാണ്ഡ്യരാജാവ് ഭയാത്ഭുതപരവശനായി അകത്തുപോയി സ്വർണ്ണം കൊണ്ടുള്ള വാളും ചിലമ്പും തന്നെ എടുത്തുകൊണ്ടുചെന്നു കൊടുക്കു കയും താൻ പ്രവർത്തിക്കാൻ ഭാവിച്ച തെറ്റിനു ക്ഷമായാചനം ചെയ്യുകയും ചെയ്തു. കാമ്പിത്താൻ ആ വാളും ചിലമ്പും വാങ്ങിക്കൊണ്ട് അപ്പോൾ ത്തന്നെ തിരികെപ്പോരുകയും ഏഴരനാഴിക രാച്ചെന്നപ്പോഴേക്കും മണ്ണടിക്കാവിലെത്തുകയും അവിടെക്കൂടിയിരുന്നവർ ആവശ്യപ്പെട്ട കല്പനകൾ യഥോചിതം കൊടുക്കുകയും ചെയ്തു. അക്കാലം മുതൽ ആ കാമ്പിത്താനും പിന്നീടുണ്ടായ കാമ്പിത്താന്മാരും തുള്ളുന്ന സമയങ്ങളിൽ ഉപയോഗിച്ചിരുന്നതു പാണ്ഡ്യരാജാവു കൊടുത്ത ആ വാളും ചിലമ്പുമാണ്. ആ ഒന്നാമത്തെ കാമ്പിത്താൻ മരിച്ചതിന്റെ ശേഷം ആ വാളും ചിലമ്പും അവിടെ ക്ഷേത്രത്തിന്റെ തെക്കുവശത്തുള്ള നദിയിൽ വലിയ കയമായിട്ടുള്ള ഒരു സ്ഥലത്തു കൊണ്ടുചെന്നു നിക്ഷേപിക്കുകയും അവിടെ മുങ്ങി ആ വാളും ചിലമ്പും എടുത്തുകൊണ്ടുവരുന്ന ആളെയല്ലാതെ മേലാൽ കാമ്പിത്താനായി സ്വീകരിക്കയില്ലെന്നും നിശ്ചയിക്കു കയും ചെയ്തു. ഇപ്രകാരം ചെയ്തതു പണ്ടാരത്തിലും പണിക്കരും ദേശക്കാരും കൂടിയാലോചിച്ചിട്ടാണ്. വാളും ചിലമ്പുമിട്ട ആ സ്ഥലത്തിന്റെ പേര് 'പാറക്കടവ്' എന്നാണ് പറഞ്ഞുവരുന്നത്. അതിനിമ്നമായ ആ സ്ഥലത്തു മുങ്ങി അടിയിൽച്ചെല്ലുക എന്നുള്ളതു മനുഷ്യരാൽ സാദ്ധ്യമായിട്ടുള്ളതല്ല. വർഷകാലങ്ങളിൽ അവിടെ അതികഠിനമായ ഒഴുക്കുണ്ടായിരിക്കും. ഒഴുക്കില്ലാത്ത സമയങ്ങളിൽ അവിടെ വലിയ മുതലകളുണ്ടായിരിക്കുകയും പതിവാണ്. എങ്കിലും ഒന്നാമത്തെ കാമ്പിത്താന്റെ കാലശേഷവും പാറക്കടവിൽ മുങ്ങി വാളും ചിലമ്പുമെടുത്തുകൊണ്ടുവരികയും കടപ്പാറയുടെ മുകളിൽ കയറി നൃത്തം ചെയ്യുകയും കലഞ്ഞൂർ കാട്ടിൽനിന്ന് കടുവാക്കുട്ടികളെ പിടിച്ചു കൊണ്ടുവരുകയും ചെയ്തവരായ രണ്ടോ മൂന്നോ കാമ്പിത്താന്മാർ അവിടെ ഉണ്ടായിത്തീർന്നിരുന്നു. അവരുടെ ഓരോരുത്തരുടേയും കാലശേഷം ആ വാളും ചിലമ്പും ആ കയത്തിലിടുകതന്നെയാണ് ചെയ്തിരുന്നത്. ഇപ്പോൾ വളരെക്കാലമായി അവിടെ കാമ്പിത്താനുണ്ടാകാതെയിരിക്കുന്നതുകൊണ്ട് ആ വാളും ചിലമ്പും ആ കയത്തിൽത്തന്നെ കിടക്കുകയാണ്.

ഒന്നാമത്തെ കാമ്പിത്താന്റെ കാലശേഷമുണ്ടായ കാമ്പിത്താന്മാരുടെ ദിവ്യത്വം സംബന്ധിച്ചും അനേകം ഐതിഹ്യങ്ങളുണ്ട്. അവയിൽ ചിലതു മാത്രം താഴെപ്പറഞ്ഞുകൊള്ളുന്നു.

ഒരിക്കൽ ഒരു നമ്പൂരി ഭദ്രോല്പത്തി പതിവായി വായിക്കണമെന്ന് നിശ്ചയിച്ച് എവിടെനിന്നോ ഒരു ഗ്രന്ഥം സമ്പാദിച്ചു. ഭദ്രോല്പത്തി ഗ്രന്ഥം എഴുതി സമ്പാദിച്ചിട്ടുള്ളവർ ചുരുക്കവും അച്ചടിച്ചിട്ടില്ലാത്തതുമാകയാൽ ദേവീമാഹാത്മ്യവും മറ്റുംപോലെ അത്ര സുലഭവുമല്ല. അതിനാൽ ആ നമ്പൂരി ആ ഒരു ഗ്രന്ഥം സമ്പാദിച്ചതു വളരെ പ്രയാസപ്പെട്ടാണ്. അദ്ദേഹം ആ ഗ്രന്ഥം അഴിച്ചുനോക്കിയപ്പോൾ അതിൽ ഒരു ഭാഗത്തു മൂന്നക്ഷരങ്ങൾ പൊടിഞ്ഞുപോയിരിക്കുന്നതായിക്കണ്ടു. ആ അക്ഷരങ്ങൾകൂടിയില്ലാതെ പാരായണം ശരിയായി നടത്താൻ നിവൃത്തിയില്ലല്ലോ. അതിനാൽ അദ്ദേഹം ഇതിനെക്കുറിച്ച് പല വിദ്വാന്മാരോടും ചോദിച്ചു. അവർ ഓരോ രുത്തരും ഓരോവിധം മാറിമാറിപ്പറഞ്ഞു. വിദ്വാന്മാരുടെ അഭിപ്രായം ഭിന്നിച്ചുവരുക യാൽ നമ്പൂരി വേറെ പല ഗ്രന്ഥങ്ങളിൽ നോക്കി. ഓരോ ഗ്രന്ഥത്തിലും ഈ അക്ഷരങ്ങൾ മാറിമാറിത്തന്നെ കണ്ടു. ഒന്നിൽ കണ്ട തുപോലെ മറ്റൊന്നിൽക്കൂടെ കാണ്മാൻ സാധിച്ചില്ല. ആകെപ്പാടെ നമ്പൂരി വിഷമിച്ചു. പിന്നെ അദ്ദേഹം ഭദ്രകാളീ ക്ഷേത്രങ്ങളിലുള്ള വെളിച്ചപ്പാടന്മാർക്കു ഭഗവതിയുടെ അധിവാസമുണ്ടാകുന്ന സമയം അവരോടു ചോദിച്ചാൽ ഇതിന്റെ വാസ്തവമറിയാമെന്ന് വിചാരിച്ച് അതിനായി ശ്രമിച്ചുതുടങ്ങി. അദ്ദേഹം ഇതിനായി മലയാളത്തിലുള്ള പല ഭദ്രകാളീ ക്ഷേത്രങ്ങളിൽപ്പോയി. ഓരോ സ്ഥലത്തും ചെല്ലുമ്പോൾ എന്തിനായിട്ടാണ് ചെന്നതെന്ന് ആരെങ്കിലും ചോദിച്ചാൽ 'ഒരു കല്പന കേൾക്കാനാണ്'' എന്നു മാത്രമല്ലാതെ അദ്ദേഹം വാസ്തവം ആരോടും പറഞ്ഞില്ല. കാര്യമെന്താണെന്ന് ആരെങ്കിലും ചോദിച്ചാൽ 'അതു ഭഗവതിക്കറിയാം' എന്നു മാത്രമാണ് അദ്ദേഹം മറുപടി പറഞ്ഞത്.

നമ്പൂരി കല്പന കേൾക്കാനായിച്ചെന്ന ക്ഷേത്രങ്ങളിലെല്ലാം വെളിച്ചപ്പാടന്മാർ തുള്ളിചെല്ലുമ്പോൾ 'എന്താണ് എന്റെ ഉണ്ണിക്കു സങ്കടം? എന്താണറിയേണ്ടത്?' എന്നു ചോദിക്കുകയും 'എനിക്ക് അറിയിക്കാനും അറിയാനുമുള്ള കാര്യം ഗോപ്യമായിട്ടുള്ളതാണ്. അത് മറ്റാരും കേൾക്കാനും അറിയാനും പാടില്ല' എന്നു നമ്പൂരി പറയുകയും അപ്പോൾ അടുത്തുചെന്നു ചെവിയിൽ സ്വകാര്യമായി പറഞ്ഞുകൊള്ളുന്നതിന് വെളിച്ചപ്പാടനുവദിക്കുകയും നമ്പൂരി അടുത്തുചെന്ന് വെളിച്ചപ്പാടിന്റെ ചെവിയിൽ സ്വകാര്യമായി 'ഇപ്പോൾ വരട്ടുവാഴയ്ക്കായ്ക്ക് എന്തു വിലയുണ്ട്'' എന്നു ചോദിക്കുകയും ഇതുകേട്ടു ചില വെളിച്ചപ്പാടന്മാർ ലജ്ജിച്ച് ഒന്നും മിണ്ടാതെ പിന്മാറുകയും ചിലർ കോപിച്ച്, 'അഹോ! എന്നെ പരീക്ഷിക്കാനായി വന്നിരിക്കയാണ് അല്ലേ? ആട്ടെ ഇതിന്റെ ഫലം ഞാൻ കാണിച്ചുതരാം' എന്നും മറ്റും പറയുകയും ചെയ്തുകൊണ്ടിരുന്നു. വെളിച്ചപ്പാടന്മാരുടെ ദേഷ്യപ്പെടലും മറ്റും നമ്പൂരി അല്പം പോലും വകവയ്ക്കാറില്ല. 'വാസ്തവമായി ഭഗവതിയുടെ അധിവാസമുണ്ടായിട്ടു തുള്ളുന്നതാണെങ്കിൽ വെളിച്ചപ്പാടന്മാർ കാര്യമെന്താണെന്നു ചോദിക്കയില്ലല്ലോ; ആരും പറയാതെ തന്നെ ഭഗവതിക്ക് എല്ലാമറിയാമല്ലോ' എന്നായിരുന്നു നമ്പൂരിയുടെ വിചാരം. കള്ളത്തുള്ളലല്ല തുള്ളുന്ന വെളിച്ചപ്പാടന്മാരെക്കുറിച്ചുള്ള് പുച്ഛംകൊണ്ടാണ് അദ്ദേഹം വരട്ടുവാഴയ്ക്കായുടെ വില

ചോദിച്ചിരുന്നതെന്നുള്ളതു വിശേഷിച്ച പറയണമെന്നില്ലല്ലോ.

ഇങ്ങനെ ആ നമ്പൂതിരി ഭദ്രകാളീക്ഷേത്രങ്ങളിൽ പോയി കല്പന കേൾക്കുകയും കാര്യം സാധിക്കായ്കയാൽ ഇച്ഛാഭംഗത്തോടുകൂടി പിരിയുകയും ചെയ്തതിന്റെശേഷം ഒടുവിൽ മണ്ണടിക്കാവിൽ ചെന്നു ചേർന്നു. അവിടെ കാമ്പിത്താൻ അധിവാസമുണ്ടായി തുള്ളിക്കൊണ്ടിരിക്കുന്ന സമയത്താണ് നമ്പൂരി ചെന്നു ചേർന്നത്. അദ്ദേഹം അവിടെ ചെന്നയുടനെ കാമ്പിത്താൻ അദ്ദേഹത്തെ അടുക്കൽ വിളിച്ച് 'എന്താ, വരട്ടുവാഴയ്ക്കായുടെ വിലയറിയണം, അല്ലേ? പല സ്ഥലങ്ങളിൽപോയിട്ടും അതറിയാൻ കഴിഞ്ഞില്ലല്ലോ. ആട്ടെ അതു ഞാൻ പറഞ്ഞുതരാം' എന്നു പറഞ്ഞിട്ട് കൈയിലുണ്ടായിരുന്ന വാളിന്റെ അഗ്രം കോണ്ട് മൂന്നക്ഷരങ്ങൾ നിലത്തു എഴുതിക്കാണിച്ചു കൊടുക്കുകയും, 'എന്താ മനസ്സിലായോ? ഇപ്പോൾ ശരിയായില്ലേ?' എന്നു ചോദിക്കുകയും ചെയ്തു. നമ്പൂരി ആ അക്ഷരങ്ങൾ നോക്കി ധരിച്ചതിന്റെ ശേഷം ഭക്ത്യാദരസമേതം കാമ്പിത്താന്റെ കാല്ക്കൽ വീണു നമസ്കരിക്കുകയും 'ഭഗവതിയുടെ കൃപകൊണ്ട് ഇപ്പോൾ എന്റെ ആഗ്രഹം സാധിച്ചു. ഈ ഭക്തനിൽ എന്നും കരുണയുണ്ടായിരിക്കണം' എന്നു പറയുകയും കുളിച്ചു തൊഴുത് ക്ഷേത്രത്തിൽ അനേകം വഴിപാടുകൾ നടത്തുകയും ചെയ്തു. കാമ്പിത്താൻ എഴുതിക്കാണിച്ച അക്ഷരങ്ങൾ ശ്ലോകത്തിന്റെ വൃത്തത്തിനും അർഥത്തിനും യോജിച്ചവയാ യിരുന്നതിനാൽ നമ്പൂരി അവകൂടി തന്റെ ഗ്രന്ഥത്തിൽ ചേർത്തെഴുതിക്കൊണ്ടു സ്വദേശത്തെത്തി പതിവായി ഭദ്രോല്പത്തി പാരായണം ചെയ്തു കൊണ്ടിരുന്നു.

മുമ്പുണ്ടായിരുന്ന കാമ്പിത്താൻ കഴിഞ്ഞുപോയതിന്റെ ശേഷം കാമ്പിത്താനുണ്ടാകാതെയും ഒരു കാമ്പിത്താനുണ്ടായാൽക്കൊള്ളാമെന്ന് ജനങ്ങൾ ആഗ്രഹിച്ചുകൊണ്ടുമിരുന്ന കാലത്ത് ഒരിക്കൽ ഒരു നായർ എവിടെനിന്നോ ഒരു ചുമട് ഉപ്പുമായി മണ്ണടിക്കാവിന്റെ കിഴക്കേ നടയിൽ വന്നുചേർന്നു. അയാൾ അവിടെ ഒരു മരത്തണലിൽ ചുമടിറക്കിവച്ചു ക്ഷീണം തീർക്കാനായി ഇരുന്നു. കുറച്ചു സമയം കഴിഞ്ഞപ്പോൾ അയാളുടെ വിധമൊക്കെ മാറി. അയാൾ തുള്ളിച്ചാടിയെണീറ്റ് അത്യുച്ചത്തിൽ ഒന്നട്ടഹസിച്ചു. ആ അട്ടഹാസം കേട്ട് സമീപസ്ഥന്മാരായ ജനങ്ങളെല്ലാവരും അവിടെക്കൂടി. അപ്പോൾ ആ മനുഷ്യൻ, 'കാമ്പിത്താനാണ്, അടുത്ത വെള്ളിയാഴ്ച ജനങ്ങളെല്ലാവരും കടപ്പാറയുടെ സമീപത്തു വരണം. അപ്പോൾ എന്നെ അവിടെക്കാണാം' എന്നു പറഞ്ഞിട്ട് പാറക്കടവിൽച്ചെന്നു ചാടി വെള്ളത്തിൽത്താഴുകയും ചെയ്തു.

അടുത്ത വെള്ളിയാഴ്ച ജനങ്ങൾ കടപ്പാറയുടെ സമീപത്തു ചെന്നപ്പോൾ ആ മനുഷ്യൻ കടപ്പാറയുടെ മുകളിൽ നില്ക്കുന്നതായി എല്ലാവരും കണ്ടു. പാണ്ഡ്യരാജാവു സ്വർണ്ണംകൊണ്ടു പണിയിച്ച് ഇതിനു മുമ്പിലത്തെ കാമ്പിത്താനു കൊടുത്തതും ആ കാമ്പിത്താന്റെ കാലശേഷം പാറക്കടവിൽ നിക്ഷേപിച്ചിരുന്നതുമായ വാളും ചിലമ്പും ഇളക്കിപ്പിടിച്ചു കൊണ്ടാണ് ആ മനുഷ്യൻ അവിടെ നിന്നിരുന്നത്. ജനങ്ങളെക്കണ്ടയുടനെ അയാൾ താഴെയിറങ്ങി നാലഞ്ചു കുട്ടവാക്കുട്ടികളെയും പിടിച്ചുകൊണ്ട് ജനങ്ങളുടെ അടുക്കലെത്തി. അവിടെ നിന്ന് എല്ലാവരുംകൂടി മണ്ണടിക്കാവിലെത്തി. അപ്പോൾ വാക്കുവഞ്ചിപ്പുഴപ്പണ്ടാരത്തിലും മംഗലത്തുപണിക്കരും ദേശക്കാരും അവിടെക്കൂടുകയും ആ കാമ്പിത്താനെ വിശ്വാസപൂർവ്വം ബഹുമാനിച്ചു

സ്വീകരിക്കുകയും ചെയ്തു. ആ കാമ്പിത്താനും അനേകം അത്ഭുതകർമ്മങ്ങൾ ചെയ്തിട്ടുണ്ട്.

ഒരിക്കൽ ഈ കാമ്പിത്താൻ തുള്ളി. പാറക്കടവിൽ വെള്ളത്തിനടിയിൽ ഒരു ഭഗവതി ഇരിക്കുന്നുണ്ടെന്നും അവിടെ ഒരു പൂജ കഴിക്കേണ്ടിയിരിക്കുന്നുവെന്നും പറഞ്ഞു. കുറെ ഉണക്കലരിയും പൂവും പൂജാപാത്രങ്ങളും തീയും വിറകും ചന്ദനവും ഉപസ്തരണവും മറ്റുമെടുത്തുകൊണ്ട് പാറക്കടവിൽച്ചെന്നു വെള്ളത്തിൽച്ചാടി മുങ്ങുകയും നാലഞ്ചു നാഴിക കഴിഞ്ഞപ്പോൾ ചൂടാറാത്ത ചോറും പൂജാപാത്രങ്ങളും എടുത്തുകൊണ്ട് വെള്ളത്തിൽനിന്നു കയറിവരുകയും ഇതുകണ്ട് ജനങ്ങൾ ഏറ്റവും വിസ്മയിക്കുകയും ചെയ്തു.

ഒരിക്കൽ തിരുവനന്തപുരത്തു പത്മനാഭസ്വാമിക്ഷേത്രത്തിൽനിന്ന് ഏറ്റവും വിലയേറിയ ചില തിരുവാഭരണങ്ങൾ തസ്കരന്മാർ തട്ടിക്കൊണ്ടുപോവുകയും പലവിധത്തിൽ അന്വേഷണങ്ങൾ നടത്തീട്ടും യാതൊരു തുമ്പുമുണ്ടാകാതെ വരികയും ചെയ്യുകയാൽ അന്നു നാടു വാണിരുന്ന മഹാരാജാവു തിരുമനസ്സുകൊണ്ടു ഭഗവതിയുടെ കല്പന കേൾക്കുന്നതിനായി മണ്ണടിക്കാവിലേക്ക് കല്പിച്ചാളയച്ചു. തിരുമനസ്സിലെ ആളുകൾ മണ്ണടിക്കാവിൽ വന്ന സമയം ഈ കാമ്പിത്താൻ തുള്ളി കളവുപോയ സാധനങ്ങൾ ഇന്നിടത്ത് ഇന്നാരുടെ അറയിൽ ഒരു പെട്ടിക്കകത്തിരിപ്പുണ്ടെന്നും മോഷ്ടിച്ചത് ഇന്നാരാണെന്നും സ്പഷ്ടമായി പറഞ്ഞു. അതനുസരിച്ച് അന്വേഷണം നടത്തിയപ്പോൾ സാധനങ്ങളെല്ലാം കണ്ടുകിട്ടുകയും മോഷ്ടാവു കുറ്റം സമ്മതിക്കുകയും അവനെ യഥാന്യായം ശിക്ഷിക്കുകയും ചെയ്തു. ഈ മോഷണം തെളിയിച്ചുകൊടുത്തതിലേക്ക് തിരുമനസ്സു കൊണ്ട് 'പട്ടാഴി' എന്ന ദേശം കരമൊഴിവായി ആ കാമ്പിത്താന്റെ പേരിൽ കല്പിച്ചു പതിപ്പിച്ചു കൊടുത്തു. അതിനാൽ അക്കാലം മുതൽ ആ ദേശ ത്തുള്ള നിലം പുരയിടങ്ങൾക്കെല്ലാം കാമ്പിത്താൻ കുടിയാന്മാർക്ക് ആധാരങ്ങൾ എഴുതിക്കൊടുക്കുകയും പാട്ടം പിരിക്കുകയും ചെയ്തു തുടങ്ങി. അവിടെയുണ്ടായിരുന്ന ഭദ്രകാളീക്ഷേത്രം ജീർണ്ണോദ്ധാരണം ചെയ്യിച്ച് കലശം കഴിപ്പിക്കലും കാമ്പിത്താൻതന്നെ നടത്തി. ദേവസ്വകാര്യങ്ങളെല്ലാം അന്വേഷിച്ചു നടത്തിവരുന്നതും കാമ്പിത്താൻതന്നെ.

കാമ്പിത്താനെക്കുറിച്ചു ജനങ്ങൾക്കു വിശ്വാസവും ഭക്തിയും ബഹുമാനവും ക്രമേണ വർദ്ധിച്ചുവരികയാൽ അവിടെ കാമ്പിത്താനു സാമാന്യത്തിലധികം പ്രാബല്യവും സിദ്ധിച്ചു. അതിനാൽ മണ്ണടിക്കാവിൽ വഴിപാടായും നടവരവായുമുണ്ടാകുന്ന മുതലുകളെല്ലാം കാമ്പിത്താൻ തന്നെ എടുത്തുതുടങ്ങി. അപ്പോൾ മംഗലത്തു പണിക്കർക്ക് ആദായം കുറഞ്ഞുതുടങ്ങുകയും തന്നിമിത്തം പണിക്കരും കാമ്പിത്താനുമായി വഴക്കും ശണ്ഠയും കലശലായിത്തീരുകയും ചെയ്തു. അപ്പോൾ ദേശക്കാരും മറ്റും കൂടിപ്പറഞ്ഞ് ആ ശണ്ഠ ശമിപ്പിച്ച് അവരെ രാജിപ്പെടുത്തുകയും 'കയ്യിൽ കിട്ടുന്നതു കാമ്പിത്താനും നടയ്ക്കു വരുന്നതു പണിക്കരും എടുത്തുകൊള്ളുക' എന്നൊരു വ്യവസ്ഥ നിശ്ചയിക്കുകയും ചെയ്തു. അപ്പോൾ ആരുമൊന്നും നടയ്ക്കു വയ്ക്കാതെ എല്ലാം കാമ്പിത്താന്റെ കൈയിൽക്കൊടുത്തു തുടങ്ങി. ദേവസ്വം സംബന്ധിച്ച് ഒന്നും കിട്ടാതായപ്പോൾ പിന്നേയും പണിക്കർക്കു കാമ്പിത്താനോട് വൈരം വർദ്ധിച്ചു. എങ്കിലും കാമ്പിത്താനു സകലജനങ്ങളുടെയും സഹായവും മഹാരാജാവു തിരുമനസ്സിലെ കാരുണ്യവും വേണ്ടുംവണ്ണമുണ്ടായിരുന്നതിനാൽ ജയം

കിട്ടുന്ന കാര്യം അസാദ്ധ്യമാണെന്നു വിചാരിച്ച് പണിക്കർ വ്യവഹാരത്തിനും മറ്റും പോയില്ല. ചില ദുർമ്മന്ത്രവാദികളെക്കൊണ്ട് പണിക്കർ ആഭിചാരം ചെയ്യിച്ചു (വിഷം കൊടുത്താണെന്നും ചിലർ പറയുന്നുണ്ട്) കാമ്പിത്താനെക്കൊല്ലിച്ചു. അതിനാൽ മണ്ണടിക്കാവു ദേവസ്വം പിന്നെയും യഥാപൂർവ്വം മംഗലത്തു പണിക്കരുടെ കൈവശംതന്നെയായി ത്തീർന്നു. അതിൽപ്പിന്നെ ഇതുവരെ അവിടെ കാമ്പിത്താനുണ്ടായിട്ടില്ലാത്തതിനാൽ ഇപ്പോഴും ദേവസ്വം നിർബാധം പണിക്കരുടെ കൈവശം തന്നെയായിരിക്കുന്നു.

ഒരു കാമ്പിത്താൻ മരിച്ചാൽ അയാളുടെ ശവസംസ്കാരവും ഉദകക്രിയ മുതലായവയും ചെയ്യേണ്ടതു പിന്നെയുണ്ടാകുന്ന കാമ്പിത്താനാണ്. പ്രസ്തുത കാമ്പിത്താന്റെ കാലശേഷം ഇതുവരെ കാമ്പിത്താനുണ്ടായിട്ടില്ലാത്തതിനാൽ ഈ ഒടുവിൽ കഴിഞ്ഞ കാമ്പിത്താന്റെ ശവസംസ്കാരവും ശേഷക്രിയകളും ഇതുവരെ നടന്നിട്ടില്ല. അയാളുടെ മൃതദേഹം ഒരു പെട്ടിയിലാക്കി ഉപ്പും കർപ്പൂരവുമിട്ടു സ്ഥാപിച്ചിരിക്കുകയാണ്. വാളും ചിലമ്പും പാറക്കടവിലും നിക്ഷേപിച്ചിരിക്കുന്നു.

കാമ്പിത്താൻ മരിച്ചതിന്റെ ശേഷം പട്ടാഴിദേശവും ദേവസ്വവും തിരുവിതാംകൂർ ഗവർമ്മേന്റിൽ ചേർക്കുകയും ചെയ്തു. എന്നാൽ ഇനിയൊരു കാമ്പിത്താനുണ്ടായാൽ അപ്പോൾ വിട്ടുകൊടുക്കുവാൻ തക്കവണ്ണമല്ലാതെ പൂർണ്ണമായി സർക്കാരിൽ ചേർത്തിട്ടില്ല.

ഇനി ഉച്ചബലിയെസ്സംബന്ധിചാണ് സ്വല്പം പറയാനുള്ളത്. അതു താഴെ പ്രസ്താവിച്ചുകൊള്ളുന്നു.

പട്ടാഴിയിലുള്ള ഭദ്രകാളീക്ഷേത്രത്തിൽ പണ്ടേതന്നെ ഒരു മുടി ഇരിക്കുന്നുണ്ടായിരുന്നു. അതു ഭദ്രകാളിയുടെ മുടിയാണെങ്കിലും അവിടെ ബിംബത്തിൽ ചാർത്തുക പതിവില്ല. സ്വർണ്ണമയമായ ആ മുടി ക്ഷേത്രത്തിനകത്തുതന്നെ പ്രത്യേകമൊരു സ്ഥലത്തുവച്ചു പതിവായി പൂജിച്ചിരുന്നു. മുടിവച്ചു പൂജിച്ചിരുന്ന സ്ഥലത്തിന് 'മുടിപ്പുര' എന്നാണ് പേരു പറഞ്ഞുവരുന്നത്. ആ മുടി എങ്ങനെയോ മണ്ണടിക്കാവിൽച്ചെന്നുചേരുകയും മംഗലത്തു പണിക്കർ കൈവശപ്പെടുത്തുകയും പണിക്കർ അയാളുടെ വീട്ടുമുറ്റത്തു തന്നെ ഒരു മുടിപ്പുര പണിയിച്ച് മുടി അവിടെവച്ച് അയാൾ തന്നെ പൂജ തുടങ്ങുകയും ചെയ്തു.

പണിക്കരും കാമ്പിത്താനും രസമില്ലാതെയാവുകയും മണ്ണടിക്കാവു കാമ്പിത്താന്റെ കൈവശത്തിലാവുകയും ചെയ്തപ്പോൾ പണിക്കർ അയാളുടെ ഗൃഹത്തിനു സമീപം ഒരു ക്ഷേത്രം പണിയിച്ച് അവിടെ ഒരു ഭഗവതിയെ പ്രതിഷ്ഠിക്കുകയും ആ ഭഗവതിക്കു പണിക്കർതന്നെ പൂജ നടത്തിത്തുടങ്ങുകയും ചെയ്തു. ആ ക്ഷേത്രത്തിനു 'പുതിയകാവ്' എന്നും 'പടിഞ്ഞാറെ നട' എന്നും പേരു സിദ്ധിച്ചു. പുതിയതായി ഉണ്ടായതു കൊണ്ടും മണ്ണടിക്കാവിന്റെ പടിഞ്ഞാറുവശത്തായതുകൊണ്ടും ഈ പേരുകളുണ്ടായതാണ്. പുതിയകാവിലും മുടിപ്പുരയിലും നിവേദ്യം മലർ മാത്രമാണ് പതിവ്.

ഇദംപ്രഥമമായി ഉച്ചബലിയടിയന്തിരം നിശ്ചയിച്ച കാലത്ത് പണിക്കർ ഒരു ദാരുക (ചിലർ ദാരികനെന്നും പറയും)ന്റെ മുടികൂടിപ്പണിയിച്ചു മുടിപ്പുരയിൽ വച്ചു.

കുംഭമാസം ഒന്നാം തീയതി മംഗലത്തു പണിക്കരും ദേശക്കാരും കിഴക്കേനടയിൽ കൂടിയാണ് ഉച്ചബലിയുടെ ദിവസം നിശ്ചയിച്ചിരുന്നത്. കുംഭമാസം 15ാം തീയതി കഴിഞ്ഞുവരുന്ന വെള്ളിയാഴ്ചയോ ചൊവ്വാഴ്ചയോ വേണമെന്നല്ലാതെ ഉച്ചബലി ഇന്ന ദിവസം വേണമെന്നില്ല. ഉച്ചബലിയുടെ പത്തു ദിവസം മുമ്പേ കൊടിയേറ്റും പിന്നെ പത്തു ദിവസത്തെ ഉത്സവവു മുണ്ട്. കൊടിയേറിയാൽ പത്തു ദിവസത്തേക്കു മംഗലത്തു പണിക്കർ ശരീരശുദ്ധിയോടുകൂടി വ്രതമായിട്ടിരിക്കണം.

ഉച്ചബലിനാൾ ഏഴരനാഴികപ്പകലാവുന്ന സമയം മൂത്തപണിക്കർ വാദ്യഘോഷങ്ങളോടും ദേശക്കാരുടെ അകമ്പടിയോടുംകൂടി ഭദ്രകാളിയുടെ മുടിയെടുത്ത് എഴുന്നള്ളിച്ചുകൊണ്ട് വാക്കുവഞ്ചിപ്പുഴമഠത്തിൽച്ചെല്ലണം. അവിടെനിന്ന് മേൽപ്രകാരം ആഘോഷങ്ങളോടുകൂടിത്തന്നെ മുടിയെഴുന്ന ള്ളിച്ചുകൊണ്ട് ഊരുവലത്തായി (ദേശപ്രദക്ഷിണമായി) കിഴക്കേ നടയിൽ വന്നു ചേരണം. ഏഴര നാഴിക രാത്രിയാകുമ്പോൾ ഇളയ പണിക്കർ ദാരുകന്റെ മുടിയുമെടുത്തുകൊണ്ട് അവിടെ എത്തണം. അവിടെ വച്ചു മൂത്തപ ണിക്കരും ഇളയപണിക്കരുംകൂടി ഭദ്രകാളിയും ദാരുകനും കൂടി പണ്ടുണ്ടായ വിധം ഒരു യുദ്ധം അഭിനയിക്കണം. അതു കഴിഞ്ഞാൽ മുടികൾ രണ്ടും പണിക്കരുടെ വീട്ടിലേക്ക് എഴുന്നള്ളിക്കുകയും മുടിപ്പുരയിൽ കൊണ്ടുചെന്ന് യഥാപൂർവം വയ്ക്കുകയും ചെയ്യണം. ഇത്രയുമാണ് ഉച്ചബലിയുടെ ചടങ്ങുകൾ. ഇതിനു 'മുടിയെടുപ്പ്' എന്നും പറയാറുണ്ട്.

പണ്ടൊരിക്കൽ ഒരുച്ചബലിക്കു മൂത്തപണിക്കരും ഇളയപണിക്കരും കൂടി യുദ്ധമഭിനയിച്ച സമയം മൂത്തപണിക്കർക്കു കലികൊള്ളുകയും യുദ്ധം അഭിനയം വിട്ടു വാസ്തവമായിത്തീരുകയും ദാരുകനായ ഇളയപണിക്കർക്കു നേരിട്ടുനിൽക്കാൻ നിവൃത്തിയില്ലാതെയാവുകയാൽ അയാൾ ഓടുകയും ഭദ്രകാളിയായ മൂത്തപണിക്കർ പിന്നാലെ എത്തുകയും ഗത്യന്തരമില്ലെന്നാ യപ്പോൾ ഇളയ പണിക്കർ ഒരു കിണറ്റിൽ ചാടുകയും മൂത്ത പണിക്കർ കൂടെ ചാടുകയും കുറച്ചുകഴിഞ്ഞപ്പോൾ മൂത്തപണിക്കർ ഇളയ പണിക്കരുടെ തലയും ദാരുകന്റെ മുടിയുംകൊണ്ടു കരയ്ക്കു കയറി വരികയും ആ ഉച്ചബലി അങ്ങനെ അവസാനിക്കുകയും ചെയ്തു.

ഇളയപണിക്കർ കഴിഞ്ഞിട്ടു പിന്നെ അവരുടെ കുടുംബത്തിൽ പുരുഷനായിട്ടു മൂത്തപണിക്കർ മാത്രമേ ഉണ്ടായിരുന്നുള്ളു. അതിനാൽ പണിക്കരുടെ തറവാട്ടിൽ പ്രായം തികഞ്ഞ രണ്ടു പുരുഷന്മാരുണ്ടാകുന്ന കാലത്ത് അവർ മുടിയെഴുന്നള്ളിച്ചാൽ മതിയെന്നും അതുവരെ കണിയാ ന്മാരെക്കൊണ്ട് ഉച്ചബലി നടത്തിയാൽ മതിയെന്നും തീർച്ചപ്പെടുത്തി. അതിൽപ്പിന്നെ ഇതുവരെ മംഗലത്തു പണിക്കരുടെ തറവാട്ടിൽ പ്രായം തികഞ്ഞ രണ്ടുപുരുഷന്മാർ ഒരു കാലത്തുമുണ്ടായിട്ടില്ല. ഇളമുറക്കാരനു പുരുഷപ്രായമാകുന്നതിനുമുമ്പു മൂത്തപണിക്കർ മരിക്കും. അങ്ങനെയാണ് ഇപ്പോഴും അവിടെക്കണ്ടുവരുന്നത്.

ഇളയപണിക്കരുടെ കാലശേഷം ഉച്ചബലിയടിയന്തിരം ദേശാവകാ ശികളായ കണിയാന്മാരെക്കൊണ്ടു നടത്തിച്ചുകൊണ്ടിരുന്നു. അങ്ങനെ കുറച്ചുകാലം കഴിഞ്ഞപ്പോൾ ഒരു ഉച്ചബലിദിവസം കാളിയും ദാരുകനുംകൂടി യുദ്ധമഭിനയിച്ചുകൊണ്ടുനിന്ന സമയം ആ സ്ഥലത്തു ജനങ്ങളുടെ തിക്കും

തിരക്കുംകൊണ്ടു കണിയാന്മാർക്കു നില്ക്കാൻ നിവൃത്തിയില്ലാതെയായി. മറിഞ്ഞുവീണുകയും കാലുമൊടിയുകയോ ഏറ്റവും വിലയേറിയ മുടികൾക്കു വല്ലതും കേടുപറ്റുകയോ ചെയ്തുവെങ്കിലോ എന്നു ഭയപ്പെട്ടു കണിയാന്മാർ മുടികൾ അടുത്തു നിന്നിരുന്ന ഈഴവരുടെ കൈയിലേക്കു കൊടുത്തു. ഈഴവർ ആ മുടികൾ മടക്കിക്കൊടുക്കാതെ കൊണ്ടുപോവുകയും ഒരു മുടിപ്പുര പണിയിച്ച് അവിടെവച്ച് അവർതന്നെ സൂക്ഷിച്ചുകൊണ്ടിരിക്കുകയും ചെയ്തു. അക്കാലം മുതൽ രണ്ടുകൊല്ലം മുമ്പ് (1097ആമാണ്ട്) വരെ ഉച്ചബലിയടിയന്തിരം നടത്തിവന്നത് ഈഴവരാണ്. 1097ആമാണ്ട് ഈഴവർ അവർക്കുകൂടി ക്ഷേത്രപ്രവേശനമനുവദിക്കണമെന്ന് ആവശ്യപ്പെട്ടുകയും മംഗലത്തുപണിക്കരും ദേശക്കാരും അതനുവദിക്കായ്കയാൽ ഈഴവർ പിണങ്ങി അവർക്ക് ഉച്ചബലി നടത്താൻ കഴികയില്ലെന്നു പറഞ്ഞ് മുടികൾ മംഗലത്തു പണിക്കരെ ഏല്പിച്ചു കൊടുക്കുകയും ചെയ്തു. അക്കാലംമുതൽ വീണ്ടും കണിയാന്മാരെക്കൊണ്ട് ഉച്ചബലി നടത്തിച്ചു തുടങ്ങി. ഇപ്പോൾ അതു നടത്തുന്നതു കണിയാന്മാർ തന്നെയാണ്. മുടികൾവച്ചു സൂക്ഷിക്കുന്നതു മംഗലത്തു പണിക്കർ തന്നെ.

ഉച്ചബലി സംബന്ധിച്ചു യുദ്ധമഭിനയിക്കുന്ന സ്ഥലത്തിനു 'ഊട്ടുകളം' എന്നാണ് പേർ പറഞ്ഞുവരുന്നത്. ദാരുകനായ ഇളയപണിക്കർ ചാടിയ കിണറ്റിലെ വെള്ളം ഇപ്പോഴും രക്തവർണ്ണമായിത്തന്നെ കിടക്കുന്നു. അതു ക്ഷേത്രത്തിന്റെ വടക്കു വശത്താണ്. ആ സ്ഥലത്തിനു 'ഭഗവതിമഠം' എന്നു പേർ പറഞ്ഞുവരുന്നു.

മണ്ണടിക്കാവിൽ ഇപ്പോൾ കാമ്പിത്താനില്ലെങ്കിലും ഭഗവതിയുടെ ശക്തിയ്ക്ക് അവിടെ ഇപ്പോഴും യാതൊരു കുറവും വന്നിട്ടില്ല. പതിവായി ഉത്സവവും ഉച്ചബലിയും നടന്നുവരുന്നു. കാലഭേദംകൊണ്ടു ജനങ്ങൾക്കു ഭക്തി കുറഞ്ഞുപോവുകയാൽ പണ്ടത്തെപ്പോലെ ആരും ഭഗവതിയെ ആദരിക്കുകയും ആചരിക്കുകയും ചെയ്യുന്നില്ലെന്നു മാത്രമേ അവിടെയൊരു ദോഷം വന്നിട്ടുള്ളൂ.

സ്വയംഭൂവായ ബിംബത്തിന്മേൽ അരിവാൾ തേച്ച പുലക്കള്ളി രക്തം കണ്ട സമയം മണ്ണുവാരി അടിച്ചതിനാലാണ് ആ സ്ഥലത്തിനു 'മണ്ണടി' എന്നു പേരു സിദ്ധിച്ചതെന്നു ജനങ്ങൾ പറയുന്നു. അതെങ്ങനെയായാലും ആ സ്ഥലം ഏറ്റവും മാഹാത്മ്യമുള്ളതും ആ ഭഗവതി അത്യുഗ്രമൂർത്തിയാണെന്നുമുള്ളതിന് സംശയമില്ല.

●

കുഞ്ചുക്കുട്ടിപ്പിള്ള സർവാധികാര്യക്കാർ

പ്രസിദ്ധ മാന്ത്രികനും യുദ്ധവിദഗ്ദ്ധനും ചാരാഗ്രേസരനും ധീരനും ശൂരനും അനന്യസാധാരണമായ കായബലത്തോടുകൂടിയ പുരുഷകേസരിയുമായിരുന്ന കുഞ്ചിക്കുട്ടിപ്പിള്ളയുടെ ജനനം ആലങ്ങാട്ടു താലൂക്കിൽ കോട്ടപ്പുറം ദേശത്തു ചന്ത്രത്തിൽ എന്ന പ്രസിദ്ധമായ നായർ ഗൃഹത്തിലായിരുന്നു. ഇദ്ദേഹത്തിന്റെ ഒരു ശാഖാകുടുംബമായി ഈ പേരോടു കൂടിത്തന്നെ ഒരു വീട് പറവൂർ താലൂക്കിൽ പറവൂത്തറ ദേശത്ത് ഇപ്പോഴുമുണ്ട്.

കുഞ്ചിക്കുട്ടിപ്പിള്ള ബാല്യത്തിൽ അക്കാലത്തു നടപ്പുണ്ടായിരുന്ന രീതിയിൽ വിദ്യാഭ്യാസം ചെയ്തു. മലയാളവും തമിഴും സാമാന്യംപോലെ എഴുതാനും വായിക്കാനും, കണക്കും ശീലമാക്കിയതിന്റെ ശേഷം ഏതാനും കാലം കായികാഭ്യാസവും യുദ്ധമുറകളും പരിശീലിച്ചു. പിന്നെ അദ്ദേഹം കുറച്ചുകാലം ദേശസഞ്ചാരം ചെയ്തിരുന്നു. അനന്തരം അദ്ദേഹം വീണ്ടും സ്വദേശത്തുതന്നെ മടങ്ങിയെത്തി. അക്കാലത്തു നാട്ടുവാഴികളായിരുന്ന ആലങ്ങാട്, പറവൂർ എന്നീ രാജാക്കന്മാരുടെ സേവകനായും ആ രാജാക്കന്മാരുടെ മേൽക്കോയ്മസ്ഥാനം വഹിച്ചിരുന്ന കൊച്ചി രാജാവിന്റെ ആശ്രിതനായും താമസിച്ചിരുന്നു. അക്കാലത്താണ് 97ാമാണ്ട് നാടുനീങ്ങിയ കാർത്തിക തിരുനാൾ രാമവർമ്മ മഹാരാജാവു തിരുമനസ്സുകൊണ്ടു കൊച്ചി രാജാവിന്റെ ദാനപ്രകാരം ആലങ്ങാടും പറവൂരും തിരുവിതാംകൂറിൽ ചേർത്തു നാട്ടുവാണിരുന്നത്. ആലങ്ങാടും പറവൂരും കൈവിട്ടുകളഞ്ഞതായി അറിഞ്ഞ ഉടനെ കുഞ്ചിക്കുട്ടിപ്പിള്ള തിരുവനന്തപുരത്തെത്തി മഹാരാജാവു തിരുമനസ്സിലെ മുഖം കാണിച്ചു തന്റെ സ്ഥിതികളെല്ലാം തിരുമനസ്സറിയിക്കുകയും കൽപനപ്രകാരം ആ തിരുമനസ്സിലെ സേവകനായി അവിടെ താമസമുറപ്പിക്കുകയും ചെയ്തു. ഈ വിവരമറിഞ്ഞു കൊച്ചി രാജാവു ഗൂഢമായി ആളയച്ചു കുഞ്ചിക്കുട്ടിപ്പിള്ളയെ തന്റെ അടുക്കൽ വരുത്തി, 'നീ നമ്മുടെ അധികാരത്തിലിരുന്നിരുന്ന രാജ്യത്തു ജനിച്ചു വളർന്നവനാണല്ലോ. എന്നിട്ട് ഇപ്പോൾ തിരുവിതാംകൂറിൽപ്പോയി ആ രാജാവിനെ സേവിച്ചു താമസിക്കുന്നതെന്താണ്? ഇതു ന്യായവും നമുക്കു സമ്മതമായിട്ടുള്ളതുമല്ല. കുഞ്ചിക്കുട്ടി നമ്മുടെ അടുക്കൽത്തന്നെ താമസിക്കണം' എന്നു കൽപിച്ചു. ഇതിനു മറുപടിയായി കുഞ്ചിക്കുട്ടിപ്പിള്ള, 'അടിയന്റെ ജന്മഭൂമി തിരുമനസ്സുകൊണ്ടു കൈവിട്ടുകളഞ്ഞുവല്ലോ. ആ സ്ഥലം ഇപ്പോൾ തിരുവിതാംകൂറിലായിരിക്കുന്നതിനാലാണ് അടിയൻ അങ്ങോട്ടു വിടകൊണ്ടത്. ആ ദേശം തിരുമനസ്സുകൊണ്ടു വീണ്ടെടുക്കുന്ന കാലത്ത് അടിയൻ ഇവിടെ വിടകൊണ്ടു താമസിച്ചുകൊള്ളാം' എന്നറിയിച്ചിട്ട് അപ്പോൾത്തന്നെ

മടങ്ങിപ്പോന്നു.

കുഞ്ചിക്കുട്ടിപ്പിള്ള കൊച്ചിയിൽ നിന്നു മടങ്ങിയെത്തി തിരുവനന്തപുരത്തു താമസിച്ചിരുന്ന കാലത്ത് ആയോധനവിദ്യ കുറച്ചുകൂടി അഭ്യസിച്ച് അതിൽ അദ്വിതീയനായിത്തീർന്നു. ദേശസഞ്ചാരത്തിൽ അദ്ദേഹം പലരോടും പരിചപ്പെട്ടുകയും പലരിൽ നിന്നുമായി പല ഭാഷകളും പഠിക്കുകയും ചെയ്തിരുന്നു. അനന്തരം അദ്ദേഹം തിരുമനസ്സിലെ അനുവാദത്തോടുകൂടി ചെങ്ങന്നൂർ തേവലശ്ശേരി ദാമോദരൻ നമ്പിയുടെ അടുക്കൽച്ചെന്നു താമസിച്ചു മന്ത്രവാദം പഠിച്ച് അതിലും അസാമാന്യമായ നൈപുണ്യം സമ്പാദിച്ചു. കുഞ്ചിക്കുട്ടിപ്പിള്ളയെക്കുറിച്ചു വളരെ സന്തോഷം തോന്നുകയാൽ നമ്പി ഒരു സ്വർണ്ണത്തകിടിൽ ഒരു യന്ത്രമെഴുതി മന്ത്രസംഖ്യ കഴിച്ചു കുഞ്ചിക്കുട്ടിപ്പിള്ളയുടെ ഒരു തുട കീറി യന്ത്രം സ്ഥാപിച്ച് ഒരു പച്ചമരുന്നു തേച്ച് മുറിവുണക്കി ശരിയാക്കി. 'ഈ തകിടു ദേഹത്തിലിരിക്കുന്ന കാലത്ത് കുഞ്ചിക്കുട്ടിക്കു ശത്രുക്കളുടെ ആയുധമേറ്റു മരിക്കാനിടവരില്ല.' എന്നു പറഞ്ഞു അനുഗ്രഹിച്ചയച്ചു. കുഞ്ചിക്കുട്ടിപ്പിള്ള തിരുവനന്തപുരത്തെത്തി വിവരമെല്ലാം തിരുമനസ്സറിയിച്ചു. തിരുമനസ്സിലേക്കു വളരെ സന്തോഷമായെന്നു മാത്രമല്ല, കുഞ്ചിക്കുട്ടിപ്പിള്ളയെ ശമ്പളക്കൂടുതലോടുകൂടി വലിയ കൊട്ടാരം ഹേഡ്രായസമായി കൽപിച്ചു നിയമിക്കുകയും ചെയ്തു.

അങ്ങനെയിരിക്കുന്ന കാലത്താണ് ടിപ്പു സുൽത്താൻ തിരുവിതാംകൂറിനെ ആക്രമിക്കാൻ വരുന്നു എന്നുള്ള വിവരം തിരുമനസ്സിലേക്ക് അറിവു കിട്ടിയത്. എന്നാൽ ആ മൈസൂർ കടുവായുടെ വരവ് ഏതു വഴിക്കാണെന്ന് അറിയാൻ കഴിഞ്ഞില്ല. അതിനാൽ തിരുമനസ്സുകൊണ്ട് 'രാജാകേശവദാസൻ' എന്നു പ്രസിദ്ധനായിരുന്ന കേശവപിള്ള ദിവാൻജിയുമായി ആലോചിച്ച് ഈ വിവരം ഗൂഢമായി തിരക്കിയറിഞ്ഞു വരുന്നതിനായിട്ട് കുഞ്ചിക്കുട്ടിപ്പിള്ളയെ നിയമിച്ചു. കുഞ്ചിക്കുട്ടിപ്പിള്ള തിരുവനന്തപുരത്തുനിന്നു പുറപ്പെട്ടു മദ്ധ്യേമാർഗ്ഗം സന്യാസിവേഷം ധരിച്ചുകൊണ്ട് മൈസൂറിലെത്തി ടിപ്പുവിന്റെ യാത്രാമാർഗ്ഗവും മറ്റും ഉപായത്തിൽ മനസ്സിലാക്കിക്കൊണ്ടു മടങ്ങി തിരുവനന്തപുരത്തെത്തി. ടിപ്പുസുൽത്താൻ തൃക്കണാമതിലകം വഴിയാണ് വരുന്നതെന്നും അതിനാൽ വടക്കേ അതിർത്തിയാണ് ഉറപ്പിക്കേണ്ടതെന്നും തിരുമനസ്സറിയിക്കുകയും ദിവാൻജിയെ ഗ്രഹിപ്പിക്കുകയും ചെയ്തു. ഈ അറിവു കിട്ടുകയാൽ അങ്ങുമിങ്ങുമായി താമസിച്ചിരുന്ന സൈന്യങ്ങളെയൊക്കെ ശേഖരിച്ചു രാജ്യത്തിന്റെ വടക്കേ അതിർത്തിയിൽ അയച്ചു താമസിപ്പിച്ച് ആ ഭാഗം മുൻകൂട്ടി ഉറപ്പിക്കുന്നതിനു കേശവപിള്ള ദിവാൻജിക്ക് സാധിച്ചു.

ടിപ്പു സുൽത്താൻ ആലുവായിലെത്തി പാളയമടിച്ചു താമസിച്ച സമയം മലവെള്ളം പൊങ്ങി യുദ്ധക്കോപ്പുകളും സൈന്യത്തിൽ ഏതാനും ഭാഗവും നശിച്ചു പോവുകയാൽ ഇച്ഛാഭംഗത്തോടുകൂടി മടങ്ങിപ്പോയി എന്നുള്ളതു ചരിത്രപ്രസിദ്ധമാണല്ലോ. എന്നാൽ അതിനും കാരണഭൂതൻ കുഞ്ചിക്കുട്ടിപ്പിള്ള തന്നെയായിരുന്നു. പെരിയാറ്റിന്റെ ഉദ്ഭവസ്ഥാനത്തിനു സമീപം ഒരു വലിയ തടാകമുണ്ടായിരുന്നു. മലവഴി വരുന്ന വെള്ളം മുഴുവനും പെരിയാറുവഴി താഴേക്കു വരികയാണെങ്കിൽ ആലുവാ മുതലായ സ്ഥലങ്ങളിൽ പുഴയുടെ ഇരുകരകളിലും താമസിക്കുന്നവർക്കു പലവിധത്തിലുള്ള നാശങ്ങൾ സംഭവിക്കുമായിരുന്നു. അങ്ങനെ വരാതെയിരുന്നത് മലവഴി

വരുന്ന വെള്ളത്തിൽ ഏതാനും ഭാഗം ആ തടാകത്തിൽ വന്നു വീണു കെട്ടിനിന്നതുകൊണ്ടായിരുന്നു. തടാകത്തിന്റെ ഒരു വശം മലയും ശേഷം ഭാഗങ്ങളിൽ വലിയ ഉരുളൻ പാറകൾ കൊണ്ടുള്ള ചിറയുമുണ്ടായിരുന്നതിനാലാണ് വെള്ളം അവിടെ കെട്ടിനിന്നിരുന്നത്. ടിപ്പുവിന്റെ സൈന്യങ്ങൾ തിരുവിതാംകൂറിലുള്ളതിൽ വളരെയധികമുണ്ടായിരുന്നതിനാൽ അവനെ ജയിക്കാൻ കഴിയുമോ എന്നു സംശയം തോന്നുകകൊണ്ട് കുഞ്ചിക്കുട്ടിപ്പിള്ള ഒരു കൗശലം ആലോചിച്ചു നിശ്ചയിച്ചുകൊണ്ട് ഒരു ഗൂഢമാർഗ്ഗത്തിൽക്കൂടി കിഴക്കോട്ട് പുറപ്പെട്ടു. കുഞ്ചിക്കുട്ടിപ്പിള്ള മുൻപു ചെയ്ത ദേശാടനത്തിൽ കിഴക്കൻ പ്രദേശങ്ങളിലെ മലകളും കാടുകളും കുഴികളും സ്ഥിതികളുമെല്ലാം നോക്കിക്കണ്ടു ധരിച്ചിട്ടുണ്ടായിരുന്നു. അതിനാൽ ഏതു വഴിയേ പോകുന്നതിനും ഏതു ദിക്കിൽ സഞ്ചരിക്കുന്നതിനും അദ്ദേഹത്തിന് ഒരു പ്രയാസവുമുണ്ടായിരുന്നില്ല. അദ്ദേഹം കിഴക്കോട്ടു പുറപ്പെട്ടതു രാത്രിയിലായിരുന്നു. കുറേ പോയതിനു ശേഷം രണ്ടു മൂന്നു നാഴിക വിസ്താരം കുറഞ്ഞ ഒരു ഇടവഴിയിൽക്കൂടിത്തന്നെ പോകേണ്ടിയിരുന്നു. ആ വഴിയുടെ രണ്ടു വശങ്ങളും വലിയ മതിൽകെട്ടിയതു പോലെ പാറകളായിരുന്നു. വഴി ഏകദേശം പകുതിയായപ്പോൾ മുൻവശത്തു സ്വൽപം ദൂരെയായി ഒരു വെളിച്ചം കണ്ടു. ഉടനേതന്നെ അത് അദൃശ്യമാകുകയും ചെയ്തു. സ്വൽപം കഴിഞ്ഞപ്പോൾ കുറച്ചുകൂടി അടുത്തു പിന്നെയും യഥാപൂർവ്വം വെളിച്ചം കണ്ടു. സൂക്ഷിച്ചു നോക്കിയപ്പോൾ തനിക്ക് എതിരായി ഏറ്റവും കൂറ്റനായ ഒരു പന്നി വരുന്നുണ്ടെന്നും അതിന്റെ തേറ്റകൾ പാറകളിൽ മുട്ടീട്ടു പുറപ്പെടുന്ന തീയുടെ വെളിച്ചമാണ് താൻ കണ്ടതെന്നും അദ്ദേഹത്തിനു മനസ്സിലായി. പുറകോട്ടു പോവുകയാണെങ്കിൽ ആ ഇടുങ്ങിയ വഴിയുടെ ദൈർഘ്യം കുറച്ചൊന്നുമല്ല. പന്നി അടുത്തു വന്നാൽ ഉപദ്രവിക്കുമെന്നുള്ള കാര്യം തീർച്ച തന്നെ. ഒഴിഞ്ഞു മാറാൻ അവിടെ മാർഗ്ഗവുമില്ല. ആകപ്പാടെ അദ്ദേഹം കുഴങ്ങി വശായി. 'ഈശ്വരാ! ഇനി എന്താണ് ചെയ്യേണ്ടത്?' എന്നു വിചാരിച്ച് അങ്ങനെ നിന്നപ്പോൾ അദ്ദേഹത്തിന് ഒരു കൗശലം തോന്നി. വഴിയുടെ രണ്ടു വശങ്ങളിലുമുള്ള രണ്ടു പാറകളിൽ കാലുകളൂറപ്പിച്ചു പന്നിക്കു കടന്നു പോകാവുന്ന വിധത്തിൽ കവച്ചു നിന്നു. പന്നികൾ മേൽപോട്ടു നോക്കുകപതിവില്ലല്ലോ. അതിനാൽ അത് അദ്ദേഹം അവിടെ അങ്ങനെ നിന്നിരുന്നതു കാണാതെ മുമ്പോട്ടു കടന്നുപോയി. പന്നി അദ്ദേഹത്തിന്റെ കാൽക്കീഴിൽക്കൂടി കടന്ന ക്ഷണത്തിൽ അദ്ദേഹം താഴെ ചാടുകയും പന്നിയുടെ പിൻകാലുകൾ രണ്ടും കൂട്ടിപ്പിടിചെടുത്ത് നിലത്ത് ഒരടിയടിക്കുകയും ഒരുമിച്ചു കഴിഞ്ഞു. അതോടുകൂടി പന്നിയുടെ കഥയും കഴിഞ്ഞു. ഇതുകൊണ്ടുതന്നെ കുഞ്ചിക്കുട്ടിപ്പിള്ളയുടെ കായബലവും കരബലവും സാമാന്യമല്ലായിരുന്നു എന്നു തീർച്ചയാക്കാമല്ലോ. സൂകരവധം കഴിച്ചതിന്റെ ശേഷം അദ്ദേഹം പിന്നെയും യാത്ര തുടർന്നു. അങ്ങനെ പോയിപ്പോയി മേൽപറഞ്ഞ തടാകത്തിന്റെ വക്കത്തിരുന്നതും പത്താളുകൾ കൂടിപ്പിടിച്ചാലിളകാത്തതുമായ ഒരു കല്ല്യ് അദ്ദേഹം ഇളക്കിയുരുട്ടി മാറ്റി. അപ്പോൾ തടാകത്തിലെ വെള്ളം വലിയ അണമുറിച്ചുവിട്ടാലെന്നവണ്ണം ഊക്കോടുകൂടി പടിഞ്ഞാട്ട് ഒഴുകിത്തുടങ്ങി. ആ സമയം കാലവർഷത്തിന്റെ ആരംഭഘട്ടമായതിനാൽ മലവെള്ളപ്പാച്ചിൽ തുടങ്ങിയിരുന്നു. അതോടുകൂടി തടാകത്തിലെ വെള്ളവും ചെന്നു ചേർന്നതിനാലാണ് ക്ഷണത്തിൽ ആലുവാപ്പുഴ കവിഞ്ഞൊഴുകുന്നതിനും

ടിപ്പുവിനു വിചാരിച്ചിരിക്കാത്ത ആപത്തുകളും അനർത്ഥങ്ങളും സംഭവിക്കു ന്നതിനും അവൻ പ്രാണഭയത്തോടുകൂടി മടങ്ങിയോടുന്നതിനും ഇടയായത്.

ടിപ്പു സുൽത്താന്റെ ഉപദ്രവം നിമിത്തം പല ദേശക്കാർ നാടും വീടും വിട്ട് ഓടി തിരുവതാംകൂറിലെത്തി മഹാരാജാവിനെ ശരണം പ്രാപി ക്കുകയും അവിടുന്ന് എല്ലാവരെയും അഭയം കൊടുത്തു രക്ഷിക്കുകയും ചെയ്തുവെന്നുള്ളതു പ്രസിദ്ധമാണല്ലോ. അങ്ങനെ തിരുവനന്തപുരത്തു വന്നു ചേർന്നവരുടെ കൂട്ടത്തിൽ മൈസൂർക്കാരനും ടിപ്പുവിന്റെ ചാരനുമായ ഒരു ദുഷ്ടനുമുണ്ടായിരുന്നു. അവൻ സദാ മഹാരാജാവിനെ നിഗ്രഹിക്കാനുള്ള മാർഗ്ഗവും തരവും നോക്കിക്കൊണ്ടു തന്നെയാണ് തിരുവനന്തപുരത്തു താമ സിച്ചത്. ഇതൊന്നും മനസ്സിലാക്കുന്നതിന് അവിടെ ആർക്കും കഴിഞ്ഞില്ല. എങ്കിലും കുഞ്ചിക്കുട്ടിപ്പിള്ള ഈ വന്നിരിക്കുന്നവൻ ആരാണെന്നും ഏതു ദേശക്കാരനാണെന്നും അവന്റെ ഉദ്ദേശ്യമെന്താണെന്നും മറ്റും ഉപായത്തിൽ മനസ്സിലാക്കുകയും അവനെ സദാ പ്രത്യേകം സൂക്ഷിച്ചുകൊണ്ടിരിക്കുകയും ചെയ്തു.

എന്നാൽ ഇതൊന്നും അവനറിഞ്ഞുമില്ല. അവൻ മഹാരാജാവിനെ അകപ്പെടുത്തുന്നതിനു പല മാർഗ്ഗങ്ങൾ നോക്കീട്ടും ഒന്നും ശരിയായി കണ്ടില്ല. ഒടുക്കം അവൻ ഒരു കൗശലം കണ്ടുപിടിച്ചു നിശ്ചയിച്ചു. മഹാരാജാവു തിരുമനസ്സിലെ പള്ളിയറ മാളികയുടെ സമീപത്തായി ഒരു മരം നിൽക്കുന്നുണ്ടായിരുന്നു. രാത്രി സമയം ഒരു കയറും കൊണ്ട് ആ മരത്തിന്മേൽ കയറിയാൽ കയറിന്റെ ഒരറ്റം മരത്തിന്റെ ഒരുകൊമ്പിന്മേലും മറ്റേ അറ്റം തന്റെ അരയ്ക്കും കെട്ടിമുറുക്കിക്കൊണ്ട് കീഴ്പോട്ടു നിന്നാൽ ആടിച്ചെ ന്നു ജനലിൽപ്പിടിക്കാം. മഹാരാജാവ് നല്ല ഉറക്കമാകുന്ന സമയം ജന്നലിൽ ക്കൂടി അകത്തു കടന്നു മഹാരാജാവിന്റെ കഥ കഴിക്കാം എന്നാണ് അവൻ നിശ്ചയിച്ചുറച്ചത്. ഒരു ദിവസം പകൽ സമയം ആ ചാരൻ പള്ളിയറയുടെ സമീപത്തു ചുറ്റി നടക്കുന്നതും ആ മരത്തിന്റെ ചുവട്ടിൽച്ചെന്നു മേൽപോട്ടും മറ്റും നോക്കുന്നതും കുഞ്ചിക്കുട്ടിപ്പിള്ള ഒരു സ്ഥലത്ത് ഒളിച്ചുനിന്നു കണ്ടു. അപ്പോൾത്തന്നെ അവന്റെ അന്തർഗ്ഗതം മനസ്സിലാക്കുകയും ചെയ്തു.

ഒരു ദിവസം രാത്രിയിൽ ഏകദേശം പന്ത്രണ്ടുമണിയായ സമയം ആ ചാരൻ ഒരു വലിയ കയറും കൊണ്ട് ആ മരത്തിൽചെന്നു കയറി. ജന്ന ലിൽക്കൂടി മാളികയിലേക്കുതന്നെ നോക്കിക്കൊണ്ടിരുന്നു. മാളികയിൽ വിളക്കു കൊളുത്തിവെച്ചിരുന്നതുകൊണ്ട് അവിടത്തെ സ്ഥിതികളെലാം അവനു സ്പഷ്ടമായിക്കാണാമായിരുന്നു. അവൻ അവിടെത്തന്നെ ദൃഷ്ടി ഉറപ്പിച്ചുകൊണ്ടിരുന്ന സമയം കുഞ്ചിക്കുട്ടിപ്പിള്ള ഒരു കറുത്ത വസ്ത്രവും ധരിച്ച് ഒരായുധവുമായി മരത്തിന്റെ മറ്റേവശത്തുകൂടി മന്ദം മന്ദം കയറി മുകളിലെത്തി ശിഖരങ്ങളുടെ മറവിലായി ഒളിച്ചിരുന്നു. മഹാരാജാവു തിരുമനസ്സുകൊണ്ട് പള്ളിക്കുറുപ്പായി എന്നു തോന്നിയപ്പോൾ ആ ചാരൻ കയറെടുത്ത് ഒരറ്റം മരത്തിന്റെ കൊമ്പത്തും മറ്റേ അറ്റം തന്റെ അരയിലും കെട്ടിമുറുക്കിക്കൊണ്ട് കീഴ്പോട്ടു പോന്നു. ആ സമയം കുഞ്ചിക്കുട്ടിപ്പിള്ള തന്റെ കൈവശമുണ്ടായിരുന്ന ആയുധം കൊണ്ട് കയറിന്റെ മുകളിലത്തെ അറ്റം അറുത്തുമുറിച്ചു. ചാരൻ ചക്കവെട്ടിയതുപോലെ 'പൊത്തോ'യെന്നു നിലത്തു ചെന്നു വീണു. കുഞ്ചിക്കുട്ടിപ്പിള്ളയുടെ നിയോഗപ്രകാരം അവിടെ ഒരു സ്ഥലത്ത് ഒളിച്ചിരുന്ന ഭടന്മാർ ഉടനെ വന്ന് അവനെ പിടികൂടി.

അപ്പോഴേക്കും കുഞ്ചിക്കുട്ടിപ്പിള്ളയും താഴെയിറങ്ങി അവിടെയെത്തി ആ ചാരനെ അരയിൽ കെട്ടിയിരുന്ന കയറുകൊണ്ടുതന്നെ അവന്റെ കൈകൾ കൂട്ടിക്കെട്ടി കൊണ്ടുപോയി. നേരം വെളുക്കുന്നതുവരെ അവനെ പാറാവിൽ വച്ചു സൂക്ഷിച്ചു. നേരം വെളുത്തപ്പോൾ കുഞ്ചിക്കുട്ടിപ്പിള്ള ആ ചാരനെ തിരുമുമ്പാകെ ഹാജരാക്കിക്കൊണ്ടു സംഗതികളെല്ലാം തിരുമനസ്സറിയിച്ചു. ഉടനെ തിരുമനസ്സുകൊണ്ട് ആ ദുഷ്ടനെ തൂക്കിക്കൊല്ലുന്നതിനു കല്പിക്കുക യും കുഞ്ചിക്കിട്ടിപ്പിള്ളയെ സർവ്വാധികാര്യക്കാരായി കല്പിച്ചു നിയമിച്ചു നീട്ടു കൊടുക്കുകയും ചെയ്തു.

കുഞ്ചിക്കുട്ടിപ്പിള്ള സർവ്വാധികാര്യക്കാരായിരുന്ന കാലത്തു കൊച്ചിയും തിരുവിതാംകൂറും കൂടിച്ചേർന്നതായ അതിർത്തിസ്ഥലത്ത് ഒരാന കുഴിയിൽ വീണു. അതറിഞ്ഞ് ആ ആനയെ കുഴിയിൽനിന്നു കയറ്റിക്കൊണ്ടുപോരാനായി കല്പന പ്രകാരം കുഞ്ചിക്കുട്ടിപ്പിള്ള പരിവാരസമേതം പോയിരുന്നു. അദ്ദേഹം സ്ഥലത്തെത്തിയപ്പോഴേക്കും കൊച്ചി സർക്കാരിൽനിന്നു താപ്പാനകളെയും മറ്റും കൊണ്ട് ആളുകൾ വന്ന് ആനയെ കുഴിയിൽനിന്നു കയറ്റി അതിർത്തി കടത്തിക്കഴിഞ്ഞിരുന്നു. കുഞ്ചിക്കുട്ടിപ്പിള്ള അടുത്തു ചെന്ന് തന്റെ മന്ത്രശക്തികൊണ്ട് ആനയെ പിറകോട്ടു നടത്തിത്തിരിച്ചു കൊണ്ടുവന്ന് തിരുവിതാംകൂർ സർക്കാർ വക ആനക്കൂട്ടിലാക്കിയടച്ചു. ഇണക്കവും പരിചയം വരാത്ത കാട്ടാനയെ പിടിക്കാനോ തടുക്കാനോ അതിന്റെ അടുക്കൽ ചെല്ലാനോ ആർക്കും സാധ്യമല്ലല്ലോ. അതിനാൽ കൊച്ചിയിൽനിന്നു വന്നവർ ഒന്നും ചെയ്യാൻകഴിയാതെ നോക്കിക്കൊണ്ടു നിന്നതേയുള്ളൂ.

അക്കാലത്തു കൊച്ചിയിൽ നാടുവാണിരുന്നത് അമാനുഷപ്രഭാവനും പ്രസിദ്ധനുമായിരുന്ന ശക്തൻ തമ്പുരാൻ തിരുമനസ്സുകൊണ്ടായിരുന്നു. ആ തിരുമനസ്സുകൊണ്ടു കുഞ്ചിക്കുട്ടിപ്പിള്ളയുടെ ഈ ദിവ്യത്വത്തെക്കുറിച്ചു കേട്ടിട്ടു തിരുവിതാംകൂർ മഹാരാജാവു തിരുമനസ്സിലേക്ക് 'അവിടെ ഇപ്പോൾ സർവ്വാധിയായിരിക്കുന്ന കുഞ്ചിക്കുട്ടിയെ ഒന്നു കണ്ടാൽക്കൊള്ളാമെന്നുണ്ട്. അതിനാൽ സൗകര്യംപോലെ അവനെ ഇങ്ങോട്ടൊന്ന് അയച്ചാൽക്കൊള്ളാം' എന്നൊരു തിരുവെഴുത്ത് എഴുതിയയച്ചു. തിരുവെഴുത്തു കണ്ടയുടനെ മഹാരാജാവു തിരുമനസ്സുകൊണ്ട് സർവ്വാധികാര്യക്കാരെ തിരുമുമ്പിൽ വരുത്തി, 'കുഞ്ചിക്കുട്ടിയെ ഒന്നു കാണാനായിട്ടു തൃപ്പൂണിത്തുറേയ്ക്കയച്ചാൽ കൊള്ളാമെന്നു പെരുമ്പടപ്പിൽ മൂപ്പിലെ എഴുത്തു വന്നിരിക്കുന്നു. എന്താ ഒന്നു പോയിവരാൻ വയ്യേ?' എന്നു കല്പിച്ചു ചോദിച്ചു. അതിനുത്തരമായി 'കല്പനയുണ്ടെങ്കിൽ വിടകൊള്ളാം' എന്നു സർവ്വാധികാര്യക്കാർ അറിയിക്കുകയും, 'ആട്ടെ ഒന്നു പോയി വരൂ: സൂക്ഷിച്ചുവേണം. അദ്ദേഹം ഒരു ശുദ്ധാത്മാവാണ്. എങ്കിലും മുൻകോപം കലശലായിട്ടുണ്ട്. ദേഷ്യം വന്നാൽ എന്തും ചെയ്യും. അങ്ങനെയാണ് സ്വഭാവം. ആളറിഞ്ഞു പെരുമാറിക്കൊണ്ടാൽ മതി' എന്നു കല്പിക്കുകയും ചെയ്തു.

സർവ്വാധികാര്യക്കാർ മഹാരാജാവു തിരുമനസ്സിലെ വന്ദിച്ചുകൊണ്ട് അന്നു തന്നെ പുറപ്പെട്ട്, നാലാം ദിവസം തൃപ്പൂണിത്തുറയെത്തി. സേവകന്മാർ മുഖാന്തരം അനുവാദം വാങ്ങിക്കൊണ്ടു തിരുമുമ്പാകെയെത്തി. ആ സമയം ശക്തൻ തിരുമനസ്സുകൊണ്ട് കളിമാളികയുടെ വരാന്തയിൽ ഒരു ചാരുകസാലയിൽ എഴുന്നള്ളിയിരിക്കുകയായിരുന്നു. തൃക്കൈയിൽ

ഒരു വാളുമുണ്ടായിരുന്നു. സർവ്വാധികാര്യക്കാർ അടുത്തു ചെന്നു വന്ദിച്ചു. വിനീതഭാവത്തിൽ പഞ്ചപുച്ഛമൊതുക്കി നിന്നു. അപ്പോൾശക്തൻ തിരുമനസ്സുകൊണ്ട് 'കുഞ്ചിക്കുട്ടിയെക്കുറിച്ചു ധാരാളമായി കേട്ടിട്ടുണ്ട്. കാണാൻ കഴിഞ്ഞിട്ടില്ല. ഒന്നു കണ്ടാൽക്കൊള്ളാമെന്നു ഞാൻ വിചാരിച്ചുതുടങ്ങീട്ടു വളരെ ദിവസമായി. ഇന്നു കണ്ടുവല്ലോ. സന്തോഷ മായി' എന്നരുളിച്ചെയ്തു.

സർവ്വാധികാര്യക്കാർ: ഇവിടെ വിടകൊണ്ട് തൃപ്പാദം കണ്ടു വന്ദിച്ചാൽ കൊള്ളാമെന്ന് അടിയനും വിചാരിക്കാറുണ്ട്. അതിനുള്ള വിധി ഇന്നേ അടിയനു ലഭിച്ചുള്ളൂ.

ശക്തൻ: (തൃക്കൈയിലിരുന്ന വാൾ കാണിച്ചുകൊണ്ട്) കുഞ്ചിക്കുട്ടി ഇതു കണ്ടുവോ?

സർവ്വാധികാര്യക്കാർ: ഇറാൻ. ചെറുതായിട്ടൊന്ന് അടിയന്റെ കൈയിലുമുണ്ട്. (എന്നു പറഞ്ഞ് അരയിൽ ഒളിച്ചുവെച്ചിരുന്ന അരവാളെടുത്തു കാണിച്ചു.)

ശക്തൻ: കാണട്ടെ. അതിങ്ങോട്ടു തരൂ.

സർവ്വാധികാര്യക്കാർ: തൃക്കൈയിലിരിക്കുന്നത് ഇങ്ങോട്ടു കൽപിച്ചു തന്നാൽ കൊള്ളാം.

(ശക്തൻ തിരുമനസ്സുകൊണ്ടു തൃക്കൈയിലിരുന്ന വാൾ കൽപ്പിച്ചു കൊടുക്കുകയും സർവ്വാധികാര്യക്കാർ താണു തൊഴുതു രണ്ടു കൈയ്യും നീട്ടി സാദരം വാങ്ങുകയും ചെയ്തതിന്റെ ശേഷം)

ശക്തൻ: ഇനി അതിങ്ങോട്ടു തരുതോ?

സർവ്വാധികാര്യക്കാർ: നിവൃത്തിയില്ല. ഇതു തിരുവിതാംകൂർ മഹാരാജാവു തിരുമനസ്സുകൊണ്ട് അടിയനു കൽപിച്ചു തന്നിട്ടുള്ളതാണ്. അത് അടിയൻ ജീവനുള്ളപ്പോൾ താഴെ വെയ്ക്കുകയോ മറ്റൊരാളുടെ കൈയ്യിൽകൊടുക്കുകയോ ചെയ്കയില്ല.

ശക്തൻ: എന്നാൽ ഞാൻ തന്നത് ഇങ്ങോട്ടു തന്നേക്കു.

സർവ്വാധികാര്യക്കാർ: അടിയന് ഇവിടുത്തെക്കുറിച്ചും ഭക്തി ഒട്ടും കുറവില്ല. ഇവിടുന്ന് അടിയനു കൽപ്പിച്ചുതന്നത് അടിയൻ തിരിച്ചുതരുന്നതു മര്യാദയല്ല. കൽപ്പിച്ചു തന്നതു തിരിച്ചുവാങ്ങുന്നത് ഇവിടേയ്ക്കും യുക്തമല്ലല്ലോ. ഇതും അടിയൻ അടിയന്റെ ജീവനുള്ളപ്പോൾ താഴെ വയ്ക്കുകയോ മറ്റൊരാളുടെ കൈയിൽ കൊടുക്കുകയോ ചെയ്കയില്ല.

ശക്തൻ: എടാ! സമർത്ഥാ! നീ കുഞ്ചിക്കുട്ടിയല്ല. ആനക്കുട്ടിയാണ്.

സർവ്വാധികാര്യക്കാർ: ഇവിടെ വിചാരിച്ചാൽ അടിയനെ ആനക്കുട്ടിയാക്കാനും പൂനക്കുട്ടിയാക്കാനും കഴിയും.

ശക്തൻ: ആട്ടെ, സന്തോഷമായി. കുലശേഖരപെരുമാളുടെ ആളുകളെല്ലാം നമ്മുടെയും സ്വന്തമാണ്.

എന്ന് അരുളിച്ചെയുകയും ഒരു കുത്തു പാവുമുണ്ടും ഒരു വീരശൃംഖലയും കൂടി സമ്മാനമായി കൽപ്പിച്ചു കൊടുത്തു സർവ്വധികാര്യക്കാരെ മടക്കിയയയ്ക്കുകയും ചെയ്തു.

കുഴിയിൽ വീണ ആനയെ തിരിച്ചു കൊണ്ടുപോന്നതിനെക്കുറിച്ചു

വല്ലതും കൽപ്പിച്ച ചോദിച്ചേക്കുമോ എന്നുള്ള വിചാരം സർവ്വാധികാര്യക്കാരുടെ മനസ്സിൽ സാമാന്യത്തിലധികമുണ്ടായിരുന്നു. ഈശ്വരകാരുണ്യം കൊണ്ട് അതിനെക്കുറിച്ച യാതൊന്നും കൽപിച്ച ചോദിച്ചില്ല. തേവലശ്ശേരി നമ്പി ധരിപ്പിച്ച രക്ഷയുണ്ടായിരുന്നതുകൊണ്ടു തിരുമനസ്സിലെ ആയുധമേറ്റു മരിക്കാനിടയാവുകയില്ലെന്നുള്ള ധൈര്യമുണ്ടായിരുന്നുവെങ്കിലും തിരുമുമ്പാകെനിന്നു പിരിഞ്ഞുപോന്നതിന്റെ ശേഷമേ സർവ്വാധി കാര്യക്കാരുടെ മനസ്സിനു സമാധാനമുണ്ടായുള്ളു. സർവ്വാധികാര്യക്കാർഅന്നുതന്നെ തൃപ്പൂണിത്തുറനിന്നു പുറപ്പെട്ടുകയും യഥാകാലം തിരുവനന്തപുരത്തെത്തുകയും തൃപ്പൂണിത്തുറെ ചെന്നിട്ടുണ്ടായ സകല സംഗതികളും മഹാരാജാവു തിരുമനസ്സിലെ അടുക്കൽ അറിയിക്കുകയും ചെയ്തു. ഇങ്ങനെ അദ്ദേഹത്തിന്റെ യോഗ്യതാംശങ്ങൾ വളരെപ്പറയാനുണ്ട്. വിസ്താരഭയത്താൽ ചുരുക്കുന്നു.

കുഞ്ചികുട്ടിപ്പിള്ള സർവ്വാധികാര്യക്കാർ ഒരു സ്ത്രീയെ വിവാഹം ചെയ്യുകയും ആ സ്ത്രീയിൽ അദ്ദേഹത്തിനു ചില സന്താനങ്ങളുണ്ടാവുകയും ചെയ്തു. ആസന്താനപരമ്പരയിലുൾപ്പെട്ട ഒരു വീട്ടുകാർ ഇപ്പോഴും കാർത്തികപ്പള്ളിത്താലൂക്കിൽ ഏവൂർ ദേശത്ത് ഉള്ളതായി അറിയുന്നുണ്ട്.

ഇപ്രകാരം അർത്ഥപുത്രമിത്രകളത്രാദികളോടും ഉദ്യോഗപദവിയോടും കൂടി മഹാരാജാവു തിരുമനസ്സിലെ പ്രീതിഭാജനമായി പാർത്തിരുന്ന സർവ്വാധികാര്യക്കാർ ഒരു യോഗീശ്വരന്റെ സാഹചര്യം നിമിത്തം ഒരു വിരക്തനായ സന്യാസിയായിത്തീർന്നു. പിന്നെ മുറയ്ക്കു യോഗശാസ്ത്രമഭ്യസിച്ച വലിയ യോഗിയായിത്തീരുകയും ഒടുക്കം സർവ്വസ്വവുമുപേക്ഷിച്ച ദേശം വിട്ടുപോവുകയും ചെയ്തു. പിന്നെ അദ്ദേഹം കാട്ടുപഴങ്ങളും കാട്ടുകിഴങ്ങുകളും ഭക്ഷിച്ചുകൊണ്ടു വനങ്ങളിലും മലകളിലും സഞ്ചരിച്ചിരുന്നു. ഒരിക്കൽ അദ്ദേഹം ഒരു മലയുടെ അടിവാരത്തു സമാധിയിൽ ഇരുന്നിരുന്ന സമയം ഒരു ഉരുൾ (മലയുടെ ജലഗർഭമായ സ്ഥലം) പൊട്ടി അത്യുഗ്രമായ ജലപ്രവാഹമുണ്ടാവുകയും അദ്ദേഹം അതിൽപ്പെട്ട് ഒഴുകിപ്പോവുകയും ഒടുക്കം അദ്ദേഹത്തിന്റെ ദേഹം സമുദ്രത്തിലും ദേഹി പരമാത്മാവിങ്കലും ചെന്നു ചേരുകയും ചെയ്തു. കുഞ്ചികുട്ടിപ്പിള്ള സർവ്വാധികാര്യക്കാർ ചരമഗതിയെ പ്രാപിച്ചതും കൊല്ലം 969ആമാണ്ടാണെന്നാണ് കേട്ടിട്ടുള്ളത്.

●

അച്ചൻകോവിൽശാസ്താവും പരിവാരമൂർത്തികളും

അച്ചൻകോവിൽ ക്ഷേത്രം തിരുവിതാംകൂർ സംസ്ഥാനത്തു കൊല്ലം ഡിവിഷനിലുള്ള പ്രസിദ്ധ ക്ഷേത്രങ്ങളിൽ ഒട്ടും അപ്രധാനമല്ലാത്തതും ഏറ്റവും പുരാതനമായിട്ടുള്ളതുമാണ്. നാലമ്പലവും ബലിക്കൽപ്പുരയും ചുറ്റും മതിലും നാലു ഗോപുരങ്ങളും മതിൽക്കു പുറമേ ചുറ്റും തേർവീഥിയുമുള്ള ഈ മഹാക്ഷേത്രത്തിൽ പ്രതിഷ്ഠിക്കപ്പെട്ടിരിക്കുന്ന പ്രധാന മൂർത്തി ശാസ്താവാകുന്നു. ഈ ദേശം പണ്ടു ഭരിച്ചിരുന്നതു പന്തളത്തു രാജാക്കന്മാരായിരുന്നതിനാൽ അവർ ഈ ശാസ്താവിനെ തങ്ങളുടെ കുലപരദേവതയായിട്ടാണ് ആചരിച്ചു വരുന്നത്. ഇപ്പോഴും അവർ അങ്ങനെ തന്നെ വിചാരിച്ചു പോരുന്നുമുണ്ട്.

അച്ചൻകോവിൽ ശാസ്താവിന്റെ ഈ ക്ഷേത്രം സ്ഥിതിചെയ്യുന്നതു പ്രസിദ്ധമായ അച്ചൻകോവിൽ മലയുടെ കിഴക്കുവടക്കേ കോണിലുള്ള താഴ്വരയിലാണ്. ഇവിടെ മതിൽക്കകത്തു തെക്കുഭാഗത്തായി ഒരു ഭഗവതിയും തേർവീഥിക്കു പുറത്തു പടിഞ്ഞാട്ടുള്ള നാട്ടുവഴിക്കു തെക്കുവശത്തായി ആറേഴു കോൽ പൊക്കത്തിലുള്ള ഒരമ്മൻകോവിലിൽ വേറെ രണ്ടു ദേവിമാരും മതിൽക്കു പുറത്തു കിഴക്കേനടയിൽ തെക്കോട്ടുമാറി ചതുർബാഹുവായ വിഷ്ണുവിന്റെ ഒരു ചെറിയ വിഗ്രഹവും ശാസ്താവിന്റെ അമ്പലത്തിൽനിന്ന് ഏകദേശം കാൽ നാഴിക ദൂരെ കിഴക്കായി, കിഴക്കേ ഗോപുരത്തിൽനിന്നു കിഴക്കോട്ടു നോക്കിയാൽ കാണാവുന്ന ഒരു സ്ഥലത്ത് ഒരു കോവിലിൽ കറുപ്പസ്വാമിയെന്നും അതിന്റെ ഇടത്തുവശത്തു കറുപ്പായി അമ്മ എന്നും രണ്ടു മൂർത്തികൾ പടിഞ്ഞാട്ടു ദർശനമായും കറുപ്പസ്വാമി കോവിലിനു തെക്കുവശത്തു സ്വല്പം പടിഞ്ഞാട്ടു മാറി വടക്കോട്ടു ദർശനമായി ചേപ്പാണിമാടൻ, കാളമാടൻ എന്നിങ്ങനെ രണ്ടു മൂർത്തികളും ഇവയ്ക്കും പടിഞ്ഞാറ് ഒരാൽച്ചുവട്ടിൽ കൊച്ചിട്ടാണൻ (കൊച്ചിട്ടി നാരായണൻ) എന്നു പേരായ ഒരുകുലയും ആ ആലിന്റെ ചുവട്ടിൽനിന്നു വടക്കോട്ടുമാറി കറുപ്പസ്വാമികോവിലിനു നേരെ, കിഴക്കോട്ടു ദർശനമായി ശിങ്കിലിഭൂതത്താൻ എന്നൊരു ഭൂതവും പ്രതിഷ്ഠിക്കപ്പെട്ടിട്ടുണ്ട്. ഇവയെല്ലാം ശാസ്താവിന്റെ പരിവാരങ്ങളാണ്. ഇവയിൽ പ്രധാനമൂർത്തി കറുപ്പസ്വാമി തന്നെ. കറുപ്പായി അമ്മ കറുപ്പസ്വാമിയുടെ ഭാര്യയാണ്.

പടിഞ്ഞാട്ടുള്ള വഴിയുടെ തെക്കുഭാഗത്ത് ഒരമ്മൻകോവിലും അതിൽ രണ്ടു ദേവിമാരെ പ്രതിഷ്ഠിച്ചിട്ടുമുണ്ടെന്നു മുമ്പു പറഞ്ഞിട്ടുണ്ടല്ലോ. അവിടെ ഒരു ദേവീ വിഗ്രഹത്തിന്റെ അടുക്കൽ ഒരു ശൂലം നാട്ടി അതിന്മേൽ ഏതാനും ചിലമ്പുകളും മറ്റേതിന്റെ അടുക്കൽ ഒട്ടുവളരെ കുപ്പിവളകളും

ഇട്ടിരിക്കുന്നതായിക്കാണുന്നുണ്ട്. ഇതിന്റെ ആഗമവും സങ്കൽപവും കാരണവുമൊന്നും അറിഞ്ഞുകൂടാ. ചേപ്പാണിമാടൻ, കാളമാടൻ എന്നീ മൂർത്തികളിൽ കാളമാടന്റെ കഴുത്തിനു മേൽപ്പോട്ടു കാളയെപ്പോലെയും ശേഷം ഭാഗം മനുഷ്യനെപ്പോലെയുമാണിരിക്കുന്നത്. ശിങ്കിലിഭൂതത്താന്റെ പാദത്തിങ്കൽ രണ്ടുമൂന്നു ചങ്ങലകൾ കിടക്കുന്നതായി ക്കാണുന്നുണ്ട്. ആ ഭൂതത്താൻ പോയി ആരെയും ഉപദ്രവിക്കാതിരിക്കാനായി അയ്യപ്പസ്വാമി ആ ഭൂതത്തിന്റെ കാലിൽ ചങ്ങലയിട്ടു ബന്ധിച്ചു നിർത്തിയിരിക്കുന്നു എന്നാണ് അതിന്റെ സങ്കൽപം. ആ ഭൂതത്തിനു പ്രതിദിനമുള്ള പൂജ നടത്തുന്നതു ബ്രാഹ്മണരാണ്. കറുപ്പസ്വാമി മുതലായി ശേഷമുള്ള പരിവാരമൂർത്തികൾക്കെല്ലാം 'താഴത്തേതിൽവീട്ടുകാർ' എന്നു പറയപ്പെടുന്ന ഒരു വക പാണ്ടിപ്പിള്ളമാരാണ് ശാന്തി നടത്തി വരുന്നത്. ഈ വീട്ടുകാരെ കറുപ്പൻ പൂശാരികൾ എന്നും പറയാറുണ്ട്. ഇനി കൊച്ചിട്ടാണനെക്കുറിച്ചു സ്വൽപം വിവരിക്കേണ്ടിയിരിക്കുന്നു.

പണ്ടു കറുപ്പസ്വാമിക്കു മദ്യവും മാംസവും കൂടി നിവേദിക്കാറുണ്ടായിരുന്നു. നിവേദ്യത്തിനുള്ള മാംസം അന്നന്നു കൊല്ലപ്പെട്ട കാട്ടുമൃഗങ്ങളുടേതായിരിക്കണമെന്നു നിർബന്ധവുമുണ്ടായിരുന്നു. നിവേദ്യത്തിനുള്ള മദ്യവും മാംസവും കറുപ്പസ്വാമികോവിലിലെ ആവശ്യത്തിനു വേണ്ടുന്ന വിറകും തീയും പതിവായി കൊണ്ടുചെന്നു കൊടുക്കുന്നതിന് ഒരു വീട്ടുകാരെ പ്രത്യേകം ചുമതലപ്പെടുത്തുകയും ചെയ്തിരുന്നു. ആ വീട്ടിൽ ഒരു കാലത്ത് കൊച്ചിട്ടാണൻ എന്നൊരാളുണ്ടായിരുന്നു. അയാളാണ് കറുപ്പസ്വാമി കോവിലിൽ അക്കാലത്തു മദ്യവും മാംസവും തീയും വിറകും പതിവായി ശേഖരിച്ചു കൊടുത്തിരുന്നത്. ഒരു ദിവസം അതിരാവിലെ കൊച്ചിട്ടാണൻ മാംസം തേടി കാട്ടിൽച്ചെന്നപ്പോൾ അയാളെ ഒരു കടമാൻ പോത്തു വെട്ടിക്കൊന്നു. അന്നു പൂജയ്ക്കുള്ള സമയമായിട്ടും കൊച്ചിട്ടാണൻ മടങ്ങിവരായ്കയാൽ അയാളുടെ വീട്ടിലുണ്ടായിരുന്നവർ വ്യസനാകുലരായിത്തീർന്നു. നിവേദ്യത്തിനുള്ള സാധനങ്ങൾ സമയത്തിനു കിട്ടായ്കയാൽ പൂശാരി കോപിച്ച് വിറച്ചുതുടങ്ങി. ആ സമയം അയാളിൽ കറുപ്പസ്വാമിയുടെ ആവേശമുണ്ടാകയാൽ അയൾ വിറച്ചുവിറച്ചു തുള്ളിത്തുടങ്ങി. തുള്ളിത്തുള്ളി അയാൾ കാട്ടിലേക്ക് ഓടിപ്പോയി. കുറച്ചു സമയം കഴിഞ്ഞപ്പോൾ അയാൾ ഏറ്റവും വലിയതായ ഒരു കടമാൻപോത്തിനെ കൊമ്പിൽപ്പിടിച്ചു വലിച്ചിഴച്ച് കിഴക്കേ ഗോപുരത്തി ങ്കൽ കൊണ്ടുവരികയും അവിടെനിന്ന് അത്യുച്ചത്തിൽ ഒന്ന് അട്ടഹസിക്കുകയും ചെയ്തു. അട്ടഹാസം കേട്ട് അവിടെ അസംഖ്യം ജനങ്ങൾ വന്നുകൂടി. അപ്പോൾ കറുപ്പസ്വാമി (തുള്ളിനിന്ന പൂശാരി) കൽപിക്കുകയാലാണ് കൊച്ചിട്ടാണൻ മരിച്ചുപോയി എന്ന് എല്ലാവരും അറിഞ്ഞത്.

കറുപ്പസ്വാമി ആ കടമാൻപോത്തിനെ കൊമ്പുകളിൽപ്പിടിച്ചു തലയോളമുയർത്തി മൂന്നു പ്രാവശ്യം ചുറ്റിയിട്ട് ഒരേറു കൊടുത്തു. കൊമ്പുകൾ സ്വാമിയുടെ കൈകളിൽത്തന്നെയായിരുന്നു. കടമാൻ പോത്തിന്റെ ഉടൽ ഒരാലിന്റെ ചുവട്ടിൽച്ചെന്നു വീണു. ദുർമരണം നിമിത്തം അറുകലയായി ത്തീർന്ന കൊച്ചിട്ടാണനെ ആ ആലിന്റെ ചുവട്ടിൽത്തന്നെ കടമാൻ പോത്തിന്റെ ഉടൽ ചെന്നുവീണ സ്ഥലത്തു പ്രതിഷ്ഠിച്ചുകൊള്ളണമെന്നും മദ്യവും മാംസവും നിവേദ്യം മേലാൽ വേണ്ടെന്നും കറുപ്പസ്വാമി കൽപ്പിക്കകയാൽ കൊച്ചിട്ടാണനെ ആ സ്ഥലത്തു പ്രതിഷ്ഠിക്കുകയും

അക്കാലം മുതൽക്കു കറുപ്പസ്വാമിക്കു മദ്യവും മാംസവും നിവേദ്യം വേണ്ടെന്നു വെയ്ക്കുകയും ചെയ്തു. എങ്കിലും കുറച്ചുകാലം മുമ്പുവരെ ക്ഷേത്രത്തിൽ വിറകും തീയും കൊടുത്തിരുന്നതു കൊച്ചിട്ടാണന്റെ വീട്ടുകാർ തന്നെയാണ്. അവർക്കു പതിവുണ്ടായിരുന്ന അനുഭവം ദേവസ്വത്തിൽ നിന്നു കൊടുത്തുവരികയും ചെയ്തിരുന്നു. പിന്നീട് അവരുടെ അനുഭവം നിർത്തിക്കളയുകയാൽ അവർ തീയും വിറകും കൊടുക്കാതെയുമായി. കടമാൻപോത്തിന്റെ കൊമ്പുകൾ കറുപ്പസ്വാമി ക്ഷേത്രത്തിന്റെ അകത്തു മണ്ഡപത്തിൽ കൊണ്ടുചെന്നിടുകയാൽ അവ അവിടെത്തന്നെ കെട്ടിത്തൂക്കിയിരുന്നു. ക്ഷേത്രത്തിൻ അഗ്നിബാധ യുണ്ടായ കാലത്ത് ആ കൊമ്പുകളും അഗ്നിക്കിരയാവുകയാൽ ദഹിച്ചുപോകുകയും ചെയ്തു. പരിവാരമൂർത്തികൾക്ക് പ്രതിദിനം നിവേദ്യത്തിന് ഒരിടങ്ങഴി അരി വീതമാണു പതിവ്. എന്നാൽ കൊച്ചിട്ടാണന് ആണ്ടിരൊലിക്കൽ വീതമേ നിവേദ്യവും പൂജയും പതിവുള്ളൂ. കറുപ്പസ്വാമിക്കു 'കറുപ്പനൂട്ട്' എന്നൊരു വഴിപാട് ഓരോ കാര്യങ്ങൾ സാധിക്കുന്നതിനും മറ്റുമായി പലരും നടത്താറുണ്ട്. ഈ വഴിപാട് ക്ഷേത്രസന്നിധിയിൽവച്ചേ നടത്താവൂ എന്നില്ല. അവരവർ നിശ്ചയിക്കുന്ന സ്ഥലങ്ങളിലും വച്ചു നടത്താം. സൗകര്യമുള്ള സ്ഥലമായിരിക്കണമെന്നേയുള്ളൂ. ഇതിന്റെ കർമ്മി കറുപ്പസ്വാമിയുടെ പൂശാരി തന്നെയാണ്. വഴിപാട് എവിടെ വച്ച് നടത്തുന്നതിനു നിശ്ചയിച്ചാലും പൂശാരിയെ അറിയിച്ചാൽ അദ്ദേഹം പരികർമ്മികൾ മുതലായവരോടു കൂടി നിശ്ചിതദിവസം നിശ്ചിതസ്ഥലത്തെത്തി അതു നടത്തും. കറുപ്പനൂട്ടിനു വേണ്ടുന്ന സാമാനങ്ങളുടെ ചുരുക്കത്തിലുള്ള ഒരു പടിത്തരം താഴെച്ചേർക്കുന്നു.

ഉണക്കലരി നാലു പറ, നാളികേരം നാൽപ്പത്, ചാരായം നാലുപറ, കോഴിമുട്ട നാൽപ്പത്, അവിൽ നാലു പറ, മലർ നാലു പറ, അട നാൽപ്പത്, അപ്പം നാൽപ്പത്, പഴം പടല നാൽപ്പത്, കരിക്ക് (ഇളനീർ) നൂറ്റെട്ട്, കഞ്ചാവ് പലം പതിനൊന്ന്, കറുപ്പ് കഴഞ്ച് പതിനൊന്ന്, കളഭം ഇടങ്ങഴി പതിനൊന്നേകാൽ, കർപ്പൂരം പലം പതിനൊന്ന്, അ ഷ്ടഗന്ധപ്പൊടി ഇടങ്ങഴി പന്ത്രണ്ടേകാൽ, വെറ്റിലക്കെട്ടു നൂറ്റെട്ട്, പാക്കു നറുക്ക് പറ രണ്ട്, ചുണ്ണാമ്പു റാത്തൽ നാല്, മഞ്ഞൾപ്പൊടി ഇടങ്ങഴി പതിനൊന്നേകാൽ, അരിപ്പൊടി ഇടങ്ങഴി പതിനൊന്നേകാൽ, ഭസ്മം ഇടങ്ങഴി മുപ്പത്താറേകാൽ, നിലവിളക്കു വലിയതു പതിനൊന്ന്, ടി ചെറിയതു തൊണ്ണൂറ്റിയഞ്ച്, കുത്തുവിളക്കു നാല്, വിളക്കിന് എണ്ണ നാലുപറ, തിരശ്ശീല തുലാം ഒന്ന്, തുശനില നൂറ്റെട്ട്, ചെത്തി, തുളസി മുതലായവ ഉൾപ്പെടെ പൂവ് ഇടങ്ങഴി മുപ്പത്താറേകാൽ, ശർക്കര പലം പതിനൊന്നേകാൽ, നെയ്യ് ഇടങ്ങഴി കാൽ, ഇവ കൂടാതെ ചില ചില്ലറ സാമാനങ്ങളും വേണം. അവ പൂശാരി വരുമ്പോൾ പറയും. ഒന്നും മേൽപ്പറഞ്ഞതിൽ കുറയരുത്. കൂടുതൽ എത്രയായാലും വിരോധമില്ല. ആഴികൂട്ടുന്നതിനു വിറകുവേണം. ആഴി എത്ര വലിയതായാലും തരക്കേടില്ല. അധികം ചെറിയതായിപ്പോകരുതെന്നേയുള്ളൂ. കറുപ്പനൂട്ടു കഴിക്കുന്നതു കറുപ്പസ്വാമിയെ ഉദ്ദേശിച്ചാണെങ്കിലും അത് അയ്യപ്പസ്വാമിക്കും പ്രസാദകരമായിട്ടുള്ളതാണ്.

പന്തളത്തുരാജാക്കന്മാർ അവർക്ക് ദേശാധിപത്യമുണ്ടായിരുന്നപ്പോൾ ആണ്ടുതോറും ഉത്സവകാലത്ത് അച്ചൻകോവിലിൽ പോവുക പതിവായിരുന്നു. ഉത്സവം കഴിഞ്ഞു പോകുന്ന സമയം അവർ കറുപ്പനൂട്ടു കഴിച്ചു തൊഴുതിട്ടാണ് പോകുക പതിവ്. അവർ അവിടെച്ചെന്നാൽ അമ്പലത്തിൽ

കടക്കുക പതിവില്ല. ശാസ്താവിനെ തൊഴുന്നതു തന്നെ ബലിക്കൽപ്പുരയ്ക്കു പുറത്തു കൊടിമരത്തിനു മറഞ്ഞുനിന്നാണ്. അങ്ങോട്ടു കാണണം, ഇങ്ങോട്ടു കാണരുത് എന്നാണു സങ്കൽപം. രാജാവിനെ ക്കണ്ടാൽ ശാസ്താവ് എണീക്കണം. അതുകൊണ്ടാണ് ഇങ്ങോട്ടു കാണാതെ മറഞ്ഞുനിന്നു തൊഴുന്നത്. ശാസ്താവു ഹരിഹരപുത്രനായി അവതരിച്ച് അക്ഷരവിദ്യയും സകലശാസ്ത്രങ്ങളും ആയോധനവിദ്യയും മറ്റും പഠിച്ചതിന്റെ ശേഷം പാണ്ഡ്യരാജ്യത്തു ചെന്നു പാണ്ഡ്യരാജാവിന്റെ സൈന്യത്തിൽ ചേർന്ന് ഒരു സൈനികനായിട്ടും പാണ്ഡ്യരാജാവിന്റെ സേവകനായിട്ടും താമസിച്ചിരുന്നു എന്നൊരു കഥയുണ്ടല്ലോ. പന്തളത്തു രാജാക്കന്മാർ പാണ്ഡ്യരാജവംശജരാകയാൽ അവർക്കും ശാസ്താവിനും തമ്മിൽ സേവ്യസേവകഭാവമുണ്ടെന്നാണ് സങ്കൽപം. തന്റെ സ്വാമിയെക്കണ്ടാൽ സേവകൻ എണീക്കണമല്ലോ. ശാസ്താവിനും ഈശ്വരത്വമുള്ളതിനാൽ എണീക്കാനിടയാക്കുന്നതു കഷ്ടമാണല്ലോ എന്നു വിചാരിച്ചാണ് പന്തളത്തുരാജാക്കന്മാർ അതിനിടയാക്കാത്തത്. ഇവർ ശബരിമലപ്പോയാലും ഇങ്ങനെതന്നെയാണുപതിവ്. അയ്യപ്പസ്വാമി ഇവരെക്കാണാനിട യാക്കാറില്ല. എങ്കിലും അവരിൽ ഒരാളെങ്കിലും ആണ്ടുതോറും മകര സംക്രാന്തിക്കു ശബരിമലെപ്പോവുക പതിവാണ്.

അച്ചൻകോവിൽശാസ്താവിന്റെയും അവിടുത്തെ പരിവാരമൂർത്തികളുടെയും വിശേഷിച്ച് കറുപ്പസ്വാമിയുടെയും മഹത്വവും മാഹാത്മ്യവും ഒട്ടും ചില്ലറയല്ലെന്നുള്ളതിലേക്ക് അനേകം ദൃ ഷ്ടാന്തങ്ങൾ പറയാനുണ്ട്. അവയിൽ ചിലതു മാത്രം താഴെ പ്രസ്താവിച്ചുകൊള്ളുന്നു.

അച്ചൻകോവിൽ ദേവസ്വം വകയക്ക് അനേകം വസ്തുവക കളുള്ളതു കൂടാതെ പാണ്ടിയിൽ ഒരു സ്ഥലത്ത് ഉരികുറയെ തൊള്ളായിരപ്പറ നിലമുണ്ട്. ഈ നിലം വലിയ സമ്പന്നനായിരുന്ന ഒരു പരദേശ ബ്രാഹ്മണൻ പണ്ടൊരിക്കൽ ദേവസ്വത്തിലേക്ക് വെച്ചൊഴിഞ്ഞു കൊടുത്തതാണ്. ആ ബ്രാഹ്മണന് അനപത്യതാദുഃഖം ദുസ്സഹമായിത്തീരുകയാൽ അദ്ദേഹം ഭാര്യാസമേതം അച്ചൻകോവിൽ ക്ഷേത്രത്തിൽ ചെന്നു സ്വാമി ദർശനം കഴിച്ചു നടയിൽനിന്ന് 'എന്റെ അയ്യപ്പസ്വാമീ, എനിക്കൊരു പുത്രസന്താനമുണ്ടായാൽ എന്റെ സർവ്വസ്വവും ഞാൻ സ്വാമിക്കായി വെച്ചൊഴിഞ്ഞു തന്നേക്കാം' എന്നു പ്രാർത്ഥിച്ചു. അചിരേണ ആ ബ്രാഹ്മണ സ്ത്രീ ഗർഭം ധരിക്കുകയും യഥാകാലം ഒരു പുത്രനെ പ്രസവിക്കുകയും ചെയ്തു. അപ്പോൾ ആ ദമ്പതിമാർക്കുണ്ടായ സന്തോഷം അപരിമിതമായിരുന്നു. സന്തോഷാധിക്യത്താൽ മറന്നു പോയിട്ടോ എന്തോ അവർ അയ്യപ്പസ്വാമിക്കു കൊടുക്കാമെന്നു പറഞ്ഞിരുന്നതുപ്പോലെ സർവ്വസ്വ മെന്നല്ല, യാതൊന്നും കൊടുത്തില്ല. കുറച്ചു ദിവസം കഴിഞ്ഞപ്പോൾ ബ്രാഹ്മണസ്ത്രീ രാത്രിയിൽ കിടന്നുറങ്ങുന്ന സമയം പതിവായി ആരോ അവരുടെ അടുക്കൽച്ചെന്നു 'പറഞ്ഞിട്ടുള്ളതു മറക്കരുത്'' എന്നു പറയുന്നതായി തോന്നിത്തുടങ്ങി. എന്നിട്ടും അവർ അയ്യപ്പസ്വാമിക്കു യാതൊന്നും കൊടുത്തില്ല.അങ്ങനെ അഞ്ചെട്ടു കൊല്ലം കഴിഞ്ഞു. കുട്ടിക്ക് ഉപനയനത്തിനുള്ള കാലമായി. മുഹൂർത്തം നിശ്ചയിക്കുകയും അടിയന്തിര ത്തിനു കെങ്കേമമായി വട്ടം കൂട്ടുകയും ക്ഷണിക്കേണ്ടുന്നവരെയെല്ലാം ക്ഷണിക്കുകയും ചെയ്തു. ചാർച്ചക്കാരും വേഴ്ചക്കാരും ബന്ധുക്കളുമെല്ലാം അടിയന്തിരത്തിനു തലേദിവസം തന്നെ വന്ന് ഓരോ ശ്രമങ്ങൾ തുടങ്ങിക്കഴിഞ്ഞു. അന്നു രാത്രിയിലും കുട്ടിയുടെ മാതാവിനു സ്വപ്നമുണ്ടായി. അതു പതിവുപോലെത്തന്നെ അല്ലായിരുന്നു.

'അയ്യപ്പസ്വാമിക്കു കൊടുക്കാമെന്നു പറഞ്ഞിട്ടുള്ളതു കൊടുക്കാതെ ഉപനയനത്തിനാരംഭിച്ചാൽ സമയമാകുമ്പോൾ കുട്ടിയെ കൊണ്ടുപോകും' എന്നുകൂടി ആരോപറഞ്ഞതായി ബ്രാഹ്മണസ്ത്രീക്കു തോന്നി. എങ്കിലും അവർ സ്വാമിക്കൊന്നും കൊടുത്തില്ല. ഉപനയനത്തിന്റെ ക്രിയകൾ ആരംഭിച്ച സമയത്ത് ആരോ ഒരാൾ (ഒരു പട്ടാണിയാണെന്നാണ് എല്ലാവർക്കും തോന്നിയത്) അവിടെക്കേറിച്ചെന്നു കുട്ടിയെ എടുത്തുകൊണ്ട് അന്തർദ്ധാനം ചെയ്തു. ആ ആൾ ചെന്നതും കുട്ടിയെ എടുത്തതും അവിടെ കൂടിയിരുന്ന എല്ലാവരും കണ്ടു. പോയത് ആരും കണ്ടില്ല. കുട്ടിയെ കാണാതായപ്പോഴേക്കും അവിടെ എല്ലാവർക്കും വ്യസനവും പരിഭ്രമവും കലശലായി. കുട്ടിയുടെ മാതാപിതാക്കന്മാരുടെ വ്യസനം അവർക്കു സന്തതിയുണ്ടാകാതിരുന്ന കാലത്തേതിലധികമായിരുന്നു. അവർ മാറത്തും തലയ്ക്കുമടിച്ചുകൊണ്ട് മുറവിളികൂട്ടിത്തുടങ്ങി. അപ്പോൾ ചിലർ, 'അയ്യപ്പസ്വാമിക്കു കൊടുക്കാമെന്നു പറഞ്ഞതു കൊടുക്കാഞ്ഞിട്ടാണ് ഇങ്ങനെ വന്നത്. അച്ചൻകോവിൽ ശാസ്താവ് ആരുടെയും കളിപ്പിള്ളയല്ലെന്ന് ഇനിയെങ്കിലും മനസ്സിലാക്കിക്കൊള്ളട്ടെ' എന്നും മറ്റും പറഞ്ഞ് അവരെ ശകാരിച്ചു തുടങ്ങി. മറ്റുചിലർ സാന്ത്വനവാക്കുകൾകൊണ്ട് അവരെ ആശ്വസിപ്പിക്കാൻ ശ്രമിച്ചുതുടങ്ങി. 'സ്വാമിക്കു കൊടുക്കാമെന്നു പറഞ്ഞിട്ടുള്ളതു കൊടുക്കാഞ്ഞാലാപത്തുണ്ടാകുമെന്നു ഞാൻ കൂടെക്കൂടെ പറയാറുണ്ട്. ഈ ദുഷ്ടൻ ധനത്തിലുള്ള അത്യാർത്തി നിമിത്തം അതു കൊടുക്കാതെയിരുന്നിട്ടാണ് എന്റെ ഓമന മകൻ പോയത്'' എന്നും മറ്റും പറഞ്ഞ് ബ്രാഹ്മണസ്ത്രീ ബ്രാഹ്മണനേയും, 'സ്വാമിക്ക് കൊടുക്കാമെന്നു പറഞ്ഞിട്ടുള്ളതു കൊടുക്കുന്നതിന് എനിക്ക് പൂർണ്ണസമ്മതമാണ്. ഈ ദുഷ്ട സമ്മതിക്കാഞ്ഞിട്ടാണു ഞാൻ കൊടുക്കാതെയിരുന്നത്. ഇവൾ നിമിത്തം ഏക സന്താനം നഷ്ടപ്പെട്ടു' എന്നും മറ്റും പറഞ്ഞ് ബ്രാഹ്മണൻ ബ്രാഹ്മണസ്ത്രീയെയും ശകാരിച്ചു തുടങ്ങി. ശകാരം മൂത്ത് മൂത്ത് അവർ തമ്മിൽ വലിയ ശണ്ഠയായി. ആകപ്പാടെ അവിടെ വലിയ ലഹളയും ബഹളവുമായി ത്തീർന്നു. 'ഇതൊന്നു കൊണ്ടും യാതൊരു ഫലവുമില്ല. കുട്ടിയെയും കൊണ്ട് ആ പട്ടാണി എങ്ങോട്ടാണ് പോയതെന്നു വേഗത്തിൽ അന്വേഷിച്ചു കണ്ടുപിടിക്കാനാണ് ഇപ്പോൾ ശ്രമിക്കേണ്ടത്'' എന്നു പറഞ്ഞു ബന്ധുക്കൾ ചില മറവരെയും മറ്റും കൂട്ടിക്കൊണ്ടു പല സ്ഥലങ്ങളിലുമന്വേഷിച്ചു. ഒരു തുമ്പുമുണ്ടായില്ല. കുട്ടിയെ തിരിച്ചു കിട്ടുന്നകാര്യം അസാധ്യം തന്നെയെന്ന് എല്ലാവരും തീർച്ചപ്പെടുത്തുകയാൽ കുട്ടിയുടെ പിതാവായ ബ്രാഹ്മണൻ, 'ഈശ്വരകാരുണ്യം കൊണ്ട് എനിക്ക് അവസാനകാലത്ത് ഒരു സന്തതിയുണ്ടായി. ആ ഏകസന്താനം നഷ്ടപ്പെട്ടു. ഇനി ഈ വാർദ്ധക്യത്തിൽ സന്താനമുണ്ടാകുമെന്നു വിചാരിക്കാൻ ന്യായവുമില്ല. എനിക്കിനി വസ്തുക്കളും വേണ്ടാ, സ്വത്തുക്കളും വേണ്ടാ, പണവും വേണ്ടാ, ഭാര്യയും വേണ്ടാ; എന്നല്ല യാതൊന്നും വേണ്ടാ, ഞാൻ വല്ലവഴിക്കും പോവുകയാണ്'' എന്നു പറഞ്ഞ് ഒരു കുടയും വടിയുമെടുത്തു യാത്രയായി. ആ സമയം അവിടെയുണ്ടായിരുന്ന അന്യനായ ഒരു ബ്രാഹ്മണൻ തുള്ളിയുറഞ്ഞുകൊണ്ട് 'ഇനിയെങ്കിലും നിങ്ങൾ മുൻപു പറഞ്ഞിട്ടുള്ളതുപോലെ ചെയ്യാൻ തയ്യാറുണ്ടെങ്കിൽ കുട്ടി ഇപ്പോൾ ഇവിടെ വരും. തയ്യാറുണ്ടെന്നു പറഞ്ഞാൽ പോരാ. ആധാരം തീർത്തു സാക്ഷിവെച്ച് ഒപ്പിടണം' എന്നു പറഞ്ഞു. ഇതുകേട്ടു കുട്ടിയുടെ അച്ഛനായ ബ്രാഹ്മണൻ, 'കുട്ടി മടങ്ങി

വരികയാണെങ്കിൽ എന്റെ സർവ്വസ്വവും ഞാൻ സ്വാമിക്കു കൊടുത്തേക്കാം. യാതൊരു സംശയവുമില്ല. ആധാരം ഇപ്പോൾ തീർത്തേക്കാം' എന്നു പറഞ്ഞു. ഉടനെ ആ ബ്രാഹ്മണൻ തനിക്കുള്ള സർവ്വസ്വവും അച്ചൻകോവിൽ ശാസ്താവിനു വെച്ചൊഴിഞ്ഞുകൊടുത്തിരിക്കുന്നതായി ഒരാധാരം എഴുതി ത്തീർത്ത് ഒപ്പു വെയ്ക്കുകയും നാലുപേരെ സാക്ഷിവെച്ച് അവരെക്കൊണ്ടും ഒപ്പിടുവിക്കുകയും ചെയ്തു. ബ്രാഹ്മണൻ ആധാരത്തിൽ ഒപ്പിട്ടതും അച്ചൻകോവിലിൽ ഉച്ചപൂജയുടെ പ്രസന്നപൂജ കഴിഞ്ഞു നടതുറന്നതും ഒരേ സമയത്തായിരുന്നു. നട തുറന്നയുടനെ മേൽശാന്തിക്കാരൻ തുള്ളിക്കൊണ്ട് കിഴക്കോട്ടു പുറപ്പെട്ടു. അദ്ദേഹം കറുപ്പസ്വാമി കോവിലിന്റെ സമീപത്തു ചെന്നപ്പോൾ കറുപ്പസ്വാമിയുടെ പൂശാരി തുള്ളി ബ്രാഹ്മണക്കുട്ടിയുടെ കൈക്കുപിടിച്ചു കൊണ്ട് അവിടെ നിൽക്കുന്നുണ്ടായിരുന്നു. പിന്നെ രണ്ടുപേരും കുട്ടിയെയും കൊണ്ടു പാണ്ടിയിൽ ആ ബ്രാഹ്മണന്റെ ഗൃഹത്തിലെത്തുകയും ചെയ്തു. കുട്ടിയെ കണ്ടപ്പോൾ അവിടെയുണ്ടായിരുന്ന എല്ലാം സന്തോഷാത്ഭുത പരവശന്മാരായിത്തീർന്നു. കുട്ടിയുടെ അച്ഛൻ എഴുതിത്തീർത്ത് വച്ചിരുന്ന ആധാരമെടുത്തു ഭക്ത്യാദരങ്ങളോടു കൂടി ആനന്ദാശ്രു ഒലിപ്പിച്ചുകൊണ്ട് മേൽശാന്തി ബ്രാഹ്മണന്റെ പാദത്തിങ്കൽ ചെന്നു വെച്ചു നമസ്കരിച്ചു. അപ്പോൾ കറുപ്പസ്വാമി 'ഇതുമുഴുവനും എന്റെ സ്വാമിക്കു വേണ്ടാ. ഒരു സന്തതിയുണ്ടായാൽക്കൊള്ളാമെന്നുള്ള ആഗ്രഹം കൊണ്ടു നിങ്ങൾ അങ്ങനെ പ്രാർത്ഥിച്ചുപോയെങ്കിലും നിങ്ങടെ സർവ്വസ്വവും സ്വാമിക്കു സമർപ്പിച്ചാൽ നിങ്ങൾക്കു നിത്യവൃത്തിക്കു യാതൊന്നുമില്ലല്ലോ. അതുകൊണ്ടു നിങ്ങൾക്കിപ്പോൾ യാതൊരനുഭവവുമില്ലാതെയും യാതൊന്നും വിളയാതെയും ഉരികുറച്ചു തൊള്ളായിരപ്പറനിലം നിങ്ങൾക്ക് ഒരു സ്ഥലത്തുണ്ടല്ലോ. അതുമാത്രം എന്റെ സ്വാമിക്കു കൊടുത്താൽ മതി' എന്നു കൽപ്പിച്ചു. ഉടനെ ബ്രാഹ്മണൻ സന്തോഷസമേതം ആ ഉരികുറച്ചു തൊള്ളായിരപ്പറനിലം അച്ചൻകോവിൽ ശാസ്താവിനു വച്ചൊഴിഞ്ഞു കൊടുത്തിരിക്കുന്നതായി വേറൊരാധാരം എഴുതി ഒപ്പിട്ടു സമർപ്പിച്ചു. ആ ആധാരമെടുത്തുംകൊണ്ടു ശാന്തിക്കാരനും പൂശാരിയും തുള്ളിക്കൊണ്ടുതന്നെ മടങ്ങിപ്പോരുകയും ആ ആധാരം അയ്യപ്പസ്വാമിയുടെ നടയ്ക്കൽ വെച്ചിട്ടു കലിയടങ്ങുകയും ചെയ്തു. ഉച്ചപ്പൂജ കഴിഞ്ഞു നടതുറന്നിട്ടു മൂന്നേമുക്കാൽ നാഴിക കൊണ്ട് ഈ സംഗതികളെല്ലാം നടന്നു. കലിയടങ്ങിയതിന്റെ ശേഷം ഇതിലൊന്നും അവർക്കു രണ്ടുപേർക്കും ലേശം പോലും ഓർമ്മയുണ്ടായിരുന്നുമില്ല. ഇങ്ങനെയാണ് ആ നിലം അച്ചൻകോവിൽ ദേവസ്വം വകയ്ക്കു കിട്ടിയത്. പുല്ലുപോലും മുളയ്ക്കാതെ കിടന്നിരുന്ന ആ നിലം അയ്യപ്പസ്വാമിക്കായതിന്റെ ശേഷം ഒന്നാന്തരമായി വിളഞ്ഞുതുടങ്ങി. ഇപ്പോഴും ആ നിലം ആ ദേശത്തുള്ള നിലങ്ങളിൽവെച്ചു മേത്തരമായിട്ടു തന്നെയാണിരി ക്കുന്നത്.

ശാന്തിക്കാരനും പൂശാരിയും ആധാരം കൊണ്ടുപോന്നതിന്റെശേഷം ബ്രാഹ്മണൻ അടുത്തുണ്ടായിരുന്ന മറ്റൊരു മുഹൂർത്തത്തിൽ കുട്ടിയുടെ ഉപനയനം നടത്തുകയും ഭാര്യാപുത്രസഹിതം അച്ചൻകോവിലിൽ വന്നു സ്വാമിദർശനവും സ്വാമിക്ക് അനേകം വഴിപാടുകളും കറുപ്പസ്വാമിക്ക് ഊട്ടും കഴിച്ചു മടങ്ങിപ്പോവുകയും ചെയ്തു. ആ ബ്രാഹ്മണന്റെ കുടുംബക്കാർ പാണ്ടിയിലെവിടെയോ ഇപ്പോഴുമുണ്ടെന്നാണ് കേൾവി. പട്ടാണിവേഷം ധരിച്ചു ബ്രാഹ്മണക്കുട്ടിയെ എടുത്തുകൊണ്ടു മറഞ്ഞതു കറുപ്പസ്വാമിയായിരുന്നു എന്നുള്ളതു വിശേഷിച്ചു പറയണമെന്നില്ലല്ലോ.

പാണ്ഡിരാജ്യം (പാണ്ടി) ബ്രിട്ടീഷുഗവർമ്മേണ്ടിന്റെ അധീനതയിലായതിന്റെ ശേഷം മേൽപറഞ്ഞ നിലവും ഗവർമ്മേണ്ടുവകയാക്കുന്നതിന് അന്നത്തെ കലക്ടർ സായിപ്പ തീർച്ചയാക്കി. ഈ വിവരമറിഞ്ഞ പന്തളത്തു രാജാവ് അച്ചൻകോവിൽ മണിക്കാരനെ (പാർവ്വത്യക്കാരനെ) സായിപ്പിന്റെ അടുക്കൽ അയച്ച് 'ഈ ഉരികുറച്ചു തൊള്ളായിരപ്പറനിലം അച്ചൻകോവിൽ ശാസ്താവിന്റെ വകയാണ്. അതു ഗവർമ്മേണ്ടു വകയാക്കരുത്'' എന്നു പറയിച്ചു. മണിക്കാരൻ പറഞ്ഞിയതിനെ സായിപ്പ് പുല്ലോളം വകവെച്ചില്ല. ഇത്രയും നിലം അയ്യപ്പസ്വാമിക്കു നഷ്ടപ്പെട്ടുപോകുമല്ലോ എന്നു വിചാരിച്ചു സ്വാമിഭക്തനായ ആ മണിക്കാരൻ വ്യസനിച്ചുകൊണ്ടു മടങ്ങിപ്പോന്നു. നേരം വൈകിയപ്പോൾ അയാൾ രാത്രി കഴിച്ചുകൂട്ടാനായി വഴിക്കടുത്തുണ്ടായിരുന്ന ഒരു സ്ഥലത്തു കയറി. അന്ന് അവിടെയൊരു കുറുപ്പന്നൂട്ടു നടക്കുന്നുണ്ടായിരുന്നു. മണിക്കാരൻ അവിടെച്ചെന്നപ്പോൾ കറുപ്പസ്വാമിയുടെ പൂശാരി കറുപ്പസ്വാമിയുടെ വെളിച്ചപ്പാടായിട്ടു തുള്ളിക്കൊണ്ടു നിൽക്കുന്നുണ്ടായിരുന്നു. ആ തുള്ളൽ കണ്ടപ്പോൾത്തന്നെ ഇതു സ്വാമിയുടെ അധിവാസമുണ്ടായിട്ടുള്ളതല്ലെന്നും കള്ളത്തുള്ളലാണെന്നും മണിക്കാരനു മനസ്സിലാവുകയാൽ അദ്ദേഹം ഒന്നും മിണ്ടാതെ അവിടെ നിന്നു. അപ്പോൾ പൂശാരി തുള്ളിത്തുള്ളി മണിക്കാരന്റെ അടുക്കൽച്ചെന്ന്, 'ഒട്ടും വ്യസനിക്കണ്ടാ, ഞാൻ നിവൃത്തിയുണ്ടാക്കിക്കൊള്ളാം' എന്നു പറഞ്ഞു. മണിക്കാരൻ ശുദ്ധഹൃദയനും ശുണ്ഠിക്കാരനുമായ ഒരു പരദേശബ്രാഹ്മണനായിരുന്നു. അദ്ദേഹം വ്യസനവും ദേഷ്യവും സഹിക്കാൻ വയ്യാതെയായിട്ടു പൂശാരിയുടെ മുഖത്തു 'ഫാ' എന്നൊരാട്ടുമൊരു തുപ്പും വെച്ചുകൊടുത്തു. പൂശാരി മാറിക്കളഞ്ഞ തിനാൽ മണിക്കാരന്റെ തുപ്പൽ അവിടെ കത്തിജ്വലിച്ചു കൊണ്ടിരുന്ന ഒരു പന്തത്തിന്മേൽ വീഴുകയും അതു തെള്ളി (ചെഞ്ചെല്യ)പ്പൊടി പോലെ കത്തിക്കാളുകയും ചെയ്തു. അപ്പോൾ പൂശാരിയിൽ കറുപ്പസ്വാമിയുടെ ആവേശമുണ്ടാവുകയാൽ ഭാവം മാറീട്ടു വീണ്ടും മണിക്കാരനോട് 'ഒട്ടും വ്യസനിക്കണ്ടാ, ഞാൻ നിവൃത്തിയുണ്ടാക്കിക്കൊള്ളാം. ഗ്രാമത്തിൽ ചെന്ന് എവിടെയെങ്കിലും താമസിച്ചുകൊള്ളണം. അവിടെ ആൾ വരും. സംഗതി തീർച്ചയായിട്ടു മടങ്ങിപ്പോന്നാൽ മതി' എന്നു പറഞ്ഞു. ഇതു കറുപ്പസ്വാമിയുടെ കൽപനതന്നെയാണെന്നു തോന്നുകയാൽ മണിക്കാരൻ, 'കൽപന പോലെ ചെയ്തുകൊള്ളാം. ശുദ്ധഗതിയും മുൻകോപവും കൊണ്ടു ഞാൻ ചെയ്തുപോയ അപരാധം അവിടുന്നു സദയം ക്ഷമിക്കണം' എന്നു പറഞ്ഞു വന്ദിച്ചുകൊണ്ട് അവിടുന്ന് ഇറങ്ങിപ്പോയി ഗ്രാമത്തിൽചെന്ന് ഒരു ഗൃഹത്തിൽ കയറി കിടന്നു.

പന്തത്തിൻമേൽ വീണ തുപ്പൽ കത്തിക്കാളിയപ്പോൾ മുതൽ കലക്ടർ സായിപ്പിന്റെ മദാമ്മയ്ക്കു ദേഹമാസകലം ഉമിത്തീയിലിട്ടാലെന്നപോലെ ഒരു പുകച്ചിൽ തുടങ്ങി. ഉടനെ അനേകം ഡോക്ടർമാരെ വരുത്തി പല ചികിത്സകൾ ചെയ്യിച്ചുനോക്കി. ഒരു ഗുണവും കണ്ടില്ല. അതിനാൽ സായിപ്പ വല്ലാതെ വ്യസനാക്രാന്തനായിത്തീർന്നു. അപ്പോൾ സായിപ്പിന്റെ സേവകനും ക്ലാർക്കുമായ ഒരു ഹിന്ദു 'ഇതിന്റെ കാരണമറിയുന്നതിന് ഒന്നു പ്രശ്നം വെപ്പിച്ചു നോക്കിച്ചാൽ കൊള്ളാം' എന്നുപറഞ്ഞു. ഗൂഢമായി അപ്രകാരം നോക്കിക്കുന്നതിനു സായിപ്പ സമ്മതിക്കുകയാൽ ആ ക്ലാർക്കു ഗൂഢമായി ഒരു പ്രശ്നക്കാരനെ വരുത്തി ആരും അറിയാതെ ഒരു ഗൂഢസ്ഥലത്തുവച്ച് പ്രശ്നം വെപ്പിച്ചു നോക്കിച്ചു. മദാമ്മയുടെ സുഖക്കേടിനു

കാരണം അച്ചൻകോവിൽ ശാസ്താവിന്റെ കോപമാണെന്നും മണിക്കാരനെ വരുത്തി സമാധാനം പറഞ്ഞാൽ മദാമ്മയ്ക്കു സുഖമാകുമെന്നും പ്രശ്നക്കാരൻ വിധിച്ചു. ക്ലാർക്ക് ഉടനെ ഈ വിവരം സായിപ്പിനെ ഗ്രഹിപ്പിക്കുകയും സായിപ്പിന്റെ ആജ്ഞപ്രകാരം ആളയച്ചു മണിക്കാരനെ വരുത്തുകയും ചെയ്തു. വിവരമൊക്കെപ്പറഞ്ഞപ്പോൾ മണിക്കാരൻ അയ്യപ്പസ്വാമിയെ സ്മരിച്ചുകൊണ്ടു സ്വൽപ്പം ഭസ്മമെടുത്തു ജപിച്ചു മദാമ്മയുടെ ദേഹത്തിലും ശിരസ്സിലുമിട്ടു. ഉടനെ മദാമ്മയുടെ സുഖക്കേടെല്ലാം മാറി, നല്ല സുഖമായി. സായിപ്പു സന്തോഷിച്ചു മണിക്കാരനു ചില സമ്മാനങ്ങൾ കൊടുക്കുകയും നിലം ഗവർമ്മേണ്ടിൽ ചേർക്കാൻ പാടുള്ളതല്ലെന്നു തീർച്ചയാക്കുകയും ദേവസ്വം പേരിൽത്തന്നെ പതിച്ചുകൊടുക്കുകയും ചെയ്തു.

ആറന്മുളക്ഷേത്രത്തിൽ ഇപ്പോൾ ഉള്ളതിനു മുമ്പുണ്ടായിരുന്ന ധ്വജത്തിന്റെ തടി അച്ചൻകോവിൽ മലയിൽനിന്നു വെട്ടിയിറക്കി കൊണ്ടുവന്നതായിരുന്നു. ആദ്യം ചിലർ പോയി തടി നോക്കിക്കണ്ടു നിശ്ചയിച്ചു പോന്നതിന്റെ ശേഷം വെട്ടിയിറക്കിക്കൊണ്ടുവരാനായിട്ടു പത്തുമുപ്പതുപേർ ശേഖരമായിട്ടാണ് പോയിരുന്നത്. തടിനിന്നിരുന്നത് ആനയെക്കൊണ്ടു പിടിപ്പിച്ചിറക്കുന്നതിനു സകൗര്യമില്ലാത്തതായ ഒരു സ്ഥലത്തായിരുന്നു. അതിനാൽ തടി പിടിച്ചിറക്കി ആറ്റിലാക്കുന്നതിനും മനുഷ്യർ തന്നെ വേണ്ടിയിരുന്നതുകൊണ്ടാണ് ഇത്രയധികം ആളുകൾ പോയത്. അവർ മലയിൽചെന്നു തടി വെട്ടി, പിടിച്ചിറക്കി അനേകദിവസം കൊണ്ട് ഒരു വിധത്തിൽ ആറ്റുകടവിൽ കൊണ്ടുവന്നു. അപ്പോഴേക്കും അന്നു നേരം വൈകുകയും അവരെല്ലാവരും ഏറ്റവും ക്ഷീണിക്കുകയും ചെയ്കയാൽ തടി പിടിച്ചു വെള്ളത്തിലിറക്കുന്നതു പിറ്റേദിവസമാകാമെന്നു നിശ്ചയിച്ച് അവരെല്ലാവരും അച്ചൻകോവിൽ ക്ഷേത്രത്തിൽ പോയി അന്ന് അവിടെ ത്താമസിച്ചു.

പിറ്റേദിവസം അതിരാവിലെ അവരെല്ലാവരും കൂടിപ്പോയി തടിപിടിച്ചു വെച്ചിരുന്ന സ്ഥലത്തു ചെന്നപ്പോൾ തടി അവിടെ കാൺമാനില്ലായിരുന്നു. അപ്പോൾ അവർക്കുണ്ടായ മനസ്താപം എത്രമാത്രമെന്നു പറയാൻ പ്രയാസം. അവർ അവിടെയൊക്കെ അന്വേഷിച്ചു നടന്നു ചെന്നപ്പോൾ തടി മലയുടെ മുകളിൽ അവർ എവിടെനിന്നു കൊണ്ടു പോന്നുവോ ആ സ്ഥലത്തുതന്നെ ഇരിക്കുന്നതുകണ്ടു. തടി ആരും ഇറക്കി ക്കൊണ്ടുപോയില്ലെന്നറിഞ്ഞപ്പോൾ അവർക്കു സ്വൽപം സമാധാനമായി. പിന്നെയും അവർ തടി പിടിച്ചിറക്കാനുള്ള ശ്രമം തുടങ്ങി. നാലഞ്ചുദിവസം കൊണ്ട് അവർ പിന്നെയും തടി ആറ്റുകടവിലാക്കി, അന്നു നേരം വൈകിപ്പോയതിനാൽ രാത്രിയിൽ താമസിക്കുന്നതിന് അമ്പലത്തിലേക്കു പോയി. പിറ്റേദിവസം കാലത്തു ചെന്നു നോക്കിയപ്പോഴും തടി ആസ്ഥലത്തു കാൺമാനില്ലായിരുന്നു. എങ്കിലും അധികം അന്വേഷിച്ചു നടക്കാതെ തടി യഥാപൂർവ്വം മലയുടെ മുകളിലിരിക്കുന്നതു കണ്ടു. ഇങ്ങനെ പലപ്രാവശ്യമായപ്പോൾ അവർ ഏറ്റവും വിഷണ്ണൻമാരായി ത്തീർന്നു. 'ഇനി ആറന്മുളച്ചെന്നു പ്രശ്നം വെയ്പിച്ചു നോക്കിച്ച് ഇതിന്റെ കാരണമറിയാതെ വെറുതെ കഷ്ടപ്പെടാൻ കഴിയില്ല' എന്നു നിശ്ചയിച്ച് അവർ അവിടെനിന്ന് ആറന്മുളയ്ക്കു യാത്രയായി.

ഇവർ തടിയുംകൊണ്ടു മടങ്ങിയെത്തായ്കയാൽ ആറന്മുള കരനാഥന്മാർ മുതലായവർക്കു വിചാരമായി. അവരെല്ലാവരും ഒരു ദിവസം ക്ഷേത്രസന്നിധിയിൽ കൂടി. അത് ഇവർ അച്ചൻകോവിലിൽ നിന്ന് അങ്ങോട്ടു

പുറപ്പെട്ട ദിവസം തന്നെയായിരുന്നു. ആ സമയം പ്രസിദ്ധ ദൈവജ്ഞനായ മംഗലപ്പള്ളി മൂത്തതും ദേവദർശനത്തിനായി അവിടെ ചെന്നു ചേർന്നു. മൂത്തതിനെ കണ്ടപ്പോൾ കരയിൽ പ്രമാണികളിലൊരാൾ 'നമ്മുടെ കാര്യം നമുക്കു നമ്മുടെ കൊച്ചു മൂത്തതിനോടു ചോദിക്കാം; ഇനി എന്താണ് വേണ്ട തെന്ന് അദ്ദേഹം വിചാരിച്ചു പറയട്ടെ' എന്നു പറഞ്ഞു. അതുകേട്ടു മൂത്തത്, 'നിങ്ങൾക്ക് എന്താണ് അറിയേണ്ടത്?' എന്നു ചോദിച്ചു. അതിനുത്തരമായി ഒരാൾ, 'കൊടിമരത്തടിക്കു പോയവരിലാരും മടങ്ങിവന്നു കാണായ്കയാൽ ഞങ്ങൾക്കു വളരെ വ്യസനമായിരിക്കുന്നു. അവർ പോയിട്ടിപ്പോൾ ഒരു മാസം കഴിഞ്ഞു. ഒരു വർത്തമാനവും അറിയുന്നില്ല. അവർക്കു വല്ലതും ആപത്തുപറ്റിയോ എന്തോ? ചിലരെ അങ്ങോട്ട് അയച്ചുവെങ്കിലോ എന്നും സംശയമുണ്ട്. ഇതിനെക്കുറിച്ചു മനസ്സിരുത്തി ഒന്നു ചിന്തിച്ചു വേണ്ടതു പറഞ്ഞുതരണം. ഇങ്ങനെയുള്ള കാര്യങ്ങൾ ചിന്തിച്ചു പറയുന്നതിന് അവി ടെയ്ക്കു കവിടിയും മറ്റും ആവശ്യമില്ലല്ലോ' എന്നു പറഞ്ഞു. ഉടനെ മൂത്തത് അകത്തു പോയി ദർശനം കഴിച്ച് എല്ലാം വേണ്ടതുപോലെ തോന്നിക്കു ന്നതിനു സ്വാമി സന്നിധിയിൽ പ്രാർത്ഥിച്ചുകൊണ്ട് പുറത്തു കൊടിമര സ്ഥാനത്തു വന്നു നിന്നുകൊണ്ട് അവിടെ കൂടിയിരുന്നവരോട് 'തടിക്ക് പോയിരിക്കുന്നവർക്കു യാതൊരാപത്തും സംഭവിച്ചിട്ടില്ല. തടി കൊണ്ടു പോരാൻ സാധിക്കായ്കയാലാണ് അവർക്കു താമസം പറ്റിയത്. അവർ ഇങ്ങോട്ടു പുറപ്പെട്ടിട്ടുണ്ട്. എങ്കിലും തടി കൊണ്ടുവരുന്നില്ല. അച്ചൻകോവിൽ മലയിൽനിന്നാണല്ലോ തടി കൊണ്ടുവരേണ്ടത്. ആ തടി അച്ചൻകോവിൽ ശാസ്താവിന്റെ വകയാണ്. അതിനാൽ, അവിടെച്ചെന്നു സ്വാമിയെ വന്ദി ക്കുകയും യഥാശക്തി വഴിപാടുകൾ കഴിച്ചു പ്രാർത്ഥിക്കുകയും ചെയ്യാതെ തടി കൊണ്ടുപോരാൻ ഒരിക്കലും സാധിക്കുകയില്ല. അയ്യപ്പസ്വാമിയുടെ പരിവാരമൂർത്തികൾക്കും യഥായോഗ്യം വഴിപാടുകൾ നടത്തണം. ആ മൂർത്തികളിൽ പ്രാധാന്യം കറുപ്പസ്വാമിക്കാണ്. കറുപ്പസ്വാമിക്ക് ഒരു ഊട്ടു തന്നെ നടത്തണം. എന്നാൽ അതു തടി ഇവിടെ വന്നുചേർന്നതിനു ശേഷം നടത്തിയാൽ മതി. ഇപ്പോൾത്തന്നെ കറുപ്പസ്വാമി കോവിലിൽച്ചെന്നു തൊഴുതു പ്രാർത്ഥിച്ചു പൂശാരിയോട് ചാർത്തുവാങ്ങിക്കൊണ്ടു പോരണം. ഇത്രയും ചെയ്താൽ പിന്നെ തടിക്കായിട്ട് ആരും പോകേണ്ടാ. തടി താനേ ഇവിടെ വന്നു ചേരും. അയ്യപ്പസ്വാമിയുടെ പരിവാരങ്ങൾ അത്യുഗ്രമൂർ ത്തികളാണ്. തടിക്കു പോയവർ പലതവണ തടി മലയിൽനിന്നിറക്കി ആറ്റുകടവിൽ കൊണ്ടുവന്നുവെച്ചു. എങ്കിലും പിറ്റേദിവസമാകുമ്പോൾ തടി മലയുടെ മുകളിലായിരിക്കും. അതുകൊണ്ടാണ് അവർക്കു തടി കൊണ്ടുപോ രാൻ സാധിക്കാഞ്ഞത്. ഇറക്കിക്കൊണ്ടുപോന്ന തടി വീണ്ടും മലയുടെ മുകളിൽ കൊണ്ടുപോയി വെച്ചതു സ്വാമിയുടെ പരിവാരമൂർത്തികളാണ്. അവർതന്നെ നമുക്കിവിടെ തടി എത്തിച്ചുതരികയും ചെയ്യും. ഇവിടെനിന്ന് അച്ചൻകോവിലിലേക്ക് നാലുപേർ കുറയാതെ ഉടനേ പോകണം. തടി കൊണ്ടുവരാൻ പോയവരെ വഴിക്കുവെച്ചു കാണാം. അവരും കൂടി അങ്ങോട്ടു പോരട്ടെ. എല്ലാവരും കൂടിച്ചെന്നു സ്വാമിദർശനം കഴിച്ച് വഴിപാടുകളും നടത്തി പ്രാർത്ഥിച്ചു പോരിക' എന്നു പറഞ്ഞു. മൂത്തതു പറഞ്ഞതുപോലെ ആറന്മുളനിന്നു പ്രധാനന്മാരായ നാലുപേർ അന്നു തന്നെ പുറപ്പെടുകയും മുമ്പ് പോയിരുന്നവരെ വഴിക്കു വച്ചു കാണുകയും എല്ലാവരും കൂടി അച്ചൻ കോവിലിൽച്ചെന്നു സ്വാമി ദർശനവും വഴിപാടുകളും പ്രാർത്ഥനയും മറ്റും

നടത്തുകയും കറുപ്പനൂട്ടിനുള്ള ചാർത്തു വാങ്ങി മടങ്ങിപ്പോരികയും ചെയ്തു.

അച്ചൻകോവിലിൽ പോയിരുന്നവരെല്ലാം ആറന്മുള മടങ്ങിയെത്തിയദിവസം നിശ്ചിതസമയത്ത് ക്ഷേത്രക്കടവിനടുത്ത് ആറ്റിൽ കെങ്കേമമായിട്ടുള്ള ഒരു വഞ്ചിപ്പാട്ടും ആളുകളുടെ ആരവവും അർപ്പുവിളിയും കുരവയും പാണ്ടിവാദ്യവും നാഗസ്വരവുമെല്ലാം കേൾക്കപ്പെട്ടു. അതുകേട്ടു ജനങ്ങൾ പരിഭ്രമിച്ച് ഓടി കടവിലെത്തിയപ്പോൾ അവിടെ കൊട്ടും പാട്ടും വാദ്യഘോഷവും യാതൊന്നുമില്ലായിരുന്നു. അവിടെയെങ്ങും ആരെയും കാൺമാനുമുണ്ടായിരുന്നില്ല. എങ്കിലും കൊടിമരത്തിനുള്ള തടി കടവിൽ കിടക്കുന്നുണ്ടായിരുന്നു. അതുകണ്ട് എല്ലാവരും സന്തോഷാത്ഭുതപരവശ ന്മാരായിത്തീർന്നു. അപ്പോൾത്തന്നെ ജനങ്ങൾ തടിപിടിച്ചു കയറ്റി മതിൽക്കകത്തു കൊണ്ടു ചെന്നു വെച്ചു. നേരം വെളുത്തപ്പോൾ പരിശോധിച്ചു നോക്കിയതിൽ തടി യാതൊരു കേടുമില്ലാത്തതും ഒന്നാം തരവുമാണെന്നു കണ്ട് എല്ലാവരും വളരെ സന്തോഷിച്ചു. അതൊരു വെള്ളിയാഴ്ച ദിവസമായിരുന്നു. അതിനടുത്ത വെള്ളിയാഴ്ച തന്നെ കറുപ്പനൂട്ടു നടത്തണമെന്ന് എല്ലാവരുംകൂടി നിശ്ചയിക്കുകയും അതിലേക്കു വേണ്ടുന്ന വട്ടങ്ങളൊക്കെ കൂട്ടിക്കൊണ്ടു വിവരം പൂശാരിയെ അറിയിക്കുകയും പൂശാരിയും പരികർമ്മികളും മറ്റും വ്യാഴാഴ്ച തന്നെ സ്ഥലത്തെത്തുകയും ആറന്മുളയ്ക്കടുത്ത അയിത്രൂരാറ്റിൽ മണപ്പുറത്തു വെച്ചു നിശ്ചിതദിവസം തന്നെ ആ വഴിപാടു കെങ്കേമമായി നടത്തുകയും ചെയ്തു.

പൂശാരിയും പരികർമ്മികളും വ്യാഴാഴ്ച വൈകുന്നേരം ആറന്മുളക്ഷേത്രത്തിലെത്തി സ്വാമിദർശനം കഴിച്ച് അന്നവിടെ താമസിക്കുകയും വെള്ളിയാഴ്ചനാൾ കാലത്തു കുളിയും ദർശനവും കഴിക്കുകയും ചെയ്തതിന്റെ ശേഷമാണ് അയിത്രൂർ മണപ്പുറത്തേക്കു പുറപ്പെട്ടത്. പൂശാരിക്ക് അന്നു പകൽ ഊണു പതിവില്ലാത്തതിനാൽ ആ മനുഷ്യനെ ഒഴിച്ചു ശേഷം എല്ലാവരും കൂടി ഊണുകഴിച്ചിട്ടേ ക്ഷേത്രസന്നിധിയിൽ നിന്നു പുറപ്പെട്ടുള്ളൂ. അവർ മണൽപ്പുറത്തെത്തിയപ്പോൾ അവിടെ ഏറ്റവും വിശാലമായ ഒരു പന്തലിട്ടു കെട്ടി വിതാനിച്ചലങ്കരിച്ച് ഊട്ടിനു വേണ്ടുന്ന സകല സാമാനങ്ങളും ചാർത്തിൻപ്രകാരം ശേഖരിച്ചു വെച്ചിട്ടുണ്ടായിരുന്നു.

ആറന്മുള ദേശത്തോ അടുത്ത കരകളിലോ വച്ചു കറുപ്പനൂട്ടു നടത്തുകയാണെങ്കിൽ ക്ഷേത്രത്തിൽനിന്ന് ഒരു കൊടി എഴുന്നള്ളിച്ചു കൊണ്ടുവന്നു വെച്ചിട്ടാണ് നടത്തുക പതിവ്. ഇതിലേക്ക് ആറന്മുളദേവന്റെ സങ്കേതത്തിലുൾപ്പെട്ട പതിനെട്ടു കളരികളിലെ സകല ജനങ്ങളും ആബാലവൃദ്ധം വന്നുകൂടിയിരുന്നു. പാണ്ടിവാദ്യം, നാഗസ്വരം, പഞ്ചവാദ്യങ്ങൾ, ഉരുട്ടുചെണ്ട, ജനങ്ങളുടെ ആർപ്പുവിളി, കുരവ മുതലായ ഘോഷങ്ങളോടുകൂടി ഏറ്റവും കോലാഹലസമേതമാണ് ആ എഴുന്നള്ളത്തു പുറപ്പെട്ടത്. ഏകദേശം അഞ്ചുനാഴികപ്പകലേ ആ എഴുന്നള്ളത്തു പന്തലിലെത്തുകയും കൊടി ഒരു പ്രധാനസ്ഥലത്ത് എഴുന്നള്ളിച്ചു വയ്ക്കുകയും ചെയ്തു. അതിന്റെ സമീപത്തു കറുപ്പസ്വാമിയുടെ പൂജയ്ക്കു വേണ്ടതെല്ലാം നിരത്തിവെച്ചൊരുക്കി. കൊടിയെഴുന്നള്ളിച്ചു വെച്ചതിന്റെ മുൻവശത്ത് ഏകദേശം രണ്ടു ദണ്ഡു സമചതുരത്തിലും വളരെ പൊക്കത്തിലും ആഴികു വിറകടുക്കി സന്ധ്യയ്ക്കുമുമ്പായിതീയിട്ടു. സന്ധ്യയായപ്പോൾ പൂശാരി കുളിച്ചു ഉടുത്തുകെട്ടി വന്നു പൂജ ആരംഭിച്ചു. പൂജയും കർപ്പൂരാരാധനയും (കർപ്പൂരം കത്തിച്ചുഴിയുകയും) കഴിഞ്ഞു പൂശാരി

എഴുന്നേറ്റു പടിഞ്ഞാട്ടു തിരിഞ്ഞുനിന്ന് ആറന്മുളഭഗവാനെ വിചാരിച്ച് ഒന്നു വന്ദിച്ചതിന്റെ ശേഷം, കിഴക്കോട്ടു തിരിഞ്ഞു തൊഴുതുപിടിച്ചു കണ്ണടച്ചു ധ്യാനത്തോടുകൂടി നിശ്ചഷ്ടനായി സ്വൽപനേരം നിന്നു. അപ്പോഴേയ്ക്കും ആഴികൂട്ടിയിരുന്ന വിറകെല്ലാം എരിഞ്ഞടങ്ങി നല്ല കനലായിക്കഴിഞ്ഞു. ആ സമയം കൊട്ടും ഘോഷവും ആർപ്പും കുരവയും ശംഖുവിളിയും കതിനാവെടിയും വെടിക്കെട്ടും മറ്റും കൊണ്ടു ലോകമപ്പാടെ ഞടുങ്ങിക്കൊണ്ടിരുന്നു. അപ്പോൾ നിശ്ചേഷ്ടനായി നിന്നിരുന്ന പൂശാരിയുടെ ശരീരം ആകപ്പാടെ ഒന്നു വിറച്ചു. ഉടനെ അയാൾ തുള്ളിത്തുടങ്ങുകയും അരിവാൾ, വേൽ, കപ്പര (ഭസ്മപ്പാത്രം) ഇതുകൾ കൈയിലെടുത്തുകൊണ്ട് ആഴിക്കും കൊടിക്കും പൂജാസ്ഥലത്തിനും കൂടി മൂന്നു പ്രദിക്ഷണം വെച്ചിട്ട് ആഴിയിൽക്കയറി നിൽക്കുകയും ചെയ്തു. അവിടെനിന്നു കുറച്ചു നേരം തുള്ളിയപ്പോൾ ആഴി നിരന്നു. പിന്നെ അവിടെനിന്നിറങ്ങീട്ടു കപ്പരയിൽനിന്നും സ്വൽപ്പം ഭസ്മമെടുത്തു കൊടിയിന്മേലിട്ടു. ഉടനെ കൊടി വിറച്ചു വിറച്ച് സ്വയമേവ തുള്ളിത്തുടങ്ങി. പിന്നെ പൂശാരി തുള്ളിക്കൊണ്ടുതന്നെ കപ്പരയിൽനിന്ന് ഒരു പിടി ഭസ്മം വാരിയെടുത്ത് ജനക്കൂട്ടത്തിലേയ്ക്ക് എറിഞ്ഞു. അപ്പോൾ കറുപ്പൻ തുള്ളലിൽ വിശ്വാസമില്ലാത്തവരായി അവിടെ വന്നു കൂടിയിരുന്നവരെല്ലാം കൂട്ടത്തോടെ തുള്ളിത്തുടങ്ങി. അവരെല്ലാവരും ആഴിയിൽച്ചാടി ചവുട്ടി നിരത്തിയതിന്റെ ശേഷം, 'കറുപ്പസ്വാമിയെ ഞങ്ങളെല്ലാവരും പൂർണ്ണമായി വിശ്വസിക്കുന്നു. ഞങ്ങൾക്കു ദാഹം കലശലായിരിക്കുന്നു' എന്നു വിളിച്ചു പറഞ്ഞുതുടങ്ങി. പൂശാരി കരിക്കിൻവെള്ളവും ചാരായവും കൂടിയെടുത്ത് എല്ലാവരുടെയും മേൽ തളിച്ചു. ഉടനെ അവരുടെ ദാഹം ശമിച്ചു എങ്കിലും തുള്ളൽ നിന്നില്ല. ആ സമയം കോഴിമുട്ടകളെല്ലാം കോഴികളായിത്തീർന്നു. പൂശാരി ആ കോഴികളെയെല്ലാം വെട്ടുകയും ആഴിയിൽ നിന്നു ഭസ്മംവാരിയെടുത്തു കൊടിയിന്മേലും തുള്ളിക്കൊണ്ടുനിന്ന ജനങ്ങളുടെ മേലും എറിയുകയും അപ്പോൾ എല്ലാവരുടെയും തുള്ളൽ നിൽക്കുകയും ചെയ്തു. പിന്നെയും പൂശാരിയുടെ തുള്ളൽ നിന്നില്ല; പൂശാരി കളഭമെടുത്തു തന്റെ ദേഹത്തിലെല്ലാം പൂശുകയും പ്രസാദമായിട്ടു ജനങ്ങൾക്കെല്ലാവർക്കും കൊടുക്കുകയും ചെയ്തിട്ട് (കറുപ്പസ്വാമിയുടെ നിലയിൽ) 'നിങ്ങളുടെ വഴിപാടു ഞാൻ സ്വീകരിച്ചിരിക്കുന്നു. എനിക്കു വളരെ സന്തോഷമായി' എന്നു പറഞ്ഞു. ഉടനെ തുള്ളലും നിന്നു. തുള്ളൽ നിന്നയുടനെ പൂശാരി അവിടെ വീണു. അപ്പോൾ കൊട്ടും ഘോഷവുമെല്ലാം നിറുത്തി, പരികർമ്മികളും മറ്റും കൂടി പൂശാരിയെ വീശിക്കൊണ്ടു നിന്നു. കുറച്ചുനേരം കഴിഞ്ഞപ്പോൾ പൂശാരി സ്വബോധത്തോടുകൂടി എഴുന്നേറ്റു കൈയും മുഖവും കഴുകി അത്താഴവും കഴിച്ച് അന്ന് അവിടെ താമസിക്കുകയും പിറ്റേദിവസം രാവിലെ പരികർമ്മികൾ മുതലായവരോടു കൂടി അച്ചൻകോവിലിലേക്കു പോവുകയും ചെയ്തു. പൂശാരിയെയും പരികർമ്മികളെയും യഥായോഗ്യം ദക്ഷിണയും സമ്മാനങ്ങളും കൊടുത്തു സന്തോഷിപ്പിച്ചാണ് പറഞ്ഞയച്ചതെന്നുള്ളതു വിശേഷിച്ചു പറയണമെന്നില്ലല്ലോ. തടി കിട്ടിയതിൽ സന്തുഷ്ടരായ കരനാഥന്മാരും മറ്റും കൂടിയുത്സാഹിച്ച് അധികം താമസിയാതെതന്നെ ഒരു സുമുഹൂർത്തത്തിൽ ആറന്മുളെ ദേവസന്നിധിയിൽ യഥാവിധി ധ്വജപ്രതിഷ്ഠ നടത്തുകയും ചെയ്തു.

ഒരിക്കൽ 'കാളിനായ്ക്കൻ' എന്നൊരാൾ ആലപ്പുഴെ തടിക്കുത്തക ഏറ്റിരുന്നു. കുത്തകക്കാർ തടി വെട്ടിയിറക്കി വൃശ്ചികമാസം 30-ാം തിയതിക്കകം ആലപ്പുഴ കച്ചവടം വകയിലേൽപ്പിക്കണമെന്നായിരുന്നു

ഏർപ്പാട്. അതിനാൽ കുത്തകക്കാർ ചിങ്ങം കന്നി മാസങ്ങളിൽ തടികൾ വെട്ടിയിറക്കി നദീതീരങ്ങളിൽ കൊണ്ടുവന്നു ശേഖരിക്കുകയും തുലാവർഷത്തിന്റെ വെള്ളപ്പൊക്കത്തോടുകൂടി ആറ്റിലിറക്കി ചെങ്ങാടം കെട്ടി ആലപ്പുഴെ കൊണ്ടുചെന്ന് ഏൽപിക്കുകയുമാണ് പതിവ്. ആ പതിവനുസരിച്ച് ഒരു കൊല്ലം കാളിനായ്ക്കൻ തടികൾ ശേഖരിച്ചിരുന്നത് അച്ചൻകോവിലിൽനിന്നും രണ്ടുമൂന്നു നാഴിക പടിഞ്ഞാറ് 'കല്ലാറ്' എന്നു പേരായ നദിയുടെ തീരപ്രദേശങ്ങളിലായിരുന്നു. അക്കൊല്ലം കന്നിമാസത്തിലെ ഉണക്ക് അതികഠിനമായിരിക്കുകയും വൃശ്ചികമായിട്ടും തുലാ വർഷം ആരംഭിക്കാതിരിക്കുകയും ചെയ്തതുകൊണ്ടു കല്ലാറ്റിൽ വെള്ളം വളരെ കുറവായിരുന്നു. എന്നു മാത്രമല്ല, കല്ലാർ അച്ചൻകോവിലാറ്റിൽ വന്നുകൂടുന്ന സ്ഥലത്ത് ആറ്റിൽ വിലങ്ങനെ മൂന്നു വലിയ പാറകളുണ്ടായിരുന്നു. ആ പാറകളുടെ മുകളിൽക്കൂടി തടികളിറക്കി ക്കൊണ്ടു പോരുവാൻ തക്കവണ്ണം വെള്ളം പൊങ്ങുന്ന സമയങ്ങളിലല്ലാതെ അതിലേക്കൂടി തടികൾ കൊണ്ടു പോരുന്നതിനു യാതൊരു നിവൃത്തിയുമില്ലായിരുന്നു. ഇക്കൊല്ലം ഇങ്ങനെ സംഭവിച്ചു എന്നല്ലാതെ ഇതു സാധാരണമല്ല. ആണ്ടുതോറും കാലവർഷത്തിലും തുലാവർഷത്തിലും ആ പാറകളുടെ മുകളിൽക്കൂടി തടികൾ കടത്തിക്കൊണ്ടു പോരുവാൻ തക്കവണ്ണം വെള്ളം പൊങ്ങുക പതിവാണ്. അതുകൊണ്ടാണ് നായ്ക്കൻ അവിടെ തടികൾ ശേഖരിച്ചത്. തടികുത്തകക്കാർക്കു വളരെ ലാഭമുള്ള ഏർപ്പാടാണെങ്കിലും അവധികഴിയുന്നതിനുമുമ്പ് തടികൾ ആലപ്പുഴെ കൊണ്ടുചെന്നേൽപ്പിച്ചില്ലെങ്കിൽ വലിയ നഷ്ടം നേരിടുകയും ചെയ്യും. അതിനാൽ കാളിനായ്ക്കൻ ഏറ്റവും വ്യസനാക്രാന്തനായിത്തീർന്നു. അയാൾ ആലോചിച്ചിട്ട് ഇതിനു യാതൊരു നിവൃത്തിമാർഗ്ഗവും കാണായ്കയാൽ ഒടുക്കം അച്ചൻകോവിലിൽ ചെന്ന് അയപ്പസ്വാമിയെയും പരിവാരമൂർത്തികളെയും വന്ദിക്കുകയും യഥായോഗ്യം വഴിപാടുകൾ നടത്തുകയും ചെയ്തിട്ട് നടയിൽ ചെന്നുനിന്ന്, 'എന്റെ അയപ്പസ്വാമീ, ഇതിന് എന്തെങ്കിലും ഒരു നിവൃത്തിയുണ്ടാക്കിത്തരണേ; ഞാൻ ആലപ്പുഴക്കടപ്പുറത്തുവെച്ച് എന്റെ ശക്തിക്കു തക്കവണ്ണം ഒരു കറുപ്പനൂട്ടു കഴിച്ചേക്കാം' എന്നു പ്രാർത്ഥിച്ചു. അന്നു രാത്രിയിൽ നായ്ക്കൻ കിടന്നുറങ്ങിയപ്പോൾ ഒരാൾ അയാളുടെ അടുക്കൽച്ചെന്നു 'പാറകൾ മറ്റിയിരിക്കുന്നു. തടികൾ കടത്തിക്കൊണ്ടുപോകാം' എന്നു പറഞ്ഞതായി അയാൾക്കു തോന്നി. കണ്ണുതുറന്നു നോക്കിയപ്പോൾ അവിടെയെങ്ങും ആരെയും കണ്ടില്ല. എങ്കിലും ഇതു തന്നെക്കുറിച്ചു പ്രസാദിച്ചിട്ട് അയ്യപ്പ സ്വാമിയോ കറുപ്പസ്വാമിയോ കൽപ്പിച്ചതാണെന്ന് അയാൾ വിശ്വസിച്ചു. പിറ്റേദിവസം രാവിലെ അയാൾ ആ സ്ഥലത്തു ചെന്നു നോക്കിയപ്പോൾ വിലങ്ങത്തിൽ കിടന്നിരുന്ന പാറകൾ നെടുനീളത്തിലായിരിക്കുന്നതും അവയുടെ ഇടയിൽക്കൂടി തടികൾ കടത്തിക്കൊണ്ടുപോകുവാൻ തക്ക വണ്ണം വാലുകൾ പോലെ രണ്ടു കൈവഴികൾ തെളിഞ്ഞിരിക്കുന്നതായും കണ്ടു. അപ്പോൾ അയാളുടെ മനസ്സിൽ വളരെ സന്തോഷവും വിസ്മയവും ജനിച്ചുവെന്നു മാത്രമല്ല, അയ്യപ്പസ്വാമിയെയും പരിവാരമൂർത്തികളെയും കുറിച്ചുണ്ടായിരുന്ന ഭക്തിവിശ്വാസങ്ങൾ ശതഗുണീഭവിക്കുകയും ചെയ്തു. അയാൾ തടികൾ വെള്ളത്തിലിറക്കി ചെങ്ങാടം കെട്ടി നിഷ്പ്രയാസം കൊണ്ടുപോയി അവധിക്കുമുൻപ് ആലപ്പുഴെ ഏൽപിച്ചു. ആ പ്രാവശ്യം അയാൾക്കു പതിവിൽക്കൂടുതൽ ലാഭം കിട്ടി. അതിനാൽ പിന്നെയും അചൻകോവിലിൽചെന്ന് അയ്യപ്പസ്വാമിക്കും

പരിവാരമൂർത്തികൾക്കും യഥായോഗ്യം വഴിപാടുകൾ കഴിച്ചു വന്ദിച്ചു. അക്കാലത്ത് അച്ചൻകോവിൽ ക്ഷേത്രത്തിൽ ദേവസ്വം വകയായിട്ടുണ്ടായിരുന്ന പാത്രങ്ങളെല്ലാം പൊട്ടിയും ളുളഞ്ഞും കേട്ട സംഭവിച്ചവയായിരുന്നു. അതിനാലയാൾ നാഴിമുതൽ നാൽപ്പതു നാഴി അരിവെയ്ക്കാവുന്ന അനേകം പാത്രങ്ങൾ പുത്തനായി വാർപ്പിച്ചു നടയ്ക്കുവെച്ചു. അവയിൽ ചില പാത്രങ്ങൾ ഇപ്പോഴും അവിടെ കാൺമാനുണ്ട്. അധികം താമസിയാതെ കാളിനായ്ക്കൻ കുറുപ്പനൂട്ടിനുള്ള ചാർത്തു വാങ്ങുകയും അതിൻപ്രകാരം സകലതും വട്ടം കൂട്ടി ആലപ്പുഴെ കടപ്പുറത്തുവെച്ചു കെങ്കേമമായി കുറുപ്പനൂട്ടു നടത്തുകയും ചെയ്തു.

ആണ്ടുതോറും പതിവായി നടത്തിവന്നിരുന്നു. വർണ്ണീഡു സായ്പവർകൾ സഞ്ചായം ഡിപ്പാർട്ടുമന്റിന്റെ മേലധികാരിയായി വന്നപ്പോൾ അതു വേണ്ടെന്നുവെച്ചു. അക്കൊല്ലം കോന്നി മുതലായ സ്ഥലങ്ങളിൽ കുഴികളിൽ ആന വീണില്ല. അതിന്റെ കാരണമെന്താണെന്നു ചോദിച്ചപ്പോൾ 'പതിവുള്ള കുറുപ്പനൂട്ടു നടത്താഞ്ഞിട്ടായിരിക്കു'മെന്നു ഹിന്ദുക്കളായ ജീവനക്കാർ പറഞ്ഞു. 'എന്നാൽ കുഴികളിൽ ആനകൾ വീഴട്ടെ, കുറുപ്പനൂട്ടു നടത്തിയേക്കാം' എന്നു സായ്പവർകൾ സമ്മതിച്ചു. പിന്നെ മുറയ്ക്കു കുഴികളിൽ ആനകൾ വീണുതുടങ്ങി. എങ്കിലും സായ്പവർകൾ കുറുപ്പനൂട്ടു നടത്തിയില്ല. അപ്പോൾ കുഴികളിൽ നിന്നും കയറ്റി കൂട്ടിലാക്കിയ ആനകൾ കൂട്ടിൽ കിടന്നും കുഴികളിൽ വീഴുന്ന ആനകൾ കുഴികളിൽത്തന്നെ കിടന്നും ചത്തുതുടങ്ങി. അങ്ങനെ അനേകം ആനകൾ ചത്തുപോവുകയാൽ സർക്കാരിലേക്ക് വളരെ ന ഷ്ടം സംഭവിച്ചു. അപ്പോൾ സായ്പവർക്കൾ നല്ല മനസ്സോടുകൂടിയല്ലെങ്കിലും കുറുപ്പനൂട്ടു നടത്താമെന്നു സമ്മതിക്കുകയും പതിവിൽ കൂടുതലായി വട്ടങ്ങൾ കൂട്ടുകയും ദിവസം നിശ്ചയിച്ചു പൂശാരിയെ അറിയിക്കുകയും ചെയ്തു. പൂശാരിക്കു കോന്നിയിലും ഒരു വീടുണ്ട്. അതിന്റെ പേര് ''വാര്യവീട്'' എന്നാണ്. അവിടെയാണ് ഈ വിവരം അറിയിച്ചത്. കുറുപ്പനൂട്ട് സഞ്ചായം കച്ചേരിയുടെ സമീപത്തുവെച്ചുതന്നെ നടത്തണമെന്നായിരുന്നു സായ്പവർകളുടെ ഉത്തരവ്. അതിനാൽ അവിടെയാണ് പന്തലിട്ട് കെട്ടിവിതാനിച്ചലങ്കരിച്ചു സാമങ്ങളെല്ലാം ശേഖരിച്ചു വെച്ചത്.

കുറുപ്പനൂട്ടിനു നിശ്ചയിച്ച ദിവസത്തിനു രണ്ടുമൂന്നു ദിവസം മുമ്പേ സായ്പവർകൾ പതിനൊന്ന് ഭരണികളിൽ ചാരായം നിറപ്പിച്ച് അടച്ചുകെട്ടിച്ചു പന്തലിനു സമീപം വലിയകുഴികൾ കുഴിപ്പിച്ച്, ഭരണികൾ കുഴികളിൽ വെപ്പിച്ചു മണ്ണിട്ടു മൂടിച്ചു. ഇതു മറ്റാരും അറിയാതെ സായ്പവർകൾ തന്റെ വിശ്വസ്തന്മാരായ ഒന്നു രണ്ടു ഭൃത്യന്മാരെക്കൊണ്ട് ഏറ്റവും രഹസ്യമായിട്ടാണ് ചെയിച്ചത്. പിന്നെ ആഴിക്കു പത്തു ദണ്ഡുസമചതുരത്തിലും ഒന്നര ദണ്ഡു താഴ്ചയിലും ഒരു കുഴി കുഴിച്ച്, അതിൽ വലിയ പാഴ്മരത്തടികൾ ആനകളെക്കൊണ്ടു പിടിച്ചു വരുത്തി നിരത്തിയി ടുവിച്ചു തീയുമിട്ടു. തടികൾക്കു തീ പിടിച്ചുതുടങ്ങിയപ്പോൾ അതിന്റെ മീതെ പത്ത് ആനചങ്ങലകളുമിടുവിച്ച് അതിന്റെ മീതെയും തടികൾനിരത്തിച്ച് അവയ്ക്കും തീയിട്ടു.

നിശ്ചിതദിവസം സന്ധ്യയ്ക്കു മുമ്പായി പൂശാരി പരികർമികൾ മുതലായവരോടുകൂടി നിശ്ചിതസ്ഥലത്തെത്തി. ഉടനെ കുളിച്ച് ഉടുത്തുകെട്ടി ഉത്തരീയം മുതലായവയും ധരിച്ചു പന്തലിൽ ചെന്നു. അവിടെയുള്ള വട്ടങ്ങൾ ആകപ്പാടെ കണ്ടപ്പോൾ അയാൾ സ്വൽപനേരം വല്ലാതെ അന്ധനായി നിന്നു പോയി; ഇത്ര വലിയ ആഴിയും മറ്റും അയാൾ ഇതിനുമുമ്പ് മറ്റെങ്ങും കണ്ടിട്ടില്ലായിരുന്നു. പിന്നെ ധൈര്യത്തെ അവലംബിച്ചു കൊണ്ടു സ്വൽപം ചന്ദനവും

പൂവും വെള്ളവും കൂടി കൈയ്യിലെടുത്തു കിഴക്കോട്ട് ആരാധിച്ചിട്ട് കണ്ണടച്ചു തൊഴുതുപിടിച്ചുകൊണ്ടു സ്വൽപനേരം നിന്നു. പിന്നെ മുറയ്ക്കു പൂജ ആരംഭിച്ചു. അപ്പോഴേക്കും ആ ദിക്കിലുള്ള സകലജനങ്ങളും കുടുംബസഹിതം അവിടെ വന്നുചേർന്നു. ആഴിയുടെ വലിപ്പവും മറ്റും കണ്ട് എല്ലാവരും ഭയപ്പെടുകയും സായ്പവർകൾ കറുപ്പസ്വാമിയെ പരീക്ഷിക്കാൻ ഭാവിക്കുകയാണെന്നറിഞ്ഞ് 'അയ്യപ്പസ്വാമീ, കറുപ്പസ്വാമീ; അവമാനത്തിനിടയാക്കരുതേ' എന്നു മനസാ വാചാ പ്രാർത്ഥിക്കുകയും ചെയ്തു. അപ്പോൾ സായ്പവർകൾ പന്തലിനു പുറത്ത് ഒരു സ്ഥലത്ത് ഒരു കുതിരച്ചമ്മട്ടി കൈയ്യിലെടുത്തുകൊണ്ട് ഒരു കസാല യിൽ വന്നിരുന്നു. പൂജ കഴിഞ്ഞു കർപ്പൂരാരാധന ആയപ്പോഴേക്കും പണ്ടിവാദ്യം, നാഗസ്വരം, പഞ്ചവാദ്യങ്ങൾ, ചെണ്ട, ശംഖ്, മുതലായവയുടെ നാദം കൊണ്ടു ദിക്ചക്രവാളം മാറ്റൊലിക്കൊണ്ടുതുടങ്ങി. ജനങ്ങൾ ആർപ്പും കുരവയും ശരണംവിളിയും പൊടിപൊടിച്ചുതുടങ്ങി. പൂശാരിയുടെ ഭാവം അപ്പാടെ മാറിത്തുടങ്ങി. ദേഹം വിറച്ചുതുടങ്ങി. കപ്പരയും അരിവാളും വേലും കൈയിലെടുത്തുകൊണ്ട് അയാൾ തുള്ളിത്തുടങ്ങി. അയാളുടെ മുഖഭാവവും മറ്റും കണ്ടാൽ സാക്ഷാൽ കറുപ്പസ്വാമിയാണെന്നുതന്നെ തോന്നുമായിരുന്നു. അയാൾ ഭസ്മം വാരി ജനങ്ങൾക്കു കൊടുത്തിട്ടു സായ്പിന്റെ മുമ്പിൽചെന്ന് 'എന്നെ പരീക്ഷിക്കുകയാണ് അല്ലേ? ആട്ടെ' എന്നു പറഞ്ഞു. സായിപ്പ് അതുകേട്ട് പുച്ഛഭാവത്തിൽ ഒന്നു ചിരിക്കുകയും 'മലയാളി സാധു സാധു' എന്നു പറയുകയും ചെയ്തു. പൂശാരി പിന്നെ ചാരായഭരണികൾ സ്ഥാപിച്ചിരുന്ന സ്ഥലത്തുചെന്നുനിന്നു കൊണ്ടു കപ്പരയിൽനിന്നു സ്വൽപം ഭസ്മമെടുത്തു മേൽപോട്ടെറിഞ്ഞിട്ട് ഒന്നട്ടഹസിച്ചു. അപ്പോൾ ചാരായഭരണികളുടെ മീതെ മൂടിയിരുന്ന മണ്ണും അടപ്പുമെല്ലാം തനിയെ മാറി, ചാരായം തീപ്പൊരികളായി പൂക്കുറ്റികളിൽ നിന്നെന്നപോലെ മേൽപോട്ടു പോയിത്തുടങ്ങി. കുറച്ചുകഴിഞ്ഞപ്പോൾ പൂശാരി ഇനി ഭരണികളിൽ വല്ലതുമുണ്ടോ എന്നു നോക്കാൻ സായ്പി നോടു പറഞ്ഞു. സായ്പവർകൾ ഭരണികളെടുത്തു നോക്കിയപ്പോൾ അവയുടെ അകത്തു ചാരായത്തിന്റെ ഗന്ധം പോലുമില്ലായിരുന്നു. അപ്പോൾ സായ്പും സ്വൽപം വല്ലാതെയായി. പിന്നെ പൂശാരി സായ്പിന്റെ കയ്യിലിരുന്ന ചമ്മട്ടി തട്ടിപ്പറിച്ചെടുത്തുകൊണ്ട് സായ്പിന്റെ കുതിരയുടെ അടുക്കലെത്തി. ആ കുതിര വളരെ പിണക്കമുള്ളതും അന്യന്മാരെ അടുക്കലടുപ്പിക്കാത്തതും സാമാന്യത്തിലധികം വലിയതുമായിരുന്നു. ആ കുതിരപ്പുറത്തു നിഷ്പ്രയാസം ചാടിക്കേറീട്ട് പൂശാരി ആഴിയിലേക്കു കുതിരയെ നടത്തി. കുതിര ആഴിയിൽ ചാടിനിന്നുകൊണ്ടു തുള്ളി ത്തുടങ്ങി. കുതിരയുടെ തുള്ളൽകൊണ്ടു കനലെല്ലാം ചാരമായിപ്പറന്നു. പിന്നെ പൂശാരി കുതിരപ്പുറത്തുനിന്നിറങ്ങീട്ടു കുതിരയെ സായ്പിന്റെ അടുക്കലേക്കു വിട്ടു. സായ്പവർകൾ പരിശോധിച്ചു നോക്കിയപ്പോൾ കുതിരയ്ക്കു യാതൊരു തരക്കേടും പറ്റീട്ടില്ലായിരുന്നുവെന്നല്ല, അതിന്റെ ഒരു രോമം പോലും കരിഞ്ഞിട്ടുമില്ലായിരുന്നു. അപ്പോൾ സായ്പവർകൾ അത്യന്തം വിസ്മയാകുലനായിത്തീർന്നു. പൂശാരി പിന്നെയും ആഴിയിൽ ച്ചാടിത്തുള്ളി. അപ്പോൾ ചങ്ങലകളെല്ലാം പഴുത്തു തീക്കനൽ പോലെ ആയിക്കിടന്നിരുന്നു. പൂശാരി ആ ചങ്ങലകൾ വാരിയെടുത്തു ദേഹത്തിലെല്ലാമണിഞ്ഞിട്ട്, ഒരു ചങ്ങല കൈയിലെടുത്തുംകൊണ്ടു സായ്പിന്റെ അടുക്കൽ ചെന്ന്, 'ഇതു മേടിക്കണം' എന്നു പറഞ്ഞു. സായ്പു സ്വബോധത്തോടുകൂടിയോ എന്തോ ഉടനെ രണ്ടു കൈയും നീട്ടി അതു മേടിച്ചു. തീക്കട്ട പോലെയിരുന്ന ആ ആനച്ചങ്ങല അപ്പോൾ പച്ചവെള്ളം പോലെ

തണ്ടപ്പുള്ളും പൂപോലെ ഘനം കുറഞ്ഞതുമായിട്ടാണ് സായ്പവർകൾക്കു തോന്നിയത്. ഉടനെ അതു താഴെ ഇടാൻ പൂശാരി പറഞ്ഞു. സായ്പവർകൾ താഴെയിട്ടു. പിന്നെയുമെടുക്കാൻ പൂശാരി പറഞ്ഞു. സായ്പവർക്കൾ അതെടുക്കാനായി കൈകൾ ചങ്ങലയുടെ അടുക്കലേക്കു നീട്ടിയപ്പോൾ തീക്കനലിന്റെ അടുക്കൽ കൈ കൊണ്ടുചെന്നപോലെ ചൂടുതോന്നുകയാൽ എടുത്തില്ല. അപ്പോൾ പൂശാരി (കറുപ്പസ്വാമി) 'എന്താ പരീക്ഷയൊക്കെ കഴിഞ്ഞുവോ? ഇനിയും വല്ലതും ഭാവമുണ്ടോ?' എന്നു ചോദിച്ചു. ഇതിനുത്തരമായിട്ടു സായ്പവർകൾ, 'ഇനി പരീക്ഷ യൊന്നും വേണമെന്നു വിചാരിക്കുന്നില്ല. ഇത്രയും പരീക്ഷിച്ചതു തന്നെ അബദ്ധമായി എന്ന് എനിക്കിപ്പോൾ തോന്നുന്നുണ്ട്. എന്റെ ഈ അപരാധം കറുപ്പസ്വാമി സദയം ക്ഷമിക്കണം, ഇതിനു പ്രായശ്ചിത്തമായി ആണ്ടുതോറും ഒരു കറുപ്പനൂട്ട് ഗവർമ്മേണ്ടുവകയായിട്ടുള്ളതു കൂടാതെ, തന്റെ പേർക്ക് വിശേഷാൽ, ഞാനിവിടെ ഇരിക്കുന്നടത്തോളം കാലം, നടത്തിയേക്കാം' എന്നു പറഞ്ഞു. അതുകേട്ടു പൂശാരി, 'അന്യമതക്കാരനായ നിങ്ങൾക്ക് എന്നെക്കുറിച്ചു വിശ്വാസമില്ലാതെയിരുന്നത് ഒരദ്ഭുതമല്ല. എന്നുമാത്രമല്ല, നിങ്ങളെ പക്ഷവാതം ബാധിക്കാറായിരിക്കുന്നു. അതുകൊണ്ട് ഇങ്ങനെയൊക്കെ ചെയ്തതാണ്. അതിനാൽ എനിക്കു യാതൊരു വിരോധവുമില്ല. വളരെ സന്തോഷമായിരിക്കുന്നു' എന്നു പറഞ്ഞു. കലി ഉടനെ അടങ്ങുകയും ചെയ്തു.

ഇതുകഴിഞ്ഞ് അധികം താമസിയാതെ വർണ്ണീഡ് സായ്പവർകൾക്കു പക്ഷവാതം ആരംഭിച്ചു. വാതത്തിന് ഇംഗ്ലീഷ് ചികിത്സ ഫലിക്കയില്ലെന്നറിയാമായിരുന്നതുകൊണ്ടു സായ്പവർകൾ തന്റെ ദീനത്തിനു നാട്ടുചികിത്സകളാണ് ചെയ്തിരുന്നത്. അതുകൊണ്ട് ഏതാനും കൊല്ലങ്ങൾ കൂടി ഇവിടെത്തന്നെ കഴിച്ചുകൂട്ടി. ഒടുക്കം നാട്ടുചികിത്സയും ഫലിക്കാതെയായതിനാൽ അദ്ദേഹം ശീമയ്ക്കു പോകുകയും ചെയ്തു.

വർണ്ണീഡ് സായ്പവർകൾ ഉദ്യോഗമായി ഇവിടെ ഇരുന്നിരുന്ന കാലത്തെല്ലാം ഗവർമ്മെന്റുവകയായിട്ടുള്ളതുകൂടാതെ അദ്ദേഹത്തിന്റെ വഴിപാടായിട്ടും ഒരോ കറുപ്പനൂട്ട് ആണ്ടുതോറും പതിവായി നടത്തിയിരുന്നു. അദ്ദേഹം പോയതിനുശേഷം ആ സ്ഥനത്തുവന്ന സായ്പന്മാരും ആ പതിവു മുടക്കിയില്ല. അവരെല്ലാം കറുപ്പനൂട്ടു നടത്തിയിരുന്നത് അരുവാപ്പാലത്തു മണൽപ്പുറത്തുവെച്ചായിരുന്നു.

അച്ചൻകോവിൽ ക്ഷേത്രത്തിൽ ചില കള്ളന്മാർ വഴിപാടുകഴിക്കുകയും മറ്റുചില കള്ളന്മാർ അകത്തുകടന്നു തിരുവാഭരണം മുതലായവ മോഷ്ടിക്കുകയും ചെയ്യാറുണ്ടായിരുന്നു.

മുൻകാലങ്ങളിൽ തിരുവിതാംകൂറിന്റെ അതിർത്തിസ്ഥലങ്ങളിൽവ്യാജപ്പുകയിലയുടെ പ്രചാരം ധാരാളമായിട്ടുണ്ടായിരുന്നല്ലോ. ചെങ്കോട്ട മുതലായ സ്ഥലങ്ങളിലാണ് ഇത് അസാമാന്യമായി വർദ്ധിച്ചിരുന്നത്. ചെങ്കോട്ട മുതലായ സ്ഥലങ്ങളിലേക്കു വ്യാജപ്പുകയില രാത്രികാലങ്ങളിൽ അച്ചൻകോവിലിൽക്കൂടിയാണ് കടത്തിക്കൊണ്ടുപോവുക പതിവ്. ആസമയം സർക്കാരാളുകൾ കണ്ടുപിടിക്കാതെയും കാട്ടുമൃഗങ്ങൾ ഉപദ്രവിക്കാതെയും ഇരിക്കുന്നതിനായിട്ട് ഈ കള്ളക്കച്ചവടക്കാർ കറുപ്പസ്വാമിയുടെ നടയിൽ നാലും അഞ്ചും എട്ടും പത്തും രൂപാവീതം കാണിക്കയിട്ടുംവെച്ചു പോകാറുണ്ടായിരുന്നു. അങ്ങനെ വ്യാജപ്പുകയിലക്കാർ രാത്രിയിലിടുന്നവകയായിട്ടുതന്നെ കറുപ്പൻ പൂശാരിക്കു പ്രതിദിനം രാവിലെ അൻപതും അറുപതും

എഴുപതും ചിലദിവസം നൂറും രൂപാവീതം കിട്ടിക്കൊണ്ടാണിരുന്നത്. ഇപ്പോൾ സർക്കാരാളുകളുടെ സൂക്ഷിപ്പും കാവലും മുറുകിയതോടുകൂടി അവിടെ അങ്ങനെയൊന്നും വരാതെയും പൂശാരിക്കു കിട്ടാതെയുമായി.

ഒരിക്കൽ എട്ടു മറവർ കൂടി രാത്രിസമയം അച്ചൻകോവിലിൽ വന്നു ക്ഷേത്രത്തിൽക്കയറി ചില തിരുവാഭരണങ്ങൾ മോഷ്ടിച്ചുകൊണ്ടുപോയി. അവർ 'അതിരുമല' (മലയാളത്തിന്റെയും പാണ്ടിയുടെയും അതിർത്തിയി ലുള്ള മല)യുടെ സമീപത്ത് ഒരു വൃക്ഷച്ചുവട്ടിൽ ചെന്നപ്പോൾ തിരുവാഭരണങ്ങളെല്ലാം അവിടെ വെച്ചിട്ടു വൃക്ഷത്തിനു പ്രദക്ഷിണം വെച്ചുതുടങ്ങി. മോഷണം നടന്നതിന്റെ മൂന്നാം ദിവസം വിവരമറിഞ്ഞു പോലീസുകാർ ക്ഷേത്രസന്നിധിയിലെത്തി. ആ സമയം കറുപ്പസ്വാമിയുടെ അധിവാസമുണ്ടായിട്ടു പൂശാരി തുള്ളി പോലീസുകാരെ കൂട്ടിക്കൊണ്ടു പോയി ആ കള്ളന്മാരെ കാണിച്ചുകൊടുത്തു. അതിനാൽ ആ മറവർക്കു ശിക്ഷയും ക്ഷേത്രത്തിലേക്കു തിരുവാഭരണവും കിട്ടി. മറവർ പ്രദക്ഷിണം വെച്ച വൃക്ഷത്തിന്റെ ചുവട്ടിൽ കറുപ്പസ്വാമിയുടെ ഒരു പ്രതിഷ്ഠ പണ്ടേതന്നെ ഉണ്ടായിരുന്നു. അതിനാൽ കറുപ്പസ്വാമിയാണ് ആ മറവരെ വിട്ടയയ്ക്കാതെ മൂന്ന് അഹോരാത്രം അവിടെ പ്രദക്ഷിണം വെപ്പിച്ചത്. അച്ചൻകോവിൽ ക്ഷേത്രത്തിൽനിന്ന് ആ സ്ഥലത്തേയ്ക്ക് അഞ്ചാറുനാഴികയിലധികം ദൂരമില്ല.

ആ മറവരെ അകപ്പെടുത്തിയത് കറുപ്പസ്വാമിയാണെന്നറിഞ്ഞപ്പോൾ മറവർക്ക് ആകപ്പാടെ കറുപ്പസ്വാമിയോടു വളരെ വിരോധമായി. കറുപ്പസ്വാമിയെ കഴിവുള്ളിടത്തോളം ദ്രോഹിക്കണമെന്ന് അവർ തീർച്ചയാക്കി. ഒരിക്കൽ രണ്ടു മറവർ കൂടി അച്ചൻകോവിലിൽ വന്നു രാത്രിസമയം കറുപ്പസ്വാമിക്കോവിലിൽ കയറി. കായംകുളത്തു രാജാവ് പണ്ടൊരിക്കൽ കറുപ്പസ്വാമിക്കു വഴിപാടായി നടയ്ക്കുവെച്ച ഒരു വെള്ളി പ്രഭയും സ്വർണ്ണം കൊണ്ടുള്ള ഒരരിവാളും ഒരു വേലും ഒരു കപ്പരയും അവിടെ ഇരിക്കുന്നുണ്ടായിരുന്നു. അവ ഈ മറവർ തട്ടിക്കൊണ്ടുപോയി. ക്ഷേത്രത്തിൽനിന്നു ചില സാമാനങ്ങൾ കള്ളന്മാർ മോഷ്ടിച്ചു കൊണ്ടു പോയിരിക്കുന്നു എന്നറിഞ്ഞപ്പോൾ പോലീസ് സൂപ്രണ്ടു മുതലായവർ അച്ചൻകോവിലിലെത്തി. അന്നു പോലീസ് സൂപ്രണ്ടായിരുന്നത് സാക്ഷാൽ ത്രിവിക്രമൻ തമ്പിയായിരുന്നു. പോലീസുകാർ സ്ഥലത്തെത്തിയ ഉടനെ ക്ഷേത്രസംബന്ധികളെയും അയൽവാസികളെയും മറ്റും പിടിച്ചു മർദ്ദിക്കാനാരംഭിച്ചു. ആ സമയം കറുപ്പസ്വാമിയുടെ അധിവാസമുണ്ടായിട്ടു പൂശാരി തുള്ളി സൂപ്രണ്ടിന്റെ അടുക്കൽ ചെന്ന് 'ഇവിടെയുള്ളവരെ വെറുതെ പിടിച്ചുപദ്രവിക്കുന്നതെന്തിനാണ്? നിങ്ങൾക്കു കഴിയുമെങ്കിൽ നിങ്ങൾ തെങ്കാശിക്ഷേത്രത്തിനു സമീപം റോഡരികിൽ ചെന്നിരിക്കണം. അപ്പോൾ ചുവപ്പു ശീല തലയിൽ കെട്ടിക്കൊണ്ട് ആ വഴിയേ ഒരുത്തൻ വരും. അവനെ പിടികൂടിയാൽ ഒന്നുപകുതി സാമാനങ്ങൾ അവന്റെ പക്കൽനിന്നു കിട്ടും. പിന്നെ അവനോടു ചോദിച്ചറിഞ്ഞ് അവന്റെ കൂട്ടുകാരനായി ഒരുത്തൻ കൂടിയുള്ളവനെയും പിടികൂടണം. ശേഷമുള്ള ഒന്നുപകുതി സാമാനങ്ങൾ അവന്റെ പക്കൽ നിന്നും കിട്ടും' എന്നു പറഞ്ഞു. ത്രിവിക്രമൻ തമ്പി അവർകൾക്കു കറുപ്പസ്വാമിയെക്കുറിച്ചു നല്ല വിശ്വാസമുണ്ടായിരുന്നതിനാൽ അദ്ദേഹം അന്നുതന്നെ ചില പോലീസുകാരോടുകൂടി തെങ്കാശിയിലേയ്ക്കു പുറപ്പെട്ടു. അവിടെയെത്തി, കറുപ്പസ്വാമി കല്പിച്ച സ്ഥലത്തു വരികയും കുറച്ചുനേരം കാത്തിരുന്നപ്പോൾ ഒരു ചുവപ്പുതലയിൽക്കെട്ടുകാരൻ അതിലേ വരികയും, അവനെയും അവൻ

മുഖാന്തിരം അവന്റെ കൂട്ടുകാരനേയും പിടികൂടുകയും അവരിൽനിന്നു ഒന്നു പകുതി വീതമായി സാമാനങ്ങളെല്ലാം കിട്ടുകയുംചെയ്തു. ആ വക സാമാനങ്ങൾ ഇതുവരെ ദേവസ്വത്തിൽ ഏൽപ്പിച്ചു കൊടുത്തിട്ടില്ല. ഇപ്പോഴും ഹജൂർ ഖജനാവിൽ സൂക്ഷിച്ചിരിക്കുകയാണ്.

ഇനി കായംകുളത്തു രാജാവ് വെള്ളിപ്രഭയും മറ്റും കറുപ്പസ്വാമിക്കു വഴിപാടായി നടയ്ക്കുവെച്ചതിന്റെ കാരണം കൂടി പറയാം. ഒരു കാലത്ത് കായംകുളം രാജ്യം ഭരിച്ചിരുന്ന രാജാവിനു കറുപ്പസ്വാമിയെയും മറ്റും കുറിച്ചു വിശ്വാസവും ഭക്തിയുമൊന്നുമുണ്ടായിരുന്നില്ല. കറുപ്പനൂട്ടു കഴിക്കുന്നതു കേവലം അനാവശ്യമാണെന്നും, തുള്ളൽ ശുദ്ധമേ കള്ളമാണെന്നും കറുപ്പനൂട്ടു നടത്തുന്നത് കഥയില്ലാത്തവരും പൂശാരിയുടെ ജാടയിൽ മിരണ്ടുപോവുന്നവരുമാണെന്നായിരുന്നു അദ്ദേഹത്തിന്റെ അഭിപ്രായം. അഭിപ്രായത്തെ സാധൂകരിച്ച് ജനങ്ങളെ ബോധ്യപ്പെടുത്തുന്നതിനും ജനങ്ങളുടെ ഇടയിൽ കറുപ്പസ്വാമിയെക്കുറിച്ചും മറ്റുമുണ്ടായിട്ടുള്ള വിശ്വാസത്തെ ദൂരീകരിക്കുന്നതിനുമായി ഒരു കറുപ്പനൂട്ടു നടത്തിക്കളയാമെന്നു നിശ്ചയിച്ച് ഒരിക്കൽ രാജാവ് ചാർത്തു വരുത്തുകയും വട്ടങ്ങളൊക്കെ കൂട്ടുകയും ചെയ്തു. എന്നാൽ രാജാവു സ്വൽപം വിശേഷ വിദ്യകൾ കാണിക്കാതെയിരുന്നില്ല. വിറകിനുപകരം വാഴപ്പിണ്ടികൾ നിരത്തിയടുക്കിയാണ് ആഴികൂട്ടിയിരുന്നത്. പിന്നെ നിവേദ്യത്തിനുള്ള മദ്യത്തിൽ ഉമ്മത്തിൻകായ് ധാരാളമായി അരച്ചു കലക്കിക്കുകയും ചെയ്തിരുന്നു. ഇവരണ്ടുകൂട്ടവുമാണ് രാജാവു വിശേഷവിധിയായി ചെയ്യിച്ചിരുന്നത്.

നിശ്ചിതദിവസം സന്ധ്യയ്ക്കുമുമ്പായി പൂശാരിയും പരികർമ്മികൾ മുതലായവരും സ്ഥലത്തെത്തി. ഊട്ടിനെല്ലാം വട്ടം കൂട്ടിയിരുന്നതു രാജമന്ദിരത്തിന്റെ മുറ്റത്തുതന്നെ പന്തലിട്ടു കെട്ടിവിതാനിച്ചലങ്കരിച്ചായിരുന്നു. ആഴി കൂട്ടിയിരുന്നത് അതിനടുത്തുമായിരുന്നു. വാഴപ്പിണ്ടി കൊണ്ട് ആഴികൂട്ടിയിരിക്കുന്നതും മറ്റും കണ്ടപ്പോൾത്തന്നെ ഈ ഊട്ടു നടത്തുന്നതു പരീക്ഷാർത്ഥമായിട്ടാണെന്നു പൂശാരിക്കു മനസ്സിലായി. എങ്കിലും അയാൾ അതൊന്നും അറിഞ്ഞതായി ഭാവിച്ചില്ല. അയാൾ സന്ധ്യയ്ക്കു മുമ്പുതന്നെ കുളിച്ച് ഉടുത്തുകെട്ടിചമഞ്ഞ് ഉത്തരീയം മുതലായവയും ധരിച്ചു പന്തലിലെത്തി. അപ്പോഴേക്കും പരികർമി പൂജയ്ക്കെല്ലാ മൊരുക്കി, വെച്ചൊരുക്കം കഴിച്ചിരുന്നു. രാജാവ് ഊട്ടു നടത്തുന്നതു കറുപ്പസ്വാമിയെ പരീക്ഷിക്കാനായിട്ടാകയാൽ ഇവിടെ എന്തെങ്കിലും വിശേഷവിദ്യകൾ ഉണ്ടാകാതെയിരിക്കില്ലെന്നു വിചാരിച്ചു പുരുഷന്മാരും, സ്ത്രീകളും, വൃദ്ധന്മാരും, ബാലന്മാരും മറ്റുമായി അസംഖ്യം ജനങ്ങളും സന്ധ്യയോടുകൂടി അവിടെ വന്നുചേർന്നു. ഉടനെ പൂശാരി പൂജ ആരംഭിച്ചു. കൊട്ടും, ഘോഷവും ആർപ്പും, കുരവയും മറ്റും ഒട്ടും കുറവില്ലായിരുന്നു. അവയൊക്കെ സാധാരണ പതിവുള്ളതിൽ വളരെ കൂടുതലായിരുന്നു. പൂജ ഏകദേശം പകുതിയായപ്പോഴേക്കും കാളമാടൻ, ചേപ്പാറമുണ്ടൻ, ചെപ്പാണി മാടൻ മുതലായ മൂർത്തികൾ ബാധിച്ചു രാജാവിന്റെ പരിചാരകന്മാരിൽത്തന്നെ ചിലർ തുള്ളിത്തുടങ്ങി. കാളമാടൻ ബാധിച്ചവർ കൈകളും നിലത്തുകുത്തി കാളയെപ്പോലെ നടന്നുകൊണ്ടു മുക്കുറയിട്ടു തുടങ്ങി. ആ മുക്കുറാ ശബ്ദം കേട്ട് അവിടെ കൂടിയിരുന്നവർ മാത്രമല്ല, സമീപസ്ഥലങ്ങളിൽ ഉണ്ടായിരുന്നവർ കൂടി ഭയപ്പെട്ടു തുടങ്ങി. ചേപ്പാറമുണ്ടൻ ആന പിടിച്ചാലിളകാത്തതും ഒരു കിണറ്റിലിട്ടിരുന്നതുമായ ഒരു കരിങ്കൽപ്പാലം ഒരു വടിപോലെ നിഷ്പ്രയാസം കൈയിലെടുത്തു

വീശിക്കൊണ്ടാണ് തുള്ളിയത്. ചെപ്പാണിമാടൻ ഒരു വലിയ വൃക്ഷം ചുവടേ പറിച്ചെടുത്തുകൊണ്ടു തുള്ളി ഓടിനടന്നു. ആകപ്പാടെ പേടിച്ചിട്ട് അവിടെയെങ്ങും ആർക്കും ഇരിക്കാനും നിൽക്കാനും വയ്യാതെയായിത്തീർന്നു. അപ്പോൾ അവിടെ സമീപത്തു നിന്നിരുന്ന ഒരു തെങ്ങിനെ അഗ്രഭാഗത്ത് ഇടിനാദം പോലെ ഒരു അട്ടഹാസം കേട്ടു 'ഞാൻ കൊച്ചിട്ടാണനാണ്. കറുപ്പസ്വാമിക്കു നിവേദ്യത്തിനുള്ള മദ്യം കൊടുക്കാനുള്ള അംഗീകാരവും അവകാശവും എനിക്കാണ്. അവിടെ ഇരിക്കുന്ന മദ്യം നിവേദ്യത്തിനും മനുഷ്യർക്ക് ഉപയോഗിക്കുന്നതിനും കൊള്ളുകയില്ല. അതിൽ ഉമ്മത്തിൻകായ അരച്ചുകലക്കിയിട്ടുണ്ട്. ഇതാ കള്ളിൻകുടങ്ങൾവരുന്നു; പിടിച്ചുകൊള്ളണം' എന്നു പറയുന്നതുകേട്ടു. ഉടനെ ചേപ്പാറമുണ്ടൻ തെങ്ങിന്റെ ചുവട്ടിലെത്തി. കൊച്ചിട്ടാണൻ കള്ളിൻകുടങ്ങൾ തെങ്ങിന്റെ മുകളിൽനിന്ന് ഇട്ടു കൊടുത്തു. ചേപ്പാറമുണ്ടൻ എല്ലാം പിടിച്ചു താഴെ നിരത്തിവെച്ചു. അങ്ങനെ കൊച്ചിട്ടാണൻ നൂറ്റൊന്നു കുടങ്ങളിട്ടു കൊടുത്തു. അവയിലെല്ലാം നിറച്ചു കള്ളുമുണ്ടായിരുന്നു. ആ തെങ്ങു ചെത്തിത്തുടങ്ങീട്ടുപോലുമുണ്ടായിരുന്നില്ല. പിന്നെ ഇത്ര വളരെ കള്ളും കുടങ്ങളും എവിടെനിന്നുണ്ടായിയെന്നു സ്വാമിക്കു മാത്രമറിയാം. കള്ളിൻ കുടങ്ങളെല്ലാം ഇട്ടുകൊടുത്തതിന്റെ ശേഷം കൊച്ചിട്ടാണനും താഴെയിറങ്ങിവന്നു. മറ്റുള്ള മൂർത്തികളുടെ കൂട്ടത്തിൽ തുള്ളിക്കൊണ്ട് ഓടിനടന്നു. ആ മനുഷ്യനും രാജാവിന്റെ പരിചാരകവർഗ്ഗത്തിലുൾപ്പെട്ട ഒരാൾ തന്നെയായിരുന്നു.

പൂജകഴിഞ്ഞു കർപ്പൂരാരാധനയായപ്പോൾ കറുപ്പസ്വാമിയുടെ അധിവാസമുണ്ടായിട്ടു പൂശാരിയും തുള്ളിത്തുടങ്ങി. പൂശാരി കർപ്പൂരത്തട്ടവും കൊണ്ട് പന്തലിൽനിന്നു പുറത്തിറങ്ങി, ആഴിക്ക് ഒരു പ്രദക്ഷിണം വെച്ചിട്ടു കത്തിക്കൊണ്ടിരുന്ന ഒരു കർപ്പൂരക്കട്ടയെടുത്ത് ആഴിയിലേക്ക് ഇട്ടു. ഉടനെ വാഴപ്പിണ്ടികൾക്ക് തീ പിടിച്ചു കത്തിക്കാളി ജ്വലിച്ചുതുടങ്ങി. തീപ്പൊരികൾ മേൽപോട്ടുയർന്നു നാലു ദിക്കിലേക്കും പറന്നുതുടങ്ങി. അക്കാലത്തു രാജാവിന്റെ കൊട്ടാരം മുതലായ കെട്ടിടങ്ങളെല്ലാം തെങ്ങോല മേഞ്ഞവയായിരുന്നു. തീപ്പൊരി പറന്നുവീണ് കെട്ടിടങ്ങൾക്ക് അഗ്നിബാധയുണ്ടായെങ്കിലോ എന്നു വിചാരിച്ച് രാജാവ് കെട്ടിടങ്ങൾക്ക് മേഞ്ഞിരുന്ന ഓലയെല്ലാം പൊളിച്ചു മാറ്റിച്ചു. ഉടനെ അതികലശലായിട്ടുള്ള മഴ തുടങ്ങി. മഴവെള്ളം ആ പ്രദേശത്തെല്ലാം കുത്തിയൊലിച്ചു തുടങ്ങി. രാജാവിന്റെ കൊട്ടാരവും പള്ളിയറയും ഭണ്ഡാരമുറിയുമെല്ലാം വെള്ളം നിറഞ്ഞു നാലുപുറത്തേക്കും ഒഴുകീട്ട് ആഴിക്കകത്തും വെള്ളം നിറഞ്ഞു. അപ്പോൾ തീ കുറച്ചുകൂടി ശക്തിയോടു കൂടി കത്തി. വെള്ളം പെരുകുന്തോറും തീയുടെ ശക്തിയും വർദ്ധിച്ചു കൊണ്ടിരുന്നു. മഴവെള്ളം ആഴിക്കു നെയ്യെന്നപോലെയാണ് ഫലിച്ചത്. കറുപ്പസ്വാമിയും പരിവാരമൂർത്തികളും ആഴിയിൽ നിന്നു നൃത്തം തകർത്തു. പിന്നെ പൂശാരി തുള്ളിക്കൊണ്ടു രാജാവിന്റെ അടുക്കൽച്ചെന്ന് 'എന്താ പരീക്ഷയൊക്കെ കഴിഞ്ഞുവോ? ഇനിയും വല്ലതും ഭാവമുണ്ടോ?' എന്നു ചോദിച്ചു. അപ്പോൾ രാജാവ് അദ്ഭുതം കൊണ്ടും ഭയം കൊണ്ടും ഒന്നും സംസാരിക്കാൻ പോലും വയ്യാത്തവിധത്തിൽ പരവശനായിത്തീർന്നി രുന്നു. അദ്ദേഹം ഭയം കൊണ്ടുള്ള വിറയലും ഗദ്ഗദത്തോടും കൂടി, 'ഇല്ല, പൊന്നുസ്വാമീ, ഇനി ഒരു പരീക്ഷയുമില്ല; ഇത്രയും പരീക്ഷിച്ചതുതന്നെ വലിയ തെറ്റായിപ്പോയി എന്നാണ് ഇപ്പോൾ ഞാൻ വിചാരിക്കുന്നത്. എന്റെ മൂഢതകൊണ്ടു ഞാൻ ചെയ്തുപോയ അപരാധത്തെ

സ്വാമി യഥാപൂർവ്വം ക്ഷമിക്കണമെന്ന പശ്ചാത്താപത്തോടുകൂടി പ്രാർത്ഥിക്കുന്നു. ഈ തെറ്റിനു പ്രായശ്ചിത്തമായി ഞാൻ സ്വാമിക്കു വെള്ളികൊണ്ട് ഒരു പ്രഭയും സ്വർണ്ണം കൊണ്ടുള്ള ഒരരിവാളും ഒരു വേലും ഒരു കപ്പരയും നടയ്ക്കുവെയ്ക്കു കയും അയ്യപ്പസ്വാമിക്കും മറ്റുള്ള പരിവാരമൂർത്തികൾക്കും യഥായോഗ്യം വഴിപാടുകൾ നടത്തുകയും ചെയ്തേക്കാം' എന്നു വളരെ പണിപ്പെട്ടു പറഞ്ഞു. ഉടനെ കറുപ്പസ്വാമി (പൂശാരി) 'എന്നാൽ മതി. ഞാൻ സമ്മതിച്ചിരിക്കുന്നു; എനിക്കു സന്തോഷമായി; ഇനി എനിക്ക് ഒരു വിരോധവുമില്ല' എന്നു പറയുകയും അതോടുകൂടി തുള്ളൽ നിൽക്കുകയും ചെയ്തു. അപ്പോൾ ശേഷമുള്ളവരുടെ തുള്ളലും നിന്നു. മഴയും മാറി; എല്ലാവരും സന്തോഷത്തോടുകൂടി പിരിയുകയും അധികം താമസിയാതെ രാജാവ് മേൽപറഞ്ഞ സാധനങ്ങളുണ്ടാക്കിച്ച് അച്ചൻകോവിലിൽ കൊണ്ടുപോയി കറുപ്പസ്വാമിക്കു നടയ്ക്കുവെക്കുകയും അയ്യപ്പസ്വാമിക്കും മറ്റുള്ള പരിവാരമൂർത്തികൾക്കും യഥായോഗ്യം വഴിപാടുകൾ നടത്തുകയും വന്ദിച്ചുപോരികയും ചെയ്തു. ഇങ്ങനെയാണ് കായംകുളത്തുരാജാവ് വെള്ളിപ്രഭയും മറ്റും കറുപ്പസ്വാമിക്കു വഴിപാടായി നടയ്ക്കുവെയ്ക്കാനിടയായത്.

കായംകുളത്തുരാജാവിന്റെ പരീക്ഷണാനന്തരം ഏതാനും കൊല്ലങ്ങൾക്കുശേഷം ഒരു മന്ത്രവാദിയും കറുപ്പസ്വാമിയെ ഒന്നു പരീക്ഷിക്കാമെന്നു കരുതി. കറുപ്പസ്വാമിയുടെ അധിവാസമുണ്ടായിട്ടാണ് പൂശാരി തുള്ളുന്നതെന്നു പറയുന്നത് ശുദ്ധമേ അബദ്ധമാണെന്നായിരുന്നു മന്ത്രവാദിയുടെ വാദം. അത് അബദ്ധമല്ല, പരമാർത്ഥമാണെന്ന് അച്ചൻകോവിലിലെ തന്ത്രിയായ താഴമൺപോറ്റിയും വാദിച്ചു. അവർ തമ്മിലുള്ള വാദപ്രതിവാദങ്ങൾ മുറുകിയപ്പോൾ പോറ്റി, 'ആകട്ടെ, മഠത്തിൽവെച്ചു തന്നെ കറുപ്പനൃത്തം നടത്തുകയും അവിടെവെച്ചുതന്നെ കറുപ്പസ്വാമിയുടെ തുള്ളൽ പരമാർത്ഥമായിട്ടുള്ളതാണെന്നു ബോധ്യപ്പെടുത്തുകയും ചെയ്യാം' എന്നു പറയുകയും വേണ്ടതെല്ലാം വട്ടംകൂട്ടിക്കൊണ്ടു പൂശാരി മുതലായ വരെ വരുത്തി, മുറയ്ക്ക് ഒരു കറുപ്പനൃത്തം നടത്തിക്കുകയും ചെയ്തു. പൂജയും കർപ്പൂരാരാധനയും കഴിഞ്ഞു പൂശാരി തുള്ളി ആഴിയിൽച്ചാടി നൃത്തം തുടങ്ങിയപ്പോൾ പോറ്റി, 'എന്താ സമ്മതിച്ചുവോ? സാധാരണ മനുഷ്യർക്കു തീക്കനലിൽ കിടന്ന് ഇങ്ങനെ നൃത്തം ചെയ്യുവാൻ സാധിക്കുമോ?' എന്നു മന്ത്രവാദിയോടു ചോദിച്ചു. അപ്പോൾ മന്ത്രവാദി, 'ഇതൊരു വലിയ കാര്യമായി ഞാൻ വിചാരിക്കുന്നില്ല. കറുപ്പസ്വാമിയുടെ അധിവാസമുണ്ടായിട്ടാണ് പൂശാരി തുള്ളുന്നതെങ്കിൽ അയാൾ പോയി ഒരു കടമാൻപോത്തിനെ പിടിച്ചുകൊണ്ടുവരട്ടെ. എന്നാൽ സമ്മതിക്കാം' എന്നു പറഞ്ഞു. ഉടനെ പൂശാരി അവിടെനിന്നിറങ്ങിപ്പോയി. ഒരു നാഴിക കഴിഞ്ഞപ്പോൾ എവിടെനിന്നോ ഒരു വലിയ കടമാൻ പോത്തിനെ പിടിച്ചു വലിച്ചുകൊണ്ടു മടങ്ങി വന്നു. അപ്പോൾ മന്ത്രവാദി 'ശരിതന്നെ, ഞാൻ സമ്മതിച്ചു' എന്നു പറഞ്ഞു. പൂശാരി അതിനെ പുറത്തുകൊണ്ടുപോയിവിട്ടയച്ചു. പിന്നെ അത് എങ്ങോട്ടു പോയി എന്ന് ആരും കണ്ടില. പൂശാരിപിന്നെയും ആഴിയിൽച്ചാടി നൃത്തം ചെയ്തു. അപ്പോൾ മന്ത്രവാദി പൂശാരിയുടെ കലിയടങ്ങുന്നതിന് എന്തോ ഒരു വിദ്യ പ്രയോഗിച്ചു. ആഴിയിൽനിന്ന് ഇറങ്ങുന്നതിനുമുമ്പ് കലി അടങ്ങിപ്പോവുകയാൽ പൂശാരിയുടെ കാൽ പൊള്ളി. ഉടനെ അയാൾ അയാളുടെ വീട്ടിലേക്കു പോയി. അവിടെ ചെന്നിട്ട് അധികം താമസിയാതെ മരിച്ചുപോവുകയും ചെയ്തു.

പൂശാരിയുടെ കാൽ പൊള്ളിയപ്പോൾ മുതൽ മന്ത്രവാദിയുടെ ദേഹമാസകലം ഉമിത്തീയിലിട്ടാലെന്നപോലെ ഒരു പുകച്ചിലും നീറ്റലും തുടങ്ങി. അനേക ചികിത്സകൾ ചെയ്തിട്ടും ഒരു ഫലവുമുണ്ടായില്ല. അതിനാൽ ഇതിന്റെ കാരണമെന്താണെന്ന് അയാൾ പ്രശ്നം വെയ്പിച്ചു നോക്കിച്ചു. അച്ചൻകോവിൽ ശാസ്താവിന്റെയും കറുപ്പസ്വാമിയുടെയും വിരോധം തീരാനായിട്ട് മന്ത്രവാദി അവിടെ ചില വഴിപാടുകൾ നടത്താനായി പല പ്രാവശ്യം ശ്രമിച്ചുനോക്കി. എല്ലാ പ്രാവശ്യവും അശുദ്ധിയും നേരിട്ടുകൊണ്ടിരുന്നതിനാൽ ഒരിക്കലും ഒന്നും സാധിച്ചില്ല. ഒടുക്കം അയാളുടെ ദേഹം മുഴുവനും പൊള്ളിക്കഴന്നു വ്രണപ്പെട്ടു പുഴുത്ത് വളരെ കഷ്ടതയനുഭവിച്ചു മൂന്നാം കൊല്ലത്തിൽ മരിക്കുകയും ചെയ്തു.

അചൻകോവിൽ ശാസ്താവിന്റെ ഉച്ചപ്പൂജ കഴിഞ്ഞാൽ ഉടനെപോയി അമ്മൻകോവിലിൽ നിവേദ്യം കഴിക്കണം. അതുകഴിഞ്ഞു വന്നിട്ടേ ശാസ്താവിന്റെ നടയടയ്ക്കാവൂ. അങ്ങനെയാണ് പതിവ്. ഒരിക്കൽ ഒരു ശാന്തിക്കാരൻ ശാസ്താവിന്റെ ഉച്ചപ്പൂജ കഴിഞ്ഞു നടയടച്ചിട്ട് അമ്മൻകോവിലിൽ നിവേദ്യം കഴിക്കാനായി പോയി. വളരെനേരം കഴിഞ്ഞിട്ടും അദ്ദേഹം മടങ്ങിവരായ്കയാൽ ചിലർ അമ്മൻകോവിലിൽ ചെന്നു നോക്കി. അപ്പോൾ അദ്ദേഹത്തിന്റെ കുടുമ്മയും നഖങ്ങളും പല്ലുകളും മാത്രം അവിടെ കിടക്കുന്നുണ്ടായിരുന്നു. അല്ലാതെയൊന്നും കണ്ടില്ല. ആ ബ്രഹ്മരക്ഷസ്സിന്റെ ഉപദ്രവം അവിടെ ദുസ്സഹമായിത്തീരുകയാൽ അതിനെ ആവാഹിച്ച് ഒരു വിഷ്ണുവിഗ്രഹത്തിന്മേലാക്കി അവിടെ പ്രതിഷ്ഠിച്ചു. ആ വിഷ്ണുവിഗ്രഹമാണ് അവിടെ കിഴക്കേ തേർവീഥിക്കു തെക്കുഭാഗത്തായി ഇപ്പോഴും കാണുന്നത്.

ഇനി ഒരു കൊടിയുടെ ആഗമത്തെക്കുറിച്ചാണ് പ്രധാനമായി പറയാനുള്ളത്. ആറന്മുള ക്ഷേത്രത്തിങ്കൽ നിന്ന് ഏകദേശം രണ്ടു നാഴിക തെക്കായിട്ട് 'കനകമല' എന്നൊരു മലയും ആ മലയിൽ ഒരു ദേവപ്രതിഷ്ഠയുമുണ്ടായിരുന്നു. അവിടുത്തെ ദേവനെ എല്ലാവരും 'കനകമലദേവൻ' (തേവര്) എന്നാണ് പറയുന്നത്. ആറന്മുള ക്ഷേത്രമുണ്ടാകുന്നതിനു മുമ്പ് ആ ദിക്കുകാർ ദേശപരദേവതയായി ആചരിക്കുകയും വന്ദിക്കുകയും ചെയ്തു വന്നിരുന്നത് ആ ദേവനെയാണ്. ആ ദേവൻ ശിവനാണ്. അവിടുത്തെ നാഥത്വം 'ഇടശ്ശേരിമല' ദേശക്കാർക്കാണ്. അവിടെ ശിവരാത്രി വളരെ പ്രധാനമാണ്. ശിവരാത്രി നാൾ ആ മലയിൽ അസംഖ്യമാളുകൾ കൂടുക പതിവാണ്. അവരിൽ അധികം പേരും കുറവർ മുതലായ ജാതിക്കാരാണ്. ഇവരുടെ വഴിപാടായി ശിവരാത്രി ദിവസം അവിടെ വളരെപ്പണം വരും. ആ പണമെല്ലാം എടുക്കുന്നത് ഇടശ്ശേരിമലക്കാരാണ്. അവിടെ കരനാഥന്റെ വകയായി ഒരു കൊട്ടാരമുണ്ട്. മലയിൽ വഴിപാടായി വരുന്ന പണം ആ കൊട്ടാരത്തിൽ വിളക്കുവെപ്പിനും മറ്റുമായിട്ടാണ് ചിലവു ചെയ്യുക പതിവ്. ഇടശ്ശേരി മലകരക്കാർ കനകമലത്തേവരുടെ വകയായി ഒരു കൊടിയുണ്ടാക്കി. ആ കൊടി കരനാഥന്റെ കൊട്ടാരത്തിലാണ് വെച്ചു സൂക്ഷിക്കുന്നത്. ആറന്മുള ക്ഷേത്രമുണ്ടായപ്പോൾ കനമലത്തേവരുടെ പ്രാധാന്യം കുറഞ്ഞുപോയി. അതിനാൽ കനകമലത്തേവരെ ആവാഹിച്ച് ആറന്മുളദേവന്റെ സന്നിധിയിലേക്ക് കൊണ്ടുപോകുന്നത് മേൽപറഞ്ഞ കൊടിയിന്മേലാണ്. ആ കാലം മുതൽ ആ കൊടി ആറന്മുളഭഗവാന്റെ വകയായി. എങ്കിലും ഇപ്പോഴും അതുവെച്ചു സൂക്ഷിക്കുന്നത് പൂർവസ്ഥലത്തുതന്നെയാണ്. ആറന്മുളക്ഷേത്രത്തിൽ ഉത്സവകാലത്തും മറ്റും ദേവനെ എഴുന്നള്ളിക്കുമ്പോൾ ഈ

കൊടികൂടി എഴുന്നള്ളിക്കണം. അത് ഇടശ്ശേരിമലകരക്കാരാണ് പതിവ്. അതിനു പ്രതിഫലമായി അവർക്ക് ആറന്മുള ക്ഷേത്രത്തിൽ നിന്നു ചോറും പണവും പതിവുണ്ട്. അത് ഇപ്പോഴും നിർത്തലാക്കീട്ടില്ല. ഊരുവലത്തിനും മറ്റും ആറന്മുള ദേവനെ എഴിന്നള്ളിക്കുന്നതിനു പകരം ഈ കൊടിയാണ് എഴുന്നള്ളിച്ചുകൊണ്ടുപോവുക പതിവ്. ആറന്മുളഭഗവാന്റെ സങ്കേതത്തിലുൾപ്പെട്ട ഏതു ദേശത്തെങ്കിലും കറുപ്പനൂട്ടുണ്ടെങ്കിൽ ഈ കൊടി എഴുന്നള്ളിച്ചുകൊണ്ടു പോവുക പതിവാണ്. അയിരൂരിൽ മണൽപ്പുറത്തു വെച്ച നടത്തിയ കറുപ്പനൂട്ടിന് എഴുന്നള്ളിച്ചുകൊണ്ടു പോയിരുന്ന കൊടി ഇതുതന്നെയായിരുന്നു.

ഇത്രയും പറഞ്ഞ സ്ഥിതിക്ക് അച്ചൻകോവിൽ ക്ഷേത്രത്തിലെ ഉത്സവത്തിന്റെ രീതിയെക്കുറിച്ചുകൂടി സ്വൽപം വിവരിക്കുന്നത് അനുചിതമായി വരികയില്ലെന്നു വിശ്വസിക്കുന്നു. അവിടെ ആണ്ടുതോറും ധനുമാസം ഒന്നാം തീയതി മുതൽ പത്തുദിവസത്തെ ഉത്സവമാണ് പതിവ്. മൂന്നാം ഉത്സവം മുതൽ ചെറിയ തേരിന്റെ ആകൃതിയിൽ കെട്ടിയുണ്ടാക്കുന്ന ഒരു വാഹനത്തിലാണ് രാത്രിയിലത്തെ എഴുന്നള്ളത്ത്. അയ്യപ്പസ്വാമിയുടെ ഒരു സ്വർണ്ണവിഗ്രഹം ആ വാഹനത്തിൽ എഴുന്നള്ളിച്ചുവെച്ച് തേർവീഥിയിൽക്കൂടി പ്രദക്ഷിണമായി എടുത്തുകൊണ്ടു നടന്നാണ് എഴുന്നള്ളിക്കുന്നത്. ആ എഴുന്നള്ളത്തിനു 'മണികണ്ഠമുത്തയ്യസ്വാമിയുടെ എഴുന്നള്ളത്ത്'' എന്നാണ് അവിടങ്ങളിലുള്ളവർ പറയുന്നത്. വിഗ്രഹമെഴുന്നള്ളിക്കുമ്പോൾ മണിക്കാരൻ (പാർവ്വത്യക്കാരൻ) ഒരു സ്വർണ്ണവാളുമെടുത്ത് എഴുന്നള്ളത്തിനു മുമ്പിൽ നിൽക്കും. വാഹനത്തിലെഴുന്നള്ളിച്ചു വെച്ചാലുടനെ ഒരു ബ്രാഹ്മണൻ വന്നു സ്വാമിയുടെ മുമ്പിൽ ഒരു തേങ്ങയെറിയും. അതു കഴിഞ്ഞാലുടനെ ചില ബ്രാഹ്മണർ വന്നു വാഹനമെടുത്ത് എഴുന്നള്ളിപ്പ് ആരംഭിക്കും. എഴുന്നള്ളത്തിനു പാണ്ടിവാദ്യം, നാഗസ്വരം, പഞ്ചവാദ്യങ്ങൾ മുതലായവയൊക്കെ ഉണ്ടായിരിക്കും. എഴുന്നള്ളത്ത് ആരംഭിക്കുമ്പോഴേക്കും കറുപ്പസ്വാമിയുടെ പൂശാരി ഉടുത്തുകെട്ടി, ഉത്തരീയമിട്ട്, തലയിൽക്കെട്ടും കെട്ടി, അരിവാൾ, വേൽ, കപ്പര മുതലായവ എടുത്തുകൊണ്ട് എഴുന്നള്ളത്തിന്റെ മുൻപേ നടക്കും. എഴുന്നള്ളത്തു പടിഞ്ഞാറേ ഗോപുരത്തിനു പടിഞ്ഞാറുവശത്താകുമ്പോൾ അവിടെ നിൽക്കും. അപ്പോൾ നാഗസ്വരവായന ഒന്നു വിസ്തരിക്കും. ആ സമയം കറുപ്പസ്വാമി (പൂശാരി) തുള്ളും. തുള്ളിക്കൊണ്ടു ജനങ്ങളുടെ ഇടയിൽക്കൂടികുറച്ചുനേരം ഓടിനടന്നിട്ട് അമ്മനെ തൊഴുതു, ഗണപതി പ്രതിഷ്ഠയുള്ളതായ അവിടെ സമീപത്തു നിൽക്കുന്ന പിലാവിനു പ്രദക്ഷിണമായി, തന്ത്രിയുടെ അടുക്കൽച്ചെന്നു വീഴും. അപ്പോൾ തന്ത്രി കുറെ ഭസ്മമെടുത്തു ശിരസ്സിലിടും. ഉടനെ കലിയടങ്ങും. പിന്നെ മുറയ്ക്കു പ്രദക്ഷിണമായി എഴുന്നള്ളിച്ചു കൊണ്ടുപോയി അകത്തെഴുന്നള്ളിക്കും. എട്ടാമുത്സവം വരെ ഈ വിധത്തിലും രാത്രിയിലുമാണ് എഴുന്നള്ളത്ത്. ഒൻപതാമുത്സവമാകുമ്പോൾ ഈ രീതിയൊക്കെ മാറും. ഒൻപതാമുത്സവദിവസം പകൽ ഉച്ചശ്ശീവേലി കഴിഞ്ഞാലുടനെയാണ് എഴുന്നള്ളത്ത്. അന്നു വലിച്ചുകൊണ്ട് നടക്കുന്ന ഒരു വലിയ തേരിലാണ് മണികണ്ഠമുത്തയ്യസ്വാമിയെ എഴുന്നള്ളിക്കുന്നത്. ഈ തേര് അലങ്കരിക്കുന്നതു കാനൽത്തെങ്ങ്, കാനൽക്കമുക മുതലായി കാട്ടിലുണ്ടാകുന്ന വൃക്ഷ ങ്ങളിൽ നിന്നും മറ്റുമെടുക്കുന്ന സാധനങ്ങൾ കൊണ്ടാണ്. ആ അലങ്കാരം ഏറ്റവും

മനോഹരമായിരിക്കും. തേരു വലിച്ചുകൊണ്ടുപോകുന്നതിനു കെട്ടുന്നതു വടത്തിനു പകരം വലിയ ചൂരലാണ്. എല്ലാം കാട്ടുസാമാനങ്ങളായിരിക്കണമെന്നു നിർബന്ധമുണ്ട്. ഈ വക കാട്ടുസാമാനങ്ങൾ കൊണ്ടുവന്നു കൊടുക്കുന്നതു 'പളിയർ' എന്നൊരു ജാതിക്കാരാണ്. ഇതിലേക്ക് അവർക്കു ദേവസ്വത്തിൽനിന്നു ചില അനുഭവങ്ങളുമുണ്ട്. തേരിൽ സ്വാമിയെ എഴുന്നള്ളിച്ചിരുത്തിയാലുടനെ കറുപ്പസ്വാമിയുടെ പൂശാരി ഉടുത്തുകെട്ടിച്ചമഞ്ഞു വന്നു തേർത്തണ്ടിന്മേൽ ഒരു തേങ്ങയെറിയണം. ഇത് കഴിഞ്ഞാലുടനെ സ്ഥലം തഹശീൽദാർ മുതലായ ഉദ്യോഗസ്ഥന്മാർ, മേൽശാന്തിക്കാർ, സമൂഹക്കാർ, മണിക്കാരൻ മുതലായവരും ഒരോ തേങ്ങയെറിയണം. ഇതും കഴിഞ്ഞാലൊരു കർപ്പൂരാരാധനയുണ്ട്. അതുകഴിഞ്ഞാൽ ആദ്യം ചൂരലിന്മേൽ കറുപ്പസ്വാമി പിടിച്ചാലുടനെ തഹശീൽദാർ മുതലായ ഉദ്യോഗസ്ഥന്മാരും സമൂഹക്കാർ മുതലായി അവിടെ കൂടീട്ടുള്ള ബ്രാഹ്മണരും എന്നുവേണ്ടാ, സകലരും ചൂരലിന്മേൽ പിടിക്കണം. എല്ലാവരും കൂടി പിടിച്ചുവലിച്ചു തേരു പടിഞ്ഞാറു പടിഞ്ഞാറേത്തേർവീഥിയുടെ തെക്കേ അറ്റത്തു വരുമ്പോഴേക്കും കറുപ്പസ്വാമി തുള്ളിത്തുടങ്ങും. തേര് അവിടെ ഒരു മണിക്കൂറോളം നിറുത്തും. അപ്പോൾ പാണ്ടിവാദ്യം, നാഗസ്വരം, പഞ്ചവാദ്യങ്ങൾ, ചെണ്ട മുതലായവയും ആർപ്പും കുരവയും ശരണംവിളിയുമെല്ലാം പൊടിപൊടിക്കും. ആകപ്പാടെയുള്ള കോലാഹലം കൊണ്ട് ആ സമയത്ത് ഭൂലോകം കലുങ്ങുന്നുണ്ടോ എന്നു തോന്നും. അപ്പോൾ അവിടെ തുള്ളാത്തവരായിട്ട് അധികം പേരെ കാണുകയില്ല. അപ്പോഴത്തെ കോലാഹലം തുള്ളാത്തവരെയും തുള്ളിക്കുന്നതാണ്. കറുപ്പസ്വാമിയുടെ തുള്ളലും അട്ടഹാസവും അപ്പോൾ കലശലാകും. അപ്പോൾ ചേപ്പാറമുണ്ടൻ, ചെപ്പാണിമാടൻ, കാളമാടാൻ, അമ്മൻകോവിലിലെ അമ്മൻ എന്നിവരും തുള്ളി എഴുന്നള്ളത്തിന്റെ സമീപത്തു വന്നുചേരും. ആ സമയത്തു കൊച്ചിട്ടാണൻ തുള്ളി കിഴക്കേഗോപുരത്തിങ്കലെത്തി തുള്ളൽ പൊടിപൊടിക്കും. ഈ തുള്ളലുകളിൽ വിശ്വാസമില്ലാത്തവരായ ചിലർ പലവിധത്തിൽ പരീക്ഷിച്ചു നോക്കുകയും അവരൊക്കെ അനേകവിധത്തിലുള്ള ദൃഷ്ടാന്തങ്ങൾകൊണ്ട് ഒടുക്കം വിശ്വസിക്കുകയും ചെയ്തിട്ടുണ്ട്.

അച്ചൻകോവിൽ ക്ഷേത്രത്തിലെ ഉത്സവത്തിൽ വിശേഷാലുള്ള പ്രധാന സംഗതികൾ ഇത്രമാത്രമാണ്. ഇനി ചില്ലറ സംഗതികൾ മാത്രമേയുള്ളൂ. അവയെ വിവരിച്ച് ഈ ഉപന്യാസം ഇനിയും ദീർഘിപ്പിക്കണമെന്നു വിചാരിക്കുന്നില്ല.

www.ingramcontent.com/pod-product-compliance
Lightning Source LLC
LaVergne TN
LVHW101408051026
849519LV00005BC/1700
* 9 7 8 9 3 8 5 8 9 9 7 4 4 *